പ്രണയത്തിന്റെ രാജകുമാരി

മെറിലി വെയ്സ്ബോഡ്

AF528923

ഓർമ്മ

പ്രണയത്തിന്റെ രാജകുമാരി

മെറിലി വെയ്സ്ബോഡ്

വിവർത്തനം
സുരേഷ് എം.ജി.

സംശോധനം
വി.ബി. ജ്യോതിരാജ്

ഗ്രീൻ ബുക്സ്

green books private limited
gb building, civil lane road, ayyanthole,
thrissur- 680 003, kerala, ph: +91 487-2381066, 2381039
website: www.greenbooksindia.com
e-mail: info@greenbooksindia.com

original title

the love queen of malabar

malayalam

pranayathinte rajakumari

memoirs

by

merrily weisbord

translated by
suresh m.g.

first published september 2015
reprinted april 2019

illustration : gopidas
cover design : rajesh chalode

branches:
thrissur 0487-2422515
palakkad 0491-2546162
thiruvananthapuram 0471-2335301
calicut 0495 4854662
kannur 0497-2763038

isbn : 978-81-8423-432-9

GBPL/679/2015

മുഖക്കുറിപ്പ്

പ്രണയവ്യാഖ്യാനങ്ങൾ

മലയാളസാഹിത്യത്തിന്റെയും ചരിത്രത്തിന്റെയും അകത്തളങ്ങളിൽ അതിമനോഹരിയായ ഒരു കമലയുണ്ട്. ഒരു ഓമനപ്പേരു പോലെ മാധവിക്കുട്ടി എന്നും നാം അവരെ വിളിച്ചു. പിന്നീട് അവർ കമലാദാസും കമലസുരയ്യയും ആയി മാറി. മലയാള ഭാവനയുടെ ഉദാത്തമായ ആകാശങ്ങളിലൂടെ അവരുടെ സർഗ്ഗചേതന പാറി നടന്നു. തന്റെ ഭാഷയേയും സംസ്കാരത്തേയും പ്രശസ്തിയുടെ പടവുകളിലേക്ക് അവർ നയിച്ചു.

"ഞാൻ ഇന്ത്യക്കാരിയാണ്
തവിട്ടു നിറമാണ്
മലബാറിൽ ജനനം
മൂന്നുഭാഷകളിൽ സംസാരിക്കും
രണ്ടുഭാഷകളിലെഴുതും
എന്നാൽ സ്വപ്നം ഒന്നിൽ മാത്രം..."

എന്നെഴുതിയ പ്രശസ്തകവയിത്രിയും കഥാകാരിയുമായിരുന്നു കമല. ജീവിതത്തിന്റെ സായാഹ്നവേളയിൽ കമലയേയുംതേടി ഭൂഖണ്ഡങ്ങൾക്കപ്പുറത്തുനിന്ന് മെറിലി എന്ന ചുരുക്കപ്പേരിൽ അറിയപ്പെടുന്ന ഒരു എഴുത്തുകാരി വന്നെത്തുന്നു. കാനഡയിലെ കറുത്ത മേപ്പിൾ വൃക്ഷത്തിന്റെ ഇലകൊഴിഞ്ഞ തണ്ടുകളിൽനിന്ന് ഒരു കിളിനാദമായിട്ടാണ് അവർ വന്നെത്തുന്നത്. നീണ്ടുനിൽക്കുന്ന ഒരു സൗഹൃദത്തിന്റെ മുന്നോടിയായിട്ടാണ് അവരെത്തുന്നത്.

മെറിലി കമലയോടൊത്ത് കേരളത്തിലും കാനഡയിലും നടത്തിയ കണ്ടുമുട്ടലുകൾ ഏഴു അദ്ധ്യായങ്ങളായിട്ടാണ് പുസ്തകത്തിൽ ചിത്രീകരിച്ചിട്ടുള്ളത്. രണ്ടു തവണ മാത്രം കമല കാനഡയിലെത്തിയപ്പോൾ മെറിലി അഞ്ചു തവണ കൊച്ചിയിലെത്തി കമലയെ അനുധാവനം ചെയ്തു. 1995-മുതൽ 2004 വരെ

മെറിലിയുടെ ടേപ്പിൽ പതിഞ്ഞ കമലയുമായുള്ള സംഭാഷണങ്ങളിലൂടെ, ജീനിയസ്സായി ലോകം അറിഞ്ഞ കമലയുടെ അസാധാരണമായ ജീവിതകഥയിലേക്കു നാം കടക്കുന്നു. അതാകട്ടെ കമലയുടെ ആത്മകഥനവുമായി മാറുന്നു.

"ഞാൻ എന്നിൽ നഗ്നനടനം ചെയ്യും, എന്നിട്ടു വലിച്ചെറിയും എന്റെ ആത്മകഥനം" എന്ന കമലയുടെ ഒരു ഇംഗ്ലീഷ് കവിതയെ 'പ്രണയത്തിന്റെ രാജകുമാരി' അന്വർത്ഥമാക്കുന്നു. മെറിലി ഈ പുസ്തകത്തിന് The love queen of malabar 'മലബാറിന്റെ പ്രണയറാണി' എന്നാണ് ശീർഷകം നൽകിയതെങ്കിലും മലയാളത്തിൽ ആ പുസ്തകത്തിന് ഔചിത്യം നൽകുന്ന 'പ്രണയത്തിന്റെ രാജകുമാരി' എന്ന പേരാണ് ഗ്രീൻബുക്സ് തിരഞ്ഞെടുത്തത്. കമലയുടെ ജീവിതത്തിന്റെ രണ്ടു ഘട്ടങ്ങളെ സസ്സൂക്ഷ്മം പരിശോധിക്കുന്ന പുസ്തകമാണിത്. താൻ ഭർത്തൃമതിയായി ജീവിച്ച കാലഘട്ടം, ഭർത്താവു മരിച്ചുപോയതിനുശേഷമുള്ള മറ്റൊരു കാലഘട്ടം. ഈ രണ്ടു ഘട്ടങ്ങളിലും തീക്ഷ്ണമായ ജീവിതസംഘർഷങ്ങളുടെ തിരമാലകൾ അലയടിച്ചിരുന്നു. കമലയുടെ വ്യക്തിജീവിതത്തിന്റെ പ്രസ്തുത ഏടുകൾ ഒരു വിസ്മയത്തിന്റെയോ വിസ്ഫോടനത്തിന്റെയോ നീരാവിയായി ഈ പുസ്തകത്താളുകളിൽ ഉയരുന്നു. അതോടൊപ്പം പടിഞ്ഞാറു വളർന്നുവന്ന സ്വന്തം ജീവിതത്തിലേക്കുള്ള തിരിഞ്ഞുനോട്ടവും രണ്ടു സംസ്കാരങ്ങൾ തമ്മിലുള്ള താരതമ്യപഠനവും മെറിലി നിർവഹിക്കുന്നു.

സ്ത്രൈണത, പ്രണയം, രതി എന്നീ ഭാവങ്ങളെ ഈ പുസ്തകം സൂക്ഷ്മതയോടെ വ്യാഖ്യാനിക്കുന്നു. ആഖ്യാനത്തിലുടനീളം എടുത്തുചേർത്ത കമലാദാസിന്റെയും തന്റേതുമായ ചാരുതയാർന്ന കവിതകളും ഓജസ്സാർന്ന പുസ്തകശൈലിയും പ്രണയത്തിന്റെ രാജകുമാരിയെ അനന്യമായ ഒരു സാഹിത്യകൃതിയാക്കി മാറ്റുന്നു.

രണ്ട് ഘട്ടങ്ങൾ

കമലയുടെ ജീവിതകഥയിലെ രണ്ടു ഭാഗങ്ങൾ മെറിലി അന്വേഷണവിധേയമാക്കുന്നു. ഈ ഘട്ടങ്ങളിലെ ഇടവേളകളിൽ ഒരു തുറന്നെഴുത്തിനെ സംബന്ധിച്ച് പലപ്പോഴും അവർ ആശങ്കാകുലയാകുന്നുണ്ട്. പക്ഷേ, എല്ലാ ആശങ്കകളേയും അദ്ഭുതകരമായി അതിജീവിക്കുവാൻ കമലയ്ക്കു കഴിയുന്നുണ്ട്. ആദ്യഘട്ടത്തിലെ പ്രണയത്തിന്റെ മടുപ്പും മനോദുഃഖവും ഒരു മ്ലാനതയിലേക്ക് (depression) നയിച്ചിരുന്നുവെങ്കിൽ രണ്ടാംഘട്ടം

പ്രണയത്തിന്റെ ഒരു ഉന്മാദത്തിലേക്ക് (mania) അവർ കുതിക്കുന്നു. കമലയുടെ 'എന്റെ കഥ' വായിക്കുന്ന ഒരു മകനെ ശകാരവർഷങ്ങൾക്കൊണ്ടു മൂടുന്ന തന്റെ പിതാവുതന്നെ അതൊളിച്ചു വായിക്കുന്നത് മകൻ കണ്ടെത്തുന്നു. തുടർന്ന് അത് പിതാവിന്റെ ആത്മഹത്യയ്ക്ക് ഹേതുവായി. തന്റെ ഒരു വായനക്കാരനു സംഭവിച്ച ഈ ദുരന്തം കമല ഈ കഥയിൽ പറയുന്നുണ്ട്. അമർത്തിവെയ്ക്കപ്പെട്ട ലൈംഗികത അഥവാ സാന്മാർഗികബോധത്തെ കുറിച്ചുള്ള മലയാളിയുടെ ഒരു ശരാശരി കുറ്റബോധമാണിത്. തനിക്കതിനെ അതിജീവിക്കാൻ കഴിഞ്ഞെന്ന് അവർ പറയുന്നു. ഒരുപക്ഷേ, ഒരു മക്കത്തായ സംവിധാനത്തിൽ ജനിച്ചവളായിരുന്നെങ്കിൽ എനിക്കീ ധൈര്യം ഉണ്ടാകുമായിരുന്നില്ല. എന്നാൽ മരുമക്കത്തായ സമ്പ്രദായത്തിൽ വളർന്ന ഒരു നായർ സ്ത്രീയുടെ പാരമ്പര്യം തനിക്ക് ജീവിതപ്രതിബന്ധങ്ങളെ തട്ടിമാറ്റാൻ കരുത്തേകി എന്നവർ അവകാശപ്പെടുന്നു.

എന്നാൽ മെറിലി എഴുതുന്നു;

“**ത**ന്റെ മേലധികാരിയായ ഒരു ബ്രാഹ്മണനുമൊത്ത് കമല ശൃംഗരിക്കുകയും അയാളെ പ്രീതിപ്പെടുത്തുകയും ചെയ്യുന്നതിൽ കമലയുടെ ഭർത്താവിന് താത്പര്യമുണ്ടായിരുന്നു എന്നെനിക്കറിയാം. എന്നാലിപ്പോൾ കമല എന്നോട് മറ്റൊരു കഥ കൂടി പറയുന്നു. ഒരിക്കൽ കമലയുടെ ആരാധകനായ ഉന്നതനായ ഒരു മന്ത്രിയിൽ നിന്നും കമലയ്ക്ക് ഒരു കത്ത് ലഭിച്ചപ്പോൾ, മാധവദാസ് കമലയെ അയാളുടെ അടുത്തേക്കയച്ചു. തനിക്ക് ഇതിലും നല്ലൊരു ജോലി തരപ്പെടുത്തുക എന്നതായിരുന്നു അപ്പോൾ ലക്ഷ്യം. "നീ പോയേ തീരൂ, നിനക്ക് എന്നെ സഹായിക്കുവാൻ താത്പര്യമില്ലേ?" എന്നായിരുന്നു ചോദ്യം.”

ഈ ധൈര്യമെല്ലാം ഉണ്ടായിട്ടും മാധവദാസുമായുള്ള ഈ വക സങ്കീർണ്ണമായ വിവാഹബന്ധത്തിൽ നിന്ന് വിടുതൽ നേടാൻ അവർക്ക് ആയില്ലല്ലോ എന്നത് ഒരു അദ്ഭുതമായി മെറിലി കൂട്ടിച്ചേർക്കുന്നു. കനേഡിയൻ എഴുത്തുകാരിയായ മെറിലി വെയ്സ് ബോർഡിന് കമലയെക്കുറിച്ച് ഉയർന്ന മതിപ്പുണ്ടായിരുന്നു. ആ സൗഹൃദം കരുത്താർജിച്ചതായിരുന്നു.

എന്നിട്ടും പുസ്തകരചനയുടെ കാര്യത്തിൽ തീർത്തും സത്യസന്ധമായ ഒരു നിലപാട് അവർ ഉയർത്തിപ്പിടിക്കുന്നു. “കുമ്പസാരിക്കാൻ താത്പര്യപ്പെടുന്ന കമലയ്ക്ക് രഹസ്യങ്ങൾ സൂക്ഷിക്കാൻ എത്രകണ്ട് അറിയാമായിരുന്നുവെന്നത് ദാസിനു മാത്രമേ അറിയുകയുള്ളു, കമല പറയാത്തത് എന്തൊക്കെയാണെന്നും ദാസിനു മാത്രമേ അറിയുകയുള്ളൂ” എന്ന് മെറിലി വിശകലനം ചെയ്യുന്നു.

സാദിഖ് അലിയുമായുള്ള ബന്ധത്തോടെ കമലയുടെ ജീവിതത്തിന്റെ രണ്ടാം ഘട്ടം ആരംഭിക്കുന്നു. "ഞാനുറങ്ങുവാൻ തുടങ്ങുകയായിരുന്നു. അപ്പോഴാണ് അയാൾ വന്നത്. അയാളെന്നെ പുണർന്നു. അയാൾ മന്ദം മന്ദമാണ് ശ്വസിച്ചിരുന്നത്...." എന്നു തുടങ്ങുന്ന കമലയുടെ ആഖ്യാനം, ഒരു പുരുഷൻ വന്നുചേർന്നു എന്നതിലുള്ള ആനന്ദം എന്നാൽ അത് അനാശാസ്യമാണ് എന്ന തിരിച്ചറിവ് - ഇതവരെ ഖിന്നയാക്കുന്നു. അയാൾ പറഞ്ഞു, "സാരമില്ല, താങ്കളെ ഞാൻ വിവാഹം ചെയ്തുകൊള്ളാം. ഇന്നേക്ക് പന്ത്രണ്ടാം ദിവസം താങ്കൾ എന്റെ ഡൽഹി ഭാര്യയായി ജീവിക്കും. വിവാഹം കഴിഞ്ഞാൽ ശേഷിച്ചതെല്ലാം മറഞ്ഞു പോകും." അപ്പോൾ കമല പട്ടു സാരിയുടുത്ത് ഉടുത്തൊരുങ്ങി ഒരു മടക്കയാത്രയ്ക്ക് തയ്യാറായി ഇരുന്നു.

പിന്നീട് ഈ ബന്ധം ഒരു മിഥ്യയായി മാറി. എന്നിട്ടും പ്രണയ പാരവശ്യം അവരിൽനിന്നും മറയുന്നില്ല.

> "മേപ്പിൾ മരങ്ങൾക്കിടയിൽ
> പൈൻമരങ്ങൾക്കിടയിൽ
> ദേവതാരുമരങ്ങൾക്കിടയിൽ
> ബർച്ചുമരങ്ങൾക്കിടയിൽ
> നിനക്കായുള്ള എന്റെ അഭിനിവേശം
> ഒരു ചുഴലിക്കൊടുങ്കാറ്റു കണക്കെ ഇറങ്ങി വരുന്നു

എന്ന് അവർ കവിത കുറിക്കുന്നു. "അങ്ങനെ അവസാനം വൃദ്ധയായപ്പോൾ ഞാൻ സത്യമായും പ്രണയത്തിലായി, സത്യമായും പ്രണയത്തിലായി" എന്നവർ തുറന്നെഴുതുന്നു.

ജീവിതസായാഹ്നകാലത്ത് അവരുടെ ജീവിതത്തിലേക്ക് പിന്നീട് ഡോ.ഹുസൈനും കടന്നുവന്നു.

> "ഇതാ ഒരു പുരുഷനെന്ന സമ്മാനം
> എത്രയോ കാലമായി കാത്തിരുന്ന
> ഒരു ദാഹവരൾച്ചയിൽ
> ഒരു ജീവസന്ധാരണമായി
> എനിക്കു കിട്ടിയത്"

2009 മെയ് 31-ന് കമല ജീവിതത്തോടു വിടപറഞ്ഞു.

ഈ പുസ്തകം പ്രസിദ്ധീകരണത്തിനായി തിരഞ്ഞെടുത്തപ്പോൾ ഒരു പ്രസാധകനെന്ന നിലയിൽ കാനഡയിലെ മെറിലി വെയ്സ്ബോർഡ് എന്ന എഴുത്തുകാരിയുമായി ഏതാനും എഴുത്തുകുത്തുകൾ ഉണ്ടായതൊഴിച്ചാൽ എനിക്ക് അവരുമായി വളരെ

കുറഞ്ഞ ബന്ധമേയുള്ളൂ. എന്നാൽ വർഷങ്ങൾ നീണ്ട കേരളീയതയുമായുള്ള തന്റെ ഇടപഴകലിൽ ബാലചന്ദ്രൻ ചുള്ളിക്കാട്, വിജയലക്ഷ്മി, ഡോ.ഹരിഹരൻ, ഡോ.ദേവിക, ലീലാമേനോൻ, ശ്യാമപ്രസാദ് തുടങ്ങിയ വ്യക്തികളുമായി അവർക്കുള്ള പരിചയം ഈ പുസ്തകത്തിലുടനീളം കോറിയിട്ടിരിക്കുന്നു. കമലാദാസിനെ കുറിച്ചുള്ള അവരുടെ ആഖ്യാനത്തോട് അവർ എത്രമാത്രം സത്യസന്ധത പുലർത്തിയോ അത്രമാത്രം ഒരു പ്രസാധകൻ എന്ന നിലയിൽ ഞാനും എന്റെ എഡിറ്റോറിയൽ ടീമും ഈ പുസ്തകത്തെ മലയാളത്തിലേക്ക് അണിയിച്ചൊരുക്കുന്നതിൽ സൂക്ഷ്മത പുലർത്തി എന്ന് നിസ്സംശയം പറയട്ടെ. എന്നാലും ഈ പുസ്തകത്തിലെ വരികളിലൂടെ പിന്നെയും പിന്നെയും കടന്നുപോകുമ്പോൾ അകാരണമായൊരു സംശയം എന്നിൽ തലയുയർത്തി നിന്നു. - വരികൾക്കുള്ളിലൂടെ വായിച്ച് മലയാള വായനക്കാരൻ കമലയിൽ കളങ്കം ചാർത്തുമോ? നിരർത്ഥകമായൊരു ചോദ്യമാണെന്നറിഞ്ഞിട്ടും അങ്ങനെ എഴുതിയത് കമല തന്റെ അന്യാദൃശമായ സൃഷ്ടികളിലൂടെ വായനക്കാർക്കു പകർന്ന സാഹിത്യപരമായ ഉയർന്ന അവബോധം വേർതിരിഞ്ഞു തന്നെ നിൽക്കട്ടെ എന്ന ഉൽക്കടമായ ആഗ്രഹമായിരുന്നു.

കൃഷ്ണദാസ്

മാനേജിങ് എഡിറ്റർ

ഉള്ളടക്കം

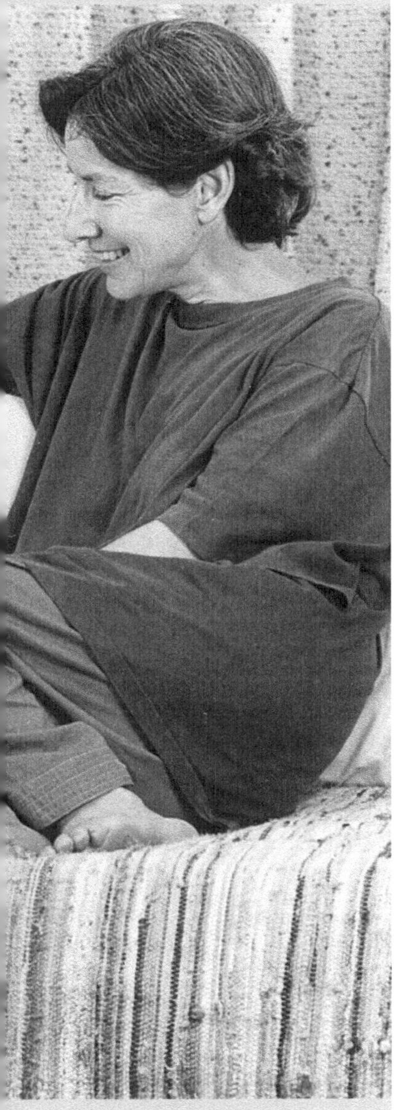

ഒന്ന്

കൊച്ചി, മൂന്നാർ, കോവളം, തെക്കേ ഇന്ത്യ

1995

അകത്ത് കടന്നപ്പോൾ
എന്റെ ചകിതമായ ഹൃദയമിടിപ്പുകൾ
നീ കേൾക്കുമെന്ന് ഞാൻ ഭയപ്പെട്ടു

ഒന്ന്

അപരിചിതനും ഞാനും

ചെന്നെത്തുന്ന ഏതൊരു പുതിയ സ്ഥലത്തും നിങ്ങളെ തളർത്തുകയോ കുഴയ്ക്കുകയോ അല്ലെങ്കിൽ ഉന്മേഷത്തെ കെടുത്തുകയോ ചെയ്യുന്ന എന്തെങ്കിലുമുണ്ടാകും. അതവിടത്തെ പ്രകൃതിയാകാം, ആചാരങ്ങളാകാം, ചരിത്രമാകാം, അല്ലെങ്കിൽ അവിടെയുള്ള കീടാണുക്കളാകാം. തെക്കേ ഇന്ത്യയിൽ ഈ കർമ്മം നിറവേറ്റുന്നത് അവിടത്തെ ചൂടാണ്. അസഹനീയമായ ചൂട്. ഈ ചൂട് പലപ്പോഴും നമ്മുടെ മനം മടുപ്പിക്കും. നമ്മെ മ്ലാനമാക്കും. ഒന്ന് കുളിച്ച് പുറത്തു കടന്നാലുടൻ നിങ്ങളുടെ ശരീരത്തിലവശേഷിക്കുന്ന വെള്ളത്തുള്ളികൾ ആവിയായിപ്പോകും. ചൂടിന്റെ കാഠിന്യം മൂലം നിങ്ങൾ ദിവസത്തിൽ മൂന്നും നാലും തവണ കുളിച്ചെന്നും വരാം. ഇണങ്ങിച്ചേരാനാകാത്ത, മനസ്സിനെ ചെടിപ്പിക്കുന്ന ഒരു പ്രണയിനിയെപ്പോലെയാണിവിടത്തെ ചൂട്.

ഞാനൊന്നിളകിയാൽ എന്റെ സുഹൃത്ത് ആഞ്ചിയുടെ ചോദ്യം വരും "എപ്പോഴാണ് നമ്മളവിടേക്ക് പോകുന്നത്?" അവളാകട്ടെ കൃത്യനിർവഹണത്തിനായി തയ്യാറായി ഇരിക്കുകയാണ്. ഇംഗ്ലണ്ടിൽനിന്നും എത്തിയിരിക്കുന്ന ഒരു ഡോക്യുമെന്ററി സിനിമാ സംവിധായകയാണവർ. എന്റെ മനമാകട്ടെ പാതി ഇന്ത്യയിലും പാതി (സ്വപ്നത്തിലെങ്കിലും) നേപ്പാളിലുമാണ്. നേപ്പാളിലെ അരുൺ താഴ്‌വരകളിൽ അടുത്ത ദിവസം വരെ മലകയറ്റം എന്ന വിനോദത്തിലായിരുന്നു ഞാൻ.

"അവിടേക്ക് പോകുന്നതിനുമുമ്പ് ഒന്ന് ഫോൺ ചെയ്ത് അറിയിക്കണോ?" ആഞ്ചി തിരക്കുന്നു.

"ഷെഡ്യൂൾ എങ്ങനെയൊക്കെയാണ്? കമലാദാസുമൊത്ത് കാര്യങ്ങൾ എങ്ങനെ മുന്നോട്ട് നീക്കണം?" അവൾ വിരൽ ഞൊടിക്കുന്നു.

കമലാദാസ് എന്ന പേരുകേട്ടപ്പോൾത്തന്നെ ഞാൻ ഞെട്ടിയെഴുന്നേറ്റു. കുഞ്ഞുങ്ങളെ കാക്കുന്ന പെൺപുലിയുടെ ശൗര്യം പെട്ടെന്ന് എന്നിലേക്കു കയറിവന്നു. സ്നേഹമയിയായ, എന്നാൽ തന്റെ പ്രസിദ്ധിയിൽ സ്വയം കളങ്കമണിഞ്ഞ കമലാദാസ്! സമകാലീനചരിത്രത്തിലെ ഇന്ത്യയുടെ ഏറ്റവും വലിയ പ്രണയ കവയിത്രി. അവരെ സന്ദർശിക്കുവാൻ പോകുന്നു എന്നു പറയുമ്പോൾ മനസ്സിൽ വിരിയുന്ന വികാരം പങ്കുവയ്ക്കുവാനാകാത്ത

വിധം, പറഞ്ഞറിയിക്കുവാനാകാത്ത വിധം, മൃദുലമാണ്. ഞാനവരുടെ ചിത്രങ്ങൾ കണ്ടിട്ടുണ്ട്. കറുത്ത മുടിയും അഴകേറിയ കണ്ണുകളുമുള്ള ചിത്രങ്ങൾ. ഒരു പ്രേയസന് നീന്തിക്കളിക്കുവാനാകുംവിധം ആ വലിയ കണ്ണുകൾ. സാഹിത്യത്തിലും ജീവിതത്തിലും അവർ കാണിച്ചിരിക്കുന്ന അസാമാന്യ ധൈര്യത്തെക്കുറിച്ച് ഞാൻ വായിച്ചിട്ടുണ്ട്. സൗന്ദര്യം നിറഞ്ഞു തുളുമ്പുന്ന അവരുടെ കവിതകൾ എന്നെ ഉന്മത്തയാക്കുന്നു. അതുല്യ മായ അവരുടെ ആത്മകഥ എന്നെ മറ്റൊരു ലോകത്തിലേക്കെത്തിക്കുന്നു. നിർഭയമായി കാമത്തെക്കുറിച്ചെഴുതുകയും, ആക്രമിക്കപ്പെട്ടിട്ടും പിന്തിരി യാതിരിക്കുകയും ചെയ്ത ആദ്യത്തെ ഹിന്ദു എഴുത്തുകാരിയാണവർ.

"സ്ത്രീജീവിതത്തിനെതിരെയുള്ള സംസ്കാരശൂന്യതയ്ക്കെതിരെ ഞാൻ മൂർച്ചയുള്ള അമ്പുകളെയ്തു. യാഥാസ്ഥിതികരുടെ നാസികാഗ്രം ഞാൻ വളച്ചൊടിച്ചു. ധീരമായ ആ പ്രതികരണം എനിക്ക് എന്തുമാത്രം പ്രചോദനം നൽകുന്നുണ്ടെന്നോ!"

ആഞ്ചിയുടെ ചോദ്യങ്ങൾ എന്നിലെ പിരിമുറുക്കം വർദ്ധിപ്പിച്ചു. മല ബാറിന്റെ തീരത്തുള്ള, പതിനെട്ടാം നൂറ്റാണ്ടിൽ നിർമ്മിച്ച ഈ കൊട്ടാര ത്തിലെ പച്ച മാർബിൾ പാകിയ തറയിൽ നിൽക്കുമ്പോൾ ഇനി എന്ത് എന്ന ചോദ്യത്തിന് എനിക്ക് ഉത്തരമില്ലായിരുന്നു. എനിക്ക് പരിചിതമായ ഒരു കളിസ്ഥലമല്ലിത്. തെന്നിന്ത്യയുടെ ഈ കൊടുംചൂടിലേക്ക് ഞാൻ പറന്നിറങ്ങുവാൻ കാരണം കമലാദാസാണ്. അപ്പോൾ തോന്നുന്നത് എന്താണോ അതു ചെയ്യുക എന്നതല്ലാതെ എന്റെ പക്കലിപ്പോൾ മുൻ കൂട്ടി ആലോചിച്ചുറപ്പിച്ച യാതൊരു പദ്ധതിയുമില്ല.

ഞാൻ കാനഡ വിട്ടിട്ട് ഒരു മാസമായിരിക്കുന്നു. ഒരു വർഷമായി ഞാൻ ചില ഓർമ്മകൾ കുത്തിക്കുറിക്കുകയായിരുന്നു. അത് ഇട്ടെറിഞ്ഞാണ് ഞാൻ വരുന്നത്. ദശാബ്ദങ്ങളായി എഴുത്ത് എനിക്ക് ജീവിതമാർഗ്ഗ മാണ്. എന്റെ പങ്കാളിയുമൊത്ത് സംസാരങ്ങൾ മുറിഞ്ഞുപോയ ഒരു കാലഘട്ടത്തെ മുഖരിതമാക്കുവാനാണ് ഞാൻ ഓർമ്മക്കുറിപ്പുകളെഴുതി തുടങ്ങിയത്. വാക്കുകളിലൂടെ അങ്ങനെ ഞാൻ എന്നോട് തന്നെ സംസാ രിക്കുകയായിരുന്നു. അതിനിടയ്ക്ക് ഒരു ദിവസം എന്റെ പങ്കാളി എന്റെ തലയിൽ സ്നേഹപൂർവ്വം ഒന്ന് തലോടി. എനിക്കപ്പോൾ ഒരു വികാരവും തോന്നിയില്ല. കാരണമുണ്ട്. ഞാനപ്പോൾ തലേന്നു നടന്ന സംഭവങ്ങളെ ക്കുറിച്ച് കോപിച്ചിരിക്കുകയായിരുന്നു, അതേ കോപത്താൽ അതെഴുതു കയായിരുന്നു. ഓർമ്മക്കുറിപ്പുകൾ ജീവിതത്തേക്കാൾ വലിയതായിപ്പോ കുന്നുവോ എന്ന തോന്നലുണ്ടായപ്പോൾ ഞാനാ എഴുത്ത് നിറുത്തിവച്ചു. എഴുത്ത് നിറുത്തിയപ്പോൾ ഞാൻ സ്വതന്ത്രയും ഏകയുമാണെന്ന തിരിച്ചറിവു ണ്ടായി. വർഷങ്ങളായി അനുഭവിക്കാത്ത സ്വാതന്ത്ര്യവും ഏകാന്തതയും.

എന്റെ കുട്ടികൾ അവരുടേതായ ജീവിതം നയിക്കുകയാണ്, ജീവിത പങ്കാളിയെയാകട്ടെ, ജോലി വിഴുങ്ങുകയും ചെയ്തിരിക്കുന്നു. എനിക്ക് എന്നിൽ നിന്നും പറന്നകന്ന് വിശാലമായ ലോകത്തിലെത്തിച്ചേരണമെന്ന് തോന്നി. എന്റെ വീട്ടിലോ പരിസരത്തോ തന്നെ ചുരുണ്ടുകൂടിയാൽ

സൗഖ്യവും പരിചിത മുഖങ്ങളും ചുറ്റിലും ഒരു വലയം തീർത്ത് എന്നെ അതിനുള്ളിൽ തളച്ചിടും. ഇതിൽനിന്നും രക്ഷപ്പെടണമെങ്കിൽ ഒരു യാത്രാവിവരണം എഴുതണം. അപ്പോൾ ഇന്ത്യയുടെ തെക്കുപടിഞ്ഞാറെ കോണിലുള്ള കേരളം എന്ന കൊച്ചു സംസ്ഥാനം എന്നെ മാടി വിളിച്ചു.

ഞാൻ കേരളത്തെക്കുറിച്ചുള്ള ലഘുലേഖകൾ പരതി. വാഗ്ദാനങ്ങൾ മാനം മുട്ടുന്നുണ്ടായിരുന്നു. തലയാട്ടി നിൽക്കുന്ന തെങ്ങുകൾ, വിശാലമായ പഞ്ചാര കടൽത്തീരങ്ങൾ, ഉൾനാടൻ ജലപാതകൾ, അതീവ ഗാംഭീര്യമുള്ള മലകൾ, രുചികരമായ ഭക്ഷണം പിന്നെ വിശിഷ്ടമായ ആതിഥേയത്വം, എല്ലാം ആ ലഘുലേഖകളിൽ നിറഞ്ഞു. നൂറ്റാണ്ടുകൾക്കു മുമ്പ് യവനന്മാരും, റോമക്കാരും, അറബികളും ചൈനക്കാരും പിന്നെ ഡച്ച്, പോർച്ചുഗൽ വഴി ഇംഗ്ലീഷുകാരും ഇവിടെ കച്ചവടം ചെയ്യുവാനെത്തി. ഇന്ത്യയുടെ സുഗന്ധദ്രവ്യ തീരമായിരുന്നു മലബാർ. ക്രിസ്തുവിനു ശേഷം ആദ്യ നൂറ്റാണ്ടു മുതൽ ജൂതന്മാർ ഇവിടെയുണ്ട്. മുഹമ്മദിന്റെ കാലത്തു തന്നെ ആദ്യ മുസ്ലീം പള്ളി ഇവിടെ നിർമ്മിക്കപ്പെട്ടു എന്ന് മുസ്ലീം മത വിഭാഗങ്ങൾ അവകാശപ്പെടുന്നുണ്ട്. ക്രിസ്തുവിനുശേഷം അമ്പത്തിരണ്ടാമാണ്ടിൽ ആദ്യമായി കേരളത്തിലെ ഹിന്ദുക്കളെ ക്രിസ്ത്യാനികളായി മതം മാറ്റിയത് വിശുദ്ധ തോമാശ്ലീഹയാണെന്ന് ക്രിസ്ത്യാനികളും വിശ്വസിക്കുന്നു.

കേരളം സുന്ദരവും സാർവ്വലൗകികവുമാണ്. തെക്കു കിഴക്കൻ ഏഷ്യയിൽ ശിശുമരണ നിരക്ക് ഏറ്റവും കുറവും വിദ്യാഭ്യാസ അനുപാതം ഏറ്റവും കൂടുതലുമുള്ളത് ഇവിടെയാണ്. കേരളത്തിലെ നായന്മാർ മരുമക്കത്തായ രീതികൾ പിന്തുടർന്നിരുന്നവരാണ്. സ്ത്രീ ഭ്രൂണഹത്യ വ്യാപകമായ ഒരു രാജ്യത്തിന്റെ ഭാഗമായ കേരളത്തിൽ പുരുഷന്മാരേക്കാൾ കൂടുതൽ സ്ത്രീകളുണ്ട്.

കാട്ടുപൂക്കളുടേയും, വന്യമൃഗങ്ങളുടേയും കടലിലേക്കു ചായുന്ന പശ്ചിമഘട്ട മലനിരകളുടെയും, നീലിച്ച അറബിക്കടലിന്റേയും ചിത്രങ്ങളിൽ ഞാൻ സമയം കൊല്ലുകയായിരുന്നു. ഞാൻ ആഗ്രഹിച്ച വിനോദസഞ്ചാര കേന്ദ്രമാണ് കേരളം. എന്നാൽ വെറും ഉപരിപ്ലവമായ കുറേ വരികൾ എന്റെ യാത്രാക്കുറിപ്പിൽ നിറയ്ക്കുവാൻ താത്പര്യമില്ല. അതേസമയം മറ്റൊരു സംസ്കാരത്തിലേക്ക് ഊർന്നിറങ്ങേണ്ടത് എങ്ങനെയെന്നതിന് ഒരു പോംവഴിയും എന്റെ മനസ്സിൽ തെളിഞ്ഞില്ല. അപ്പോഴാണ് എന്റെ മുന്നിലിരിക്കുന്ന ഒരടി ഉയരമുള്ള എന്റെ ഗവേഷണക്കുറിപ്പുകളുടെ കൂമ്പാരത്തിൽ കമലാദാസിന്റെ സുന്ദരമായ ഒരു കവിത കണ്ടത്. അത് എന്നെ ഇക്കിളിപ്പെടുത്തി.

പ്രണയമേ, സ്വീകരിക്കുക നീയെന്നെ,
കിടന്നാലും നിശ്ചലമങ്ങനെ
ഉയരങ്ങളിലേക്ക് അലയടിക്കുന്നുണ്ടൊരു വിലാപ സംഗീതം
ഏതോ കുഷ്ഠരോഗിയുടെതാണ്.
ഞാനെന്റെ ജാലകങ്ങൾ കൊട്ടിയടയ്ക്കട്ടെ.

"എന്റെ കഥ" എന്ന അവരുടെ ആത്മകഥ ഞാൻ വായിച്ചപ്പോൾ കമലാദാസ് അവരുടെ ജീവിതം ഓർമ്മിച്ചെടുക്കുവാനും, വീണ്ടും കണ്ടെത്തുവാനും വേണ്ടിയാണെഴുതുന്നതെന്ന് കണ്ടു. അവരുടെ ജീവിതം എന്റേതിൽനിന്നും വളരെ വ്യത്യസ്തമായിരുന്നുവെങ്കിലും എഴുതണമെന്ന അവരുടെ ആവശ്യത്തിന്റെ ആഴം എനിക്ക് മനസ്സിലായി.

മറ്റ് ദശലക്ഷക്കണക്കിനാളുകളെപ്പോലെ ഞാനും അവരിലേക്ക് ആകർഷിക്കപ്പെട്ടു. സ്നേഹത്തിനുവേണ്ടിയുള്ള അവരുടെ ഒടുങ്ങാത്ത കാംക്ഷയാണെന്നെ അവരിലേക്കടുപ്പിച്ചത്. "പിച്ചച്ചട്ടിയെ തേടുന്ന ഭിക്ഷയെ" പോലെയുള്ള കാംക്ഷയായിരുന്നു. വന്യമായ വിശപ്പായിരുന്നു അത്. "തന്നിലേക്കടുക്കുന്ന എല്ലാത്തിനേയും ദഹിപ്പിക്കുന്ന കാട്ടുതീ" പോലെ. എന്നിലെവിടെയോ ഒരു കൊള്ളിയാൻ മിന്നിയത് ഞാനറിഞ്ഞു. നോബൽ സമ്മാനത്തിനുള്ള പട്ടികയിൽ വരെ കയറിപ്പറ്റിയ ഒരു വലിയ വിശിഷ്ട വ്യക്തിത്വമാണ് കമലാദാസ്. എങ്കിലും, അവരുടെ സ്വരത്തിലലിഞ്ഞിരിക്കുന്ന കുറ്റസമ്മതത്തിന്റെ ശൈലി അവരെ എന്നിലേക്കടുപ്പിച്ചു. അവർ വിവരിച്ചിരിക്കുന്നതുപോലെ അറബിക്കടലിന്റെ മണം എനിക്കാസ്വദിക്കണമായിരുന്നു. മലബാറിന്റെ തീരത്തുകൂടെ എനിക്കൊന്ന് നടക്കണമായിരുന്നു. ഒരു നായർ സദ്യയുണ്ണണമായിരുന്നു. ആധുനിക ഇന്ത്യയുടെ മനസ്സിക്കിളിപ്പെടുത്തിയ പ്രണയ കവിതകളെഴുതിയ കവയിത്രിയെ എല്ലാത്തിലും ഉപരിയായി എനിക്ക് മനസ്സ് നിറയെ കാണണമായിരുന്നു.

വിധിവിഹിതമേ, എന്നെ കവരുക
നിനക്കാവുമെങ്കിൽ...,
കവർന്നെടുക്കാം
എന്റെ കാലത്തേയും
എങ്കിലും ഞാൻ കെഞ്ചട്ടെ,
എന്നിലെ ദാഹം മാത്രം വിട്ടുതരിക.

തേങ്ങുന്ന ഈ വരികളെഴുതിയ സ്ത്രീയെ എനിക്കറിയണമായിരുന്നു.

"എന്റെ കഥ" പോലെ ഇത്രയും സ്വകാര്യമായ ഒരു ഓർമ്മക്കുറിപ്പ് പ്രസിദ്ധീകരിക്കുവാൻ എനിക്കൊരിക്കലും ധൈര്യം വന്നിട്ടില്ല. ഞാനും എന്റെ ജീവിതത്തെക്കുറിച്ച് വളരെ എഴുതിയിട്ടുണ്ട്. താനെന്തുകൊണ്ട് എഴുതി എന്ന് കമലാദാസ് വെളിപ്പെടുത്തിയപ്പോൾ അവരുടേതിനു സമാനമായ ചിന്താഗതിയാണ് എന്നിലുമെന്ന തോന്നലുണ്ടായി. അന്നു മുതൽ അവരെ നേരിൽ കാണുന്നത് സ്വപ്നം കാണുവാനും തുടങ്ങി.

അങ്ങനെ കമല-മെറിലി സൗഹൃദമെന്ന കാല്പനികതയിലൂടെ ഞാൻ ബഹുദൂരം സഞ്ചരിച്ചു. കമലയെ സന്ദർശിക്കാമെന്നും അവരിലൂടെ ത്തന്നെ അവരെക്കുറിച്ച് കൂടുതലറിയാനാകുമെന്നും ഞാൻ കരുതി. അതുപോലെ ഈ ആശയം ഇഷ്ടമായെങ്കിൽ അവർക്കെന്നേയും വന്നുകാണാം. ഞങ്ങൾ പരസ്പരം സന്ദർശിക്കുകയാണെങ്കിൽ സംസ്കാരത്തിന്റെ കൂച്ചുവിലങ്ങുകൾക്ക് പുറത്തു കടക്കുവാനാകുമെന്നും ഞാൻ കരുതി. അത്

ഒരുപക്ഷേ നല്ല ഒരു സൗഹൃദത്തിന്റെ ആരംഭമായി മാറിയേക്കാം. എനിക്ക് കേരളത്തിൽ പോയി അവരുടെ കണ്ണുകളിലൂടെ കമലാദാസിന്റെ ലോകം കാണാം, അതുപോലെ അവർക്ക് കാനഡയിലെത്തി തിരിച്ചുമാകാം.

ഒരൊറ്റ തടസ്സമേയുള്ളൂ. എന്റെ അസ്തിത്വം ഞാൻ കമലയെ ബോദ്ധ്യപ്പെടുത്തിയിട്ടില്ല.

ആഞ്ചിയും ഞാനും ബോൾഗാട്ടി ദ്വീപിൽ നിന്നും എറണാകുളത്തേക്ക് ഒരു ബോട്ടിലാണ് യാത്ര ചെയ്തത്. അവിടെനിന്ന് കമല താമസിക്കുന്ന അപാർട്മെന്റിനടുത്തുള്ള ഹോട്ടലിലേക്കുള്ള യാത്ര ഒരു ഓട്ടോറിക്ഷ യിലായിരുന്നു. ഹോട്ടലിലെത്തിയതും ഞങ്ങൾ തോൾബാഗുകൾ മാറ്റി സ്വതന്ത്രമാവുകയും ഞാൻ ഫോണിനു ചുറ്റും വട്ടമിടുകയും ഒരു നിമിഷം ഒന്നാശങ്കപ്പെട്ട് നിൽക്കുകയും ചെയ്യുന്നത് കണ്ട് ആഞ്ചി ആശ്ചര്യപ്പെടു ന്നുണ്ടായിരുന്നു. കുടുംബം കൂടെയില്ലാത്ത ഈ യാത്രയിൽ വെറും ഒരു കൂട്ടിനായി ക്ഷണിച്ച ഒരു സുഹൃത്തിനെ, ഞാനാദ്യമായി കമലാദാസിനെ കാണുവാൻ പോകുമ്പോൾ കൂടെ കൊണ്ടുപോന്നത് ശരിയാണോ എന്ന ചിന്തയിലായി ഞാൻ. ആഞ്ചിയെ കൂടെ കൂട്ടേണ്ടതില്ലെന്ന തീരുമാന ത്തിൽ ഞാനെത്തിയപ്പോൾ സ്വല്പം ധൈര്യം സംഭരിച്ച് ഫോൺ കൈയി ലെടുത്തു.

ഫോണിന്റെ മറുതലയ്ക്കൽ നിന്നും വന്ന സ്വരം മലയാളത്തിലായി രുന്നു. ഞാൻ കമലാദാസുമായി സംസാരിക്കണമെന്നറിയിച്ചു.

"ഹലോ കമല, ഇത് മെറിലിയാണ്."

"താങ്കളെവിടെയാണ്" അവർ ചോദിച്ചു.

"കൊച്ചിയിൽ"

"ഇവിടേക്ക് വരൂ. ഞാനെന്റെ ഉച്ചയുറക്കം ഉപേക്ഷിക്കാം. എപ്പോഴാ യാലും താങ്കളെ പ്രതീക്ഷിക്കുന്നു. ഔപചാരികതകളൊന്നുമില്ലാതെ ഞാൻ കാത്തിരിക്കാം."

"സുഖമല്ലേ?"

"ചിലതെല്ലാമാലോചിച്ചാൽ സുഖം."

"ചിലതെല്ലാം?"

"നമ്മളിന്ന് ജീവിക്കുന്ന ലോകം തന്നെ മെറിലി," എന്നായി ഉത്തരം.

കാനഡയിൽ ലഭ്യമായ കമലയുടെ എല്ലാ പുസ്തകങ്ങളും വായിച്ചശേഷം, എലൻ കൂൺ എന്ന എന്റെ ഒരു സുഹൃത്തിന് ഞാനവരുടെ പേര് ഫാക്സ് ചെയ്തു. കേരളത്തിലെ വികസന മാതൃകകളെക്കുറിച്ച് ഗവേഷണം ചെയ്യുന്ന ഒരു സിനിമയ്ക്കുള്ള തയ്യാറെടുപ്പിലായിരുന്നു എലൻ. അധികം താമസിയാതെ എലന്റെ മറുപടിയും വന്നു.

"ഇന്നലെ ഞാൻ കമലാദാസിനെ കണ്ടു. ചായമടിച്ച ഓടുകളുള്ള അവരുടെ ആ പഴയ ബംഗ്ലാവിൽ വച്ചാണവരെ കണ്ടത്. ഒരു രാജ്ഞിയെ

പ്പോലെയിരുന്നു അവർ. ആഡംബരങ്ങൾ നിറഞ്ഞിരുന്നു. ഒപ്പം നിറയെ പരാതികളുമുണ്ടായിരുന്നു. വെള്ള സാരിയാണവർ ഉടുത്തിരുന്നത്. തല മുടിയിൽ നര കയറുവാൻ തുടങ്ങിയിരിക്കുന്നു. മുടി ഒതുക്കി കെട്ടി യിട്ടില്ല. സാമാന്യം നല്ല നിറമുണ്ടവർക്ക്. എന്തോ മറയ്ക്കുവാനായി പലപ്പോഴും പലതും ഊന്നിപ്പറയുന്നു. അതുപോലെ പലപ്പോഴും വികല മായി സംസാരിക്കുന്നുവെന്നും തോന്നി.

രണ്ട് മാസം മുമ്പ് അവർക്ക് അവരുടെ ഭർത്താവിനെ നഷ്ടപ്പെട്ടു. അതിന്റെ ദുഃഖത്തിലാണവരിപ്പോൾ. മെറിലി, താങ്കളെ ഒരു മാസം അവ രോടൊത്ത് താമസിക്കുവാൻ അവർ ക്ഷണിച്ചിട്ടുണ്ട്."

എന്റെ വായനകൾക്കിടയിൽ ഞാൻ കണ്ടെത്തിയ ഒരു "ആശയം" അല്ലെ ങ്കിൽ "സാധ്യത" മാത്രമാണ് കമല എന്ന് ഞാൻ എലനെഴുതിയിരുന്നു... എന്നാൽ ഇതാ ഇപ്പോൾ പെട്ടെന്ന് അവർ വളരെ അടുത്തെത്തിയിരി ക്കുന്നു. എന്റെ ലോകത്തിൽനിന്നും അവരുടെ ലോകത്തിലേക്ക് വളരെ ലോലമായി യാത്രചെയ്യുവാൻ എനിക്ക് സമയം ആവശ്യമാണ്. "കറുത്ത മേപ്പിൾ വൃക്ഷത്തിന്റെ ഇലകൊഴിഞ്ഞ തണ്ടുകളിൽ നിന്നും കിളികളുടെ നാദം ഞാൻ കേൾക്കുന്നു. മഴപ്പൂപ്പൽ പിടിച്ച പാറക്കെട്ടുകളിൽ നിന്നും വെളിച്ചം തട്ടിത്തെറിക്കുന്നത് ഞാൻ കാണുന്നു. എന്നിലെ ശക്തിക്കൊപ്പം മൂകമായ ഏകാന്തതയും."

എഴുത്തുകുത്തുകൾ തുടങ്ങി വയ്ക്കുന്നതിന് എലൻ സഹായകര മായി.

പ്രിയപ്പെട്ട കമലാദാസ്,

താങ്കൾക്ക് എന്നെ അറിയില്ലെങ്കിലും ഒരു വർഷമായി എന്റെ മന സ്സിൽ താങ്കളുണ്ട്. എന്നെക്കുറിച്ച് ചിന്തിക്കുമ്പോഴൊക്കെ താങ്കളേയും ഓർത്തുപോകും. എഴുത്ത് തൊഴിലാക്കിയവർ, കുട്ടികളുള്ളവർ, എന്റെ കാര്യത്തിൽ ഭർത്താക്കന്മാരും താങ്കളുടേതിൽ ഭർത്താവുമുള്ളവർ, മനോ വാഞ്ഛകളുതിർക്കുന്ന ചോദ്യങ്ങളോട് പ്രത്യേകാസക്തിയുള്ളവർ, നമ്മുടെ സംസ്കാരങ്ങൾ ഉള്ളിൽ നിന്ന് പറയുകയാണെങ്കിൽ യാഥാ സ്ഥിതികരല്ലാത്തവർ. താങ്കളുടെ കൃതികളോടുള്ള എന്റെ ബഹുമാന സൂചകമായി ഔപചാരികമായി എഴുതണമെന്ന് കരുതിയിരിക്കുകയായി രുന്നു ഞാൻ. അതിനോടൊപ്പം ഒന്നിച്ച് ഒരു കൂടിക്കാഴ്ചയ്ക്കും താങ്കളുടെ ജീവിതത്തെക്കുറിച്ചും സംസ്കാരത്തെക്കുറിച്ചും മനസ്സിലാക്കുകയും താങ്കൾ തിരിച്ച് ഇവിടെ വരികയും ചെയ്യുക എന്നതായി എന്റെ ആശയം. അങ്ങനെയായാൽ നമ്മൾക്കൊന്നിച്ച് ഒരു ഓർമ്മക്കുറിപ്പെഴുതാം. നമ്മുടെ സംസ്കാരങ്ങൾക്കു മീതെ പടിച്ചുവച്ചിരിക്കുന്ന മേല്പാളികളിലൂടെ ആ ഓർമ്മക്കുറിപ്പിന് ആഴ്ന്നിറങ്ങുവാനാകുമെന്ന് എനിക്കു തോന്നുന്നു.

ഇപ്പോൾ താങ്കൾ എന്ന യാഥാർത്ഥ്യം എന്റെ ഭാവനകൾക്കപ്പുറത്താണ് എന്ന സത്യമറിയുന്നത് വളരെ സന്തോഷകരമാണ്. ഇതിനർത്ഥം താങ്കൾ

എന്റെ ഭാവനയിൽ മാത്രം വിരിഞ്ഞതല്ല എന്നാണ്. താങ്കൾ ജീവിക്കുന്നു, ശ്വസിക്കുന്നു, സഹിക്കുന്നു, എന്നെ താങ്കളെ സന്ദർശിക്കുവാൻ ക്ഷണിച്ചിരിക്കുന്നു. ഇപ്പോൾ ഒരു നിഴൽ നാടകം കളിച്ചുകൊണ്ടിരിക്കുന്നതിനിടെ നിഴൽ പതിക്കുവാൻ ഉപയോഗിച്ചിരുന്ന കർട്ടൻ പെട്ടെന്നില്ലാതായതു പോലെയാണ്. അപ്പോൾ പകൽവെളിച്ചത്തിൽ നമ്മൾ എന്തൊക്കെയോ കോപ്രായങ്ങൾ കാണിക്കുന്ന പ്രതീതിയാണല്ലോ ഉണ്ടാകുക.

ഇതിനുശേഷം എനിക്കു കമലാദാസിൽ നിന്നും കത്തുകൾ വന്നു തുടങ്ങി. അതിലാദ്യത്തേത് ഇതാ:

എലൻ, താങ്കളയച്ച കത്ത് ഇന്ന് മദ്ധ്യാഹ്നത്തിലാണ് കിട്ടിയത്. പെട്ടെന്ന് വായിച്ചു തീർത്തു. പിന്നെ രാത്രി വന്നപ്പോൾ താങ്കൾ എന്റെ മുന്നിലിരിക്കുന്നതുപോലെ! ഞാനത് വീണ്ടും വായിച്ചു.

ശരിയാണ്, നമുക്ക് ഒരിക്കൽ കാണണം. അത് എപ്പോഴെന്ന് എനിക്കറിയില്ല. എന്റെ ഭർത്താവിന്റെ മരണശേഷം ജീവിതോപാധികൾ എല്ലാം വ്യത്യസ്തമായിരിക്കുന്നു. ജീവിക്കുവാനായി മറ്റൊരു മാർഗ്ഗവും എനിക്കറിയില്ലതാനും. പതിനെട്ടു വയസ്സുമുതൽ വില്ക്കപ്പെടാവുന്ന കഥകൾ സൃഷ്ടിക്കുന്നതിനായി രാത്രിയുടെ പാതി ഭാഗവും ഞാൻ നഷ്ടപ്പെടുത്തി. ഇപ്പോൾ ഞാൻ ക്ഷീണിതയായിരിക്കുന്നു. സമനില വീണ്ടെടുത്ത് ഒരു സാധാരണ സ്ത്രീയായി രാത്രിയിൽ ഉറങ്ങുവാൻ കഴിയണം. എഴുത്തിന്റെ ഭാവന എന്നത് ഒരുപക്ഷേ ഒരു അസാധാരണത്വമായിരിക്കാം, ഒരു ആറാം വിരൽ.

തീർച്ചയായും താങ്കൾ വരണം. എന്റെ വീട് താങ്കളുടേതുമാണ്. എന്റെ മക്കൾ എന്നെയും വിട്ട് വലുതായിരിക്കുന്നു. ഭർത്താവ് ജീവിച്ചിരിപ്പുള്ളപ്പോൾ എന്നെക്കൊണ്ട് എല്ലാവർക്കും എന്തെങ്കിലും ഉപകാരമുണ്ടായിരുന്നു. അദ്ദേഹത്തെ കുളിപ്പിച്ചും മരുന്നുകൾ നൽകിയും ആ തോന്നൽ നിലനിറുത്തി. എന്നിലിപ്പോഴും ആ സൗമനസ്യത വളരെയധികമുണ്ട്. അത് സ്വീകരിക്കുന്നതിനായി ആരുമില്ല...

എന്റെ Our Future Selves എന്ന പുസ്തകത്തിനായി കാനഡ മുഴുക്കെ ഞാനോടി നടന്ന് നടുവുളുക്കിയിരുന്ന സമയത്താണ് കമലാദാസിന്റെ കത്തെനിക്ക് വരുന്നത്. പ്രായം, കാമം എന്നിവയാണ് എന്റെയീ പുസ്തകത്തിലെ വിഷയങ്ങൾ. ഞാനപ്പോൾ എനിക്ക് പ്രതിവിധി കാണാനാകാത്ത പ്രശ്നങ്ങൾക്ക് പോംവഴി കാണുവാനായി എന്റെ കുട്ടികളെ ശല്യപ്പെടുത്തിക്കൊണ്ടേയിരിക്കുകയായിരുന്നു. പക്ഷേ, അപ്പോഴും കമലാദാസിന്റെ ഊഷ്മളതയും വ്രണപ്പെട്ട വികാരങ്ങളും എന്നെ അവരിലേക്ക് കൂടുതൽ അടുപ്പിച്ചു. ഞാനവരുടെ അടുത്തെത്തിയാൽ അവരെന്നെ സ്വാഗതം ചെയ്യുമെന്ന് എനിക്കു തോന്നി. അതിനാൽ അങ്ങ് ദൂരെ നിന്ന് അവരെ ഒന്ന് സ്പർശിക്കുവാനും അവരുടെ ശ്രദ്ധ ഒന്ന് മാറ്റിവിടാനും ഞാൻ ശ്രമിച്ചു.

"എന്തൊരു സന്തോഷമാണെന്നോ, എനിക്ക് കത്തയച്ചതിനുശേഷം

ആരെങ്കിലും താങ്കളെ ഒന്ന് പുഞ്ചിരിപ്പിക്കുകയെങ്കിലും ചെയ്തിരിക്കുമെന്ന് ഞാൻ വിശ്വസിക്കട്ടെ.

കുറച്ച് ദിവസമായി ഞാനിവിടെ ഇല്ലായിരുന്നു. ഇപ്പോൾ ലോറേൻഷ്യൻ മലനിരകളിലുള്ള എന്റെ ഈ കരിങ്കൽ വീട്ടിൽ തിരിച്ചെത്തിയിരിക്കുന്നു. ഈ സ്ഥലം എന്റെ അച്ഛന്റെ അച്ഛൻ കൃഷി ചെയ്യുവാനായി വാങ്ങിയതാണ്. മോണ്ട്രിയൽ നഗരത്തിൽ നിന്നും നാല്പത് നാഴിക വടക്കാണീ സ്ഥലം. അഞ്ച് വർഷം മുമ്പ്, എന്റെ ഏറ്റവും ഇളയ മകന് പതിനഞ്ചായപ്പോൾ, ഞാൻ നഗരത്തിലെ വീടു വിട്ട് എഴുതുവാൻ മാത്രമായി ഇവിടേക്ക് താമസം മാറ്റി. പത്തൊമ്പത് വയസ്സുമുതൽ എനിക്ക് ശ്രദ്ധിക്കുവാനായി എന്റെ കുട്ടികളുടെ കാര്യങ്ങളുണ്ടായിരുന്നു, പക്ഷേ, അവസാനം ഞാൻ എവിടെ നിന്ന് തുടങ്ങിയോ അവിടെ നിന്ന് വീണ്ടും തുടരുവാനായി.

എനിക്ക് താങ്കളെക്കുറിച്ചറിയുവാൻ എത്ര സന്തോഷമുണ്ടെന്ന് താങ്കളറിയണം. ഞാൻ താങ്കളല്ല, താങ്കളെപ്പോലെ ആവാനും ശ്രമിക്കുന്നില്ല. പക്ഷേ എനിക്കുള്ള അതേ ബുദ്ധിമുട്ടുകളിൽ ഉഴലുകയാണ് താങ്കളും. പണത്തിനായി എഴുതുന്നത് ആന്തരികശക്തിയെ നശിപ്പിക്കുന്നു. മുതിർന്ന കുട്ടികൾ കടംകഥകളാകുക, നമ്മൾ അങ്ങനെ സ്നേഹം പ്രകടിപ്പിക്കുന്നു, അങ്ങനെ പ്രകടിപ്പിക്കപ്പെടുന്ന സ്നേഹം പിന്നെയങ്ങനെ ഗാഢമൈത്രിയാകുന്നു. ഇതിനെല്ലാം ഉത്തരമെന്ന നിലയിൽ എന്റെ താത്പര്യങ്ങൾ എന്തെന്നും, ഞാനാരെന്നും എങ്ങനെയൊക്കെയാണ് വളർന്നതെന്നും ഞാൻ കൂട്ടിച്ചേർക്കാം.

താങ്കളുടെ കത്ത് എന്റെയുള്ളിൽ നിറഞ്ഞു നില്ക്കുന്നു. താങ്കളുടെ കത്ത് എന്നെ അത്രയേറെ സന്തോഷിപ്പിക്കുന്നു.

ഇതിനുശേഷം എന്റെ ജന്മദിനത്തിൽ ജന്മദിനാശംസകൾ നേർന്ന് എഴുതിയ ഒരു കവിതയടങ്ങുന്ന ഫാക്സ് സന്ദേശം കമല എനിക്ക് അയച്ചുതന്നു. താങ്കളുടെ ആദ്യ കത്തുപോലെ തന്നെ സുന്ദരമായിരുന്നു രണ്ടാമത്തേതും. അതെന്നെ മേഘങ്ങളില്ലാത്ത ആകാശത്തിന്റേയും, സ്വീകാര്യതയുടെ ചിന്തകളിലേക്കും കൊണ്ടുപോയി. ഇന്ത്യക്കാരിയായ ഭാര്യ എന്ന നിലയിൽ എന്റെ പാരമ്പര്യത്തിന്റെ ഭാഗമായി, ഒരിക്കലും ആവശ്യത്തിനൊത്തുള്ളതായിരുന്നില്ലെങ്കിലും, ഞാൻ ഏറ്റവും കൂടുതൽ സ്നേഹിച്ചത് അദ്ദേഹത്തെയായിരുന്നു. എപ്പോഴൊക്കെ അരക്ഷിതത്വം അനുഭവപ്പെട്ടുവോ അപ്പോഴൊക്കെ അദ്ദേഹത്തിന്റെ കരങ്ങൾ എന്നെ ചുറ്റിവരിയണമെന്ന് ഞാനാഗ്രഹിച്ചിരുന്നു. ഇപ്പോഴെനിക്ക് എന്റെ പങ്കായം നഷ്ടപ്പെട്ടതുപോലെ തോന്നുന്നു. വഞ്ചിയും നഷ്ടപ്പെട്ടുവോ എന്ന ചിന്തയുണ്ടാകുന്നു. എനിക്ക് നീന്തിയേ പറ്റൂ. അപ്പോഴും, അദ്ദേഹത്തിന്റെ മരണശേഷം ചിലപ്പോഴെങ്കിലും "എവിടേക്കാണ് നീ നീന്തുന്നത്?" എന്നൊരു ചോദ്യം, നീന്തുന്നതിന്റെ അർത്ഥശൂന്യതയും എന്നിലുറയുന്നു.

പൊങ്ങച്ചസഞ്ചികളായ ധനികരുടെ പൊള്ളവർത്തമാനങ്ങൾ കേട്ട് എനിക്ക് മടുത്തിരിക്കുന്നു. എനിക്ക് സ്വല്പം വിശ്രമം വേണം. ചിന്തകൾ

നിറുത്തിവയ്ക്കണം. വീണ്ടും ചിന്തകൾ വരുന്നതിനു മുമ്പ് മനസ്സിലെ ആ ഗ്രന്ഥികളിലുള്ളതെല്ലാം ഒന്നൊഴിപ്പിച്ചെടുക്കണം.

അങ്ങനെ ജന്മദിനാശംസകൾ നേർന്നുള്ള ഒരു കവിത ഇങ്ങനെയായി.

നമ്മുടെ അഭിനിവേശങ്ങൾ
ജനല്പടിയിൽ വിറ കൊള്ളുന്നു,
കടലാസുപൂക്കളായി
മോചനമില്ലാത്ത പുറംപകിട്ടിന്റെ
നിത്യമായ ശാപം പേറി...

രണ്ട്

ഒരു ആമുഖം

ഞാൻ ഓട്ടോറിക്ഷ ഡ്രൈവർക്ക് എറണാകുളത്ത് കമല താമസിക്കുന്ന അപ്പാർട്മെന്റിലേക്കുള്ള വഴി കാണിച്ചുകൊടുത്തു. തിരക്കേറിയ വീഥിയിലൂടെ റിക്ഷ അതിവേഗം പാഞ്ഞു. ആ പാതയുടെ പേര് എം ജി (മഹാത്മ ഗാന്ധി) റോഡ് എന്നാകുന്നു. അതിൽ നിന്നും ഒരു ഇടുങ്ങിയ വഴിയിലേക്ക് റിക്ഷ തിരിയുന്നു. അതിൽ നിറയെ ഇരുചക്രവാഹനങ്ങളും അതിനേക്കാളേറെ കുഴികളുമാണ്. ആസ്ട്രൊ വിഷൻ കംപ്യൂട്ടറൈസ്ഡ് അസ്ട്രോളജി എന്ന സ്ഥാപനത്തിനു മുന്നിൽ റിക്ഷയെത്തി. അതിനടുത്ത് ഒരു ബ്യൂട്ടി പാർലറുണ്ട്. ഈ കെട്ടിടത്തിലെ താമസക്കാർ ഡോക്ടർമാരും എഞ്ചിനിയർമാരുമൊക്കെയാണെങ്കിലും കെട്ടിടത്തിനാകപ്പാടെ ഒരു ചന്തമില്ല. അതിനാൽ തന്നെ ഈ ബ്യൂട്ടിപാർലറിൽ കയറി ചന്തം കൂട്ടേണ്ട കാര്യമില്ല എന്ന് ഞാൻ മനസ്സിൽ കരുതി. അവിടെ എഴുതി വച്ചിരുന്ന താമസക്കാരുടെ പേരുകൾ പരതുകയായിരുന്നു. അപ്പോൾ ഒരു സ്ത്രീ എന്നെ കണ്ടു. കമലയുടെ അപ്പാർട്മെന്റ് എനിക്ക് കാണിച്ചു തന്നു. വീട്ടിലെ ഒരു പരിചാരികയാണ് വാതിൽ തുറന്നു തന്നത്. ഞാൻ എന്റെ പാദരക്ഷകളൂരി, വാതിലിനു പുറത്ത് വച്ചു. അവിടെത്തന്നെ നിന്ന് ആ വലിയ അപ്പാർട്മെന്റിന്റെ അകം ഒന്ന് വീക്ഷിച്ചു. എവിടെ നിന്നോ ഒരു കൊച്ചുകുട്ടിയുടെ നിഴൽ കണ്ടു. ആ നിഴൽ എന്റെ സമീപത്തേക്ക് നീങ്ങി വരുന്നു.

ഞാൻ ഇന്ത്യക്കാരിയാണ്,
തവിട്ട് നിറമാണ്
മലബാറിൽ ജനനം,
മൂന്ന് ഭാഷകൾ സംസാരിക്കും
രണ്ട് ഭാഷയിൽ എഴുതും
എന്നാൽ സ്വപ്നം ഒന്നിൽ മാത്രം....

കമല എന്റെ സമീപമെത്തി ഒരു കൈകൊണ്ട് എന്നെ ചുറ്റി. ഞാന വരെ സാകൂതം വീക്ഷിച്ചു. നല്ല തവിട്ട് നിറം. ഇരുണ്ട് നീണ്ട കറുത്ത മുടി. വിടർന്ന ചുണ്ടുകൾ. രത്നക്കല്ലുള്ള മൂക്കുത്തി, പിന്നെ കണ്ണടയ്ക്ക് പിറകിൽ രണ്ട് ആഴമേറിയ കറുത്ത കണ്ണുകൾ. എന്നെ അങ്ങനെ ചുറ്റിപ്പിടിച്ച് അവർ അകത്തേക്കു നടന്നു. ഫോൺ ചെയ്തപ്പോൾ എന്റെ മനസ്സിലുള്ള സങ്കോചത്തെക്കുറിച്ച് ഞാൻ സൂചിപ്പിച്ചിരുന്നു. അതു കേട്ട് കമല "ഇത് വീട്ടുകാർ ആലോചിച്ചുറപ്പിച്ച വിവാഹം പോലെയാണ്. ഭാര്യയും ഭർത്താവും ഒരുപോലെ മറ്റേയാൾ എന്നെ നല്ല രീതിയിൽ സ്വീകരിക്കണേ എന്ന് പ്രാർത്ഥിക്കുന്നു. ലഭിക്കേണ്ട സ്നേഹം ലഭിക്കണേ എന്നാഗ്രഹിക്കുന്നു," എന്ന് പ്രതികരിച്ചു. എന്നിൽനിന്നും ഒന്ന് മാറി നിന്ന് അവർ എന്നെ നോക്കി. എന്റെ രൂപം പഠിച്ചെടുക്കുകയായിരുന്നോ എന്നെനിക്കു തോന്നിപ്പോയി. അപ്പോൾ അവരുടെ മുഖത്ത് ഒരു ചെറുപുഞ്ചിരി വിടർന്നു. ഞങ്ങൾ ഇരുവരും ആലിംഗനം ചെയ്തു. എന്റെ മനസ്സിൽ അപ്പോൾ സുന്ദരിയായ ഈ സ്ത്രീയുടെ ധൈര്യം, കഴിവ് എന്നിവയോടുള്ള ബഹുമാനമായിരുന്നു. അതെന്റെ ഹൃദയത്തിൽ നിന്നും നേരിട്ടു വന്നതായിരുന്നു.

അവർ എന്നെ സ്വീകരണ മുറിയിലേക്ക് കൊണ്ടുപോയി. "അവശ്യം വേണ്ട സാധങ്ങൾ മാത്രമേയുള്ളു സുഹൃത്തേ" നടക്കുമ്പോൾ കമല പറയുന്നുണ്ടായിരുന്നു. അവിടെ പഴയ കാലങ്ങളെ ഓർമ്മിപ്പിക്കുന്ന ഒരു ദിവാൻ കട്ടിലുണ്ടായിരുന്നു, പിന്നെ ഒരു ഊൺമേശ, കൂടാതെ പൂർണ്ണ നഗ്നയായ ഒരു സ്ത്രീയുടെ ചിത്രവും. ഇവിടെ നിന്നും നേരെ ചെല്ലുന്നത് അടുക്കളയിലേക്കാണ്. സസ്യാഹാരം മാത്രം പാകം ചെയ്യുന്ന പാചകക്കാരിയെ പരിചയപ്പെടുത്തി. ഞങ്ങളവിടെ അധിക സമയം ചെലവഴിച്ചില്ല. സന്ദർശകർ വന്നുകൊണ്ടേയിരിക്കുന്നു. അവരിൽ എഴുത്തുകാരും, ആരാധകരും, സുഹൃത്തുക്കളുമുണ്ട്. അതിനാൽ ഞങ്ങൾ അവിടെ നിന്ന് പുറത്തിറങ്ങി.

ഞാൻ അവർ പറഞ്ഞുകൊണ്ടിരുന്ന അവരുടെ ഇപ്പോഴത്തെ ജീവിത കഥ കേൾക്കുകയായിരുന്നു. ഭർത്താവ് മരിച്ചതിനു ശേഷം ദീർഘമായ ഒരു ഉപവാസം. മനസ്സിൽ അപ്പോൾ "വേദനകളോ അപവാദങ്ങളോ ഇല്ലാതെ മരിക്കണം" എന്ന ആഗ്രഹമായിരുന്നു. കൊച്ചിയിലേക്ക് താമസം മാറ്റണമെന്ന് നിർബന്ധിച്ചത് മകനായിരുന്നു. മകൻ കൊച്ചിയിലായിരുന്നു താമസം. കമല കൊച്ചിയിലേക്ക് താമസം മാറ്റുകയാണെങ്കിൽ മകൻ അടുത്തുതന്നെ ഉണ്ടാകുമല്ലോ എന്നായിരുന്നു അതിന്റെ ന്യായം. ഉപേക്ഷിക്കപ്പെട്ട സ്ത്രീകളെ സംരക്ഷിക്കുന്നതിനും, ഗൂഢമായ അവസ്ഥകളിൽ കൊല്ലപ്പെട്ട സ്ത്രീകളുടെ മരണത്തിന്റെ യഥാർത്ഥ കാരണം അന്വേഷിക്കുന്നതിനും വേണ്ടി കമലയുടെ നേതൃത്വത്തിൽ തുടങ്ങിവച്ചിരിക്കുന്ന സംഘടന, വളർന്നുവരുന്ന എഴുത്തുകാരെ പ്രോത്സാഹിപ്പിക്കുവാനായി നടത്തപ്പെടുന്ന വർക്ഷോപ്പിന്റെ രക്ഷാധികാരി എന്ന നിലയിൽ അവരുടെ പ്രവർത്തനങ്ങൾ, പിന്നെ "വള്ളിച്ചെടികൾ പോലെ എന്നിൽ വരിഞ്ഞ് വളരുന്ന" പിന്തുണയന്വേഷിച്ച് വരുന്ന ചെറുപ്പക്കാരികളെ സഹായിക്കൽ, എന്നിങ്ങനെ പലതിനെക്കുറിച്ചും അവർ സംസാരിച്ചു.

അതിനാൽ തന്നെ സന്ദർശകർ യാതൊരു മുന്നറിയിപ്പുമില്ലാതെ കയറി വരുന്നു. "എന്തു ചെയ്യാനാകും?" അവർ ചോദിച്ചു.

ഞങ്ങൾ തിടുക്കത്തിൽ താഴേക്കിറങ്ങി. ഒരു വെള്ള അംബാസഡർ കാറായിരുന്നു കമലയുടെ വാഹനം. കമല താഴേക്കിറങ്ങിയപ്പോൾ ഈ വാഹനം മുന്നോട്ട് നീങ്ങി വന്നു. ഡ്രൈവർ ഇറങ്ങി വാതിൽ തുറന്നു തന്നു. കമല സാവധാനത്തിൽ വണ്ടിക്കുള്ളിലേക്ക് നിരങ്ങി നീങ്ങുകയായിരുന്നു. പെട്ടെന്ന് ഒരു ചെറുപ്പക്കാരൻ ഓടിയെത്തി. അയാളുടെ കൈയിൽ ഒരു നോട്ടുപുസ്തകമുണ്ടായിരുന്നു.

"ഒരു അഭിമുഖം അമ്മേ"

"പിന്നെയെപ്പോഴെങ്കിലുമാകാം."

കമല ഇത് പറഞ്ഞെങ്കിലും അത് അയാളെ പിന്തിരിപ്പിച്ചില്ല. അയാൾ കുറച്ചുകൂടി അടുത്തേക്ക് നീങ്ങി. "സ്ത്രീസ്വാതന്ത്ര്യവാദം എന്നത് അസംബന്ധം മാത്രമാണെന്ന കവി ഗിരിയുടെ അഭിപ്രായത്തോട് താങ്കൾ യോജിക്കുന്നുണ്ടോ അമ്മേ?"

അയാൾ മലയാളത്തിൽ ചോദിച്ച ചോദ്യം കമല എനിക്ക് വിവർത്തനം ചെയ്ത് തന്നു. ഞാനാണെങ്കിൽ എന്ത് ഉത്തരം നൽകും എന്നും ചോദിച്ചു. ആ മാധ്യമ പ്രവർത്തകന്റെ തല അപ്പോൾ കാറിനുള്ളിലായിരുന്നു. ഞാനയാളെ വലം വച്ച് വണ്ടിക്കകത്തേക്ക് കയറുവാൻ ശ്രമിക്കുകയായിരുന്നു. അയാളുടെ പരിശ്രമത്തിന് എന്തായാലും ഫലമുണ്ടായി.

"അത് അയാളുടെ അഭിപ്രായം." എന്നിട്ട് കമല എന്നോടായി ഇങ്ങനെ പറഞ്ഞു. "നല്ല കവിയാണ്, പക്ഷേ, ചിന്താശക്തി വളരെ കുറവ്." ഇത്രയും പറഞ്ഞു കഴിഞ്ഞതും അവർ മാധ്യമ പ്രവർത്തകനോട് തട്ടിക്കയറുവാൻ തുടങ്ങി. കോപം മുഴുക്കെ മലയാളത്തിലൊതുക്കി. മാധ്യമ പ്രവർത്തകനോട് 'ഇപ്പോഴേക്കിത്രയും മതി' എന്ന് പറഞ്ഞു.

പക്ഷേ, അയാൾ വാതിലിൽ പിടിച്ച് നിൽക്കുകയായിരുന്നു. "തങ്ങൾ ബലാത്സംഗം ചെയ്യപ്പെട്ടിരിക്കുന്നു എന്ന് അവകാശപ്പെടുന്ന ഒരു പറ്റം പെൺകുട്ടികളെ താങ്കൾ സംരക്ഷിക്കുന്നുണ്ടല്ലോ, അവർ വേശ്യകളല്ലെന്ന് എങ്ങനെ ഉറപ്പിക്കുവാനാകും? താങ്കളുടെ പക്കൽ എന്തെങ്കിലും തെളിവുണ്ടോ?"

കമല വണ്ടിക്കകത്ത് ഒരു മൂലയിലേക്കൊതുങ്ങി. ഒരു ഷാൾ എടുത്ത് പുതച്ചു. "എന്റെ അമ്മ വേശ്യയാണ് എന്ന് താങ്കൾ പറയുകയാണെങ്കിൽ അങ്ങനെയല്ല എന്ന് കാണിക്കുവാനായി എന്റെ പക്കൽ തെളിവൊന്നുമില്ല." മറുപടി ശുദ്ധ മലയാളത്തിലായിരുന്നു.

ഇത് കേട്ടതും ആ ചെറുപ്പക്കാരൻ വണ്ടിയിൽനിന്നും പിടിവിട്ടു. താൻ കേട്ട വാചകം ധൃതിയിൽ എഴുതിയെടുക്കുവാനൊരുങ്ങി.

കമല കാറിന്റെ ഗ്ലാസ് ഉയർത്തി. "എന്റെ അമ്മയ്ക്ക് എൺപത്തിയഞ്ച് വയസ്സായി. പ്രശസ്തയായ ഒരു കവയിത്രിയാണവർ. വളരെയധികം പേർ അവരെ ബഹുമാനിക്കുന്നു. ബഹുമാനിക്കുക മാത്രമല്ല ആരാധിക്കുക കൂടി ചെയ്യുന്നു."

വണ്ടി മുന്നോട്ട് നീങ്ങി. ആ ചെറുപ്പക്കാരൻ 1940കളിലെ വാർത്താ ചിത്രങ്ങളെ അനുസ്മരിപ്പിക്കുമാറ് വണ്ടിക്ക് പുറകെയോടുവാൻ തുടങ്ങി. കമല ഒന്ന് നിശ്വസിച്ചു. എന്നിട്ട് "നാളെയവർ അത് അച്ചടിക്കും. കഴിഞ്ഞ യാഴ്ചയുണ്ടായ വിവാദത്തെ ചൊല്ലി ഞാൻ വല്ലാതെ വികാരപ്പെട്ടിരുന്നു" എന്ന് ആത്മഗതം ചെയ്തു.

"മടുപ്പ് തോന്നാറില്ലേ?" ഞാൻ ചോദിച്ചു.

"അങ്ങനെ തോന്നിയാൽ പിന്നെ ഇതൊക്കെ ആര് ചെയ്യും?"

"ശരിയാണ്." ഞാൻ പറഞ്ഞു. "ജ്യോഫ്രി മൂർഹൗസ് എന്ന ബ്രിട്ടീഷ് എഴുത്തുകാരൻ, നാരായണന് ശേഷം തെന്നിന്ത്യയിലുണ്ടായ ഏറ്റവും മികച്ച എഴുത്താണ് എന്നാണ് താങ്കളെ വിശേഷിപ്പിച്ചത്."

"വലിയ സന്തോഷമായിക്കാണും നാരായണന്" മറുപടി.

അന്ന് ഉച്ചയ്ക്ക് ഞാൻ കൊച്ചിയിലിരിക്കുമ്പോൾ ഓർത്തു, കാനഡ യിൽ കമലയെക്കുറിച്ച് ലഭ്യമായ കുറിപ്പുകളിലുള്ളതല്ലാതെ അവരെ ക്കുറിച്ച് എനിക്ക് ഒന്നുമറിയില്ലായിരുന്നു. ഞാൻ അവരുടെ അടുത്തിരി ക്കുന്നു എന്നതിനെ അനുമോദിക്കുവാൻ എനിക്ക് അത്രയൊക്കെ മതി. എന്നാൽ ഇപ്പോൾ ഞാൻ കണ്ടുനിൽക്കുന്ന ഈ നായികാ പരിവേഷത്തെ മനസ്സിലാക്കുവാനും വിശദീകരിക്കുവാനും ഇതൊന്നും പോര. സാധാരണ നിലയിൽ എഴുത്തുകാർക്ക് അപ്രാപ്യമാണ് ഈ പരിവേഷം.

എന്റെ ഗവേഷണക്കുറിപ്പുകളിൽ ഇങ്ങനെ കുറിച്ചിരിക്കുന്നു.

കമലാദാസ്, നായർ എന്ന ഉയർന്ന ജാതിയിലാണ് ജനിച്ചത്.

നായർ സ്ത്രീകൾ സാധാരണയായി കവിളിൽ മഞ്ഞൾ പുരട്ടുന്നു. നെറ്റിയിൽ ചന്ദനം, കണ്ണിൽ കണ്മഷി, വായിൽ മുറുക്കാൻ എന്നിവയു മുണ്ടാകും.

കമലയുടെ ഒരു മുതുമുത്തശ്ശി പുന്നത്തൂർ കോട്ടയിലെ ഒരു രാജാ വിന്റെ മകളായിരുന്നു. കമലയുടെ അമ്മ ചിറ്റഞ്ഞൂർ കുഞ്ഞുണ്ണി രാജ യുടെ മകളാണ്.

കമല കൽക്കട്ടയിലായിരുന്ന കാലത്ത് ഇംഗ്ലീഷും അമ്മൂമ്മയുടെകൂടെ മലബാറിലായിരുന്ന കാലത്ത് കേരളത്തിന്റെ മാതൃഭാഷയായ മലയാളവും സംസാരിച്ചു. ഇത് ഒരു ദ്രവീഡിയൻ ഭാഷയാകുന്നു.

പതിനഞ്ചു വയസ്സുള്ളപ്പോഴായിരുന്നു കമലയുടെ വിവാഹം. അവർക്ക് മൂന്ന് കുട്ടികളുണ്ട്.

മാർഗരറ്റ് യോർസെനാർ, ദോറിസ് ലെസിങ്ങ്, നാദിൻ ഗോർഡിമീർ എന്നിവരോടൊപ്പം 1984ലെ നോബൽ സമ്മാനത്തിനുള്ളവരുടെ ചുരുക്ക പട്ടികയിൽ കമലയുമുണ്ടായിരുന്നു.

"നമ്മുടെ കാലഘട്ടത്തിലെ സ്ത്രീവികാര ആവിഷ്കാരത്തിന്റെ ആദ്യത്തെ വിപ്ലവകാരി" എന്നാണ് കമലയെ കവി ബാലചന്ദ്രൻ ചുള്ളി ക്കാട് വിശേഷിപ്പിച്ചിരിക്കുന്നത്.

ഇന്ത്യയിലെ വാർത്താമാധ്യമങ്ങളിൽ ചിലത് അവരെ "മലബാറിലെ സ്നേഹ റാണി" എന്ന് വിശേഷിപ്പിച്ചിരിക്കുന്നു.

എറണാകുളത്തെ അവന്യൂ റീജന്റ് ഹോട്ടലിലെ റിണയ്സൻസ് എന്ന മുറിയിലേക്കാണ് ഞങ്ങളെത്തിയത്. കമലയിൽ നിന്നും വരുന്ന അടുത്ത വാചകം എന്തായിരിക്കുമെന്ന് പ്രവചിക്കുക എനിക്ക് അസാധ്യമായിരിക്കുന്നു. വലത്തേ മൂലയിലെ ഒരു ഇരിപ്പിടത്തിൽ. പുറംചുമരിനോട് ചാരി അവരിരുന്നു. അവിടെയിരുന്ന് ചുറ്റിലും എന്തൊക്കെ നടക്കുന്നു എന്നൊന്ന് നോക്കി. "ചെറുപ്പമായിരുന്നപ്പോൾ, എന്താഗ്രഹിച്ചുവോ അത് നേടണമെന്ന ചിന്തയുണ്ടായിരുന്നു. അവർ വീണ്ടും സംസാരം തുടങ്ങി. കൈകളിൽ അപ്പോൾ എന്തോ പിടിച്ചിരിക്കുന്നു എന്ന രീതിയിൽ ആംഗ്യമുണ്ടായിരുന്നു." എന്നാൽ അത് നേടാതിരിക്കുവാനും സ്വാതന്ത്ര്യമുണ്ട്. "അവർ തുടർന്നു. എന്നിട്ട് മുറിയുടെ എതിർമൂലയിൽ വെളുത്ത വിരിപ്പിട്ട മേശകളിൽ അലങ്കരിച്ചുവച്ചിരിക്കുന്ന ബുഫെയിലേക്ക് വിരൽ ചൂണ്ടി. വിശിഷ്ടമായ വിഭവങ്ങളാണവിടെ ഒരുക്കിയിരിക്കുന്നത്. "ഒരു വെള്ളിപ്പാത്രമില്ല എനിക്ക് വീട്ടിൽ കൊണ്ടുപോയി ഉച്ചഭക്ഷണം ആസ്വദിക്കാൻ..."

അവരുടെ അനുവാദത്തോടെ ഞാൻ എന്റെ ടേപ് റിക്കാർഡർ ഓൺ ചെയ്ത് മേശമേൽ വച്ചു. ഞങ്ങൾ കണ്ടുമുട്ടിയ നിമിഷം മുതൽ അത് പ്രവർത്തിച്ചുകൊണ്ടിരിക്കുകയാണ്. അതിൽ പതിഞ്ഞ സംഭാഷണങ്ങൾ ഇന്ന് എനിക്ക് ഉപകാരപ്രദമാകുന്നു. അന്ന്, ആ ഉച്ചഭക്ഷണമേശയിൽ വച്ച് കമല വളരെയധികം വിഷയങ്ങളെക്കുറിച്ച് സംസാരിച്ചു. അവരുടെ അമ്മയെക്കുറിച്ച് ഒരു ആമുഖം അതിൽ ഉൾപ്പെടുന്നു. മലയാളത്തിലെ ഏറ്റവും പ്രശസ്തയായ കവയിത്രികളിൽ ഒരാളാണ് കമലയുടെ അമ്മ. ഇന്ന് ഓർമ്മ നഷ്ടപ്പെട്ട് ചികിത്സയിലാണ്. അയ്യായിരത്തോളം വർഷം പഴക്കമുള്ള ആയുർവേദ ശാസ്ത്രപ്രകാരമാണ് ചികിത്സ. അതിസങ്കീർണ്ണമായ രോഗങ്ങളെപ്പോലും ഈ രീതികൊണ്ട് ചികിത്സിക്കുവാനാകുമത്രെ. ഇതിൽ വാതവും ആർത്രൈറ്റിസും ഉൾപ്പെടുന്നു. പിന്നെയവർ ഹിന്ദു ദൈവമായ കൃഷ്ണനെക്കുറിച്ച് പറഞ്ഞു. കമലയുടെ ഇഷ്ടദേവനാണിദ്ദേഹം. ഇന്നും ജനങ്ങൾ കാമക്കണ്ണുകളോടെയല്ല തന്നെ നോക്കുന്നത്. പകരം അമ്മ എന്ന രീതിയിലാണെന്നതിലുള്ള സന്തോഷം പങ്കുവച്ചു. അമ്മ എന്നാൽ മനസ്സിൽ കാമ്പുള്ള ഒരു സ്ത്രീയാകുന്നു. "അമേരിക്കയിലെ സ്ത്രീകൾ അനുഭവിക്കുന്നതുപോലെ ഇവിടത്തെ സ്ത്രീകൾക്ക് പ്രായമാകുമ്പോൾ നഷ്ടപ്പെടുന്ന സ്ത്രൈണതമൂലം മൂല്യം കുറയുന്നില്ല. അങ്ങനെ കുറഞ്ഞ മൂല്യം വീണ്ടും ഉയർത്തുവാനായി മാറിടം കൃത്രിമമായി ഉയർത്തുകയോ, നിതംബത്തിന്റെ മാറ്റുകൂട്ടുകയോ ചെയ്യുന്നില്ല. ഞാനിപ്പോൾ സ്ത്രൈണതയുടെ നടുക്കണ്ടമായ ചേച്ചിയിൽനിന്നും ഒരു പടി കൂടി കടന്ന് ഇപ്പോൾ അമ്മയായിരിക്കുന്നു. അതിനാൽ ഇപ്പോൾ എനിക്ക് കൂടുതൽ അന്തസ്സോടെ പൊതുസദസ്സുകളിൽ സംസാരിക്കാനാകും. സമൂഹത്തിനോട് ചോദ്യങ്ങൾ ചോദിക്കുവാനാകും. എന്റെ ആത്മാവ് എന്നെ ഏറ്റെടുത്തിരിക്കുന്നു. ഒരു കാലത്ത് ശരീരമായിരുന്നു എല്ലാം. എന്നാൽ ഇന്നെന്റെ ശരീരം ഒരു സാക്ഷി മാത്രമാണ്."

‘‘എന്തെങ്കിലും കഴിക്കൂ മെറിലി” അവർ തുടരുകയാണ്. “ഒന്നും കഴിക്കില്ലെന്നുണ്ടോ?”

ഇന്നാട്ടിലെ വിഭവങ്ങളാണ് ഈ ബുഫെയിൽ അധികവും. മിക്കവയും തേങ്ങാപ്പാലിലോ അല്ലെങ്കിൽ അതുപോലെ എനിക്ക് പരിചയമില്ലാത്ത രീതിയിലോ പാകം ചെയ്തത്. ഞാൻ ചിലതെല്ലാം കുറച്ച് കുറച്ചെടുത്തു. എനിക്ക് പരിചയമുള്ള പൈനാപ്പിൾ കണ്ടപ്പോൾ അത് കുറച്ചധിക മെടുത്തു. എന്തെങ്കിലുമെടുത്തില്ലെങ്കിൽ എനിക്കെന്തോ ആശയക്കുഴപ്പ മുള്ളതുപോലെ കാണുന്നവർക്ക് തോന്നിയേക്കാം. ഇങ്ങനെയാകുമ്പോൾ ഞാൻ എല്ലാം രുചിച്ചുനോക്കുന്നു എന്ന് വരും. ഞാനപ്പോൾ എല്ലാം ഉൾ ക്കൊള്ളുവാൻ ശ്രമിക്കുകയായിരുന്നു. “വള്ളിച്ചെടികളെപ്പോലെയുള്ള“ കമലയുടെ യുവസുഹൃത്തുക്കൾ, ”ശരീരത്തിന്റെ വിശപ്പിനെ ഇനിയും ഊട്ടേണ്ടതില്ല“ എന്ന കമലയുടെ ആശ്വാസം, “കനമില്ലാത്ത മാറാപ്പു കളായ” അവരുടെ ഓർമ്മകൾ എല്ലാം. അലങ്കാരങ്ങൾ പലതും എനിക്ക് മനസ്സിലാകുന്നില്ല. പിന്നെ ചിലത് എന്റെ മനസ്സിനെയാകെ ഇളക്കിമറി ക്കുന്നു. എന്റെ മനം നിശ്വസിക്കുന്നു. എന്റെ ഉള്ളിൽ സന്തോഷം നിറ യുന്നു.

“എരിവുള്ള ഭക്ഷണം ഇഷ്ടമാണോ?” ഞാൻ ചോദിച്ചു. എന്തെങ്കിലും സംസാരിക്കണ്ടേ എന്നതിനാൽ മാത്രമാണിത് ചോദിച്ചത്.

“എന്റെ ഭർത്താവിന് ഇതൊക്കെ വലിയ ഇഷ്ടമായിരുന്നു. അതൊക്കെ പോയ കാലത്തിന്റെ ജീവിതം. ഒരു വലിയ വീട്ടിലാണ് ഞങ്ങൾ ജീവിച്ചത്. അഞ്ച് സഹായികളുണ്ടായിരുന്നു ഞങ്ങൾക്കവിടെ...”

കാലുകൾ പുറത്ത് കാണാവുന്ന രീതിയിൽ മുണ്ടുടുത്ത് ഒരു മലയാളി മാന്യൻ ഞങ്ങൾക്കരികിലെത്തി. അയാൾ ഞങ്ങളുടെ സാംഭാഷണം ഇടയ്ക്ക് തടസ്സപ്പെടുത്തി. സില്ക്കിന്റെ ഷർട്ടാണയാൾ ധരിച്ചിരിക്കു ന്നത്. “ഞാൻ ബി.എ രാജകൃഷ്ണൻ” എന്ന് അയാൾ സ്വയം പരിചയ പ്പെടുത്തി. ധനികനായ ഒരു വ്യവസായിയാണയാൾ. ഒരു പറ്റം പത്ര മാസികകളുടെ ഉടമയുമാണ്.

“ഇദ്ദേഹത്തിന്റെ ഓഫീസ് കാണണോ?” കമല എന്നോട് ചോദിച്ചു.

ഒരു നിമിഷത്തിനുള്ളിൽ അവർ എന്നെ ഇവിടെ നിന്ന് കൊണ്ടു പോകും. അന്നത്തെ ദിവസത്തിന്റെ ശേഷിച്ച ഭാഗം അവർക്കായി നീക്കി വയ്ക്കേണ്ടി വരും. “പരിപാടി ഒട്ടും മോശമാകില്ല മെറിലി. അവർ നിന്നെ അടുത്ത മുഖച്ചിത്രമാക്കും. നീയുമായുള്ള അഭിമുഖം അച്ചടിക്കും.” അടുത്ത നിമിഷത്തിൽ അയാൾ എന്റെ ഫോൺ നമ്പർ വാങ്ങി. ഞാൻ അയാളുടേയും. പരസ്പരം ബന്ധപ്പെടാം എന്ന് വാക്കു കൊടുത്തു.

“ഈയാളുടെ മാസികയിൽ ഞാനെഴുതിയിരുന്നു. ഒരേസമയം നാല് മാസികകളിൽ എന്റെ കോളം വന്നിരുന്നു.” കമല പറഞ്ഞു.

“നല്ലവണ്ണം അദ്ധ്വാനിച്ചിരുന്നു അല്ലേ?”

“കഠിനമായി. കാരണമുണ്ട്. എന്റെ ഭർത്താവ് ഒരു പ്രഭു കുടുംബ ത്തിൽ നിന്നുള്ളയാളായിരുന്നു. തെക്കൻ മലബാറിലെ ഏറ്റവും ധനാഢ്യ

കുടുംബങ്ങളിലൊന്നായിരുന്നു അദ്ദേഹത്തിന്റേത്. അദ്ദേഹം മരിക്കുന്ന തുവരേക്കും ഞാൻ അദ്ദേഹത്തെ അതുപോലെ തന്നെ പരിപാലിച്ചു. എന്നും രാത്രിയായാൽ അദ്ദേഹം എന്നോട് “കമല, ഇനി നിനക്ക് പോയി ടൈപ്പ് ചെയ്ത് തുടങ്ങാം” എന്ന് ഓർമ്മിപ്പിക്കും. വീട്ടിൽ എല്ലാവരും ഉറങ്ങിക്കഴിഞ്ഞാൽ ഞാൻ എന്റെ മുറിയിൽ പോയി ജോലി ചെയ്ത് തുടങ്ങും. ഏകദേശം മൂന്നു മണിവരെ ഞാൻ ജോലി ചെയ്യും. പിന്നെ കുറച്ച് നേരം ഉറങ്ങും. വീണ്ടും ഭർത്താവിനെ ശുശ്രൂഷിക്കുവാനിറങ്ങും. അദ്ദേഹത്തിന്റെ മരണം അടുത്താണെന്ന് അദ്ദേഹത്തിനും മനസ്സിലായ പ്പോൾ എന്നോട് ‘നീ എനിക്കൊരു ജീവിതം തന്നു, നന്ദി’ എന്ന് പറഞ്ഞു. എല്ലാവരും കേൾക്കെയാണത് പറഞ്ഞത്. അപ്പോൾ ഡോക്ടർമാരും അടുത്തുണ്ടായിരുന്നു. ‘നന്ദിയോ, അതെന്തിന്?’ എന്ന് ഞാൻ ചോദിച്ചു. ‘എനിക്കു തന്ന സ്നേഹത്തിന്, എന്നെ ശുശ്രൂഷിച്ചതിന്’ അദ്ദേഹം പറഞ്ഞു. ഞങ്ങളുടെ വിവാഹം പൂർണ്ണമായിരുന്നു. ഞാൻ എത്ര അദ്ധ്വാനിച്ചു എന്ന് അദ്ദേഹം മനസ്സിലാക്കുക വഴിയാണത് പൂർണ്ണമായത്.’

കമല വിഷയം അവതരിപ്പിച്ച രീതി എന്റെ കാതുകൾക്ക് സംഗീതമായി. അത് എന്നെ പിടിച്ചിരുത്തി. എന്നാൽ അവർ ഭർത്താവിനെക്കുറിച്ച് ഇരുപത് വർഷം മുമ്പ് എഴുതിയതും ഇപ്പോൾ പറയുന്നതും തമ്മിൽ എന്തോ പൊരുത്തക്കേട് കാണുന്നു. അവ തമ്മിൽ തമ്മിൽ യോജിപ്പിക്കുവാൻ എനിക്കാകുന്നില്ല.

എനിക്ക് പതിനഞ്ച് വയസ്സുള്ളപ്പോൾ എന്നേക്കാൾ പ്രായമുള്ള ഞങ്ങളുടെ ഒരു ബന്ധുവായ കെ. മാധവദാസിന് എന്നെ വിവാഹം ചെയ്ത് കൊടുത്തു, എന്നാണ് കമല പറഞ്ഞിരിക്കുന്നത്. ആദ്യരാത്രിയിൽ അയാൾ കമലയെ പലതവണ ബലാത്സംഗം ചെയ്യുകയും മുറിവേല്പിക്കുകയും ചെയ്തുവെന്നും കമല തുടരുന്നു. അങ്ങനെ അയാളുടെ ആസക്തികൾക്ക് വിധേയയായ മറ്റൊരു ബന്ധുവായി താനെന്നും പറയുന്നുണ്ട്. അയാളുമൊത്ത് ജീവിക്കുവാനായി കമല താൻ ജനിച്ചുവളർന്ന പുരാതന കുടുംബവും ഗ്രാമജീവിതവും എല്ലാം ഉപേക്ഷിക്കുന്നു. എന്നിട്ട് തീപ്പെട്ടിക്കൂടുപോലുള്ള വീടുകളിൽ അഭയം തേടേണ്ടി വരുന്നു. ഈ വീടുകൾ കാണുന്നതേ കമലയിൽ ഒരു ഭയമുണർത്തുന്നു. സാമ്പത്തികമായി താഴെക്കിടയിലുള്ളവർ താമസിച്ചിരുന്ന ഒരു കോളനിയിലായിരുന്നു ഈ തീപ്പെട്ടിക്കൂടുപോലുള്ള വീട്. രാത്രിയിൽ അയാൾ പക തീർക്കുന്നതുപോലെ എന്നെ പലതവണ ഉപയോഗിച്ചു എന്നൊക്കെ അവർ തുടരുന്നുണ്ട്.

ഒരു ദിവസം കമലയുടെ ജന്മദിനനാളിൽ ഭർത്താവ് വീട്ടിൽ വരുമ്പോൾ അയാളുടെ കൂടെ അയാളുടെ ഒരു സുഹൃത്തുമുണ്ടായിരുന്നു. “അവർ എന്നെ കിടപ്പുമുറിയിൽ നിന്നും പുറത്താക്കി വാതിലടച്ചു. ഞാൻ രണ്ട് പുരുഷന്മാർ തമ്മിൽ എന്ത് ശാരീരിക ബന്ധം എന്നാലോചിച്ച് കുറച്ചു നേരം വെളിയിൽ തന്നെ നിന്നു. എന്നാൽ കുറച്ച് കഴിഞ്ഞപ്പോൾ എന്റെ ആത്മാഭിമാനം വ്രണപ്പെട്ടു. ഞാൻ എന്റെ മകൻ കിടന്നിരുന്ന മുറിയിൽ

ചെന്ന് അവന്റെയരികിൽ കിടന്നു. അപ്പോൾ എനിക്ക് എന്റെ സ്ത്രീത്വത്തിനോട് വെറുപ്പു തോന്നി. എന്റെ സ്തനങ്ങളുടെ ഭാരം എന്നെ ഞെരിച്ചമർത്തുന്നതുപോലെ എനിക്ക് തോന്നി. എന്റെ സ്വകാര്യഭാഗങ്ങളിൽ മുറിവേറ്റതുപോലെ തോന്നി. എന്റെ ഹൃദയത്തിലെ മുറിവ് എനിക്ക് കാണാമായിരുന്നു."

ദശാബ്ദങ്ങൾക്കു ശേഷം, അവർ വിശേഷപ്പെട്ട ഒരു കവിത തന്നെ എഴുതി.

നീ വേറൊരു
പുരുഷനെങ്കിലും
നിന്നോട് ഞാൻ കൂടിച്ചേർന്നത്
മറ്റൊരു പുരുഷനെക്കുറിച്ചുള്ള
അറിവിനായിരുന്നില്ല
എന്നിലർപ്പിക്കുന്ന
സ്വരൂപജ്ഞാനത്തിന്റെ
വെളിപാടുകൾക്കു വേണ്ടിയായിരുന്നു.

എന്നിട്ടും കമല തന്റെ ഭർത്താവ് മരിക്കുന്നതിനു മുമ്പ് പറഞ്ഞ വാക്കുകൾ അവരുടെ വിവാഹം കുറ്റമറ്റതും പൂർണ്ണവുമാക്കി എന്ന് പറയുന്നു.

"അദ്ദേഹത്തിനുവേണ്ടി ജോലി ചെയ്ത് മുഷിഞ്ഞില്ലേ?" ഞാൻ ചോദിച്ചു.

"അദ്ദേഹം എന്നെ പുകഴ്ത്തുമായിരുന്നു. അതിനാൽത്തന്നെ അദ്ദേഹത്തിനു വേണ്ടി ജോലി ചെയ്യുന്നത് എനിക്കിഷ്ടമായിരുന്നു. ഞങ്ങളുടേത് മരുമക്കത്തായ സമ്പ്രാദയത്തിലുള്ള സമുദായമായിരുന്നു. മരുമക്കത്തായ സമ്പ്രദായക്കാർ അവരുടെ ഭർത്താവിനെ ശുശ്രൂഷിക്കണം. ഞാനും ആ വികാരത്തെ സംരക്ഷിച്ചു. എനിക്കദ്ദേഹം ഒരു വൈകാരിക സംരക്ഷണം നൽകുന്നുണ്ടായിരുന്നു."

കമലയുടെ കണ്ണുകളിലേക്കു തന്നെ നോക്കിയിരിക്കുകയായിരുന്നു ഞാൻ. അവരുടെ വാക്കുകളുടെ ഒഴുക്ക് നിറുത്തുവാൻ എനിക്ക് ഒട്ടും താത്പര്യമുണ്ടായിരുന്നില്ല. ഇടയ്ക്ക് ഞാൻ എന്റെ ടേപ്പ് റിക്കാർഡർ ഒന്ന് പരിശോധിക്കും. അത് പ്രവർത്തിക്കുന്നുണ്ടെന്നും അതിൽ എല്ലാം പതിയുന്നുണ്ടെന്നും ഉറപ്പു വരുത്തും. കമലയുടെ "സമാഹൃതി" എന്ന കവിത ഞാനപ്പോഴും വായിച്ചിരുന്നില്ല.

ഞാനെന്നിൽ
നഗ്നനടനം ചെയ്യട്ടെ
എന്നിട്ട് വലിച്ചെറിയാം
എന്റെ
ആത്മകഥനം.

അതുപോലെ "ഉച്ചഭാഷണങ്ങൾ" എന്ന കവിതയും

ഇന്നെന്റെയുള്ളിലൊരു ജീവി
പുറത്തേക്കു ചാടുന്നു.
തുറന്ന രാജപാതകളിലപ്പാടെ
അതു നിറക്കുന്നു?
നിന്റെ ചിന്തകളുടെ
അപരിചിതത്വം
ഒരു പരസ്യപലകയുടെ മുഴക്കംപോലെ
എന്തുച്ചത്തിലാണ്
അതെന്നിൽ നിറയുന്നത്!
എനിക്കു വേണ്ടിയിരുന്നതും
അതായിരുന്നുവല്ലോ...

അവരുടെ ആത്മാർത്ഥത, കളങ്കമില്ലായ്മ എനിക്കിഷ്ടപ്പെട്ടു.

“പതിനഞ്ച് വയസ്സുള്ളപ്പോൾ ഞാൻ വിവാഹം കഴിച്ച ഒരു പുരുഷനുമൊത്ത് നാല്പത്തിമൂന്നുവർഷത്തെ വിവാഹജീവിതം. അത് എങ്ങനെ എന്നിൽ പ്രഭാവമുണ്ടാക്കുന്നുവെന്ന് താങ്കൾ മനസ്സിലാക്കണം. എനിക്ക് മുഷിപ്പ് തോന്നാറില്ല. എനിക്ക് പശ്ചാത്താപമില്ല. എന്നിൽ എന്റെ ഭർത്താവ് എന്തെങ്കിലും ദുഃഖമുണ്ടാക്കിയിട്ടുണ്ടെങ്കിൽ പിന്നീട് അതിനൊക്കെ നല്ല ഫലം കിട്ടി. ഒരു കാലത്ത് ബുദ്ധിമുട്ടിയത് പില്ക്കാലത്ത് ഉപകാരപ്രദമായി.

മുറിവായിൽ നിന്നും രക്തം കുത്തിയൊഴുകുന്നതുപോലെ കവിത എന്നിൽനിന്നും ഒഴുകിയിറങ്ങി. അദ്ദേഹം എന്നെ കരയിപ്പിച്ചില്ലായിരുന്നുവെങ്കിൽ ഞാൻ ഇത്രയധികം കവിതകളെഴുതുമായിരുന്നോ? അനുഭവിക്കുന്ന കഠിനമായ ഓരോ മനോവേദനകളിൽനിന്നും നമ്മൾ എന്തെങ്കിലും സ്വരുക്കൂട്ടിയെടുക്കുന്നു."

കമല മല്ലിയിട്ടു തിളപ്പിച്ച വെള്ളം കൊണ്ടുവരാൻ ആവശ്യപ്പെട്ടു. ഇത് ദഹനത്തിന് നല്ലതാണത്രെ. ഞാൻ എന്റെ തളികയിൽ അവശേഷിച്ച പൈനാപ്പിൾ കഷണങ്ങൾ ഉരുട്ടിക്കളിക്കുകയായിരുന്നു. കമല എഴുന്നേറ്റ് അവരുടെ കറുത്ത കണ്ണട ധരിച്ചു. ബി. എ രാജകൃഷ്ണനെ കൈ മാടി വിളിച്ചു. ഞാൻ വീണ്ടും പ്രതീക്ഷയോടെ തീൻമേശ ശ്രദ്ധിച്ചു. പിന്നെ അവരെ എലിവേറ്റർ വരെ പിന്തുടർന്നു. പിറ്റേന്ന് വീണ്ടും വീട്ടിൽ വരുവാൻ അവരെന്നെ ക്ഷണിച്ചു. എന്റെ കൈ പിടിച്ചു. എന്റെ മുടി മാടിയൊതുക്കി.

ഞാൻ തിരിച്ച് നടന്നു. അപ്പോഴും എന്റെ മനസ്സിൽ കമല തന്റെ ഭർത്താവിനെ പ്രതിരോധിച്ച് സംസാരിച്ച വാക്കുകളായിരുന്നു. തന്നെ ഒരു കാലത്ത് ഉപേക്ഷിച്ച ഭർത്താവിനെയാണവർ ഇപ്പോൾ പ്രതിരോധിക്കുന്നത്. കമലയെ മാധ്യമ പ്രവർത്തകർ വിടാതെ പിന്തുടരുന്നു, എന്നിട്ടും എനിക്കായി അവർ സമയം നീക്കിവയ്ക്കുന്നു. കമല ദിനപത്രങ്ങളിൽ കോളങ്ങളെഴുതുന്നു, അവരുടെ ഞരമ്പുകളിൽ നിന്ന് എന്തൊഴുകുന്നുവോ അതെല്ലാം കവിതകളാകുന്നു. എന്നിട്ടും അവർ എല്ലാവരിൽ നിന്നും വേറിട്ട് നിൽക്കുന്നു, ചരടുകളില്ലാതെ പറക്കുന്നു.

മൂന്ന്

പ്രണയം മറ്റൊരു രാജ്യത്തിൽ

ഞാൻ എയർ കണ്ടീഷണർ ഓഫ് ചെയ്ത് ജനലുകൾ തുറന്നിട്ടു. ആഞ്ചി കൊതുകു തിരി കത്തിച്ചുവച്ചിട്ടുണ്ട് എന്നാണ് ഞാൻ കരുതിയത്. മൂന്നു മണിയായപ്പോൾ സൂചി കുത്തുന്നതുപോലെയുള്ള വേദനമൂലം ഞാൻ ചാടിയെഴുന്നേറ്റു. എന്റെ ശരീരത്തിൽനിന്നും ഒരുവൻ രക്തമൂറ്റുകയായിരുന്നു. ഞാൻ നേപ്പാളിലെ അമേരിക്കൻ ക്ലിനിക്കിൽനിന്നും സംഘടിപ്പിച്ച മലേറിയയെക്കുറിച്ചുള്ള ലഘുലേഖ വീണ്ടും വായിച്ചു. ജനലുകൾ അടച്ചിടണം. എയർ കണ്ടീഷണർ എപ്പോഴും ഓൺ ചെയ്ത് വച്ചിരിക്കണം. കൊതുകുവല സുരക്ഷിതമായി മെത്തയ്ക്കുള്ളിലേക്ക് തിരുകിവയ്ക്കണം. കഴിയുന്നതും കൊതുകുതിരികൾ ഉപയോഗിക്കണം. കൊതുകുകളേയും മറ്റ് ചെറുപ്രാണികളേയും ആകർഷിക്കുന്ന സുഗന്ധദ്രവ്യങ്ങൾ ഉപയോഗിക്കരുത്, എന്നൊക്കെ ആ ലഘുലേഖയിലുണ്ട്. പുറത്ത് ഫോർട്ട് കൊച്ചിയിലെ തുറയിൽ നിന്നും ഉയർന്ന രൂക്ഷഗന്ധം എന്നിലേക്കെത്തി.

ഉടൻ ജനലുകളെല്ലാം അടച്ചിട്ടു. എയർ കണ്ടീഷണർ ഓൺ ചെയ്തു. നാളെ കാലത്തു തന്നെ ഒരു രക്തപരിശോധന നടത്തുവാനും തീരുമാനിച്ചു.

പ്രഭാതം ശാന്തമായിരുന്നു. ഞാൻ ബ്രോഡ്‌വെയിലേക്ക് നടന്നു. അവിടെ ചന്ദനത്തിന്റേയും മയിൽപ്പീലികളുടേയും നിറങ്ങളുള്ള സാരിയുടുത്ത ഇരുണ്ട വർണ്ണമുള്ള സുന്ദരികളുടെ തിരക്കുണ്ടായിരുന്നു. ഞാനാ തെരുവിലൂടെ നടന്നു. തെരുവിന് നല്ല ചടുലതയുണ്ട്. സുഗന്ധവ്യഞ്ജനങ്ങളുടെ മണമുണ്ട്. കണ്ണിനിമ്പം നൽകുന്ന വർണ്ണങ്ങൾ നാലുപാടുമുണ്ട്. ഒരുപക്ഷേകാഠ്മണ്ഡുവിലേതുപോലെ ഷെർപകൾ, ടിബറ്റുകാർ, കുമാൾ വർഗ്ഗക്കാർ, കാഷായ വസ്ത്രധാരികൾ എന്നിവരടങ്ങുന്ന വിദേശികളുടെ ധാരാളിത്തം ഇവിടെയില്ലായിരിക്കാം. കൊച്ചി ആധുനികതയിലേക്ക് നടന്നു കയറുന്ന ഒരു നഗരമാണ്. ഒരു വലിയ തുറമുഖമാണ്. വില്ലിങ്ങ്ടൺ ദ്വീപിലാണീ തുറമുഖം. ഇവിടെ വലിയ പാണ്ടികശാലകളും തുറകളുമുണ്ട്. നാവികസേനയുടെ ഒരു വിഭാഗവും ഇവിടെ തമ്പടിക്കുന്നുണ്ട്. നഗരത്തിന്റെ വാണിജ്യ സിരാകേന്ദ്രം എറണാകുളമാണ്. ഫോർട്ട് കൊച്ചിയെക്കുറിച്ച് വിസ്തരിക്കുന്ന പുസ്തകങ്ങളിൽ കഥകളിയെക്കുറിച്ചും ചീനവലകളെക്കുറിച്ചും 1503ൽ സ്ഥാപിതമായ പള്ളിയെക്കുറിച്ചും 1568ൽ സ്ഥാപിതമായ ഒരു സിനഗോഗിനെക്കുറിച്ചും 1555ൽ സ്ഥാപിച്ച ഒരു കൊട്ടാരത്തെക്കുറിച്ചും ഉൾനാടൻ ജലപാതകളെക്കുറിച്ചുമെല്ലാം ചിത്രസഹിതം വർണ്ണനകളുണ്ട്. എന്നാൽ ബ്രോഡ്‌വെയിലെ ഈ മനുഷ്യ സമുദ്രത്തിൽ വിദേശിയായി എനിക്ക് എന്നെ മാത്രമേ കാണുവാനായുള്ളു.

ഞാൻ കമലയെ ഉച്ചഭക്ഷണത്തിന് ക്ഷണിച്ചിരുന്നു. ആതിഥേയായ ഞാൻ അഞ്ചു മിനിട്ട് വൈകിയിരിക്കുന്നു. "ആതിഥേയ അതിഥിയേക്കാൾ വൈകിയാണ് എത്തുന്നത്" എന്നവർ പറയുകയും ചെയ്തു. അപ്പോഴും അവർ അവരുടെ കറുത്ത കണ്ണട ധരിച്ചിട്ടുണ്ട്. അവർ എന്നോട് സംസാരം തുടങ്ങിയില്ല. പകരം ഞാൻ അവിടത്തെ പ്രധാന പാചകക്കാരനെ അഭിമുഖം ചെയ്യണമെന്ന് അഭിപ്രായപ്പെട്ടു. ഇത് അത്രയ്ക്ക് സംഭ്രമിപ്പിക്കുന്ന ഒന്നല്ലായിരുന്നു. കാരണമുണ്ട്. താനുണ്ടാക്കിയ വിഭവങ്ങളെക്കുറിച്ച് കെ.സി. ജോസഫ് എന്ന ആ പാചകക്കാരന് നല്ല അറിവുണ്ടായിരുന്നു. തേങ്ങയിൽ വേവിച്ച മത്തങ്ങ, കടുകു പൊട്ടിച്ച തൈരു കറി, തേങ്ങാപ്പാലിൽ വേവിച്ച മീൻ കറി, പരിപ്പുകറി, ദോശ, ഇഡ്ഡലി, സാമ്പാർ, കരിമീൻ, കോഴി വറുത്തരച്ചത്, മത്തങ്ങക്കറി, ചോറ്, മാങ്ങ, പൈനാപ്പിൾ, നാരങ്ങ അച്ചാർ എല്ലാം അയാൾ വിവരിച്ചു. വായിൽ ഉമിനീര് നിറച്ചാണ് ഞാൻ തിരികെ നടന്നത്. അപ്പോൾ വീട്ടിൽ ഒരു മാധ്യമ പ്രവർത്തകനും ഒരു വക്കീലും കാത്തിരിക്കുന്നു എന്ന് കമല അറിയിച്ചു. അവർ ഇന്നലെ പെരുമാറിയതിൽ നിന്നും വ്യത്യസ്തമായി ഇന്ന് അത്ര അടുപ്പം കാണിക്കുന്നുണ്ടായിരുന്നില്ല. എന്തുകൊണ്ടെന്ന് എനിക്ക് മനസ്സിലായില്ല.

"അപ്പോൾ എന്താണ് പരിപാടി, ആഞ്ചി വരുന്നതുവരേക്കും കാത്തിരിക്കണോ?" അവർ ചോദിച്ചു.

അവരുടെ ഈ ഭാവമാറ്റത്തിൽ ഞാൻ അദ്ഭുതപ്പെടുകയായിരുന്നു. ഒരുപക്ഷേ ഇതിന്റെ കാരണം ഞാനായിരിക്കുകയില്ല എന്ന് ഞാൻ മനസ്സിലാക്കി. ഞങ്ങൾ ആദ്യം കണ്ടപ്പോൾ ചില ചിത്രങ്ങൾ എടുക്കുവാനായി പ്രത്യക്ഷപ്പെട്ട ആഞ്ചിയുടെ മുറി ഇംഗ്ലീഷുകൊണ്ട് സംഭവിച്ചതാകാം ഈ ആശയക്കുഴപ്പം.

ബ്രിട്ടീഷ് രാജ് നില നിന്ന കാലത്തായിരുന്നു കമലയുടെ കുട്ടിക്കാലം. വെള്ളക്കാർ പഠിച്ചിരുന്ന സ്കൂളിലായിരുന്നു വിദ്യാഭ്യാസം. ആ സ്കൂളിൽ തവിട്ട് നിറക്കാർ ആകെ ആറുപേരേ ഉണ്ടായിരുന്നുള്ളു. അതിലൊരാൾ കമലയായിരുന്നു. ഗവർണറുടെ ഭാര്യ സ്കൂൾ സന്ദർശിക്കുവാൻ എത്തിയപ്പോൾ ഈ ആറ് ഇന്ത്യൻ കുട്ടികളേയും ഹാളിനു പിറകിലുള്ള കുളിമുറികളിലടച്ചത് അവർ “എന്റെ കഥ”യിൽ വിവരിച്ചിട്ടുണ്ട്. അവിടെ നിന്ന് ഒളിഞ്ഞ് നോക്കിയപ്പോൾ അതിഥിയായി എത്തിയ സ്ത്രീയെ സന്തോഷിപ്പിക്കുന്നതിനായി ചുവന്നു തുടുത്ത കവിളുകളുള്ള ഒരു സുന്ദരി പെൺകുട്ടി ഒരു കവിത ചൊല്ലുന്നത് കമല കണ്ടു. അത് കമലയുടെ കവിതയായിരുന്നു. എന്നാൽ അതിന്റെ അഭിനന്ദനം മുഴുക്കെ ലഭിച്ചത് അത് ചൊല്ലിയ കുട്ടിക്കായിരുന്നു.

“വേണ്ട, വേണ്ട, നമുക്ക് തുടങ്ങാം.” ഞാൻ പറഞ്ഞു.

“നാളെ എന്റെ സഹോദരിയുടെ മകന്റെ കുഞ്ഞിന്റെ പേരിടൽ ചടങ്ങിന് താങ്കളെ ക്ഷണിച്ചിട്ടുണ്ട്. കൃത്യം 9:30ന് ഞാൻ താങ്കളെ കൂട്ടിക്കൊണ്ടുപോകാം. ചടങ്ങ് കഴിഞ്ഞാൽ ഒരു സദ്യയുണ്ട്. പലതരം കറികൾ അതിലുണ്ടാവും. മധുരമുള്ളത്, എരിവുള്ളത്, പുളിയുള്ളത് എല്ലാം. ഒരു സംഗീത വിരുന്നുപോലെയാണത്. പേരിടൽ ചടങ്ങ് കണ്ടിട്ടില്ലല്ലോ?”

“നേപ്പാളിൽ വച്ച് ഒരു നേവാരി വിവാഹത്തിൽ പങ്കെടുത്തിരുന്നു. അവിടെ വധു വല്ലാതെ ദുഃഖിതയാണോ എന്നെനിക്ക് തോന്നി.”

“ജനിച്ചുവളർന്ന വീട് വിട്ട് പോകുമ്പോഴുള്ള സങ്കടമാണത്.”

“കമലയ്ക്കു ദുഃഖമുണ്ടായിരുന്നോ?”

“ഇല്ല. ഞാനന്ന് നന്നേ ചെറുപ്പമായിരുന്നു. പുതിയ വസ്ത്രങ്ങൾ, പുതിയ ആഭരണങ്ങൾ എന്നിവയൊക്കെ കണ്ട് വലിയ ആവേശത്തിലായിരുന്നു. വിവാഹദിനത്തിലും എനിക്ക് ഒട്ടും സങ്കടം തോന്നിയില്ല. എന്നാൽ ആദ്യരാത്രിയിൽ ഞാൻ ദുഃഖിച്ചു. സത്യത്തിൽ ഭയപ്പെട്ടു. വലിയ സങ്കടമായി. അന്ന് നടന്നതൊന്നും ഞാനൊരിക്കലും പ്രതീക്ഷിക്കാത്തതായിരുന്നു. അങ്ങനെ ശാരീരികമായി പീഡിക്കപ്പെടുമെന്ന് ഞാൻ സ്വപ്നത്തിൽ പോലും കരുതിയിരുന്നില്ല. ജീവിത യാഥാർത്ഥ്യങ്ങൾ ആരെങ്കിലും എനിക്ക് പഠിപ്പിച്ച് തന്നിരുന്നുവെങ്കിൽ അങ്ങനെ സംഭവിക്കില്ലായിരുന്നു. അങ്ങനെ ആരെങ്കിലും ചെയ്തിരുന്നുവെങ്കിൽ ലൈംഗിക ബന്ധത്തെ ഞാനിത്ര വെറുക്കില്ലായിരുന്നു.”

“താങ്കളുടെ ആദ്യലൈംഗികാനുഭവം ക്രൂരമായ ആക്രമണമായിരുന്നു എന്ന് എനിക്കറിയാം.“ കമല ഉദ്ദേശിച്ചത് ആദ്യരാത്രിയിലെ ലൈംഗിക

ബന്ധമായിരുന്നു എന്ന ചിന്തയോടെയാണ് ഞാനിത് പറഞ്ഞത്. ഇന്ത്യയിലെ ഏറ്റവും പ്രശസ്തയായ പ്രണയകവയിത്രിയാണ് കമല. പ്രണയത്തെക്കുറിച്ചും, ആഗ്രഹങ്ങളെക്കുറിച്ചും, കാമത്തെക്കുറിച്ചുമെല്ലാം അവർ എഴുതുന്നു. "ഒരുപക്ഷേ തുടക്കത്തിൽ ലൈംഗിക ബന്ധം എന്നത് ആസ്വദിക്കുക അത്ര എളുപ്പമാകില്ല" ഞാൻ കുമ്പസാരിക്കുന്നു. "ഇരുപത്തിയഞ്ച് വയസ്സുവരേക്കും എനിക്കത് ആസ്വദിക്കുവാനായിട്ടില്ല."

"താങ്കൾക്ക് ഇപ്പോഴും ഒരു ഭർത്താവുണ്ടോ?" കമല വിഷയം മാറ്റുകയായിരുന്നു.

"കഴിഞ്ഞ പതിനേഴ് വർഷമായി ഞാൻ ഒരാളുടെ കൂടെ ജീവിക്കുന്നു."

"അയാൾക്ക് ഒരു മുൻഭാര്യയുണ്ടോ?"

"ഞാനും ഔദ്യോഗികഭാഷയിൽ ഭാര്യയല്ല. ഞാനയാളെ വിവാഹം കഴിച്ചിട്ടില്ല. ഞങ്ങൾ പരസ്പരം വിവാഹിതരാകുമെന്നും തോന്നുന്നില്ല. ഞങ്ങൾ ഒരേ വീട്ടിൽ താമസിക്കുന്നു."

സംസാരത്തിനിടയ്ക്ക് മൗനം കയറി വന്നു. കമലയുടെ മനസ്സിൽ എന്തോ ചലിക്കുന്നുവെന്ന് ഞാൻ മനസ്സിലാക്കി.

"അയാൾ താങ്കളോടൊത്ത് ഒരേ മുറിയിലാണോ ഉറങ്ങുന്നത്?" കമല വീണ്ടും ചോദിച്ചു.

ഇതിനെന്ത് മറുപടി പറയണമെന്ന് എനിക്കറിയില്ലായിരുന്നു. സത്യം പറഞ്ഞാൽ ഒരുപക്ഷേ ഇത് കമലയുമായുള്ള സൗഹൃദത്തിന്റെ അവസാനമായേക്കാം. സത്യം പറഞ്ഞില്ലെങ്കിൽ എന്നെക്കുറിച്ച് കമലയുടെ മനസ്സിൽ എന്ത് ധാരണയുണ്ടാകും എന്നതിനെക്കുറിച്ച് എനിക്ക് യാതൊരു രൂപവുമില്ല.

"ചിലപ്പോഴൊക്കെ ഞങ്ങൾ രണ്ട് വീടുകളിലാകും. എന്നാൽ ഒരുമിച്ചാണെങ്കിൽ ഞങ്ങൾ ഒരേ മുറിയിലുറങ്ങുന്നു. അത് എന്തോ എനിക്കൊരു സംരക്ഷണ സുഖം നൽകുന്നു, ശ്വാസം മുട്ടലാകുന്നില്ല."

"സംരക്ഷണ സുഖം." കമല ആവർത്തിച്ചു. അവരത് ആവർത്തിച്ചപ്പോൾ ഈ വികാരം അവർക്ക് മനസ്സിലായി എന്ന് തോന്നി. "അയാൾ എന്ത് ചെയ്യുന്നു?"

"അയാളൊരു സിനിമാ നിർമ്മാതാവാണ്."

കമല സൗകര്യപൂർവ്വം സിനിമാ നിർമ്മാണത്തിലേക്ക് ചർച്ച കൊണ്ടുപോയി. കമലയുടെ ജീവിതത്തെക്കുറിച്ച് പലരും ഡോക്യുമെന്ററി സിനിമകൾ നിർമ്മിച്ചിട്ടുണ്ട്. അതിൽ ആസ്ത്രേലിയക്കാരും ബ്രിട്ടീഷുകാരും ഡച്ചുകാരും ഇന്ത്യക്കാരും ഉൾപ്പെടുന്നു. അങ്ങനെയുണ്ടായ അവസാന സിനിമയുടെ ഷൂട്ടിങ്ങാണ് അവരുടെ ഭർത്താവിനെ നഷ്ടപ്പെടുത്തിയത് എന്ന് കമല കരുതുന്നു. അഞ്ചു ദിവസം ആ ഷൂട്ടിങ്ങ് നീണ്ടു നിന്നു. അന്ന് വീട്ടിലുണ്ടായ ഒച്ചയും ബഹളവും ഉപകരണങ്ങളുടെ തിരക്കും, വീട്ടിൽ നിറയെ ആളുകളും എല്ലാം എല്ലാം അദ്ദേഹത്തിനു താങ്ങാൻ പറ്റിയില്ല.

പ്രാർത്ഥനാമുറിയിൽ വരെ തിരക്കായിരുന്നു. ഈ തിരക്കിൽ ഒന്ന് വിശ്രമിക്കുവാനുള്ള അവസരം പോലും അദ്ദേഹത്തിന് നിഷേധിക്കപ്പെട്ടു.

"ഒരു വെപ്പാട്ടിക്ക് എന്തൊക്കെ ലഭിക്കുമെന്ന് താങ്കൾക്കറിയാമോ?" കമല 'വെപ്പാട്ടി' എന്ന പദത്തിന് അടിവരയിടുന്നു. അവർക്കറിയാവുന്ന വെപ്പാട്ടികളെക്കുറിച്ചാണവർ പറയുന്നത്. "വലിയ ഒരു ഫ്ളാറ്റ്, എയർ കണ്ടീഷണർ, കാർ, ഡ്രൈവർ, രണ്ട് പരിചാരകർ അങ്ങനെ എല്ലാം ലഭിക്കും. ഭാര്യമാർ വെപ്പാട്ടികളെ കണ്ട് അസൂയപ്പെടണം. ഒരു ഭാര്യയ്ക്ക് കൂടിയാൽ എന്ത് ലഭിക്കും?"

"പതിനേഴു വർഷം ഒന്നിച്ച് ജീവിക്കുന്ന ഞാനിനിയും വെപ്പാട്ടിയാണോ? ഞങ്ങളുടെ ബന്ധത്തെ താങ്കൾ എന്ത് പേരിട്ട് വിളിക്കും?"

"അതൊരു തരം സൗഹൃദമാണെന്ന് എനിക്ക് തോന്നുന്നു. പരസ്പരം ചൂഷണം ചെയ്യുന്ന സൗഹൃദം."

വിവാഹിതയാകാതെ ആരുടെയെങ്കിലും ഒപ്പം താങ്കൾക്ക് ജീവിക്കുവാനാകുമോ എന്ന് ഞാൻ അവരോട് ചോദിച്ചു. സമൂഹം അത് സമ്മതിച്ച് കൊടുക്കില്ല എന്നായിരുന്നു മറുപടി. കോളേജ് വിദ്യാർത്ഥി വിദ്യാർത്ഥിനികൾ ഒന്നിച്ചു താമസിക്കുന്നു എന്നത് ഞാൻ ചൂണ്ടിക്കാണിച്ചു. 'അവരെല്ലാം ചെറുപ്പമല്ലേ' എന്ന് കമലയുടെ പ്രതികരണം. സഹജീവനം സാധാരണത്വത്തിൽനിന്നും കവിഞ്ഞ ഒന്നാകുവാനുള്ള ഇച്ഛയൊന്നുമല്ല അവരെ നയിക്കുന്നത്. മറിച്ച് അത് ഉരസലുകൾ ഉണ്ടാകുന്നതുപോലെ സാധാരണമായ ഒന്നാണവർക്ക്.

"പരസ്പരം സന്നിവേശിക്കാൻ കഴിയുന്ന ഒരാത്മഗുണമോ ആത്മഗന്ധമോ ഇല്ലാതെ ഒരുമിച്ചുള്ള ജീവിതത്തിന് എന്തർത്ഥമാണുള്ളത്? വിവാഹം കഴിക്കാതെ ഒന്നിച്ചു കഴിയുവാനുള്ള സ്വാതന്ത്ര്യം മഹത്തരമെന്ന് കരുതും. എന്നാൽ അതിൽ നിന്നെല്ലാം ആനന്ദം എങ്ങനെ ലഭിക്കും? അതൊരുപക്ഷേ വിഷാദത്തിലേക്ക് നയിച്ചേക്കാം. സ്വന്തമെന്ന് പറയുവാൻ ഒന്നുമില്ലാത്ത ഒരവസ്ഥയോട് നമുക്ക് ആഭിമുഖ്യമുണ്ടാകില്ല. അയാളുടെ ഉടുപ്പിന്റെ കുടുക്കുകൾ നിങ്ങളുടേതല്ല, നിങ്ങളുടേതാകുകയുമില്ല. അങ്ങനെ പലതും നിങ്ങളുടേതുകൂടിയാകുകയില്ല, എന്നാൽ അയാളുടേത് മാത്രമാകും."

ഈ സംഭാഷണം പാതിയായപ്പോഴാണ് ആഞ്ചി കയറി വന്നത്. അവളെക്കൂടി സംഭാഷണത്തിൽ ഉൾപ്പെടുത്തേണ്ടതുണ്ട് എന്നത് ഞങ്ങൾക്ക് കൂടുതൽ ബുദ്ധിമുട്ടായി. കമല ഇടയ്ക്കിടെ അവരെ ഒളികണ്ണിട്ട് നോക്കുന്നുണ്ട്, എന്നാൽ എന്നോടുള്ള സംഭാഷണം മുറിക്കുവാൻ അവർക്കാകുന്നില്ല. ആഞ്ചിക്ക് എന്തെങ്കിലും സംസാരിക്കണമെന്ന് ആഗ്രഹമുണ്ട്, എന്നാലും മൗനിയായിരിക്കുന്നു.

"പ്രണയം എന്നത് സ്വന്തമാക്കലല്ല എന്ന് ഇന്നലെ താങ്കൾ പറയുകയുണ്ടായി" ഞാൻ കമലയെ ഓർമ്മിപ്പിച്ചു. "എന്നാലിപ്പോൾ പറയുന്നത് ഒന്നും സ്വന്തമാക്കുവാനായില്ലെങ്കിൽ ആ ബന്ധം കുറച്ചൊന്ന് തരം താണതാണെന്നാണ്."

"താങ്കൾക്ക് സ്വന്തമായി എന്തുണ്ട്? ഒന്നുമില്ല. തീർച്ചയായും ഒന്നുമില്ല. ആരെങ്കിലും ഒരു സർനെയിം എങ്കിലും നമുക്കെതിരെ വലിച്ചെറിഞ്ഞിരുന്നുവെങ്കിൽ അതെങ്കിലും സ്വന്തമാണെന്ന് പറയാമായിരുന്നു. അതല്ലാതെ എന്തുണ്ടാകാൻ. എന്റെ വിവാഹം വഴി എനിക്ക് എന്റെ ഭർത്താവിൽ നിന്നും എന്താണ് ലഭിച്ചത്? അദ്ദേഹം എന്റെ പക്കലുള്ള ആഭരണങ്ങളെല്ലാം വിറ്റു. എന്റെ സ്വന്തമായുണ്ടായിരുന്ന ഫ്ളാറ്റ് വിറ്റു. കടം വാങ്ങി. എന്നാലും എന്റെ പക്കൽ ഒന്നുണ്ടായിരുന്നു, ഞാൻ അദ്ദേഹത്തിന്റെ ഭാര്യയായിരുന്നു."

ഈ പറഞ്ഞതിനെക്കുറിച്ച് മറുപടി പറയുന്നതിനു മുമ്പ് എനിക്കൊന്ന് ആലോചിക്കേണ്ടിയിരിക്കുന്നു. അതിനാൽ ഞാൻ ക്ഷമ ചോദിച്ച് പ്ലേറ്റ് എടുത്ത് ബുഫെ കൗണ്ടറിലേക്ക് ഭക്ഷണം എടുക്കാൻ എഴുന്നേറ്റു. കമലയെ സംബന്ധിച്ചിടത്തോളം വിവാഹം എന്നതിന് ഇത്ര പ്രാധാന്യമുള്ളതെന്തുകൊണ്ടാണെന്ന് എനിക്കറിയില്ല. അല്ലെങ്കിൽ, ഭാര്യ, പ്രണയം, ലൈംഗിക ബന്ധം, ഇണ ചേരൽ എന്നീ വാക്കുകൾ കൊണ്ട് എന്താണവർ ഉദ്ദേശിക്കുന്നത് എന്ന് എനിക്ക് മനസ്സിലാകുന്നില്ല. ഇവയ്ക്കെല്ലാം അവരുടെ മനസ്സിലുള്ള അർത്ഥങ്ങൾക്ക് ആ രൂപം നൽകിയ അനുഭവങ്ങൾ എന്തൊക്കെ എന്നും അറിയില്ല.

ഞാനെന്റെ കഥ ഓർത്തു. എന്റെ മാതാപിതാക്കൾ പരസ്പരം പൂർണ്ണ വിശ്വാസം പുലർത്തി. അത് എന്റെ ചിന്തകൾക്ക് തീർത്തും എതിരായിരുന്നു. പതിനാറു വയസ്സുള്ളപ്പോൾ ഞാൻ ആദ്യമായി ലൈംഗികബന്ധത്തിലേർപ്പെട്ടു. പത്തൊമ്പത് വയസ്സുള്ളപ്പോൾ ഗർഭിണിയായതിനാൽ വിവാഹിതയായി. കോളേജിൽ പഠിക്കുമ്പോൾ ഴാങ്ങ് പോൾ സാർത്രിന്റേയും സിമോൺ ദ ബോവെയുടേയും ബന്ധമായിരുന്നു മാതൃക. ഇരുപത്തിയൊന്ന് വയസ്സുള്ളപ്പോൾ വിവാഹമോചിതയായി. ഇരുപത്തിനാലായപ്പോൾ വീണ്ടും വിവാഹിതയായി. ജെയ്ൻ മാൻസ്ഫീൽഡ് സിനിമകൾ, ട്വിഗ്ഗി മോഡൽ, മാർഗരറ്റ് ആറ്റ്‌വുഡ്, ഡയാന ദ പ്രീമ, ജെർത്രൂഡ് സ്റ്റീൻ, സിൽവിയ പ്ലാത്ത് എന്നിവരോട് ആരാധന, ഭർത്താവില്ലാതെ കുട്ടികളെ വളർത്തൽ, സ്ത്രീ സുഹൃത്തുക്കൾ, എല്ലാം കഴിഞ്ഞ് ഇതാ ഇപ്പോൾ രണ്ട് ദശാബ്ദമായി പേരറിയാത്ത എന്നാൽ വളർന്നുകൊണ്ടേയിരിക്കുന്ന ഒരു ബന്ധവും.

"എനിക്കെന്തുണ്ട് എന്ന് മനസ്സിലാക്കുവാൻ എനിക്ക് പതിനേഴ് വർഷമെടുത്തു." ഞാൻ കമലയോട് പറഞ്ഞു. "എനിക്ക് ആർണി എത്ര പ്രാധാന്യമുള്ളതാണോ അത്ര തന്നെ ആർണിക്ക് ഞാനും പ്രാധാന്യമുള്ളതാണെന്ന് തോന്നുന്നു. അതിനർത്ഥം ആർണിക്ക് എന്നെ ഇഷ്ടമാണെന്നാണ്. നിയമപരമായി അനുവാദമില്ലാതെ തന്നെ ആർണി എന്നോട് പ്രതിജ്ഞാബദ്ധനാണ്. എന്നാൽ താങ്കളെ സംബന്ധിച്ചിടത്തോളം മറ്റാരോടെങ്കിലുമൊപ്പം ജീവിക്കുക എന്ന ഒരു സാധ്യത പോലുമില്ല."

"താങ്കളേക്കാൾ പത്ത് വയസ്സ് കൂടുതലുണ്ടെനിക്ക്. അതിനാൽ ഞാൻ മറ്റൊരു വിധത്തിലാണിതിനെ മനസ്സിലാക്കുന്നത്. ഞാൻ എന്റെ കാര്യങ്ങൾ സ്വയം ചെയ്യുന്നു. എന്റെ മുറിയിലെ ലൈറ്റ് ഓൺ ചെയ്യുന്നു,

ബാത്ത് റൂമിൽ പോകുന്നു, തോന്നുന്നുവെങ്കിൽ എന്തെങ്കിലും കുത്തിക്കുറിക്കുകയും ചെയ്യുന്നു. അതിനാൽ ആ സമയത്തൊക്കെ, അതായത്, ഇരുട്ടിത്തുടങ്ങി പുലരും വരെ, എന്റെ മുറിയിൽ മറ്റൊരു ജീവി ഉണ്ടാകുന്നത് എനിക്കിഷ്ടമല്ല."

"സ്നേഹമുള്ള ഒരു പുരുഷസാമീപ്യം?"

"പ്രായമാകുന്ന അവസ്ഥയിൽ ഒരാൾക്ക് ഇങ്ങനെയുള്ള ദാഹങ്ങളെല്ലാമുണ്ടാകും. നമ്മെ എന്തൊക്കെയോ ഓർമ്മപ്പെടുത്തിക്കൊണ്ടിരിക്കുകയാണ്. ആരും, ഒന്നും, ഓർമ്മപ്പെടുത്തുന്നില്ലെങ്കിൽ അത് നഷ്ടപ്പെടുന്നു എന്ന ചിന്തയുണ്ടാകില്ല."

"ഓർമ്മപ്പെടുത്തിയാലോ?"

"ആര് ഓർമ്മപ്പെടുത്താൻ?"

അതേ സമയം മേശയുടെ എതിർഭാഗത്ത് അക്ഷമയായി ഇരിക്കുന്ന ആഞ്ചിയെക്കുറിച്ച് ഞാൻ ബോധവതിയാകുന്നു. അതിനെക്കുറിച്ച് അവൾ പിന്നീടൊരിക്കൽ പറയുകയുണ്ടായി. ഭർത്താവ് സ്വന്തമാണോ എന്നൊക്കെയുള്ള ചോദ്യങ്ങളിൽ മുങ്ങി വല്ലാത്തൊരു ആശയക്കുഴപ്പത്തിലായിരുന്നു അവൾ എന്നാണതിനെക്കുറിച്ച് എന്നോട് പറഞ്ഞത്. അപ്പോഴൊക്കെ എന്തെങ്കിലും സംസാരിക്കണം എന്നൊരു ആഗ്രഹം അവളുടെ മനസ്സിൽ നിറഞ്ഞുനിന്നിരുന്നു. കമലയാകട്ടെ തന്റെ കറുത്ത കണ്ണടയ്ക്കു പിറകിൽ ഒളിഞ്ഞിരിക്കുകയായിരുന്നു. അതിലൂടെ അവർ ആഞ്ചിയെ ഒളികണ്ണിട്ട് നോക്കുന്നുണ്ടെങ്കിലും സംസാരം എന്നോട് മാത്രമായിരുന്നു. ഒരിക്കൽകൂടി യാത്രയിലെ എന്റെ കൂട്ടുകാരിയോടും പ്രിയപ്പെട്ട കമലയോടും ഒരുപോലെ നീതി ചെയ്യുവാനാകാതെ ഞാൻ കുഴയുകയായിരുന്നു. അതുമൂലം എന്റെ മുഖത്ത് നിഴലിച്ച ചുളിവുകൾ കമലയുടെ കറുത്ത കണ്ണടയിൽ പ്രതിഫലിക്കുന്നത് എനിക്ക് കാണാമായിരുന്നു. ഞാൻ പുഞ്ചിരിക്കുവാൻ ഒരു ശ്രമം നടത്തി.

"സഹിക്കവയ്യാത്ത ചൂട്, ഒരു സോണയിൽ ഇരിക്കുന്നതുപോലെ" എലിവേറ്ററിലേക്ക് നടക്കുമ്പോൾ ഞാൻ പറഞ്ഞു.

"ചൂടിന് മാത്രം പറ്റുന്ന ഒരു തരം വൃത്തിയാക്കലുണ്ട്. അശുദ്ധമായതിനെയെല്ലാം ചൂടുവെള്ളംകൊണ്ട് കഴുകി ശുദ്ധമാക്കാറില്ലേ. അതുപോലെ നമ്മെയൊക്കെ കഴുകി വൃത്തിയാക്കുന്ന ഈ ചൂടിൽ നമ്മൾ വിശുദ്ധി നേടുകയാണ്." ഇത്രയും പറഞ്ഞ് കമല നിറുത്തി. നേരെ എന്റെ മുഖത്തേക്ക് നോക്കി. "മെറിലി താങ്കൾക്ക് എന്തായാലും ഇന്ത്യ ഇഷ്ടപ്പെടുമെന്ന് എനിക്ക് തോന്നുന്നു. വല്ലാതെ വലിയ പദ്ധതികൾ ഒന്നുമിടാതിരുന്നാൽ മാത്രം മതി."

തെരുവിൽ നിന്നും കമലയുമായി കുറച്ച് പൂക്കൾ വാങ്ങി ആ പൂക്കളോടൊപ്പം ഒരു കടലാസിൽ അടുത്ത തവണ ഒറ്റയ്ക്കു കാണാം എന്ന വാഗ്ദാനം കുറിച്ചാണ് പിരിഞ്ഞത്. അവരുടെ മെത്തയിൽ കിടന്ന് അവർ ഈ കുറിപ്പ് വായിക്കുന്നത് ഞാൻ മനസ്സിൽ കണ്ടു. ഇത് കൂടുതൽ

ആശയക്കുഴപ്പമുണ്ടാക്കുമോ എന്നൊരു ഭയവും അപ്പോൾ എന്റെ മനസ്സിലുണ്ടായി. ഫലഭൂയിഷ്ഠമായ സൗഹൃദങ്ങളും അനുഭവവും ജ്ഞാനവുമുള്ള, തമാശകൾ പറയുന്ന, സാമാന്യം തുറന്ന പ്രകൃതമുള്ള എന്നാൽ പെട്ടെന്ന് വായിച്ചെടുക്കാൻ പറ്റാത്ത ഒരു വ്യക്തിയാണ് കമല. അവരെ അടുത്തറിയാനാകാത്തതിന്റെ ഒരു നിരാശ എന്നിലുണ്ട്. എന്നാലും അവരുമായുള്ള സൗഹൃദത്തിന്റെ അടിമയായിരിക്കുന്നു ഞാനിപ്പോൾ. ഞാനിതാ ഇപ്പോൾ അവരുടെ ഒരു മലയാളം കഥയുടെ ഇംഗ്ലീഷ് വിവർത്തനം വായിച്ചതേയുള്ളു. "The sign of the Lion" അതുവായിച്ചപ്പോൾ ആരെങ്കിലും ആക്രമിക്കുവാനെത്തുമ്പോൾ എത്രകണ്ട് ചെറുത്തു നിൽക്കുവാനും അതുപോലെ ക്രൂരയാകുവാനും അവർക്കാകുമെന്ന് എനിക്ക് മനസ്സിലാകുന്നു. എന്നെക്കുറിച്ച് അവർ എന്തെഴുതും എന്ന് ഞാൻ ആശങ്കപ്പെടേണ്ടിയിരിക്കുന്നു. ഒരുപക്ഷേ അവർ എഴുതി തുടങ്ങിയിട്ടുണ്ടാകും. അവരെക്കുറിച്ച് ജനം എന്ത് കരുതുന്നു എന്നതിൽ അവർക്ക് യാതൊരു താത്പര്യവുമില്ലെന്നാണ് പറഞ്ഞത്. സ്വയം പെരുമാറാനറിയാമെങ്കിൽ പിന്നെ അത്തരം ചിന്തകൾക്ക് സാംഗത്യമില്ല എന്നായിരുന്നു എന്റെ മറുപടി.

"അതെ" അവർ പറഞ്ഞു "നമ്മൾ എന്തിനെയാണ് പരിഗണിക്കുന്നത് എന്നതിനെ ആശ്രയിച്ചിരിക്കും."

കമലയുടെ ചിന്തയെ ഞാൻ പരിഗണിക്കുന്നുവെങ്കിലും എനിക്ക് അത്രത്തോളം ഭ്രാന്തൊന്നുമില്ല. എന്നാൽ ഒരു ഗൂഢമായ ആത്മബോധം എന്നെയും വശീകരിക്കുന്നുണ്ട്.

പിറ്റേന്ന് ഒരു വിറയലോടെയാണ് ഞാൻ കമലയുടെ അപ്പാർട്മെന്റിൽ എത്തിയത്. എന്നാൽ അവിടെയെത്തിയപ്പോൾ ലഭിച്ച സ്വീകരണം എനിക്ക് വലിയ സന്തോഷം നൽകി. എറണാകുളത്തിനടുത്തുള്ള കലൂരിൽ താമസിക്കുന്ന അവരുടെ സഹോദരിയുടെ വീട്ടിലേക്കുള്ള യാത്രാമദ്ധ്യേ, സൗഹൃദത്തിന്റെ കണ്ണികൾ ഞങ്ങൾ വീണ്ടും വിളക്കിച്ചേർത്തു. വഴിയിൽ നല്ല തിരക്കുണ്ടായിരുന്നു. നഗരത്തിന്റെ ഒരു പ്രാന്തപ്രദേശമാണ് കലൂർ. ഇങ്ങനെയുള്ള അവസരങ്ങളിൽ ഉപയോഗിക്കുന്ന ഒരു സാരിയാണ് കമല ഉടുത്തിരിക്കുന്നത്. വീട്ടിൽ ഇങ്ങനെയുള്ള അവസരങ്ങളിൽ പങ്കെടുക്കുമ്പോൾ ഇതുപോലുള്ള സാരിയാണുടുക്കാറുള്ളതെന്നും അതിന്റെ നിറം ഒരുതരം സംരക്ഷണം നൽകുന്നതുപോലെ തോന്നുന്നുവെന്നും അവർ പറഞ്ഞു. വീടിന്റെ പടി കടന്ന് അകത്ത് ചെല്ലും മുമ്പേ അവരുടെ സഹോദരി സുലുവും ഭർത്താവ് ഉണ്ണിയും ഞങ്ങളെ സ്വീകരിക്കുവാൻ പുറത്തേക്കു വന്നു. ഉണ്ണി ടാറ്റ ടീ കമ്പനിയിൽ മാനേജരായിരുന്നു. ഇപ്പോൾ ഒരു റബ്ബർ ഫാക്ടറി നടത്തുന്നു അതിൽ നിന്നെല്ലാം ഉണ്ടാക്കിയ പണമാണ് ഇന്ന് ഈ ബംഗ്ലാവായി നിൽക്കുന്നത്. രണ്ടു നിലയുള്ള ഒരു ബംഗ്ലാവ്.

അകത്ത് നല്ല സുഖമുള്ള തണുപ്പുണ്ടായിരുന്നു. കമലയും അതുപോലെ സുഖകരമായി തണുത്തിരിക്കുന്നു. അവർ വളരെ ഭവ്യയായിരിക്കുന്നതും

സ്വയം നിയന്ത്രിക്കുന്നതും ഞാൻ കണ്ടു. അവർ ഒന്നുകൂടി പിരിമുറുക്കമില്ലാതെ ഇരുന്നിരുന്നുവെങ്കിൽ എന്ന് ഞാനപ്പോൾ ആഗ്രഹിച്ചുപോയി. അപ്പോൾ എനിക്ക് എന്റെ രണ്ടാം വിവാഹം ഓർമ്മവന്നു. രണ്ടാം വിവാഹത്തിനുശേഷം എന്റെ ഭർത്താവിന് അവരുടെ വീട്ടുകാരുമായുള്ള ബന്ധങ്ങളിൽ മാറ്റം വരുത്തുവാൻ ഞാൻ ശ്രമിക്കുന്നതിൽ യാതൊരു അർത്ഥവുമില്ലെന്ന് എനിക്കു തോന്നി. എല്ലാ ഭർത്താക്കന്മാർക്കും അവരുടെ അമ്മമാരുമായി ഒരു ബന്ധമുണ്ടാകും. ഇത് കുടുംബബന്ധങ്ങളിൽ മൂല്യം കല്പിക്കുന്നിടത്തെല്ലാമുണ്ടാകും. ഏകാധിപതിയായ അച്ഛനെ തനിക്ക് ഭയമായിരുന്നു എന്ന് കമല പറഞ്ഞിട്ടുണ്ട്. അതുപോലെ സഹോദരിയെക്കുറിച്ച് എപ്പോഴും ഒരു മുൻകരുതലുണ്ടായിരുന്നു. 1984ലെ തിരഞ്ഞെടുപ്പിൽ മത്സരിച്ച ശേഷം തന്റെ പക്കലുള്ളതെല്ലാം, (അതിൽ പണം, സ്വരം, വീര്യം എല്ലാം ഉൾപ്പെടുന്നു) നഷ്ടപ്പെട്ടപ്പോൾ തന്നെ കൈപിടിച്ചു കയറ്റിയത് സുലുവാണെന്നും കമല പറഞ്ഞിട്ടുണ്ട്. സുലു അന്ന് കമലയെ ആനമല പർവ്വതനിരകളിലേക്ക് കൊണ്ടുപോയി. അവരെ ശുശ്രൂഷിച്ചു. തന്റെ നിരാശകളെക്കുറിച്ച് സംസാരിക്കുവാനായി ഒരു ടേപ്പ് റെക്കോർഡർ കൊടുത്തു. അവർക്ക് സ്വയം എഴുതുവാൻ വയ്യായിരുന്നു. എന്നും കാലത്ത് കമല പറഞ്ഞുകൊടുത്ത, അല്ലെങ്കിൽ ടേപ്പ് ചെയ്ത് വച്ച കവിതകൾ പകർത്തിയെഴുതുന്നതിനായി സുലു ഒരാളെ അവിടേക്കയച്ചു.

> ശൈത്യത്തിന്റെ മഞ്ഞിലേക്ക്
> മറയുന്ന പർവ്വതങ്ങൾ പോലെ
> ഞാനെന്റെ സ്വപ്നങ്ങളത്രയും മറച്ചുവെച്ചു

എന്നിങ്ങനെ അവർ എഴുതാൻ വെമ്പൽ കൊണ്ട കവിതകൾ...

ഞങ്ങൾ വീടിന്റെ മുകൾനിലയിലേക്കു കയറി. അവിടെ പന്ത്രണ്ട് അതിഥികളുണ്ടായിരുന്നു. എല്ലാവരും ബന്ധുക്കളായിരുന്നു. കൊത്തുപണികൾ ചെയ്ത ഒരു മലബാറി ആട്ടുകട്ടിലിൽ കമലയിരുന്നു. അവരുടെ സഹോദരനും സഹോദരഭാര്യയും ഇരുന്നിരുന്ന ഒരു സോഫയിൽ എന്നെയിരുത്തി. താഴെ മാർബിൾ വിരിച്ച തറയിൽ സുലുവിന്റെ മകൻ അരുൺ ചമ്രം പടിഞ്ഞിരുന്നു. അയാൾ ഈയിടെയാണ് അമേരിക്കയിലെ ഒരു സർവകലാശാലയിൽനിന്നും ബിരുദമെടുത്തത്. മരുമക്കത്തായ സമ്പ്രദായമനുസരിച്ച് വീട്ടിലെ ഏറ്റവും പ്രായമുള്ള പുരുഷനാണയാൾ. അതിനാൽ തന്നെ തന്റെ സഹോദരിയുടേയും അവരുടെ ഭർത്താവിന്റേയും മദ്ധ്യത്തിലിരുന്ന് കുഞ്ഞിന് നാമകരണം ചെയ്യുവാനുള്ള ബഹുമതിക്ക് അയാളാണ് അർഹൻ. അരുൺ ഇരുകൈകളും നീട്ടി ഇരുപത്തിയെട്ട് ദിവസം പ്രായമുള്ള സഹോദരീ പുത്രനെ സീകരിച്ചു. കുഞ്ഞിന്റെ അരയിൽ ഒരു ചരട് കെട്ടി. പിന്നെ മൂന്ന് തവണ കുഞ്ഞിന്റെ ചെവിയിൽ പേരു ചൊല്ലി, ആദ്യം വലത്തേ ചെവിയിൽ, പിന്നെ ഇടത്തേ ചെവിയിൽ. അതിനു ശേഷം കുഞ്ഞിനെ അതിന്റെ അച്ഛനുമമ്മയ്ക്കും അനുഗ്രഹം ചൊരിയുന്നതിനായി കൈമാറി. വലിയ ഇരുണ്ട കണ്ണുകളുണ്ടായിരുന്നു ആ കുഞ്ഞിന്. അന്ന് എല്ലാവരുടേയും കണ്ണിലുണ്ണി ആ കുഞ്ഞായിരുന്നു. അവനിതാ ഇന്നു മുതൽ ഒരു പേരുണ്ട്.

സുലു ഒരു പഴയ ഫാമിലി ഫോട്ടോ ആൽബം കൊണ്ടുവന്നു. "അമ്മ ഒരു കവയിത്രിയാണ്. അച്ഛൻ ഒരു വടവൃക്ഷം പോലെ കരുത്തുള്ളയാളായിരുന്നു."

ആൽബത്തിൽ തൊട്ടുകൊണ്ട് സുലു പറഞ്ഞു.

അച്ഛൻ ഒരു ബ്രിട്ടീഷ് കാർ കമ്പനിയുടെ ഇന്ത്യക്കാരനായ ആദ്യ മാനേജിങ് ഡയറക്റ്ററായിരുന്നു. എന്നാൽ വിദേശിയായ തന്റെ പൂർവ്വികനാൽ ഇകഴ്ത്തപ്പെട്ടിരുന്നു. മെലിഞ്ഞ് നീണ്ട രൂപമായിരുന്നു. തവിട്ട് നിറമായിരുന്നു.

അമ്മ ഖാദി വസ്ത്രങ്ങളാണണിഞ്ഞിരുന്നത്. ഒന്നിലും ശ്രദ്ധയില്ലാത്തതുപോലൊരു മുഖഭാവം, തീരെ മെലിഞ്ഞ ശരീരം. വട്ടമുഖമുള്ള കമല എന്ന കുഞ്ഞ് അടുത്ത്.

ഏതാനും ചിത്രങ്ങൾ മറിച്ചപ്പോൾ തലയിൽ നര കയറിയ അച്ഛന്റെ ചിത്രം കണ്ടു. അന്ന് അദ്ദേഹം കേരളത്തിൽ ഏറ്റവും കൂടുതൽ പേർ വായിച്ചിരുന്ന മലയാളം ദിനപത്രമായ മാതൃഭൂമിയുടെ മാനേജിങ് എഡിറ്ററായിരുന്നു. സ്വാതന്ത്ര്യത്തിനു ശേഷമുള്ള ഒരു ലണ്ടൻ സന്ദർശനത്തിന്റെ ചിത്രമായിരുന്നു അത്. ചിത്രത്തിൽ നടി കമലാകുമാരിയോട് എന്തോ പറഞ്ഞ് ചിരിക്കുകയാണദ്ദേഹം. ആ ചിത്രത്തിൽ അദ്ദേഹത്തിന് കൂടുതൽ ഉയരവും കരുത്തും തന്റെ രൂപത്തിൽ ആത്മവിശ്വാസവുമുള്ളതുപോലെയും തോന്നിച്ചു.

ലവലേശം ഭയമില്ലാതെ
അച്ഛാ, ഞാനിപ്പോൾ ചോദിക്കട്ടെ,
അങ്ങയെപ്പോലെ
ഇരുണ്ട മേനിയുള്ള എന്റെ ചർമ്മം
താങ്കളെ നിരാശപ്പെടുത്തിയോ?

"എല്ലാറ്റിനും ഞാൻ അദ്ദേഹത്തെ ആശ്രയിച്ചു." കുറച്ചുകൂടി ചർമ്മകാന്തിയുള്ള ഇളയ സഹോദരി പറഞ്ഞു. "ഒരു ട്രെയിൻ ടിക്കറ്റ് വാങ്ങുവാൻ പോലും എനിക്കറിയില്ലായിരുന്നു."

സുലു വിരുന്നിന് മേൽനോട്ടം വഹിക്കുവാൻ താഴേക്കു പോയി. കമല എന്നെയും കൊണ്ട് അമ്മയുടെ സമീപത്തേക്ക് നീങ്ങി. കേരളത്തിൽ ഏറ്റവും കൂടുതൽ ബഹുമാനിക്കപ്പെടുന്ന കവയിത്രിയാണവർ. ഒരു വലിയ മുറിയുടെ വാതിൽക്കലെത്തിയപ്പോൾ, കട്ടിലിന്റെ അരികിലിരിക്കുന്ന എൺപത്തിയഞ്ചുകാരിയായ ബാലാമണിഅമ്മയെ ഞാൻ കണ്ടു. താടിയെല്ലുകളുന്തിയിരിക്കുന്നു. വെള്ള ഖദർ വസ്ത്രമാണ് വേഷം. അതവരുടെ ശരീരത്തിന്റെ അഴക് വർദ്ധിപ്പിക്കുന്നു. അവരുടെ പരിചാരികയെ പറഞ്ഞുവിട്ട് കമല അമ്മയുടെ അരികിലിരുന്നു. കമല അമ്മയുടെ കൈകളിൽ തടവുന്നുണ്ടായിരുന്നു. ഞാൻ പൂർണ്ണ ബഹുമാനത്തോടെ കവയിത്രിയെ അഭിവാദ്യം ചെയ്തു. അവർ വളരെയധികം മെലിഞ്ഞിരിക്കുന്നു. അവർ എന്നെ നോക്കി തലയാട്ടി. പുഞ്ചിരിച്ചു. ആ പുഞ്ചിരി അപരിചിതമായ ഒരു സൗഖ്യം എന്നിലെത്തിച്ചു.

“എന്റെ അമ്മ എന്നും ബഹുമാനിക്കപ്പെട്ട ഒരു കവയിത്രിയായിരുന്നു” കമല പറഞ്ഞു തുടങ്ങി. പൗരാണിക ശാസ്ത്രങ്ങളെക്കുറിച്ചും പുരാണത്തെക്കുറിച്ചും വളരെ അറിവുള്ള ഒരു പണ്ഡിതയാണിവർ. വേദങ്ങളും ഉപനിഷത്തുകളുമായിരുന്നു ഭക്ഷണം. പഴയ ഗ്രന്ഥങ്ങളെല്ലാം വായിച്ചിട്ടുണ്ട്. അവയിൽ നിന്നുള്ള സന്ദേശങ്ങൾ തന്റെ കവിതയിൽ ഉൾപ്പെടുത്തുന്നു. എന്നാൽ എന്റെ കവിതകൾ അങ്ങനെയായിരുന്നില്ല, എന്തൊക്കെയോ കൂടിക്കുഴഞ്ഞ് കിടക്കുന്നവയാണവ. ആത്മീയസന്ദേശങ്ങൾ ഒന്നും എനിക്ക് എന്റെ വായനക്കാർക്കായി നൽകുവാനില്ലായിരുന്നു.”

കമല അമ്മയോട് എന്തോ മന്ത്രിച്ചു. അമ്മ ഒരു പെൺകുട്ടിയായിരുന്ന കാലത്ത് അമ്മയ്ക്കു ലഭിച്ച പരിശീലനം ശാന്തമായി സംസാരിക്കുവാനായിരുന്നു. ആണുങ്ങൾ താമസിക്കുന്നിടത്ത് കേൾക്കാത്തവണ്ണം പതുക്കെ സംസാരിക്കണം. അതുപോലെ ഒരു സ്ത്രീയെന്ന നിലയിൽ പതിവ്രതയാകുവാനും, വിശ്വസ്തയാകുവാനും, ലൈംഗികേച്ഛകളുടെ യാതൊരു സൂചനകളും ഒരിക്കലും പ്രകടിപ്പിക്കാതിരിക്കുവാനും പഠിപ്പിച്ചു. ലൈംഗികേച്ഛകൾ പ്രകടിപ്പിക്കുക എന്നത് വലിയ അച്ചടക്കലംഘനമായി കണക്കാക്കുമായിരുന്നു. എഴുതുവാൻ തുടങ്ങിയപ്പോൾ അവർ പഠിച്ച പുരാണേതിഹാസങ്ങളെ അനുകരിച്ചു. സ്ത്രീകൾക്ക് അനുവദിച്ചിട്ടുള്ള സ്വാതന്ത്ര്യത്തിനുള്ളിൽ നിന്നെഴുതി. എന്നുവച്ചാൽ “ഭക്തി, സ്നേഹം, വിഭൂതി, കുടുംബം എന്ന അനുഗ്രഹം, ഇത്രമാത്രം. അല്ലാതെ ഒന്നുമില്ല.” കമല പറഞ്ഞു.

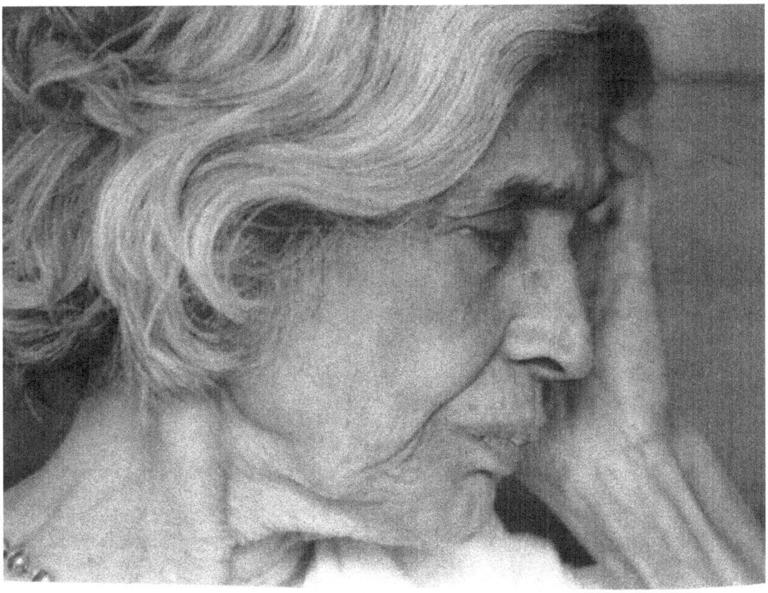

“അത്രയും കാര്യങ്ങളെക്കുറിച്ച് മാത്രമേ അവർ ചിന്തിച്ചിരുന്നുള്ളു എന്നാണോ?” ഞാൻ ബാലാമണി അമ്മയെ നോക്കി ചോദിച്ചു. അവരപ്പോൾ എന്റെ മേൽ ചാരിയിരിക്കുകയായിരുന്നു. അവരുടെ മുഖത്ത് അപ്പോഴും അനുകമ്പയോടെയുള്ള ആ മന്ദഹാസമുണ്ടായിരുന്നു.

“അങ്ങനെയൊരു പാരമ്പര്യം മാത്രമേ ഞാൻ കണ്ടിട്ടുള്ളു. ഇന്ത്യയിൽ സ്ത്രീ എഴുത്തുകാർക്ക് സാഹിത്യ പാരമ്പര്യം വളരെ കുറവാണ്. വാങ്മൊഴി എന്നതുണ്ട് എന്നത് സത്യം. പിന്നെ ജനഭായി, മഹാദേവി അക്ക, മീരാഭായി എന്നിവരെല്ലാം അപവാദങ്ങളില്ലാതെ ദൈവസ്തുതികൾ മാത്രം ചൊല്ലുന്നവരായിരുന്നു.” ‘അപവാദങ്ങളില്ലാതെ’ എന്ന വാക്ക് കമല പ്രത്യേകം ഊന്നിപ്പറഞ്ഞു.

ഭാരതത്തിലെ സന്ന്യാസിനികളെപ്പോലെയുള്ള സ്ത്രീ എഴുത്തുകാരെ കുറിച്ച് കമല പറഞ്ഞത് കമല അനുഭവിച്ചിട്ടുള്ള അപവാദങ്ങളെ കുറിച്ച് എന്നെ ഓർമ്മിപ്പിച്ചു. അവർ സമൂഹത്തിന്റെ നിയമപുസ്തകങ്ങൾ അനുസരിക്കുവാൻ കൂട്ടാക്കിയില്ല. അവർ പുരുഷന്മാരെ ദൈവങ്ങളാക്കി. പ്രണയമെന്തെന്ന് ആദ്യം കണ്ടെത്തിയപ്പോൾ പ്രണയത്തിന് കൃഷ്ണൻ എന്ന് പേരു നൽകണമെന്ന് ഒരു സുഹൃത്താണവരോട് പറഞ്ഞത്. അങ്ങനെ അന്നുമുതൽ കൃഷ്ണനായി അവരുടെ പ്രണയകവിതയിലെല്ലാം. അതിനാൽ ആരും അവരെ അതിരൂക്ഷമായി വിമർശിച്ചില്ല.

“അമ്മ എഴുതുകയല്ലാതെ മറ്റൊന്നും ചെയ്തില്ല എന്നതിനാൽ ഞാനും അതനുകരിച്ചു.” കമല തുടർന്നു. “എന്നാൽ എന്റെ അമ്മ, അമ്മൂമ്മ, മുത്തശ്ശി, മുത്തശ്ശിയുടെ സഹോദരി എന്നിവരെല്ലാം മൗനം ഭജിച്ച് സഹിക്കുകയായിരുന്നു. അത് അവർക്ക് യാതൊരു ഗുണവും ചെയ്തിട്ടില്ല ഞാൻ സത്യസന്ധമായി എഴുതുവാൻ തീരുമാനിച്ചു. പ്രകടിപ്പിക്കപ്പെടാത്ത വേദനകളും പറയപ്പെടാത്ത ദുഃഖങ്ങളും എന്നെക്കൊണ്ട് പ്രതിഷേധപൂർവ്വം എഴുതിച്ചു.”

അവരപ്പോഴും അമ്മയെ തഴുകിക്കൊണ്ടിരിക്കുകയായിരുന്നു. അമ്മയുടെ കൈകളിൽ തലോടിക്കൊണ്ടിരിക്കുകയായിരുന്നു. വിദേശിയായ ഒരു അതിഥി തന്റെ മുന്നിൽ വന്നിരിക്കുന്നതിന്റെ ബുദ്ധിമുട്ടുകൾ അമ്മയിൽ നിന്നൊഴിവാക്കുക എന്നതായിരുന്നു ഈ തഴുകലിന്റേയും തലോടലിന്റേയും ലക്ഷ്യം. കമലയുടെ അച്ഛന്റെ മരണശേഷം പതിന്നാല് വർഷം അമ്മ കമലയുടെ കൂടെയായിരുന്നു. പിന്നെ കമലയുടെ ഭർത്താവ് മരിച്ചപ്പോൾ അമ്മയുടെ സംരക്ഷണം സുലു ഏറ്റെടുക്കുകയായിരുന്നു.

“അമ്മയും മൗനിയായിരുന്നു. അവർ ഒരിക്കലും സ്വാതന്ത്ര്യത്തോടേ തുറന്നെഴുതിയില്ല.” കമല തന്റെ വിരലുകൾ അമ്മയുടെ ചുണ്ടിലടുപ്പിച്ച് “ശബ്ദിക്കരുത്” എന്ന ആംഗ്യം കാണിച്ച് പറഞ്ഞു. “എന്നാൽ നമ്മൾ സംസാരിച്ചേ പറ്റൂ.”

അതിനുശേഷം സദ്യ വിളമ്പി. ചോറ്, തേങ്ങയരച്ച് അനേകം സുഗന്ധവ്യഞ്ജനങ്ങൾ ചേർത്ത മാങ്ങക്കറി. ഈ കറി പരിചയമില്ലാത്ത എന്റെ വിരലുകളിൽ നിന്നും ഇറ്റുവീണു. ഞങ്ങൾ ആദ്യം കണ്ട ദിവസം കമല

എഴുതിയ കോളത്തിൽ എന്നെ ഒരു സ്ത്രീസ്വാതന്ത്ര്യചിന്തക എന്നാണ് വിശേഷിപ്പിച്ചിരുന്നത്. "മണിക്കൂറുകളോളം തന്റെ ടേപ്പ് റെക്കോർഡറുമായി എന്റെ വീട്ടിൽ ചെലവഴിച്ച മെറിലി ചോറുണ്ണുവാൻ പഠിച്ചിരിക്കുന്നു. എരിശ്ശേരി, തോരൻ, തൈര്, അച്ചാർ, ദോശ, ചട്ണി എല്ലാം അവർ ഇന്ന് വിരലുകൾകൊണ്ട് കഴിക്കുന്നു. അവർ ഇഡ്ഡലി കഴിക്കാറില്ല. അവർക്ക് ഭക്ഷണം നൽകുമ്പോൾ അവരുടെ മേശമേൽ ഞാൻ ചുവന്ന പിടിയുള്ള ഒരു ഫോർക്ക് വയ്ക്കും. എന്നാൽ അവരിപ്പോൾ അത് ഉപയോഗിക്കാറില്ല. വിദേശത്ത് പോയപ്പോൾ ഞാൻ ഫോർക്കും സ്പൂണും ഉപയോഗിച്ചതുപോലെ കാനഡയിൽനിന്നുമുള്ള ഈ സ്ത്രീ ഇപ്പോൾ ഇന്ത്യയിൽ വന്നപ്പോൾ ഭക്ഷണം കഴിക്കുവാൻ കൈവിരലുകളുപയോഗിക്കുന്നു."

ഇന്ന് ഈ പേരിടൽ ചടങ്ങ് നടക്കുമ്പോൾ ഞാൻ ഒരു സ്ത്രീസ്വാതന്ത്ര്യചിന്തകയല്ല. "മെറിലി ഒരു സാമൂഹ്യ ശാസ്ത്രജ്ഞയാകുന്നു" അവർ തന്റെ ബന്ധുക്കളോട് അങ്ങനെയാണ് പറഞ്ഞത്.

നാല്

ഗൂഢ വൈദേശികത്വം

ചൂടിൽ നിന്ന് രക്ഷപ്പെടുവാൻ ഞാനും ആഞ്ചിയും ഒരു കാർ വാടകക്കെടുത്ത് മൂന്നാറിലേക്കു പോകുവാൻ തീരുമാനിച്ചു. പഴയ രാജഭരണകാലത്തെ ഒരു സുഖവാസകേന്ദ്രമാണ് മൂന്നാർ. മരങ്ങളുടെ നീലച്ഛായ പുതച്ച കടുംപച്ച തേയില ത്തോട്ടങ്ങൾ അരികിട്ട മലമ്പാതയിലൂടെ ഞങ്ങളുടെ വണ്ടി വളഞ്ഞുപുളഞ്ഞ് നീങ്ങി. ടാറ്റ ടീ കമ്പനിയുടെ തൊണ്ണൂറ് വർഷം പഴക്കമുള്ള ഹൈറേഞ്ച് ക്ലബ്ബ് ആയിരുന്നു ലക്ഷ്യം. ക്ലബ്ബിനു തൊട്ടുള്ള ഞങ്ങളുടെ കോട്ടേജിൽ തലപ്പാവ് ധരിച്ച ഒരു വെയ്റ്റർ ചായ കൊണ്ടുതന്നു. മഴ അന്തരീക്ഷത്തെ തണുപ്പിച്ചിരിക്കുന്നു. മേൽക്കൂരയുടെ അരികുകളിൽ നിന്നും വെള്ളം ഇറ്റുവീഴുന്നുണ്ട്. ബോഗൻ വില്ല ചെടികൾക്കരികിൽ ചെന്ന് ഞാൻ കൈകൾ നിവർത്തി, മുഖമുയർത്തി മഴ ആസ്വദിച്ചു. ഇത് എനിക്ക് പരിചയമുള്ള ഒരു കാലാവസ്ഥയാകുന്നു. കുളി കഴിഞ്ഞ് പുറത്തു വന്നപ്പോൾ ചിന്ത വീണ്ടും കമലയെ കുറിച്ചായി. ഉത്തരം കിട്ടാത്ത ചോദ്യങ്ങൾ അനവധിയുണ്ട്. എനിക്കു പരിചയമില്ലാത്ത സംസ്കാരവുമാണ്.

ഞാൻ കുറിച്ചെടുത്ത നോട്ടുകളും എന്റെ ടേപ്പുകളും, കമലയെ കുറിച്ച് മോൺട്രിയലിൽ ലഭ്യമല്ലാത്തതും എനിക്കു കൊച്ചിയിൽനിന്നും ലഭിച്ചതുമായ ലേഖനങ്ങളും പുസ്തകങ്ങളും അടുക്കി വച്ചു. ഞാൻ ഒരു നോവലെഴുത്തുകാരിയല്ല. അതിനാൽ എനിക്കാവശ്യമുള്ള അസംസ്കൃത

വസ്തുക്കളെല്ലാം ഞാൻ സംഘടിപ്പിക്കുന്നത് കമലയിൽനിന്നോ, അവരുമായി ബന്ധപ്പെട്ടവരിൽനിന്നോ ആയിരുന്നു. ഒരു കവയിത്രി എന്ന നിലയിൽ കമലയുടെ അസംസ്കൃതവസ്തു കമല തന്നെയാകുന്നു. ഞങ്ങളെ പരസ്പരം മാറ്റിവയ്ക്കുക എന്നത് അസാധ്യമാകും. എന്നെ സംബന്ധിച്ചിടത്തോളം മറ്റുള്ളവരെ കണ്ടെത്തുക എന്നത് എന്റെ ഒരു സ്വഭാവരൂപമാണ്. ഞാനതിനായി ഒരു പട്ടി മണം പിടിച്ച് പിന്തുടരുന്നതുപോലെ അല്ലെങ്കിൽ കളഞ്ഞുപോയ ഒന്നിനെ അന്വേഷിച്ചുപോകുന്നതുപോലെ പിന്തുടരും. അഭിമുഖങ്ങളും രേഖകളും സംഘടിപ്പിക്കും. എന്നാൽ കമലയെ സംബന്ധിച്ചിടത്തോളം യാത്രകൾ തന്നിലേക്കു തന്നെയാണ്. അതാണ് സ്വാഭാവികം. അതുവഴി മറ്റുള്ളവർക്ക് അവർ എന്ത് ചിന്തിക്കുന്നു എന്ന് മനസ്സിലാക്കുവാൻ സാധിക്കുന്ന രീതിയിൽ അവർ എഴുതുന്നു. ഒരു പുസ്തകമെഴുതുക എന്ന പദ്ധതിയെക്കുറിച്ച് അധികം വേവലാതിപ്പെടുന്നത് അവരുടെ ലളിതജീവിതത്തെ സാരമായി ബാധിക്കുമെന്നും അവർ കരുതുന്നു. “ഇപ്പോൾ അരങ്ങത്ത് ആരുമില്ല, വളരെ നല്ലത്. ആത്മശാന്തിക്കായി ഞാനും സ്വയം നിഷ്ക്രമിക്കുന്നു.”

ഇപ്പോൾ എങ്ങനെ ഈ ആത്മശാന്തി ലഭ്യമാകുന്നു എന്ന് ഞാൻ ചോദിച്ചു.

“ഞാൻ എല്ലാറ്റിൽനിന്നും വിമുക്തയാണിപ്പോൾ. അപ്പോഴാണ് താങ്കൾ വരുന്നത്. അതിനാൽ വീണ്ടും പ്രവർത്തനനിരതയായിരിക്കുന്നു. എന്റെ ഒരു ഭാഗത്തിന് ഇപ്പോൾ ജീവനുണ്ട്. എന്നാൽ ലോലഹൃദയരായ രണ്ട് പെണ്ണുങ്ങൾ തമ്മിലുള്ള സൗഹൃദം എന്ന രീതിയിൽ മാത്രമേ ഞാനിതിനെ കാണുള്ളു. അല്ലാതെ ഒരു സംരംഭത്തിന്റെ തയ്യാറെടുപ്പായൊന്നും കാണുന്നില്ല. പുസ്തകം എഴുതിയാലും ഇല്ലെങ്കിലും ഈ സൗഹൃദത്തിൽനിന്നും മധുരമുള്ള എന്തോ ഒന്ന് ലഭ്യമാകുന്നുണ്ട്. ഞാൻ താങ്കളെ വിശ്വസിക്കുന്നു. എഴുതുവാൻ പോകുന്ന പുസ്തകത്തേക്കാൾ അതിനു ലഭിച്ചേക്കാവുന്ന പ്രശസ്തിയേക്കാളൊക്കെ സൗന്ദര്യം ഈ വിശ്വാസത്തിനുണ്ട്. മെറിലി ഇവിടെ വന്ന് എന്നെ കണ്ടു, അദ്ഭുതങ്ങളുടെ അദ്ഭുതം. മെറിലിയെ ഞാൻ കണ്ടു!”

അവരുടെ ഈ വാക്കുകൾ എന്നെ അവരുമായി കൂടുതലടുപ്പിച്ചു. അവരുടെ ജീവിതത്തിന്റെ ഭാഗമാകുവാൻ കഴിഞ്ഞതിൽ എനിക്ക് സന്തോഷം തോന്നി. എന്നാൽ അപ്പോഴും “എല്ലാതിൽ നിന്നും വിമുക്തയായ” അവരുടെ ജീവിതത്തിന്റെ ഭാഗം എന്നെ ആശയക്കുഴപ്പത്തിലാക്കുന്നുണ്ട്.

“കമല, ഞാൻ ഇനിയും മനസ്സിലാക്കിയിട്ടില്ലാത്ത വിധം താങ്കൾ മറ്റേതോ അവസ്ഥയിലാണ്. അതിനാൽ തന്നെ ഞാനതൊന്നും ഓർത്ത് അധികം വേവലാതിപ്പെടില്ല.”

“എനിക്കറിയില്ല മെറിലീ” അവർ തുടരുന്നു. “ഒരുപക്ഷേ താങ്കൾ അസൂയ തോന്നേണ്ടുന്ന ഒരു സ്ഥാനത്തായിരിക്കാം. അവിടെ കൂടുതൽ ജീവനുണ്ടായേക്കാം, കൂടുതൽ ചലനങ്ങളുണ്ടായേക്കാം. എന്റെ

അവസ്ഥയിൽ ഇപ്പോൾ ഒന്നുമില്ല. ഇവിടെ തിരമാലകൾ ഉയരുന്നേയില്ല. പക്ഷേ, ഇതിനെക്കുറിച്ചൊക്കെ ഞാൻ എഴുതുകയോ എഴുതാതിരിക്കുകയോ ചെയ്യട്ടെ, ഈ ഒന്നുമില്ലായ്മയാണ് ഞാൻ ആദ്യം മുതൽ ലക്ഷ്യം വച്ചത്. അതായത് വിശ്രാന്തിയില്ലാതെ ഞാൻ തളർന്നപ്പോൾ, എന്നെ ആരെങ്കിലും സ്നേഹിക്കണം എന്ന് തോന്നിയപ്പോൾ, എല്ലാം."

ആഞ്ചിയും ഞാനും അത്താഴം കഴിഞ്ഞേ ഹൈറേഞ്ച് ക്ലബ്ബിൽ ഒന്ന് കറങ്ങിയടിക്കുവാൻ പോകുന്നുള്ളു എന്ന തീരുമാനത്തിലായിരുന്നു. ഞങ്ങൾ ഒരു ഇരുളടഞ്ഞ ബാറിലേക്ക് കയറി. തുകൽ പിടിപ്പിച്ച ചാരുകസേരകളും, തീകായാൻ ഒരിടവും, സ്റ്റഫ് ചെയ്ത മൃഗങ്ങളുടെ തലകളും അവിടെയുണ്ടായിരുന്നു. ഇതെല്ലാം 1940ന് മുമ്പു മുതൽ അവിടെയുള്ളതാണ്. "പുരുഷന്മാർക്ക് മാത്രം" എന്നൊരു ബോർഡും ഇവിടെയുണ്ട്. ഈ ബോർഡും അതേ കാലത്ത്, അതായത് 1940 ന് മുമ്പ് സ്ഥാപിച്ചതാണ്. ഞങ്ങൾ വേദനിച്ചവരെപ്പോലെ നടന്നു. ബില്ല്യാർഡ് കളിക്കുന്ന മുറിയും കടന്ന് ചെന്നപ്പോൾ വലിയ ഒരു ക്ലോക്കിൽ സമയം 10.15 എന്ന് കാണിച്ചിരുന്നു. വലിയ ജനലിലൂടെ പുറത്തേക്കു നോക്കിയാൽ വീതികൂടിയ വരാന്തകൾ കാണാമായിരുന്നു. അതിനപ്പുറത്ത് മഞ്ഞച്ച അംബാസിഡർ കാറുകൾ പാർക്ക് ചെയ്തിരിക്കുന്നു. അതിനുമപ്പുറം ടാറ്റ ടീയുടേയും ഹാരിസൺ ടീയുടേയും ക്രിക്കറ്റ് കളിക്കാർ കളിക്കുന്നു. ഞങ്ങൾ ഉച്ചഭക്ഷണം വിളമ്പുന്ന മുറിയിലെത്തി. അവിടെ മടക്കി വയ്ക്കാവുന്ന പ്ലാസ്റ്റിക് കസേരകളിലൊന്നിൽ ഇരുന്നു. അവിടെയിരുന്ന് ഞങ്ങൾ വെജിറ്റബിൾ സൂപ്പ് നുണഞ്ഞു. അപ്പോൾ ഞങ്ങളുടെ മേശമേൽ വിരിച്ചിരുന്ന കഞ്ഞിപ്പശമുക്കിയ വെളുത്ത പരുത്തിതുണി ഇക്കിളികൊണ്ട് ചിരിക്കുന്നുണ്ടെന്ന് തോന്നി.

"രാജഭരണ കാലത്തെയായിരിക്കും" ആഞ്ചി പറഞ്ഞു. "ഇന്ന് ബ്രിട്ടനിൽ ഇത്തരമൊന്ന് കാണുവാൻ പോലും കിട്ടില്ല."

അത്താഴത്തിനുള്ള മുറിയുടെ ഓരത്ത്, സാരി ധരിച്ച, ആഭരണങ്ങൾ ധരിച്ച സ്ത്രീകൾ സമയം കൊല്ലുന്നുണ്ടായിരുന്നു. അവർ കളിക്കാനിറങ്ങിയിരുന്ന മാനേജർമാരുടെ ഭാര്യമാരായിരുന്നു. ഭർത്താക്കന്മാർ അപ്പോൾ കളിക്കു ശേഷമുള്ള അത്താഴ പാർട്ടിയിലും, പുരുഷന്മാർക്ക് മാത്രമുള്ള ബില്യാർഡ്സിലും മദ്യസേവയിലുമായിരുന്നു. ഭാര്യമാർ ആകെ പോറൽ വീണ ടി വി കാണുകയായിരുന്നു, അല്ലെങ്കിൽ അതിൽ നോക്കാതിരിക്കുകയായിരുന്നു. ഞങ്ങൾ അകത്തേക്ക് കടന്നത് രുചിക്കാത്തതുപോലെ അവർ ഞങ്ങൾക്കൊരു നോട്ടം സമ്മാനിച്ചു.

"കമലാദാസിന് വളരെ രസകരമായ ആശയങ്ങളുണ്ട്, പ്രത്യേകിച്ചും ഞങ്ങൾക്കായി" ഞാൻ കമലയുടെ പേരു പറഞ്ഞപ്പോൾ ഒരു സ്ത്രീ പ്രതികരിച്ചത് ഇങ്ങനെയായിരുന്നു.

അടുത്തുള്ള ദേവികുളം തടാകത്തിൽ നീന്തുന്നതിനെക്കുറിച്ച് ചോദിച്ചപ്പോൾ "വെള്ളത്തിന് നല്ല തണുപ്പായിരിക്കും" എന്നാണ് മറ്റൊരാൾ പ്രതികരിച്ചത്. "താപനില പെട്ടെന്ന് താഴെ വീഴും. നിങ്ങൾക്ക് ഹൃദയാഘാതം വരും" അവർ തുടർന്നു.

തിരികെ മുറിയിലെത്തിയപ്പോൾ ആഞ്ചി കമലയുടെ ആത്മകഥ "എന്റെ കഥ" വായിക്കുവാൻ തുടങ്ങി. കൈയിലെടുത്തപ്പോൾ അത് താഴെ വയ്ക്കുവാനാകില്ലെന്നായി. ചെറിയ വാചകങ്ങളും, ചെറിയ അദ്ധ്യായങ്ങളും രക്തത്തിൽ ചാലിച്ച വികാരങ്ങളും അവർക്ക് ഇഷ്ടമായി. കമലയുടെ ഭർത്താവ് അവരെ എങ്ങനെ ഉപദ്രവിച്ചു എന്നിടത്തെത്തിയപ്പോൾ വായന ഉച്ചത്തിലായി. എന്നിട്ടും കമല എന്തുകൊണ്ട് അയാളെ സ്നേഹിക്കുന്നു എന്ന് ആഞ്ചിക്കു മനസ്സിലായില്ല.

"സായം കാലങ്ങളിൽ എന്റെ ഭർത്താവ് എന്നെ നടക്കുവാൻ കൊണ്ടുപോയി. എന്നാൽ എന്റെ കാലുകൾ കഴച്ചു. എനിക്ക് വിശപ്പുണ്ടായിരുന്നു. ഛർദ്ദി മൂലം ഞാൻ അവശയായിരുന്നു. ഞാൻ അദ്ദേഹത്തിന് നല്ലൊരു കൂട്ടായില്ല. ആരെങ്കിലും ദയയോടെ നോക്കുമ്പോൾ എനിക്ക് ഒരു കൊച്ചു കുട്ടിയെപോലെ കരച്ചിൽ വരും. അദ്ദേഹം ആശങ്കാകുലനായി. ഒരു ദിവസം ഞാൻ മുത്തശ്ശിയുടെ അടുത്തു പോയി കുറച്ച് ദിവസം വിശ്രമിക്കുകയാണ് നല്ലത് എന്ന് അഭിപ്രായപ്പെട്ടു. എനിക്ക് ഈ ആശയത്തിനോട് യോജിപ്പില്ലായിരുന്നു. കാരണം അദ്ദേഹത്തെ കണ്ടുകൊണ്ടിരിക്കുക, അദ്ദേഹത്തിന്റെയടുത്ത് ഉറങ്ങുക എന്നത് എനിക്ക് ഏതവസ്ഥയിലും ഇഷ്ടമായിരുന്നു..."

"ശോചനീയമായ ആദ്യരാത്രിക്ക് ശേഷമാണിത്." ആഞ്ചി പറഞ്ഞു. "അയാൾ അവരെ ബലാത്സംഗം ചെയ്യുകയും ഒരു ആൺകുട്ടിയോടൊത്ത് അവരുടെ കിടപ്പ് മുറിയിൽ വച്ച് ലൈംഗിക ബന്ധത്തിലേർപ്പെടുകയും ചെയ്തതിനുശേഷം. എന്നിട്ടും അവർ എന്തുകൊണ്ടയാളെ സ്നേഹിക്കുന്നു? തുടക്കംതന്നെ ഏകാന്തതയെക്കുറിച്ചാണ്. ഹൃദയഭേദകമായ ഏകാന്തത ആയിരിക്കാം കാരണം."

എന്റെ പക്കൽ ഉത്തരമൊന്നുമില്ലായിരുന്നു. പ്രണയത്തെക്കുറിച്ച് കമല പറയുന്നതിന്റെ അർത്ഥമെന്തെന്ന് എനിക്ക് മനസ്സിലാകുന്നില്ല. ഈ വാക്കുകൊണ്ട് അവരെന്താണുദ്ദേശിക്കുന്നത് എന്നും എനിക്കു മനസ്സിലാകുന്നില്ല. എന്നാൽ അവരെഴുതുന്ന വാക്കുകൾ കുറച്ച് നേരത്തേക്കെങ്കിലും എന്നിൽ ആനന്ദം നിറഞ്ഞ ഭ്രാന്ത് സൃഷ്ടിക്കുന്നു എന്നത് സത്യം.

ഞാനവന്റെ വെളുത്ത കരങ്ങളിൽ കിടന്നു. അവൻ ജലം മാത്രമാണെന്ന്, സൂര്യകിരണങ്ങളേറ്റ് വെട്ടിത്തിളങ്ങുന്ന ഇളം പച്ച വെള്ളമുള്ള കുളം മാത്രമാണെന്ന് എനിക്കറിയാമായിരുന്നു. ഞാനവനിൽ നീന്തി, പ്രതീക്ഷകളാൽ തകർന്ന്, അവന്റെ കറുത്തുറ്റ രക്തത്തിൽ പൊന്തിക്കിടന്ന്, തകർന്ന് ഞാനെന്റെ കണ്ണുനീരിൽ സ്വയംമുങ്ങി.

ഇതിന്റെ രൂപകങ്ങൾ എനിക്കറിയില്ല. എനിക്കതിൽ താത്പര്യവുമില്ല. അവ വിശകലനം ചെയ്യേണ്ട ആവശ്യം എനിക്കില്ല. സ്ത്രീകളിൽ എന്നെന്നും മറഞ്ഞിരുന്ന ആഗ്രഹപൂർത്തി കാംക്ഷിക്കുന്ന വൈകാരിക മന്ത്രോച്ചാരണങ്ങൾ കമലയുടെ മാന്ത്രിക സ്പർശമുള്ള വാക്കുകളിലുണ്ട്. അത് എന്റെ ഹൃദയത്തെ മഥിപ്പിക്കുന്നു. ഇത് വളരെ പിശുക്കിയുള്ള എന്റെ ഗദ്യത്തെക്കുറിച്ച് എന്നെ ഒട്ടും പിശുക്കാതെ ഓർമ്മിപ്പിക്കുന്നു. എന്നിട്ടും ഈ

കവിതകൾക്ക് പ്രചോദനമായവയും എന്നിൽ അതുയർത്തിയ പ്രചോദനവും തമ്മിൽ എന്തെങ്കിലും ബന്ധമുണ്ടോ എന്ന് ഞാൻ അദ്ഭുതപ്പെടുന്നു.

കമലയ്ക്ക് ലൈംഗിക ബന്ധം എന്നെങ്കിലും ആസ്വദിക്കുവാനായിട്ടുണ്ടോ? ഇല്ലെങ്കിൽ അവർ അന്വേഷിച്ചിരുന്നത് എന്തായിരുന്നു?

രാത്രിയിലെ തണുത്ത് കാറ്റ് വളരെ ആശ്വാസമായി. ഇന്ദ്രിയങ്ങളെ അത് തണുപ്പിച്ചു. ഞാനന്ന്, വളരെക്കാലം കഴിഞ്ഞ്, ഒരു പുതപ്പിൽ അഭയം തേടി. അപ്പോഴും എന്റെ മനസ്സിൽ ഒരു ചിന്തയുണ്ടായിരുന്നു. കമലയുടെ പ്രസിദ്ധിയിൽ കളങ്കം ചാർത്തിയ ബന്ധങ്ങൾ, ദൈവത്തിലലിഞ്ഞു ചേർന്ന കാമേച്ഛയായിരുന്നോ അതോ അവക്ക് ലൈംഗിക വ്യാപ്തികളുണ്ടായിരുന്നോ? ഈ വിഷയവുമായി യാതൊരു ബന്ധവുമില്ലാത്തതും സംസ്കാരവുമായി കണ്ണി ചേർത്തു മാത്രം തീരുമാനിക്കപ്പെടുന്നതുമായ ഒന്നാണോ? ആർണിയും ഞാനുമൊത്തുള്ള ബന്ധത്തെക്കുറിച്ചും അതിനോടൊപ്പം കമലയും കമലയുടെ ഭർത്താവുമൊത്തുള്ള ബന്ധത്തെക്കുറിച്ചും ഞാൻ ആലോചിച്ചു. കമലയെ സംബന്ധിച്ചിടത്തോളം തന്റെ പക്കലുള്ളത് നൽകുന്നതിലാണാനന്ദം, ഭർത്താവിനെ ശുശ്രൂഷിക്കുന്നതാണ് അഭിമാനം, മരണശയ്യയിലെ അദ്ദേഹത്തിന്റെ അവസാനവാക്കുകളാണവർക്ക് സായൂജ്യം. ഞാനും ആർണിയുടെ കാര്യങ്ങളിൽ കൂടുതൽ ശ്രദ്ധ ചെലുത്തണമെന്ന് തോന്നുന്നു. ഞാനപ്പോൾ പുരാതനമായ, പൂപ്പൽ ബാധിച്ച മരത്തിന്റെ സ്വപ്നതുല്യമായ തണലിലേക്കെത്തുന്നു. അവിടെ ആ തണലിൽ കിടക്കുമ്പോൾ, എന്റേതായ ആഗ്രഹങ്ങളിൽ നിന്നും ലൈംഗിക വിചാരങ്ങളിൽനിന്നും പൊടുന്നനെ ഞാൻ മുക്തയാകുന്നു.

പിറ്റേന്ന് കാലത്തെനിക്ക് ആർണിയുടെ ഒരു ഫാക്സ് ലഭിച്ചു. അതിൽ ഞങ്ങളുടെ ഇണചേരലുകളെക്കുറിച്ച് ചില പരാമർശങ്ങളുണ്ട്. അത് എന്നിലൊരു ചിരി വിടർത്തി. ഈ കത്ത് കാണിച്ചാൽ അതിനെ കുറിച്ച് കമല എന്ത് കരുതും എന്ന് ഞാൻ അദ്ഭുതപ്പെട്ടു. പ്രണയത്തെക്കുറിച്ചും ആഗ്രഹങ്ങളെക്കുറിച്ചുമുള്ള അവരുടെ വാക്കുകൾ അവരെങ്ങനെ തന്റെ പ്രതിച്ഛായയെ മനസ്സിന്റെ കണ്ണാടിയിൽ കാണുന്നു എന്നതിന്റെ രൂപരേഖയാണ്. ഞങ്ങൾ തമ്മിൽ നടന്ന ചർച്ചയിൽ ഞാൻ കണ്ട കമലയും അവർക്ക് പൊതുജന മദ്ധ്യത്തിലുള്ള ചിത്രവും രണ്ടും രണ്ട് ധ്രുവങ്ങളിലാണ്. അതിനാൽ ഈ ഫാക്സ് ചർച്ച മുന്നോട്ടു കൊണ്ടുപോകുവാൻ എനിക്ക് ഒരു സഹായമായിരിക്കും എന്ന് ഞാൻ കരുതി. അതുകൊണ്ടു തന്നെ അടുത്ത തവണ കണ്ടപ്പോൾ ഞാൻ ചോദിച്ചു:

“അത് വായിക്കണമെന്നു തോന്നുന്നോ?”

അവരുടെ കണ്ണുകൾ തിളങ്ങി. അവർ കൈകൾ നീട്ടി. “തീർച്ചയായും.”

അവർ ശ്രദ്ധാപൂർവ്വം വായിച്ചു. ഒരു പുഴുവിനേയോ അല്ലെങ്കിൽ പാമ്പിനേയോ പിടിക്കുന്നതുപോലെയാണാ കടലാസ് പിടിച്ചിരുന്നത്. മുഖത്ത് ഒരു ചേഷ്ട വരുത്തിയാണത് എനിക്ക് തിരികെ തന്നത്.

ഞാൻ ചിരിച്ചുകൊണ്ട് ചോദിച്ചു. “എന്താണിപ്പോൾ ചിന്തിക്കുന്നത്?”

“ഈശ്വരാ, എന്തൊരു വിശപ്പ്. ഇന്ത്യയിൽ ഒരു സ്ത്രീക്കും ഇങ്ങനെയൊരു കത്ത് ലഭിച്ചിരിക്കില്ല. അയാൾ നിങ്ങളെ ഭ്രാന്ത് പിടിപ്പിക്കില്ലെന്ന് ഞാൻ പ്രതീക്ഷിക്കട്ടെ.”

“അതിലെ രഹസ്യ വാക്കുകളുടെ അർത്ഥം ആർക്കെങ്കിലും മനസ്സിലാകുമെന്ന് കരുതുന്നുണ്ടോ?”

“എനിക്കു മനസ്സിലാകും. പ്രണയം അമിതമാകരുതെന്ന് അയാളോട് പറയണം.”

ഇങ്ങനെയൊരു പ്രതികരണമല്ല ഞാൻ കമലയിൽ നിന്നും പ്രതീക്ഷിച്ചത്. അങ്ങനെയൊരു കത്ത് ലഭിച്ചാൽ കമല പരസ്യമായി അപമാനിക്കും എന്നാണ് കരുതിയത്.

“എനിക്കൊരു പ്രേമലേഖനം അയയ്ക്കുവാൻ ഞാനയാളോട് ആവശ്യപ്പെട്ടതാണ്.” ആർണിയെ സംരക്ഷിക്കുവാനായി ഞാൻ പ്രതിഷേധിച്ചു.

“ഇദ്ദേഹത്തിന് എത്ര വയസ്സായി?”

“അമ്പത്തിയാറ്.”

“എന്നിട്ടും വേഗതയ്ക്ക് ഒരു കുറവുമില്ലേ?”

“രണ്ടു മാസമായി ഞാനദ്ദേഹത്തെ കണ്ടിട്ട്. ധാരാളം സമയമുണ്ട് അദ്ദേഹത്തിന്...”

“പ്രചാരണപ്രവർത്തനങ്ങൾക്ക് പദ്ധതിയിടുവാൻ, ഹ...”

അമിതപ്രണയമുള്ള ആർണി എന്നെ പ്രാപിക്കുവാനായി ഒരു പ്രണയ പ്രചാരണ പദ്ധതിക്ക് രൂപം നൽകുമെന്ന ചിന്ത എന്റെ മനസ്സിലേക്ക് അതുവരേക്കും എത്തിയില്ല. എത്ര വേഗം കമല കാര്യങ്ങൾ മണത്തറിയുന്നു!

“എന്താണ് ഞാൻ വേണ്ടത്? ആർണിയെ അനുനയിപ്പിക്കണോ? ഞാൻ ചെയ്തത് തെറ്റായോ?” ഞാൻ ചോദിച്ചു. “ഇത്രയ്ക്ക് തരം താഴരുത് ആർണീ.”

“കുട്ടിത്തം മാറാത്ത മനുഷ്യൻ. പക്വത വന്നിട്ടില്ല എന്ന് മറുപടി അയക്കൂ.”

“കാര്യഗൗരവം കളയല്ലേ കമല... ഇതൊക്കെയല്ലേ ജീവിതത്തിന്റെ അവശേഷിച്ച ആഹ്ലാദങ്ങൾ...”

“കുറച്ച് ഡോളറുകൾ ചെലവായിട്ടുണ്ടാകും?”

“ഈ കത്തയക്കുവാനോ?” ഞാൻ അതിശയിച്ചു.

“എല്ലാതിനും. ഈ പുറം തുട, ഉൾതുട..”

“ഇതിലെ പൈങ്കിളിത്തമാണോ കമലയ്ക്ക് ഇഷ്ടപ്പെടാഞ്ഞത്? ഇണ ചേരുമ്പോൾ ഞങ്ങൾ ചിലപ്പോഴെങ്കിലും പൊട്ടിച്ചിരിക്കാറുണ്ട്. ഇണ ചേരുക എന്നത് ഇവിടെ ഇത്ര ഭയങ്കരമായ ഒരു കാര്യമാണോ?”

“ഇരുണ്ടത്, ദുഃഖം കൊണ്ടിരുണ്ടത്. ദുഃഖിതമായതെങ്കിലും കളിച്ചു തീർക്കേണ്ട ഒരു കളി പോലെ യാന്ത്രികമായ ഒന്ന്. ദുഃഖവും ഇരുട്ടും മാത്രം. മെറിലീ...”

ഞാനാ കത്ത് അവിടെ നിന്ന് മാറ്റി വച്ചു. ഒരു ബ്രായുടെ സ്ട്രാപ്പ് പോലെ ഇനി കാണാത്ത വിധത്തിൽ. ലൈംഗികബന്ധങ്ങളെക്കുറിച്ച് കമലയുടെ വികാരങ്ങൾ എന്തൊക്കെയെന്ന് അറിയണമെന്ന ആഗ്രഹം എനിക്കുണ്ടായിരുന്നു. ഈ കത്ത് അതിനൊരു കാരണമാകും എന്ന് ഞാൻ കരുതി. എന്നാൽ ഇപ്പോൾ ഇളക്കിവിട്ട സംഭാഷണങ്ങൾ എനിക്ക് ആലോചിക്കാനേ വയ്യായിരുന്നു. അതുപോലെത്തന്നെ ഇപ്പോൾ സംഭ വിച്ചുകൊണ്ടിരിക്കുന്ന ഒന്നും. അവന്യൂ റീജന്റ് ഹോട്ടലിലെ ആഡംബ രത്വത്തിൽ ഉച്ചഭക്ഷണം, കമലയുടെ മെത്തയിലും അവരുടെ മുത്തച്ഛൻ ഉപയോഗിച്ച അലങ്കരിച്ച സെറ്റിയിലും ഇരുന്നുള്ള സംഭാഷണങ്ങൾ, എന്റെ ചിരി, അവരുടെ രാജകീയമായ മന്ദഹാസം ഒന്നും.

ഇന്നലെ ഞാൻ കമലയെ കാനഡയിലേക്ക് ക്ഷണിച്ചു. അപ്പോൾ അവർ അമേരിക്കയിലെ ഒരു ഗാലറി ഉടമ തന്നെയൊരിക്കൽ കാലിഫോർ ണിയയിലേക്ക് പെയ്ന്റിങ്ങുകൾ ചെയ്യുവാനായി ക്ഷണിച്ചിരുന്നു എന്ന് പറഞ്ഞു.

"അയാൾക്ക് എന്റെ പെയ്ന്റിങ്ങുകളെങ്കിലും ലഭിക്കും. എന്നോ ടൊപ്പം മെറിലിക്ക് എന്ത് കിട്ടും?"

"നമുക്ക് അതിൽ നിന്നും ഒരു പുസ്തകം കിട്ടും"

അവസരം കിട്ടിയാൽ എപ്പോഴെങ്കിലും കമലയോട് ഞാനത് വിശദീ കരിക്കും. മൂന്നാറിൽ വച്ച് എന്റെ സ്ഥിരം ഗവേഷണമാർഗ്ഗത്തിലേക്ക് ഞാൻ തിരിഞ്ഞു. കമലയുടെ സഹോദരി, കാമുകൻ, മകൻ, ആരാധ കർ എന്നിവരെക്കൊണ്ട് ഒരു അഭിമുഖം; ലഭിക്കാവുന്ന ഓഡിയോ വിഷ്വലുകൾ, ഓരോ സംഭവങ്ങളുടേയും തിയതികൾ ഏതൊക്കെ എന്ന് തീർച്ചപ്പെടുത്തൽ അങ്ങനെയങ്ങനെ. ഏതെങ്കിലും ഒരു ഗവേഷകനെ പരിചയപ്പെടുത്തുവാൻ ഞാൻ കമലയോട് ആവശ്യപ്പെട്ടു. എന്തിന്? എന്നായിരുന്നു മറുചോദ്യം.

"കുറച്ചുപേരുടെ അഭിമുഖങ്ങൾ വേണം. കൂടുതൽ വിവരങ്ങൾ കിട്ടണം. താങ്കളെക്കുറിച്ച് നിർമ്മിച്ചിട്ടുള്ള ഡോക്യുമെന്ററി സിനിമകളെക്കുറിച്ച് അറി യണം." ഞാൻ പറഞ്ഞു.

"അതൊന്നും ഇവിടെ കാണില്ല."

"ഒരു പട്ടികയുണ്ടാക്കുകയെങ്കിലും ചെയ്യാമല്ലോ?"

"മെറിലി, മറ്റാരെയെങ്കിലും പഠന വിഷയമാക്കിക്കൂടെ? മറ്റൊരു എഴുത്തുകാരി. നമുക്ക് ഇപ്പോൾ ഈ സൗഹൃദം ആഘോഷിക്കുക മാത്രം ചെയ്യാം."

ഞാനീ മുന്നറിയിപ്പ് വകവയ്ക്കുന്നു. മറ്റ് സ്രോതസ്സുകളെക്കുറിച്ചുള്ള അന്വേഷണം മാറ്റി വയ്ക്കുന്നു. ഈ പദ്ധതിയിൽ ഒന്നും സ്വാഭാവികമാ യുള്ളതല്ല എന്ന തിരിച്ചറിവാണിതിനുള്ള കാരണം. കമലയോട് ചോദി ക്കുന്ന ഓരോ ചോദ്യങ്ങളും തനിയാവർത്തനത്തിനു കാരണമാകുന്നു, ഒരു തീവ്രപ്രഹരത്തിനു കാരണമാകുന്നു, ഓർമ്മകളുടെ കുത്തിയൊഴുക്കിനു

കാരണമാകുന്നു, ബന്ധങ്ങളറിയുന്നതിനും ആലങ്കാരിക പരാമർശ ങ്ങൾക്കും, കഥകൾ പറയുന്നതിനുമെല്ലാം കാരണമാകുന്നു. ഈ ഒഴു ക്കിൽ മുങ്ങി അതിനോടൊപ്പം പോകുവാൻ ശീലിക്കുകയാണിപ്പോൾ ഞാൻ. ഇതിനു മുമ്പൊരിക്കലും ഇതുപോലൊരു തുറന്ന വെളിപ്പെടു ത്തൽ അനുഭവിച്ചിട്ടില്ല. ആഞ്ചിയാകട്ടെ അപ്പോൾ കൊച്ചിയിലെ ഉൾനാടൻ ജലപാതകളും കടകളുമെല്ലാം കണ്ടറിയുന്ന തിരക്കിലായിരുന്നു. ഞാനും കമലയും തമ്മിൽ തമ്മിൽ ഒരേ ശ്രുതിയിലേക്കെത്തിക്കൊണ്ടിരിക്കുക യായിരുന്നു. ഞങ്ങൾ എന്നും കാലത്ത് പരസ്പരം കാണുന്നു. കമല തന്റെ ഈ കനേഡിയൻ സുഹൃത്തിന് തന്നാലാകുന്നത്ര സമയം നൽകുവാനും അതുവഴി ഈ സൗഹൃദത്തിനോട് സത്യസന്ധത പുലർത്തുവാനും ആത്മാർത്ഥമായി ശ്രമിച്ചു.

"ഇതിനു മുമ്പും പല എഴുത്തുകാരും വന്നിട്ടുണ്ട്. അവരുടെ ചോദ്യ ങ്ങൾ ഒളിഞ്ഞു നോട്ടങ്ങളായിരുന്നു. അതിനാൽതന്നെ വൃത്തികെട്ടതും. ആ ചോദ്യങ്ങൾക്ക് പിറകിലെ ഉദ്ദേശ്യവും വൃത്തികെട്ടവയായിരുന്നു. താങ്ക ളോട് സംസാരിക്കുമ്പോൾ എനിക്ക് ഒട്ടും പിരിമുറുക്കമില്ല. അതിനെനിക്ക് നന്ദിയുണ്ട്."

എനിക്കും നന്ദിയുണ്ട് കമലയുടെ ജീവിതത്തിലേക്ക് കടന്നു ചെല്ലു വാൻ എന്നെ അനുവദിച്ചതിന്. ഈ ഏപ്രിൽ ഒന്നാം തിയതി എന്നെ ഇ പ്പോഴും കൊച്ചിയിൽ പിടിച്ചിരുത്തുന്നതിന്റെ ഏക ചേതോവികാരം ഈ ഒരു താത്പര്യം മാത്രമാകുന്നു. ഞാനുണരുമ്പോഴേക്കും അസഹ്യമായ ചൂട് തുടങ്ങിയിരിക്കും, ഈ ചൂട് എന്നെ പൂർണ്ണമായും അടിച്ചമർത്തുക യാണ്. എന്നാൽ അപ്പോഴും എന്റെ പക്കൽ ചോദ്യങ്ങളുണ്ടാകും. ഇനിയും കുരുക്കഴിയാത്ത പലതുമുണ്ട്. ഉത്തരം കാണാത്ത ചോദ്യങ്ങൾ എന്റെ മനസ്സിലുണ്ടെങ്കിലും കമലയെ കാണുമ്പോഴേക്കും ഞാൻ ശാന്തയാ കുന്നു. ഞാൻ അവർ പറയുന്നത് കേൾക്കുന്നു. ഞാനവരോട് സംസാ രിക്കുന്നു. അവർ പറയുന്നത് റെക്കോർഡ് ചെയ്യുന്നു. ഹോട്ടലിലേക്ക് തിരിക്കുന്നു. അവർ പറഞ്ഞതും അവർ എഴുതിയതും തമ്മിൽ താരതമ്യ പ്പെടുത്തുന്നു. പിന്നെയും കമല എന്നെ വശീകരിക്കുന്നു. കൊച്ചിയോട് വിട പറയാനാകാതെ ഞാനിവിടെ പിടിച്ചുനിൽക്കുന്നു.

"അസഭ്യം എഴുതുന്നതിനാൽ, സെക്സിനെക്കുറിച്ചും ഇണചേരലിനെ ക്കുറിച്ചും പറയുന്നതിനാൽ, കമല ദാസ് എഴുതുന്നത് നിരോധിക്കണ മെന്ന് ചിലർ പറയുന്നുണ്ട്" കമല പറയുന്നു. "പക്ഷേ ഇണ ചേരലിനെ ക്കുറിച്ച് ഞാൻ പറയുമ്പോൾ എന്റെ മനസ്സിലുള്ളത് രാധയും കൃഷ്ണ നുമാണ്. രാധയ്ക്ക് മുകളിൽ കൃഷ്ണൻ കിടക്കുമ്പോൾ രാധയുടെ പാദ സരമെങ്ങനെ കിലുങ്ങിയിരിക്കും? അവളുടെ മുടിയുടെ നറുമണം എങ്ങനെ [illegible]യിരുന്നിരിക്കും? അവയുടെ കീഴെക്കിടന്ന് പൂക്കളെങ്ങിനെ ഞെരുങ്ങിയിരിക്കും? എല്ലാ ഹിന്ദുക്കളുടേയും ദൈവമായ കൃഷ്ണൻ തന്റെ ഗോപികമാരുമൊത്ത് രാസലീലയാടുന്നത് ഞാൻ മനസ്സിൽ കാണു മ്പോൾ സെക്സ് എന്നത് വൃത്തിയില്ലാത്ത ഒന്നാണെന്ന് കരുതുവാൻ എനിക്കെങ്ങനെയാവും?"

“എന്നെ സംബന്ധിച്ചിടത്തോളം സെക്സ് എന്നാൽ സുന്ദരവും ദൈവികവുമായ ഒന്നാണ്. എനിക്ക് പതിമൂന്നോ പതിന്നാലോ വയസ്സുള്ളപ്പോൾ ഗീതഗോവിന്ദത്തിലാണ് ഞാൻ ആദ്യം സെക്സിനെക്കുറിച്ച് വായിക്കുന്നത്. ഗീതഗോവിന്ദത്തിലെ വരികൾ ചൊല്ലി ഞാനക്കാലങ്ങളിൽ നൃത്തം ചെയ്തിട്ടുണ്ട്. ആ സമയങ്ങളിൽ ഞാൻ കൃഷ്ണനു മുന്നിൽ നൃത്തം ചെയ്യുന്ന രാധയായിരുന്നു. രാധയ്ക്ക് കൃഷ്ണനേക്കാൾ പ്രായക്കൂടുതലുണ്ട്. രാധ വിവാഹിതയുമായിരുന്നു. എന്നിട്ടും അവർ തമ്മിലുണ്ടായിരുന്ന പ്രണയമാണ് ഏറ്റവും മികച്ച പ്രണയം എന്ന് എല്ലാ ഹിന്ദുക്കളും കരുതുക. ചില അദ്ധ്യായങ്ങളിൽ ചില ഗീതങ്ങളിൽ അവർ തമ്മിൽ ഇണ ചേരുന്നത് വിവരിച്ചിട്ടുണ്ട്. ഒരിക്കൽ രാധ കൃഷ്ണനെ ഉത്തേജിപ്പിച്ചതും അവളുടെ തുടകളിലെ മാംസപേശികൾ വലിഞ്ഞുമുറുകിയതും, നൊമ്പരപ്പെട്ട് അവൾക്ക് തുടയ്ക്കുവാനാകാത്തതും എല്ലാം പറയുന്നുണ്ട്. മറ്റൊരു ഗീതത്തിൽ കൃഷ്ണൻ വനപഥത്തിൽ നിന്നും അവളെ വിളിക്കുന്നുണ്ട്:

> സൂര്യവെളിച്ചമായി നിന്റെ പാദസരങ്ങൾ
> എന്റെ മെത്തയിൽ വിളങ്ങട്ടെ.
> ഒരു സ്നേഹാലിംഗനത്തിനായ് കേഴുന്ന
> നിന്റെ തുടിക്കുന്ന മാറിടങ്ങൾക്ക്
> എവിടെയും സ്പർശിക്കാനാകുന്നില്ലല്ലോ.
> ഇനി അവയെന്റെ മാറിൽ തന്നെ
> വിശ്രമിക്കട്ടെ.
> സ്നേഹത്തിന്റെ അഗ്നിയിൽ ലയിച്ച്
> എരിഞ്ഞടങ്ങുന്ന ഈ അടിമയ്ക്ക്
> നിന്നധരത്തിലെ മധുവിത്തിരി തരൂ രാധേ...

“**എ**ന്റെ അമ്മമ്മ ഒരു കൃഷ്ണഭക്തയായിരുന്നു. ആ പുസ്തകം തൊടരുത് എന്ന് അമ്മമ്മ എന്നോട് പറഞ്ഞിട്ടേയില്ല. അവർക്ക് അതൊക്ക ‘പ്രാർത്ഥനാ ഗീതങ്ങളടങ്ങുന്ന പുസ്തക’മായിരുന്നു. അത് ദൈവസ്തുതിയായിരുന്നു. അതിനാൽത്തന്നെ സെക്സ് എന്നത് ആഭാസമോ നാണം കെട്ടതോ ആണെന്ന ചിന്ത എനിക്കൊരിക്കലും ഉണ്ടായിട്ടില്ല. എന്റെ ഈശ്വരനായ കൃഷ്ണന് അത് ചെയ്യാമെങ്കിൽ അതിൽ തെറ്റായി എന്തിരിക്കുന്നു എന്ന ചിന്തയായിരുന്നു എന്റെ മനസ്സിൽ. ഈശ്വരൻ ഒരു പ്രണയകഥയിലെ നായകനാണെങ്കിൽ, പ്രണയ കഥ എന്നത് ദൈവികമാണ് അല്ലാതെ ദൈവദൂഷണമല്ല.”

ആദ്യകാലങ്ങളിൽ സംസ്കാരവുമായി ബന്ധപ്പെട്ട ഇങ്ങനെയൊരു അഭിപ്രായം കമലയ്ക്ക് ഉണ്ടായിരുന്നു എങ്കിലും പിന്നീട് അവർ അത്ര സുന്ദരമല്ലാത്ത പലതും പറയുകയുണ്ടായി എന്ന് ഞാൻ കമലയെ ഓർമ്മിപ്പിച്ചു.

“സെക്സിനെപ്പറ്റിയോ?” എന്നെ ഒന്നാശയക്കുഴപ്പത്തിലാക്കി കമല ചോദിച്ചു. സെക്സിനെ പറ്റിയായിരുന്നു ഞങ്ങളുടെ സംഭാഷണം എന്നു തന്നെയാണ് അപ്പോഴും ഞാൻ വിചാരിച്ചിരുന്നത്.

“താങ്കളോട് താങ്കളുടെ ഭർത്താവ് പെരുമാറിയ രീതികൾ അത്ര സുന്ദരമായിരുന്നില്ല” ഞാൻ ഉത്തരം പറഞ്ഞു.

“ഒരുപക്ഷേ അതുകൊണ്ടായിരിക്കാം സുന്ദര പ്രണയത്തെക്കുറിച്ച് ഞാൻ എഴുതിക്കൊണ്ടേയിരുന്നത്. എന്റെ ജീവിതത്തിൽ എനിക്കത് ലഭിക്കാതെ പോയല്ലോ. എന്റെ ഭർത്താവിന് സ്വവർഗ്ഗരതിയിലും താത്പര്യമുണ്ടായിരുന്നു എന്നറിയാമോ?”

എനിക്കറിയാമായിരുന്നു. കമലയുടെ ആത്മകഥയിലും മുമ്പ് നടന്ന സംഭാഷണങ്ങളിലും ഇതിനെക്കുറിച്ച് പരാമർശിച്ചിട്ടുണ്ട്.

“അദ്ദേഹത്തിന്റെ മേലധികാരിയുടെ മുന്നിൽ എന്നെക്കൊണ്ട് നല്ല പിള്ള ചമയിച്ചു.”

കമല തന്റെ ഭർത്താവിന്റെ മേലധികാരിയും കമലയുമായുണ്ടായ പ്രണയത്തെക്കുറിച്ച് എന്നോട് പറഞ്ഞു. അന്ന് കമലയ്ക്ക് പ്രായം മുപ്പതിനോടടുത്ത്. അദ്ദേഹമാകട്ടെ ഇന്ത്യൻ സിവിൽ സർവീസിലെ ഒരു ഉന്നത ഉദ്യോഗസ്ഥൻ. കമലയുടെ അച്ഛന്റെ പ്രായമുള്ളയാൾ. അയാളോട് അങ്ങനെ പെരുമാറുന്നതിലെ വൈക്ലബ്യമൊഴിവാക്കുവാനായി കമല താൻ ഗ്രഹാംഗ്രീനിന്റെ നോവലുകളിലെ കഥാപാത്രമാണെന്ന് സ്വയം സങ്കല്പിച്ചു. അങ്ങനെ ആ തടിയനോട് സ്വയം പ്രണയത്തിലാകുവാൻ സ്വയം പരുവപ്പെടുത്തി. അയാളാകട്ടെ “പെട്ടെന്ന് പുറത്തെടുത്ത ഒരു ജെല്ലി പോലെ വിറച്ചു. വായിൽ ചെറിയ ഉരുളൻ കല്ലുകളിട്ടതുപോലെ സംസാരിച്ചു.” എന്നിട്ടും തന്റെ ഭർത്താവിന്റെ മേലധികാരിയോട് കമലയ്ക്ക് ആരാധന വളർന്നു.” പുരോഹിത വർഗ്ഗത്തിൽ പെട്ട ശരിയായ ബ്രാഹ്മണൻ. “പിന്നെ സാവധാനത്തിൽ, തന്റെ അമ്മൂമ്മയിൽ നിന്നും തന്നെ വേർപെടുത്തിയപ്പോൾ നഷ്ടപ്പെട്ടുപോയ കുട്ടിത്തം കമലയ്ക്ക് അവിചാരിതമായി വീണ്ടുകിട്ടി.

“എന്നെ വിദ്യാഭ്യാസം ചെയ്യിക്കുവാൻ താത്പര്യപ്പെട്ട ഏക വ്യക്തി അയാൾ മാത്രമായിരുന്നു.” കമല നന്ദിയോടെ ഓർത്തു. “അതിനയാൾക്കാകുമെന്ന് അയാൾ കരുതി. അത് സുന്ദരമായി നിർവ്വഹിക്കുകയും ചെയ്തു.” അയാൾ കമലയ്ക്കുവേണ്ടി സ്റ്റെഫാൻ സ്വീഗിന്റേയും ജാപ്പനീസ് എഴുത്തുകാരുടേയും പുസ്തകങ്ങാൾ വാങ്ങിച്ചുകൊണ്ടുവന്നു. അയാൾ കമലയെ സംസ്കൃതം പഠിപ്പിച്ചു. കമല ആദ്യമായി ഒരു സംസ്കൃതം ശ്ലോകം പൂർണ്ണമായി ചൊല്ലുന്നത് കേട്ട് നിറഞ്ഞ പുഞ്ചിരിയുതിർത്തു. അയാൾ കമലയെ ചിരിപ്പിക്കുവാനായി മന്ത്രങ്ങൾ ചൊല്ലി. വിദ്യാഭ്യാസത്തിന്റെ ആവശ്യം പറഞ്ഞു മനസ്സിലാക്കി. സംസാരങ്ങളും തമാശകളും കൊണ്ട് ജീവിതം നിറച്ചു. “ബ്യൂറോക്രാറ്റ് എന്നെഴുതിയതിന്റെ സ്പെല്ലിങ്ങ് തെറ്റിയിരിക്കുന്നു, എന്നാൽ ഒരു ബ്യൂറോക്രാറ്റ് എന്താണെന്ന് നന്നായി എഴുതിയിരിക്കുന്നു.” അയാൾ കമലയോട് പറഞ്ഞു.

തന്റെ വിവാഹജീവിതത്തിലെ ശൂന്യതയെ നിറയ്ക്കുവാൻ ഈ കാമുകന്റെ സഹിഷ്ണുതയും മൃദുത്വവും ഉപകാരപ്പെട്ടു. അക്കാലങ്ങളിൽ

കമല അവിശ്വസനീയമാം വിധം സന്തോഷവതിയായിരുന്നു. തന്റെ ഇരുട്ടടഞ്ഞ മുറികളിലിരിക്കുമ്പോൾ അവർക്ക് എന്തെന്നില്ലാത്ത സന്തോഷം തോന്നി. അയാൾ അരികിലുണ്ടെന്നു തോന്നി. പാട്ടു പാടി. തന്റെ പ്രണയം ലളിതമായിരുന്നു എന്നും ഒരു കുട്ടിക്ക് തോന്നുന്നതുപോലെയുള്ള ഒന്നായിരുന്നു എന്നും ചോദ്യം ചെയ്യപ്പെടുവാനാകാത്ത ഭക്തിപോലെയായിരുന്നു എന്നും കമല പറയുന്നു." കുട്ടിക്കാലത്തിനുശേഷം ആദ്യമായി ഞാൻ എന്റെ ഏകാന്തതയെ മറന്നു... ഞാനും അയാളും നേരത്തെ എഴുന്നേൽക്കുമായിരുന്നു. അപ്പോൾ മറ്റെല്ലാവരും ഉറങ്ങുകയായിരിക്കും. അതിനാൽത്തന്നെ പുലരും മുമ്പേ ഒരു ഫോൺ വിളി വന്നിരിക്കും."

പുലർവേളയിലെ നേർത്ത ശബ്ദങ്ങൾ,
നീയും ഞാനും....

"അദ്ദേഹം താമസിച്ചിരുന്ന താജ്മഹൽ ഹോട്ടൽ വരെ ഞാൻ നടക്കും. "അങ്കിൾ താങ്കളെ കാത്തിരിക്കുന്നു" മുൻവശത്തിരിക്കുന്ന ക്ലർക്ക് പറയും. ഞാൻ അദ്ദേഹത്തിന്റെ മുറിയിലേക്കു പ്രവേശിക്കും. ആ മുറിയിലെ ജനലിലൂടെ നോക്കിയാൽ, താഴെ, നടപ്പാതയിൽ, കുഷ്ഠരോഗികൾ മൂക്കുകൊണ്ട് നിലവിളിക്കുന്ന രംഗം കാണാം. ആ ശബ്ദം അസഹനീയമാകയാൽ ജനലുകളടയ്ക്കുവാൻ അദ്ദേഹം എന്നോട് ആവശ്യപ്പെടും."

പ്രണയമേ, സ്വീകരിക്കുക നീയെന്നെ,
കിടന്നാലും നിശ്ചലമങ്ങനെ
ഉയരങ്ങളിലേക്ക് അലയടിക്കുന്നുണ്ടൊരു വിലാപ സംഗീതം
ഏതോ കുഷ്ഠരോഗിയുടെതാണ്.
ഞാനെന്റെ ജാലകങ്ങൾ കൊട്ടിയടയ്ക്കട്ടെ.

ഏകദേശം മൂന്ന് മണിയാകുമ്പോൾ അദ്ദേഹം വാതിൽ തുറക്കും. ഏസി ഓഫ് ചെയ്യും. ജനലുകൾ തുറക്കും. അവിടെ നിന്ന് കടൽ കാണാൻ ഞങ്ങൾക്കിഷ്ടമായിരുന്നു. താജ്മഹൽ അപോളൊ പിയറിനും കടലിനും അഭിമുഖമായിരുന്നു. ഒരു മാടപ്രാവിന്റെ ചിറകുകൾ പോലെ വെളുപ്പും ചാരനിറവും ഇടകലർന്ന കടൽ.

(അപ്പോളോ പിയറിൽ ഇപ്പോൾ പ്രഭാതമാണ്
വിഷാദമാർന്ന ഒരു കടലും...)

"**ഹോ**ട്ടലിലേക്കു നടക്കുമ്പോൾ ചുറ്റിൽ നിന്നും പക്ഷികളുടെ മണമുയരുന്നുണ്ടാകും. നടപ്പാതയിൽ മുഴുക്കെ ധനികർ ധാന്യങ്ങൾ വിതറിയിരിക്കുന്നതുകൊണ്ട് പ്രാവുകളുണ്ടാകും. അതെല്ലാം കണ്ടുകൊണ്ടാണെന്റെ നടത്തം. അപ്പോഴും മനസ്സിൽ അവിടെ ഒരാൾ എന്നെ കാത്തിരിക്കുന്നുണ്ട് എന്ന ചിന്തയായിരിക്കും. ഞാനയാളുടെ മെത്തയിലേക്ക് ചരിയും. അയാളെന്നിലേക്ക് ചേരുന്നതിനുവേണ്ടി,

> പേർത്തും പേർത്തും
> നിന്നിലേക്കെന്നെ
> ചേർത്തെടുക്കൂ പ്രിയനേ.
> വാക്കുകൾ ചുംബനങ്ങളായി
> മരണം
> എന്റെ വായിലേക്കു ചൊരിയൂ.
> ഓർമ്മകളെന്നെ പിടിച്ചുപറിക്കട്ടെ
> പ്രണയ പ്രവാഹം നിറയട്ടെ
> മരണമെത്തുംവരെ...

"പക്ഷേ ഒന്നും സംഭവിക്കില്ല. വല്ലപ്പോഴും അയാളെന്നെ ചേർത്ത് പിടിച്ചാൽ അയാളുടേതും ഒരു പുരുഷശരീരമാണെന്ന് എന്റെ മനം എന്നോട് പറയും. ഞാൻ അകന്ന് മാറും."

അവർ നിലത്തിരുന്നു. കാൽമുട്ടുകളിൽ മുഖമമർത്തി. കൈകളുഴിഞ്ഞു. തലമുടിയിൽ ഒന്ന് തടവി, അതിനെയൊന്ന് ലാളിച്ചു. "അക്കാലങ്ങളിൽ എനിക്ക് നല്ല മുടിയുണ്ടായിരുന്നു. അയാൾക്ക് അതിഷ്ടമായിരുന്നു. മറ്റുള്ള വരുടെ മുന്നിൽവച്ച് പോലും അയാൾ അതിൽ തഴുകുമായിരുന്നു. ആ മറ്റുള്ളവർ ആരുമാകട്ടെ, സന്ദർശകരോ, കുട്ടികളോ ആകട്ടെ അയാൾ എന്റെ തലയിൽ തടവും. അങ്ങനെ അയാൾ ആ പ്രണയത്തിന് മഹത്ത്വം നൽകി."

ചിലപ്പോൾ അവർ ഒറ്റയ്ക്കാകുമ്പോൾ, അവൾ അയാൾക്കടുത്ത് കിടന്നു. അയാളെ ഇക്കിളിപ്പെടുത്തുകയും, അയാളുടെ കാൽവിരലുകളിൽ ചുംബിക്കുകയും ചെയ്തു. അയാളുടെ തല തന്റെ വയറിന്മേലമർത്തി വച്ചു. "ആമി, ഞാൻ നിന്നെ ചൂഷണം ചെയ്യും, നീ വല്ലാതെ നിഷ്കളങ്ക യാണ്" എന്നദ്ദേഹം പറയും.

തന്റെ ഈ കാമുകനായി സമർപ്പിക്കപ്പെട്ട പ്രണയ കവിതകൾ ആദ്യ മായി ഈ കാമുകൻ കണ്ടത് എപ്പോഴാണെന്ന് ഞാൻ കമലയോട് ചോദിച്ചു. ഒരുപക്ഷേ കമലയുടെ ഏറ്റവും പ്രശസ്തങ്ങളായ പ്രണയ കവിതകളും ഇവയായിരുന്നു. 1965ൽ, 'സമ്മർ ഇൻ കൽക്കട്ട' പ്രസിദ്ധീ കരിച്ചപ്പോൾ എന്നായിരുന്നു മറുപടി. അതു വായിച്ചു കഴിഞ്ഞ ശേഷം അടുത്ത വിമാനത്തിൽ അയാൾ അവളുടെ അടുത്തെത്തി. "ഏതെങ്കിലും വാക്കുകൾ കൊണ്ട് ഞാൻ നിന്നെ വേദനിപ്പിച്ചിട്ടുണ്ടെങ്കിൽ എനിക്ക് മാപ്പു തരിക. എന്റെ ജീവിതത്തിലെ ഏറ്റവും ധന്യമായ അനുഭവമാണിത്. എന്നിൽ നിന്നും നീ എന്തൊക്കെയോ സൃഷ്ടിച്ചെടുത്തിരിക്കുന്നു."

കമല അത് പറഞ്ഞപ്പോഴത്തെ മഹത്ത്വത്തിന്റെ പൊലിമ എന്നിൽ പ്രതിഫലിക്കുന്നത് കമല കണ്ടു. "അയാൾ എന്നെ അടിമുടി നോക്കി. എന്നിട്ട് എന്നോട് "come to me" എന്ന് പറഞ്ഞു. എന്നെ ചേർത്തു പിടിച്ചു. അപ്പോൾ എന്റെ വീട്ടിലെത്തിയ അനുഭവമായിരുന്നു എനിക്ക്. അയാളിലേക്ക് ഞാൻ ഗാഢമായി അലിഞ്ഞുചേർന്നു. അദ്ദേഹം തന്ന ആ സുരക്ഷിതത്വം എന്റെ ഓർമ്മയിലേക്ക് എന്റെ അമ്മൂമ്മയെ കൊണ്ടു വന്നു."

അഗാധമായ പ്രണയാനുഭവം കമല അറിഞ്ഞുവരികയായിരുന്നു. “അധികം താമസിയാതെ ഈ തടിയനായ മനുഷ്യനും തന്നെക്കാണാതിരിക്കുവാനാകില്ലെന്നായി.” “എനിക്ക് എന്താണ് നിന്നോട് തോന്നുന്നതെന്ന് എനിക്കറിയില്ല, എന്നാൽ അതിനെ “പ്രണയം” എന്ന പേരുകൊടുക്കുവാൻ എനിക്ക് ഭയമാണ്. എനിക്കൊരു കുടുംബമുണ്ടല്ലോ?” എന്നാണ് അയാൾ ആദ്യം പറഞ്ഞത്. എന്നാൽ സാമാന്യം സൗന്ദര്യമുള്ള, യുവതിയായ, ഒരു കവയിത്രിയുടെ ആ കവിതകൾ അയാൾക്കെങ്ങനെ തള്ളിക്കളയുവാനാകും? ഒരു കിളി തന്റെ ഇണയെ ആകർഷിക്കുവാനായി പാടുന്നതുപോലെയാണ് കവിത. കിളി പാടി തന്റെ ഇണയെ ആകർഷിക്കുകയും കീഴ്പ്പെടുത്തുകയും ചെയ്യുന്നു. കവിതകളും അതുപോലെ തന്നെ. ഓരോ കവിത കഴിയുംതോറും അതിന്റെ തീവ്രത വർദ്ധിച്ചു. അവസാനം അയാൾ വീണു. അതെന്തൊരു വീഴ്ചയായിരുന്നു. ഒരു വികാരജീവിയായിരുന്നതിനാൽ അയാൾക്ക് കവിതകളോട് പ്രതികരിക്കുവാനറിയാമായിരുന്നു.”

മൂന്നു മാസത്തിലൊരിക്കൽ അവർ കണ്ടുമുട്ടി. അവരൊന്നിച്ച് വിമാനത്താവളത്തിലേക്കു പോയി. ഇടയ്ക്ക് ഏതെങ്കിലും ഒരു ഗസ്റ്റ് ഹൗസിലോ ക്ലബ്ബിലോ കുറച്ച് സമയം തങ്ങി. പിന്നെ വിമാനത്താവളംവരെ ഒന്നിച്ച് കൈകൾകോർത്ത് നടന്നു. അയാൾക്ക് യാത്രയാകുവാനുള്ള സമയം വരേക്കും കൈകൾ വേർപെടുത്തിയില്ല.

എന്നെ വിട്ടുപോകൂ പ്രിയനേ,
ഈ ഏകാന്തരാത്രിയിലേക്ക് മറയൂ
നിന്നിലുടനീളം
എന്റെ കൈമുദ്രകൾ.

“അത് പ്രണയമായിരുന്നു. ഇരുഭാഗത്തുനിന്നുമുള്ള പ്രണയം. ഇരുവരും പരസ്പരം പ്രണയിക്കുമ്പോൾ പ്രണയം സുന്ദരമാകുന്നു. അറിയാമോ, യാത്ര ചോദിക്കുമ്പോൾ,”

രക്തം വാർന്നു വീഴുന്നതുപോലെ
മരണം തുടങ്ങാറായി
ഈ ദിനം മരിച്ചുവീഴുന്നത്
നിസ്സഹായമായ് നമ്മൾ നോക്കിനിന്നു.

പണ്ഡിതനായ ആ കാമുകൻ അങ്ങനെ “എന്റെ കവിതയുടെ കുരുക്കിൽ പൂർണ്ണമായും അകപ്പെട്ടപ്പോൾ, എന്റെ വികാരങ്ങളിൽ പൂർണ്ണമായും അകപ്പെട്ടപ്പോൾ,” കമലയ്ക്ക് അയാൾ തന്നേയും എവിടെയൊക്കെയോ പരിമിതപ്പെടുത്തുകയണോ എന്ന തോന്നലുണ്ടായി. “എനിക്ക് സ്വതന്ത്രയാകണമായിരുന്നു. ഒരു പുരുഷനെ കണ്ടെത്തിയതുകൊണ്ട് മാത്രമായില്ല. അയാളെക്കുറിച്ച് എല്ലാം മനസ്സിലാക്കിയതുകൊണ്ട് മാത്രമായില്ല. അയാളുടെ പ്രതികരണങ്ങൾക്ക് അതേ വേഗതയിൽ പ്രതികരിച്ചതു

കൊണ്ടായില്ല. എനിക്ക് എന്റെ വേഗത വർദ്ധിപ്പിക്കണമായിരുന്നു. എന്റെ ഉൾമനസ്സിന്റെ വിളികൾ കേൾക്കണമായിരുന്നു. അത് അയാളുടെ ഉൾവിളികളിൽ നിന്നും വ്യത്യസ്തമായിരുന്നു. വളരുക എന്നതിന്റെ അർത്ഥം എനിക്ക് മനസ്സിലാക്കണമായിരുന്നു. ഈ വികാരങ്ങൾ, ചിന്തകൾ, വിഭ്രമാത്മകതകൾ എല്ലാതിന്റേയും അർത്ഥമറിയണമായിരുന്നു. എന്റെ ജീവിതത്തിന്റെ ലക്ഷ്യമെന്താണ്? ഒരു പുരുഷനെ ആലിംഗനം ചെയ്യുക മാത്രമല്ലെന്ന് ഉറപ്പ്, അയാളോട് എന്തെങ്കിലും മന്ത്രിച്ചുകൊണ്ടിരിക്കുകയല്ലെന്ന് ഉറപ്പ്. ഇത് വളരെ ആശ്ചര്യകരമായ ഒരു വിദ്യയാകുന്നു. ഒരു തരം രസവാദവിദ്യ. ഒരു ഭാഗത്ത് എല്ലാതിനേയും വിഴുങ്ങി നിൽക്കുന്ന അഭിനിവേശം, പിന്നെ പെട്ടെന്ന് ഒന്നുമില്ലെന്ന അവസ്ഥ. നിങ്ങളെ അപ്പോൾ കൊളുത്തിവലിക്കുന്നത് മരണത്തിന്റെ തലയോട്ടി മാത്രം."

ഈ മനുഷ്യനെക്കുറിച്ചാണ് കമലയുടെ മിക്ക പ്രണയ കവിതകളും. "ഞാൻ ഇടപഴകിയിട്ടുള്ള ഏക ഉന്നത സ്ഥാനീയനായ വ്യക്തി. അയാൾ എന്നോട് ശരിയായ രീതിയിൽ മാത്രം പെരുമാറി. ഒരു പുരുഷന്റെ കൈ പിടിച്ച് അയാളെ പ്രണയിക്കുമ്പോൾ അയാൾ നിങ്ങളേയും പ്രണയിക്കുന്നു എന്നറിയുന്നത് സുഖമാണ്. ഞാനറിഞ്ഞിട്ടുള്ള ഏറ്റവും മഹത്തരമായ ഹർഷോന്മാദം അതായിരുന്നു."

ഈ കാമുകൻ കമലയെ വിവാഹം കഴിക്കുകയായിരുന്നുവെങ്കിൽ തന്റെ ജീവിതം വ്യത്യസ്തമായേനെ എന്ന് അവർ കരുതുന്നു. "എന്നാൽ കവിത ഇതിലും നന്നാകുമായിരുന്നു എന്നെനിക്ക് തോന്നുന്നില്ല." കമലയുടെ ഭർത്താവിന്റെ ഈ മേലുദ്യോഗസ്ഥൻ ഇന്ന് വൃദ്ധനാണ്, മരണമടുത്തിരിക്കുന്നു. അയാൾ ഇപ്പോഴും വിളിക്കാറുണ്ടെന്നും "എനിക്കാകെയുള്ള സുന്ദരമായ ഓർമ്മകൾ നിന്നെക്കുറിച്ചുള്ളത് മാത്രമാണ്" എന്ന് പറയാറുണ്ടെന്നും കമല പറയുന്നു.

ഞങ്ങളുടെ അന്നത്തെ സംസാരമവസാനിപ്പിച്ചപ്പോൾ കമല അവരുടെ ഏറ്റവും പ്രധാനപ്പെട്ട പ്രേമത്തെക്കുറിച്ച് പറഞ്ഞിരിക്കുന്നുവെന്ന് ഞാൻ മനസ്സിലാക്കി. ആ പ്രേമബന്ധമാണ് അവരുടെ ഏറ്റവും ശ്രേഷ്ഠമായ പ്രണയ കവിതകൾക്ക് പ്രചോദനമായത്. ആ പ്രണയം ഒരിക്കലും പൂർണ്ണമായില്ല. ലളിതമായ ലൈംഗികഭാഷയിൽ പറഞ്ഞാൽ കമലയും അവരുടെ "ഏറ്റവും പ്രിയ കാമുകനും" തമ്മിൽ ലൈംഗിക് വേഴ്ച എന്നൊന്നുണ്ടായില്ല. ഞാൻ ഈ വെളിപ്പെടുത്തലിനെ സ്വയം ചോദ്യം ചെയ്യുമ്പോൾ കമല "സമ്മർ ഇൻ കൽക്കട്ട എനിക്ക് പ്രശസ്തി നൽകി, അതിനുശേഷം ഞാനൊരു കവയിത്രിയായി അംഗീകരിക്കപ്പെട്ടു" എന്ന് പറഞ്ഞവസാനിപ്പിക്കുകയായിരുന്നു.

കമല പെട്ടെന്ന് ഒരു സെലിബ്രേറ്റിയായി. സാധാരണ മധ്യവർഗ്ഗ വീട്ടമ്മമാർക്ക് ലഭ്യമാകാത്ത സ്വാതന്ത്ര്യങ്ങളുള്ള ഒരു സെലിബ്രേറ്റി. മറ്റ് കവികൾ അവരെ തേടി വരുവാൻ തുടങ്ങി. അവരെ സ്വാഗതം ചെയ്യുവാൻ തുടങ്ങി. ഒരു കറുത്ത ഉടുപ്പുമിട്ട് കമല തണുപ്പുകാലത്ത് ദൽഹി തെരുവുകളിലൂടെ

നടന്നു. ആ ഉടുപ്പിന് മുത്തിന്റെ കുടുക്കുകളുണ്ടായിരുന്നു. അതിന്റെ കൂടെ അവരണിഞ്ഞത് ഒരു പാവാടയായിരുന്നു. “ഞാനാ കാലത്ത് സാരിയേ ധരിച്ചിട്ടില്ല”, കമല പറയുന്നു. അവർ ഒരു പുതിയ സദാചാരനീതി വിളംബരം ചെയ്യുകയായിരുന്നു. സ്നേഹം എന്നൊന്നില്ലാത്ത വിവാഹം അർത്ഥശൂന്യമാണെന്ന് അവർ പറഞ്ഞു. സ്നേഹമില്ലാത്ത വിവാഹ ജീവിതം നയിക്കുന്ന സ്ത്രീകൾക്ക് വിശ്വാസവഞ്ചനയാകാമെന്നും അവർ വിളിച്ചുപറഞ്ഞു. ഒന്നിൽ കൂടുതൽ ഭർത്താക്കന്മാർ അനുവദനീയമാകുന്ന ഒരു സാമൂഹികവ്യവസ്ഥയിലേക്ക് തിരികെ പോകണമെന്നും അവർ വാദിച്ചു. അവർ പുരുഷന്മാരോടൊത്ത് ബോംബെയിലെ കടലോരങ്ങളിൽ മുടി കാറ്റിൽ പറത്തി കറങ്ങി നടന്നു. അപ്പോൾ എരിഞ്ഞുനിന്ന സൂര്യനിൽ അവരുടെ യൗവനം തിളങ്ങുന്നുണ്ടായിരുന്നു. അതവരെ യഥാസ്ഥിതിക്ക് കെട്ടിച്ചമയ്ക്കുന്നവളാക്കുന്നുണ്ടായിരുന്നു.

“ഞാൻ ജനിച്ചുവളർന്ന എന്റെ നാലപ്പാട്ടു വീട്ടിലെ സ്ത്രീകളെല്ലാം തണുത്ത് മരവിച്ചവരായിരുന്നു. അവർ പുലരുമ്പോൾ മുതൽ അസ്തമയം വരെ പ്രാർത്ഥനാഗീതങ്ങൾ മാത്രം ചൊല്ലി. ഞാനപ്പോൾ ആദ്യ തിരമാലകളെ മുറിച്ചു കടന്നിരുന്നു. ആഴമുള്ള കടലിലേക്കിറങ്ങിയിരുന്നു. കടലിന്റെ ആഴമെത്ര എന്നളക്കുവാൻ തുടങ്ങിയിരുന്നു.”

അവരുടെ മനസ്സിൽ പ്രണയം എന്നത് ട്രാജഡിയും സൗന്ദര്യവുമായി മാത്രം ബന്ധപ്പെട്ടതാകുന്നു. വൈവാഹിക ജീവിതവുമായി അതിനൊരു ബന്ധവുമില്ല. അതിനാൽത്തന്നെ അവർ സ്വയം ഒരു അന്നാ കരെനീനയോ, മാഡം ബോവറിയോ, ജൂലിയറ്റോ ആകുവാൻ കാംക്ഷിച്ചു. പലരും കമലയെ പ്രണയചാപല്യമുള്ള വാക്കുകൾ കൊണ്ട് പ്രലോഭിപ്പിക്കുവാൻ ശ്രമിച്ചു. പക്ഷേ, അതിലൊന്നും പ്രണയമില്ലെന്നും കാമം മാത്രമേയുള്ളുവെന്നും അവർ തിരിച്ചറിഞ്ഞു.

എന്റെ അടിവസ്ത്രങ്ങളിൽ പരതി
സർവ്വരുടേയും കരങ്ങൾ,
മഹത്തുക്കളുടെ തവിട്ടുനിറമാർന്ന
കള്ളക്കരങ്ങൾ,
അവരുടെ തൃഷ്ണ
വെറുമൊരു
തീവെപ്പുകാരന്റേതു മാത്രമാണ്
ഊഷ്മളത അവർക്കറിയില്ലായിരുന്നു!

അപ്പോൾ ആദ്യമായി ലോകനിന്ദ എന്ന വികാരം അവരിൽ ആവിർഭവിച്ചു എന്നവർ എന്നോട് പറഞ്ഞു. എല്ലാവരും സ്നേഹിച്ചത് അവരുടെ കവിതകളേയും അവരുടെ രൂപത്തേയും മാത്രമായിരുന്നു. വസ്തിപ്രദേശത്തിന്റെ ഓരോ വ്യത്യസ്ത ചലനത്തിലും അവർ നിഗൂഢലൈംഗിക പദങ്ങളുടെ സീൽക്കാരങ്ങൾ കേൾക്കുവാനാഗ്രഹിച്ചു. അത് കമലയെ

വേദനിപ്പിച്ചു. അതിനാൽ ഒരു കളിപ്പാവ തന്റെ വികാരങ്ങൾക്ക് അവസാനമിടുന്നതുപോലെ കമല കൂടുതൽ കരുതലില്ലാത്തവളായി. തന്റെ കുലീനനായ കാമുകനെ മറക്കുവാനായി കമല "കാമം മാത്രം കാംക്ഷിച്ചവരുടെ കെണികളിൽ" അകപ്പെട്ടും പുറത്തുവന്നുമിരുന്നു. അത് സമതുലിതാവസ്ഥയെ ഒട്ടൊന്ന് വട്ടം കറക്കി. സ്വയം പീഡനത്തിന്റെ കാൽവരിയിൽ തറഞ്ഞു കിടന്ന് സ്ത്രീപീഡനത്തിന്റെ ദുരന്താവസ്ഥ സ്വയം ആവാഹിച്ചറിഞ്ഞു.

ഞാനിറങ്ങുമ്പോൾ കമല സെറ്റിയിൽ ചമ്രം പടിഞ്ഞിരിക്കുകയായിരുന്നു. അരികിൽ കൊച്ചുമകൾ നയൻതാരയുണ്ട്. നയൻതാരയുടെ മുടിയിൽ തടവിക്കൊണ്ടാണ് കമല ഇരുന്നിരുന്നത്. കൊച്ചിയിലെ അപ്പോഴത്തെ ചൂട് 104 ഡിഗ്രി ഫാരൻഹീറ്റ് ആയിരുന്നു. ഞാനതിനെ വകവയ്ക്കാതെ ഫേവറിറ്റ് ടൈലർ എന്ന തുന്നൽക്കടയിലെത്തി. ആറ് തുന്നൽ യന്ത്രങ്ങളുള്ള ഒരു കൊച്ചു കടയാണത്. അവിടെ ഒരു പെൺകുട്ടിയോട് കാര്യം വിശദീകരിച്ച് എന്റെ മുണ്ടുകളുടെ അരിക് ഞാൻ തയ്പ്പിച്ചു, അതിന്റെ കൂലി കൊടുത്തു. അവിടെ നിന്നും ഞാൻ തിരികെ ഹോട്ടലിലെത്തി. ഒന്ന് കുളിച്ചു.

എന്നെ എന്റെ ഭർത്താവ് ഉപേക്ഷിച്ച കാലത്തേക്ക് എന്റെ ഓർമ്മകൾ വഴുതിപ്പോയി. അക്കാലങ്ങളിൽ ഞാൻ എത്ര കരുതലില്ലാതെയാണ് പെരുമാറിയത് എന്ന് ഞാൻ ചിന്തിച്ചു. എനിക്കും അപ്പോൾ ഭ്രാന്ത് പിടിച്ച അവസ്ഥയായിരുന്നു. ജീവിക്കണമെന്ന അഭിവാഞ്ഛ നിറഞ്ഞിരുന്നു. പൂർണ്ണമായ സ്നേഹം വേണമെന്ന കാംക്ഷയുണ്ടായിരുന്നു. എന്നിലാവേശിച്ച കരുത്ത് എന്നിൽ ഭ്രാന്ത് നിറയ്ക്കുകയായിരുന്നു. അപ്പോൾ കമലയുടെ അതേ അവസ്ഥയിൽ എന്നിലും സൗന്ദര്യവും കരുത്തും പൂർണ്ണമായുമുണ്ടായിരുന്നു. കമലയുടെ അപ്പോഴത്തെ അവസ്ഥയെപ്പറ്റി എന്നോട് സുരേഷ് കോഹ്‌ലി എന്ന എഴുത്തുകാരനാണ് വിശദീകരിച്ചു തന്നത്. കോഹ്‌ലി ഒരു എഴുത്തുകാരൻ മാത്രമല്ല, ഒരു സിനിമാ നിർമ്മാതാവുകൂടിയാണ്. കമല അപ്പോൾ "ഒരു തെന്നിന്ത്യൻ സിനിമാ താരത്തെപ്പോലെ ശരീരപുഷ്ടിയും അഴകുമുള്ളവളായിരുന്നു. കൃത്യമായ ശരീരവടിവും സുന്ദരമായ മുഖവുമുണ്ടായിരുന്നു" എന്നാണ് കോഹ്‌ലി പറഞ്ഞത്. 1970കളിൽ കമല 'ബോംബെ സലൂൺ' എഴുതുമ്പോൾ അത് ചൊല്ലുന്നത് കേൾക്കുവാൻ കോഹ്‌ലി സമീപത്തുണ്ടായിരുന്നു. കമല എന്റെ കഥ എഴുതിയപ്പോൾ അത് കമലയുടെ സെക്സ് അപ്പീൽ വർദ്ധിപ്പിച്ചു എന്നും കോഹ്‌ലി പറഞ്ഞു. ഒരു നായർ സ്ത്രീക്ക് അന്ന് ലഭ്യമായിരുന്നില്ലാത്ത ധൈര്യമാണ് കമല കാണിച്ചത്. അതിനു കാരണമുണ്ട്. ഭോഗതൃഷ്ണ പൂർത്തീകരിക്കപ്പെടുവാനാകാത്ത തെന്നിന്ത്യൻപുരുഷന്മാർക്ക് അവരുടെ പുരാണ ചിത്രങ്ങളിലും, ക്ഷേത്രങ്ങളിലെ ചുമർ ചിത്രങ്ങളിലും, സിനിമകളിലും മറ്റും കണ്ടുവന്ന സെക്സ് അപ്പീൽ ഉള്ള സ്ത്രീകളോട് വലിയ ഒരു അഭിനിവേശമായിരുന്നു. കമല ഒരു നായർ സ്ത്രീയായത് അവരെ മറ്റ് തെന്നിന്ത്യൻ സ്ത്രീകളിൽ നിന്നും കുറച്ചൊന്ന്

വ്യത്യസ്തയുമാക്കി, കുറച്ച് ഉപ്പു ചേർത്തതുപോലെ. ഇതിന്റെയൊക്കെ കൂടെ അവരുടെ നിതംബം മറയ്ക്കുന്ന നീണ്ട മുടിയും, അവരുടെ സമൂഹത്തിൽ ഒരു കാലത്ത് ഒന്നിലധികം ഭർത്താക്കന്മാർ അനുവദനീയമായിരുന്നു എന്നതും കമലയെ വ്യത്യസ്തയാക്കി."

ഞാൻ വസ്ത്രം മാറുകയായിരുന്നു. പെട്ടെന്ന് മുറിയിൽ വഴക്ക് കൂടിക്കൊണ്ടിരിക്കുന്ന രണ്ട് ഉറുമ്പുകളെ ഞാൻ കണ്ടു. ഇതുപോലെ ഒന്നാണ് ഇന്നലെ എന്റെ ഉറക്കം കെടുത്തിയത്. ഞാനവയെ തച്ചുകൊന്നു. അപ്പോൾ വീണ്ടും എന്നിലേക്ക് കോഹ്‌ലിയുടെ വാക്കുകളെത്തി. "കമല വിപ്ലവകാരിയായ ഇന്ത്യൻ കവയിത്രിയാണ്. സ്വതന്ത്ര ഇന്ത്യയിലെ കവികളിൽ ഒരു നാഴികക്കല്ല്. അതുപോലെ അവരുടെ മാതൃഭാഷയായ മലയാളത്തിൽ അവർ തീപ്പൊരി എഴുത്തുകാരിയുമാണ്." എന്നാണ് കോഹ്‌ലി വിശേഷിപ്പിച്ചത്. എന്നാൽ അപ്പോഴും കമലയെക്കുറിച്ചുള്ള അദ്ദേഹത്തിന്റെ വിശദീകരണങ്ങളെല്ലാം തന്നെ 'സെക്സ് അപ്പീൽ' എന്ന പദത്തിലൂന്നിയായിരുന്നു. ഇത് ചില ജൂതസ്ത്രീകളെ ഒരു കാലത്ത് ഫ്രെഞ്ച് കനേഡിയൻ പുരുഷന്മാർ വിശേഷിപ്പിച്ചിരുന്നതുപോലെയാണ്.

ഞാൻ ഫാനിന്റെ വേഗത വർദ്ധിപ്പിച്ചു. എ സി എന്റെ നഗ്നമായ കഴുത്തിൽ വീശിയടിക്കുന്നത് ഞാനനുവദിച്ചു. അപ്പോഴും "ലൈംഗിക അസാധാരണത്വം" എന്ന പദം എന്തുകൊണ്ട് ഞാനൊഴിവാക്കുന്നു എന്ന് ഞാൻ അദ്ഭുതപ്പെടുകയായിരുന്നു. ഞാൻ ഈ വാക്ക് അലക്ഷ്യമായി പലവട്ടം ഉപയോഗിച്ചു നോക്കി. അത് എന്നെ ആകർഷിക്കുന്നുണ്ട്. എന്നെ എവിടേക്കൊക്കെയോ നയിക്കുന്നുണ്ടത്. ചില ഇന്ത്യൻ പുരുഷന്മാർ കമലയെ കാമതൃഷ്ണ നിറഞ്ഞ "മറ്റൊരുവൾ" എന്ന നിലയിൽ കാണുന്നുണ്ടാകാമെങ്കിലും ഞാൻ അവരുടെ ഈ ശക്തിയെ അവരുടെ ആഗ്രഹങ്ങളുടെ കരുതലില്ലായ്മ മാത്രമായി കാണുന്നു.

കുറച്ച് നേരം വിശ്രമിച്ചശേഷം ഞാൻ വീണ്ടും കമലയുടെ അടുത്തേക്കു പോകുവാൻ തീരുമാനിച്ചു. കുറച്ച് നിമിഷങ്ങൾ നടന്നതേയുള്ളു. ഞാനാകെ വിയർക്കുവാൻ തുടങ്ങി. എന്നാൽ ഈ വിയർപ്പ് ഞാനിപ്പോൾ സാരമാക്കുന്നില്ല. അവരുടെ ആദ്യ പ്രണയത്തെക്കുറിച്ച് പറഞ്ഞ് എന്നെ എന്തോ ഒരു ആകർഷണ വലയത്തിലേക്കവർ എത്തിച്ചിരിക്കുന്നുവെന്നും അതിനുശേഷം എന്തുണ്ടായി എന്നറിയുവാൻ താത്പര്യമുണ്ടെന്നും ഞാൻ കമലയോട് പറഞ്ഞു.

"ഞാനൊരിക്കൽ ഒരു കടയിൽനിന്നും പുറത്തിറങ്ങുകയായിരുന്നു. അപ്പോൾ ഞാൻ ഒരു ദുഷ്ടനായ രാഷ്ട്രീയക്കാരനെ കണ്ടു. ദുഷ്ടനെങ്കിലും അധികാരത്തിന്റെ കരുത്തുള്ളവനായിരുന്നു അയാൾ. അയാളുടെ ചിത്രങ്ങൾ ഞാൻ മുമ്പും കണ്ടിട്ടുണ്ട്. പിന്നെയൊരു ദിവസം അയാൾ എന്നെ അയാളോടൊത്ത് ചായ കുടിക്കുവാൻ ക്ഷണിച്ചു. ഇയാൾക്ക് സ്വന്തമായി ആളുകളെ കൊല്ലുവാൻവരെ തയ്യാറുള്ള കൂലിപ്പട്ടാളമുണ്ടെന്നും അന്താരാഷ്ട്ര കള്ളക്കടത്തുകാരുമായി ബന്ധമുണ്ടെന്നും ഒരു

പശ്ചാത്താപവുമില്ലാതെ ആരെയും കൊല്ലാൻ മടിയില്ലെന്നുമെല്ലാം എനിക്കറിയാമായിരുന്നു. 'ധനികനും കരുത്തനും ക്രൂരനുമാണയാൾ എന്നെനിക്കറിയാം. ഞാൻ ഞങ്ങളുടെ സർപ്പക്കാവിൽ ആയിരത്തിയൊന്ന് വിളക്കുകൾ കത്തിച്ച് പ്രാർത്ഥിച്ചു. അയാളെപ്പോലെ ഒരു ഇണയെ ലഭിക്കുവാനായിരുന്നു ആ പ്രാർത്ഥന.' ഞാനാകട്ടെ ചടുലയായിരുന്നു, എന്റെ കരുത്തിന്റെ ഉത്തുംഗത്തിലായിരുന്നു. 'ബഹുമാന്യരായ' പുരുഷന്മാർ സ്നേഹിക്കുന്നതെങ്ങനെ എന്നെനിക്കറിയാമായിരുന്നു. അതിനാൽ ഒരു ദുഷ്ടൻ എങ്ങനെയാകും എനിക്ക് ആവേശം നൽകുന്നതെന്ന് ഞാൻ ചിന്തിച്ചു. കാരണമുണ്ട്. 'അപ്പോൾ എനിക്ക് അയാളുടെ ആത്മാവ് കീറി അയാളിലെ സ്നേഹത്തിന്റെ മധുരം നുണയുവാനാകും.' എന്റെ ഗുരുകൂടിയായ വൃദ്ധൻ, എന്നെ സംസ്കൃതം പഠിപ്പിച്ചയാൾ, 'നീ ഇത്രയും അധഃപതിക്കുമെന്ന് എനിക്ക് വിശ്വസിക്കുവാനാകുന്നില്ല' എന്ന് പറഞ്ഞു. വാനംപാടി പക്ഷി ചളിയിൽ കിടന്നുരുളുന്നത് എന്തിനാണെന്നാണ് അങ്ങ് കരുതുന്നത്? എന്നോട് ക്ഷമിക്കണം. ഞാൻ ഒരു എഴുത്തുകാരിയാണ്. എനിക്ക് പരീക്ഷണങ്ങൾ ചെയ്തേ മതിയാകൂ."

"ആവേശം അലതല്ലിക്കൊണ്ട്, ശാരീരികമായി ഉണർത്തുമെന്നും ബലാത്സംഗം ചെയ്യപ്പെടുമെന്നും പ്രതീക്ഷിച്ചുകൊണ്ട്, അയാളുടെ ഹൃദയത്തിൽ ഗർഭം ധരിക്കുവാൻ", കമല നിറയെ കണ്ണാടികളുണ്ടായിരുന്ന അയാളുടെ കിടപ്പ് മുറിയിൽ പ്രവേശിച്ചു. അയാളെ കമല സിംഹം എന്നാണ് വിളിച്ചത്. അവിടെ വച്ച് കമല അയാളുടെ ഭോഗേച്ഛയും ഗർജ്ജനവും നിരീക്ഷിച്ചു. "മുറിവ് പറ്റിയ സിംഹത്തെപ്പോലെ"യായി അയാൾ. രതിമൂർച്ഛയിൽ; അയാൾ എന്റെ ശരീരത്തിൽ എണ്ണ തടവി, എന്നെ ബാത് ടബിൽ കിടത്തി, ഞാൻ അയാളുടെ തുറിച്ചുനോട്ടം കണ്ട് ഭയന്നു. ചൂടുവെള്ളം അപ്പോൾ എന്റെ കൺതടങ്ങളെ തഴുകി കീഴോട്ട് ഒഴുകുന്നുണ്ടായിരുന്നു. അയാൾ ഉറങ്ങുവാനുള്ള തയ്യാറെടുപ്പിലായിരുന്നു." ഒരിക്കൽ ഭോഗം കഴിഞ്ഞ് ഉറങ്ങുമ്പോൾ അയാളുടെ കൈകൾ കമലയുടെ കവിളിൽ തലോടുന്നത് അവളറിഞ്ഞു. അതിനോടൊപ്പം അയാൾ അവരുടെ പേര് ചെവിയിൽ വളരെ മൃദുവായി മന്ത്രിക്കുന്നതും കേട്ടു. ആ ബന്ധത്തിലെ ഏറ്റവും "മഹത്തരമായ നിമിഷം" അതായിരുന്നു. "ആദ്യ ലീലകൾക്ക് ഒട്ടും സമയമില്ല, ജന്തുക്കൾ ഇണചേരുന്നതുപോലെ ക്രൂരം, ഒരു ആവേശവും അതിൽ നിന്ന് ലഭിച്ചില്ല" അതിനാൽ സിംഹവുമൊത്തുള്ള പരീക്ഷണം ഇങ്ങനെ എഴുതി തള്ളി:

ഫ്രാങ്കൻസ്റ്റീനിന്റെ മൃഗീയ കളിപ്പാവപോലെ ഒരു ദിനം ഞാൻ ഉയിർക്കും. ഞാൻ അയാളുടെ മെത്തയിൽ നിന്നും ഒരു ചെടിയുടെ തണ്ടുയിർത്ത് വരും പോലെ വരും. ഞാൻ മറൈൻ ഡ്രൈവിലൂടെ നടക്കും. അപ്പോൾ അയാൾ മറ്റൊരു പുരുഷൻ മാത്രമാകും. അത് മറ്റൊരു കാലം മാത്രമാകും. അയാളുടെ തോട്ടത്തിൽ വേനലപ്പോൾ ചാരമായി വീഴും.

പരീക്ഷണങ്ങൾ കമലയുടെ ഒരു സ്വഭാവരീതിയാണെന്ന് ഞാൻ തിരിച്ചറിയുന്നു. എന്റെ ഇരുപതുകളിൽ ഒരാളെ മനസ്സിലാക്കുവാൻ ഏറ്റവും

എളുപ്പമുള്ള മാർഗ്ഗം അയാളുമൊത്ത് ശയിക്കുക എന്നതാണെന്ന് ഞാൻ കരുതിയിരുന്നു. ഭർത്താവില്ലാത്ത കുഞ്ഞിന്റെ അമ്മ എന്ന നിലയിൽ, സർവ്വകലാശാലയിൽ പഠനവും, ജോലിയും, എഴുതുവാനുള്ള ശ്രമവും എല്ലാം ഒരുമിച്ചായപ്പോൾ, എന്റെ പക്കലുണ്ടായിരുന്ന സമയം, സ്രോതസ്സുകൾ എന്നിവയുടെ പരിമിതി കൂടിയായപ്പോൾ, ഏറ്റവും ദ്രുതമായ നാടകം ഇതാണെന്ന് ഞാൻ ധരിച്ചുവശായി. ഞാനും കമലയെപ്പോലെ എന്റെ പരീക്ഷണങ്ങൾ സംസ്കരിച്ച് എഴുതി. എന്നാൽ ഇവിടെ ഒരു വ്യത്യാസമുണ്ട്. 1960 കളിലേയും 1970 കളിലേയും വടക്കേ അമേരിക്കയിൽ എന്റെയീ സങ്കരലൈംഗികസ്വഭാവം അത്ര അപഖ്യാതിയുയർത്തുന്നതായിരുന്നില്ല. എന്നാൽ താരതമ്യേന നിഷ്കളങ്കമായ കമലയുടെ പെരുമാറ്റങ്ങൾ ഇന്ത്യയിൽ വളരെയധികം മടങ്ങ് സാമൂഹികനീതിക്കെതിരായതായി കണക്കാക്കപ്പെട്ടു. ഞാൻ സ്വയം യാഥാസ്ഥിതിക, ധാർമ്മിക സദാചാര, ചിന്താഗതികളുടെ "ചങ്ങലക്കെട്ടുകൾ" പൊട്ടിച്ചെറിഞ്ഞ് പുറത്ത് വന്നു, എന്നാണ് കമല ഇതിനെക്കുറിച്ച് പറഞ്ഞത്. ഇതെങ്ങനെ ചെയ്തു എന്ന് ഞാൻ ചോദിക്കുകയും ചെയ്തു.

സാധാരണ ജീവിതത്തിൽ അവർ വഞ്ചിക്കപ്പെട്ടു. അതിനാൽ ജീവിതം ആഘോഷമാക്കുവാൻ സ്വയം ഒരു ഭാഗം സൃഷ്ടിച്ചെടുക്കേണ്ടിയിരുന്നു, എന്നാണവർ ഉത്തരം നൽകിയത്. "എനിക്കതിനായില്ലെങ്കിലും ഞാൻ അവളാകണമെന്ന് ആഗ്രഹിച്ചു. അവളിൽ നിന്നും ഞാൻ പ്രതീക്ഷിച്ചതെന്തോ അത് ചെയ്യുവാൻ ഞാൻ തീരുമാനിച്ചു. അതായത് അഗാധമായി സ്നേഹിക്കുക, അവളുടെ കാമുകനെ കാണുക. ഈ ശരീരത്തിൽ നിന്നും വേർപെട്ട് ഈ ഭാഗമഭിനയിക്കുന്ന അവൾ അവളുടെ കാമുകന്റെ അടുത്തേക്ക് പോകുന്നത് ഞാൻ കണ്ടു. പിന്നെ ഞാനത് സംഭവ്യമാക്കി. ഞാനും അവളും ഒന്നായി ലയിച്ചു ചേർന്നു. അപ്പോൾ കാര്യങ്ങൾ കുറച്ച് കൂടി എളുപ്പമായി. കാരണമുണ്ട്. അപ്പോൾ ദിവാസ്വപ്നങ്ങൾ കാണുന്നത് ഞാനല്ലായിരുന്നു. ഞാൻ എന്ത് സംഭവിച്ചു എന്ന് എഴുതുക മാത്രമായിരുന്നു. അത് വാസ്തവമായിരുന്നു."

സ്വയം മുറിവുണക്കുവാനായാണ് താൻ മറ്റുള്ളവരുടെ അടുത്തേക്കു പോയതെന്ന് കമല പറയുന്നു. അങ്ങനെയൊരു കാലഘട്ടത്തിന്റെ ആത്മവിശ്വാസത്തിൽ നിന്നും ഉളവായ മനഃസുഖം ഇല്ലായിരുന്നുവെങ്കിൽ താൻ നിലനിൽക്കില്ലായിരുന്നു എന്നും കമല കൂട്ടിച്ചേർക്കുന്നു. "ഒരു ഗുൽമോഹർ മരം പോലെ അവർ കത്തിനിൽക്കുകയായിരുന്നു. എല്ലാം പുഷ്പസമൃദ്ധമായിരുന്നു. എല്ലാം കത്തുകയായിരുന്നു. നിങ്ങൾ അവിടേക്കാണ് കയറിച്ചെല്ലുന്നത്." പ്രണയത്തിലായിരിക്കുമ്പോൾ അവർ കൂടുതൽ ഊർജ്ജസ്വലതയോടെ എഴുതി. രാത്രി മുഴുക്കെ ഉറക്കമിളച്ച് എഴുതി. "ആ നിമിഷങ്ങൾ നഷ്ടപ്പെടുത്തുവാൻ എനിക്കാകില്ലായിരുന്നു" അതിനാലാണ് അങ്ങനെയായത് എന്ന് കമല പറയുന്നു.

എഴുതുവാനുള്ള ആ ത്വര മനസ്സിലാകുന്നു എന്നത് ഞാൻ തലയാട്ടി സമ്മതിച്ചു.

"എന്നാൽ ഇതിൽ നിന്നും പുറത്തു കടക്കണമെന്നും വീണ്ടും കമല ദാസ് ആകണമെന്നും എനിക്കറിയാമായിരുന്നു. അല്ലെങ്കിൽ എന്റെ അസ്തിത്വം അപകടത്തിലാകുമായിരുന്നു." വൈകാരികമായി ഊട്ടിയെ ടുക്കപ്പെട്ട പ്രണയങ്ങളടങ്ങുന്ന തന്റെ പ്രക്ഷുബ്ധമായ ഭൂതകാലത്തെ വകഞ്ഞ് മാറ്റുവാനെന്ന രീതിയിൽ അവർ കൈകൾ ചലിപ്പിക്കുന്നു. "ഇടയ്ക്കൊക്കെ പ്രണയത്തിന്റെ തീർത്ഥജലത്തിൽ ഒന്ന് മുങ്ങാം. എന്നാൽ ശ്വസിക്കുന്നതിനായി അതിനു മുകളിലേക്ക് വരേണ്ടതുണ്ട്."

"ഇപ്പോൾ കഴിഞ്ഞ ഇരുപത് വർഷമായി ഞാൻ പതിവ്രതയാണ്." അവരാ ചർച്ച അവസാനിപ്പിക്കുകയായിരുന്നു. "അതിനാൽ ഇനി ഞാൻ ഒരു പുരുഷന്റെ മേൽ ചാടിവീഴുകയോ അയാളെ പിച്ചിക്കീറുവാൻ ശ്രമിക്കുകയോ ഇല്ല. ഇപ്പോൾ എന്നിൽ അങ്ങനെയൊരു വിശപ്പില്ല. മാംസ ദാഹമില്ല. എന്റെ ഊർജ്ജം എനിക്കിനി നഷ്ടപ്പെടുത്തേണ്ട. 1975ൽ ഞാൻ പതിവ്രതയാകുവാൻ തീരുമാനിച്ചപ്പോൾ ഒരു യഥാർത്ഥ എഴുത്തുകാരി യായി. അതിനുശേഷമുള്ള മൂന്നു നാലു വർഷങ്ങൾക്കുള്ളിൽ നൂറുകണക്കിന് കഥകളെഴുതി. മതി. അത്രയും മതി."

സ്വീകരണ മുറിയിലെ ഒരു കൊച്ചു മേശയ്ക്കിരുവശമാണപ്പോൾ ഞങ്ങൾ ഇരുന്നിരുന്നത്. ഞങ്ങളുടെ സൗഹൃദത്തിന്റെ ഇപ്പോഴത്തെ അവസ്ഥയിൽ കമലയ്ക്ക് ആകാവുന്നതിലും അതിലധികവും കമല പറഞ്ഞുകഴിഞ്ഞുവെന്ന് എനിക്കു മനസ്സിലായി. "എനിക്ക് മെറിലിയോട് ഉള്ളുതുറക്കുവാനാകുന്നു. ഒട്ടും സങ്കോചമില്ലാതെ." കമല പറഞ്ഞു. എന്നിട്ട് എന്നെ "ആയുധം പിടിച്ചുവാങ്ങുന്നവൾ" എന്ന് വിശേഷിപ്പിച്ചു. അതിനു കാരണമായി പറഞ്ഞത് ഞാൻ ആർണിയുടെ കത്തുപോലും ഒളിപ്പിക്കാതിരുന്നതാണ്. "മറ്റൊരു രാജ്യത്തുനിന്നും വരുന്ന ഒരു സ്ത്രീ എന്നോട് ഇത്രയും സ്വാതന്ത്ര്യം കാണിക്കുമെന്ന് ഞാൻ കരുതിയില്ല." എന്നാൽ ഞാൻ ആദ്യമിവിടെ എത്തിയപ്പോൾ കമല തന്റെ വായനക്കാരോട് ഞാനിവിടെ സ്ത്രീസ്വാതന്ത്ര്യത്തെക്കുറിച്ച് ഒരു പുസ്തകമെഴുതുവാനായി എത്തിയതാണ് എന്നാണ് പറഞ്ഞത്. അവരെ ആശയക്കുഴപ്പത്തിലാക്കരുതെന്ന് കരുതി. എന്റെ ഭാഗം അഭിനയിക്കുവാൻ ഞാൻ തയ്യാറായിരുന്നു.

ഞാൻ എന്റെ സ്വരൂപത്തിലായിരുന്നോ എന്ന് ചോദിച്ചാൽ പൂർണ്ണമായും ആയിരുന്നില്ല എന്ന് പറയേണ്ടി വരും. എന്റെ ഇന്ദ്രിയങ്ങൾ എല്ലാം എപ്പോഴും ജാഗ്രത പുലർത്തിക്കൊണ്ടിരിക്കുകയായിരുന്നു. കമലയെ എതിർക്കാതിരിക്കുവാൻ ഞാൻ വളരെ ശ്രദ്ധിച്ചിരുന്നു. പരസ്പരം തിരിച്ചറിയുവാനുള്ള സൂചനകൾ ഞങ്ങളിരുവരും ശേഖരിച്ച് വരുകയായിരുന്നു. എന്നിട്ട് പരസ്പരം താത്പര്യമുള്ള വിഷയങ്ങളിലൂടെ പല ദിശകളിലൂടെ സഞ്ചരിക്കുകയായിരുന്നു. സ്ത്രീത്വത്തെക്കുറിച്ച് ഞങ്ങൾക്കുള്ള വികാരങ്ങൾ, ഞങ്ങളെ വളർത്തിയ രീതികളെക്കറിച്ച് ഞങ്ങൾക്കുള്ള സ്വകാര്യ ചിന്തകൾ, ഞങ്ങളുടെ എഴുത്ത്, ഞങ്ങൾ, പിന്നെ ഞങ്ങളെങ്ങനെ മനോചിന്തകളുടെ സാമ്രാജ്യങ്ങൾ തിരഞ്ഞെടുക്കുന്നു എന്നത്, എന്നിവയെല്ലാം

ഞങ്ങളുടെ സൗഹൃദത്തിൽ പങ്കുവയ്ക്കപ്പെടുന്നു. കമല എന്നോട് തുറന്ന് സംസാരിക്കുന്നു. അവർ പറയുന്നത് സംഗ്രഹിക്കുവാൻ എനിക്ക് വളരെയധികം സമയവും അദ്ധ്വാനവും വേണ്ടി വരും എന്ന് അവർ ബോധവതിയുമാണ്. ഇപ്പോഴും പലതും എനിക്ക് ദഹിക്കുന്നില്ല. അവരോട് തീർത്തും അപമര്യാദയായി പെരുമാറിയ ഒരു ഭർത്താവിന്റെ ദൈനംദിന കാര്യങ്ങൾ ഇത്രയും ഭംഗിയായി നോക്കിനടത്തുവാൻ അവർക്കെങ്ങനെ ആയി എന്നത് എനിക്കിപ്പോഴും മനസ്സിലാകാത്തതാണ്. അതുപോലെ തന്നെ "പ്രേമബന്ധം" എന്നാൽ അവർക്ക് എന്താണെന്ന് ഇപ്പോഴും എനിക്ക് മനസ്സിലാകുന്നില്ല.

"എന്റെ അനേകം ചോദ്യങ്ങൾക്ക് ഉത്തരം നൽകുവാനുള്ള ക്ഷമ ഇനിയും താങ്കളിലുണ്ടോ?" ഞാൻ ചോദിച്ചു.

"ഉവ്വ്. എല്ലാതിനും ഉത്തരം പറയുവാൻ എനിക്കായി എന്ന് വരില്ല. ചിലത് എന്നെ സങ്കടപ്പെടുത്തിയേക്കും"

"ഞാനിത് ചോദിക്കുവാൻ കാരണമുണ്ട്. താങ്കൾ പ്രേമബന്ധത്തെക്കുറിച്ച് പറയുന്നത് എന്നിൽ ഇപ്പോഴും ആശയക്കുഴപ്പമുണ്ടാക്കുന്നു. അതും ഭോഗേച്ഛയുമായുള്ള വ്യത്യാസമെന്താണ്?

"ഞാനെന്റെ കാര്യം മാത്രം പറയാം. പ്രേമബന്ധത്തിലേക്ക് പലപ്പോഴും സെക്സ് വലിച്ചിഴക്കപ്പെടുകയാണ്. ഞാൻ അക്കാലത്ത് ചെറുപ്പവും ഭോഗേച്ഛയുടെ കാര്യത്തിൽ അക്ഷമയുമായിരുന്നതായിരിക്കാം ഒരു കാരണം. അത് കൈക്കൂലി പോലെ ഒന്നാണ്. അക്കാലത്ത് ഞാൻ സെക്സ് നൽകി സ്നേഹം സമ്പാദിക്കുവാൻ ശ്രമിച്ചു. എന്റെ ശരീരം നൽകിയാൽ എനിക്ക് മനസ്സ് ലഭിക്കുമെന്ന് കരുതി. എന്നോടുള്ള വികാരങ്ങളുടെ നിറവിൽ അയാൾ എന്നെ മാത്രം പരിഗണിക്കണമെന്ന് ഞാനാഗ്രഹിച്ചു. എന്റെ ഇഷ്ടത്തിനനുയോജ്യമായി അയാളെ മാറ്റിത്തീർക്കാൻ കഴിയുമെന്ന് ഞാനാശിച്ചു. എന്നിൽ വികാരങ്ങളുടെ തള്ളിച്ച തന്നെയുണ്ടായിരുന്നു എന്നതാണതിനു കാരണം."

"വടക്കേ അമേരിക്കയിൽ പ്രേമബന്ധം എന്നാൽ അതിൽ സെക്സ് ഉൾപ്പെടും. താങ്കളെ സംബന്ധിച്ചിടത്തോളം പ്രേമബന്ധം എന്നാൽ എന്താണ്?" ഞാൻ വളച്ചുകെട്ടില്ലാതെ ചോദിച്ചു.

"ഒരു വ്യക്തിയെ സ്നേഹിക്കുക, ഒന്നിച്ച് നടക്കാൻ പോകുക, ഒന്നിച്ച് ഭക്ഷണം കഴിക്കുക, ഹോട്ടലിൽ പോയി ഉച്ചഭക്ഷണം കഴിക്കുക, കൈകൾ കോർത്ത് നടക്കുക - അങ്ങനെയങ്ങനെ."

"സംഭോഗം ആനന്ദിച്ചിട്ടുണ്ടോ?"

ഈ ചോദ്യം അവരെ പിരിമുറുക്കത്തിലാക്കി. ഞാൻ പരുഷമായി എന്തോ ചോദിച്ചതു പോലെയായി. അല്ലെങ്കിൽ അപകടകരമായ എന്തോ ചോദിച്ചതുപോലെ. അവർ മറുപടി പറയാതെ ശങ്കിച്ചു നിന്നു. ഈ ചോദ്യം അവരെ വിഷമിപ്പിച്ചു എന്ന് തോന്നി. അവസാനം "ഒരുപക്ഷേ ഒന്നോ രണ്ടോ തവണ" എന്ന് മാത്രം ഉത്തരം പറഞ്ഞു.

ഈ കുമ്പസാരം ഞെട്ടിക്കുന്നതായിരുന്നു. അത് അവരെ ഒന്ന് പുറകോട്ടു വലിച്ചു എന്ന് തോന്നി. കമല ദാസ് പ്രണയത്തെക്കുറിച്ച് തുറന്നെഴുതുന്നു. എന്നാൽ ഭോഗാനന്ദത്തെക്കുറിച്ച് ഒരിക്കലും തുറന്ന് സമ്മതിച്ചിട്ടില്ല. ആ ചോദ്യങ്ങൾ വരുമ്പോൾ അവർ മൈക്രോഫോണി നടുത്തു നിന്ന് മാറുകയും അകലെ ചുമരിലേക്ക് തിരിയുകയും ചെയ്യുന്നു.

“അതെ, നിനക്കാവാശ്യമുള്ളത് ലഭിച്ചു.” ചെറിയൊരു എതിർപ്പോടെ യെങ്കിലും അവർ തുറന്നു ചിരിച്ചു.

ആരെങ്കിലുമൊത്ത് അത് ആനന്ദിക്കുവാനായപ്പോൾ അത് അപ്രതീ ക്ഷിതമായ ഒരു അദ്ഭുതമാണെന്ന് എനിക്ക് വ്യാഖ്യാനിക്കാൻ കഴിയാത്ത വിധത്തിൽ അപ്പോൾ അവർ പറഞ്ഞൊഴിയുന്നു.

“അപ്രതീക്ഷിത അദ്ഭുതം?”

“എനിക്ക് അത് ആനന്ദിക്കുവാനുമാകും എന്ന അദ്ഭുതം. ഒരു യാഥാ സ്ഥിതിക ഹിന്ദു സ്ത്രീക്ക് സ്വപ്നം കാണുവാനാകാത്ത ഒന്നാണത് - അതിൽ നിന്നും ആനന്ദം ലഭിക്കുക എന്നത്.”

ഞാൻ ഇങ്ങനെയൊരു പ്രതികരണം പ്രതീക്ഷിച്ചിരുന്നുവെങ്കിൽ “മലബാറിലെ സ്നേഹ റാണി” സ്വയം എന്തുകൊണ്ട് ഒരു ഹിന്ദു യാഥാ സ്ഥിതികത്വവുമായി ഇപ്പോഴും ബന്ധപ്പെടുത്തുന്നു എന്നതിനെ ചോദ്യം ചെയ്യുമായിരുന്നു. പക്ഷേ, അപ്പോൾ ഈ സാംസ്കാരിക ഉൾക്കാഴ്ച യുടെ വെളിപ്പെടുത്തൽ എന്നെ അദ്ഭുതപ്പെടുത്തുകയായിരുന്നു. ഭോഗാ നന്ദത്തിന്റെ ദീപ്തമൂർച്ഛകളെക്കുറിച്ച് സംസാരിക്കാൻ ഒരു ഹിന്ദുസ്ത്രീക്ക് തീർച്ചയായും അസാദ്ധ്യമാണ്.

“കമല, അതാണ് നമ്മൾ രണ്ടുപേരുടേയും സംസ്കാരങ്ങൾ തമ്മി ലുള്ള വ്യത്യാസം. എന്റെ സമൂഹത്തിൽ, സ്ത്രീകൾ സംഭോഗം ആന ന്ദിക്കുന്നു.”

“ഞങ്ങളുടേതിലില്ല. ഒരു സ്ത്രീക്കും ‘അവർ അത് ആനന്ദിക്കുന്നു’ എന്ന് സമ്മതിക്കുവാനാകില്ല. ഇത് ഒരു കുരിശാണ്. വിവാഹമെത്തതന്നെ ഒരു കുരിശാണ്. ഞങ്ങൾ ഭോഗാസക്തി കാണിച്ചുകൂട. നിങ്ങൾ ഒരു ശരീരം മാത്രമാകുന്നു. നിങ്ങളുടെ ഉടമയും ദൈവവുമായവൻ ആ ശരീരം ഉപയോഗിക്കുന്നു. നിങ്ങൾ നിങ്ങളുടെ ശരീരം അവനെ ഏല്പിക്കുന്നു. അതുവഴി അയാളെ ആനന്ദിപ്പിക്കുന്നു. അയാളെ സംബന്ധിച്ചിടത്തോളം അത് ജന്മാവകാശമാണ്. നിങ്ങൾ ഉറങ്ങുന്നത് നിങ്ങളുടെ ഭർത്താവിന്റെ മെത്തയിലാണ്. നിങ്ങളൊരിക്കലും ആ മെത്തയെ നിങ്ങളുടെ മെത്ത എന്ന് പറയില്ല, അത് അയാളുടെ മെത്തയാണ്, അയാളുടെ വീടാണ്. ഇത് ഞാൻ പാരമ്പര്യത്തിൽ നിന്നും പഠിച്ചതാണ്. എന്നാൽ ഇനിയും എനിക്കത് സഹിക്കുവാനാകില്ല. എനിക്ക് എന്റെ മെത്ത എന്റേതായി വേണം.”

അഞ്ച്

ഒരു ദേവദാസിയോട് പറഞ്ഞ വാക്കുകൾ

ഹോട്ടലിലെ മുറിയിൽ ഞാനെഴുന്നേറ്റിരുന്നു. പുറത്ത് ട്രാഫിക് 98 ഡിഗ്രി ഫാരൻഹീറ്റിൽ ഏമ്പക്കം വിടുകയാണ്. കാലവർഷം തുടങ്ങേണ്ട കാലമായിരിക്കുന്നു.

ഒരു പാവാടയും വെള്ള കുർത്തയും ധരിച്ച് ഞാൻ ഹോട്ടലിൽ നിന്നിറങ്ങി. കുർത്ത എന്റെ ശരീരത്തിൽ ഒട്ടിപ്പിടിക്കുകയില്ലെന്നാണെന്റെ പ്രതീക്ഷ. എന്റെ മാറിടത്തിനു മുന്നിൽ ഒരു കവചം പോലെ ഞാൻ അന്നത്തെ പത്രം പിടിച്ചിട്ടുണ്ട്. നടപ്പാതയിൽ ശേഷിച്ച ഭാഗത്തെ വാരിപ്പുണർന്നാണ് ഞാൻ നടക്കുന്നത്. തിരക്കേറിയ പാതയ്ക്കരികിലൂടെയാണ് ഞാൻ നടക്കുന്നത്. ഓട്ടോറിക്ഷ, ട്രക്കുകൾ, കാറുകൾ എല്ലാം ചേർന്ന് ഒരു ആറുവരിപ്പാതയായിരിക്കുന്നു അത്. വഴി മുറിച്ച് കടക്കുവാൻ എന്റെ സുഹൃത്ത് എല്ലന്റെ സൂത്രമൊന്ന് പ്രയോഗിക്കുവാൻ തീരുമാനിച്ചു. ലളിതമാണീ സൂത്രം. ഈ നാട്ടുകാരുടെ ഓരം പിടിച്ച് അവരാകുമ്പോൾ വഴി മുറിച്ച് കടക്കുക. അവർക്കാകുമ്പോൾ അവരെന്താണ് ചെയ്യുന്നതെന്ന് അറിയാം. അതിനാൽ ഞാൻ വഴി മുറിച്ച് കടക്കുന്നവരെ പരതി. എന്നാൽ ഇവിടെ നേപ്പാളിലെ പോലെയല്ല. വഴി മുറിച്ച് കടക്കുവാൻ ഇവിടത്തുകാരിലും ഒരു ഭയമുണ്ട്. അവർ ആദ്യമൊന്ന് ഓടും, പിന്നെ തിരിഞ്ഞൊന്ന് നോക്കും, പിന്നെ ചാടും അല്ലെങ്കിൽ കാറുകൾക്കിടയിലൂടെ ഹോണിന്റെ ശബ്ദങ്ങൾക്കിടയിലൂടെ കുതിച്ചു ചാടും. അവസാനം ഞാനൊരു മനുഷ്യനെ കണ്ടെത്തി. അയാളുടെ അരിക് പറ്റി. അയാളോടൊപ്പം ട്രാഫിക്കിലേക്കിറങ്ങി.

ഞാൻ എത്തിയപ്പോൾ കമല അവരുടെ കിടപ്പ് മുറിയിലായിരുന്നു. വിശ്രമിക്കുകയായിരുന്നു. ഇ സി ജി റിപ്പോർട്ട് അത്ര നല്ല വാർത്തയല്ല അന്ന് നൽകിയത് എന്നതാണ് ഈ വിശ്രമത്തിനു കാരണം. ഒരു ബൈ-പാസ് ശസ്ത്രക്രിയ ഉപദേശിക്കപ്പെട്ടിരിക്കുന്നു. പക്ഷേ, കമലയ്ക്ക് ഒരു ഭാവവ്യത്യാസവുമില്ല. "നമ്മുടെ കൈയിലെല്ലാം ഒരു കുരിശുണ്ട്, അതുമായി എപ്പഴോ പൊരുത്തപ്പെട്ട് കഴിഞ്ഞു" എന്നാണ് അവർ അതിനെപ്പറ്റി പറഞ്ഞത്. മക്മില്ലൻ ഇന്ത്യ ഒരു കവിതാ സമാഹാരം പുറത്തിറക്കി. അതിലേക്ക് കവിതകൾ സമാഹരിക്കണം. ഞാനതിനായി കമലയെ സഹായിക്കുവാൻ തുടങ്ങി. കമലയുടെ പക്കൽ അഞ്ച് കവിതാ സമാഹാരങ്ങളുണ്ട്. അവരുടെ ഔദ്യോഗിക ജീവിതം ഒന്ന് ചിട്ടപ്പെടുത്തുന്നതിനെക്കുറിച്ച് ചിന്തിച്ചപ്പോൾ എനിക്ക് വലിയ സന്തോഷം തോന്നി. ഇന്നലെ രണ്ട് കത്തുകൾ അവർ വായിക്കുന്നത് ഞാൻ കണ്ടു. കത്തുകൾ രണ്ടും മലയാളത്തിലായിരുന്നു. അവർ അതിലെഴുതിയത് സശ്രദ്ധം വായിച്ചു. എന്നിട്ട് ആ കടലാസുകളെ അവരുടെ മെലിഞ്ഞ വിരലുകളിൽ

നിന്നും പറന്നു പോകുവാൻ അനുവദിച്ചു. പ്രാവുകളെ പറത്തി വിടുന്നതു പോലെയാണവർ ആ കടലാസുകളെ പറത്തി വിട്ടത്. വായിക്കുവാൻ കമലയ്ക്ക് തന്റെ കണ്ണട മാറ്റിവയ്ക്കണം. എന്നിട്ട് കടലാസ് കണ്ണിനോടടുത്ത് ഏതാനും ഇഞ്ചുകൾ മാത്രം ദൂരത്തിൽ പിടിക്കണം. ഒരു അൾട്രാ സൗണ്ട് മെഷീൻ ശരീരം സ്കാൻ ചെയ്യുന്നതുപോലെയാണ് കമലയുടെ വായന, വാക്കുകളിലൂടെ ആഴ്ന്നിറങ്ങി അതിന്റെ അസ്ഥികളെ വരെ അവർ നോക്കുന്നുണ്ടാകാം. കമലയുടെ കവിതയിലും ബാഹ്യ രൂപത്തിനപ്പുറത്തുള്ള ഭയങ്കരമായി ആഴം എത്ര പേർ കണ്ടെത്തിയിട്ടുണ്ടാകും?

ഈ പ്രഭാതത്തിൽ എന്റെ പക്കൽ കത്തുന്ന ചോദ്യങ്ങൾ ഒന്നുമുണ്ടായിരുന്നില്ല. പകരം എന്റെ പക്കൽ പതിവുകാര്യങ്ങൾ മാത്രമേ ഉണ്ടായിരുന്നുള്ളു. കമലയെ സഹായിക്കുക, എല്ലാം അടുക്കിവയ്ക്കുക എന്നിങ്ങനെ. ഞങ്ങളുടെ സംഭാഷണങ്ങളിലൂടെ ഇനിയും എനിക്കദ്ഭുതങ്ങൾ നേടാനില്ലാഞ്ഞിട്ടോ അല്ലെങ്കിൽ എന്തെങ്കിലും കൂടുതൽ പഠിക്കാനില്ലാഞ്ഞിട്ടോ അല്ല അങ്ങനെ തീരുമാനിച്ചത്. എനിക്ക് കമലയെ അവരുടെ ശൈലിയിൽ പൂർണ്ണ ഒച്ചപ്പാടോടെ വേണമായിരുന്നു എന്നതിനാലാണത്. മേശപ്പുറത്ത് ടേപ്പ് റിക്കാർഡർ ഓൺ ചെയ്ത് വച്ച് കമല മറ്റുള്ളവരോട് സംസാരിക്കുന്നത് പിടിച്ചെടുക്കുന്നതിൽ എനിക്ക് ഒട്ടും താത്പര്യമില്ലായിരുന്നു. പകരം ഞാനിന്ന് ഒരു പ്രസാധകന് തന്റെ പ്രതിഫലം വന്നിട്ടില്ലെന്ന് എഴുതാം, നോവലിസ്റ്റ് വർമ്മയോട് താങ്കളുടെ സ്റ്റെനോഗ്രാഫർ എങ്ങനെയുണ്ട് എന്ന് ചോദിക്കാം, കനഡയിൽ നിന്നും ഒരു ഡിക്ടാഫോൺ മെഷീൻ വരുത്താം, കമലയ്ക്ക് അവരുടെ കവിതകൾ ചൊല്ലി കേൾപ്പിച്ച് സമാഹാരത്തിനായി അതിൽ നിന്നും ഏത് വേണമെന്ന് തിരഞ്ഞെടുക്കുവാൻ സഹായിക്കാം.

വ്യക്തിജീവിതത്തിലും ഔദ്യോഗികജീവിതത്തിലും ആരും തന്നെ സഹായിക്കുവാനില്ലാത്ത പ്രായമായ എഴുത്തുകാരികളുമായി ഇതിനു മുമ്പും ഞാൻ ഇടപഴകിയിട്ടുണ്ട്. ഡൊറോത്തി ലിവ്സെയും മാർത്ത ഗെലോണും അതിൽ പെടുന്നു. മാർഗരറ്റ് യോർസെനറിനെപ്പോലെയോ അല്ലെങ്കിൽ ജെർട്യൂഡ് സ്റ്റീനിനെപ്പോലെയോ ഇവർക്ക് പ്രണയസിൽ ബന്ധികളും ഇല്ലായിരുന്നു. ഇവിടെ ഇടയ്ക്കിടെ ഫോൺ ശബ്ദിച്ചു കൊണ്ടിരിക്കും. ഓരോ തവണ ഫോൺ ശബ്ദിക്കുമ്പോഴും കമലതന്നെ അതെടുക്കും. യാന്ത്രികമായി ഉത്തരം നൽകുന്ന ഒരു യന്ത്രം അതിനോട് ഘടിപ്പിച്ചിരുന്നു. എന്നാൽ അത് കമലയുടെ കൊച്ചുമകൾ കളിക്കുന്നതിനിടെ പൊട്ടിപ്പോയി. കമലയുടെ ഡ്രൈവറോട് അത് നന്നാക്കുന്ന കടയിൽ കൊണ്ടു കൊടുക്കണമെന്ന് ഞാൻ ചട്ടം കെട്ടിയതാണ്. എന്നാൽ അതിപ്പോഴും അങ്ങനെത്തന്നെ അവിടെയുണ്ട്.

കമലയ്ക്ക് ഇരുന്നെഴുതുന്നതിനായി ഒരു കൊച്ചു മേശയുണ്ട്. ഞാനിപ്പോൾ അതാണുപയോഗിക്കുന്നത്. ഒരു മേശയെന്നൊന്നും പറയുവാൻ പറ്റില്ല. തുറക്കുകയും അടയ്ക്കുകയും ചെയ്യാവുന്ന അതൊന്ന് താഴ്ത്തി

വച്ചാൽ ഒരു മേശപോലെയായി. അതിൽ നിറയെ ഇനിയും തുറന്നു നോക്കാത്ത തപാലാണ്. കമല ദാസ്, പോയട്രി എഡിറ്റർ, ഫെമിന മാഗസിൻ എന്ന വിലാസത്തിൽ വന്ന തപാലുകൾ. വീട്ടിലാകുമ്പോൾ ധരിക്കുവാൻ കമലയിഷ്ടപ്പെടുന്ന തരം വസ്ത്രം ധരിച്ച് കമല മുറിയിലേക്ക് ഒഴുകിയെത്തി. ഹോളിവുഡ് സിനിമകളിലെ ജാപ്പനീസ് നർത്തകിയെ ഓർമ്മിപ്പിച്ചു ആ വരവ്. അത്രയ്ക്ക് ശാന്തവും ആടിയുലഞ്ഞുമായിരുന്നു അപ്പോൾ അവരുടെ ചലനങ്ങൾ. എന്നെക്കണ്ടതും അവർ തലയുയർത്തി നോക്കി. എനിക്കുനേരെ കൈകൾ നീട്ടി. എന്റെ തലമുടിയിൽ തടവി. ആ കൈകൾ എന്റെ പുറം വരെയെത്തി. ഞാൻ കൃത്യമായോ അല്ലെങ്കിൽ പ്രകോപനപരമായോ എന്തെങ്കിലും പറയുന്നതുവരേക്കും അവർ കാത്തിരിക്കുകയാണ് പതിവ്. ആർദ്രമായ സ്നേഹപ്രകടനത്തോടെ അവർ എന്റെ തുടയിൽ കൈകളമർത്തി മുഖത്ത് വലിയൊരു പുഞ്ചിരിയുമായി അപ്പോൾ ചാരിയിരിക്കും.

പറഞ്ഞു "എനിക്കു വേണ്ടി വല്ലാതെ അദ്ധ്വാനിക്കുന്നു."

"അതെ. ഒരുപക്ഷേ മൂന്ന് വസ്തുക്കളുണ്ടെങ്കിൽ കമലയുടെ ജീവിതം ഇതിലും എളുപ്പമാകുമായിരുന്നു. ഒരു സെക്രട്ടറി, ഒരു സ്റ്റെനോഗ്രാഫർ, ഒരു ഡിക്ടാഫോൺ എന്നിവയാണ് ആ മൂന്ന് വസ്തുക്കൾ. ഇനിയും തുറക്കാത്ത ഈ തപാലിന്റെ കൂമ്പാരമൊന്ന് നോക്കൂ."

"അത് ഫെമിന മാസികയ്ക്കുള്ള കവിതകളാണ്. ചീത്ത കവിതകൾ എന്നെ വിഷണ്ണയാക്കുമെന്നതിനാൽ ഞാൻ അവ തുറക്കാറില്ല. പക്ഷേ, തുറക്കണം. അവരെനിക്ക് രണ്ടായിരം രൂപ മാസവേതനം തരുന്നുണ്ട്."

"ആരെക്കൊണ്ടെങ്കിലും വായിപ്പിക്കാമല്ലോ. വേണമെങ്കിൽ ഞാൻ വായിച്ച് കേൾപ്പിക്കാം." ഉടമ വടി തിരയുമ്പോൾ ഓടിപ്പോകുന്ന ഒരു പട്ടിക്കുഞ്ഞിന്റേതിനു സമാനമായിരുന്നു അപ്പോഴത്തെ എന്റെ മുഖം. "ഞാനിവയെല്ലാം ഒന്ന് അടുക്കിവയ്ക്കുവാൻ ശ്രമിക്കുകയാണ്. താങ്കൾക്ക് ഇതിലൊന്നും അത്ര ശ്രദ്ധയില്ലെന്ന് തോന്നുന്നു. Take care of business."

അവരപ്പോൾ എന്നെ നോക്കി. അവരുടെ കൈകളിൽ എന്റെ മുഖമെടുത്ത് ഉയർത്തി. അവരിരുന്നിരുന്നതിന്റെ പിൻഭാഗത്ത് ഒരു വലിയ ജനലുണ്ടായിരുന്നു. ഞാൻ ആ ജനലിനഭിമുഖമായാണ് നിന്നിരുന്നത്. ആ ജനലിലൂടെ തെരുവ് കാണാനാകും. ജനലിന്റെ പ്രതിച്ഛായയിൽ കമല ഒരു ഛായാചിത്രം പോലെ തോന്നിച്ചു. പകൽ വെളിച്ചം എന്നെക്കൊണ്ട് അങ്ങനെയൊരു രൂപം കൊത്തിക്കുകയായിരുന്നു. കണ്ണുകളെ മറയ്ക്കുന്ന അവരുടെ കട്ടികണ്ണട, അവരുടെ വട്ടമുഖത്തിന്റെ ഇരുണ്ട വർണ്ണരാശി, മുഖത്തെ വിടർന്ന പുഞ്ചിരി....

"നീയാണ് ഭൂമിയെന്നും നിനക്ക് മീതെ അരുവികൾ ഒഴുകുന്നുവെന്നും കരുതുക. മറുപടി അയക്കാത്ത കത്തുകൾ, എനിക്ക് പ്രതിഫലം തരാത്ത പ്രസാധകർ, അവരൊക്കെയാണീ അരുവികൾ. എന്നാൽ ജീവിതം എന്ന്

പറയുന്നത് ഭൂമിക്കടിയിലുള്ള നദിയാണ്. ഒരു ദിനം ഭൂമുഖത്തുനിന്ന് അപ്രത്യക്ഷമായ ഒരു നദിയുണ്ട് ഇന്ത്യയിൽ - സരസ്വതി. നമ്മൾ നമ്മുടെ ചെവി മണ്ണിനോട് ചേർത്ത് വയ്ക്കുകയാണെങ്കിൽ ആ നദിയുടെ സ്വരം കേൾക്കാമെന്ന് പഴമക്കാർ പറയുന്നു. ഞാനതാണ് ചെയ്യുന്നത്. ഭൂമിക്കടിയിലേക്കു പോയ നദിയുടെ സ്വരം കേൾക്കുവാൻ ശ്രമിക്കുക. മരണം കാത്തുനിൽക്കുന്ന ഒരാളെ സംബന്ധിച്ചിടത്തോളം മറുപടി അയക്കാത്ത കത്തുകൾക്കും പ്രസാധകർക്കുമെല്ലാം എന്ത് പ്രാധാന്യം?" അവർ പറയുന്നു.

കമലയോട് എന്ത് ചെയ്യണമെന്ന് പറയുവാൻ ഞാനാര്? ഭൂമിക്കടിയിലെ നദിയുടെ സ്വരം കേൾക്കുവാൻ അവർക്കൊരു കാതുണ്ട്. ഞാനാകട്ടെ എന്റെ മാംസപേശികളെ ക്ഷീണിപ്പിച്ചുകൊണ്ട് തുഴഞ്ഞുകൊണ്ടേയിരിക്കുന്നു. എത്ര തുഴഞ്ഞിട്ടും മറ്റൊരു കര കാണുന്നുമില്ല.

"ഇപ്പോൾ എനിക്ക് ഉത്തരവാദിത്വങ്ങളൊന്നുമില്ല. എനിക്കിനി ഈ ലോകത്തിൽ ശ്രദ്ധിക്കേണ്ടതായി ഒന്നുമില്ല." ഇങ്ങനെയൊരു ശാന്തി എനിക്ക് മുമ്പുണ്ടായിരുന്നില്ല." കമല തുടരുന്നു.

"ഞാൻ അയഞ്ഞുവീഴുന്ന വസ്ത്രം ധരിക്കുന്നു, ഞാനിവിടെ കിടക്കുന്നു."

ഞങ്ങൾക്ക് ഇന്ത്യ വിടേണ്ട സമയം അടുത്തുവരികയായിരുന്നു. അതിനാൽ ഒരു കടൽ തീരത്തേക്ക് യാത്രപോകണമെന്ന് ആഞ്ചി നിർബന്ധിക്കുവാൻ തുടങ്ങി. അതിനായി ഞങ്ങൾ തിരുവനന്തപുരത്തേക്കുള്ള തീവണ്ടിയിൽ കയറി. അഞ്ചര മണിക്കൂർ യാത്ര. തിരുവനന്തപുരത്തെത്തിയപ്പോൾ രാത്രിയായിട്ടുണ്ടായിരുന്നു. അവിടെ നിന്നും റോഡ് മാർഗ്ഗം, പഴയ നഗരവും നെൽവയലുകളും മുറിച്ചുകടന്ന് നേരെ കോവളത്തെത്തി. ഹോട്ടലിന്റെ സ്വകാര്യസ്വത്തായ ബീച്ചിലേക്ക് അഭിമുഖമായി നിൽക്കുന്ന ബാൽക്കണികളുള്ള ഹോട്ടലിലാണ് തങ്ങിയത്. കാലത്ത് എഴുന്നേറ്റ് നോക്കിയപ്പോൾ ബീച്ചിൽ ആരുമില്ല. വേലിയിറക്ക സമയവുമായിരുന്നു. ഞാൻ ഉടൻ എന്റെ നീന്തൽ വസ്ത്രങ്ങളിൽ കയറി. തെക്കേ ഏഷ്യയിൽ ആദ്യമായി തണുത്ത കടൽവെള്ളം ഞാനാസ്വദിക്കുകയായിരുന്നു. അന്തരീക്ഷത്തിലേക്കു തുറന്നുവെച്ച എന്റെ ചർമ്മത്തെ ആ വെള്ളം തഴുകിയണയ്ക്കുവാൻ തുടങ്ങി. അതുകഴിഞ്ഞ് കുന്നിന്റെ മുകളിൽ കണ്ട ഒരു കാബിനിനകത്തേക്കു കയറി. അവിടെ വച്ച് കറുത്തു നീണ്ട മുടിയുള്ള സ്വർണ്ണക്കരയുള്ള സാരി ധരിച്ച ഒരു മലയാളി പെൺകുട്ടി എന്റെ കാലുകൾ വാക്സ് ചെയ്തു. തുണിയുടെ ഒരു കീറ് കാലിലൊട്ടിച്ച് ഒരൊറ്റ വലിക്ക് അവൾ കൃത്യമായി എന്റെ കാലിലെ മുടികൾ പറിച്ചെടുത്തുകൊണ്ടിരുന്നു. അവളുടെ കൈവിരലുകളുടേയും പല്ലിന്റേയും ഇടയിൽ കോർത്ത് വച്ചിരുന്ന നൂലുപയോഗിച്ച് പറിഞ്ഞു പോരാതെ നിന്നിരുന്ന ഒറ്റപ്പെട്ട മുടികളും അവൾ പിഴുതു മാറ്റി. വല്ലായ്മയോ ലജ്ജയോ ഒട്ടുമില്ലാതെ അവൾ എന്റെ തുടകൾക്കിടയിലേയും

യോനീമുഖത്തേയും പിന്നെ നിതംബങ്ങൾക്കിടയിലേയും മുടികൾ പിഴുതു മാറ്റി. "ബിക്കിനി ലൈൻ" എന്ന് പറഞ്ഞ് അവൾ എന്നോട് കാലിന്റെ പുറഭാഗത്തെ മുടികൾ പിഴുതെടുക്കുവാനായി തിരിഞ്ഞു കിടക്കുവാൻ ആവശ്യപ്പെട്ടു. അവിടെ ആ മേശമേൽ കടൽ കണ്ട് കിടക്കുമ്പോൾ എന്റെ കാതിലേക്ക് കടലിന്റെ ഇരമ്പത്തോടൊപ്പം അവൾ പാടുന്ന മലയാളം പാട്ടിന്റെ വരികളും ഒഴുകിയെത്തുന്നുണ്ടായിരുന്നു. അപ്പോൾ എനിക്ക് ആർണിയെ കാണണമെന്നു തോന്നി. അവളുടേ സില്ക്ക് സാരി എന്റെ ചർമ്മത്തിൽ ഉരസി ഇക്കിളിപ്പെടുത്തുന്നുണ്ടായിരുന്നു, എന്റെ കാലുകള പ്പോൾ അവളുടെ വയറിന്മേൽ അമർന്നിരിക്കുകയായിരുന്നു. പല്ലിൽ നിന്നും വിരലുകളിലേക്ക് നീണ്ട നൂലുപയോഗിച്ച് എന്റെ തുടയുടെ പിൻഭാഗത്തെ മുടികൾ പിഴുതുമാറ്റുമ്പോൾ അവൾ അവളുടെ കൈകൾ കൊണ്ട് എന്റെ കൈകൾ അമർത്തി പിടിച്ചിരുന്നു.

എന്തോ പ്രതീക്ഷയും കാമേച്ഛയും ഒന്നിച്ചെത്തിയപ്പോൾ ഞാൻ എന്റെ മുറിയുടെ ബാൽക്കണിയിലിരുന്ന് കമലയുടെ "നപുസകംങ്ങളുടെ നൃത്തം" എന്ന കവിത വായിച്ചു.

നൃത്തത്തിനായി നപുംസകങ്ങൾ
വന്നെത്തുന്നതിന് മുമ്പ്
എന്തൊരു ചൂടായിരുന്നു.
പിന്നെ
പാവാടകൾ പൊങ്ങിയുയർന്ന്
വട്ടംചുറ്റി വട്ടംചുറ്റി
അവർ
നൃത്തം ചെയ്തപ്പോൾ....
ഇലത്താളം മുഴങ്ങി
ജിങ്ക്ളിങ് ജിങ്ക്ളിങ് എന്ന്.
കാൽചിലങ്കകൾ കിലുങ്ങി.
നീണ്ട മുടിയിഴകൾ പാറിപ്പറന്ന
ചുകന്നു തുടുത്ത ഗുൽമോഹറുകൾക്കു താഴെ
കറുത്ത കണ്ണുകളിൽ തിളക്കമുയർന്നു
ചോരയുതിരും പാദങ്ങളുടെ
അനുസ്യൂതനൃത്തം.
പച്ചകുത്തിയ കവിൾത്തടങ്ങൾ
മുല്ലപ്പൂ ചൂടിയ കാർകൂന്തൽ.
ഇരുണ്ട നിറമുള്ളവർ, ചിലർ
സുമുഖന്മാർ, ചിലർ...

ഉച്ചച്ചൂടിന്റെ ആലസ്യത്തിൽ ഞാൻ കമലയെ സ്വപ്നം കാണുന്നു. അപ്പോളവർ അവരുടെ സാരിത്തലപ്പുകൊണ്ട് മാറിടവും ചുമലും

മറച്ചിരിക്കുന്നു. ഒരു പറ്റം നിറങ്ങൾ ആ സാരിത്തലപ്പിന്റെ ഓരങ്ങളിൽ പുഴപോലെയൊഴുകി എത്തുന്നുണ്ട്. സാരിയുടെ മറ്റുഭാഗങ്ങളിലും അനേകം പെയ്ന്റിങ്ങുകളുണ്ട്. അവർ ചമ്രം പടിഞ്ഞിരിക്കുകയായിരുന്നു.

തന്റെ ഭർത്താവ് തന്റെ ശരീരത്തെ "കൊത്തി നുറുക്കി" എന്നാണവർ പറഞ്ഞത്. ഒരു വൃദ്ധൻ ഒരിക്കൽ അവരെ ബലാത്സംഗം ചെയ്യുവാൻ ശ്രമിച്ചു. ഭർത്താവിന്റെ ഒരു യുവ സുഹൃത്ത് അവരെ ഇരുട്ടിലേക്ക് കൂട്ടിക്കൊണ്ടുപോയി. ഒരു ഒഴിഞ്ഞ കെട്ടിടത്തിലേക്കാണയാൾ അവരെ കൊണ്ടുപോയത്. "അവിടെ വച്ച് അയാൾ എന്നെ ബലമായി ചുമരിൽ ചാരി നിറുത്തിച്ചു. എന്റെ ചുണ്ടിൽ ചുംബിച്ചു. ചുണ്ടിൽ എന്ന് പറയുന്നതിനേക്കാൾ വായിൽ എന്ന് പറയണം. അയാളുടെ തുപ്പൽ എന്റെ വായിലായി. എനിക്ക് ഓക്കാനം വന്നു."

അവരുടെ പ്രണയങ്ങളിലെ ഹർഷോന്മാദം വളരെ അധികമായിരുന്നു എന്ന് ഞാൻ ഓർമ്മിപ്പിച്ചപ്പോൾ എനിക്ക് ലഭിച്ച മറുപടി ഇങ്ങനെയായിരുന്നു. "ഈ നിസ്സാരരായ പുരുഷന്മാർക്കെല്ലാം എന്നിലിങ്ങനെ ഒരു കൊടുങ്കാറ്റ് സൃഷ്ടിക്കുവാൻ എങ്ങനെ കഴിഞ്ഞു എന്നെനിക്ക് മനസ്സിലാകുന്നില്ല. ഒരുപക്ഷേ, എന്റെ കാഴ്ചപ്പാടിന്റെ പ്രശ്നമായിരിക്കാം അവരെ ധനികരും അതിപ്രശസ്തരുമായി ഞാൻ കണ്ടത്. എന്റെ അമിതാവേശം മാത്രമായിരിക്കാം എന്ന് ഇന്ന് ഞാൻ കരുതുന്നു. അല്ലാതെ അവരിൽ വിശേഷാൽ ഒന്നുമുണ്ടാക്കിയിട്ടല്ല അങ്ങനെ സംഭവിച്ചത്."

"എന്നിട്ടും നിങ്ങൾ പ്രേമാവേശങ്ങളുടെ ചിറകുകൾ വിരിച്ച് പറന്നു."

"അത് സൗന്ദര്യാരാധനയായിരുന്നു. അതല്ലാതെ മറ്റൊരു ചിന്തയുമന്നുണ്ടായിരുന്നില്ല. ഒരു പുരുഷനുമായി പ്രേമബന്ധത്തിലാകുമ്പോൾ ഈശ്വരനെ ആരാധിക്കുന്നതുപോലെ തോന്നിയിരുന്നു."

ലൈംഗിക ബന്ധമെന്നൊന്ന് ഇല്ലാതെയുള്ള പ്രണയം എന്ത് ആത്മീയ നിർവൃതിയും വൈകാരികവുമാണെന്നത് എനിക്ക് മനസ്സിലാകുന്നേയില്ലല്ലോ എന്നത് അവർക്ക് ആശ്ചര്യജനകമായി തോന്നി. പ്രണയത്തിന്റെ ആത്മീയതയെ സംഗ്രഹിക്കുവാൻ എനിക്കാകുന്നില്ലല്ലോ എന്നായി അവരുടെ ചിന്ത. അതേ സമയം, ഗീതഗോവിന്ദത്തിലെ വരികൾക്കനുസരിച്ച് നൃത്തം ചെയ്യുകയും, പ്രണയത്തിലധിഷ്ഠിതമായ യാഥാസ്ഥിതികമല്ലാത്ത സദാചാരത്തെക്കുറിച്ച് വാതോരാതെ സംസാരിക്കുകയും, എന്റെ കഥ എഴുതുകയും, സ്ത്രീവിമോചനം തടയപ്പെട്ട ഇന്നത്തെ ഇന്ത്യനവസ്ഥയുടെ ഏറ്റവും വൈകാരിക പ്രണയകവിതകളെഴുതുകയും ചെയ്ത വ്യക്തി "ഞാൻ സെക്സ് വെറുക്കുന്നു" എന്നു പറയുന്നതിലായിരുന്നു എന്റെ ആശ്ചര്യം.

"ഞാനത് സമ്മതിക്കുന്നു. എന്നിലെപ്പോഴെങ്കിലും കാമേച്ഛ എന്നൊന്ന് തലപൊക്കുമ്പോൾ എനിക്കെന്നോടുതന്നെ അതിശയം തോന്നും." കമല തുടർന്നു "എന്നിൽ അങ്ങനെയൊരു വികാരമിപ്പോൾ ഉയരാറേയില്ല. ആ ഒരു വികാരം എനിക്ക് നഷ്ടപ്പെട്ടിരിക്കുന്നു എന്ന് തോന്നുന്നു. അല്ലെങ്കിൽ

അതെനിക്കൊരു നഷ്ടമായിരിക്കുന്നുവെന്ന്. കുത്തിയൊഴുകിക്കൊണ്ടിരിക്കുന്ന ഒരു നദിപോലെയായിരുന്നു ഞാൻ...."

"ഒരു നദി....?"

"കുത്തിയൊഴുകിക്കൊണ്ടിരിക്കുന്ന... അറിയില്ലേ കാലവർഷക്കാലത്തെ നദി. അതായത് യാതൊരു നിയന്ത്രണവുമില്ലാതെ, മുന്നോട്ട് കുതിക്കുന്ന..."

"കുത്തിയൊലിക്കുന്ന" എന്ന പദം കമലയുടെ എഴുത്തിലൂടെ ഞാൻ അവരുടെ സ്വരൂപമായി പ്രതീക്ഷിച്ചതായിരുന്നു. ഇപ്പോഴും വിളക്കണെച്ചിരിക്കുന്ന ഈ കമലയിൽ അതിന്റെ ഒരംശം അവശേഷിക്കുന്നുണ്ടെന്ന് തോന്നുന്നു. അന്നത്തെ ആ ആവേശം നഷ്ടപ്പെട്ടിരിക്കുന്നു എന്ന പശ്ചാത്താപവുമുണ്ട്. അവരിൽ യാഥാസ്ഥിതികത്വവും വിപ്ലവകാരിയും സഹവസിക്കുന്നു എന്ന എന്റെ ചിന്ത അവരോട് തുറന്ന് പറയണമെന്ന് എനിക്ക് തോന്നി. അതുപോലെ ഇനിയും പരസ്പര വിരോധികളായ പല ഗുണങ്ങളും അവരിൽ ഇപ്പോൾ ഞാൻ കാണുന്നു. അവരുടെ പല വ്യക്തിത്വങ്ങളിൽ തിളങ്ങുന്ന ഒന്നു മാത്രമാണീ "സ്നേഹ റാണി" പട്ടം. എനിക്ക് മനസ്സിലാകാത്ത ചിലതുണ്ട്. കമല എന്ന വ്യക്തിയിൽ എത്ര തലങ്ങളുണ്ട്? എന്തൊരു സങ്കീർണ്ണമായ വ്യക്തിത്വമാണിവർക്ക്? ഇതിനൊന്നും ഉത്തരം ചിന്തിക്കുവാൻ പോലും എനിക്കിപ്പോൾ ആകുന്നില്ല. അതുപോലെ ഞങ്ങളുടെ വ്യത്യസ്ത ലോകങ്ങളിലെ ബന്ധങ്ങളും ഏറ്റുമുട്ടലുകളും എത്രകണ്ട് ഞങ്ങളിരുവരുടേയും ജീവിതം മാറ്റും എന്നതും എനിക്ക് ചിന്തിക്കുവാനാകുന്നില്ല.

കമല തന്റെ കവിതയിൽ കടലിനെ പലപ്പോഴും ഒരു ബിംബമായി ഉപയോഗിച്ചിട്ടുണ്ട്. ഞാൻ കടൽത്തീരത്തേക്ക് നടന്നു. വെള്ളത്തിന് ചൂടോ തണുപ്പോ ഇല്ല. നല്ല തെളിഞ്ഞ വെള്ളം. അതിൽ കാൽ വച്ചാൽ എനിക്കെന്റെ കാലുകൾ ഭംഗിയായി കാണാം. വെള്ളത്തിന് നീലയേക്കാൾ കൂടുതൽ ഇളം പച്ച നിറമായിരുന്നു. ആകാശത്തിന്റെ പാതിയിൽ നിന്നും ചക്രവാളം കീഴെ വീഴുന്നു. ഇരുണ്ട നിറമുള്ള മൈക്കൽ എന്ന ലൈഫ് ഗാർഡ് എന്റെയടുക്കലെത്തി. ഉയർന്നു വീണിരുന്ന തിരകളുടെ കരുത്ത് ഒന്നിളക്കി നോക്കി. എന്നിട്ട് എനിക്ക് കടലിലിറങ്ങുവാൻ അനുമതി നൽകി. അയാൾ എന്നോടൊപ്പമിറങ്ങി. കാലുകൾ അകത്തി വച്ച് മുട്ടൊന്ന് വളച്ച് നിൽക്കുവാൻ അയാൾ പറഞ്ഞു. അങ്ങനെ നിൽക്കുമ്പോൾ തിരകളെ എതിരിടുവാനാകും. എന്നിട്ട് പത്തടി ഉയരത്തിൽ നിന്നും വീഴുന്ന വെള്ളത്തിലൂടെ നടത്തി എന്നോട് സംസാരിക്കുവാൻ തുടങ്ങി. "നിൽക്കൂ, ഒരു നിമിഷം കഴിഞ്ഞ്, ഡൈവ് ചെയ്യൂ" അയാൾ എന്നെ തിരമാലകളിലൂടെ വലിച്ചുകൊണ്ട് പോകുകയായിരുന്നു. ഞാൻ തിരകളിലകപ്പെടുന്നു എന്നു കണ്ടാൽ അയാൾ "നീന്തൂ നീന്തൂ" എന്നാർക്കും. അതിനോടൊപ്പം അയാൾ എന്നെ അടുത്ത തിരയിലേക്ക് നയിക്കും. ആ തിരയ്ക്ക് അത്ര കരുത്തുണ്ടാകില്ല. അതിനടുത്തെത്തുമ്പോൾ "ഡൈവ് ചെയ്യൂ" എന്നയാൾ ഉച്ചത്തിൽ പറയും. അങ്ങനെ

ഞങ്ങൾ കുറച്ച് ദൂരത്തെത്തി. അവിടെ കടൽ മിക്കവാറും ശാന്തമായിരുന്നു. ഞാനപ്പോൾ അച്ഛനിൽ നിന്നും, കാമുകനിൽ നിന്നും, സഹോദരങ്ങളിൽ നിന്നും, കുട്ടികളിൽ നിന്നും ഭൂഖണ്ഡങ്ങൾക്കകലെ വിശാലമായ അറബിക്കടലിലായിരുന്നു.

കടലിൽ നീന്താനിറങ്ങൂ
വിശാലമായ നീലക്കടലിൽ നീന്താനിറങ്ങൂ
ആദ്യത്തെ തിരയിൽത്തന്നെ
നിന്റെ ശരീരത്തെ
നീയറിയും.
ചിരപരിചിതമായ ഒരു കീടമെന്നപോലെ.
അതിനെ അതിജീവിക്കാനാകുക
എങ്കിൽ പിന്നെയെല്ലാം ഭദ്രമായി
തീർത്തും സുരക്ഷിതം
ആഴങ്ങളിൽ താഴ്ന്നുപോയാലും
പിന്നെയൊന്നുമില്ല...

കാലത്ത് എട്ടുമണി. ചൂട് തുടങ്ങിയിട്ടില്ല. അവസാനമായി അഞ്ചാം നിലയിലെ ഫ്ളാറ്റിലേക്കു പോകുവാൻ ഒരവസരം കൂടി കിട്ടി. ഞങ്ങൾ പരസ്പരം ആലിംഗനം ചെയ്തു. കൈകൾ കൂട്ടിപ്പിടിച്ചു. ഇതിനു മുമ്പും ഇതുപോലെ ഞങ്ങൾ കെട്ടിപ്പിടിച്ചിട്ടുണ്ട്. എന്നാൽ നാട്ടുകാരുടെ മുമ്പിൽ വച്ച് ഇങ്ങനെ ആലിംഗനം ചെയ്യുവാൻ കമലയ്ക്ക് മടിയാണ്. അവരെ ചുറ്റിപ്പറ്റി പരന്നിരുന്ന പരദൂഷണങ്ങളായിരിക്കണം ഇതിനുകാരണം. ചിലരെങ്കിലും അവരെ സ്വവർഗ്ഗ അനുരാഗി എന്ന് വിളിക്കുവാൻ തുടങ്ങിയിട്ടുണ്ട്. അവർ സ്ത്രീകളുടെ ക്ഷേമത്തിനായി നടത്തുന്ന പ്രവർത്തനങ്ങൾ, ചെറുപ്പക്കാരികളുമായി അവർക്കുള്ള സുഹൃദ്ബന്ധങ്ങൾ, രണ്ട് പെൺകുട്ടികൾ തമ്മിലുള്ള പ്രണയത്തെക്കുറിച്ച് അവരെഴുതിയ "ചന്ദന മരങ്ങൾ" എന്ന കഥ എന്നിവയെല്ലാമാണിതിന് കാരണം. ഒരു വിദേശി എഴുത്തുകാരിയെ പരസ്യമായി ആലിംഗനം ചെയ്യുവാൻ അവർ ആഗ്രഹിക്കുന്നില്ല.

തന്റെ കൊച്ചുമകളിൽനിന്നും കമലയ്ക്ക് ജലദോഷം പകർന്നിരിക്കുന്നു. അസുഖം ഭേദമാകുന്നേയുള്ളു. നയൻതാരയ്ക്ക് ഇന്നും പനിച്ചു. അതിനാൽ കമല അവൾക്കരികിലാണ്. കമല ഇന്ന് എല്ലാം തികഞ്ഞ കുടുംബിനിയുടെ ഭാഗമഭിനയിക്കുകയാണ്. ഞാൻ അത് കണ്ട് മതിമറക്കുന്നു. ഇപ്പോൾ ഒരു യാത്ര അവർക്കാകില്ലെന്ന് അവർ പറഞ്ഞു. എന്നാൽ "ഈ ജീവിതം മടുക്കുമ്പോൾ ഞാൻ യാത്രയെക്കുറിച്ച് ചിന്തിച്ചു തുടങ്ങും." അവർ കൂട്ടിച്ചേർത്തു. കാനഡ, ഐക്യഅമേരിക്കൻ നാടുകൾ എന്നിവിടങ്ങളിലേക്ക് അവർ പദ്ധതിയിട്ടിരിക്കുന്ന യാത്രയെക്കുറിച്ച് ഞാൻ കമലയെ ഓർമ്മിപ്പിച്ചു. ഒരിക്കൽ വിമാനത്തിൽ കയറിയാൽ

ഇപ്പോഴത്തെ വൈക്ലബ്യങ്ങളെല്ലാം കാറ്റത്ത് പറന്നുപോകുമെന്നും ഞാൻ പറഞ്ഞു.

"അതെ അപ്പോൾ ഞാൻ മറ്റൊരാളാകും." അവർ കൂട്ടിച്ചേർത്തു.

ഞങ്ങൾ ഇരുവരും കരുത്തുള്ളവരും, അതോടൊപ്പം ഞങ്ങളെ ഊട്ടുകയും ബുദ്ധിമുട്ടിക്കുകയും ഒരേസമയം ചെയ്യുന്ന കുടുംബ ജീവിതത്തിനപ്പുറത്തുള്ള ലോകത്തെക്കുറിച്ച് തത്പരരുമാണെന്ന് ഞങ്ങൾക്കറിയാം. ഞങ്ങൾക്ക് പരസ്പരം ഇഷ്ടമാണ്. ബാഹ്യ, ഔദ്യോഗികഅംഗീകാരങ്ങൾക്ക് ഞങ്ങളിൽ താത്പര്യം കുറവാണ്. എന്നാൽ മറ്റുള്ളവർ എന്ത് ചിന്തിക്കുന്നു എന്നതിൽ ആശങ്കാകുലരുമാണ്. മറ്റുള്ളവരോട് ശ്രദ്ധയോടെ പെരുമാറാൻ ഞങ്ങൾ രണ്ട് പേർക്കുമാകും. ഇപ്പോൾ കമല കുടുംബ ഉത്തരവാദിത്വങ്ങളുടെ ബന്ധനത്തിലാണ്. ഞാൻ അങ്ങനെയല്ല. അതിനാൽ അവരിലുള്ള എന്നാൽ എനിക്ക് സ്പർശിക്കുവാനാകാത്ത അനന്തമായ കഴിവുകളെക്കുറിച്ച് ഓർമിപ്പിക്കുവാൻ കഴിയുന്നത്ര ശ്രമിച്ചുകൊണ്ടിരിക്കുന്നു.

സ്വർണ്ണനിറമുള്ള അരികുകളോടു കൂടിയ ഒരു കറുത്ത സാരിയാണവർ ധരിച്ചിരിക്കുന്നത്. എലിവേറ്ററിന്റെ ചുമരിനരികിൽ അവർ കുഴഞ്ഞ് നിന്നു. സുന്ദരിയാണവർ. മനോജ്ഞയാണവർ. എളുപ്പം വ്രണപ്പെടുന്നവളാണവർ. മൃദുസ്വഭാവക്കാരിയാണവർ.

ഒരുപാട് കാര്യങ്ങൾ ഞാൻ മനസ്സിൽ കണ്ടു. ഞാനവരെ സാവധാനം ശുദ്ധവായുവിലൂടെ നടത്തും. അവർ പറയുന്നതെല്ലാം ഒപ്പിയെടുക്കുവാൻ, അവരുടെ കഥകൾ പകർത്തുവാൻ ഞാൻ അവർക്ക് ഒരു ഡിക്റ്റാഫോൺ സംഘടിപ്പിച്ച് കൊടുക്കും. എന്റെ ജീവിതത്തിൽ അവരെങ്ങനെ പ്രഭാവമുണ്ടാകും എന്നൊന്നും എനിക്കറിയില്ല. ഇനി അടുത്തതായി അവർ എന്ത് പറയുമെന്നോ അവർ എവിടേനിന്ന് തുടങ്ങുമെന്നോ എനിക്കറിയില്ല. എനിക്കവരെ വിശ്വസിച്ചേ പറ്റൂ. അവരുടെ സത്യസന്ധതയെ ഞാൻ വിശ്വസിക്കണം. എന്നിട്ട് എന്റെ സത്യസന്ധത അതിനോടൊപ്പമെത്തിക്കുവാൻ ഞാൻ യത്നിക്കണം.

ഞാനിപ്പോൾ തിരികെപ്പോകുവാനായി എലിവേറ്ററിൽ കയറിയിരിക്കുന്നു. എലിവേറ്ററിന്റെ ലോഹക്കൂട്ടിലൂടെ എനിക്കവരെ കാണാം. ഞാൻ പുഞ്ചിരിച്ച് ഒരു ചുംബനം പറത്തി വിട്ടു. എലിവേറ്റർ അതിന്റെ യാത്ര ആരംഭിക്കും മുമ്പ് അവർ തിരിഞ്ഞു. ഇപ്പോൾ എനിക്കവരെ കാണാനില്ല.

ഞങ്ങൾ തമ്മിൽ നടന്ന ചർച്ചകളുടെ ടേപ്പുകളെല്ലാം കസ്റ്റംസ് ക്ലിയറൻസ് സമയത്ത് ഞാൻ കൈയിൽ തന്നെ വച്ചു. അല്ലെങ്കിൽ ഒരുപക്ഷേ അവയെല്ലാം മായ്ച്ച് കളയപ്പെട്ടേക്കാം. ഞാനിപ്പോൾ ഗവേഷണം ചെയ്യുകയാണല്ലോ. ഈ സമയത്ത് എന്റെ ശേഖരം നഷ്ടപ്പെടുത്തുവാൻ എനിക്കാകില്ല. അങ്ങനെയുണ്ടായാൽ എന്ന ചിന്ത തന്നെ ഭയാനകമാകുന്നു. അതിനെക്കുറിച്ച് ചിന്തിക്കുമ്പോൾ ഭയം പെരുക്കുന്നു. സെക്യൂരിറ്റി ഗാർഡ് എന്നെ വിളിച്ചു. ഈ ടേപ്പുകൾ എന്തൊക്കെയാണെന്ന് ചോദിച്ചു.

"ഇന്ത്യയിൽ വന്നിട്ട് എത്രകാലമായി?"

"മൂന്നാഴ്ച."

"ഇതിലെന്താ, പാട്ടുകളാണോ?"

"അല്ല സംഭാഷണങ്ങൾ റെക്കോർഡ് ചെയ്തതാണ്."

അയാൾ ആദ്യത്തെ ടേപ്പ് എടുത്ത് അത് തന്റെ വിരലുകൾ കൊണ്ട് അത് തുറക്കുവാൻ ഒരു ശ്രമം നടത്തി.

"കമലാദാസ്." ഞാൻ പറഞ്ഞു.

"ഓാ.. കമലാദാസ്." എന്റെ പരിശോധന കഴിഞ്ഞു.

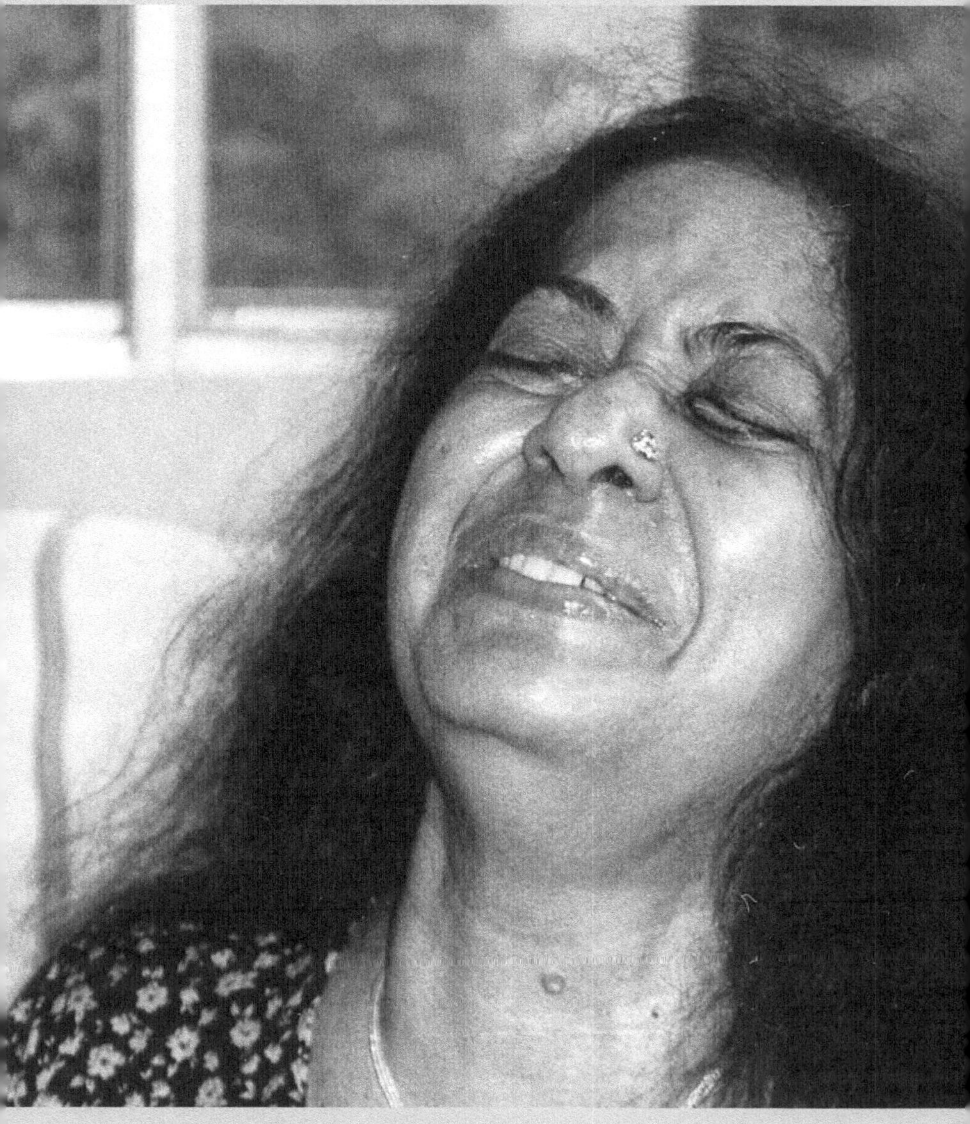

രണ്ട്

മോൺട്രിയൽ, ലോറെൻഷ്യൻ മലനിരകൾ, ന്യൂയോർക്ക്

1995

ബിർച്ച് മരത്തിന്റെ തൊലിപോലെ
എന്റെ ചർമ്മം വരളുന്നു
എന്റെ മുടിയിൽ നിന്നുമുയരുന്നു
ഒരു ശതാവരിക്കിഴങ്ങിന്റെ പുതുഗന്ധം...

ആറ്

വരണ്ടുപോകുന്ന രക്തംപോലെ ചുവന്ന മേപ്പിൾ ഇലകൾ

അങ്ങനെ പണത്തിന്റെ കാര്യം ശരിയായി. അടുത്തയാഴ്ച കമല കനഡയിലെത്തും. കാര്യക്രമങ്ങൾക്ക് അന്തിമ രൂപം നൽകുന്നതിനായി ഞാൻ കൊച്ചിയിലേക്ക് വിളിച്ചു. ഫോൺ എടുത്തയാൾ മലയാളത്തിലാണ് സംസാരിച്ചത്.

"കമലാദാസ്," ഫോൺ എടുത്ത സ്ത്രീയോട് ഞാനുരുവിട്ടു. എന്നാൽ മറുതലയ്ക്കൽ നിന്നും ആദ്യം പറഞ്ഞ വാക്കുകൾതന്നെ വീണ്ടും വീണ്ടും ഉരുവിടുകയായിരുന്നു. ഞാൻ കമലാദാസ് എന്നും അതുപോലെ ഉരുവിടാൻ തുടങ്ങി. അപ്പോൾ മറുതലയ്ക്കൽ നിന്നും "ഹലോ...ഹലോ" എന്ന് കേൾക്കുമാറായി.

ഞാൻ എന്റെ ശബ്ദം ആവുന്നത്ര ഉയർത്തി. "കമല" ഞാൻ തൊണ്ട പൊട്ടുമാറുച്ചത്തിൽ പറഞ്ഞു.

"മെറിലി, താങ്കൾ എവിടെയാണിപ്പോൾ?" അവർ എന്നും സംഭാഷണമാരംഭിച്ചത് ഇങ്ങനെ തന്നെയായിരുന്നു. ഇങ്ങനെ തുടങ്ങുമ്പോൾ തന്റെ ശ്രദ്ധ സംഭാഷണത്തിലേക്ക് കേന്ദ്രീകരിക്കുവാൻ അവർക്ക് സമയം ലഭിക്കുന്നു.

"ഞാനിപ്പോൾ മോൺട്രിയലിലാണ്. " ഇത്രയും പറഞ്ഞപ്പോൾ ഞാൻ സ്വയം ഒന്ന് അമ്പരന്നു. സത്യത്തിൽ ഞാനപ്പോൾ മോൺട്രിയലിലല്ലായിരുന്നു. അവിടെനിന്നും നാൽപത് നാഴിക വടക്ക് മാറിയുള്ള ലോറെൻഷ്യൻ മലനിരകളിലായിരുന്നു. എന്നാൽ ടെലിഫോൺ അപ്പോഴും കമല കമല എന്ന് പ്രതിധ്വനിച്ചുകൊണ്ടേയിരിക്കുകയായിരുന്നു. അതിനാൽ കൂടുതൽ വിസ്തരിക്കേണ്ടെന്ന് ഞാൻ തീരുമാനിച്ചു.

"താങ്കൾക്ക് സുഖം തന്നെയാണോ?" ഞാൻ ചോദിച്ചു.

"അതെ. വരാനിരിക്കുന്ന യാത്ര എന്നിൽ ആവേശം നിറയ്ക്കുന്നു." അവരുടെ ശബ്ദം വളരെ വ്യക്തമായി എനിക്ക് കേൾക്കാം. എന്നാൽ എന്റേത് ഇപ്പോഴും എന്നിലേക്ക് പ്രതിധ്വനിച്ചെത്തുന്നു. ഈ ആശയക്കുഴപ്പം ഒഴിവാക്കി സംസാരം എങ്ങനെ ചുരുക്കാമെന്ന് എനിക്കറിയില്ല.

“മെറിലി, ട്രാവൽഏജന്റ് എന്റെ പാസ്പോർട്ട് കനഡയിലേക്കുള്ള വിസയ്ക്കായി ദൽഹിയിലേക്ക് കൊണ്ടുപോയിരിക്കുന്നു. അത് സമയത്തിന് തിരിച്ചെത്തുമെന്ന് ഞാൻ പ്രതീക്ഷിക്കുന്നു.”

“വിഷമിക്കേണ്ട. ഇന്തോ-യു എസ് സബ്കമ്മീഷൻ താങ്കളെ സഹായിക്കും.” ഞാനവർക്ക് ഉറപ്പ് നൽകി.

“പക്ഷേ, ഇത് കനഡയിലേക്കുള്ള വിസയാണ്.”

കനഡയിലേക്ക് എന്നത് അവർ ഊന്നിപ്പറയുകണ്ടായിരുന്നു. എന്നാൽ അവരോട് എന്തൊക്കെ ചോദിക്കണമെന്ന ചിന്ത എന്റെ മനസ്സിനെ അവരുടെ വാക്കുകളിലെ ആ ഊന്നലിൽ നിന്നുമകറ്റുകയായിരുന്നു. ഈ ഊന്നൽ എന്തിനാണ് എന്നായിരുന്നു എന്റെ മനസ്സിൽ ആദ്യം വന്ന ചിന്ത. പിന്നെയാണ് കനഡയിലേക്കുള്ള വിസയില്ലാതെ അവർക്ക് കനഡയിലേക്ക് പ്രവേശിക്കുവാനാകില്ലെന്ന ബോധം എനിക്ക് വന്നത്. കമല ആദ്യമയച്ച കത്തുകളിലൊന്നിൽ കനഡ, ഐക്യ അമേരിക്കൻ രാജ്യങ്ങൾ എന്നിവിടങ്ങളിലെ സന്ദർശനത്തിനായി ഔദ്യോഗികമായി ഒരു ക്ഷണക്കത്ത് നൽകണമെന്ന് അഭ്യർത്ഥിച്ചിരിക്കുന്നു. അത് ഞാൻ അയച്ച് കൊടുക്കുകയും ചെയ്തു. ഈ കഴിഞ്ഞ വേനലിൽ അൾജീരിയയിൽ നിന്നുള്ള സ്ത്രീസമത്വവാദിയായ ഒരു സിനിമാ നിർമ്മാതാവിനെ കനഡയിൽ പ്രവേശിക്കുന്നതിൽനിന്നും കനഡയിലെ സർക്കാർ നിരോധിക്കുകയുണ്ടായി. അവരെപ്പോലെ കമലയും ഒരു തെക്കൻ രാജ്യത്തിലെ പൗരയാണ്. അവരെപ്പോലെയുള്ളവരെ തടയുക എന്നതാണ് വടക്കൻ രാജ്യങ്ങളിലെ ഇമിഗ്രേഷൻ വകുപ്പിന്റെ ചുമതല എന്നത് കമലയ്ക്കറിയാം. ഹൃദയത്തിന് അസുഖമുള്ള, പ്രമേഹരോഗമുള്ള ഒരാൾ ആറുമാസത്തേക്ക് പൂജ്യത്തിൽ താഴെ താപനില നിലനിൽക്കുന്ന ഒരു പ്രദേശത്തേക്ക് തന്റെ പാചകക്കാരിയേയോ ഡ്രൈവറേയോ കൂട്ടാതെ വരിക എന്നതിനെ തടയുക... പാചകക്കാരിയും ഡ്രൈവറും മാത്രമല്ല കമലയ്ക്ക് സുപരിചിതമായിരിക്കുന്ന അവരുടെ ആരാധകരും ആരാധികമാരും ഇവിടെയില്ല. കനഡ ലോകത്തിലെ ഏറ്റവും നല്ല രാജ്യമാണ് - പക്ഷേ, ഈ നല്ലത് പുരുഷന്മാർക്ക് മാത്രമാണെന്ന് മാത്രം.

ഞാനിത്രയൊക്കെ ചിന്തിച്ചുകൊണ്ടിരിക്കുമ്പോഴൊക്കെ “സഹായിക്കും” എന്ന വാക്ക് എന്റെ ചെവിയിലേക്ക് തിരികെ വന്നുകൊണ്ടിരിക്കുകയായിരുന്നു.

“സർവകലാശാലയിൽനിന്നുള്ള കത്ത് നിങ്ങൾക്ക് ഒരു കനേഡിയൻ വിസ ലഭിക്കുവാൻ തീർച്ചയായും സഹായകരമാകും.” ഞാൻ വീണ്ടും ഉറപ്പ് നൽകി. അതിനു പുറകെ “വിസ” “വിസ” എന്റെ കാതിലേക്ക് തിരിച്ചെത്തി.

രണ്ടാം നിലയിലുള്ള ഞങ്ങളുടെ അപ്പാർട്മെന്റിലേക്ക് എടുത്ത് കൊണ്ടുപോകണോ അതോ അവർക്ക് അടുത്തുള്ള ഏതെങ്കിലും ഹോട്ടലിൽ താമസിക്കുവാനാണോ ഇഷ്ടം എന്ന് എനിക്ക് ചോദിക്കണമെന്നുണ്ടായിരുന്നു. ഞങ്ങളുടെ അപ്പാർട്മെന്റ് നഗരത്തിൽ തന്നെയായിരുന്നു.

ഇതിനെക്കുറിച്ച് ഞാൻ ആദ്യമേ സൂചന നൽകേണ്ടതായിരുന്നു. എന്നാൽ ഇത്രയും വാക്കുകൾ വീണ്ടും എന്റെ ചെവിയെ ലക്ഷ്യമാക്കി പ്രതിധ്വനി ച്ചെത്തുന്നത് എനിക്ക് സഹിക്കുവാനായില്ല.

ഫ്ളൈറ്റിൽ അവർ ചെയ്യേണ്ടുന്ന ദീർഘദൂരയാത്ര, മോൺട്രിയലിലെ കാലാവസ്ഥ, അവരെ സ്വീകരിക്കുവാനായി ഞാൻ ന്യൂയോർക്കിലേക്ക് പോകുന്നില്ല എന്നത്, അവർക്ക് പിറകിൽ എന്നും എപ്പോഴുമുള്ള ശബ്ദ കോലാഹലങ്ങൾ കുറച്ച് നാളത്തേക്ക് അവർക്ക് ലഭിക്കില്ല എന്നത്, പിന്നെ ഇതിനെല്ലാമിടയിൽ ഒരു പാലമായി നിൽക്കുവാൻ ആകുന്നില്ലല്ലോ എന്നത്, എല്ലാം എനിക്ക് ദുഃഖമുണ്ടാക്കുന്നുണ്ട്.

അപ്പോഴേക്കും അറ്റ്ലാന്റിക് സമുദ്രവും, യൂറോപ്പ് ഭൂഖണ്ഡവും, അറബിക്കടലും കടന്ന് ശബ്ദവീചികൾ എത്തിക്കഴിഞ്ഞിരുന്നു.

"മെറിലി.." അവരുടെ വിളി. ആ ശബ്ദം എനിക്ക് പരിചിതമാണ്. ആ ശബ്ദത്തിൽ ഒരു കുട്ടിത്തമുണ്ട്. വാക്കുകൾ ഉരുണ്ടുരുണ്ടാണ് വരുന്നത്. അക്ഷരങ്ങൾ അതിൽ കുട്ടിക്കരണം മറിയുന്നു. ആ ശബ്ദം എവിടെ നിന്ന് വരുന്നു. എന്തിനോടുള്ള വിരക്തിയാണാ സ്വരത്തിൽ. എന്തിനോ ടൊക്കെയുള്ള സ്നേഹമാണാ സ്വരത്തിൽ.

"മെറിലി താങ്കൾക്കെന്തോ പിരിമുറുക്കമുള്ളതുപോലെ തോന്നുന്നു."

അല്ലെന്ന് കാണിക്കുവാനായി ഞാൻ ഉറക്കെ ചിരിച്ചു.

ഹഹാ ഹ ഹാ

ഹഹാ ഹ ഹാ ഹഹാ ഹ ഹാ

ആ ചിരി കുറച്ച് പരുപരുത്തതായോ എന്ന് സംശയം. ഉത്തരവാദിത്വ ബോധമില്ലാത്ത ചിരി. അവരുടെ സ്ഥാനത്ത് ഞാനായിരുന്നെങ്കിൽ ഈ യാത്ര ഒഴിവാക്കുമായിരുന്നു. എനിക്കിങ്ങനെ ഹാ ഹാ ഹാ എന്ന ഉത്തരം ചുമ്മാ സ്വീകരിക്കാൻ കഴിയും എന്ന് തോന്നുന്നില്ല.

എന്റെ സ്വരം എന്നിലേക്ക് പ്രതിധ്വനിച്ചെത്തിയപ്പോൾ അതിനോടൊപ്പം കമലയുടെ മലയാളി സുഹൃത്തുക്കളുടെ സംഭാഷണവും ഇടകലർന്നി ട്ടുണ്ടായിരുന്നു. ഈ വലിയ എഴുത്തുകാരിയെ, ഭൂമിയിൽ ചെവിചേർത്ത് മറഞ്ഞുപോയ സരസ്വതീ നദിയുടെ ശബ്ദം തിരയുന്ന സ്ത്രീയെ, നാലു പാടുമുള്ളവരെല്ലാം ഒരുപോലെ സ്നേഹിക്കുന്ന ഈ സ്ത്രീസമത്വ വാദിയെ, മോൺട്രിയലിലേക്കും അതിനുമപ്പുറം ലോറെൻഷ്യൻ കാടു കളുടെ ഏകാന്തതയിലേക്കും കൊണ്ടുവരാവാനുള്ള ഉത്തരവാദിത്വം ഞാൻ ഏറ്റെടുത്തിരിക്കുന്നു എന്നത് എനിക്കു തന്നെ വിശ്വസിക്കുവാ നാകുന്നില്ല.

"സാരമില്ല. എനിക്കും പിരിമുറുക്കമുണ്ട്." അവർ പറഞ്ഞു. "മെറിലി നമ്മളിരുവരും ഒരുപോലെ പിരിമുറുക്കം ബാധിച്ച് ഒന്നിച്ച് തളരേണ്ട."

ഞാൻ എഴുതുന്നത് നിറുത്തി ഒന്ന് വിശ്രമിക്കുവാൻ തീരുമാനിച്ചു. വ്യായാമം ചെയ്യുവാൻ ഉപയോഗിക്കുന്ന ടിബറ്റൻ പായ വിരിച്ച് അതിൽ കിടന്നു. ദൽഹിയിൽനിന്നും ലോറൻഷ്യൻ മലനിരകളിലേക്ക് വരുന്നത്

തിരിച്ച് ലോറൻഷ്യൻ മലനിരകളിൽനിന്നും ദൽഹിയിലേക്ക് ചെല്ലുമ്പോൾ ഉണ്ടാകുന്നതുപോലെതന്നെ ഞെട്ടലുളവാക്കുന്ന ഒന്നാണോ എന്നതായിരുന്നു എന്റെ മനസ്സിലപ്പോൾ. ഞാൻ ദീർഘമായി ശ്വാസം ഉള്ളിലേക്കെടുത്ത്, പായിൽ മലർന്ന് കിടന്നു. എന്നിട്ട് ശ്വാസം മെല്ലെ പുറത്തുവിട്ട് നീണ്ട് നിവർന്നു കിടന്നു. നഗരത്തിൽ നിന്നും ഗ്രാമപ്രദേശങ്ങളിലേക്ക് പോകുമ്പോൾ മനസ്സിൽ ചില തയ്യാറെടുപ്പുകൾ കൂടിയേ കഴിയൂ. ഗ്രാമങ്ങളിൽ നമ്മുടെ ശ്രദ്ധ തിരിപ്പിക്കുന്നവർ ആരുമുണ്ടാകില്ല. മറ്റുള്ളവരുടെ ഊർജ്ജം നമ്മിലേക്കാവാഹിക്കപ്പെടുന്നുമില്ല. ഇങ്ങനെയുള്ള ഗ്രാമങ്ങളിലെത്തുമ്പോൾ ഞാൻ സ്വയം മന്ദഗതി പ്രാപിക്കുന്നു. സ്വയം ഉൾവലിയുന്നു. അതുപോലെ കമലയ്ക്കും കഴിയുമോ എന്ന് എനിക്കറിയില്ല. ഇങ്ങനെയെല്ലാം മറ്റേതെങ്കിലും അവസ്ഥകളിൽ കമല ചെയ്യാറുണ്ടോ എന്നും എനിക്കറിയില്ല.

ദൽഹിയിൽനിന്നും കമല വിളിച്ചിരുന്നു. ഇപ്പോൾ അവർ അവരുടെ മകൻ മോനുവിന്റെ വീട്ടിൽ വിശ്രമിക്കുകയാണ്. പിന്നെ അവർ ഫ്രാങ്ക്ഫർട്ട്, ന്യൂയോർക്ക് വഴി പതിനാറ് മണിക്കൂർ നീളുന്ന വിമാനയാത്രയ്ക്കൊടുവിൽ മോൺട്രിയലിലെത്തും.

“മെറിലി ന്യൂയോർക്കിൽ എനിക്ക് രണ്ട് മണിക്കൂർ ഒഴിവുണ്ട്. ഇടയ്ക്കുവച്ച് അവരെന്നെ വിട്ടുകളയില്ലല്ലോ അല്ലേ?”

“ഒരു കണക്ഷൻ ഫ്ളൈറ്റിനു വേണ്ട സമയമാണത്. അത് സാധാരണയായി ലഭിക്കേണ്ടുന്ന സമയവുമാണ്. അവിടെ വച്ച് ഒരു സഹായി താങ്കളുടെ സഹായത്തിനെത്തും. അവരുടെ പക്കൽ വീൽചെയറുണ്ടാകും. കസ്റ്റംസിലെ എല്ലാ കാര്യങ്ങൾക്കും സഹായത്തിനായി അവർ ഒപ്പമുണ്ടാകും.”

“അത് നന്നായി മെറിലി. അവിടെ നല്ല തണുപ്പാണെന്ന് ഞാൻ കേട്ടു. എന്റെ ഓവർകോട്ട് ഞാൻ പുറത്ത് തന്നെ വയ്ക്കണോ? അതോ ഒരു കമ്പിളിക്കുപ്പായവും ഷാളും മാത്രം മതിയോ?”

ഇത് സപ്തംബർ മാസത്തിന്റെ മദ്ധ്യമാണ്. നാളെ നല്ല വെയിലുണ്ടാകുമെന്നാണ് പ്രവചനം. “ആവശ്യം വരുമെന്ന് തോന്നുന്നില്ല. ഞാൻ എന്തായാലും വരുമ്പോൾ ഒരു കോട്ട് കൈവശം വയ്ക്കാം.”

“അതെയോ.... അപ്പോൾ തണുപ്പിൽ ഞാൻ വിറക്കില്ല അല്ലേ.”

മോനു ഫോണെടുത്തു. “അമ്മയ്ക്ക് താങ്കളെ കാണുവാൻ തിടുക്കമായി.” ആ വാക്കുകളിൽ അദ്ദേഹത്തിന്റെ അമ്മയോട് ഞാൻ കാണിക്കേണ്ട ഉത്തരവാദിത്വത്തിന്റെ ധ്വനിയുണ്ടായിരുന്നു.

നാട്ടിൻപുറത്തെ എന്റെ വീട് ഞാനാകെ ഒന്ന് തിളക്കിയെടുത്തു. നഗരത്തിലെ ഞങ്ങളുടെ വീടിനെ അപേക്ഷിച്ച് ഇവിടെ പടികൾ കുറവാണ്. ഇവിടെയായിരിക്കും കമലയ്ക്ക് കൂടുതൽ സൗകര്യം എന്ന് ഞാൻ തീരുമാനിക്കുകയായിരുന്നു.

ഞാൻ മേശപ്പുറത്ത് നല്ല പഴങ്ങൾ കുറേ ഒരുക്കി വച്ചു. അതിനോടൊപ്പം ബ്രഡ്ഡും, ചീസും, സലാഡും ഒരുക്കി. ഒരു ടേപ്പ് റെക്കോർഡർ

അവിടെ സജ്ജമാക്കി വച്ചു. കമല എല്ലാം കുറിച്ചു വക്കുന്നുവെങ്കിൽ നന്നായിരുന്നു. ഇതുവരേക്കും ഏതാനും ചില കോളങ്ങളിലൊഴികെ എവിടേയും കമല ഞങ്ങളിരുവരുടേയും സൗഹൃദത്തെക്കുറിച്ച് പ്രതിപാദിച്ചിട്ടില്ല. അവരുടെ മുദ്രകൾ പകർത്തുവാനായി ഞാൻ പഴയതുപോലെ അവർ പറയുന്നതെല്ലാം ടേപ്പ് റിക്കാർഡറിലൂടെ ഒപ്പിയെടുക്കുന്നതിനുവേണ്ടി സജ്ജമാക്കി.

മെറിലി നാമിരുവരും പിരുമുറുക്കം ബാധിച്ച് ഒന്നിച്ച് തളരേണ്ടതില്ല.

ആയതിനാൽ ഈ തണുപ്പിൽ ഞാൻ വിറകൊള്ളില്ല.

കമലയുടെ വാക്കുകൾ എന്റെ ചുണ്ടിലൊരു പുഞ്ചിരി കൊണ്ടുവന്നു. അവർ പറയുന്ന കാര്യങ്ങൾ, പറയുന്ന രീതി, എല്ലാം എനിക്കാനന്ദം നൽകുന്നു. യാത്രയുടെ നൂലാമാലകൾ എല്ലാം ഞാൻ പദ്ധതിയിട്ടതുപോലെ സുഖമായി നടന്നുകിട്ടിയിരുന്നെങ്കിൽ അവരുടെ ഈ സന്ദർശനം ആസ്വാദ്യകരമാകും.

“എന്നെ കനഡയിലേക്ക് കൊണ്ടുപോകാമെന്ന് മെറിലി വെയ്സ്ബോഡ് പറഞ്ഞപ്പോൾ എനിക്ക് അദ്ഭുതം നിറഞ്ഞ ആനന്ദമാണുണ്ടായത്.” കമല സംസാരിച്ചു തുടങ്ങി. ടേപ്പ് റിക്കാർഡർ അതിന്റെ ജോലി പുനരാരംഭിച്ചു. “അതിന് കാരണങ്ങളുണ്ട്. ഒന്നാമതായി ഇത്രയും ദൂരം യാത്ര ചെയ്യുവാനുള്ള ശാരീരികാവസ്ഥയിലായിരുന്നില്ല ഞാൻ എന്നതു തന്നെ. രണ്ടാമത്തേത് ഇതിനുമുമ്പും പല സന്ദർശക എഴുത്തുകാരും ഇതുപോലത്തെ വാഗ്ദാനങ്ങൾ എനിക്ക് നൽകിയിട്ടുണ്ട് എന്നതാണ്. മെറിലിയും നൂറു ശതമാനം ആത്മാർത്ഥതയോടെയാണത് പറഞ്ഞത് എന്ന വിശ്വാസം എനിക്കില്ലായിരുന്നു. അതിനുശേഷം മെറിലി എഴുതിയ ചില വാചകങ്ങൾ വായിക്കുവാൻ എനിക്കവസരം ലഭിച്ചു. അപ്പോൾ ‘നല്ല ധൈര്യമുള്ള സ്ത്രീ’ എന്നൊരു ചിന്ത എന്റെ മനസ്സിലുണ്ടായി. ചിലപ്പോഴെങ്കിലും ഇവർ സത്യമായും ഇത്രയും ധൈര്യമുള്ളവളാണോ അതോ ഒരു കൊച്ചുകുട്ടി ഒരു പരേഡിനെ നോക്കി പതാക ഉയർത്തിവീശുന്നതുപോലെ ധൈര്യം കാണിക്കുകയാണോ എന്ന ശങ്കയും എന്റെ മനസ്സിലുണ്ടായി. അവർ എന്നെ സന്ദർശിച്ചപ്പോൾ ഞങ്ങൾ തമ്മിൽ യോജിച്ച് പോകുമെന്ന് എനിക്കുറപ്പായി. അപ്പോൾ ആദ്യമായി ഒരുപക്ഷേ പുസ്തകമെഴുതുന്നതിനായി അവർ എന്നെ കനഡയിലേക്ക് കൊണ്ടുപോയേക്കാമെന്ന ചിന്തയും വന്നു.”

“യാത്ര ക്ലേശകരമായിരുന്നു. ഒറ്റയ്ക്കുള്ള യാത്ര എനിക്ക് വളരെ ബുദ്ധിമുട്ടാണ്. കൊച്ചിയിൽനിന്നും കാലത്ത് നേരത്തെ തിരിച്ചതാണ്. അവിടെനിന്നും ദൽഹിയിലെത്തി. അവിടെ എത്തുമ്പോഴേക്കും ഞാൻ ക്ഷീണിച്ചിരുന്നു. ‘ഇത്രയും ദൂരം ഒറ്റയ്ക്ക് യാത്രചെയ്യാനാകുമെന്ന് അമ്മയ്ക്ക് ഉറപ്പാണോ? ആവില്ലെന്ന് തോന്നുന്നെങ്കിൽ ഇപ്പോഴേ ഞാൻ ഫോൺ ചെയ്ത് പരിപാടികളെല്ലാം റദ്ദാക്കിയേക്കാം’ എന്റെ മകൻ എന്നോട് ചോദിച്ചു.

അത് ശരിയാവില്ല എന്നായിരുന്നു എന്റെ ഉത്തരം. ഈ യാത്ര മെറിലിയെ സംബന്ധിച്ചിടത്തോളം എത്ര പ്രാധാന്യമുള്ളതാണെന്ന് എനിക്കറിയാം.

അവരെ നിരാശപ്പെടുത്തുവാൻ ഞാൻ തയ്യാറല്ലായിരുന്നു. എനിക്കും മെറിലിയോടൊപ്പം ചെലവഴിക്കുന്ന നിമിഷങ്ങളിൽ ലഭിക്കുന്ന എന്തോ ഒരു തരം സമാധാനം നഷ്ടപ്പെടുമായിരുന്നു. രണ്ട് സംസ്കാരങ്ങളിൽ നിന്നും വന്നവരാണെങ്കിലും ഞങ്ങളിരുവരും ഒരേ കുലത്തിൽപെടുന്ന വരാണെന്ന് എനിക്കറിയാമായിരുന്നു. ഞങ്ങളുടെ സംസ്കാരങ്ങൾ മാത്ര മല്ല ഞങ്ങൾ വന്ന മാർഗ്ഗങ്ങളും വ്യത്യസ്തങ്ങളായിരുന്നു. ഈ യാത്ര നഷ്ടപ്പെടുത്തുവാനാകില്ല. 'സാരമില്ല, ഒന്നുമില്ല' എന്ന് ഞാൻ അവനോട് പറഞ്ഞു.

ഞാൻ നല്ല ചൂടുവെള്ളത്തിൽ കുളിച്ച് കുറച്ച് വിശ്രമിച്ചു. അർദ്ധരാത്രി യോടെ അവരെന്നെ വിമാനത്താവളത്തിലെത്തിച്ചു. ഒരു വിമാനത്തിൽ കയറ്റി വിട്ടു. പിന്നെ ഫ്രാങ്ക്ഫർട്ടിൽ എത്തിയപ്പോൾ അതിൽ നിന്നിറ ങ്ങണമായിരുന്നു. ഇത് എനിക്ക് വലിയ ബുദ്ധിമുട്ടായിരുന്നു. വിമാന ത്താവളങ്ങൾ റെയിൽവെ സ്റ്റേഷനുകൾ എന്നിവിടങ്ങളിലെത്തുമ്പോൾ ഞാൻ തീർത്തും നിസ്സഹായയാകുന്നു. ഈ സ്ഥലങ്ങൾ വല്ലാതെ ഭയ പ്പെടുത്തുന്നവയാണെന്ന് എനിക്ക് എപ്പോഴും തോന്നാറുണ്ട്. മറ്റൊരു രാജ്യത്തേക്കെത്തുമ്പോൾ അപരിചിതരുടെ ആ നാട് മരിച്ചവരുടെ നാടാ ണെന്ന് എനിക്കു തോന്നാറുണ്ട്. വെള്ളക്കാരുടെ മുഖങ്ങൾ കൂടുതൽ അപരിചിത മുഖങ്ങളാകുന്നു. ഒരൊറ്റ മുഖം പോലും നിങ്ങൾക്ക് തിരി ച്ചറിയുവാനാകില്ല. നിങ്ങളേയും ആരും തിരിച്ചറിയുകയുമില്ല.

ന്യൂയോർക്കിൽനിന്നും വിമാനത്തിൽ കയറിയപ്പോൾ എന്തോ എനി ക്കൊരു ആശ്വാസം തോന്നി. ഞാൻ ക്ഷീണിതയും എന്റെ തലയ്ക്ക് വല്ലാത്തൊരു ഭാരവും അനുഭവപ്പെട്ടിരുന്നു എങ്കിലും വിമാനമിറങ്ങു മ്പോൾ അവിടെ നിറഞ്ഞ ചിരിയുമായി മെറിലി എന്നെ കാത്ത് നില്പു ണ്ടാകുമെന്ന് എനിക്കുറപ്പായിരുന്നു. എന്റെ ആശ്വാസത്തിന്റെ കാരണം അതുമാത്രമായിരുന്നു. ഞാൻ സ്വസ്ഥമായി ഒന്നുറങ്ങി. മോൺട്രിയ ലിൽ ഇറങ്ങാറായി എന്ന അറിയിപ്പ് കേട്ടാണ് ഞാൻ ഉണർന്നത്."

ഞാൻ മുമ്പ് കണ്ടതിനേക്കാൾ കമല ചെറുതായിരിക്കുന്നു. തടിയും കുറഞ്ഞിരിക്കുന്നു. ഒരു വീൽചെയറിലാണവരെ പുറത്തെത്തിച്ചത്. എന്നാലും അവരുടെ സൗന്ദര്യത്തിന് യാതൊരു കുറവുമില്ല. അറുപത്തി രണ്ട് വയസ്സായി അവർക്ക്. എന്നിട്ടും ഇത്ര ദീർഘദൂരം യാത്ര ചെയ്തിട്ടും അവരുടെ മുഖത്ത് ഒരു ചുളിവ് പോലുമില്ല. മുഖം ശാന്തമായിരിക്കുന്നു. പുറത്തെത്തിയപ്പോൾ മോനു സമ്മാനിച്ച വിവിധ രാജ്യങ്ങളിലെ സമയം കാണിക്കുന്ന വാച്ചെടുത്ത് അവർ നോക്കി. ദൽഹിയിൽ അപ്പോൾ കാലത്ത് മൂന്നുമണി കഴിഞ്ഞ് മുപ്പത് മിനിറ്റ്.

ഞങ്ങൾ അവരെ ആർണിക്കൊപ്പം മുൻസീറ്റിൽ തന്നെയിരുത്തി. ആർണിയെ അപ്പോഴാണവർ പരിചയപ്പെടുന്നത്. ഞങ്ങൾ വടക്കോട്ട് യാത്ര തുടങ്ങി. യാത്രയ്ക്കിടയിൽ ഇരുവശത്തുമുള്ള വ്യവസായങ്ങൾ, ഷോപ്പിങ്ങ് സെന്ററുകൾ, ഒഴിഞ്ഞ വയലുകൾ, ജനറൽ മോട്ടോഴ്സിന്റെ ഫാക്ടറി എന്നിവ അവർ നിരീക്ഷിക്കുന്നുണ്ടായിരുന്നു.

"ആ വീടുകൾ എന്താണ്?" ഫാക്ടറിക്ക് സമീപം കണ്ട കൊച്ചു കുടിലുകൾ പോലുള്ള വീടുകൾ കണ്ട് അവർ ചോദിച്ചു.

"തൊഴിലാളികൾക്കായുള്ള വീടുകൾ." ഞാൻ പറഞ്ഞു.

"അവർക്ക് അവിടെ നല്ല സുഖമാണ് അല്ലെ! നല്ല കൂട്ടുകാരുണ്ടാകും. അവരെങ്ങനെ അവിടെ എത്തിപ്പെടും?"

"അവരുടെ പക്കൽ കാറുകളുണ്ട്."

"ഇന്ത്യയിലെ തൊഴിലാളികളേക്കാൾ ധനികരാണ്. കാറും വീടുമുണ്ട്."

ഏക്കറുകൾ നീണ്ടുകിടന്ന വയലിലെത്തിയപ്പോൾ അവരൊന്ന് ഉറങ്ങി. പിന്നെ വണ്ടി നാട്ടിൻപുറത്തേക്കുള്ള പാതയിലെത്തിയപ്പോൾ അവർ വീണ്ടും ചോദ്യങ്ങൾ ആരംഭിച്ചു. "ഇവിടെയൊന്നും ആരേയും കാണാനില്ലല്ലോ?" ചോദ്യത്തേക്കാളേറെ അത് ഒരു ആത്മഗതമായിരുന്നു. "ഇടയ്ക്ക് ഓരോ കാറുകൾ പോകുന്നുണ്ട്. ഇരുട്ടിയിട്ടില്ലെങ്കിലും അവർ ലൈറ്റ് ഓൺ ചെയ്ത് വച്ചിരിക്കുന്നു. കനഡയിൽ ആകെ ജനസംഖ്യ എത്രയുണ്ടാകും?"

"ഇരുപത്തിയൊമ്പത് ദശലക്ഷം" ആർണിയാണ് ഉത്തരം പറഞ്ഞത്.

"അവരൊക്കെ എവിടെയാണ്?"

"ലോകത്തിലെ ഏറ്റവും വലിയ രാജ്യങ്ങളിൽ രണ്ടാം സ്ഥാനം കനഡയ്ക്കാണ്" ഉത്തരം ആർണി പറഞ്ഞു.

"നമ്മുടെ സുഹൃത്തായ എലൻ ഇവിടെ വന്നിരുന്നു. പക്ഷേ, അവർക്ക് ഈ രാജ്യം ഇഷ്ടമായില്ല." ഞാൻ കൂട്ടിച്ചേർത്തു.

"ഈ സ്ഥലം ഭയാനകമാണെന്ന് അവർക്ക് തോന്നിയോ?"

അപ്പോൾ കമലയ്ക്ക് അങ്ങനെ തോന്നുന്നുണ്ടോ എന്നായിരുന്നു എന്റെ മനസ്സ് അദ്ഭുതപ്പെട്ടത്.

"**വി**മാനത്താവളത്തിൽ പോലും അധികം ആരുമുണ്ടായിരുന്നില്ല." അവർ അവരുടെ ഇംഗ്ലീഷിലുള്ള കോളത്തിലെഴുതി. ആദ്യമായി ഇവിടെയെത്തിയതിനു ശേഷമുള്ള അഭിപ്രായക്കുറിപ്പ്.

കനഡയ്ക്ക് കൂടുതൽ ആളുകളെ വേണമെന്ന് തോന്നി. ഞാൻ വരുന്നത് അമിതജനസംഖ്യയുള്ള ഒരു നാട്ടിൽ നിന്നാണ്. അതിനാൽ തന്നെ ഇത് ഒരു അപൂർവ്വകാഴ്ചയായിരുന്നു. മെറിലിയും അവരുടെ സുഹൃത്ത് ആർണിയും എന്നെ സ്വീകരിക്കുവാൻ എത്തി. ഞാൻ വല്ലാതെ ക്ഷീണിതയായിരുന്നു. എന്തുപറയണമെന്ന് പോലും എനിക്കറിയില്ലായിരുന്നു. എന്നാൽ ഞാൻ സുരക്ഷിതയായിരുന്നു. മണിക്കൂറുകളോളം എന്നിലുണ്ടായിരുന്ന അരക്ഷിതത്വബോധം, എന്നെ ശ്രദ്ധിക്കുവാൻ ആരുമില്ലെന്ന ചിന്ത അവരുടെ കൂടെയിരുന്നപ്പോൾ ഇല്ലാതായി. തൊഴിലാളികൾക്കായി നിർമ്മിച്ചിരിക്കുന്ന വീടുകൾ ഞാൻ കണ്ടു. ചാര നിറമുള്ള സ്ലേറ്റ് കൊണ്ട് നിർമ്മിച്ച കുടിലുകളായിരുന്നു അവ. ചുറ്റിലും ആൾവാസം വളരെ

കുറവായിരുന്നു. റോഡുകൾക്ക് നല്ല വീതിയുണ്ടായിരുന്നു. വീഥികൾ ഒഴിഞ്ഞ് കിടന്നു. വഴിയരികിലൂടെ നടന്നു പോകുന്ന ആരേയും കണ്ടില്ല. ഈ സ്ഥലവുമായി ഞാൻ ഇണങ്ങിച്ചേരേണ്ടിയിരിക്കുന്നു. വിശാലമായ സ്ഥലങ്ങൾ, ഒരു മനുഷ്യനെപ്പോലും കാണാനില്ലാത്ത സ്ഥലങ്ങൾ. യോജിച്ചുപോകുവാൻ ഇനിയും സമയമെടുക്കും.

ഞാൻ എത്തിച്ചേർന്നത് മെറിലിയുടെ വീട്ടിലായിരുന്നു. മരവും ഗ്ലാസും കൊണ്ട് പണിത ഒരു വീട്. കാടിന്റെ നടുക്കായിരുന്നു ഈ വീട്. ചുറ്റിലും പാറക്കെട്ടുകളുണ്ടായിരുന്നു. ആനകളെപ്പോലെ തോന്നിക്കുന്ന ഇരുണ്ട വർണ്ണമുള്ള പാറക്കല്ലുകൾ. ഉയരമുള്ള മരങ്ങൾ ചുറ്റിലുമുണ്ട്. മയ്പ്ൾ, പൂവരശ് എല്ലാമുണ്ടവിടെ. വലിയ മരങ്ങൾ കാണുവാൻ ഞാൻ വളരെ കാലമായി കൊതിക്കുകയായിരുന്നു. കാരണമുണ്ട്. ഇന്ത്യയിൽ വലിയ മരങ്ങൾക്കെല്ലാം കോടാലി വീണിരിക്കുന്നു. സർക്കാരിന്റെ കരാറുകാരാണ് അതെല്ലാം ഇങ്ങനെ വെട്ടിവീഴ്ത്തുന്നത്. ഇവിടെ മരങ്ങൾ സൗമ്യമായി തലയാട്ടിനിൽക്കുന്നു. അതിൽ ചിലതിന്റെ ഇലകൾ വിറച്ച് വിറച്ച് നിൽക്കുന്നു. അവ ചില്ലകളിന്മേൽ കൂടുകൂട്ടിയിരിക്കുന്ന കിളികളോട് നിശ്ശബ്ദരാകുവാൻ ആവശ്യപ്പെടുന്നു. എനിക്ക് അപ്പോൾ ശാന്തതയാണാവശ്യമെന്ന് മെറിലി മനസ്സിലാക്കിയിരിക്കുന്നു. എനിക്ക് മുങ്ങിത്താഴുവാനാകുന്ന ഏകതടാകം നിശ്ശബ്ദത മാത്രമായിരുന്നു. ആ തടാകത്തിൽ ഒരു ഡോൾഫിനെപ്പോലെ നീന്തിക്കളിക്കുവാൻ എനിക്കാകും.

കമല വിശ്രമിക്കുവാൻ തുടങ്ങി എന്നറിഞ്ഞപ്പോൾ ഞാൻ എന്റെ അച്ഛനെ ഒന്ന് കണ്ടിട്ട് വരാം എന്ന് കമലയോട് പറഞ്ഞു.

"ആർണിയെ കൂടെ കൊണ്ടുപോയിക്കോളൂ" കമല എനിക്കൊരു മുന്നറിയിപ്പ് നൽകി. "ഇരുട്ടാണ് വഴിയിൽ മുതലയോ കൊള്ളക്കാരോ ഉണ്ടാകും."

ഞാൻ ചിരിച്ചു. എന്റെ അച്ഛൻ ഇവിടെനിന്നും അഞ്ചു മിനിട്ട് നടക്കുവാനുള്ള ദൂരത്തിലാണ് താമസിക്കുന്നത്. അച്ഛനും അച്ഛന്റെ ഭാര്യയും കൂടിയാണവിടെ താമസിക്കുന്നത്. കുട്ടിക്കാലം തൊട്ടേ പരിചയമുള്ള വഴിയാണെനിക്കിത്. എത്രയോ തവണ ഈ വഴിയിലൂടെ നടന്നിരിക്കുന്നു. 1930ൽ എന്റെ അച്ഛന്റെ അച്ഛനാണ് ഈ സ്ഥലം വാങ്ങിയത്. അച്ഛന്റെ അച്ഛനെ ഞങ്ങൾ സെഡ എന്നാണ് വിളിച്ചിരുന്നത്. അന്ന് റെയിൽവെയിൽ ജോലി ചെയ്തിരുന്ന അദ്ദേഹത്തിന് ജോലിക്കിടയിൽ ഒരു കണ്ണ് നഷ്ടപ്പെട്ടു. നഷ്ടപരിഹാരമായി 3000 ഡോളർ ലഭിച്ചു. അതു കൊടുത്ത് ഈ താഴ്വാരത്തിൽ ആറേക്കർ സ്ഥലം വാങ്ങി. എന്റെ കുട്ടിക്കാലത്ത് സെഡയും അച്ഛനും ചെറിയച്ഛനും കൂടി ഇവിടെ വേനൽക്കാലവസതികൾ പണിതു. അവ "സഖാക്കൾക്ക്" വാടകയ്ക്ക് കൊടുത്തു. ഇവിടെ വച്ച് ആ സഖാക്കൾ അവരുടെ കമ്മ്യൂണിസ്റ്റ് ആദർശത്തിനോടുള്ള ആഭിമുഖ്യത്തിനോടൊപ്പം വോളിബോൾ കളിക്കുകയും നൃത്തം ചെയ്യുകയും ചെയ്തു. ഈ കമ്മ്യൂണിസ്റ്റ് ബന്ധമാണ് എനിക്ക് കേരളത്തിനോട് ഒരടുപ്പമുണ്ടാക്കിയ മറ്റൊരു കാരണം. എന്റെ കുട്ടിക്കാലത്ത് വേനൽക്കാലങ്ങൾ

ഞാൻ ചെലവഴിച്ചിരുന്നത് ലോറേൻഷ്യയിലായിരുന്നു. പ്രകൃതി രമണീയമാണ് ഈ സ്ഥലം. ധാരാളം തടാകങ്ങളും കുളങ്ങളും മലകളും കാടും എല്ലാമുണ്ട്. ഞങ്ങൾ കുട്ടികളെ അന്ന് എല്ലാവരും വളരെ വാത്സല്യപൂർവ്വം വളർത്തി. ഞങ്ങളാണ് നാടിന്റെ ഭാവി എന്നവർ പറഞ്ഞു, വിശ്വസിച്ചു. ആറുവയസ്സുവരെ ഈ ഗ്രാമപ്രദേശത്ത് പൂർണ്ണനഗ്നയായി ഞാനോടിക്കളിച്ചു. മാസമുറ തുടങ്ങേണ്ട പ്രായമാകും വരേക്കും ഒരു പാവാട മാത്രമിട്ട് നെഞ്ച് മുഴുക്കെ പുറത്ത് കാണിച്ച് ഞാനിവിടെ കളിച്ചുനടന്നു. ഈ നാട്ടിൻപുറത്തുള്ള കുളങ്ങളിൽ ഞാൻ നീന്തിക്കളിച്ചു. ഒരു ഭയവും അന്നെന്നെ അലട്ടിയില്ല.

"കമല ഇടയ്ക്കൊക്കെ നിന്ദ്യമായി സംസാരിക്കുന്നുണ്ടെങ്കിലും നല്ല ധൈര്യമുള്ള സ്ത്രീയാണ്. അവർ എവിടെയാണെന്നതിനെക്കുറിച്ച് അവർക്ക് യാതൊരു രൂപവുമില്ലെന്ന് തോന്നുന്നു. പക്ഷേ, അവർ നമ്മളെ വിശ്വസിക്കുന്നുണ്ട്." ആർണി പറഞ്ഞു.

തിരികെ വരുമ്പോൾ അച്ഛൻ എന്റെ കൂടെ വന്നു. ഒരു മഞ്ഞ നൈലോൺ ജാക്കറ്റും ജീൻസുമായിരുന്നു അപ്പോൾ അച്ഛന്റെ വേഷം. കമല അപ്പോൾ ഷൂസെല്ലാം അഴിച്ചിട്ട് വിശ്രമിക്കുകയായിരുന്നു. വീട്ടിലെ ജോലികളിൽ സഹായിക്കാത്തതിന് മാപ്പു പറഞ്ഞുകൊണ്ടാണ് കമല സംഭാഷണം ആരംഭിച്ചത്.

"താങ്കളിൽ ജൂതരക്തമാണോ ഉള്ളത്?" അച്ഛൻ കളിയാക്കി. "അല്ലെങ്കിൽ എന്തിനാ ജൂതരെപ്പോലെ ഈ കുറ്റബോധം?"

അച്ഛൻ കമലയുടെ രണ്ട് കവിളിലും ചുംബിച്ചു. "ഞങ്ങൾ ഫ്രഞ്ചുകാരാണ്. ഈ വിധമാണ് ഞങ്ങൾ അതിഥികളെ സ്വീകരിക്കാറ്." ചുംബിച്ചതിന്റെ കാരണം അച്ഛൻ വിശദീകരിച്ചു.

"നല്ലൊരു മനുഷ്യൻ" അച്ഛൻ പോയപ്പോൾ കമല പറഞ്ഞു. "കണ്ണിൽ ഒരു തിളക്കമുണ്ട്."

"എൺപത്തിനാലു വയസ്സുള്ള മെറിലിയുടെ അച്ഛൻ എന്നെ എന്റെ വലത് കവിളിൽ ചുംബിച്ചാണ് സ്വീകരിച്ചത്." കമല തന്റെ കോളത്തിൽ എഴുതും. ഇതിനെ ഒരു മലയാളി വിവർത്തകൻ എങ്ങനെ വിവർത്തനം ചെയ്യുമാവോ.

എന്റെ മുഖത്ത് എന്തോ ഒരു ആശയക്കുഴപ്പമുണ്ടായി എന്ന് തോന്നുന്നു. അതായിരിക്കണം, അത് കണ്ടായിരിക്കണം, മെറിലി ഉറക്കെ ചിരിച്ചത്. പ്രായമായവർക്ക് മറ്റുള്ളവരെ എത്രവേണമോ അത്ര ചുംബിക്കുവാനുള്ള അനുവാദമുണ്ട്. അവർക്ക് അവകാശമുണ്ട് എന്ന ധാരണയുള്ളതുകൊണ്ട് ചിലപ്പോൾ അവർ അത് ദുരുപയോഗം ചെയ്യാറുമുണ്ട്.

ഇപ്പോൾ സമയം കാലത്ത് നാലര. ഒമ്പതെങ്കിലുമാകാതെ മെറിലി ഉറക്കമുണരില്ല. ഇന്നലെ ഞാൻ അടുക്കള എവിടെയാണെന്ന് കണ്ടെത്തിയിരുന്നു. ഞാനവിടെ ചെന്ന് ഒന്ന് പരതി. അവിടെ റഫ്രിജറേറ്ററിൽ

പാലുണ്ടായിരുന്നു. ചുറ്റിലും ഒന്നു കൂടെ പരതിയപ്പോൾ ടാറ്റ ചായയുടെ ഒരു പാക്കറ്റ് കണ്ടു. ഞാൻ ചായ കുടിച്ചുകൊണ്ടിരിക്കുമ്പോഴാണ് ആർണി എത്തിയത്. ആർണി മെറിലിയുടെ പ്രതിശ്രുതവരനാണ്. അദ്ദേഹം എനിക്ക് സ്വർണ്ണ നിറമുള്ള ബ്രഡും വെണ്ണയും തന്നു.

മെറിലി രണ്ട് വിവാഹം കഴിച്ചു. രണ്ടും പരാജയപ്പെട്ടു. ഇനിയൊരു വിവാഹം വേണ്ടെന്ന് തീരുമാനിച്ചു എന്നാണ് മെറിലി എന്നോട് പറഞ്ഞത്. കഴിഞ്ഞ ഇരുപത് വർഷമായി മെറിലി ആർണിയോടൊപ്പം താമസിക്കുന്നു. എന്നാൽ ഇരുവരും ഇതുവരേക്കും വിവാഹത്തെക്കുറിച്ച് ചിന്തിച്ചിട്ടില്ല. അവർക്ക് ഇരുവർക്കും പരസ്പരം വലിയ ഇഷ്ടമാണ്. ആർണി ഒരു സിനിമാനിർമ്മാതാവാണ്.

ഇവിടെ കുളിമുറിയിൽ ബാത്ത് ടബ്ബല്ലാതെ മറ്റൊരു സൗകര്യവുമില്ല. എനിക്കാണെങ്കിൽ ശരീരത്തിലൂടെ വെള്ളം കോരിയൊഴിച്ചാണ് ശീലം. അങ്ങനെയല്ലാതെ കുളിച്ചാൽ മനസ്സിന് ഒരു തൃപ്തിയുമുണ്ടാകില്ല. വെള്ളത്തിലിരുന്ന് ശരീരം മുഴുക്കെ കഴുകുക എന്ന് പറഞ്ഞാൽ എനിക്കത് എന്തോ ഒരു സുഖമായി തോന്നുന്നില്ല. വിദേശയാത്രയ്ക്ക് പോകുമ്പോൾ ഞാൻ എണ്ണ കൈയിൽ കരുതാറില്ല. ഇത് രണ്ടും കൂടിയായപ്പോൾ ഒന്ന് ശരിക്ക് കുളിക്കണമെങ്കിൽ തിരികെ വീട്ടിലെത്തേണ്ടി വരും എന്ന് തോന്നും. എന്റെ മകന്റെ വീട്ടിൽ ഞാൻ ഒരു ബക്കറ്റിൽ വെള്ളം നിറച്ച് കപ്പുകൊണ്ട് കോരിയൊഴിച്ചാണ് കുളിച്ചത്. അതിനുള്ള സൗകര്യം അവൻ എനിക്കുണ്ടാക്കി തന്നിരുന്നു.

കാലത്ത് നാലുമണിക്ക് എഴുന്നേറ്റപ്പോൾ എനിക്ക് കൂട്ടു തന്നത് എന്റെ ഡിക്റ്റാഫോണായിരുന്നു. ഞാനത് ഓൺ ചെയ്തു. അതിൽ നിന്നുമപ്പോൾ നയൻതാരയുടെ "കാക്കേ കാക്കേ കൂടെവിടെ...." എന്ന പാട്ടു വന്നു. അവളുടെ ശബ്ദം കേട്ടപ്പോൾ വീട്ടിലെത്തിയാൽ എനിക്ക് എന്ത് സന്തോഷമാകും എന്ന ചിന്ത മനസ്സിൽ വന്നു. എനിക്ക് നയൻതാരയെ ഒന്ന് കെട്ടിപ്പിടിക്കണം. ഞാൻ ഒരുപാട് യാത്ര ചെയ്തിരിക്കുന്നു. ഈ ലോകം വല്ലാതെ ചെറുതായിരിക്കുന്നു. ഇത്ര ദൂരം യാത്ര ചെയ്തിട്ടും നാലു വയസുകാരി നയൻതാര ഇപ്പോഴും എന്റെ അരികിലുണ്ട്. എന്റെ ഭാവി പ്രതീക്ഷയാണവൾ.

ഇവിടെ ചുറ്റിലും വലിയ ശാന്തതയാണ്. നാലുപാടും നിശ്ശബ്ദതയാണ്. ഈ നിശ്ശബ്ദത എന്നെ ഉറക്കെ വിളിക്കുന്നു."

"ഇത്രയും ശാന്തമായ ഒരു സ്ഥലത്ത് ഞാനിതിനുമുമ്പ് പോയിട്ടുള്ളത് ബോംബെക്കടുത്തുള്ള പഞ്ചഗിനിയിലാണ്." കമല എന്നോട് പറഞ്ഞു തുടങ്ങി. "അത് വളരെ വർഷങ്ങൾക്ക് മുമ്പാണ്. ബോംബെയ്ക്കടുത്ത് മലനിരകൾക്ക് മുകളിലുള്ള ഒരു കൊച്ചു പട്ടണമാണ് പഞ്ചഗിനി. അക്കാലത്ത് എന്റെ മനസ്സിലെന്തൊക്കെയോ ഉടക്കി കിടക്കുന്നുണ്ടായിരുന്നു. എനിക്ക് അധികം സംസാരിക്കുവാൻ വയ്യായിരുന്നു. എഴുതുക മാത്രമേ അക്കാലത്ത് ഞാൻ ചെയ്തുള്ളു. എന്റെ അന്നത്തെ അവസ്ഥകണ്ട് 'നീ എപ്പോഴും പൊട്ടിച്ചിരിക്കുകയും സന്തോഷവതിയായിരിക്കുകയുമാണല്ലോ പതിവ്?' എന്ന് എന്റെ ഭർത്താവ് എന്നോട്

ചോദിക്കുകയുണ്ടായി. എന്റെ അക്കാലങ്ങളിലെ മൗനം എന്തു കൊണ്ടെന്ന് അദ്ദേഹത്തിന് മനസ്സിലായില്ല. എനിക്കും അക്കാലങ്ങളിൽ അദ്ദേഹത്തെ മനസ്സിലായില്ല. എങ്ങനെ ആ അവസ്ഥ വിശദീകരിക്കണ മെന്ന് എനിക്കറിയില്ല. എനിക്കപ്പോൾ എന്താണ് വേണ്ടിയിരുന്നത് എന്നും പറയുവാനാകില്ല. എന്തോ ഉണ്ടെന്ന് എനിക്കറിയാമായിരുന്നു. ഇപ്പോൾ എന്തുകൊണ്ട് ഇതൊക്കെ ഓർക്കുന്നു എന്നും എനിക്കറിയില്ല. ഒരുപക്ഷേ അവിടേയും ഇതുപോലെ വലിയ മരങ്ങളുണ്ടായിരുന്നതിനാലാകാം. അതു പോലെ ഇവിടേയും ശുദ്ധവായു ഉള്ളതുകൊണ്ടാകാം."

അവർ എഴുതുന്നു. "പ്രാതൽ കഴിഞ്ഞപ്പോൾ ഞാൻ മെറിലിയുടെ വായനാമുറിയിൽ പോയി. അവിടെ മെറിലിയുടെ മേശയ്ക്കരികിലിരുന്ന് കനഡ സാഹിത്യത്തിലെ മഹാറാണി മാർഗരറ്റ് ആറ്റ്വുഡിന്റെ നോവ ലെടുത്തു. ഞാൻ ആർത്തിയോടെ വായിക്കുവാൻ തുടങ്ങി. അപ്പോൾ പുസ്തകങ്ങൾ വായിക്കുവാനുള്ള എന്നിലെ വിശപ്പ് ഇരട്ടിക്കുവാൻ തുടങ്ങി. ഞാൻ പുസ്തകം എന്റെ കണ്ണിനോടടുപ്പിച്ച് വായിക്കുവാൻ തുടങ്ങി. അത് എന്റെ കണ്ണുകളെ വേദനിപ്പിച്ചു. അങ്ങനെ എന്റെ ആ പഴയ വിശപ്പിനെ ഞാൻ തൃപ്തിപ്പെടുത്തി."

ഞാൻ ടേപ്പ് റേക്കോർഡറുമായെത്തിയപ്പോൾ കമല ചാരുകസേരയി ലേക്ക് നീങ്ങി. അതല്ലെങ്കിൽ ഊ മേശയ്ക്കരികിലേക്ക്.

"ഇന്ത്യയിൽ, ഏകദേശം അറുപത് വർഷങ്ങൾക്ക് മുമ്പ് വരെ ഞങ്ങ ളുടെ പൂർവ്വികർ ബനാറസിലേക്ക് തീർത്ഥയാത്ര പതിവുണ്ടായിരുന്നു." താൻ പറയുന്നത് ടേപ്പ് റെക്കോർഡറിന്റെ മൈക്ക് പിടിച്ചെടുക്കുന്നു എന്നുറപ്പുവരുത്തി അവർ തുടർന്നു. "മിക്കവാറും കാളവണ്ടിയിലായി രിക്കും യാത്ര. പാതിയിലേറെ ദൂരം നടക്കുകയും ചെയ്യും. കേരളത്തിൽ നിന്നും കാശിയിലെത്താൻ ഒന്നൊന്നര വർഷമെടുക്കും. അവിടെ പതി ന്നാലു ദിവസം പ്രാർത്ഥനകളെല്ലാമായി കഴിഞ്ഞതിനുശേഷം ചിലരെല്ലാം മടങ്ങി വരുവാൻ ഒരു ശ്രമം നടത്തും. എന്നാൽ മിക്കവരും ഈ ദീർഘ യാത്ര മൂലം ക്ഷീണിതരും അവശരവുമായിട്ടുണ്ടാകും. ആ ക്ഷീണവും അവശതയും അവരുടെ മരണത്തിനു കാരണമാകും. അങ്ങനെ ആ ക്ഷേത്രവളപ്പിൽ മരിച്ചു വീഴുന്നവരെല്ലാം ഭാഗ്യവാന്മരാണെന്നാണ് കരുതി വരാറുള്ളത്. ചിലർ തിരികെയെത്തും. അങ്ങനെ തിരികെയെത്തിയവർ 'ഞങ്ങൾ ഇന്നന്നയാളെ അവിടെ വിട്ട് പോന്നു. എന്നാൽ അവർ ഭാഗ്യ വാന്മാരാണ്. അവർക്ക് ഗംഗാദേവിയുടെ മടിയിൽ അന്ത്യവിശ്രമം ലഭിച്ചു വല്ലോ' എന്ന് പറയും. അറുപത് കഴിഞ്ഞാൽ ഒരു തീർത്ഥയാത്ര പോകണം, അങ്ങനെ തീർത്ഥയാത്രപോയി ഏതെങ്കിലും ക്ഷേത്രപരി സരത്ത് മരിച്ചു വീഴണം എന്നൊക്കെയായിരുന്നു വിശ്വാസം. അത് ശിവ ക്ഷേത്രമായാൽ വളരെ ഉചിതം. എനിക്കും ഇപ്പോൾ ഒരു തീർത്ഥയാത്ര യ്ക്കുള്ള സമയമായിരിക്കുന്നു. മരിക്കാനുള്ള പ്രായമൊക്കെ എനിക്കു മായി. എന്നാൽ ഞാൻ മരിക്കില്ല. മൂന്ന് നാല് പുസ്തകം കൂടി ഞാൻ എഴുതുമായിരിക്കും. അല്ലെങ്കിൽ ഞാൻ ഇനിയും ബ്ലുബെറിയും തൈരും

കൂടി കഴിക്കും. ഈ ബ്ലൂബെറി എന്ന സാധനം ഞാൻ ഇന്ത്യയിൽ കണ്ടിട്ടില്ല. ഇങ്ങനെയുള്ള വസ്തുക്കളെല്ലാം എനിക്ക് ഇനിയും ജീവിക്കണമെന്ന് ആഗ്രഹം വർദ്ധിപ്പിക്കുന്നു."

കമല ഒന്ന് ചാരിയിരുന്നു. കണ്ണുകൾ പാതിയടഞ്ഞിരിക്കുന്നു. തലമുടി നെറുകയിൽ കെട്ടിവച്ചിട്ടുണ്ട്. കൈയിലെ സ്വർണ്ണവളകൾ തിളങ്ങുന്നു. വിരലിൽ അണിഞ്ഞിരിക്കുന്ന മോതിരവും, കല്ലുകൾ പതിച്ച കമ്മലും, നീലക്കല്ലുള്ള മൂക്കുത്തിയും ചുറ്റിലും വെള്ളിവെളിച്ചം വിതറുന്നു.

"വർഷത്തിലെ ഏറ്റവും നല്ല കാലത്താണ് ഞാനിവിടെ വന്നിരിക്കുന്നത്. മേപ്പിൾ മരങ്ങളുടെ ഇലകൾക്ക് ചെമ്പ് നിറം കയറുന്ന സമയം. ഇത് ശരത്ക്കാലമാകുന്നു. അതുപോലെ തന്നെ എന്റെ ജീവിതത്തിലെ ഏറ്റവും നല്ല കാലത്താണ് ഞാനിവിടെ വന്നിരിക്കുന്നത്. ഞാൻ ചെറുപ്പമായിരുന്ന കാലത്താണ് ഇവിടെ വന്നതെങ്കിൽ ഇന്ന് എനിക്ക് എന്റെയുള്ളിൽ നിന്നും ലഭിക്കുന്ന ആ ശാന്തത ലഭിക്കില്ലായിരുന്നു. ഒരു ഒപ്പുകടലാസുകൊണ്ട് ഒപ്പിയെടുക്കാവുന്ന ശാന്തത എന്റെ മനസ്സിലിപ്പോഴുണ്ട്. അങ്ങനെയൊന്നുണ്ടെന്ന് എനിക്ക് അംഗീകരിക്കാനുമാകുന്നുണ്ട്. ഇവിടെ വന്നതിനുശേഷം എനിക്ക് എപ്പോഴും ഉറക്കം വന്നു. അതിനാൽ അധിക സമയവും ഞാൻ മെത്തയിൽ ചെലവഴിക്കുന്നു. അങ്ങനെ വെറുതെ കിടക്കുമ്പോൾ ഇവിടത്തെ ശാന്തതയും സൗന്ദര്യവും എനിക്ക് ഒപ്പിയെടുക്കുവാനാകുന്നു. രാവിവിടെ ഒരു വലിയ മൃഗത്തിനെപ്പോലെയാണ്. ഒരു വലിയ പൂച്ചയെപ്പോലെ. അത് ഈ വീടിനരികിലെത്തി വീടിനുമുകളിലാകെ ഉരസുന്നു, വീട്ടിലെ ഗ്ലാസ് പാളികളിലൊക്കെ ഉരസി നീങ്ങുന്നു."

കമലയുടെ അന്തർബോധങ്ങൾ കേട്ടുകൊണ്ടിരിക്കുക രസകരമാണ്. പലപ്പോഴും എഴുത്ത് ഉച്ചത്തിലാകും. അപ്പോൾ വാക്കുകൾ വെട്ടിയും തിരുത്തിയും മെടഞ്ഞും, വീണ്ടും പറഞ്ഞും, ശരിയായില്ലല്ലോ എന്ന് ആശങ്കിച്ചും, തപ്പിത്തടഞ്ഞും നീങ്ങുന്നത് കാണുന്നതും നല്ല രസമായിരുന്നു. ഇവിടെ ഇപ്പോൾ അവരുടേതെല്ലാം ആത്മഗതങ്ങളായിരുന്നു. ഞാൻ അവ റെക്കോർഡ് ചെയ്യുകയാണ്. ഞാനിവിടെ കേൾവിക്കാരി മാത്രമാകുന്നു ഞങ്ങളെക്കുറിച്ച് എന്തും എഴുതുവാനുമുള്ള സ്വാതന്ത്ര്യം ഞാൻ കമലയ്ക്ക് നൽകിയിരിക്കുന്നു. ഇതിനോടൊപ്പം അവർ നിത്യമായെഴുതുന്ന മലയാളം കോളങ്ങളും അവർ മുടക്കിയിട്ടില്ല. അടുത്തടുത്ത് കുനിച്ചുകുനിച്ച് അവർ എന്തൊക്കെയോ എഴുതുന്നു. അത് മലയാളമായിരുന്നു. അവ ആഴ്ചതോറും അവർ അയച്ചുകൊടുക്കുന്നു. ഞാൻ ഇവിടെ റെക്കോർഡ് ചെയ്യുന്നതിൽ നിന്നും അവ എത്ര വ്യത്യസ്തമാണെന്ന് എനിക്കറിയില്ല. വ്യത്യസ്തമാകണം. അത് അവരുടെ വായനക്കാരെ ലക്ഷ്യം വച്ചുള്ളതാണ്, വാക്കുകളും സന്ദർഭങ്ങളും എഴുത്തു പരിസരങ്ങളും എല്ലാം പ്രാധാന്യമുള്ളതാണ്. വ്യത്യസ്തമാകണം.

മലയാളത്തിലാകുമ്പോൾ അത് എന്നെ കുറിച്ചല്ല എന്നെനിക്കറിയാം.

എന്റെ സാന്നിദ്ധ്യം അവരുടെ എഴുത്തിന് അല്ലെങ്കിൽ റെക്കോർഡിങ്ങിന് ഒരു തടസ്സമാകുന്നുണ്ടോ എന്ന് ഞാൻ കമലയോട് ചോദിച്ചു. ഒറ്റയ്ക്കാണെങ്കിൽ വാക്കുകൾ വ്യത്യസ്തമാകുമോ എന്നും ചോദിച്ചു.

"തീർച്ചയായും. ഒരു മൈക്രോഫോൺ കൈയിൽവച്ച് മുറിയിൽ ആരെങ്കിലുമുള്ളപ്പോൾ സംസാരിക്കുമ്പോൾ അതിൽ ഇത്തിരി തപ്പും തടയലും വരും. എന്നാൽ ഇപ്പോൾ എനിക്ക് ഏകദേശം ശീലമായി വരുന്നുണ്ടെന്ന് തോന്നുന്നു. മെറിലി, ദൂരെ നിറുത്തേണ്ടുന്ന ഒരു സുഹൃത്തായി നിന്നെ ഞാൻ ഒരിക്കലും കരുതിയിട്ടില്ല. നീ എന്ന് എന്റെയടുക്കൽ ആദ്യമെത്തിയോ അന്നുതന്നെ ഞാൻ നിന്നെ സ്വീകരിച്ച് കഴിഞ്ഞു. എനിക്ക് നിന്നിൽ പൂർണ്ണ വിശ്വാസമുണ്ട്. എന്നെക്കുറിച്ച് ചില വിധിന്യായങ്ങൾ പറയുവാൻ മാത്രമായി വരുന്ന മറ്റുചിലരുണ്ട്. അവരെ കുറിച്ച് ഇങ്ങനെ പറയുവാനാവുമോ എന്ന് എനിക്കുറപ്പില്ല."

"ഇങ്ങനെ നിരന്തരം റെക്കോഡ് ചെയ്യപ്പെടുന്നത് എഴുത്തിന് തടസ്സമാകുന്നുണ്ടോ?"

"സംസാരിക്കുവാൻ താത്പര്യമില്ലാത്തപ്പോഴും സംസാരിച്ചുകൊണ്ടിരുന്നാൽ, ഒരു പക്ഷേ, അത് മനസ്സിന്റെ സമതുലിതാവസ്ഥ നഷ്ടപ്പെടുത്തിയേക്കാം. മാത്രമല്ല ഇത് എഴുതുന്നതുപോലെ അത്ര എളുപ്പമുള്ള കാര്യമല്ല. അതിന്റെ ഒരു ബുദ്ധിമുട്ടുമുണ്ട്. നിങ്ങൾ ഒരു വാക്കു പറയും, പിന്നെ തോന്നും അത് ശരിയായില്ലല്ലോ എന്ന്, അല്ലെങ്കിൽ അങ്ങനെയല്ലല്ലോ എഴുതേണ്ടത് എന്ന്, പറയുവാനുണ്ടായിരുന്ന വികാരം മുഴുവൻ അതിൽ ഒപ്പിയെടുക്കപ്പെട്ടില്ലല്ലോ എന്ന്. പക്ഷേ, അപ്പോഴും ഒരു കാര്യമുണ്ട്. ഇവിടെ ഞാൻ എന്റെ ആത്മഗതങ്ങളാണ് പറയുന്നത്, എന്റെ

കുമ്പസാരങ്ങൾ. ഇവിടെ എന്റെയരികിൽ എന്തിന്റെയൊക്കെയോ സാമീപ്യമുണ്ട്. അതെനിക്ക് കാണാനാകുന്നില്ല. അത് എന്നോട് വിശ്വാസ പൂർവ്വം എന്റെ മനോഗതം വെളിപ്പെടുത്തുന്നു. അത് എന്നെത്തന്നെ ഞാൻ വിശ്വസിക്കണമെന്ന് ആവശ്യപ്പെടുന്നു. ഒരു അഭ്യാസമെന്ന നിലയിൽ ഇത് ശരിയായ ഒരു രീതിയാണ്. എന്റെ എഴുത്ത് ഭൂരിപക്ഷവും കുമ്പസാരങ്ങളായിരുന്നതിനാൽ ഇതും ശരിയെന്ന് ഞാൻ കരുതുന്നു."

അന്ന് സായാഹ്നത്തിൽ അവരുടെ മലയാളം കോളത്തിൽ അവർ ഇങ്ങനെ എഴുതി:

"വിദേശങ്ങളിൽ ഒരു കവി എന്നനിലയിൽ എന്നെ അംഗീകരിച്ചിട്ടുണ്ട് എങ്കിലും എന്റെ സ്വന്തം നാട്ടിൽ ഞാനിപ്പോഴും ഭിക്ഷാപാത്രവുമായി അലയുകയാണ്. ഞാനൊരു അടിമയാണ്. എന്നിട്ടും ഞാൻ ജീവിക്കുന്നു. ഒരവസരം ലഭിക്കുമ്പോൾ ഞാൻ ചിരിക്കുന്നു. ജീവിതത്തിന്റെ കയ്പ്പും മധുരവും ഞാൻ നുണയുന്നു. എനിക്ക് കുറ്റബോധം എന്നൊന്നില്ല. എനിക്ക് ഏതെങ്കിലും ക്ഷേത്രത്തിൽ പോയി ശയനപ്രദക്ഷിണം ചെയ്യുകയോ പോട്ടയിൽ പോയി യേശുവിനെ സ്തുതിക്കുകയോ ചെയ്യേണ്ടതില്ല. പല പുണ്യനദികളിലും ഞാൻ മുങ്ങിക്കുളിച്ചിട്ടുണ്ട്. പ്രണയത്തിന്റെ സുന്ദരമായ ഒഴുക്കിൽ പലതവണ നീന്തിക്കുളിച്ചിട്ടുണ്ട്. തിരുവാതിര കളിച്ചിട്ടുണ്ട്, അതാനന്ദിച്ചിട്ടുണ്ട്. എന്റെ ശരീരത്തിലോ മനസ്സിലോ കറയോ കരിയോ പുരണ്ടിട്ടില്ല. ഞാൻ എന്റെ ജീവിതംകൊണ്ട് എന്ത് ഉദ്ദേശിച്ചുവോ അത് ചെയ്തിട്ടുണ്ട്.

ഏഴ്

ഞാൻ നിന്നെ എന്നോടൊപ്പം കൊണ്ടുപോകാം

ഒരു ചെറിയ സിനിമാനിർമ്മാണ കമ്പനിക്ക് സംഭവിച്ചിരിക്കുന്ന എന്തോ ബുദ്ധിമുട്ടുകൾക്ക് കൈത്താങ്ങാകുവാനായി ആർണി പട്ടണത്തിലേക്ക് തിരിച്ചു. ഇങ്ങനെയുള്ള അവസരങ്ങളിൽ സാധാരണ ഞാനിവിടെ ഒറ്റയ്ക്കാവുകയാണ് പതിവ്. ഇത്തവണ ആ പതിവ് തെറ്റി. എനിക്കിപ്പോൾ ഈ വീട്ടിൽ കൂട്ടായി കമലയുടെ സ്നേഹത്തിന്റെ ഊഷ്മളതയുണ്ട്. മുകളിലെ മുറിയിൽ അവരുടെ അനക്കം എനിക്ക് കേൾക്കാം. അവർ കണ്ണുകളിലേക്ക് അമിതമായി വെളിച്ചം അടിച്ചു കയറാതിരിക്കുവാനായി വെനീഷ്യൻ ബ്ലൈൻഡുകൾ താഴ്ത്തിയിട്ടിരിക്കുന്നു. അതിനാൽ എനിക്കിപ്പോൾ ഭയം ഒട്ടുമില്ല.

ഒരർത്ഥത്തിൽ ജീവിതത്തിൽ ഞാനും കമലയും ഒരുപോലെ ഒറ്റയ്ക്കാണ്. കുട്ടികൾ അവരുടെ മാർഗ്ഗങ്ങളന്വേഷിച്ച് വിട്ടുപോയിരിക്കുന്നു.

കൂട്ടിരിക്കേണ്ട പുരുഷന്മാർ മിക്കവാറും ഇല്ല എന്നുതന്നെ പറയാം. എന്നാൽ ഇപ്പോൾ ഞങ്ങൾക്ക് ഞങ്ങളുടെ സൗഹൃദത്തിന്റെ സൗഖ്യം ഉണ്ട്. അത് നൽകുന്ന പരസ്പര ബഹുമാനവും കൂട്ടായുണ്ട്.

“സമയം രണ്ടര. ഇത് ഇന്ത്യൻ സമയമാണോ കനേഡിയൻ സമയമാണോ എന്നെനിക്കറിയില്ല.” കമല എഴുതുന്നു. “എനിക്ക് ഉറങ്ങുവാനാകുന്നില്ല. അതിനാൽ ഞാൻ ലൈറ്റുകൾ ഓൺ ചെയ്തു. മുറിയിൽ ഒന്നുലാത്തി. വാതിൽ തുറന്നു. മുകളിലെ നിലയിൽ ഞാനല്ലാതെ ആരുമില്ല. ഞാൻ പോയി ഒരു പച്ച ആപ്പിൾ എടുത്ത് തിന്നു. കുറേ നേരം മെറിലിയുടെ അടുക്കളയിലിരുന്നു. എനിക്കിപ്പോൾ ഒരു പുതിയ സഹോദരിയെ കിട്ടിയതുപോലെ തോന്നുന്നു. എന്റെ പുതിയ സുഹൃത്തായ ഈ പെൺകുട്ടിയോട് വളരെ അടുപ്പം തോന്നുന്നു.”

നേരം നന്നായി വെളുത്തുകഴിഞ്ഞാൽ ഞാൻ മുകളിൽ പോയി കമലയെ അഭിവാദ്യം ചെയ്യും. അതിനുശേഷം ചായയുണ്ടാക്കും. രാത്രിയിൽ ഒരുപാട് ചിന്തകൾ കമലയുടെ മനസ്സിലൂടെ കടന്ന് പോയിട്ടുണ്ടാകും എന്നെനിക്കറിയാം. അതിനാൽ അവയെല്ലാം പകർത്തിയെടുക്കുന്നതിനായി ഞാൻ ടേപ്പ് റേക്കോർഡർ ഓൺ ചെയ്യും. ഓൺ ചെയ്തതിനു ശേഷം ഒരു നിമിഷം ശങ്കിക്കും. ഞാൻ ഇന്ത്യയിൽ വന്നപ്പോഴും ഇതുപോലെയൊക്കെ നമ്മൾ സംസാരിക്കുകയും ജോലി ചെയ്യുകയുമുണ്ടായി. കമല എന്റെ അതിഥിയാണ്. ഇവിടെ എനിക്ക് ഇങ്ങനെ ചെയ്യുമ്പോൾ അസൗകര്യപ്രദമാണോ എന്നൊരു ചിന്തയുയരുന്നു. ഞാനത് കമലയോട് പറഞ്ഞു.

അങ്ങനെ ചിന്തിക്കേണ്ട യാതൊരു കാര്യവുമില്ലെന്ന് അവർ എനിക്ക് ഉറപ്പു നൽകി. “ഇതിനാണ് ഞാൻ വന്നത് മെറിലി. ഞാൻ നിനക്ക് എന്നെ തന്നെ സമർപ്പിക്കുകയാണ്. ഞാനിവിടെയുള്ളപ്പോൾ നിനക്ക് എത്ര ചോദ്യങ്ങൾ വേണമെങ്കിലും ചോദിക്കാം. എല്ലാതിനും ഞാൻ ഉത്തരം നൽകും. എത്ര വിലക്ഷണങ്ങളായ ചോദ്യങ്ങളായാലും ഞാനവയ്ക്ക് ഉത്തരം നൽകും.

“പിന്നീട് ഈ പുസ്തകം കേരളത്തിൽ പ്രസിദ്ധീകരിക്കുകയാണെങ്കിൽ നമുക്ക് അതിനെകുറിച്ചൊക്കെ വീണ്ടും സംസാരിക്കാം.” കമലയുടെ യാഥാസ്ഥിതിക സതീർത്ഥ്യർ അവരെ വീണ്ടും ആക്രമിക്കുവാൻ തുനിഞ്ഞേക്കും എന്നതിനാലാണ് ഞാനിത് പറഞ്ഞത്.

“കേരളത്തിൽ പ്രസിദ്ധീകരിച്ചില്ലെങ്കിൽ അവർ രോഷാകുലരാകും. എനിക്ക് കൂടുതൽ കുഴപ്പമാകും. എനിക്കും ഒരു കുടുംബമുണ്ട്, സഹോദരിയുണ്ട്, സഹോദരിയുടെ ഭർത്താവുണ്ട്. അവരൊക്കെ ധാർമ്മിക സദാചാര ചിന്തകളുള്ളവരാണ്. എന്നെ അത്ര വിശ്വാസമില്ലവർക്ക്. ഞാൻ എഴുതുന്ന പുസ്തകങ്ങളെക്കുറിച്ച് അവരോട് അധികം സംസാരിക്കാറില്ല.”

കുടുംബത്തെ വിഷമിപ്പിക്കുക എന്നതുകൊണ്ട് കമല എന്താണുദ്ദേശിച്ചതെന്ന് എനിക്ക് നല്ലവണ്ണം മനസ്സിലായി. കമലയേക്കാൾ കൂടുതൽ ഞാൻ എന്നെ സ്വയം സെൻസർ ചെയ്തിട്ടുണ്ട്.

ഓർമ്മക്കുറിപ്പുകൾ എഴുതുന്ന എല്ലാവരുടേയും സ്ഥിതി ഇതാണോ എന്ന് ഞാൻ ചോദിച്ചു.

"ഒരു നക്ഷത്രം പൊട്ടിവീഴുന്ന അതേ വേഗതയിൽ ഒരു എഴുത്തുകാരി തന്റെ കുടുംബം, പഴയ ബന്ധങ്ങൾ എന്നിവയിൽ നിന്നെല്ലാം അകലണം. അല്ലെങ്കിൽ ആ എഴുത്തുകാരി സ്വയം നശിപ്പിക്കപ്പെടും. അവർ ആ കുടുംബത്തിലെ ഒരംഗം മാത്രമാകും. അമ്മയോ, സഹോദരിയോ മകളോ ഭാര്യയോ ആയി അവസാനിക്കും. ഏതെങ്കിലും ഒരു നിമിഷത്തിൽ എഴുത്തുകാരി "എനിക്ക് വീട്ടിലെല്ലാവരും ഇഷ്ടപ്പെടുന്ന, സ്നേഹിക്കുന്ന ഒരു കുടുംബാംഗമാകണോ അതോ നല്ലൊരു എഴുത്തുകാരിയാകണോ" എന്ന് സ്വയം ചോദിക്കണം. രണ്ടും ഒരേ സമയം സാധ്യമല്ല. നിങ്ങൾ നിങ്ങളുടെ കുട്ടികളുടെകൂടെ നല്ലൊരു അമ്മയായി കഴിയുന്ന ദിവസങ്ങളിൽ നിങ്ങൾ എഴുത്തുകാരിയാകരുത്. പേനയും കടലാസും കാണുമ്പോഴേ അവിടെനിന്ന് പിന്മാറണം. അല്ലെങ്കിൽ അത് രണ്ടും നിങ്ങളുടേയും കുട്ടികളുടേയും ഇടയിൽ കയറിനിൽക്കും."

ഒരമ്മയെന്നും എഴുത്തുകാരിയെന്നുമുള്ള നിലകളിൽ കമല അനുഭവിച്ചിട്ടുള്ള വൈപരീത്യ മനഃസ്ഥിതികളെക്കുറിച്ച് അവർ വിശദീകരിക്കുമ്പോൾ എന്നിൽനിന്നും അതിനനുസരിച്ചുള്ള ശബ്ദങ്ങൾ പുറത്ത് വരും. ഈ സംഘട്ടനം എല്ലാവർക്കും മനസ്സിലാകില്ല. ഞങ്ങളുടെയെല്ലാം ഈ കഷ്ടസ്ഥിതികളെക്കുറിച്ച് പച്ചയായി അവർ പറയുമ്പോൾ അത് സത്യമായും എന്നെ അവരോട് കൂടുതൽ അടുപ്പിക്കുകയായിരുന്നു. വിവാഹമോചനത്തിനുശേഷം ചെറിയ കുട്ടികളോടൊപ്പം തനിച്ച് താമസിച്ചിരുന്ന കാലത്ത് എനിക്കും ഇതുപോലെയുള്ള അനുഭവങ്ങൾ ഉണ്ടായിട്ടുണ്ട്. എഴുത്തിനോടും കുട്ടികളോടുമുള്ള ഉത്തരവാദിത്വത്തിനിടയിൽ ഞാൻ നട്ടം തിരിഞ്ഞിട്ടുണ്ട്. ഇതിനെക്കുറിച്ച് അക്കാലങ്ങളിൽ ഞാൻ എന്റെ അച്ഛനുമായി സംസാരിച്ചിട്ടുണ്ട്. അദ്ദേഹത്തിന്റെ ഉപദേശം ആരാഞ്ഞിട്ടുണ്ട്. കാരണം അക്കാലങ്ങളിൽ കുട്ടികളെ വളർത്തുവാൻ എന്നെ സഹായിച്ചിരുന്നത് എന്റെ അച്ഛനായിരുന്നു.

"എന്നിൽ നിന്നും ആവശ്യപ്പെടുന്ന ഉത്തരവാദിത്വങ്ങൾ എനിക്ക് താങ്ങാനാവുന്നതിലുമധികമാണ്." ഞാനന്ന് അച്ഛനോട് കുമ്പസാരിച്ചു. എന്നിട്ട് "എഴുതുവാൻ കഴിയുന്ന സ്ത്രീകൾ 'അതിജീവിച്ചവരാണ്'" എന്ന ടില്ലി ഓൾസണിന്റെ വാചകമുദ്ധരിച്ചു.

"ആരെങ്കിലും നമ്മോട് എന്തെങ്കിലും ചെയ്തു തരൂ എന്ന് ആവശ്യപ്പെടുന്നുണ്ടെങ്കിൽ നമ്മൾ ഭാഗ്യമുള്ളവരാണെന്ന് കരുതണം. നമ്മെ ആവശ്യമുള്ളവരുണ്ടെന്നും നമുക്ക് ഉത്തരവാദിത്വങ്ങളുണ്ടെന്നുമാണതിന്റെ അർത്ഥം" അച്ഛൻ എന്നെ ഗുണദോഷിച്ചു.

പത്തൊമ്പതാം വയസ്സിൽ ആദ്യമായി ഗർഭിണിയാകുന്നതിനുമുമ്പ് ഞാൻ ഒരുപാട് എഴുതിയിരുന്നു എന്ന് ഞാൻ അച്ഛനെ ഓർമ്മിപ്പിച്ചു. അക്കാലങ്ങളിൽ ഞാൻ റേഡിയോക്ക് വേണ്ടിയും, പത്രമാധ്യമങ്ങൾക്ക് വേണ്ടിയും, സാഹിത്യ മാസികകൾക്ക് വേണ്ടിയും എല്ലാമെഴുതി.

എഴുത്താണ് ജീവിതം എന്ന് ഏകദേശം ഉറപ്പായി. എന്നാൽ അമ്മയായി കഴിഞ്ഞപ്പോൾ ഉത്തരവാദിത്വങ്ങളിൽ മാറ്റങ്ങളുണ്ടായി. കുഞ്ഞിനെ നോക്കണം, വൃത്തിയാക്കണം, പണം സമ്പാദിക്കണം. എഴുതുവാൻ ആവശ്യമുള്ള മാനസികശാരീരികസ്ഥലം നൽകുവാൻ എത്ര ശ്രമിച്ചിട്ടും എനിക്കാവാതായി.

ആണുങ്ങളും ഇതുപോലെ അവരുടെ വ്യാപാരങ്ങളിൽ ബുദ്ധിമുട്ടാറുണ്ട് എന്ന് അച്ഛൻ പറഞ്ഞു. എന്റെ അവസ്ഥയിൽ അദ്ദേഹം ദുഃഖിച്ചിരുന്നു. എഴുത്തുകാർ, അത് സ്ത്രീയായാലും പുരുഷനായാലും, ഈ ബുദ്ധിമുട്ട് അനുഭവിക്കുന്നവരാണെന്ന് അദ്ദേഹം പറഞ്ഞു തന്നു. വർഷങ്ങളോളം അദ്ദേഹം എന്നെ സഹായിച്ചുകൊണ്ടിരുന്നു. മുൻകൂട്ടി എന്റെ ആവശ്യങ്ങൾ കണ്ടറിഞ്ഞ് അദ്ദേഹം സഹായിക്കുകയായിരുന്നു. എന്നിട്ടും, ഇത്രകാലമായിട്ടും, ഞാൻ എന്തുകൊണ്ടെഴുതുന്നുവെന്നോ എന്തൊക്കെ തടസ്സങ്ങളുണ്ടെന്നോ അദ്ദേഹത്തിന് ഇതുവരേക്കും മനസ്സിലായിട്ടില്ല. എഴുതാത്ത എല്ലാവരുടേയും കാര്യം ഇങ്ങനെയാണ്. അവർക്ക് അത് മനസ്സിലാക്കുക ബുദ്ധിമുട്ടാണ്. വളരെ കാലം കഴിഞ്ഞ് ഒരിക്കൽ എന്റെ ഒരു സുഹൃത്തിന്റെ കത്ത് ഞാൻ അച്ഛനെ കാണിച്ചു. അതിൽ "എന്റെ ചുറ്റിലുമുള്ള വായുവിൽ നിറയെ ഇപ്പോൾ എന്റെ കുട്ടികളാണ്. എന്റെ ജീവിതത്തിലെ ഓരോ അണുവിലും അവർ നിറഞ്ഞിരിക്കുന്നു. എന്നിലുള്ള ഊർജ്ജമെല്ലാം അവർ ഊറ്റിയെടുക്കുന്നു. എന്റെ ശരീരം അവർക്ക് കളിക്കുവാനുള്ള ഇടമായിരിക്കുന്നു. എന്റെ ബുദ്ധിപോലും ഇപ്പോൾ അവരുടേതായിരിക്കുന്നു. എന്റെ പുസ്തകത്തിലേക്ക് തിരികെപോകണമെന്ന് എനിക്ക് അതിയായ ആഗ്രഹമുണ്ട്. അതിലെ കഥാപാത്രങ്ങളിപ്പോൾ വാചകത്തിന്റെ പാതിയിൽ തൂങ്ങിയാടുകയാണ്. അത് എങ്ങനെ അവസാനിപ്പിക്കണമെന്ന് എനിക്കറിയാം. എനിക്ക് അതൊന്ന് അവസാനിപ്പിക്കണമെന്നുണ്ട്" എന്നെഴുതിയിട്ടുണ്ടായിരുന്നു. അത് വായിച്ചപ്പോൾ "എനിക്ക് അറിയില്ലായിരുന്നു" എന്നാണ് അച്ഛൻ പറഞ്ഞത്. "എൺപത് വയസ്സായി. ഞാനിപ്പോൾ പലതും മനസ്സിലാക്കി വരുന്നേയുള്ളു." അദ്ദേഹം പറഞ്ഞു.

"ഏതെങ്കിലും ബന്ധം ദീർഘകാലം നിലനില്ക്കണമെന്ന് ആഗ്രഹിക്കുന്നുവെങ്കിൽ പേനയും കടലാസും അതിനു തടസ്സം നിൽക്കും." കമല വീണ്ടും പറഞ്ഞു. "ഒരു എഴുത്തുകാരി എന്തായാലും ആരെങ്കിലുമായി പ്രണയത്തിലാകും. എന്നാൽ ആ പ്രണയ കാലഘട്ടത്തിൽ അവൾ ഒരു പൂർണ്ണ എഴുത്തുകാരിയാകുന്നുവെങ്കിൽ ആ ബന്ധവും അവരറിയാതെ നശിപ്പിക്കപ്പെട്ടിട്ടുണ്ടാകും."

എന്തുകൊണ്ട് ഇങ്ങനെ സംഭവിക്കുന്നു എന്ന് ഞാൻ അവരോട് ചോദിച്ചു.

"കാരണമുണ്ട്. ഒരു എഴുത്തുകാരിക്ക് തന്റെ എഴുത്തിനല്ലാതെ ഒന്നിനും തന്നെ പൂർണ്ണമായി സമർപ്പിക്കുവാനാകില്ല. അവൾക്ക് അവളുടെ പ്രിയനെതിരെ എഴുതേണ്ടി വരും. അയാളെ ഒരു മൈക്രോസ്കോപ്പിനടിയിൽ

വച്ച്, കീറി മുറിച്ച്, പരിശോധിക്കേണ്ടിവരും. അയാളുടെ ചിന്തകൾ, വാക്കുകൾ എല്ലാം പരിശോധിക്കേണ്ടിവരും. കുറച്ച് കഴിയുമ്പോൾ അവൾ രാത്രിയിൽ തന്റെ കൈകളിൽ വാരിപ്പുണർന്ന അതേ മനുഷ്യൻ. അയാൾ അയാളതല്ലാതാകും നിങ്ങൾ അയാളെ തുണ്ടം തുണ്ടമാക്കുന്നു. എല്ലാം പുറത്തേക്ക് കാണുമാറാക്കുന്നു. അയാളുടെ ഉള്ളിലുള്ള നീരും കൊഴുപ്പു മെല്ലാം നിങ്ങളുടെ മേശപ്പുറത്ത് നിരത്തുന്നു. ഇതെല്ലാം കഴിഞ്ഞതിനു ശേഷം നിങ്ങൾക്ക് പഴയ പടി അയാളുടെ കരങ്ങളിലേക്കെങ്ങനെ പോകുവാനാകും?"

ശരിയാണ്. ഞാൻ പൂർണ്ണസമ്മതത്തോടെ തലയാട്ടി. എന്റെ ദൈനം ദിന എഴുത്തും ആർണിയും തമ്മിൽ തമ്മിൽ പൊരുത്തപ്പെടില്ലെന്ന് എപ്പോൾ എനിക്ക് മനസ്സിലായോ അന്ന് ഞാൻ ദൈനംദിന കുറിപ്പെഴു തുന്നത് നിറുത്തി. പഞ്ചഗിനിയിൽ വച്ച് കമല ചെയ്തതു പോലെ ഞാനും അക്കാലങ്ങളിൽ അധികം സംസാരിച്ചിരുന്നില്ല. എന്റെ ദൈനംദിന കുറിപ്പു കളിൽ ഞാൻ എന്റെ ചിന്തകളും വികാരങ്ങളും കുറിച്ചിടുക മാത്രം ചെയ്തു. ആർണിയോടൊത്തു ചേർന്ന് പ്രശ്നങ്ങൾക്ക് പ്രതിവിധി കണ്ടെ ത്തുന്ന സ്വഭാവം ഞാനപ്പോൾ നിറുത്തി. അങ്ങനെയുള്ള പ്രശ്നങ്ങൾക്ക് ഞാനും എന്റെ കുറിപ്പുകളും അതിലുമെളുപ്പത്തിൽ പ്രതിവിധി കണ്ടെ ത്തിയതാണ് അതിന് കാരണം. ഇതിനായി ഞാൻ ആർണിയെ നിരീ ക്ഷിച്ചു, പിന്നെ ഞങ്ങളേയും, ഞങ്ങളെന്നാൽ ഞാനും എന്റെ കുറിപ്പും. ഇത് കുറിപ്പുമായി യോജിച്ചുപോകുക എനിക്ക് എളുപ്പമാക്കി. എന്നാൽ ആർണി അപ്പോൾ വളയത്തിനു പുറത്തായിരുന്നു. പലപ്പോഴും അത് മനസ്സിലാക്കുകയും, അതെഴുതുകയും, അതിനെക്കുറിച്ച് ആർണിയോട് സംസാരിക്കുകയും ചെയ്യുമ്പോഴേക്കും ഭൂതവും വർത്തമാനവും തമ്മിൽ തമ്മിൽ പൊരുത്തമില്ലാതാകും. ഞാനപ്പോൾ എന്റേയും എന്റെ കുറിപ്പു കളുടേയും ഒരു ലോകത്തിൽ മാത്രം ജീവിക്കുകയായിരുന്നു.

"നിങ്ങൾ ബുദ്ധിയുള്ളവളാണെങ്കിൽ, നിങ്ങളുടെ പ്രിയനെക്കുറിച്ച് നിങ്ങൾക്കെല്ലാമറിയാമെന്നത് അയാളിൽ നിന്നു നിങ്ങൾ മറച്ചു വയ്ക്കും." കമല പറയുന്നു. ചിലപ്പോഴൊക്കെ തന്റെ ഇത്തരം പ്രവർത്തികളെക്കുറിച്ച് ലജ്ജ തോന്നാറുണ്ടെങ്കിലും മറ്റുള്ളവരെ സസൂക്ഷ്മം വീക്ഷിക്കുന്ന തന്റെ ഈ സ്വഭാവത്തിൽ നിന്നും പിന്മാറുവാൻ ആകാറില്ലെന്നും കമല പറഞ്ഞു. ഇങ്ങനെ നിരീക്ഷിക്കപ്പെടുന്നവരിൽ സ്വന്തം കുട്ടികളും പലപ്പോഴും താൻ സ്വയം പോലും ഉൾപ്പെടാറുണ്ടെന്നും അവർ പറഞ്ഞു. "ഞാൻ ചെയ്യുന്ന ഓരോ പ്രവൃത്തിയും, എന്റെ ചിന്തകളോരോന്നും" എന്നാണ വർ പറഞ്ഞത്. "എന്റെ പ്രിയരെ വെട്ടിനിറുത്തുക, അവരേയും അവരുടെ ഉദ്ദേശ്യങ്ങളേയും കഷണങ്ങളാക്കി വിശകലനം ചെയ്യുക" എന്നിങ്ങനെ യുള്ള പ്രയോഗങ്ങൾ അവരിൽനിന്നും അപ്പോൾ വരികയുണ്ടായി. മറ്റു മനുഷ്യരെ ആ സമയങ്ങളിൽ മനുഷ്യരായല്ല വസ്തുക്കളായാണ് അവർ കാണുന്നത് എന്ന് വ്യക്തമാക്കുവാനായിരുന്നു ഈ പ്രയോഗങ്ങൾ.

ആർത്തിപൂണ്ട് എഴുതുവാനുള്ള കമലയുടെ ത്വര എനിക്ക് മന സ്സിലാകും. അതുപോലെ തന്നെ മറ്റുള്ളവരെ ദുഃഖിപ്പിക്കുന്നതിൽ

അവർക്കുണ്ടായിരുന്ന ലജ്ജയും. ഞാനും അത്തരക്കാരിയാണല്ലോ? ഒരു മനുഷ്യജീവി മറ്റൊരു മനുഷ്യജീവിയെ വാരിപ്പുണരുന്ന അതേ വികാരത്തോടെ അവർക്കും മറ്റുള്ളവരെ പുണരുവാൻ ആഗ്രഹമുണ്ടായിരുന്നിരിക്കണം. ഈ ഇല്ലായ്മയിൽ അവർ സ്വയം തന്നിൽതന്നെ ഒരു സ്വർഗ്ഗീയാനുഭൂതി സൃഷ്ടിച്ചുവിടും. അപ്പോൾ അവരുടെ ഉള്ളിലുള്ള എന്തോ "ഇത് നഷ്ടപ്പെടുത്തരുതേ. ഇതൊന്ന് കടലാസിലേക്ക് പകർത്തൂ. ഓർമ്മയെ മാത്രം വിശ്വസിക്കരുത്. അത് മാഞ്ഞുപോകുന്നതാണ്" എന്ന് വിളിച്ചുപറയും. പുഴ മുറിച്ച് കടക്കുവാൻ സഹായിച്ച മഞ്ഞുതുള്ളിയെ കുത്തിപ്പൊട്ടിച്ച തേളിനെപ്പോലെ "ഇത് എന്റെ പ്രകൃതമാണ്" എന്ന് പറയുവാൻ മാത്രമേ അപ്പോൾ അവർക്കാകുകയുള്ളു.

"അതെ അങ്ങനെയല്ലാതാകുവാൻ താങ്കൾക്കാകില്ല" ഞാൻ സമ്മതിച്ചു.

"ഞാനിതൊക്കെ സ്വർഗ്ഗത്തിൽ നിന്നൊന്നുമല്ല കൊണ്ടുവരുന്നത്. എന്റെ സ്വന്തം നരകത്തിൽനിന്ന്, അതും നിന്നെ നോക്കി ഞാൻ നിൽക്കുമ്പോൾ. ഒരു ജ്യൂസർ പ്രവർത്തിക്കുന്നതുപോലെ. എല്ലാതിന്റേയും ചാറൂറ്റിയെടുക്കുക എന്ന എന്റെ സ്വഭാവത്താൽ ഞാൻ ശപിക്കപ്പെട്ടവളാണെന്ന് എനിക്ക് തോന്നാറുണ്ട്. ഇന്ത്യയിൽ ഏത് വഴിവക്കിലും നിങ്ങൾക്ക് കരിമ്പിന്റെ ജ്യൂസെടുക്കുന്ന യന്ത്രങ്ങൾ കാണുവാനാകും. നിങ്ങളതിലേക്ക് കരിമ്പിന്റെ നല്ല കനമുള്ള കഷണങ്ങൾ തിരികി കയറ്റുന്നു. അപ്പോൾ ആ യന്ത്രം നിങ്ങൾക്ക് പതഞ്ഞുയരുന്ന ജ്യൂസ് നൽകുന്നു. ഒരു ദയയുമില്ലാതെ ഞാനും ഇതുപോലെ ഞാൻ കണ്ട കരിമ്പിൻ തുണ്ടുകളിൽ നിന്നും ജ്യൂസ് ഊറ്റിയെടുക്കുവാൻ ശ്രമിക്കുകയാണ്."

"ഇത് ചെയ്തുകൊണ്ടിരിക്കുമ്പോഴും ആരെയെങ്കിലും പ്രണയിക്കുവാൻ നമുക്കാകും എന്ന് തോന്നാറില്ലേ?"

"ശരിയാണ്. പ്രണയിക്കുവാൻ ഞാൻ മിടുക്കിയാണ്. എന്നാൽ ഞാൻ 'പ്രണയിക്കുക' എന്ന് പറഞ്ഞാൽ ആര് വിശ്വസിക്കും? ഞാൻ പ്രേമിക്കുന്ന ഒരു പുരുഷനെക്കുറിച്ച് ഞാൻ ഇരുപത് കഥകളെഴുതിയാൽ, അത് വായിച്ചതിനുശേഷം ഞാൻ സത്യമായും അയാളെ പ്രേമിച്ചിരുന്നുവെന്ന് അയാൾ വിശ്വസിക്കുമോ? അയാളെ അരികത്ത് ചേർത്ത് നിറുത്തി എന്റെ വികാരങ്ങൾ വീണ്ടും വീണ്ടും അയാളെ ബോധ്യപ്പെടുത്താം, എന്നാലും ആദ്യം പറഞ്ഞത് അസാധ്യമാകും. അയാൾ അപ്പോഴും എന്നോട് 'ഞാനും ഒരു ഉപകരണം മാത്രമായിരുന്നു. നീ എന്നെ ഉപയോഗിക്കുകയായിരുന്നു' എന്നേ പറയുകയുള്ളു."

"അതെ. അതാണ് പ്രശ്നം."

"അതാണ് പ്രശ്നം. എന്നാൽ ഇതിനൊരു പോംവഴിയുമുണ്ട്. ആ വേർപിരിയലിനെ കുറിച്ച് ഒരു സുന്ദരമായ കവിത എഴുതി നോക്കൂ. നിങ്ങളുടെ ചിന്തകളുടെ ഏതോ രഹസ്യ കോണിലൊന്നിൽ നിങ്ങൾ ഈ വേദനയേയും സ്വാഗതം ചെയ്യുന്നുണ്ട്. നിങ്ങളെ ഉപേക്ഷിച്ചതിന് നിങ്ങൾ സത്യത്തിൽ അയാളോടപ്പോൾ നന്ദി പറയുന്നുണ്ട്. പക്ഷേ ഒരു

എഴുത്തുകാരിയെ ആർക്ക് ഉപേക്ഷിക്കുവാനാകും? ഒരു എഴുത്തുകാരി ഏതെങ്കിലും വിധത്തിൽ എപ്പോഴും ശക്തയായിരിക്കും. അവൾ വിധ്വംസിനിയാണ്, കരുത്തേറിയ വിധ്വംസിനി. ഞാൻ ഒരു എഴുത്തുകാരിയല്ലെങ്കിൽ എഴുത്തുകാരിൽ നിന്നെല്ലാം ഞാൻ ദൂരെ ദൂരെ മാറി നിന്നേനെ. അവരുടെ വലയത്തിൽ ഞാൻ ഒരിക്കലും പ്രവേശിക്കില്ലായിരുന്നു."

"അത് അപകടകരമായ ഒരു അവസ്ഥയാണ്." കമലയിൽനിന്നും ശേഷിച്ച ഭാഗം കേൾക്കുവാനായി ഞാൻ കാത്തിരിക്കുകയായിരുന്നു.

"അതെ, വളരെയേറെ അപകടകരമായ ഒരവസ്ഥയാണ്. ഏതു നേരവും അവരുടെ കണ്ണുകൾ നമുക്കുമേലാണ് എന്നതുകൊണ്ട്..."

"തീർച്ചയായും. അതിനാലാണ് നമ്മൾ ചെയ്യുന്നത് ധീരമായ പ്രവൃത്തിയാണെന്ന് എനിക്ക് തോന്നുന്നത്. എന്റെ കാര്യം പറയാം. എനിക്ക് താത്പര്യമുള്ള വസ്തുക്കളോട് എനിക്ക് വല്ലാത്ത ഒരു ആകർഷണം തോന്നാറുണ്ട്. പുറം ലോകം അതിനെ നല്ലതെന്നോ ചീത്തയെന്നോ വിളിക്കുന്നത് എന്ന് ഞാൻ ഗൗരവമായി എടുക്കാറില്ല."

"പക്ഷേ ഈ താത്പര്യമുള്ളത് എന്നാൽ എന്താണ് മെറിലി?"

"പല രാജ്യങ്ങളിൽ നിന്നുള്ള എഴുത്തുകാർ സത്യസന്ധമായി പരസ്പരം സംസാരിക്കുന്നത് താത്പര്യമുള്ളവയിൽ ഒന്നാണെന്ന് ഞാൻ കരുതുന്നു."

"അതെ. തീർത്തും വ്യത്യസ്തമായ സംസ്കാരങ്ങളിൽ നിന്നുള്ളവർ. അവിടെയാണ് വ്യത്യാസം. ഞാൻ വരുന്നത് ഒരു യാഥാസ്ഥിതിക ഹിന്ദു കുടുംബത്തിൽ നിന്നാണ്. സമവായം എന്നൊന്നില്ലാത്തതിനാൽ നമുക്ക് സത്യസന്ധരായേ പറ്റൂ. അതല്ലെങ്കിൽ എഴുതപ്പെടുന്ന പുസ്തകം വ്യാജമായിപ്പോകും. ജനം നമ്മെ വ്യാജർ എന്ന് വിളിക്കും. അതിനാൽ തന്നെ ഈ പ്രക്രിയയ്ക്കിടയിൽ നമ്മൾ ആരെയെങ്കിലും വേദനിപ്പിക്കുന്നുവെങ്കിൽ പോലും നമുക്ക് സത്യസന്ധതയിൽ നിന്നും വ്യതിചലിക്കേണ്ട. നമ്മൾ സത്യസന്ധമായാണ് പറയുന്നതെങ്കിൽ അവർ നമ്മെ സ്വീകരിക്കും. മുറിവേറ്റ ഒരു ഗോത്രത്തെ സ്വീകരിക്കുന്നതുപോലെ സ്വീകരിക്കും. നമ്മെ വേദനിപ്പിക്കുന്നത് സത്യസന്ധത ഇല്ലാത്തവർ മാത്രമായിരിക്കും. മതി മെറിലി. എന്റെ തല ചൂടാകുവാൻ തുടങ്ങി."

"ഞാൻ ടേപ്പ് റിക്കാർഡർ ഓഫ് ചെയ്യാം."

"പ്രാതൽ മുഴുവനാക്കൂ. നീ ഇതുവരേക്കും ഒന്നും കഴിച്ചിട്ടില്ല."

അന്ന് കമല തന്റെ ഇംഗ്ലീഷ് കോളത്തിൽ ഇങ്ങനെ എഴുതി:

ഉച്ചയോടടുത്ത സമയത്ത് ഞാൻ മെറിലിയോടൊപ്പം അവരുടെ അമ്മായിമാരായ സ്യൂവിനേയും കാത്തിയേയും കാണുവാൻ പോയി. അവർ വേറെ വേറെ വീടുകളിലാണ് താമസിക്കുന്നത്. പഴയ കാലത്തിന്റെ ഉപചാരങ്ങളും മര്യാദകളും പാലിക്കുന്നവരാണവർ. മനസ്സുനിറയെ നന്മകളുള്ളവർ. അവരുടെ സ്വീകരണമുറിയിൽ നന്നായി വിശ്രമിക്കുവാൻ എനിക്കായി.

അവരുടെ കുടുംബത്തിൽ ഏറ്റവും മുതിർന്ന വനിതയാണ് കാത്തി അമ്മായി. മരം കൊണ്ടുണ്ടാക്കിയ ഒരു കൊച്ചു വീട്ടിലാണവർ താമസിക്കുന്നത്. ഇതുപോലെയുള്ള ഒരു കൊച്ചു വീട് കുട്ടിക്കാലത്ത് ഞാൻ സ്വപ്നം കാണാറുണ്ടായിരുന്നു. ഹാൻസ് ആൻഡേഴ്സണിന്റെ കഥകളിലൂടെയാണ് ഇത്തരത്തിലുള്ള വീടുകളെ ഞാൻ പരിചയപ്പെടുന്നതും അവയോട് വലിയ സ്നേഹം തോന്നുന്നതും. ആ വീട്ടിലെ ഓരോ ഫർണിച്ചറും അവർ ഭംഗിയുള്ള എന്തെങ്കിലും കൊണ്ട് അലങ്കരിച്ചിരിക്കുന്നു. അത് പഴന്തുണിയോ അല്ലെങ്കിൽ പൊട്ടിയ പിഞ്ഞാണത്തിന്റെ കഷണങ്ങളോ ആകാം. അവിടെ ചുറ്റിലും പാടല നീല വർണ്ണങ്ങൾ വെട്ടിത്തിളങ്ങുന്നുണ്ടായിരുന്നു. അവർ എന്നെ കെട്ടിപ്പിടിക്കുകയും രണ്ട് കവിളിലും മുത്തം തരികയും ചെയ്തു. അവരുടെ ആ കൊച്ചു വീട്ടിൽ മുഴുക്കെ മധുരമുള്ള ഓർമ്മകളാണെന്ന് അവർ എന്നോട് പറഞ്ഞു. ഒരു കാലത്ത് അവരെല്ലാം അനുഭവിച്ച ദാരിദ്ര്യം, ഈ എസ്റ്റേറ്റിൽ ഈ വീട് പണിത അവരുടെ ഇളയ സഹോദരൻ വേദനയില്ലാതെ അയാൾ മരിച്ചുപോയത് എല്ലാം അവർ അപ്പോൾ ഓർത്തു.

ഞങ്ങളെത്തിയപ്പോൾ സ്യൂ അമ്മായിയും ജോ അമ്മാവനും ഫ്ളോറിഡയിലേക്ക് പോകുവാനായി സാധനങ്ങൾ ഒതുക്കി വയ്ക്കുകയായിരുന്നു. സ്യൂ തല ഷാമ്പു ഇട്ട് കഴുകി നെറുകയിൽ കെട്ടിവച്ചിരിക്കുന്നു. മുന്നോട്ട് ഒരു ചെറിയ വളവുണ്ടവർക്ക്. അവരുടെ കവിളിൽ പുരട്ടിയിരുന്ന അലങ്കാരം എന്റെ ചർമ്മത്തിലുരസി.

ചുറ്റിലുമുള്ള വേലിക്കെട്ടുകൾ പൊളിച്ചുകളഞ്ഞതായും ജീവിതം ഒരു സാഗരം പോലെ വിശാലമായതായും എനിക്ക് തോന്നുന്നു. ഇവിടെ വന്നതിനുശേഷം സമയത്തെക്കുറിച്ച് ഞാനത്ര ബോധവതിയല്ല. ഉറക്കം

വരുമ്പോൾ ഉറങ്ങുന്നു, വിശപ്പുള്ളപ്പോൾ ഭക്ഷണം കഴിക്കുന്നു. ഞാനെന്തു ചെയ്യണം എന്നതിനെ മെറിലി ഒരിക്കലും അംഗീകരിക്കാതിരിക്കുന്നില്ല. ഞാനിപ്പോൾ ഒരു കൊച്ചുകുഞ്ഞിന്റെ ജീവിതമാണ് നയിക്കുന്നതെന്ന് എനിക്ക് തോന്നി. വാശിപിടിച്ച് ആവശ്യമുള്ളത് ലഭ്യമാക്കുന്ന കുഞ്ഞ്. ഇവിടെ വന്നതിനുശേഷം വളരെ കുറച്ചേ എഴുതിയിട്ടുള്ളു. എന്നാൽ ഇവിടെയുള്ള ഓരോ നിമിഷത്തിലും ഞാൻ ഒരു എഴുത്തുകാരിയാണെന്ന ഓർമ്മ എന്നിൽ എപ്പോഴുമുണ്ട്. ഇവിടെ എത്തിയപ്പോൾ ഗൃഹവിരഹ ദുഃഖം എനിക്കുണ്ടാകും എന്നാണ് ഞാൻ കരുതിയിരുന്നത്. എന്റെ കുടുംബത്തിൽ നിന്നും പിരിഞ്ഞിരിക്കുന്നതിൽ എനിക്ക് വിഷമമുണ്ടാകും എന്ന് കരുതി. എന്നാൽ ഇപ്പോൾ എന്നിലുള്ളത് ഒരു ആലസ്യം മാത്ര മാണ്.

ഞങ്ങൾ കാത്തി അമ്മായിയുടെ വീട്ടിൽ നിന്നുമിറങ്ങി ഞങ്ങളുടെ വീട്ടിൽ തിരിച്ചെത്തി. ഞാൻ കമലയ്ക്ക് പഴങ്ങളും ബ്രഡും ചീസും നൽകി. ഒട്ടൊന്ന് ആഡംബരമായി, സാവധാനത്തിൽ, ഞങ്ങളൊന്നിച്ച് അതൊക്കെ കഴിച്ചു. എല്ലാം കഴിഞ്ഞ് അവർ വീണ്ടും തയ്യാറാണെന്ന് എനിക്ക് തോന്നിയപ്പോൾ ഞാൻ ടേപ്പ് റിക്കാർഡർ ഓൺ ചെയ്തു. കൊച്ചിയിൽ വച്ച് എന്നോട് അവർ ആർണിയെ കുറിച്ച് ചോദിച്ചിരുന്നു. അതുമായി ബന്ധപ്പെട്ട ഒരു ചോദ്യം എന്റെ മനസ്സിൽ തികട്ടി നിൽക്കുക യായിരുന്നു.

"ഓർമ്മയുണ്ടോ, കൊച്ചിയിൽ വച്ച് ആർണിയുടെ എന്താണ് എനിക്ക് അവകാശപ്പെട്ടതെന്ന് ചോദിച്ചത്. അതിന്റെ അർത്ഥമെന്താണ്?"

"എന്റെ ഭർത്താവ് എന്റേതാണെന്നതിൽ എനിക്ക് സംശയമൊന്നു മില്ല." ഒട്ടും സങ്കോചമില്ലാതെ കമല പറഞ്ഞു. "അത് സമൂഹവും അംഗീ കരിച്ചതാണ്. ഇന്ത്യയിൽ നിയമസാധുത എന്നതിന് വലിയ വിലമതി പ്പുണ്ട്. വിവാഹം എന്നത് മുദ്രപ്രത്രത്തിലെഴുതിയ ഒരു സമ്മതപത്രം പോലെയാണ്.എന്നാൽ നിങ്ങളുടേത് വെറും വെള്ളക്കടലാസിലെഴുതിയ സമ്മതപത്രമാണ്. അതിന് വലിയ സാധുതയില്ല. നിങ്ങളിൽ ഒരു പങ്കാളി മരിച്ചാൽ പിന്നെ മറ്റേ പങ്കാളിയുടെ പക്കൽ എന്ത് അവശേഷിക്കുന്നു? മരിച്ചത് പുരുഷനാണെങ്കിൽ പങ്കാളിയെ അയാളുടെ വിധവ എന്ന് പോലും വിളിക്കുവാനാകില്ല. വിധവയാണെങ്കിൽ വിധവാ പെൻഷനെങ്കിലും ലഭിക്കും. അവളെ സ്വന്തം സുഹൃത്തുക്കളെങ്കിലും പരേതന്റെ ഭാര്യയായി അംഗീകരിക്കും."

ഞാനും ആർണിയും എത്ര കാലം ഒരുമിച്ച് കഴിഞ്ഞാലും ആർണിക്ക് നിയമപരമായി എന്നോട് ഒരു ഉത്തരവാദിത്വവും ഉണ്ടാകില്ലെന്നും ഞാൻ അവരോട് പറഞ്ഞു.

"ഞാൻ മെറിലിയെ വിഷമിപ്പിച്ചു. ക്ഷമിക്കണം." കമല പറഞ്ഞു. അതു പറയുമ്പോൾ അവരുടെ മുഖത്ത് യാതൊരു വിഷമവുമില്ലായിരുന്നു." ഞാൻ ഇതിൽ ഇടപെടുവാൻ പാടില്ലായിരുന്നു. എനിക്കതറിയാം. ഒരുപക്ഷേ

എന്റെയുള്ളിൽ മെറിലിയോട് എന്തോ ഒരു താത്പര്യം തോന്നിയിരിക്കാം. അത് മെറിലി സുരക്ഷിതയായിരിക്കണം എന്ന തോന്നലുണ്ടാക്കിയിരിക്കാം."

"കമലയുടെ ഭാഗത്തുനിന്ന് ആലോചിച്ചാൽ വിവാഹിതരാകാതെ ഒന്നിച്ച് താമസിക്കുക എന്നത് വളരെ ബാലിശവും സ്വല്പം റൊമാന്റിക്കുമാണ്." ഞാൻ പറഞ്ഞു.

"പതിനെട്ട് വർഷം ഒന്നിച്ച് കഴിയുക എന്നാൽ അത് നല്ലൊരു ബന്ധമായി. ഇനി അതിനൊരു നിയമ സാധുത നൽകണം. മെറിലിയുടെ വീട്ടിലെ എല്ലാവർക്കും അയാളോട് സ്നേഹമുണ്ട്. അവർക്കെല്ലാം ഇത് സന്തോഷം നൽകും. ഇതെല്ലാം കേട്ട് ആർണി എന്ത് പറഞ്ഞു?"

കൊച്ചിയിൽനിന്നും തിരിച്ചെത്തിയപ്പോൾ ഞാനും ആർണിയും തമ്മിൽ നടന്ന കൂടിക്കാഴ്ച എങ്ങനെ ചുരുക്കിപ്പറയണമെന്ന് എനിക്കറിയില്ലായിരുന്നു. എനിക്ക് എന്തോ സംഭവിച്ചിരുന്നു. സെക്സ് എന്നതിനോട് തീരെ താത്പര്യമില്ലാതായി. കുറേക്കാലമായി ഞാൻ ഒറ്റയ്ക്കായിരുന്നു. ഞാനെന്റെ ജോലിയിൽ എന്റേതായ താളം കണ്ടെത്തിയിരുന്നു. താമസം ഒരു ഹോട്ടൽ മുറിയിലായിരുന്നു. ശാരീരിക ബന്ധങ്ങളിൽ എനിക്ക് യാതൊരു താത്പര്യവും തോന്നിയിരുന്നില്ല. രണ്ട് മാസത്തെ ബ്രഹ്മചര്യവും "കടന്നാക്രമണത്തോടെയുള്ള" സെക്സ് എന്ന കമലയുടെ പലതവണത്തെ പ്രതിപാദ്യവും എന്നെ എന്നിൽ മാത്രമായി ഒതുക്കുകയായിരുന്നു. ആർണിക്ക് സമീപം പരസ്പരം ബന്ധമില്ലാതെ ഉറങ്ങുന്നതിൽ അസ്വാഭാവികതയൊന്നും എനിക്ക് തോന്നിയില്ല. ഒരു ലൈംഗിക ബന്ധം ഞാൻ ആഗ്രഹിച്ചേയില്ല.

കൊച്ചിയിലായിരുന്നപ്പോൾ കമലയുടെ സുഹൃത്ത് ഗീത ഞങ്ങളെ കാണാൻ വന്നതും അവരുടെ സംഭാഷണങ്ങളും ഞാൻ കമലയെ ഓർമ്മിപ്പിച്ചു. "ഒറ്റയ്ക്കാണ്, സന്തോഷവതിയാണ്, ഭദ്രമാണ്" എന്നാണ് അപ്പോൾ കമല പറഞ്ഞത്. "ഭദ്രം" എന്ന വാക്കാണ് അപ്പോൾ താങ്കളുപയോഗിച്ചത്. "അതിനാൽ മാസങ്ങളോളം ഞാനത് ശീലിച്ചപ്പോൾ എനിക്കും അതുപോലെ ജീവിക്കാമെന്നായി."

"എന്നോട് ക്ഷമിക്കൂ മെറിലി. വല്ലാത്തൊരു രംഗമാണിവിടെ നീ ഇപ്പോൾ സൃഷ്ടിച്ചിരിക്കുന്നത്."

"എന്തുകൊണ്ടോ ലൈംഗിക ബന്ധത്തിൽ താത്പര്യം കുറഞ്ഞു. എന്നാൽ എനിക്ക് വിവാഹിതയാകണമായിരുന്നു."

"നീ വിവാഹം കഴിച്ചിരുന്നുവെങ്കിൽ ലൈംഗികബന്ധം എന്നത് ഉണ്ടാകുമായിരുന്നു."

"സെക്സ് എന്നാൽ എനിക്ക് പരസ്പരം പുണരുകയും ഒന്നിച്ചുറങ്ങുകയും കൂടിയാണ്. സാവധാനത്തിൽ ഞാൻ വീണ്ടും ആർണിയുള്ള ലോകവുമായി പൊരുത്തപ്പെടുവാൻ തുടങ്ങി. ആർണി എന്നെ പുണരണമെന്നും എന്റെയടുക്കലുണ്ടാകണമെന്നും ആഗ്രഹിക്കുവാൻ തുടങ്ങി."

"വിവാഹത്തെക്കുറിച്ച് ആർണി എന്ത് പറഞ്ഞു?"

ഈ ചർച്ചകൾ സംഗ്രഹിക്കുക വിഷമമാണ്. ഞാൻ ആർണിക്ക് എന്താണ്, ആർണി എനിക്ക് എന്തായിരുന്നു എന്നായിരുന്നു കമലയുടെ ചോദ്യം. ഞങ്ങൾ തമ്മിൽ തമ്മിൽ എന്തൊക്കെ ഉത്തരവാദിത്വങ്ങളുണ്ട്, എന്തൊക്കെ കടപ്പാടുകളുണ്ട്? ഒരു കാലത്ത് ഞാൻ ഒഴിവാക്കിയ വൈകാരിക, പ്രായോഗിക പ്രശ്നങ്ങളിലേക്കാണ് കമലയുടെ ചോദ്യം എന്നെ എത്തിക്കുന്നത്. ഞാനും ആർണിയും വിവാഹിതരായിരുന്നെവെങ്കിൽ ഞാൻ ആർണിയുടെ എല്ലാതിനും അവകാശിയാകും. അതിന് നിയമസാധുതയുണ്ടാകും. എന്നാൽ ഒരു പങ്കാളിയാണെങ്കിലും ഇപ്പോഴത്തെ അവസ്ഥയിൽ ആർണി തന്റെ വിൽപത്രത്തിൽ പ്രത്യേകം പറഞ്ഞിട്ടില്ലെങ്കിൽ അയാളുടേതായ യാതൊന്നിന്മേലും എനിക്കവകാശമുണ്ടാകില്ല. കമല ഈ പരസ്പരവിശ്വാസത്തിന് സാധുത നൽകണമെന്ന് ആവശ്യപ്പെടുമ്പോൾ അത് ഞാൻ ബലഹീനയാണെന്നും ഞാനൊരു ഭൗതിക വസ്തുവാണെന്നും വന്നു. ആർണിയും ഞാനും പരസ്പരം ഇരുവരുടേയും കാര്യങ്ങൾ ശ്രദ്ധിക്കുവാൻ ബാധ്യസ്ഥരാണെന്നാണ് എന്റെ ചിന്താഗതി. കമലയുടെ കാഴ്ചപ്പാടിൽനിന്നും നോക്കുമ്പോൾ എന്റെ ഈ ചിന്താഗതിക്ക് കരുത്ത് വർദ്ധിക്കുന്നു. അതിനാൽ ഞാൻ ആർണിയോട് ഒരു വിൽപത്രമെഴുതുവാൻ പറഞ്ഞു. ആർണിക്ക് ഞാൻ പറഞ്ഞത് മനസ്സിലായപ്പോൾ ആർണി അത് എഴുതിവയ്ക്കുകയും ചെയ്തു.

എന്നാൽ വിവാഹം എന്നത് കൂടുതൽ കാഠിന്യമേറിയ ഒരു ചോദ്യമായിരുന്നു. "ഇതായിരുന്നില്ലല്ലോ പതിനെട്ട് വർഷമായി നമ്മൾ തമ്മിലുണ്ടായിരുന്ന കരാർ. ഇതിപ്പോൾ അദ്ഭുതമായി തോന്നുന്നു" എന്നായിരുന്നു ആർണിയുടെ പ്രതികരണമെന്ന് ഞാൻ കമലയെ അറിയിച്ചു.

അതിനുശേഷം ആർണി ആലോചിക്കുവാൻ സമയം വേണമെന്ന് പറഞ്ഞു. ദിവസങ്ങൾ കഴിഞ്ഞപ്പോൾ "ആർണി, നീ ഒരു കൗമാരക്കാരനെപ്പോലെ പെരുമാറുന്നു" എന്ന് ഞാൻ ആർണിയോട് പറഞ്ഞു. "ഒരുപക്ഷേ അങ്ങനെയായിരിക്കാം" എന്ന് ആർണി മറുപടിയും നൽകി.

"അതിനർത്ഥം നിങ്ങൾ തമ്മിൽ വിവാഹിതരാകില്ല എന്നാണ്, അല്ലേ?" കമല ചോദിച്ചു.

"അല്ല." എന്ന് ഞാൻ മറുപടി പറഞ്ഞെങ്കിലും ഞങ്ങൾക്കിരുവർക്കും ഏറ്റവും യോജ്യമായിട്ടുള്ള ബന്ധമേത് എന്നത് ഒരു ചോദ്യചിഹ്നമായി എന്നിൽ അവശേഷിക്കുകയായിരുന്നു.

"നിങ്ങൾ രണ്ടു പേരും വിവാഹിതരായി കാണുവാൻ ഞാൻ കൊതിക്കുന്നു. ഞാനിവിടെയുള്ള സമയത്താണെങ്കിൽ ഹിന്ദുആചാരപ്രകാരം ഞാൻ വിവാഹം നടത്തും. അതിനായി നമുക്ക് ഒരു കൊച്ച് ലോക്കറ്റ് സംഘടിപ്പിക്കേണ്ടതുണ്ട്. അത് നീ കഴുത്തിലണിയണം. അല്ലെങ്കിൽ പരസ്പരം മോതിരം മാറിയാലും മതി. അതിനുശേഷം രണ്ടുപേരും പൂച്ചെണ്ടുകൾ കൈമാറണം. നിങ്ങളുടെ വിവാഹത്തിനു കാർമ്മികത്വം വഹിക്കുന്ന പുരോഹിത ഞാനാകും. മെറിലി, നീ വിവാഹം കഴിക്കുന്നു... ഇനി ഈ പറഞ്ഞതിന് യാതൊരു മാറ്റവുമില്ല..."

ഈ ചിന്ത എന്നെ ഭയപ്പെടുത്തി. ഇപ്പോഴത്തെ അവസ്ഥയിലും ഒരു വിവാഹിത എന്ന നിലയിൽ ചെയ്യേണ്ട എല്ലാ സമവായങ്ങളും, ഉത്തരവാദിത്വങ്ങളും അവസരത്തിനോടൊത്തുചേരലും എല്ലാം ബാധകമാണ്. പക്ഷേ, എനിക്ക് വിവാഹിത എന്ന നിലയിലുള്ള സംരക്ഷണമോ സ്ഥാനമോ ലഭ്യമല്ലതാനും.

"എന്താണങ്ങനെ ആവശ്യപ്പെടുന്നത്?" ഞാൻ കമലയോട് ചോദിച്ചു.

"ഒരുപക്ഷേ നീ സുരക്ഷിതയായി കാക്കുവാൻ ആഗ്രഹിക്കുന്നതുകൊണ്ടാകാം. അതുമാത്രമല്ല, സാമ്പത്തിക കാരണങ്ങൾകൂടിയുണ്ട്. ഭർത്താവ് വിവാഹമോചനം ആവശ്യപ്പെടുമ്പോൾ ഭാര്യയ്ക്ക് ജീവനാംശം നൽകണം. ഒരു കാമുകൻ കാമുകിയെ ഉപേക്ഷിക്കുമ്പോൾ ഇങ്ങനെയുള്ള ബാധ്യതകൾ അയാൾക്ക് ബാധകമല്ല. നീ ഇപ്പോഴുള്ളതിൽ കൂടുതൽ സുരക്ഷിതയാകണം."

"സാമ്പത്തികമല്ലാതെ എന്തെങ്കിലും കാരണങ്ങളുണ്ടോ? വിവാഹിതരായാൽ വേർപിരിയില്ലെന്ന് ഉറപ്പൊന്നുമില്ലല്ലോ. വിവാഹിതരായി ജീവിക്കുന്നവരേക്കാൾ ഒരു പക്ഷേ ഇരട്ടി വർഷമായി ഞങ്ങൾ ഒരുമിച്ച് ജീവിക്കുന്നു."

"നീ അയാളെ എങ്ങനെ പരിചയപ്പെടുത്തും? ഇത് എന്റെ സുഹൃത്ത് ആർണി എന്ന് പറഞ്ഞോ?"

"അതെ അത് ഒരു പ്രശ്നമാണ്. ഞങ്ങൾ പരസ്പരം ഭാര്യാ ഭർത്താക്കന്മാർ എന്ന് പറയുന്നു. ചിലപ്പോൾ 'ചങ്ങാതി' എന്ന പദത്തിലൊതുക്കുന്നു. ചിലപ്പോൾ പങ്കാളി എന്ന് പറയുന്നു. എന്റെ ഒരു സുഹൃത്ത്

പത്ത് വർഷമായി അവളുടെ കാമുകനായിരിക്കുന്നയാളെ 'എന്റെ ലിംഗാകർഷണം' എന്നാണ് വിശേഷിപ്പിച്ചത്. ഈ ബന്ധത്തെ സത്യമായി വിശദീകരിക്കുന്ന വേറൊരു വാക്കില്ല."

"ഒരു അറുപത് വയസ്സ് കഴിഞ്ഞ് ലൈംഗിക കാര്യങ്ങളിൽ ഒന്നും താത്പര്യമില്ലാത്ത ഒരു അവസ്ഥയിലേക്ക് നീ എത്തുമ്പോൾ നീ അയാളെ ഏത് നിലയിൽ കാണും? അടുക്കളയിൽ സഹായിക്കുന്ന ഒരാളായോ? ആലോചിച്ചു നോക്കൂ. അപ്പോൾ അയാൾ നിനക്കാരാകും? ഏതൊരു സ്ത്രീക്കും ഇങ്ങനെ ഒരു അവസ്ഥയുണ്ട്. തന്റെ ശരീരം തന്റേത് മാത്രമാകണമെന്ന് ആഗ്രഹിക്കുന്ന സമയം. ആ സമയമായാൽ നിയമപരമായുള്ളവർ പോലും അതിന്മേൽ അതിക്രമിച്ച് വരുന്നത് അവർക്ക് ഇഷ്ടപ്പെടില്ല."

"ഞങ്ങളുടെ സംസ്കാരത്തിൽ അത് അങ്ങനെ സംഭവിക്കുകയോ സംഭവിക്കാതിരിക്കുകയോ ചെയ്യാം."

"നിന്റെ അച്ഛൻ അയാളുടെ ഭാര്യയുടെ കൂടെയാണുറങ്ങുന്നത് എന്ന് നീ കരുതുന്നുണ്ടോ?"

"അവരൊന്നിച്ചാണുറങ്ങുന്നത്."

"ഈ പ്രായത്തിൽ അവർക്ക് എങ്ങനെ ഒന്നിച്ചുറങ്ങാനാകും? ഈ പ്രായത്തിലുള്ള ഒരു പുരുഷന് ലൈംഗിക ശേഷിയെങ്ങനെയുണ്ടാകും?"

"ചിലപ്പോൾ ഉത്തേജനമുണ്ടാകും. ചിലപ്പോൾ ഇല്ല. ഇല്ലാത്ത സമയങ്ങളെയോർത്ത് അവർ വേവലാതിപ്പെടാറില്ല. ഉത്തേജനമുള്ള സമയങ്ങൾക്കായി അവർ കാത്തിരിക്കും."

"അച്ഛന്റെ ഭാര്യയ്ക്ക് സെക്സ് എന്നതിൽ താത്പര്യമില്ല എന്നാണോ പറയുന്നത്?"

"എനിക്ക് തോന്നുന്നത് അവർക്ക് താത്പര്യമുണ്ട് എന്നാണ്."

"എന്ന് അവർ പറയുകയുണ്ടായോ?"

"കമല, താങ്കൾ ഇതിനെക്കുറിച്ച് അവരോട് സംസാരിക്കുന്നതായിരിക്കും കൂടുതൽ രസാവഹം."

"അല്ല. ഞാനിപ്പോൾ നാലപ്പാട്ടെ മറ്റ് സ്ത്രീകളെപ്പോലെയാണ്. ലൈംഗിക കാര്യങ്ങളിൽ അവർ പാലിക്കുന്ന താത്പര്യമില്ലായ്മ അറുപത് കഴിഞ്ഞപ്പോൾ എന്നിലേക്കും വന്നുചേർന്നു. ഞാനിപ്പോൾ എന്റെ ആത്മാവിൽ അഭയം പ്രാപിച്ചിരിക്കുന്നു. എനിക്കിപ്പോൾ പൂർത്തീകരിക്കപ്പെടാത്ത ആഗ്രഹങ്ങളില്ല, ആഗ്രഹങ്ങളേയില്ല എന്ന് പറയാം. എനിക്കിവിടെ വന്ന് നിന്നെ കാണണമെന്നു തോന്നി, വന്നു, അത്രമാത്രം."

"പക്ഷേ, ഈ ലോകത്തിൽ മറ്റാരെക്കാളും കൂടുതലായി......"

"അതെ, ലൈംഗികവിഷയം... ഞാൻ ഈ വിഷയം ആവശ്യത്തിന് കീറി മുറിച്ച് പരിശോധിച്ചിരിക്കുന്നു. അത് ശരിയാണ്. ഇപ്പോൾ ഈ

ലോകത്തിലുള്ള ഒരു സ്ത്രീക്കും പുരുഷനും എന്നിലെ ലൈംഗികതയെ ചിറകടിപ്പിച്ചുയർത്തുവാനാകില്ല. ഇനി എനിക്ക് വേണ്ടത്, കാലുകൾ നീട്ടി വച്ച് നന്നായി വിശ്രമിക്കുകയാണ്. എനിക്ക് ചുറ്റിലും ധാരാളമാളുകളുണ്ടാകണം. എല്ലാവരും എപ്പോഴും ചിരിച്ചും കളിച്ചുമിരിക്കണം. സൂര്യനസ്തമിക്കാറായ ഒരു കടൽത്തീരം പോലെയാണ് ഞാനിപ്പോൾ. എന്നാൽ ആ കടൽത്തീരത്തിനും അതിന്റെ നെഞ്ചിൽ കുട്ടികൾ കളിക്കുന്നത് കാണുവാൻ ഒരു ഇഷ്ടമുണ്ടാകും. അസ്തമയത്തിനുമുമ്പ് ഈ ഊഷ്മളത അനുഭവിക്കാനെത്തുന്നവരുടെ സ്നേഹം എനിക്ക് അനുഭവിച്ചറിയണം."

അന്ന് രാത്രി ഞാൻ എന്റെ സുഹൃത്ത് ലിൻഡയെ വിളിച്ചു. അവളോട് ആർണിയുമൊത്ത് കൂടുതൽ സുരക്ഷിതത്വമുള്ള ഒരു ബന്ധത്തെക്കുറിച്ച് സംസാരിക്കുവാൻ ഞാൻ നടത്തുന്ന ശ്രമത്തെക്കുറിച്ച് പറഞ്ഞു. കമലയെ കണ്ടു മുട്ടുന്നതുവരേക്കും വിവാഹിതയാകണം എന്നൊരാഗ്രഹം എന്നിലില്ലായിരുന്നു എന്ന് ഞാൻ പറഞ്ഞു. അതുപോലെത്തന്നെ മറ്റേതൊരു സ്ത്രീയേയും പോലെ ഒരു സ്ത്രീ മാത്രമാക്കുന്നതിനെക്കുറിച്ചും എനിക്ക് ചിന്തിക്കുവാൻ കഴിയുമായിരുന്നില്ല. ആർണി എന്നും എന്നെക്കാൾ കൂടുതൽ സമ്പാദിച്ചിരുന്നു. വിവാഹത്തിന് ആർണി എതിരാണെങ്കിൽ, എന്നെങ്കിലും ഞങ്ങൾ വേർപിരിയുകയാണെങ്കിൽ എനിക്ക് ലഭിക്കേണ്ട വിഹിതം രേഖാമൂലം എഴുതിവയ്ക്കുവാൻ ഞാൻ ആവശ്യപ്പെടുമെന്നും ഞാൻ ലിൻഡയോട് പറഞ്ഞു.

ഒരു വിൽപത്രത്തിന്റെ ആവശ്യം ലിൻഡയ്ക്കും മനസ്സിലാകുന്നുണ്ടായിരുന്നു. അവളത് പറയുകയും ചെയ്തു. എന്നാൽ സ്ത്രീവിമോചന വക്താക്കൾ എന്ന നിലയിൽ നമ്മളെല്ലാം ഇപ്പോൾ ഒരു പ്രത്യേക വിഭാഗക്കാരായിരിക്കുന്നു. അങ്ങനെയുള്ള നമുക്ക് എങ്ങനെ ആർണിയോട് പോയി നിയമപരമായ ഒരു വിവാഹത്തിന്റെ കാര്യം പറയുവാനാകും? നമ്മുടെ തലമുറയും, നമ്മുടെ മക്കളുടെ തലമുറയും ലിംഗസമത്വത്തിനു വേണ്ടി വാദിക്കുകയും അതിൽ വിശ്വസിക്കുകയും ചെയ്തവരാണ്, ലിൻഡ വിശദീകരിച്ചു. ഈ സമത്വത്തിന്റെ ഭാഗമാണ് സ്വന്തം കാര്യം നോക്കലും നമ്മെ നാം തന്നെ പിന്തുണയ്ക്കലും. അതിനാൽ നമ്മുടെ അച്ഛന്മാരുടെ തലമുറയിലേതുപോലെ നമ്മേയും ആരെങ്കിലും സംരക്ഷിക്കുക എന്ന ആശയം നമ്മൾ ഉപേക്ഷിക്കേണ്ടതല്ലേ? ആർണിയുടെ പക്ഷത്ത് നിന്ന് ആലോചിച്ചു നോക്കൂ, നിനക്ക് ആർണിയിൽ വിശ്വാസമില്ല എന്ന് ആർണിക്ക് ചിന്തിച്ചുകൂടേ? അത് ആർണി എന്ന വ്യക്തിയോടുള്ള ആദരക്കുറവായി അയാൾക്ക് കണക്കാക്കികൂടേ?"

ഒരുപക്ഷേ ആർണിക്കും ഇതേ ആദരം ആവശ്യമുണ്ടാകാം എന്ന് ഞാൻ ലിൻഡയോട് പറഞ്ഞു. അയാളുടെ മനസ്സിലുണ്ടെങ്കിലും തിരക്കിനിടയിൽ വിട്ടുപോയേക്കാം. ഇതൊക്കെ അയാളെ ഞാൻ ഓർമ്മിപ്പിക്കേണ്ടതല്ലേ? എന്റെ വാക്കുകൾമൂലം അന്തസ്സിനു കുറവുണ്ടായി

എന്നയാൾക്ക് അമർഷം തോന്നിയേക്കാം. ആ അമർഷം പിന്നീട് തന്റെ അന്തസ്സിന് കോട്ടം തട്ടി എന്ന തോന്നലിലെത്തിച്ചേക്കാം.

"ഇങ്ങനെ ഒരു തീരുമാനത്തിലെത്തുവാൻ എനിക്ക് കുറച്ച് സമയമെടുക്കേണ്ടി വന്നു." ഞാൻ സമ്മതിച്ചു. കമല വിവാഹത്തെക്കുറിച്ച് പറഞ്ഞപ്പോൾ അത് തികച്ചും യാഥാസ്ഥിതികമെന്നും ഒട്ടൊന്ന് പിരിമുറുക്കം നൽകുന്നത്, എന്നുമൊക്കെയായിരുന്നു എന്റെ മനോനില. അവരുടെ "എന്റേതാകുക, ഉത്തരവാദിത്വമുണ്ടാകുക" എന്നിവപോലെയുള്ള വാക്കുകൾ പഴഞ്ചനായും സ്വതാത്പര്യം മുൻനിറുത്തി നമ്മിൽനിന്നും വരുന്നത് മാത്രമായും ഞാൻ കണ്ടു. എന്നാൽ കമലയുടെ നിരന്തരമായ ശ്രമം മൂലം എനിക്ക് എന്റെ സ്ഥിതി പുനരവലോകനം ചെയ്യേണ്ടിവന്നു. ഇങ്ങനെ പുനരവലോകനം ചെയ്തപ്പോൾ എന്റെ സ്ഥിതി സുരക്ഷിതമില്ലാത്തതാണെന്ന നിഗമനത്തിലെത്തി. ഈ 'സുരക്ഷിതത്വമില്ല' എന്ന ചിന്ത എന്നെ സുരക്ഷിതത്വമില്ലാത്തവളാക്കി എന്നത് സത്യം. സമത്വത്തിന്റെ ഭാഗമായി സാമ്പത്തികകാര്യങ്ങളെ കണക്കാക്കേണ്ടതുണ്ടോ? എന്ന് ഞാൻ എന്നോട് ചോദിച്ചു. ഞങ്ങൾ രണ്ടുപേരും ഒരുപോലെ കഠിനാദ്ധ്വാനം ചെയ്യുകയും ഒരുപോലെ പരസ്പരം പ്രതിജ്ഞാബദ്ധരായിരിക്കുകയുമാണെങ്കിൽ പിന്നെ എന്തുകൊണ്ട് ഞങ്ങൾക്ക് വൈകാരികതയും, ശരീരവും, അതുപോലെ സമ്പത്തും ഒരുപോലെ പങ്കുവച്ചുകൂടാ. "ഉത്തരവാദിത്വം എന്ന ചിന്തയെ ന്യായീകരിക്കാവുന്നതാണെന്നും ആദ്യം എനിക്ക് സ്വയം വിശ്വസിക്കേണ്ടിയിരിക്കുന്നു" ഞാൻ ലിൻഡയോട് പറഞ്ഞു. "എല്ലാംകൊണ്ടും നിയമ സാധുതയുള്ള ഒരു പ്രതിജ്ഞാബദ്ധത ആവശ്യപ്പെടുന്നതിലെന്താണ് തെറ്റ്?"

എന്റേത് ഒരു പ്രതിലോമ ചിന്തയാണെന്ന് ലിൻഡയ്ക്ക് തോന്നിയേക്കാം. എന്നെ സംബന്ധിച്ചിടത്തോളം അത് എന്തിൽനിന്നൊക്കെയോ വിടുതൽ നൽകുന്ന ഒന്നാണ്. അതിനാൽത്തന്നെ അന്തിമവുമാണ്. ഈ അവസ്ഥയിൽ ഞാൻ കമലയോടൊപ്പം മോൺട്രിയലിലേക്ക് യാത്രയാകുവാൻ തയ്യാറെടുത്തു. അവിടെ കമലയ്ക്ക് ചില മീറ്റിംഗുകളുണ്ട്. പൊതുപരിപാടികളുണ്ട്. ഇതിനിടയ്ക്കും കമല അവരുടെ വായനക്കാരെ താനെന്താണപ്പോൾ ചെയ്തുകൊണ്ടിരിക്കുന്നത് എന്ന് അറിയിക്കുന്നുണ്ടായിരുന്നു.

"**മെ**റിലിയുടെ സ്വർഗ്ഗതുല്യമായ വസതിയിൽനിന്നും ഉച്ചയോടെ ഞങ്ങളിറങ്ങി. നല്ല ചൂടുണ്ടായിരുന്നു. മെറിലിയും ഞാനും റോഡ് മാർഗ്ഗമാണ് മോൺട്രിയലിലേക്ക് പോയത്. അവിടെ അവരുടെ വീടിന്റെ കുത്തനെയുള്ള പടികൾ ഞാൻ സാവധാനത്തിൽ കയറി. മെല്ലെയായിരുന്നുവെങ്കിലും വലിയ ബുദ്ധിമുട്ടില്ലാതെ അവരുടെ മുൻവാതിലിലെത്തി. കൊച്ചിയിൽ പരിഷത്തിൽ ഇരുപത്താറ് പടികളുണ്ട്. ഞാനവ പല തവണ കയറിയിട്ടുണ്ട്. അതാണ് എനിക്കിവിടേയും ധൈര്യമായി വന്നത്.

മെറിലിയുടെ ഈ അപ്പാർട്മെന്റ് കണ്ടപ്പോൾ എനിക്ക് ഞങ്ങൾ കുട്ടിക്കാലത്ത് താമസിച്ചിരുന്ന കൽക്കട്ടയിലെ 117 പാർക് സ്ട്രീറ്റിലെ വീട് ഓർമ്മവന്നു. പടിഞ്ഞാറ് ഭാഗത്തുള്ള കിടപ്പുമുറി മെറിലിയുടെ ഇളയ മകൾ അന്നയുടേതായിരുന്നു. അവളത് എനിക്കായി ഒരുക്കിയിരിക്കുന്നു. രാത്രിയിൽ ഞാൻ ജനൽ തുറന്നപ്പോൾ ഒരു അപ്സരസ്സിനെപ്പോലെ അന്ന പ്രത്യക്ഷപ്പെട്ടു. സ്വർണ്ണനിറമുള്ള അവളുടെ മുടി തിളങ്ങുന്നുണ്ടായിരുന്നു. അവളുടെ കണ്ണുകളിൽ നിഷ്കളങ്കത തിളങ്ങുന്നുണ്ടായിരുന്നു. എന്നും സായാഹ്നത്തിൽ എന്റെ അമ്മൂമ്മ കത്തിച്ചുവച്ചിരുന്ന നിലവിളക്കിനെ ഓർമ്മിപ്പിച്ചു അവൾ. ഒന്ന് വിശ്രമിച്ചതിനുശേഷം ഞാൻ അൾസ്ദയറിന്റെ സംഗീതം കേട്ടു. അന്നയുടെ കാമുകന്റെ പേരാണ് അൾസ്ദയർ. അയാൾ അടുക്കളയ്ക്ക് അപ്പുറത്തുള്ള വലിയ മുറിയിലാണ് താമസിക്കുന്നത്. മൻഡോലിൻ പോലുള്ള ചില ഉപകരണങ്ങൾ വായിക്കുവാൻ അയാൾക്കറിയാം.

പിറ്റേന്ന് ജൈവകൃഷിയിൽ നിപുണതയുള്ള ജെർസി എന്നൊരാൾ അതിഥിയായി വന്നു. അയാൾ രാത്രിയിൽ ഞങ്ങളോടൊപ്പം താമസിച്ചു.

രാത്രിയിൽ എന്റെ സുഹൃത്ത് ജെർസി കമലയുടെ കവിതകൾ വായിച്ചു. കമല പ്രണയകവിതകളെഴുതുന്നതുകൊണ്ടാണ് ജെർസി അത് വായിച്ചത്. അയാൾ കമലയ്ക്ക് ഒരു ചെറുകഥ സമ്മാനിച്ചു. കമലയ്ക്ക് ആ കഥ ഇഷ്ടമാകും എന്നായിരുന്നു അയാളുടെ ധാരണ. “ജൈവകർഷകന്റെ ഭോഗാസക്തി” എന്നായിരുന്നു കഥയുടെ പേര്. മണ്ണിൽ കിടന്ന് ലൈംഗിക ബന്ധം നടത്തുന്ന രണ്ട് ഹിപ്പികളുടെ കഥയായിരുന്നു അത്.

പിറ്റേന്ന് കാലത്ത് എഴുന്നേറ്റയുടൻ കമല എന്റെയടുക്കലെത്തി. “ആ കർഷകനെ ശ്രദ്ധിച്ചോളൂ. പച്ചത്തെറിയാണാ കഥ, ആഭാസം. ആർണി ഇവിടെയില്ലാത്തപ്പോൾ അയാളെ ഈ വീട്ടിൽ കയറ്റരുത്. അയാളെ ഒരിക്കലും കെട്ടിപ്പിടിക്കരുത്. അങ്ങനെ ചെയ്താൽ അയാൾ അതിലും കാമം മാത്രം കാണും. നിന്റെ പിറകിൽനിന്നും പിന്നെ അയാൾ മാറില്ല. ‘മിസ്റ്റർ ജെർസി, എനിക്ക് നല്ല ജലദോഷമാണ്. അത് താങ്കളിലേക്ക് പടർത്തുവാൻ ഞാൻ ആഗ്രഹിക്കുന്നില്ല’ എന്ന് പറഞ്ഞ് ഒഴിവാക്കണം.”

ജെർസി പോയപ്പോൾ കമല പറഞ്ഞു. ഇവിടത്തുകാരോട് എന്തൊക്കെ ചോദ്യങ്ങൾ ചോദിക്കുവാനാകും എന്ന് എനിക്കറിയില്ല. എന്തൊക്കെ വാക്കുകൾ ഉപയോഗിക്കുവാനാകും എന്നുമറിയില്ല. എന്റെ പ്രായത്തിലുള്ള ഒരാൾ ‘സുഖമല്ലേ?’ എന്ന് ചോദിക്കണം. അവർ അങ്ങനെ ചോദിച്ചില്ലെങ്കിൽ അവർക്ക് പെരുമാറാനറിയില്ല എന്ന് വ്യാഖ്യാനിക്കപ്പെടും. ഇന്ന് കാലത്ത് ഞാൻ അടുക്കളയിൽ കയറി. അയാൾ അപ്പോൾ അവിടെയുണ്ടായിരുന്നു. നിന്റെ ആ കർഷക സുഹൃത്ത്. ഞാനയാളോട് ചായ വേണോ എന്ന് ചോദിച്ചു. ചായയിടുന്നതിനിടയ്ക്ക് ഞാൻ അയാളുടെ കുടുംബത്തിനെക്കുറിച്ച് ചോദിച്ചു. ഒരു സുഹൃത്തെന്ന

നിലയിൽ അത് സ്വാഭാവികം എന്നേ അപ്പോൾ ഞാൻ കരുതിയുള്ളൂ. അതല്ലാതെ എന്ത് ചോദിക്കാൻ എന്ന ചിന്തയുമുണ്ടായിരുന്നു."

ഇതിന്റെ തുടർച്ചയായി കമല തന്റെ വായനക്കാർക്കായി അവരുടെ കോളത്തിൽ എഴുതിയതിങ്ങനെ. "അപ്പോൾ അയാൾ ഞാനവരുടെ അമ്മയെപ്പോലെ ജിജ്ഞാസുവാണെന്ന് പറഞ്ഞു. എനിക്ക് അദ്ഭുതമായി. മുഖത്ത് ഒരു വരണ്ട ചിരിയോടെയാണയാൾ ഈ അഭിപ്രായം പറഞ്ഞത്. ഞാൻ ഇതിൽ നിന്നു വ്യത്യസ്തമായ ഒരു ചുറ്റുപാടിൽ നിന്നും വന്നതാണെന്ന് എന്നെ ഓർമ്മപ്പെടുത്തുന്നതായിരുന്നു ഈ മുഖം കോട്ടൽ. ഇതുപോലെ ഒരു മാസം കൂടി കനഡയിലെ നഗരങ്ങളിൽ താമസിച്ചാൽ ഞാൻ നാട്ടിൻപുറത്തെ കള്ളിച്ചെല്ലമ്മയാകും."

"പക്ഷേ അയാൾക്ക് അയാളുടെ അമ്മയെ വലിയ ഇഷ്ടമായിരുന്നു." ഞാൻ കമലയോട് പറഞ്ഞു. "ഒരുപക്ഷേ അയാൾ ഉദ്ദേശിച്ചത് അതേ അർത്ഥത്തിൽ കമലയ്ക്ക് മനസ്സിലായിരിക്കുകയില്ല."

'ജിജ്ഞാസു' എന്ന പദമാണയാൾ ഉപയോഗിച്ചത്. ഞാൻ ഒരിക്കലും ജിജ്ഞാസുവായിട്ടില്ല. എവിടേയോ ജീവിക്കുന്ന ഒരു കർഷകന്റെ കാര്യത്തിൽ എനിക്കെന്ത് താത്പര്യം? അയാൾ ജൈവ വളത്തെക്കറിച്ചും, ഉരുളക്കിഴങ്ങിന്റെ വലിപ്പത്തെക്കുറിച്ചും മറ്റ് കിഴങ്ങുകളെക്കുറിച്ചുമെല്ലാം പറയുന്നു. ഉരുളക്കിഴങ്ങിനെക്കുറിച്ച് പറയുവാൻ എന്തൊരു ആവേശമാണയാൾക്ക്. ഇതിനെക്കുറിച്ചൊക്കെ നിനക്കെങ്ങനെ ഇങ്ങനെ ദീർഘദീർഘം സംസാരിക്കുവാനാകും മെറിലി?"

"ജിജ്ഞാസു എന്നതിനു പകരം 'അറിയുവാൻ കൗതുകമുള്ളളവൾ' എന്ന് ഉപയോഗിക്കുകയായിരുന്നുവെങ്കിൽ?"

"അങ്ങനെയെങ്കിൽ നന്നാകുമായിരുന്നു. അയാൾക്കെന്തോ എന്നോടത്ര സുഖമായി തോന്നിയിട്ടില്ല. അവിടെ ചായയുണ്ടാക്കുവാനായി അയാൾ എനിക്ക് പണമൊന്നും തരാനുണ്ടായിരുന്നില്ല. പണം തരുന്നുവെങ്കിൽ ഞാനയാളുടെ വേലക്കാരിയാകും. അങ്ങനെയെങ്കിൽ സംസാരിക്കാതെ ചായയുണ്ടാക്കിക്കൊടുക്കണം. ഇവിടെ അയാൾ ഒരു സുഹൃത്താണ്. അതിനാൽ ഞാൻ സംസാരിച്ചു. ഈ പെരുമാറ്റരീതികളൊക്കെ ഇനിയും ഞാൻ പഠിക്കേണ്ടിയിരിക്കുന്നു. എന്നെ നീ എങ്ങനെ ഒരു സുഹൃത്തായി തിരഞ്ഞെടുത്തു എന്ന് ഞാൻ പലപ്പോഴും അദ്ഭുതപ്പെട്ടിട്ടുണ്ട്. നമ്മുടെ സംസ്കാരങ്ങൾ തമ്മിൽ അത്ര വ്യത്യാസമുണ്ട്."

പിറ്റേന്ന് കാലത്ത് ഒരു വശത്ത് അൾസ്ദയറിന്റേയും മറുഭാഗത്ത് പടിക്കെട്ടുകൾക്ക് സമീപമുള്ള കൈവരികളുടേയും സഹായത്തോടെ കമല താഴേക്കിറങ്ങി. കോൺകോർഡ് സർവകലാശാലയിൽ ഒരു പൊതു പരിപാടിയുണ്ട്. കമലയാണ് മുഖ്യാതിഥി. എനിക്ക് ഈ സർവകലാശാലയിൽ ഒരു താത്കാലിക ജോലിയുണ്ട്. ഞങ്ങൾ മുൻപ്രധാനമന്ത്രി ട്രൂഡേയോവിന്റെ വലിയ ബംഗ്ലാവ് വലം വച്ച് മൗണ്ട് റോയലിലെത്തി. അവിടെ നിന്ന് സെന്റ് ലോറൻസ് നദിയുടെ ഓരത്തുകൂടെ മോൺട്രിയൽ നഗരക്കാഴ്ചകൾ കണ്ടു.

സർവകലാശാലയിലേക്കുള്ള മാർഗ്ഗമദ്ധ്യേ മലയിറങ്ങുമ്പോൾ “എനിക്ക് തുറന്ന് സംസാരിക്കണം” എന്ന് കമല പറഞ്ഞു. “അമേരിക്കയിലെ സീരിയലുകളിൽ കണ്ടിട്ടുള്ളത് പറയാം. അവർ ആദ്യം ചുണ്ടിൽ ചുംബിക്കും. എന്നിട്ട് വസ്ത്രമഴിച്ചുമാറ്റി മെത്തയിലേക്ക് ചാടി വീഴും. ഈ ചുംബിക്കുക എന്നത് എപ്പോഴും മെത്തയിൽ തുണിയുരിഞ്ഞുള്ള കിടപ്പിലേക്കെത്തിക്കുന്ന ഒരു വലിയ സംഭവമാണോ?”

ഞാൻ അൾസ്ദയറിനെ സംസാരിക്കുവാൻ അനുവദിച്ചു. ഇങ്ങനെയൊക്കെയുള്ള സംഭാഷണങ്ങളുണ്ടാകുമെന്ന് അയാൾക്ക് പെട്ടെന്ന് വിശ്വസിക്കുവാനാകുന്നില്ല. “അല്ല” കുറച്ച് സമയമെടുത്ത് അയാൾ പറഞ്ഞു. “ചിലപ്പോഴെങ്കിലും അതങ്ങനെ സംഭവിക്കാറുണ്ടെന്ന് മാത്രം.”

“അതല്ലെങ്കിൽ ലൈംഗിക ബന്ധത്തിനു മുന്നോടിയാണിത് എന്ന് വേണമെങ്കിൽ പറയാം” ഞാൻ കൂട്ടിച്ചേർത്തു. “എന്നാൽ ലിംഗയോനീബന്ധത്തിനുമുമ്പ് വളരെ നേരംവരെ ഈ ചുംബനമങ്ങനെ നീണ്ട് നീണ്ട് പോകുവാനും സാധ്യതയുണ്ട്.”

“സീരിയലുകളിൽ അങ്ങനെയല്ല. മൃഗതുല്യമാണിത്. ഇത് യുവതീയുവാക്കളെ സ്വാധീനിക്കുന്നുണ്ട്.”

“ടി വി സീരിയലുകൾ എന്നാൽ വാസ്തവമെന്നില്ലല്ലോ?” അൾസ്ദയർ പറഞ്ഞു.

“ഈ ചുംബനം എന്നത് ഇത്രയ്ക്ക് ഗോപ്യമാക്കേണ്ടതും ലൈംഗിക ചുവയുള്ളതുമാണോ?”

“അതെ” ഞാനും അൾസ്ദയറും ഒരുമിച്ചാണ് ഉത്തരം നൽകിയത്.

“ഇന്ത്യക്കാർ ചുംബിക്കാറില്ലേ?” ഞാൻ അദ്ഭുതപ്പെട്ടു.

“നേരിട്ട് വായ്ക്കുള്ളിലല്ല.”

“എങ്കിൽ ലൈംഗിക ബന്ധത്തിലേർപ്പെടുന്നതിനുമുമ്പ് എന്ത് സംഭവിക്കുന്നു?”

“ഇക്കിളിപ്പെടുത്തും. പുരുഷൻ സ്ത്രീയുടെ കാലുകളിൽ ചുംബിക്കും, അവിടെ ഇക്കിളിയുണ്ടാകും. പിന്നെ സാവധാനത്തിൽ ആ ഇക്കിളിയെ മേലോട്ട് കയറ്റും. സ്ത്രീകൾക്ക് ലൈംഗികബന്ധത്തിനു തയ്യാറാകുവാൻ പുരുഷനേക്കാൾ കൂടുതൽ സമയം വേണം.”

എന്റെ കാൽപാദങ്ങളിൽ ആരെങ്കിലും ഇക്കിളിപ്പെടുത്തുന്നത് ഞാൻ മനസ്സിൽ കണ്ടു. ഒരിക്കൽ കമലയോട് ഒരു എഴുത്തുകാരൻ ഞാനൊന്ന് ചുംബിച്ചോട്ടെ എന്ന് ചോദിച്ചത് എനിക്കോർമ്മ വന്നു. ഇന്ത്യയിൽ അവർക്ക് കമലയെ കെട്ടിപ്പിടിക്കുവാനും ചുംബിക്കുവാനും അനുവാദമുണ്ട്. എന്നിട്ടും, കമല തന്റെ കവിൾ ചൂണ്ടി, ഇതാ ഇവിടെ, എന്ന് പറഞ്ഞു. അപരിചിതനായ ഒരു ഇന്ത്യൻ എഴുത്തുകാരൻ എന്നോട് ഞാൻ നിങ്ങളുടെ കാൽപാദങ്ങളിൽ ഇക്കിളിയിട്ടോട്ടെ എന്ന് ചോദിച്ചാൽ ചിലപ്പോൾ എനിക്കും ഇതേ വികാരമായിരിക്കും ഉണ്ടാകുക. ഞാനപ്പോൾ പെരുവിരൽ കാണിച്ച് ഇതാ ഇവിടെ എന്ന് പറയും. ഹ!

മെറിലി എന്നെ അവരുടെ ക്ലാസ് റൂമിലേക്ക് കൊണ്ടുപോയി. ഓരോ ക്ലാസ്സിലും ഇരുപതിനും അറുപതിനും ഇടയ്ക്ക് കുട്ടികളുണ്ടായിരുന്നു. മറ്റ് വെള്ളക്കാരെ അപേക്ഷിച്ച് കനഡയിലുള്ളവർ അത്രതന്നെ വർഗ്ഗ വിവേചന സ്വഭാവമുള്ളവരല്ല. ഞാനവരോട് പല തവണ ഒരു എഴുത്തുകാരൻ അല്ലെങ്കിൽ എഴുത്തുകാരി തന്റെ ദേശീയതയിൽ നിന്നും വിമുക്തി നേടേണ്ടതിന്റെ പ്രാധാന്യത്തെക്കുറിച്ച് പറഞ്ഞു. അങ്ങനെയാകുമ്പോഴെ വായിക്കുന്ന പുസ്തകം എല്ലാവരുടേതുമാകുകയുള്ളൂ. വായനക്കാർ തന്റെ സ്വന്തം അനുഭവങ്ങൾ, തത്ത്വശാസ്ത്രം എന്നിവ കൊണ്ട് കവിതയുടെ ചട്ടക്കൂട് നിറയ്ക്കുന്നില്ലെങ്കിൽ എത്ര സുന്ദരമായ കവിതയും അപൂർണ്ണമാകും. ഒരു കവിതെയെ നമ്മൾ ഒരു വീടായി കണക്കാക്കുകയാണെങ്കിൽ അതിൽ താമസിക്കേണ്ടവർ അതിന്റെ വായനക്കാരാണ്.

"ഒരിക്കൽ എനിക്ക് രോഗം ബാധിച്ചു. ഡോക്ടർമാർ എനിക്ക് രക്താർബുദമാണോ എന്ന് സംശയിച്ചു." കമല വിദ്യാർത്ഥികളോട് പറഞ്ഞു. "പരിശോധനയുടെ ഭാഗമായി എന്റെ മജ്ജയെടുത്തു. വലിയ വേദനയായിരുന്നു അപ്പോൾ. അവർ എനിക്ക് എന്റെ മജ്ജ കാണിച്ചു തന്നു. എന്റെ മജ്ജ എനിക്ക് കാണുവാനാകുമെന്ന് ഞാൻ സ്വപ്നത്തിൽ പോലും കരുതിയിരുന്നില്ല. നിങ്ങളുടെ ഉള്ളിൽ ഒളിച്ചുവച്ചിരിക്കുന്ന ഒന്നാണ് നിങ്ങളുടെ മജ്ജ. അതില്ലെങ്കിൽ നിങ്ങൾ നിങ്ങളാകില്ല. കവിതയും അതുപോലെയാണ്. നിങ്ങൾ നിങ്ങളുടെ ഉള്ളിന്റെയുള്ളിലേക്ക് പോകുവാനും നിങ്ങളുടെ ഉള്ളിന്റെയുള്ളിലെ സത്തിനെ സമീപിക്കുവാനും തീരുമാനിച്ചാൽ നിങ്ങൾ കവിയാകും. നിങ്ങൾക്കപ്പോൾ ഒരു പുതിയ കാഴ്ച ലഭിക്കും, അത് കവിയുടെ കാഴ്ചയാണ്. അപ്പോൾ എല്ലാം കവിതയാകുന്നു."

കമല കോൺകോർഡ സർവകലാശാലയിലെ വിദ്യാഭ്യാസ വകുപ്പിലെ എഴുത്തുകാരുടെ യൂണിയനെ അഭിസംബോധന ചെയ്തു. പിന്നെ തെക്കൻ ഏഷ്യൻ സ്ത്രീകളുടെ അസോസിയേഷനേയും അഭിസംബോധന ചെയ്തു. രണ്ട് ദിവസം തുടർച്ചയായി ഇങ്ങനെയുള്ള പരിപാടികളുണ്ടായപ്പോൾ അത് അവരുടെ ആരോഗ്യത്തെ ബാധിച്ചു. അവർ ക്ഷീണിതയായി.

ഞാൻ ഞങ്ങൾക്കിടയിൽ മൈക്രോഫോൺ ഓൺ ചെയ്ത് വച്ചാൽ ക്ഷീണം മൂലം അവരുടെ ശരീരം ഒടിഞ്ഞ് തൂങ്ങും. ഞാനപ്പോൾ മൈക്രോഫോൺ ഓഫ് ചെയ്യും.

നഗരത്തിലെത്തിയതിനുശേഷം കത്തുകളല്ലാതെ ഞാൻ ഒന്നുമെഴുതിയിട്ടില്ല. ഈ മുറികളിൽ മുഴുക്കെ ശബ്ദമാണ്. എനിക്ക് പെട്ടെന്ന് സംഗ്രഹിക്കുവാനാകാത്ത ഭാഷകളാണിവർ പറയുന്നത്. അവർ ഒരിക്കലും എന്നോട് വിദ്വേഷത്തോടെ പെരുമാറിയിട്ടില്ല. എന്നാൽ എന്റെ സാമീപ്യം അവരിൽ എന്തൊക്കെയോ ഇളക്കങ്ങളുണ്ടാക്കുന്നു. നേരം പുലരുന്നതിനുമുമ്പ്

മരിച്ചുപോയ അനേകർ എന്നോട് സംസാരിക്കുവാനായി എത്തുന്നതു പോലെ എനിക്ക് തോന്നുമായിരുന്നു. അവരുടെ നിരാശയുടെ കഥകൾ കേൾക്കുവാൻ അവർക്ക് ആരെയെങ്കിലും വേണമായിരുന്നു.

എനിക്കും ഇതെല്ലാം ഞാൻ മുമ്പ് കരുതിയിരുന്നതിലും വിഷമകര മായി തോന്നിത്തുടങ്ങി. ഒരു ലോകോത്തര എഴുത്തുകാരിയുടെ ഏക സഹായിയാണിന്ന് ഞാൻ. ഒരു സഹായി എന്ന നിലയിൽ ഞാൻ തനിയെ അവരുടെ മോൺട്രിയൽ, ന്യൂയോർക്ക്, ഹ്യൂസ്റ്റൺ എന്നിവിടങ്ങളി ലെല്ലാമുള്ള പരിപാടികളുടെ നടത്തിപ്പ് ഏറ്റെടുത്തിരിക്കുന്നു. അതിനോ ടൊപ്പം കമല എത്ര പടികൾ കയറും, വീൽ ചെയർ എവിടെയൊക്കെ വേണം, അവരുടെ ആരോഗ്യമെങ്ങനെ എന്നിങ്ങനെയുള്ള കാര്യങ്ങളിൽ വരെ ശ്രദ്ധ ചെലുത്തുന്നു. ഇതിലുമുപരി കമലയ്ക്ക് എന്തൊക്കെ വേണ മെന്ന് തോന്നുവോ അതൊക്കെ സംഘടിപ്പിച്ച് നൽകുന്നു. അവർക്ക് മടുപ്പ് തോന്നി തിരികെ പോകുവാൻ താത്പര്യപ്പെടുന്ന ചിന്തയാണപ്പോൾ എന്റെ മനസ്സിൽ.

ഫോണിന്റെ റിസീവർ കൈയിലില്ലാത്ത ഒരു മെറിലിയെക്കുറിച്ച് എനിക്ക് ചിന്തിക്കുവാൻ പറ്റാതായിരിക്കുന്നു. മെറിലി തിയതികൾ കുറി ച്ചെടുക്കുന്നു, അവരുടെ സുഹൃത്തുക്കൾക്കായി കാര്യപരിപാടികൾ രൂപ പ്പെടുത്തുന്നു. പലപ്പോഴും ദൂരദേശങ്ങളിൽനിന്നും വരുന്ന ഫോൺസന്ദേശ ങ്ങൾ അവരുടെ മറ്റ് പരിപാടികൾക്ക് വിഘ്നമാകുന്നു. ചായ കുടിക്കു വാൻപോലും സാവകാശമില്ലാതാകുന്നു. ഒരു മണിക്കൂർ മേശപ്പുറത്ത് അടച്ചുവച്ച ചായ ഞാനെടുത്ത് കളയുന്നു. ഭക്ഷണം മുഴുവനാക്കി എഴു ന്നേൽക്കുന്ന മെറിലിയെ ഞാൻ കണ്ടിട്ടില്ല. പലപ്പോഴും എഴുന്നേറ്റ് നി ന്നാണ് ഭക്ഷണം കഴിക്കുന്നത്. ഒരു കൈകൊണ്ട് ഭക്ഷിക്കുമ്പോൾ മറു കൈകൊണ്ട് എന്തെങ്കിലും കുറിച്ചെടുക്കുന്നുണ്ടാകും. അതിനോടൊപ്പം ആരോടെങ്കിലും ഫോണിൽ സംസാരിക്കുന്നുണ്ടാകും. എപ്പോഴോ ഒരി ക്കൽ ഒരു ആപ്പിൾ ജ്യൂസെടുത്ത് വിഴുങ്ങുന്നത് കണ്ടു.

കമല കാണുന്നത് തിരക്കേറിയ എന്നെയാണെന്നത് എനിക്ക് ബുദ്ധി മുട്ടായി. ഞാനെപ്പോഴും അവരുടെ കാര്യപരിപാടികൾക്ക് അന്തിമരൂപം നൽകുകയായിരിക്കും. അവരുടെ കോളം വായിച്ചാൽ ഒന്ന് മനസ്സിലാകും. അവർ എന്തെങ്കിലും നിരീക്ഷിക്കപ്പെടുന്നുവെങ്കിൽ അതിന്മേൽ, അവ രുടെ മാനസികാവസ്ഥയും കമല ഇവിടെയുള്ളതുകൊണ്ട് മാത്രമാണ് എനിക്കിത്ര തിരക്ക്. കമല കരുതുന്നത് എന്റെ ജീവിതമേ ഇങ്ങനെ യാണെന്നാണ്. എന്നും ഇതേ വേഗമാണെന്നാണ്. സത്യമതല്ല. ഇത് കമലാദാസ് ഇവിടെ സന്ദർശിച്ചതുകൊണ്ട് മാത്രമുണ്ടായ ഒരു തിര ക്കാണ്.

ഞാൻ എന്നെ സ്വയം ഗുണദോഷിക്കട്ടെ. ഞാനിവിടെ നിരീക്ഷിക്കു കയോ, എന്നിലെന്തെങ്കിലും പ്രഭാവമുണ്ടാക്കുകയോ, എഴുതുകയോ ചെയ്യുന്നുണ്ടെങ്കിൽ അത് കമല ഇവിടം സന്ദർശിച്ച് എന്നോടൊപ്പം കഴിച്ച ജീവിതത്തെക്കുറിച്ച് മാത്രമാണ്.

എട്ട്

ബാലവധു

മെറിലിക്ക് ഒരു മീറ്റിങ്ങിൽ പങ്കെടുക്കേണ്ടതുണ്ടായിരുന്നു. അതിനാൽ മെറിലിയുടെ ഇളയ സഹോദരൻ ഹൈമാൻ എന്നെ അവരുടെ നാട്ടിൻ പുറത്തെ വസതിയിലേക്ക് തിരികെ കൊണ്ടുപോകാമെന്നേറ്റു. കറുത്ത മുടിയും വട്ടമുഖവുമുള്ള ഹൈമാനെ കണ്ടാൽ സുന്ദരനായ ഒരു ഇറ്റലിക്കാരനാണെന്ന് തോന്നും. ഞങ്ങൾ നല്ല വേഗത്തിൽ കാറിൽ സഞ്ചരിച്ചുകൊണ്ടിരിക്കുമ്പോൾ ഹൈമാന്റെ എട്ടുവയസ്സുകാരി മകൾ എമ്മ ഫോൺ ചെയ്തു. കാറിൽ ഘടിപ്പിച്ചിരിക്കുന്ന കൊച്ചു ഫോണാണ് ഹൈമാൻ ഉപയോഗിച്ചത്. ആകാശം ചാരനിറമാണ്ടിരുന്നു. അതിന്റെ ഒരു ഓരത്ത് സ്വർണ്ണ നിറം കയറിയിട്ടുണ്ട്. കനഡ വളരെ വിശാലവും അതിഗംഭീരവുമാണ്. ഈ യാത്ര ഇങ്ങനെ തുടർന്നു പോയിക്കൊണ്ടേയിരുന്നെങ്കിൽ എന്ന് ഞാൻ ആശിച്ചുപോയി. കാറ്റ് ഞങ്ങളുടെ ചെവിയിൽ ചൂളം വിളിക്കുന്നുണ്ടായിരുന്നു. അതിന്റെ സൗന്ദര്യം ഒന്നു കൊണ്ട് മാത്രം കനഡ എന്റെ മനസ്സിലുണ്ടായിരുന്ന എല്ലാ ഭയങ്ങളും നീക്കിയിരിക്കുന്നു. എനിക്കിപ്പോൾ കള്ളന്മാരേയോ പിടിച്ചുപറിക്കാരേയോ എന്തിന് മരണത്തെവരെ പേടിയില്ലാതായിരിക്കുന്നു.

കൃത്യം ആറരയ്ക്ക് ഞാൻ മെറിലിയുടെ കുടുംബക്കാരോടൊപ്പം ഭക്ഷണത്തിനിരുന്നു. ജോ, സ്യൂ, കാതി, നാതിന്റെ വിധവ ജൂൺ എന്നിവരെ പ്രതീക്ഷിച്ചിരിക്കുകയായിരുന്നു ഞങ്ങൾ. മെറിലിയുടെ പിതാവും

അപ്പോൾ എത്തിച്ചേർന്നിരുന്നില്ല. സിദ് എന്നാണദ്ദേഹത്തിന്റെ പേര്. എല്ലാവരും എത്തിയപ്പോൾ ആതിഥേയയായ ഫിലിസ് രുചികരമായ ഭക്ഷണം വിളമ്പുവാൻ തുടങ്ങി. ക്യൂഗൽ (മുട്ടയും ഉരുളക്കിഴങ്ങും, ഗോതമ്പുമാവും കൂട്ടിച്ചേർത്തുണ്ടാക്കുന്ന ഒരു വിഭവം), ചാലാഹ് എന്നിങ്ങനെയായിരുന്നു വിഭവങ്ങളുടെ പേരുകൾ. അന്ന് പുതുവർഷദിനമായിരുന്നു. അതിനാൽ ഒരു പ്ലേറ്റിലേക്ക് കുറച്ച് തേൻ ഒഴിച്ചുകൊണ്ടാണ് ചടങ്ങ് ആരംഭിച്ചത്. എല്ലാവരും ആ തേനിൽ ആപ്പിൾ കഷണങ്ങൾ മുക്കി തിന്നുവാൻ തുടങ്ങി. കാരറ്റും പഴങ്ങളും ചേർത്തുണ്ടാക്കിയ മറ്റൊരു മധുര വിഭവവുമുണ്ടായിരുന്നു. മാംസം ഇഷ്ടപ്പെടുന്നവർക്കായി മാംസമുണ്ടാക്കിയിട്ടുണ്ട്. പിന്നെ സലാഡുമുണ്ട്. എല്ലാതിനുമുപരിയായി വെള്ള വീഞ്ഞും വിളമ്പി. എല്ലാവരും ടോസ്റ്റ് പറഞ്ഞു.

അപ്പോൾ ഞാൻ എന്റെ വിവാഹത്തെക്കുറിച്ച് സംസാരിച്ചു. ബാലവധുവായി ജീവിതം തുടങ്ങിയതിനെക്കുറിച്ച് പറഞ്ഞു.

പിറ്റേന്ന് ഞാൻ അച്ഛന്റെ ഒപ്പം നടക്കുവാനിറങ്ങി. വഴിയിൽ മുഴുക്കെ ശരത്കാലം വീഴ്ത്തിയിട്ട ചുവന്ന ഇലകളായിരുന്നു.

"കമലയെ ഇഷ്ടപ്പെട്ടോ?" ഞാൻ അച്ഛനോട് ചോദിച്ചു.

"വളരെ." ഒട്ടും വിളംബമില്ലാതെ അച്ഛൻ മറുപടി പറഞ്ഞു. "എല്ലാവരേയും ഇഷ്ടപ്പെടുന്ന, മോഹിപ്പിക്കുന്ന സ്വഭാവം. ഇന്നലെ രാത്രി അവർ എല്ലാവരേയും ശരിക്കും അവരുടെ വാക്കുകളാൽ വശീകരിച്ചു." ഒരു നിമിഷത്തെ മൗനത്തിനുശേഷം അച്ഛൻ വീണ്ടും തുടർന്നു. "അവർ ഇത്രയധികം സംസാരിക്കുന്നത് എന്തുകൊണ്ടെന്ന് നിനക്കറിയാമോ? എല്ലാവരേയും ആനന്ദിപ്പിക്കുന്ന ഒരു അതിഥിയാകുവാൻ ശ്രമിക്കുകയാണോ അവർ?"

"ആയിരിക്കാം" ഞാൻ പറഞ്ഞു. അതിനുശേഷം ഞങ്ങൾ കുറച്ച് നേരം ഒന്നും സംസാരിച്ചില്ല. ഞങ്ങൾ നടന്നുകൊണ്ടേയിരുന്നു.

"കേട്ടപ്പോൾ ഞാൻ ഞെട്ടിപ്പോയി" പെട്ടെന്ന് അച്ഛൻ പറഞ്ഞു.

"എന്ത് കേട്ടപ്പോൾ?"

"കണക്കിൽ തോറ്റ കുറ്റത്തിന് അവരെ ശിക്ഷിച്ചതാണ്. അത് നിനക്കറിയാമോ?"

"പതിനഞ്ച് വയസ്സുള്ളപ്പോൾ വിവാഹം ചെയ്തയച്ചതോ?"

"അതെ."

തന്നെ തന്റെ അച്ഛൻ ശുംഭ എന്ന് വിളിച്ചതായി കമല അച്ഛനോട് പറഞ്ഞു. കമലയുടെ അച്ഛൻ അപ്പോൾ കോപം കൊണ്ട് വിറയ്ക്കുകയായിരുന്നുവത്രെ. "ഈ കുടുംബത്തിന്റെ സൽപ്പേര് നീ കളഞ്ഞ് കുളിച്ചു. ഇനി നിന്നെ ഞാൻ പഠിപ്പിക്കില്ല. കല്യാണം കഴിപ്പിച്ചയക്കും. അല്ലാതെ നിന്നെപ്പോലെ ഒരുത്തിയെ എന്തുചെയ്യണം?"

“പതിനെട്ട് വയസ്സ് തികയാത്ത പെൺകുട്ടികൾ വിവാഹിതരാകരുതെന്നാണ് നിയമം.” കമല എന്റെ അച്ഛനോട് അത് പറഞ്ഞിരുന്നു. “എന്റെ ക്ലാസ്സിലെ കുട്ടികളാരും വിവാഹം കഴിച്ചിട്ടില്ല. എന്നെ സംബന്ധിച്ചിടത്തോളം ഈ വിവാഹം ക്രൂരമാണെന്ന് തോന്നി. എനിക്ക് ഒട്ടും ഇഷ്ടമായില്ല.”

എന്റെ അച്ഛൻ നടത്തം നിറുത്തി. അച്ഛൻ പതിവില്ലാത്ത വിധത്തിൽ ആശയക്കുഴപ്പമുള്ളവനും കോപിഷ്ഠനുമായി കാണപ്പെട്ടു. എനിക്കാകട്ടെ അപ്പോൾ എന്ത് പറയണം എന്ന് നിശ്ചയമില്ലാത്ത അവസ്ഥയിലുമായിരുന്നു. എന്നെ സഹായിക്കുവാൻ എന്റെ അച്ഛൻ എപ്പോഴും തയ്യാറാണെന്ന് എനിക്കറിയാമായിരുന്നു. ഇത്ര വലുതായിട്ടും എന്റെ സംരക്ഷണം അദ്ദേഹം ഏറ്റെടുത്തിരിക്കുന്നുവെങ്കിൽ പതിനഞ്ച് വയസ്സ് മാത്രം പ്രായമുള്ളപ്പോൾ എനിക്കു വേണ്ടി എന്തൊക്കെ ചെയ്തിരിക്കില്ല?

എന്റെ അച്ഛന്റെ പരവശത കമലയുടെ അച്ഛൻ കമലയോട് ചെയ്ത ക്രൂരതയുടെ വലിപ്പം എന്നിൽ വർദ്ധിപ്പിച്ചു.

അച്ഛാ ഞാൻ താങ്കളെ സ്നേഹിക്കുന്നു. എന്നും താങ്കളെ സ്നേഹിക്കും.

ഞാനും അച്ഛനും പ്രധാനവീഥിയിൽനിന്നും മാറി ചരൽ നിറഞ്ഞ വഴിയിലെത്തി. ഈ വഴി കുളത്തിനരികെയാണവസാനിക്കുന്നത്. എന്റെ കുട്ടികൾ നന്നേ ചെറുപ്പമായിരുന്ന സമയത്ത് ഞാൻ ഈ കുളക്കരയിലിരുന്ന് അവർ കുളത്തിൽ കളിക്കുന്നതും നീന്തുന്നതും കാണാറുണ്ടായിരുന്നു. ഞാൻ കുട്ടിയായിരുന്ന കാലത്ത് എന്റെ അമ്മയും ഇതുപോലെ വന്നിരിക്കാറുണ്ടായിരുന്നു. നാലപ്പാട്ട് വീട്ടിൽ കമലയ്ക്കും ഒരു കുളമുണ്ടായിരുന്നു. കമല അതിൽ നീന്തിക്കളിച്ചു. കമലയുടെ അമ്മൂമ്മ അപ്പോൾ കാവലിരുന്നു. സൂര്യൻ കമലയ്ക്ക് മുന്നറിയിപ്പ് നൽകി. അപ്പോഴും വെള്ളത്തിന്റെ സുഖകരമായ തണുപ്പ് കമലയുടെ അരക്കെട്ടിനു താഴെ.

അപ്പോൾ കമലയുടെ അച്ഛൻ അങ്ങനെ പെരുമാറിയെങ്കിലും കമലയുടെ ബാല്യം അനുഗൃഹീതമായിരുന്നുവെന്ന് ഞാൻ അച്ഛനോട് പറഞ്ഞു. ഞാൻ നാലപ്പാട്ടിനെക്കുറിച്ച് പറഞ്ഞു. പുന്നയൂർക്കുളത്തുള്ള നാലപ്പാട്ട് വീട്ടിൽ കമല തന്റെ അമ്മ, അമ്മൂമ്മ, വല്യമ്മാവൻ, മുത്തശ്ശി, അമ്മായിമാർ, മറ്റ് കുട്ടികൾ എന്നിവരെല്ലാമൊത്ത് ചെലവഴിച്ച ബാല്യത്തെക്കുറിച്ച് പറഞ്ഞു. അക്കാലങ്ങളിൽ ആചാരപ്രകാരം ഭൂമിയുടെയെല്ലാം ഉടമസ്ഥത സ്ത്രീകളിലായിരുന്നു. ഇവിടുത്തെ പോലെത്തന്നെ അവിടെയും ഭൂവുടമകൾ സ്ത്രീകളാണ്. കമല അമ്മൂമ്മയുടെ അടുത്ത് ഉറങ്ങിയിരുന്നതും തേങ്ങകൾ കെട്ടിയുണ്ടാക്കിയ ചങ്ങാടമുപയോഗിച്ച് നീന്തിക്കളിച്ചതും, തന്റെ ചേട്ടനുമൊത്ത് നാടകമെഴുതി കളിച്ചതും, വല്ല്യമ്മാവന്റെ ലൈബ്രറിയിൽ പോയിരുന്ന് വായിച്ചിരുന്നതും എല്ലാം ഞാൻ അച്ഛനോട് പറഞ്ഞു. ഞാനും കുട്ടിക്കാലത്ത് അച്ഛന്റെ വായനാമുറിയിൽ പോയിരുന്ന് വായിക്കാറുണ്ടായിരുന്നു. ഓരോ തവണ അച്ഛൻ എനിക്ക് പുസ്തകങ്ങൾ

വച്ചിരുന്ന അലമാരയുടെ താക്കോൽ തരുമ്പോഴും കാത്തിരിക്കുന്ന പുതിയ ലോകത്തെക്കുറിച്ച് ഞാൻ ആവേശം കൊള്ളാറുണ്ടായിരുന്നു.

ഞാനച്ഛനോട് അധികവും വിവരിച്ചത് “തടിച്ച് നല്ല നിറമുള്ള” കമലയുടെ അമ്മൂമ്മയെക്കുറിച്ചായിരുന്നു. അമ്മൂമ്മ കമലയെ നിധിപോലെ കാത്തു. കമല അമ്മൂമ്മയോടൊത്താണുറങ്ങിയത്, ഉച്ചയുറക്കം പോലും അമ്മൂമ്മയോടൊത്തായിരുന്നു.

“അമ്മൂമ്മയുടെ കണ്ണുകളിൽ സ്നേഹമുണ്ടായിരുന്നു. തിളങ്ങുന്ന കണ്ണുകളായിരുന്നു. കറുത്ത് നീണ്ട മുടിയുണ്ടായിരുന്നു.” കമല ഓർക്കുന്നു. “എന്നും രണ്ട് നേരം കുളിക്കുമായിരുന്നു. അവർ എപ്പോഴൊക്കെ അടുത്ത് വന്നുവോ അപ്പോഴൊക്കെ അവരിൽ നിന്നും ചന്ദനത്തിന്റെ മണം വരുമായിരുന്നു.”

കുട്ടിയായ കമലയ്ക്ക് പുരാണകഥകളുടെ ഭണ്ഡാരം തുറന്നു കൊടുത്തത് അമ്മൂമ്മയായിരുന്നു. അതിനോടൊപ്പം മരുന്നു ചെടികൾ പറിക്കുവാനും, നിലവിളക്ക് കൊളുത്തുവാനും, ശരീരത്തിൽ ഭസ്മവും ചന്ദനവും പുരട്ടുവാനും പഠിപ്പിച്ചു. തന്റെ കൊച്ചുമകളുടെ കാലുകൾ മറയ്ക്കുവാനായി അമ്മൂമ്മ നീളമുള്ള പാവാട തയ്പ്പിച്ചു. കാച്ചിയ വെളിച്ചെണ്ണയിട്ട്കുളിപ്പിച്ചു. നീണ്ട മുടി വേറിടുത്ത് ചീകിയൊതുക്കി.

എനിക്ക് സ്നേഹം തന്നവീട്,
അത്, വിദൂരതയിലെവിടെയോ
അകന്നുപോയിരിക്കുന്നു.

അച്ഛനോട് പിന്നേയും ഞാൻ അമ്മൂമ്മയെക്കുറിച്ച് എനിക്കറിയാവുന്നതൊക്കെ പറഞ്ഞു. പതിനൊന്ന് വയസ്സുള്ള കമലയെ തെക്കിനിയിലേക്ക് കൊണ്ടുപോയി പ്രായപൂർത്തിയായാൽ അടിമുണ്ടുടുക്കേണ്ടത് എങ്ങനെയെന്ന് പഠിപ്പിച്ചത് അമ്മൂമ്മയായിരുന്നു. ആ അടിമുണ്ടിനെ ഒന്നര എന്നാണവർ വിളിച്ചിരുന്നത്. പുറത്തെ മാവിൽ കാറ്റ് ചൂളം കുത്തിയപ്പോൾ, കമല ഒരു മിൽമുണ്ട് വളച്ച് അരയിൽ തിരുകി അതിന്റെ ഒരറ്റം കാലുകൾക്കിടയിലൂടെയെടുത്ത് ഞൊറിഞ്ഞ് കുത്തി പുറകിലുറപ്പിക്കുവാൻ പഠിക്കുകയായിരുന്നു.

അപ്പോൾ, മെലിഞ്ഞ ശരീരവും ചെറിയ മാറുമുണ്ടായിരുന്ന കമലയ്ക്ക് ഒന്നര നൽകിയ നിതംബവലിപ്പം എന്ത് അഭിമാനകരമായി തോന്നിയെന്നോ. അതിനോടൊപ്പം കമലയ്ക്ക് അഭിമാനം തോന്നിയത് അമ്മൂമ്മ നൽകുന്ന സംരക്ഷണമായിരുന്നു.

എനിക്ക് എന്റെ കുടുംബത്തിന്റെ, പ്രത്യേകിച്ചും എന്റെ അച്ഛന്റെ പിന്തുണ ആവോളം ലഭിച്ചപ്പോൾ കമലയ്ക്ക് അത് ലഭിച്ചത് അവരുടെ കൂട്ടുകുടുംബത്തിൽ നിന്നായിരുന്നു. പ്രത്യേകിച്ചും അമ്മയുടെ വല്ല്യമ്മാവനിൽനിന്ന്. ആ വല്ല്യമ്മാവൻ മലയാളത്തിലെ പ്രസിദ്ധനായ ഒരു എഴുത്തുകാരനായിരുന്നു. കമലയുടെ എഴുത്തിനെ പ്രോത്സാഹിപ്പിച്ചത്

അദ്ദേഹമായിരുന്നു. അതിലെല്ലാമുപരി കമലയ്ക്ക് അവരുടെ അമ്മൂമ്മ എന്തിനും സഹായമായി ഉണ്ടായിരുന്നു.

"എനിക്ക് എപ്പോഴും സുരക്ഷ നൽകിയിരുന്നതും അഭയം നൽകിയതും അമ്മൂമ്മയായിരുന്നു." തന്റെ പൊതു ജീവിതത്തിനപ്പുറത്തേക്ക് എത്തിനോക്കുവാൻ താത്പര്യമുള്ള ആരോടും കമല ഇത് പറയുമായിരുന്നു. "എന്റെ ആദ്യ പ്രണയം എന്റെ അമ്മൂമ്മയാണ്, എന്നെന്നും എന്നെ സ്നേഹിച്ചത് അമ്മൂമ്മയാണ്."

ഞാൻ അച്ഛന്റെയരികിലിരിക്കുകയായിരുന്നു. ഞങ്ങളുടെ വേനൽ വസതിയെ ലക്ഷ്യമാക്കിയൊഴുകുന്ന നദിയിൽ കൊഴിഞ്ഞ ഇലകൾ കാണാം. കമലയുടെ ബാല്യം നാലപ്പാട്ട് എന്ന നാലുകെട്ടിലായിരുന്നു. ഒരു നടുമുറ്റത്തിനു ചുറ്റിലും കൊച്ചുകൊച്ചു മുറികളുള്ള വീടാണ് നാലുകെട്ട്. ഈ നടുമുറ്റത്തിന്റെ ചുറ്റിലും കരിങ്കല്ലുകൾകൊണ്ടുള്ള തറയിൽ ഉരുളൻ തൂണുകളുണ്ടാകും. ഈ തൂണുകളിൽ കൊത്തുപണികളുണ്ടാകും. അവിടെ സ്ത്രീകളിരുന്ന് തലയിലെ പേൻ നോക്കുകയും തലമുടി വേറിടുകയും ചെയ്യുന്നുണ്ടാകും. അപ്പോൾ പൂർണ്ണ സ്വതന്ത്രയായ കമല വീട്ടിൽ മുഴുക്കെ ഓടിക്കളിക്കുന്നുണ്ടാകും. 1930കളിലെ ആ കാലങ്ങളിൽ കമല നാലപ്പാട്ടിന്റേത് മാത്രമായിരുന്നു. കമലയുടെ വീട്ടുകാർ ആ ഗ്രാമത്തിലെ മൂന്ന് ധനിക ഭൂവുടമകളിൽ ഒന്നായിരുന്നു. ഇരുന്നൂറോളം കുടുംബങ്ങൾ അവർക്ക് ആശ്രിതരായിട്ടുണ്ടായിരുന്നു.

എനിക്ക് ഈ സ്ഥലം എത്രകണ്ട് എന്റെ വികാരങ്ങളുടെ കേന്ദ്രബിന്ദുവാകുന്നുവോ അതുപോലെ തന്നെ കമലയ്ക്ക് നാലപ്പാട്ടുമാകുന്നു എന്ന് ഞാൻ കരുതുന്നു. ഞാൻ സ്നേഹിക്കുന്ന ഈ മണ്ണിനെക്കുറിച്ചുള്ള ചിത്രങ്ങൾ എന്നിൽ അനവധിയുണ്ട്. തടാകത്തിലേക്കുള്ള വഴി, കരിങ്കൽ പാറകൾ, ഞാൻ ചാടിക്കടക്കാറുള്ള മരത്തിന്റെ വേരുകൾ, ചെറിയ പാറക്കെട്ടുകൾക്കും ഉരുളൻ കല്ലുകൾക്കും മീതെ ഹലേലൂയ പാടിയൊഴുകുന്ന അരുവി, പലതരം സസ്യങ്ങൾ ഇടതിങ്ങുന്ന പാടം എല്ലാം എന്റേത് മാത്രമായിരുന്നു. ഈ തടാകം എന്റെ ഓർമ്മകളിലെ ഓരോ കോശങ്ങളിലും മായാത്ത മുദ്രയുമായി എന്നെന്നും നിൽക്കുന്ന ഒന്നാണ്. പച്ച നിറത്തിൽ തെളിമയാർന്ന, തണുത്ത, ശാന്തമായ തടാകം. അവിടെ കാറ്റ് അലകളുണ്ടാക്കുന്നു. സൂര്യൻ അതിൽ വെട്ടിത്തിളങ്ങുന്നു. മനസ്സിനെന്തെങ്കിലും ഭാരം തോന്നുമ്പോൾ എന്നിലേക്ക് അലിഞ്ഞുചേർന്ന ഈ സുന്ദരദൃശ്യങ്ങളിലേക്ക് ഞാൻ അഭയം കൊള്ളും. ഞാനെപ്പോഴും എന്റെ മനസ്സിന്റെ ഭാരങ്ങൾ ഇറക്കിവയ്ക്കുവാൻ ഓടിയെത്തുക ഇവിടേക്കാണ്.

എന്നെപ്പോലെ കമലയും തന്റെ ബാല്യകാലകഥകൾ അമൂർത്തമാക്കിയിട്ടുണ്ട്. കമലയുടെ കഥകളിൽ ഇവ പലതും കയറി വരുന്നു. തൂണുകളും, ചന്ദനത്തിരിയുടെ മണമുള്ള അറകളും, വേലിക്കരികിലെ പൂക്കളും, സർപ്പക്കാവിലെ ബിംബങ്ങളും, നെല്ലറകളും, ചുറ്റുമതിലുള്ള കിണറിന്റെ ഓരത്തുള്ള പനയും, കുട്ടിയായിരുന്ന കമല തൂങ്ങിയാടിയിരുന്ന ആലും, നിറയെ സൗരഭ്യമുള്ള പൂക്കളുണ്ടായിരുന്ന നീർമാതളവും, മാവും,

നെല്ലിയും പ്ലാവും, വാകയും, വാകയുടെ തൊലികൊണ്ടുണ്ടാക്കുന്ന താളിയും, കുളത്തിലെ ചളിയും എല്ലാം അവരുടെ കഥകളിലുണ്ട്. ഉച്ചയ്ക്ക് കളത്തിൽ മലർന്ന് കിടന്ന് സൂര്യനെ കണ്ടിരുന്നതും അപ്പോൾ അടുത്തുള്ള അരളിയുടേയും മൈലാഞ്ചിയുടേയും കുറ്റിക്കാട്ടിൽ നിന്ന് മീൻ പിടിക്കുവാൻ പറന്നെത്തിയിരുന്ന നീലപൊന്മാനും, എല്ലാം കമല പങ്കുവച്ചിട്ടുണ്ട്.

കുളങ്ങളും കുട്ടിക്കാലത്തെ ഓർമ്മകളുമാണ് ഞാനും കമലയും തമ്മിലുള്ള മുഖ്യ ബന്ധം. അതിനോടൊപ്പം നാലപ്പാട്ട് വീട് എന്റേത് കൂടിയാണെന്ന കമലയുടെ ചിന്തയും.

അന്ന് അവർ നുകർന്ന
അതിരുകളില്ലാത്ത വിനാഴികകളിൽ
ഞാനറിഞ്ഞില്ല
പേടിയോ സന്തോഷമോ ഒന്നും...
പകരം പേരറിയാത്ത
ഒരു നിർവൃതി മാത്രം.

കമല ഞങ്ങളുടെ ഈ നാട്ടിൻപുറത്തെ വീട്ടിലുണ്ടാകുക എന്നത് വലിയ ആനന്ദം നൽകുന്നു. ഞാൻ എഴുതിക്കൊണ്ടിരിക്കുമ്പോൾ പോലും കമലയുടെ അടുത്ത് ചെന്ന് കമലയ്ക്ക് എന്തെങ്കിലും ആവശ്യങ്ങളുണ്ടോ എന്നന്വേഷിക്കണമെന്ന ആഗ്രഹം മനസ്സിലുണ്ടായിരുന്നു. കമല ഇവിടെ എത്തിയിട്ട് മൂന്നാഴ്ചകൾ കഴിഞ്ഞു. അതിനാൽത്തന്നെ കമലയുടെ മനസ്സിൽ ഇപ്പോൾ എനിക്ക് ഒരു സ്ഥാനമുണ്ട്. ഞാനിപ്പോൾ കമലയുടെ അനുജത്തിയാണ്. കമല എന്റെ ചേച്ചിയും. ഇന്നലെ കമലയുടെ വിണ്ടുകീറുന്ന പാദങ്ങളിൽ തൈലം തേച്ചുപിടിപ്പിക്കുവാൻ എനിക്ക് അനുവാദം ലഭിച്ചു.

കമലയുടെ കാര്യങ്ങളിൽ ശ്രദ്ധചെലുത്തുമ്പോൾ എനിക്ക് കമല എങ്ങനെ തന്റെ രോഗിയായ ഭർത്താവിനെ ഇത്ര അർപ്പണ മനോഭാവത്തോടെ ശുശ്രൂഷിച്ചു എന്നത് മനസ്സിലാകുന്നു. ഭർത്താവ് മരിച്ചപ്പോൾ ചുറ്റിലും ശൂന്യത തോന്നുന്നത് എന്തുകൊണ്ടെന്നും മനസ്സിലാകുന്നു. മറ്റുള്ളവരുടെ കാര്യങ്ങളിൽ നിങ്ങൾ ശ്രദ്ധചെലുത്തുമ്പോൾ, അവർക്കാവശ്യമുള്ള കാര്യങ്ങൾ നിങ്ങൾ ചെയ്ത് കൊടുക്കുമ്പോൾ നിങ്ങൾ നശിപ്പിക്കുന്നത് നിങ്ങളുടെ ഉള്ളിലുള്ള അഹങ്കാരത്തെയാണ്.

എന്നെ സംബന്ധിച്ചിടത്തോളം ഈ അർപ്പണബോധം, എന്നെ ക്ഷീണിപ്പിക്കുന്നുണ്ടെങ്കിലും, ഒരു പുതിയ തരം ആനന്ദമാണത് നൽകുന്നത്.

മെറിലി അവർക്കാകാവുന്നത്ര നന്നായി എന്റെ കാര്യങ്ങളിൽ ശ്രദ്ധ ചെലുത്തി. ഇന്നലെ അവർ ഉണങ്ങിമൊരിഞ്ഞ എന്റെ കാലുകളിൽ വൈറ്റമിൻ ഇ അടങ്ങിയ ക്രീം പുരട്ടി തടവി തന്നു.

കാലത്ത് നാലുമുതൽ ആറുവരെ ഞാൻ ലൈബ്രറിയിൽ ചെലവഴിച്ചു. അവിടെയിരുന്ന് ഒരു കവിതയും രണ്ടു ലേഖനങ്ങളും എഴുതി. വർഷത്തിൽ രണ്ടു തവണയെങ്കിലും ഞാൻ മറ്റ് രാജ്യങ്ങളിലേക്ക് യാത്ര പോകണമെന്ന് ഇപ്പോൾ എനിക്ക് തോന്നുന്നു. അങ്ങനെയാകുമ്പോൾ എനിക്ക് കുറച്ച് വിശ്രമം ലഭിക്കും. അപ്പോൾ എന്നിൽ മരിച്ചുകൊണ്ടിരിക്കുന്ന കവിത വീണ്ടും തളിർക്കുവാൻ തുടങ്ങും. യാത്ര എന്നിലെ ക്ഷീണമകറ്റും.

കമല തന്റെ കോളങ്ങൾക്കായി രണ്ടാഴ്ചത്തേക്ക് വേണ്ട വിഭവങ്ങൾ എഴുതിക്കഴിഞ്ഞു. അതിനോടൊപ്പം ഒരു കവിതയും എഴുതി.

"എന്റെ ഭർത്താവ് ഒരിക്കലും എന്റെ കവിതകൾ വായിച്ചിരുന്നില്ല." കമല പറയും. "അവയെല്ലാം നിസ്സാരം എന്ന മട്ടായിരുന്നു അദ്ദേഹത്തിന്. കീറിയ തുണി ഒന്ന് തുന്നിയെടുക്കുന്നതുപോലെ നിസ്സാരം. മാത്രമല്ല, അതിൽ നിന്നും അധികം പണമൊന്നും ലഭിക്കുന്നില്ലല്ലോ? എന്നാൽ ഇപ്പോൾ അദ്ദേഹത്തിന്റെ ഓർമ്മകൾ എന്നിൽ കവിത ഊറ്റിയെടുക്കുകയാണ്." ഇത്രയും പറഞ്ഞ് കമല ഒരു കവിത വായിച്ചു. അപ്പോൾ കണ്ണുകൾ തിളങ്ങുന്നുണ്ടായിരുന്നു. ശബ്ദം പതറുന്നുണ്ടായിരുന്നു.

വിധിയുടെ കുറത്തി ലിഖിതങ്ങൾ
ഞാൻ തുണ്ടം തുണ്ടമായി കീറിയെറിഞ്ഞു
രാജപാതയിലൂടെ ഏകയായി നടന്നു
അവനെന്റെ വെയിൽമറയായിരുന്നു
അവനെന്റെ വീടായിരുന്നു
ഒരു കുഞ്ഞുടലുമായി
ഉടുതുണിയില്ലാതെ ഞാൻ നടന്നു.

ഇത് കമലയുടെ ഒരു പുതിയ കവിതയാണ്. കവിതയുടെ ഭാവം ശോകമാണെങ്കിലും ഈ കവിത കമലയ്ക്ക് സന്തോഷം നൽകി. കമലയുടെ ആദ്യകാല കവിതകൾ പൂവണിഞ്ഞത് ബോംബെ, കൽക്കത്ത, ഡൽഹി എന്നീ നഗരങ്ങളിലെ സാംസ്കാരികസുഗന്ധങ്ങളിലായിരുന്നു. എന്നാൽ അവയിൽ തിരുവനന്തപുരവും കൊച്ചിയും സാന്നിധ്യമറിയിച്ചിരുന്നു എന്ന് കമല പറയുന്നു. ഈ രണ്ട് നഗരങ്ങളുടെ കരുത്ത് ഈജിപ്തിലെ മമ്മിയെപ്പോലെ അവരിൽ എന്നും പുതച്ചുമൂടി കിടന്നിരുന്നു. എന്നാണവർ പറഞ്ഞത്. ഇവിടെ ഇതാ ഇപ്പോഴവർ വെയിൽ വരുന്നിടത്ത് മുടിയൊന്ന് കെട്ടുകപോലും ചെയ്യാതെ, അഴിഞ്ഞ മുടിയോടെ തുടർച്ചയായി എഴുതിക്കൊണ്ടിരിക്കുന്നു. അവരുടെ ധൈര്യമോർത്ത് എന്നിൽ അവരോടുള്ള ആരാധന ഇരട്ടിയാകുന്നു. എന്നാൽ ധൈര്യത്തേക്കാൾ ആരാധന തോന്നുന്നത് അവരുടെ ഹൃദയത്തിൽ നിന്നൊഴുകി മനസ്സിന്റെ ചില്ലുകളിൽ തട്ടി കടലാസിലേക്കൊഴുകുന്ന വാക്കുകളുടെ മാസ്മരികത കണ്ടിട്ടാണ്. മാർഗരറ്റ് ദുറാസ് എന്ന ഫ്രഞ്ച് എഴുത്തുകാരിയുടെ രചനാവൈഭവമാണ് കമലയും പിന്തുടരുന്നത്. "തന്റേതായ തനിമയിലെഴുതുക,

സ്വയം അനുഭവിച്ചലിഞ്ഞെഴുതുക. അങ്ങനെ തന്റെയുള്ളിൽ നിന്നുള്ള തിനെ സ്വയം മോചിപ്പിക്കുക."

എഴുത്തിന്റെ ആ ഉൾക്കരച്ചിലിനെ
ഒരു വിരാമം പോലുമില്ലാതെ പകർത്തുക.
സത്യത്തെ നേർപ്പിക്കുന്ന
ഭംഗിവാക്കുകൾ തിരയാതിരിക്കുക.
എഴുത്ത് ദ്രുതവും.
അനുഭവിച്ചതിനെക്കുറിച്ച്
അറിഞ്ഞതിനെക്കുറിച്ച്
സ്നേഹിച്ചതിനെക്കുറിച്ച്.

ഇത്തവണ കമല എഴുതാനിരുന്നപ്പോൾ ലൈംഗിക ബന്ധങ്ങളെക്കുറിച്ചുള്ള ചർച്ച ഞാൻ പുനരാരംഭിച്ചു. മുഖവുരകളില്ലാതെ ഈ വിഷയത്തിലേക്ക് ഞാൻ എടുത്തുചാടുകയായിരുന്നു. ഒരുപക്ഷേ പതിനഞ്ചോളം പേർക്കൊപ്പം ഞാൻ അന്തിയുറങ്ങിയിട്ടുണ്ട് എന്ന് പറഞ്ഞുകൊണ്ടാണ് ഞാൻ സംഭാഷണമാരംഭിച്ചത് "പതിനഞ്ച് എന്നത് കുറച്ച് കൂടുതലായിരിക്കാം" എന്നാണ് എന്റെ ഒരു സുഹൃത്ത് പറഞ്ഞത്. എന്റെ തലമുറയിൽപ്പെട്ട ഒരാൾക്ക് ഇത് സാധാരണം മാത്രമാണ്. ഞാൻ പേരുകൾ ഓർത്തെടുത്ത് എണ്ണിനോക്കുവാൻ തുടങ്ങി. രണ്ട് വിവാഹങ്ങൾ, രണ്ട് വിവാഹേതര ബന്ധങ്ങൾ, പിന്നെ പ്രേമബന്ധങ്ങൾ, അതുകൂടാതെ വിവാഹം കഴിക്കാതെ ഒരു പതിനെട്ടുകാരന്റെകൂടെ കുറച്ചുകാലത്തെ സഹവാസം - അത് കേട്ടപ്പോൾ കമലയിലെന്തോ ഭയമുണ്ടായതുപോലെ.

പത്തൊമ്പതാം വയസ്സിൽ ഗർഭിണിയായതിനാലാണ് ഞാൻ വിവാഹിതയായത് എന്ന് ഞാൻ കമലയോട് പറഞ്ഞു. ആ ബന്ധം രണ്ട് വർഷം നിലനിന്നു. അതിനു ശേഷം വിവാഹ മോചനം നേടി കുഞ്ഞിനേയും കൊണ്ട് മാതാപിതാക്കളുടെയടുത്ത് തിരികെയെത്തി. വീണ്ടും വിവാഹം ചെയ്തു. വീണ്ടും വിവാഹ മോചനം നേടി.

കമല എന്നെ തുറിച്ചു നോക്കി. ഭവ്യയായി എന്നോട് എന്തോ ചോദിക്കുവാൻ ഒരുമ്പെട്ടു.

പുരുഷന്മാരുമൊത്തുള്ള എന്റെ ജീവിതത്തെക്കുറിച്ച് കമലയുടെ അഭിപ്രായം ഞാനാരാഞ്ഞു. "പക്വമല്ലാത്തത്" എന്നായിരുന്നു മറുപടി. പക്വതയുണ്ടായിരുന്നുവെങ്കിൽ കൂടുതൽ ക്ഷമയുണ്ടാകുമായിരുന്നു എന്നും അപ്പോൾ ഇത്ര പെട്ടെന്ന് ഇട്ടെറിഞ്ഞ് പോരില്ലായിരുന്നു എന്നും അവർ അഭിപ്രായപ്പെട്ടു. തന്റെ കുട്ടികൾക്ക് തന്നോടുണ്ടായേക്കാവുന്ന ബഹുമാനം ഇല്ലാതാക്കുവാൻ ആഗ്രഹിച്ചില്ല എന്നതിനാലാണ് അവർ സ്വന്തം ഭർത്താവിനെ ഉപേക്ഷിക്കാതിരുന്നത് എന്നും പറഞ്ഞു.

"എന്നെ ഉത്തരവാദിത്വങ്ങളിൽ നിന്നും ഒളിച്ചോടുന്ന ഒരു വ്യക്തിയായി എന്റെ മക്കൾ കാണരുത് എന്ന് ഞാൻ ആഗ്രഹിച്ചു. കുട്ടികൾക്ക് ഒരു അച്ഛനെ വേണം. അത് അവരുടെ സമ്പത്തിന്റെ ഭാഗമാണ്."

എന്റെ അച്ഛൻ എന്നെ പിന്തുണയ്ക്കുവാനില്ലായിരുന്നുവെങ്കിൽ ഞാനിങ്ങനെ വിവാഹങ്ങളിൽ നിന്നും എളുപ്പത്തിൽ ഇറങ്ങിപ്പോരില്ലായിരുന്നു എന്നായിരുന്നു കമലയുടെ അഭിപ്രായം. കമലയ്ക്ക് അങ്ങനെയൊരു പിന്തുണയില്ലായിരുന്നു. കമല ജീവിച്ചത് ബോംബെയിലായിരുന്നു, അവരുടെ മാതാപിതാക്കൾ കേരളത്തിലും. കമലയെ തന്റെ കൈകളിൽ നിന്നും വേർപെടുത്തിയെടുക്കണം എന്നാണ് അച്ഛൻ ദാസിനോടാവശ്യപ്പെട്ടത്. അമ്മയാകട്ടെ അപ്പോൾ നിർവികാരയായിരുന്നു, ഇതിൽ നിന്നെല്ലാം വിട്ടു നിൽക്കുകയായിരുന്നു. മാത്രമല്ല, വിവാഹം വിജയമാക്കേണ്ടത് സ്ത്രീകളാണെന്ന ഒരു ചിന്തയുമുണ്ടായിരുന്നു. ഈ സാഹചര്യങ്ങളിൽ വിവാഹത്തിൽനിന്നും ഇറങ്ങിപ്പോന്നാൽ മാതാപിതാക്കളുടെ പിന്തുണ ലഭിക്കുക അസാധ്യമായിരുന്നു.

“എനിക്ക് നിന്നോട് അസൂയ തോന്നുന്ന ഒരേ ഒരു കാര്യം നീയും നിന്റെ അച്ഛനും തമ്മിലുള്ള സൗഹൃദമാണ്. എന്റെ അച്ഛൻ ഒരിക്കലും എന്നോട് ഈ സൗഹൃദം കാണിച്ചിട്ടില്ല. നിന്റെ അച്ഛൻ സംഭാഷണത്തിന്റെ പാത ഒരിക്കലും അടച്ചിട്ടില്ല. ഇങ്ങനെ ഒരു അച്ഛനുണ്ടാകുക കൊണ്ട് നിനക്ക് എളുപ്പത്തിൽ രക്ഷാമാർഗ്ഗങ്ങൾ തേടുവാനായി. അഹേത്തിന്റെ വാക്കുകൾ നിനക്ക് എപ്പോഴും തൂവൽസ്പർശങ്ങളായിരുന്നിരിക്കണം. ഒരിക്കലും മുറിപ്പെടുത്താത്ത തൂവൽ സ്പർശം.”

“സത്യമാണ്. ഒരിക്കലും അദ്ദേഹമെന്നെ വേദനിപ്പിച്ചിട്ടില്ല.”

“കളിക്കുന്നതിനിടയ്ക്ക് എന്തെങ്കിലും ഉളുക്ക് പറ്റിയാൽ എന്റെ അമ്മൂമ്മ ഒരു തൂവൽ പച്ചമരുന്നുകളുള്ള എണ്ണയിൽ മുക്കി ഉളുക്കിയ സ്ഥലത്ത് പുരട്ടാറുണ്ടായിരുന്നു. ആ തൂവൽ സ്പർശത്തിന്റെ മൃദുത്വം ഒരിക്കലും വേദനിപ്പിക്കാത്തതായിരുന്നു.”

സംഭാഷണം ഇത്രയ്ക്കുമായപ്പോൾ എന്റെ പ്രേമബന്ധങ്ങളും വിവാഹങ്ങളും, വിവാഹമോചനങ്ങളുമെല്ലാം കമലയുടെ വിവാഹത്തിന്റെ ആദ്യനാളുകൾ എത്ര ക്രൂരമാണെന്ന് തോന്നുന്നുവോ അതുപോലെ ക്രൂരമാണെന്ന് തോന്നുന്നുണ്ടോ എന്ന് ചോദിക്കുവാൻ അവസരം നൽകി.

ചോദ്യം കേട്ട് കമല ഒരു നിമിഷം എന്നെത്തന്നെ നോക്കിയിരിക്കുന്നു. എന്താണ് പറയേണ്ടത് എന്ന് തീരുമാനിക്കുകയായിരുന്നു അവർ. എന്നിട്ട് സാവധാനത്തിൽ “വേദന ഒഴികെ, തീർച്ചയായും” എന്ന് പറഞ്ഞു.

പിന്നെ സാവധാനത്തിൽ ഞങ്ങൾ തമ്മിലുള്ള വ്യത്യാസങ്ങൾ എന്തൊക്കെ എന്ന് അവർ പറഞ്ഞു തുടങ്ങിയപ്പോൾ എനിക്കതുവരെ തോന്നിയ ഞങ്ങൾ തമ്മിലുള്ള സാമ്യങ്ങൾ ഇല്ലാതാകുവാൻ തുടങ്ങി. കൂട്ടുകുടുംബവും, കുളങ്ങളും, വീട്ടിലെ ലൈബ്രറിയും എല്ലാം സാമ്യങ്ങളായി കരുതിയിരുന്ന മനസ്സിൽനിന്നും അവയെല്ലാം അപ്രത്യക്ഷമാകുവാൻ തുടങ്ങി.

കമലയ്ക്ക് പ്രായം പതിനഞ്ച്. സ്കൂളിൽ പോകുന്ന കുട്ടിയാണവൾ. വളരെ വേഗത്തിൽ ഓടുവാനറിയുന്ന ഒരു കുട്ടി. ഓടുമ്പോൾ ചെവിത്തടം തഴുകി പിന്നോട്ടോടുന്ന കാറ്റിന്റെ സ്വരം അവൾക്ക് കേൾക്കാനാകും.

ആ കുട്ടി ആ വർഷം സ്കൂളിലെ കണക്ക് പരീക്ഷയിൽ തോറ്റു. അതിന്റെ ശിക്ഷയായി അവളെ ഒരു മുപ്പത്തിയഞ്ചുകാരനെക്കൊണ്ട് വിവാഹം ചെയ്യിപ്പിച്ചു. അയാൾക്ക് ചെറുതെങ്കിലും സുരക്ഷിതമായ ഒരു ഉദ്യോഗമുണ്ട്. റിസർവ് ബാങ്ക് ഓഫ് ഇന്ത്യയിലെ ജീവനക്കാരനാണയാൾ.

എന്റെ പ്രിയേ,
നിനക്കതുൾക്കൊള്ളാനാകില്ല
എന്റെ ഗേഹം അങ്ങനെയൊന്നായിരുന്നു
ഞാൻ തലയുയർത്തി നടന്നു.
മതിമറന്നു സ്നേഹിച്ച വീട്.

കുട്ടിയായ കമലയ്ക്ക് സ്ത്രീപുരുഷസ്നേഹബന്ധങ്ങളെക്കുറിച്ച് തന്റെ വീട്ടിലുള്ള പ്രാർത്ഥനാ പുസ്തകങ്ങളിൽ വായിച്ചിട്ടുള്ള അറിവ് മാത്രമേയുള്ളു. തന്റെ ഭർത്താവ് തന്നെ കൈകളിൽ കോരിയെടുക്കുമെന്നും, മുഖത്തും തലമുടിയിലും തടവി ആനന്ദിപ്പിക്കുമെന്നും, തന്റെ ചെവിയിൽ നാണം വരുത്തുന്ന വാക്കുകൾ മന്ത്രിക്കുമെന്നുമൊക്കെ അവർ വിചാരിച്ചു. സംസാരവും, സൗഹൃദവും, ഊഷ്മള സ്നേഹവും മനസ്സിൽ കണ്ടിട്ടുണ്ടാകും. തന്റെ ഭർത്താവ് ഒന്ന് കൈ ഞൊടിച്ചാൽ തന്റെ ഏകാന്തതയ്ക്ക് അറുതി വരുമെന്ന് അവർ വിശ്വസിക്കുന്നു. എന്നാൽ അതൊരിക്കലും സമഭാവനയോടെയുള്ള ഒരു വിവാഹബന്ധമായിരുന്നില്ല.

ഈ ചിന്തകളിലൊന്നും സെക്സ് എന്നതിന് യാതൊരു ഭാഗധേയവുമില്ല.സെക്സ് എന്നതിനെക്കുറിച്ച് അവർക്ക് അറിയുകയുമില്ല. മൂത്രമൊഴിക്കുന്നിടത്ത് ഒരു ദ്വാരമുണ്ട് എന്ന് മാത്രം ആ പെൺകുട്ടിക്കറിയാം. അതുകൂടാതേയും ഒരു ദ്വാരമുണ്ടെന്നതിനെക്കുറിച്ച് പോലും അജ്ഞയായിരുന്നു അവർ.

എന്നാൽ അവളുടെ ഭർത്താവിനാകട്ടെ പ്രഭു കുടുംബങ്ങളിൽ വേലയ്ക്ക് നിൽക്കുന്ന പെൺകുട്ടികൾ നൽകിയിട്ടുള്ള കാമാതുരത മാത്രമേ അറിയുകയുള്ളു. പത്തു ദിവസത്തോളം അയാൾ അവളിലേക്ക് പ്രവേശിക്കുവാൻ ശ്രമിച്ചുകൊണ്ടേയിരുന്നു. അവളെ കീറിപ്പറിക്കുകയായിരുന്നു അയാൾ. അവളുടെ ശരീരപ്രകൃതിക്കനുയോജ്യനല്ലായിരുന്നു അയാൾ.

"എന്നോട് ക്ഷമിക്കൂ, ഞാൻ ഒരു പക്ഷേ മറ്റ് പെൺകുട്ടികളെപ്പോലെ സാധാരണ രീതിയിലുള്ളവളാകില്ല." അവൾ ഭർത്താവിനോട് മാപ്പു ചോദിക്കുന്നു.

അതെ, അത് ശരിയാണെന്ന് അയാൾ സമ്മതിക്കുന്നു.

"അദ്ദേഹത്തിന്റെ ആവശ്യമനുസരിച്ച് എന്നിലേക്ക് പ്രവേശിക്കുവാനായി എനിക്കവിടെ ഒരു ദ്വാരമില്ല" കമല വീട്ടിലെ വേലക്കാരിയോട് പറഞ്ഞു.

ആർത്തവത്തിന്റെ അഞ്ചാം ദിവസം ലിംഗയോനീ ബന്ധം ശ്രമിക്കുവാൻ

ആ വേലക്കാരി നിർദ്ദേശിച്ചു. അന്ന് ഒരു കാട്ടുപോത്തിനെ പോലെ അയാൾ അവളിലേക്ക് പ്രവേശിച്ചു.

"അത് ഭയങ്കരമായിരുന്നു. ഒരു കുട്ടിക്ക് ലഭിക്കാവുന്ന ഏറ്റവും ഭീകര ശിക്ഷ. അയാളുടെ ലിംഗം എന്റെ അടിവയർ തുളച്ച് കയറി. എന്നിൽ നിന്നും രക്തമൊഴുകുവാൻ തുടങ്ങി."

ഇതിന്റെ ഫലമായി അവർക്ക് അനങ്ങുവാനോ ഒന്ന് മൂത്രമൊഴിക്കുവാനോ വയ്യാതായി.

"വല്ലാത്ത വേദനയായിരുന്നു. ശക്തമായി രക്തവാർച്ചയുമുണ്ടായി."

തന്റെ ഭർത്താവ് വിശ്രമിക്കുമ്പോൾ അദ്ദേഹത്തിന്റെ ലിംഗം അദ്ദേഹത്തിന്റെ പൊക്കിൾ വരെ എത്തുമായിരുന്നു എന്നാണ് കമല പറഞ്ഞത്. "ഒരു സാധാരണ മനുഷ്യന്റെ ലിംഗവലിപ്പമായിരുന്നില്ല അത്. അതൊരു കുതിരയുടെ ലിംഗം പോലെയിരുന്നു."

ആ വലിപ്പം അയാൾക്ക് അഭിമാനകരമായിരുന്നു.

"ദാസ് ഭാഗ്യവാനാണ്." ഒരിക്കൽ അയാളുടെ അമ്മാവൻ പറഞ്ഞുവത്രെ. "അയാളെ വിവാഹം ചെയ്യുവാൻ ഭാഗ്യം ലഭിക്കുന്ന സ്ത്രീയും ഭാഗ്യവതിയാണ്."

"നിനക്ക് രക്തവാർച്ചയുണ്ടാകുന്നത് നിന്റെ കുഴപ്പം കൊണ്ടാണ്." കമലയുടെ ഭർത്താവ് ശകാരിച്ചു. "ഇതാ ഇത് കണ്ടോ, നീ ഭാഗ്യവതിയാണ്.. നിനക്ക് ഇത് ലഭിച്ചില്ലേ.."

അപ്പോൾ അത് കണ്ട് ഭയചകിതയായി കമല അവിടെ നിന്നും മാറിപ്പോയി.

ആദ്യ കുഞ്ഞ് പിറന്ന് അധികം താമസിയാതെ കമല ബോംബെയിലെ ചെറിയ അപ്പാർട്മെന്റ് വിട്ട് നാലപ്പാട്ട് അമ്മൂമ്മയുടെ അടുത്തെത്തി. അവിടെ കമല സന്തുഷ്ടയായിരുന്നു. ദാസും തന്റെ സ്വവർഗ്ഗാനുരാഗിയുമൊത്ത് സന്തുഷ്ടനായി. അപ്പോൾ കമലയുടെ അമ്മായിയമ്മ തന്റെ മകനവിടെ ഏകനാണെന്ന പരാതിയുമായെത്തി. അതിനാൽ തിരികെ ബോംബെയിലേക്ക് പോകുവാൻ കമല തീരുമാനിച്ചു.

"അത് വേദനാജനകമായിരുന്നു" കമല ഓർക്കുന്നു.

പത്തൊമ്പത് വയസ്സായപ്പോഴേക്കും കമല രണ്ട് ആൺ കുട്ടികളുടെ അമ്മയായി.

"ഗർഭപാത്രത്തെ യോനിയുമായി യോജിപ്പിക്കുന്ന ഭാഗം തകർന്ന് പോയിരുന്നു. അത് ശസ്ത്രക്രിയ ചെയ്യേണ്ടി വന്നു. രക്തവാർച്ച ശക്തമായിരുന്നു. ഈശ്വരാ...എന്തൊരു ഒഴുക്കായിരുന്നു അത്.."

"ഈ ശസ്ത്രക്രിയയ്ക്ക് കാരണം നിങ്ങളുടെ ഭർത്താവിന്റെ ലിംഗമല്ലാതെ മറ്റൊന്നുമല്ല" എന്നാണ് ലേഡി ഡോക്ടർ പറഞ്ഞത്. "അത് ഈ പെൺകുട്ടിയെ അവളുടെ ആയുഷ്കാലം മുഴുക്കെ വേദനിപ്പിച്ചുകൊണ്ടേയിരിക്കും."

കമല രണ്ടാമതും കുട്ടികളുമൊത്ത് തന്റെ നാലപ്പാട്ടേക്ക് പോകുവാൻ ഒരു ശ്രമം നടത്തി. തന്നെപ്പോലെ തന്നെയാണ് തന്റെ മുത്തശ്ശിയും പത്തൊമ്പതാം വയസിൽ ഭർത്താവായ രാജാവിനെ ഉപേക്ഷിച്ച് നാലപ്പാട്ട് തിരിച്ചെത്തിയതെന്ന് കമല ഓർത്തു. അന്നവർ ഒരു പല്ലക്കിലാണ് തിരിച്ചെത്തിയത്. അവരുടെ കുഞ്ഞ് അപ്പോൾ അവരോടൊപ്പമുണ്ടായിരുന്നു.

"അഭിമാനിയും ആഭിജാതയുമായ ഒരു സ്ത്രീയുടെ തിരിച്ചുവരവായിരുന്നു അത്." കമല ഓർക്കുന്നു. "അത് കണ്ട് ഒരൊറ്റയാളും മുഖം ചുളിച്ചില്ല. ഒരാളും എതിർ സ്വരം ഉയിർത്തില്ല." തന്റെ സ്വന്തം വീട്ടിൽ സമാധാനത്തോടെ കഴിയുക എന്നത് നായർ സ്ത്രീകളുടെ ജന്മാവകാശമാണ്. എന്നാൽ 1950 കളോടെ മരുമക്കത്തായവും തറവാടുകളും ഇല്ലാതാകുവാൻ തുടങ്ങി. അണുകുടുംബങ്ങളും മക്കത്തായവും ആ സ്ഥാനം കയ്യേറി. അതിനാൽ കമലയുടെ ഭാഗധേയം കൂട്ടുകുടുംബത്തിന്റെയൊപ്പമുണ്ടായില്ല. സ്വന്തം ഭർത്താവിനോട് ചേരണമായിരുന്നു.

"തിരിച്ച് പോ.." കമലയുടെ അമ്മൂമ്മ ഉത്തരവിട്ടു. "തിരിച്ചുപോയി ദാസ് പറഞ്ഞത് അനുസരിക്ക്. നാലപ്പാട്ടെ പെണ്ണുങ്ങൾ നല്ല ഭാര്യമാരായി ജീവിച്ചവരാണ്."

"അയാൾ നിങ്ങളുടെ ഭർത്താവാണ്" രക്തം ചൊരിയുന്ന അടിവയറുമായെത്തിയ കമലയോട് ഡോക്ടർ പറഞ്ഞു.

"നിനക്ക് ഈ വീട്ടിൽ താമസിക്കുവാനും പറമ്പിൽ നിന്നുമുള്ള ആദായമെടുക്കുവാനും നിന്റെ അച്ഛൻ അനുവദിക്കും. എന്നാൽ ഇനിയൊരു വിവാഹത്തിന് അച്ഛൻ അനുമതി നല്കില്ല." അമ്മ പറയുന്നു.

അപ്പോൾ കമലയുടെ പക്കൽ രണ്ട് പോംവഴികളേ ഉണ്ടായിരുന്നുള്ളു. ഒന്നുകിൽ ഒറ്റയ്ക്ക് സ്വന്തം ഗ്രാമത്തിൽ താമസിക്കുക, അല്ലെങ്കിൽ ഭർത്താവിനോടൊപ്പം കൽക്കട്ടയിലേക്ക് പോകുക. കൽക്കട്ട എന്നാൽ സാംസ്കാരിക ലോകത്തിന്റെ അച്ചുതണ്ടാകുന്നു. അവിടെ വച്ച് കമലയ്ക്കും യുവാക്കളുടെ ഒരു എഴുത്തുകൂട്ടത്തിനും 'ശരത് ബാബു' എന്നറിയപ്പെട്ടിരുന്ന ശരത് ചന്ദ്ര ചതോപാധ്യായയോട് വലിയ ആരാധനയായിരുന്നു. അതുപോലെ രബീന്ദ്ര നാഥ ടാഗോറിനോടും. ആ "ബംഗാളി സ്പർശമാണ് കമലയുടെ എഴുത്തിന്റെ ഇഴകൾക്ക് സ്വർണ്ണനൂലുകൾ പാകിയിരുന്നത്."

കൽക്കട്ടയിൽ തിരിച്ചെത്തിയപ്പോൾ അടുക്കളയിൽ ഒതുങ്ങുവാനായിരുന്നു കമലയുടെ തീരുമാനം. അങ്ങനെയാകുമ്പോൾ തന്റെ ഭർത്താവ് തന്നെ മറന്ന് കളയുമെന്ന് കമല കരുതി.

"അദ്ദേഹം എന്നും കാലത്ത് ഏഴു മണിക്ക് പോകും. തിരിച്ചെത്തുമ്പോൾ രാത്രി പതിനൊന്നാകും. വന്നപാടെ എന്നെ വിളിച്ചുണർത്തും, അയാളുടെ ആവശ്യത്തിനെന്നെ തയ്യാറാക്കും." കമല അനുസരിക്കും. അതൊന്നവസാനിച്ചു കിട്ടുവാനുള്ള തിടുക്കമായിരിക്കും അപ്പോൾ

മനസ്സിൽ. അതവസാനിച്ചാൽ കമലയ്ക്ക് മെത്ത വിട്ട് തന്റെ എഴുത്തു മേശയിലേക്ക് പോകാം.

“ഈ ഉഴുതുമറിക്കൽ എന്നും നടന്നു. പലപ്പോഴും അദ്ദേഹത്തെ മുഴുക്കെ എന്നിലൊളിപ്പിക്കുവാൻ ശ്രമിക്കുകയാണോ എന്നെനിക്ക് തോന്നി. ഒരു വികാരവും ഒരു മൃദുത്വവും ആ കർമ്മത്തിലില്ലായിരുന്നു. ഒരുപക്ഷേ അദ്ദേഹത്തിനക്കാലത്ത് എന്നെ സ്നേഹിക്കുവാനേ ആയിട്ടു ണ്ടാകില്ല. ഓരോ തവണ ലിംഗയോനീ ബന്ധത്തിനു പുറപ്പെടുമ്പോഴും അത് കഴിഞ്ഞാൽ അദ്ദേഹമെന്നെ ഒന്ന് വാരിപ്പുണർന്നെങ്കിൽ എന്നൊ രാഗ്രഹം എന്റെ മനസ്സിലുണ്ടാകുമായിരുന്നു. അദ്ദേഹം എന്റെ മുഖത്ത് തടവുകയോ വയറുഴിയുകയോ ചെയ്തിരുന്നുവെങ്കിൽ ഓരോ സംഗമ സമയത്തും എനിക്ക് തോന്നിയിരുന്ന മടുപ്പ് ഇത്ര ഭയങ്കരമാകില്ലായി രുന്നു. ഒരിക്കൽ ബന്ധപ്പെട്ട് പതിനഞ്ച് മിനിട്ട് കഴിയുമ്പോൾ അയാൾ വീണ്ടും ഉണരും. വീണ്ടും ഇതൊക്കെ ആവർത്തിക്കും. ഞാനൊരു ശവം മാത്രമാണെന്നായി എന്റെ ചിന്ത. അയാളുടെ ശുക്ലം എന്നിൽ സ്പർശി ച്ചാൽ അതൊന്ന് എളുപ്പം കഴുകി കളയണമെന്ന് മാത്രം ഞാൻ ആഗ്ര ഹിച്ചു.

“അപമാനിതയായ ഒരു സ്ത്രീത്വത്തിന്റെ അവസ്ഥയാണ് ഏറെക്കാല മായി ഞാനനുഭവിച്ചത്.”

“എന്റെ ഹൃദയത്തിന്റെ ആരോഗ്യം മോശമായി തുടങ്ങിയത് ഈ കാലത്തായിരുന്നു. സ്നേഹം ആവശ്യമുള്ള കാലമായിരുന്നു അത്. എന്നെ സ്നേഹിക്കുവാൻ ആരുമുണ്ടായിരുന്നില്ല. ഞാൻ എന്റെ കുട്ടി കളെ സ്നേഹിച്ചിരുന്നു. അവർക്കു വേണ്ടി ഞാൻ എന്തും ചെയ്യുമായി രുന്നു. അതിനോടൊപ്പം അദ്ദേഹത്തിന് അസുഖങ്ങളൊന്നും വരാതെ നോക്കണമെന്നതും എന്റെ ആഗ്രഹമായിരുന്നു. ഞങ്ങളുടെ വീട്ടിൽ വരു മാനമുള്ള ഏക അംഗമായിരുന്നു അദ്ദേഹം. ആ വരുമാനം നിലച്ചാൽ പിന്നെ എനിക്ക് നിലനില്പില്ലാതാകുമായിരുന്നു.”

ഇടുങ്ങിയ ആ അപ്പാർട്മെന്റിൽനിന്നും രക്ഷപ്പെടുവാൻ കമല ഒരു ശ്രമം കൂടി നടത്തി. ആ അപാർട്മെന്റിൽ വച്ച് പാചകക്കാരിയും ആയയും എപ്പോഴും കമലയെ നോക്കി കുശുകുശുക്കുമായിരുന്നു. അവർ എന്റെ ഭർത്താവിനുവേണ്ടി എനിക്കുമേൽ ചാരവൃത്തി നടത്തുകയായിരുന്നു. രാത്രിയിൽ എഴുന്നേറ്റിരുന്ന് കഥകളെഴുതുന്ന എനിക്ക് മാനസിക വിഭ്രാന്തിയാണെന്ന് അവർ കരുതി. എന്റെ ഓരോ ചലനങ്ങളും അവർ കൃത്യമായി എന്റെ ഭർത്താവിന്റെ കാതിലെത്തിച്ചു.

വീട്ടിൽ നിന്നിറങ്ങിയ കമലയെ ഭർത്താവിന്റെ ഒരു സുഹൃത്ത് കണ്ടെത്തി. അടിസ്ഥാന വിദ്യാഭ്യാസം പോലുമില്ലാത്ത കമലയ്ക്ക് വേശ്യാ ലയങ്ങളിലൊഴികെ എവിടേയും ഒരു തൊഴിലും ലഭിക്കില്ലെന്ന് ഭർത്താവ് ആക്രോശിച്ചു. അയാളുടെ പരുപരുത്ത കൈകൾ അവളുടെ ബ്ലൗസു കൾക്കുള്ളിലേക്കിറങ്ങി, അവളുടെ ഓരോ അവയവവും അയാൾ ചതച്ച രച്ചു.

അവസാനം തന്റെ ഇരുപത്തി രണ്ടാം വയസ്സിൽ "ഇതെന്റെ വിധി" എന്ന് കമല തീരുമാനിച്ചു.

സാരിയണിയൂ
ഒരു പെണ്ണാകൂ
ഒരു ഭാര്യയാകൂ:
അവരെന്നോടു പറഞ്ഞു.
തുന്നൽപ്പണി ചെയ്തും
പാചകം ചെയ്തും
വേലക്കാരികളോട്
കൊമ്പുകോർത്തും
നീ പാകപ്പെടൂ.
മതിലുകളുടെ മേൽ
ഇനി നീ ഇരിക്കരുത്
കൊലുസിട്ട ജനലിലൂടെ
എത്തിനോക്കരുത്
വിധേയയാകൂ
എന്നവർ ആക്രോശിച്ചു.

"ഞാൻ ഈ സമൂഹത്തിന്റെ ഭാഗമാണ്, വേദനിക്കുന്ന ഒരു ഞരമ്പു പോലെയുള്ള സമൂഹം. അതിനാൽ ഞാൻ എന്റെ വായനക്കാരുമായി സംവദിക്കുവാൻ തുടങ്ങി. അങ്ങനെ എനിക്ക് സ്വകാര്യമായി ഒരു സ്വരവും ശാന്തിയുമുണ്ടെന്ന് ഞാൻ കണ്ടെത്തി."

ജീവിച്ചുതീർക്കാനായി
ഒരു ജീവിതമുണ്ടെന്ന് എനിക്കറിയാം
പേരിടാത്ത എന്നിലെ
ഓരോ സൂക്ഷ്മകണികയ്ക്കുമറിയാം
എനിക്കു ജീവിച്ചുതീർക്കാൻ
ഒരു ജീവിതമുണ്ടെന്ന്.

മുപ്പത്തിയേഴാം വയസ്സിൽ അമിത രക്തസ്രാവം മൂലം കമലയുടെ ഗർഭ പാത്രം നീക്കം ചെയ്യപ്പെട്ടു.

"റിസർവ് ബാങ്കിൽ ജോലി ചെയ്യുന്നവർക്ക് അവരുടെ ഭാര്യമാരുടെ ഗർഭപാത്രം നീക്കം ചെയ്തു എന്ന് പറയുന്നത് അക്കാലത്ത് ഒരു ഫാഷ നായിരുന്നു. അതിനുള്ള ചെലവ് റിസർവ് ബാങ്ക് വഹിക്കുമായിരുന്നു. എന്നാൽ ഒരു ഗർഭപാത്രമില്ലാതെ നടക്കേണ്ടുന്ന പ്രായമൊന്നും അന്നെ നിക്കായിട്ടുണ്ടായിരുന്നില്ല. എന്റെ ശരീരത്തിലൂടെ ഹോർമോണുകൾ പ്രവഹിക്കേണ്ടത് അപ്പോൾ ആവശ്യമായിരുന്നു. അതിനാൽ എന്നോട വർ ഈസ്ട്രജൻ ഗുളികകൾ കഴിക്കുവാൻ നിർദ്ദേശിച്ചു. അവ തുടർച്ച യായി കഴിച്ചപ്പോൾ എനിക്ക് ഹൃദ്രോഗം വന്നു. ആദ്യത്തെ അറ്റാക്ക് കഴിഞ്ഞപ്പോൾ ഞാൻ ഇന്റൻസീവ് കെയർ യൂണിറ്റിലായി."

ഒരു ശസ്ത്രക്രിയയും ഹാർട്ട് അറ്റാക്കും കഴിഞ്ഞപ്പോൾ ലൈംഗിക ബന്ധത്തിനോട് കമലയ്ക്ക് അശേഷം താത്പര്യമില്ലാതായി. എന്നാൽ അപ്പോഴേക്കും അവർ മറ്റൊരു പേർ സമ്പാദിച്ചിരുന്നു. സർക്കാർ ഉദ്യോഗസ്ഥർ അവർക്ക് പ്രേമലേഖനങ്ങളയച്ചു. പുരുഷന്മാർ അവരെ വിളിക്കുവാൻ തുടങ്ങി. സെക്സ് എന്ന വിഷയത്തെക്കുറിച്ചെഴുതുവാൻ മാത്രമായി പത്രാധിപർ അവരെ സമീപിക്കുവാൻ തുടങ്ങി.

“വിഡ്ഢികളെ വിസ്മയിപ്പിക്കുവാൻ വിധിക്കപ്പെട്ടവളാണ് ഞാൻ” കമല എഴുതുന്നു. “ബുദ്ധിയുള്ളവർ എന്നിൽ നിന്നും അകന്ന് നിൽക്കുന്നു. ഞാൻ എന്നെ തന്നെ കീറിമുറിച്ച് എന്റെ വായനക്കാർക്ക് സമർപ്പിക്കുന്നത് അവർ അംഗികരിക്കുന്നില്ല. എന്റെ വായനക്കാർ എന്നെ മൊത്തമായി രുചിച്ചുനോക്കിയിരിരുന്നു. ഒരു കാലത്ത് എന്റെ ഗർഭപാത്രമുണ്ടായിരുന്ന ഈ ശൂന്യതയിലേക്ക് അവർ വിരലിറക്കി നോക്കുന്നു.... അവർ മനുഷ്യഭോജികളായ എന്റെ സഹോദരങ്ങളാണ്, അതുമാത്രമാണ് ഇങ്ങനെ തുടരുന്നതിന് എനിക്കാകെയുള്ള ഒരു ഒഴികഴിവ്.”

എഴുപതുകളിൽ “എന്റെ കഥ” വലിയ വിജയമായപ്പോൾ കമല ഒരു ചർച്ചാവിഷയമായി. അപ്പോൾ ഭർത്താവുമൊത്തുള്ള ബന്ധത്തിലും വലിയ മാറ്റങ്ങൾ വന്നു. ഭർത്താവ് കമലയുടെ പുസ്തകങ്ങളും പ്രസാധന കാര്യങ്ങളും നോക്കി നടത്തുവാൻ തുടങ്ങി. കമല പങ്കെടുക്കുന്ന പൊതുപരിപാടികൾക്ക് വേണ്ട പിന്തുണകൾ നൽകിത്തുടങ്ങി. കരാറുകൾ കൈകാര്യം ചെയ്തു തുടങ്ങി. കമല ഒരു പുതിയ കാർ വാങ്ങി. ആ കാർ ഭർത്താവിന് ജന്മദിനസമ്മാനമായി നൽകി. തന്റെ സമ്പാദ്യമെല്ലാം ഭർത്താവിനു നൽകി.

“പുരുഷന്മാരുടെ സ്നേഹം പിടിച്ചുപറ്റുവാനുള്ള ഒരു മാർഗ്ഗം അവർക്ക് ധാരാളം പണം നൽകുക എന്നതാണ്. അതിനാൽ എന്നെ അദ്ദേഹം ആവോളം സ്നേഹിച്ചു എന്നതിൽ യാതൊരു സംശയവുമില്ല. എനിക്കാവശ്യം പൂമുഖത്തുനിന്ന് എന്റെ സന്ദർശകരെ നിയന്ത്രിക്കുവാൻ ഒരാളെയായിരുന്നു. അയാൾ സന്ദർശകരുടെ സന്ദർശനോദ്ദേശ്യമറിയണം, ചിലരെ എന്റെയടുക്കലേക്ക് പറഞ്ഞുവിടണം, എന്റെ സമയമാകുമ്പോൾ എനിക്ക് ഭക്ഷണമെത്തിക്കണം, ഞാനെഴുതിക്കൊണ്ടിരിക്കുമ്പോൾ എനിക്കൊരു കാവലായിരിക്കണം. അദ്ദേഹത്തിനാവശ്യം വലിയ ജനസമ്മിതിയുള്ള ഒരു ഭാര്യയേയായിരുന്നു. ഞാൻ പ്രശസ്തയായപ്പോൾ അദ്ദേഹം എന്നെ ബഹുമാനിക്കുവാൻ തുടങ്ങി. എന്നെ ആലിംഗനം ചെയ്യുവാനും എന്റെ കാലുകൾ തടവിത്തരുവാനും തുടങ്ങി. അതിനുശേഷം എന്റെ ജീവിതം എല്ലാ അനുഗ്രഹങ്ങളും നിറഞ്ഞതായി.”

1983ൽ കമലയുടെ ഭർത്താവ് ഉദ്യോഗത്തിൽ നിന്നും വിരമിച്ചു. അതിനുശേഷം അദ്ദേഹത്തിന്റെ എല്ലാ കാര്യങ്ങളും നോക്കി നടത്തിയത് കമലയായിരുന്നു. അക്കാലത്താണ് ജ്യോഫ്രി മൂർഹൗസ് എന്ന എഴുത്തുകാരൻ

കമലയുടെ തിരുവനന്തപുരത്തെ വസതിയിൽ സന്ദർശിക്കുവാനെത്തുന്നത്. അദ്ദേഹം പറയുന്നു "കമലയ്ക്ക് അപാരമായ ബുദ്ധിചൈതന്യമുണ്ടായിരുന്നു. അവരുടെ കഴിവിൽ നല്ല ആത്മവിശ്വാസമുള്ളവളും, അധികാരമിപ്പോൾ തന്റെ കൈയിലാണെന്ന നല്ല ബോധ്യവും കണ്ടു. എന്നാൽ അവർ ഈ മാറ്റത്തിൽ മതിമറന്ന് വിജയോത്സവം നടത്തിയില്ല. അവരുടെ വിവാഹത്തെക്കുറിച്ചൊക്കെ ഞാൻ വായിച്ചിട്ടില്ലായിരുന്നുവെങ്കിൽ അവരിരുവരും എന്നും ഇങ്ങനെ വലിയ സ്നേഹത്തോടേയും പ്രതിബദ്ധതയോടേയുമൊക്കെ ജീവിച്ചവരാണെന്ന് ഞാനും കരുതുമായിരുന്നു."

അവസാനമാകുമ്പോഴേക്കും കമലയുടെ ഭർത്താവ് "ക്ഷീണിതനും, വീടിന്റെ പൂമുഖത്ത് ഒരു വെളുത്ത കളങ്കം പോലെ പറ്റിപ്പിടിച്ചിരിക്കുന്നവനും മാത്രമായി. "കമല പടികടന്ന് വരുന്നത് കാണുമ്പോൾ അദ്ദേഹത്തിന്റെ മുഖം വിടരും. അവളുടെ അന്നത്തെ സാഹസികതകളെക്കുറിച്ച് ചോദിക്കും. മൂർച്ചയേറിയ പ്രയോഗങ്ങൾ കേട്ട് ഇക്കിളികൊള്ളും. കമലയെക്കുറിച്ച് പത്രങ്ങളിൽ വരുന്നതെല്ലാം സൂക്ഷിച്ചു വയ്ക്കും. "എന്റെ ജീവിതത്തെക്കുറിച്ച് ഇത്രയും താത്പര്യം ആരുമെടുക്കില്ല, എന്നെക്കുറിച്ച് ആർക്കും ഇത്ര അഭിമാനം തോന്നുകയില്ല, അദ്ദേഹത്തിനല്ലാതെ" എന്നാണ് ഇതിനെക്കുറിച്ച് കമല എഴുതിയത്.

കമലയ്ക്ക് പുതിയ ആഭരണങ്ങൾ വാങ്ങണമെന്ന് തോന്നുമ്പോൾ കമല അത് ഭർത്താവിനെ അറിയിക്കും. അപ്പോൾ അദ്ദേഹം ബാങ്കിൽ നിന്നും വായ്പയായെങ്കിലും പണമെടുക്കും. ആ പണമുപയോഗിച്ച് പുതിയ ആഭരണങ്ങൾ വാങ്ങും.

ഞാൻ ടേപ്പ് റിക്കാർഡർ ഓഫ് ചെയ്തു. കമല എനിക്ക് സമ്മാനിച്ച പുതിയ സ്വർണ്ണവളകൾ കിലുകിലുക്കങ്ങൾ സൃഷ്ടിക്കുന്നു കമല എന്ന പെൺകുട്ടിയിൽനിന്നും എന്റെ മനമകറ്റുവാൻ ഞാനിപ്പോൾ ഈ വളകളെക്കുറിച്ച് ചിന്തിക്കുന്നു. അവളുടെ ശരീരമന്ന് എങ്ങനെ ഉപയോഗിക്കപ്പെട്ടു എന്ന് ചിന്തിക്കാതിരിക്കുന്നു. അവളുടെ ഭർത്താവ് തന്റെ ലൈംഗികവിരുന്നുകൾക്ക് അതെങ്ങനെ ഉപയോഗിച്ചു എന്ന് ചിന്തിക്കാതിരിക്കുന്നു. കമല അടുക്കള വൃത്തിയാക്കിയതും, കടലാസും പേനയുമൊതുക്കിവച്ച് നൂറുകണക്കിന് കഥകളെഴുതിയതും, പാലുകാരന്റെ മണിയടി കേൾക്കുമ്പോൾ എഴുത്ത് നിറുത്തി പാലുവാങ്ങി, ചൂടാക്കി, ഭർത്താവിനും കുട്ടികൾക്കും നൽകി വീണ്ടും ഒരു പകൽ മുഴുക്കെ ഒരു വീട്ടമ്മയുടെ ജോലിയിൽ മുഴുകിയതും ഞാനിപ്പോൾ ഓർക്കുന്നു. പിന്നെ വീണ്ടും രാത്രിയിലെല്ലാവരും ഉറങ്ങിയെന്നുറപ്പായാൽ അവരെഴുത്ത് തുടങ്ങുന്നു.

എഴുതി പഠിച്ചിരുന്നില്ലെങ്കിൽ
എന്റെ ഏകാന്തതയും
കടുത്ത ദുഃഖവും
എങ്ങനെ എഴുതിത്തള്ളാനാകുമായിരുന്നു?

എന്റെ ഹൃദയത്തിനുള്ളിൽ കുമിഞ്ഞുകൂടി
അതൊരു ഭാരമുള്ള നിലവറയായി മാറുമായിരുന്നു.
മരണത്തിനു മാത്രം തുറക്കാനാകുന്ന നിലവറ
അനുഭവിക്കാനോ ഗന്ധമുൾക്കൊള്ളാനോ
കഴിയാത്തൊരു ലോകത്ത്
ഞാനപ്പോൾ അനാവൃതയായിരിക്കും.

കമലയുടെ വളകൾ അതിനാൽ എനിക്ക് സന്തോഷം നൽകുന്നു. ഇന്ത്യൻ വധുക്കളെക്കുറിച്ച് എന്നിൽ നിലനിന്നിരുന്ന അഭിപ്രായത്തെ രണ്ടായി ഭാഗിക്കുവാൻ അതെന്നെ പ്രേരിപ്പിച്ചു. ഞാനിനി അതൊന്നും വീണ്ടും പൊലിപ്പിക്കുന്നില്ല.

അവരുടെ വിവാഹ ജീവിതത്തിന്റെ ആദ്യദിനങ്ങൾ എനിക്കെങ്ങനെ ക്രൂരമെന്ന് തോന്നിയോ അതുപോലെ അവർക്ക് എന്റെ പ്രേമബന്ധങ്ങളും, വിവാഹങ്ങളും, വിവഹമോചനങ്ങളുമെല്ലാം ക്രൂരമെന്ന് തോന്നുന്നുവോ എന്ന് ചോദിക്കുവാൻ ഞാനെങ്ങനെ ധൈര്യപ്പെട്ടു ആവോ.

"എന്തായാലും നമ്മൾ കുറേയേറെ വേദന അനുഭവിച്ചു. അക്കാര്യത്തിൽ നമ്മളൊന്നാണ്."

അവരുടെ ആ നനുത്ത ശ്രുതിമധുരമായ സ്വരത്തിൽ, "തീർച്ചയായും."

ഒമ്പത്
കടുവപ്പുറത്തൊരു സവാരി

ഞാൻ ഭക്ഷണം കഴിച്ചുകൊണ്ടിരിക്കുകയാണ്. കമല എന്തോ കുത്തിക്കുറിച്ചുകൊണ്ടിരിക്കുന്നു. അവർ ഇങ്ങനെ എഴുതിയിരിക്കുന്നു:

കാലത്ത് അഞ്ചുമണിക്ക് എഴുന്നേറ്റതാണ്. രണ്ട് കപ്പ് കാപ്പിയുണ്ടാക്കി കുടിച്ചു. ഒരു സാൻഡ്‌വിച്ചും കഴിച്ചു. അതിനു പുറമെ ഒരു ആപ്പിളും.

ദീവാൻ കട്ടിലിന്റെ സമീപത്തുള്ള കസേരയാണെനിക്ക് ഏറ്റവും ഇഷ്ടപ്പെട്ട ഇരിപ്പിടം. അതിനു പിറകിൽ വായിക്കുവാൻ നല്ല വെളിച്ചം ലഭിക്കുവാനായി ഒരു വിളക്ക് പിടിപ്പിച്ചിട്ടുണ്ട്. വായിച്ച് മുഷിഞ്ഞാൽ, വലത്തോട്ട് തിരിഞ്ഞ് ജനലിലൂടെ ഓരോ ദിവസവും നിറങ്ങളുടെ ഒരു പ്രപഞ്ചം തന്നെ കാണാം. തടാകത്തിനിപ്പോൾ നല്ല വെള്ളിയുടെ നിറമാണ്. ഈ ഭൂപ്രകൃതി എന്നെ മോഹിപ്പിക്കുന്നു. പുഞ്ചിരിച്ച് എന്നെ നോക്കി ഒരേ നില്പാണ്."

"അപ്പോൾ..... ഇന്നലെ ആർണി എത്തിയില്ല അല്ലേ?" ഒരു കപ്പ് ചായയൊഴിച്ച് കമല ചോദിച്ചു.

“ഒരു സിനിമയുടെ തിരക്കിൽ ഇന്നലെ പട്ടണത്തിൽ തന്നെ തങ്ങി. എന്താ, ഇപ്പോൾ എന്നെക്കുറിച്ച് എന്തെങ്കിലും ഉൾക്കാഴ്ചകൾ മുൻപത്തേക്കാൾ കൂടുതൽ തോന്നിത്തുടങ്ങിയോ?”

“ഉവ്വ്. തീർച്ചയായുമുണ്ട്. നമ്മളൊക്കെ ഒരേ തരക്കാരാണെന്ന ചിന്തയും ഉദിക്കുന്നുണ്ട്. ആകെയുള്ള വ്യത്യാസം നമുക്ക് കിട്ടിയ അവസരങ്ങൾ അവതരിപ്പിക്കുന്നതിൽ മാത്രമാണ്.”

“ഒരു പെണ്ണുടലിന്റെ പരിമിതി താങ്കൾക്ക് അവസരങ്ങൾ നഷ്ടപ്പെടുത്തിയോ?”

“എന്റെ ലോകം വിശാലമായിരുന്നു. വിവാഹിതയുടെ മെത്തയെ നീ ഒരു കുരിശായി കണക്കാക്കുക. ആ കുരിശിൽ ഞാൻ കിടക്കുന്നു എന്നും സങ്കല്പിക്കുക. ചിലപ്പോൾ ഞാൻ ആ കുരിശിൽ നിന്നുമെഴുന്നേറ്റ് പറക്കാൻ തുടങ്ങും. അപ്പോൾ ഞാൻ ഒരായിരം പക്ഷികളെപ്പോലെയാകും. ഒന്നിച്ച് പറക്കുന്ന ഒരായിരം പക്ഷികൾ. അവ ഒന്നിച്ചുചേർന്ന് പറക്കുമ്പോൾ ആകാശം മറയ്ക്കും. മെത്തയിൽ ഒരു പുരുഷൻ എന്നെ ഉപയോഗിച്ചുകൊണ്ടിരിക്കുമ്പോഴും ഞാൻ പറഞ്ഞുകൊണ്ടേയിരിക്കുകയായിരിക്കും. ഞാനാ കുരിശിന്മേൽ അപ്പോൾ അവശേഷിപ്പിച്ചത് എന്റെ ശവത്തെയായിരിക്കും. പിന്നെ അയാൾ ഉറക്കം തുടങ്ങിയാൽ ഞാൻ ഉയിർത്തെഴുന്നേൽക്കും. അപ്പോൾ ഞാൻ എന്റെ വായനക്കാർക്കായി പ്രബോധനം നടത്തുവാൻ തയ്യാറായിട്ടുണ്ടാകും.” ഇത്രയും പറഞ്ഞ് അവർ അവരുടെ ധീരത ആസ്വദിച്ച് ചിരിക്കുവാൻ തുടങ്ങി.

“അത് താങ്കളെ എപ്പോഴെങ്കിലും രക്ഷപ്പെടുത്തിയിട്ടുണ്ടോ?”

“എന്നെ ആത്മാർത്ഥമായി വായിക്കാൻ കുറേ പേരുണ്ടായിരുന്നു എന്നത് ഒരാശ്വാസമാണ്. എന്റെ പ്രബോധനം കേട്ടാണ് ബാലചന്ദ്രൻ ചുള്ളിക്കാടിനെപ്പോലെയുള്ള യുവകവികൾ വളർന്നത്. അതേ സമയം എന്റെ എഴുത്ത് പുഷ്പിച്ചുനിൽക്കുകയായിരുന്നു. കാരണമുണ്ട്, എന്റെ ശരീരം എപ്പോഴൊക്കെ ഒരു കൂമ്പാരം പോലെ അടിഞ്ഞുകൂടി കിടക്കുന്നുവോ അപ്പോഴൊക്കെ എന്റെ മനം ഉണർന്ന് പ്രവർത്തിക്കുകയായിരുന്നു.”

ഒരു വേട്ടപ്പട്ടിയെപ്പോലെ
ഞാനുണരുകയാണ്
കുതിച്ചുചാടുകയാണപ്പോൾ.

“ഇന്നലെ ഇരുണ്ട വഴികളിലൂടെ നടക്കുന്ന മെറിലിയെക്കുറിച്ച് ഞാൻ ആലോചിക്കുകയായിരുന്നു, എന്റേതും അഭേദ്യമായവിധം മെറിലിയുടെ പാതയായി മാറി. എന്റെ യൗവനകാലത്ത് ചിലപ്പോഴെങ്കിലും നടക്കുവാനിറങ്ങിയാൽ എനിക്ക് എന്തോ വലിയ ആവേശം തോന്നാറുണ്ടായിരുന്നു. വലിയൊരു കരുത്ത് എന്നിലേക്കെത്താറുണ്ടായിരുന്നു. അതെന്നെ എല്ലാ വശങ്ങളിലേക്കും ഉയർത്തിക്കൊണ്ടുപോയി, ഞാൻ മരച്ചില്ലകൾ

ക്കിടയിലൂടെ പറന്നു നടന്നു, തെരുവുകളിലൂടേയും പറന്നു. പിന്നെ തെരുവ് ഞാനായി."

തെരുവുവിളക്കുകൾ മങ്ങിമിന്നുന്നു
കാബറേനർത്തകിയുടെ ചടുലനൃത്തം
വിവാഹത്തിന്റെ പെരുമ്പറകൾ
നിറപ്പകിട്ടിന്റെ പാവാടകൾ
വട്ടംചുഴറ്റി, വട്ടം ചുഴറ്റി
ശിഖണ്ഡികൾ ദുഃഖസാന്ദ്രമായ്
പ്രണയഗാനങ്ങൾ പാടുന്നു.
മുറിവേറ്റവർ കേഴുന്നു...

"ഞാൻ തെരുവായി, ചൂടും ദാഹവും നിറഞ്ഞ തെരുവ്, ചൂട്. പിന്നെ ഞാൻ ചൂടോ തെരുവോ മാത്രമല്ലാതെ വേനൽ തന്നെയായി. ചിലപ്പോൾ ഞാൻ കടലുകൾക്ക് മീതെ പൊങ്ങിക്കിടന്നു. പിന്നെയെപ്പോഴാണ് കടൽ ഇല്ലാതായതും ഞാൻ മാത്രമായതും എന്നെനിക്കറിയില്ല. ഞാൻ എന്നെ ഒരു കടലായി മാറ്റിയിരിക്കുന്നു അങ്ങനെ ഞാൻ പലതുമായി. അതെന്റെ കരുത്ത് വർദ്ധിപ്പിച്ചു. അതിനാൽ എന്റെ ഭർത്താവിന് എന്നെ പരാജയപ്പെടുത്തുവാനായില്ല.

"മെറിലി, നമ്മൾ കൈകളിൽ ഭാരം താങ്ങി നടന്നാൽ നമ്മുടെ മാംസപേശികൾക്ക് കരുത്തേറും. ഞാൻ ഭാരം പേറിയത് എന്റെ മനസ്സിലായിരുന്നു. എന്റെ വേദനകളകറ്റുവാൻ ആരുമില്ലായിരുന്നു. അതിനാൽ എല്ലാം അവിടെ വിട്ടു പോകുവാനാകില്ലെന്ന് എനിക്ക് മനസ്സിലായി. 'എന്റെ ഈ അമൂല്യമായ മനസ്സിനെ സംരക്ഷിക്കേണ്ടിയിരിക്കുന്നു. "അയാൾ അതിൽ സ്പർശിച്ചാൽ പിന്നെ എനിക്കെല്ലാം നഷ്ടപ്പെടും" ഞാൻ സ്വയം എന്നും രാത്രിയിൽ എന്നോട് പറഞ്ഞു. ഇന്നും എന്റെ മനസ്സിന്റെ ആരോഗ്യം നഷ്ടപ്പെട്ടിട്ടില്ല. അത് അതിന്റെ ചിന്താധാരകളെ എന്നും പുനരവലോകനം ചെയ്യുകയും അതിന് പുതിയ മാനങ്ങൾ നൽകുകയും ചെയ്തുകൊണ്ടിരിക്കുന്നു."

"കമലം, ഇനി എന്റെ അനുഭവങ്ങൾക്കുവേണ്ടി താങ്കൾ കാതോർക്കുമെന്ന് കരുതുന്നു. താങ്കളെപ്പോലെ ഞാനൊരു ഏഷ്യൻ വംശജയല്ല."

എന്റെ പതിനാറാം വയസ്സിൽ, ഇരുപത്തിനാലുകാരനായ എന്റെ കാമുകൻ ഞാനുമൊത്ത് ലൈംഗിക ബന്ധത്തിനു താത്പര്യപ്പെട്ടപ്പോൾ ഞാൻ രണ്ട് പട്ടികകൾ തയ്യാറാക്കി. അതിലൊന്ന് അയാളുമൊത്ത് ലൈംഗിക ബന്ധത്തിനനുകൂലവും മറ്റേത് എതിരുമായിരുന്നു.

"ആദ്യ ലൈംഗിക പ്രവൃത്തി അതായിരുന്നു അല്ലേ?"

"അതെ. എതിരായി എഴുതിയത്, എന്റെ മാതാപിതാക്കൾക്ക് അതിഷ്ടപ്പെടില്ല, ഞാൻ ഗർഭിണിയായേക്കാം എന്നിവയായിരുന്നു. അനുകൂലമായി എഴുതിയത്, എനിക്കിതറിയുവാനുള്ള ആകാംക്ഷയുണ്ട്, ഞാൻ

പാരമ്പര്യങ്ങളിൽ വിശ്വസിക്കാത്തവളാണ്, അതിനാൽ എന്തുകൊണ്ട് യാഥാസ്ഥിതികയാകണം?" ഒരു കൊച്ചുപെൺകുട്ടിയുടെ മനസ്സിലെ സങ്കല്പങ്ങളും യഥാർത്ഥത്തിലുള്ള ലൈംഗിക ബന്ധാനുഭവങ്ങളും തമ്മിൽ വലിയ വ്യത്യാസമുണ്ടെന്ന് ഞാൻ കമലയോട് സമ്മതിച്ചു. ഇണ ചേരുക എന്ന പ്രക്രിയ ആസ്വദിക്കുവാൻ എനിക്കും സമയമെടുത്തു.

"ഞാനെപ്പോഴും അടിവരയിടുന്നത് സംതൃപ്തി എന്ന വാക്കിനാണ്, ആനന്ദം എന്നതിനല്ല" കമല പറഞ്ഞു. എന്നിട്ട് വടക്കേ അമേരിക്കയിൽ സെക്സ് എന്നത് ഒരു ഉപഭോഗവസ്തുമാത്രമായിരിക്കുന്നു എന്ന് പറഞ്ഞ പ്രൊഫസർ ഭട്നാകറുടെ വാക്കുകൾ ഓർമ്മിപ്പിച്ചു. "വടക്കേ അമേരിക്ക യിലുള്ളവർ ഇത് ശാരീരികവും ആത്മീയവുമായ ഒരു കാര്യമാണെന്ന് മറക്കുക. ലൈംഗിക ബന്ധം എന്നത് ആനന്ദത്തിലേക്കുള്ള ഒരു മാർഗ്ഗ മാണെന്ന് അവർ കരുതുന്നു. ആനന്ദം സംതൃപ്തിയിലേക്കെത്തിക്കു മെന്നും അവർ കരുതുന്നു. അങ്ങനെ സംതൃപ്തി ലഭിക്കുവാൻ സെക്സ് ഒരു കാരണമാകുമെന്നാണവരുടെ ധാരണ."

താൻ പ്രേമബന്ധങ്ങളിലായിരുന്നപ്പോൾ ആനന്ദിക്കുകായിരുന്നു എന്ന് കമല പറഞ്ഞത് ഞാൻ ഓർത്തു. ആ വാക്കുകളിൽ അധിഷ്ഠിതമായി ഞാനെന്റെ പൂർവ്വകാല ബന്ധങ്ങളെ വിശകലനം ചെയ്യുവാൻ തുടങ്ങി. സംതൃപ്തി എപ്പോഴും ഒരു വിശേഷാൽ സ്വഭാവമായി കണക്കാക്കപ്പെടാ നാവില്ല. അതിനാൽത്തന്നെ കമലയുടെ "അയാളുടെ അടുത്തിരിക്കുക, അയാളെ സ്പർശിക്കുക, അയാൾ എന്റെ കൈകളിൽ പിടിച്ചിരിക്കുക, അയാളുമൊത്ത് സംഗീതസാന്ദ്രമായ ധ്വനികളിൽ അനേകസമയം സംസാ രിച്ചുകൊണ്ടിരിക്കുക" തുടങ്ങിയ വാക്കുകൾ കൂടുതൽ മൃദുവാണെന്ന് എനിക്കു തോന്നി.

"ഈ രാജ്യത്ത് ചെറിയ പെൺകുട്ടികൾ പോലും ലൈംഗിക ബന്ധ ങ്ങളിൽ ഏർപ്പെടുന്നുവെന്നത് എനിക്ക് അദ്ഭുതം നൽകുന്നു. എന്റെ നാട്ടിൽ ഇന്നും കന്യകാത്വം എന്നത് തന്റെ ഇഷ്ടപുരുഷന് സമർപ്പിക്കു വാനായി പെൺകുട്ടികൾ കാത്ത് സൂക്ഷിക്കുന്ന ഒന്നാണ്." എന്നെ വർത്ത മാനകാലത്തിലേക്ക് കൊണ്ടുവന്ന് കമല പറഞ്ഞു. "വിവാഹിതയായ തിനുശേഷം മാത്രമേ ഒരുവൻ എന്റെ മകളുടെ കൂടെ അന്തിയുറങ്ങു ന്നത് എനിക്കിഷ്ടമാകൂ. അങ്ങനെയാകുമ്പോൾ അയാൾ അവളെ വെറുതെ ഉപേക്ഷിച്ച് പോകില്ല."

"ഇവിടെ അങ്ങനെയല്ല. കന്യകാത്വം നഷ്ടപ്പെട്ടവർക്കും, അവൾക്ക് താത്പര്യമുണ്ടെങ്കിൽ, കന്യകാത്വമുള്ളവരെപ്പോലെ വിവാഹം കഴിക്കുക സുഗമമാണ്." ഞാൻ പറഞ്ഞു.

"മെറിലി, അങ്ങനെയൊന്ന് എന്നെ വിഷമിപ്പിക്കുന്നു. ശരീരത്തെ ഉദാത്തമായി കാണണം. എന്നെ സംബന്ധിച്ചിടത്തോളം ശരീരത്തിന് ചില സുരക്ഷകൾ ആവശ്യമുണ്ട്. ശരീരത്തിനുമേൽ ഉത്തരവുകളിറക്കുന്ന എന്തെങ്കിലുമുണ്ടെങ്കിൽ ആ ശക്തി എപ്പോഴും കൂടുതൽ കർത്തവ്യ

ബോധമുള്ളതായിരിക്കണം. സ്വന്തം ശരീരത്തിനോട് കൂറുള്ളതാകണം. ശരീരത്തിനെ നമ്മൾ മൂല്യവത്തായി കാണണം."

ലൈംഗികവിമോചനം എന്നാൽ എനിക്ക് ആശുപത്രിവാസം എന്നായിരുന്നു അർത്ഥം. അതിനോടൊപ്പം അണുബാധ, സിസ്റ്റ് എന്നിവയും. എന്റെ ഒരു സുഹൃത്തിന് ഇതിന്റെയർത്ഥം നാല് ഗർഭച്ഛിദ്രം എന്നായിരുന്നു. ഒരിക്കലത് ഗുരുതരമായി, ജീവഹാനി വരുമെന്ന നിലയിലായി. രണ്ട് ശസ്ത്രക്രിയകൾ ആവശ്യമായി വന്നു. എനിക്കറിയാവുന്ന മറ്റൊരു സ്ത്രീ വലിയ വേദന സഹിച്ചു, വൈറസുമുണ്ടായി, മരണത്തിന്റെ വക്കിലെത്തിച്ച ഒരു ഗർഭച്ഛിദ്രമുണ്ടായി, അപ്പോൾ ഡോക്ടർമാർ പറഞ്ഞ വാക്കുകൾ ആത്മാവിനെ മുറിപ്പെടുത്തി, ആ അണുബാധ പിന്നെയവൾ ഗർഭിണിയാകില്ല എന്നതിനു കാരണമാക്കി. ഇതാ ഇപ്പോൾ, ഞാൻ കമലയുമൊത്ത് സംസാരിച്ചുകൊണ്ടിരിക്കുമ്പോൾ, എന്റെ പ്രിയ വിദ്യാർത്ഥിനികളിലൊരാൾ ഒരു ആശുപത്രിയിൽ വെളുത്ത മെത്തവിരികളിൽ കാലുകൾ അകത്തിവച്ച് ഡോക്ടറുടെ ഉപകരണങ്ങൾക്ക് വഴികാണിക്കുകയാണ്. അപ്പോൾ അവളുടെ യോനിയിലേക്കിറക്കുന്ന ഉപകരണം പൂജ്യത്തിനും എഴുപത് ഡിഗ്രി താഴെ തണുപ്പിച്ചിരിക്കുന്നു. ഭാഗ്യമെന്ന് പറയട്ടെ അവൾക്ക് ഗുഹ്യരോഗങ്ങളോ, കാൻസറോ, എയ്ഡ്സോ ബാധിച്ചിട്ടില്ല. അർബുദത്തിനു കാരണമായേക്കാവുന്ന ചില മുഴകളുണ്ട്. കൗമാരത്തിൽ ദീർഘകാലം ഗർഭനിരോധന ഗുളികകൾ കഴിച്ചാൽ അത് ഇത്തരം മുഴകളെ അപകടത്തിലേക്ക് നയിച്ചേക്കാം. ഈ മുഴകൾ എന്നെന്നും പരിശോധനാ വിഷയമാക്കേണ്ടവയാകുന്നു.

കമലയുടെ വാക്കുകൾ ഞങ്ങളുടെ പ്രവൃത്തികൾക്ക് നൽകേണ്ടുന്ന വില ഓർമ്മിപ്പിക്കുന്നവയാണ്.

"കനഡയിലെ പെൺകുട്ടികൾക്ക് താത്കാലിക ലൈംഗികമോഹങ്ങൾക്ക് പദ്ധതിയിടുവാനാകുമോ?" കമല വീണ്ടും ചോദിക്കുന്നു. "ഒരു പുരുഷനെ തിരഞ്ഞെടുക്കുന്നത് അയാളുടെ ലൈംഗികശൂരത മാത്രം കണക്കിലെടുത്താണോ? നിങ്ങളുടെ രാജ്യം മറ്റേതെങ്കിലും രാജ്യവുമായി യുദ്ധത്തിലാണെന്ന് വരുക, അപ്പോൾ നിങ്ങൾക്ക് നിങ്ങളുടെ ലൈംഗിക ഇച്ഛകൾ മാറ്റിവയ്ക്കുവാനാകുമോ? നിങ്ങൾക്ക് അതില്ലാതെ ജീവിക്കുവാനാകുമോ?"

ഇപ്പോൾ എന്നിലേക്കെന്തോ പ്രതിബന്ധമിരച്ചു കയറുന്നു. എന്റെ ചിന്തയിലുള്ള, ലൈംഗികത എന്താണെന്ന് കമലയ്ക്ക് മനസ്സിലായിട്ടില്ലെന്ന് തോന്നുന്നു. അല്ലെങ്കിൽ കമല തെറ്റിദ്ധരിച്ചിരിക്കുന്നു. ലൈംഗികബന്ധം എനിക്ക് കൂടിയേ തീരൂ എന്നാണവർ ധരിച്ചിരിക്കുന്നതെന്ന് തോന്നുന്നു. എന്റെ കഥ എഴുതിയപ്പോൾ കമലയെ പലരും ആഭാസകരമായ, അദ്ഭുതകരമായ വാക്കുകളാൽ ആക്രമിക്കുകയും അവരുടെ എഴുത്തിനെ അതികാമാർത്തയായ സ്ത്രീയുടെ ജല്പനങ്ങൾ എന്ന് പഴിചാരിയതായും ഞാനോർക്കുന്നു. ആ ഓർമ്മ വരുന്നതുവരേക്കും കമലയുടെ ചോദ്യത്തിനോടെന്തോ ഒരു പരിഹാസമായിരുന്നു എന്റെ മനസ്സിൽ.

"പലരുമായി ലൈംഗിക ബന്ധത്തിൽ ഏർപ്പെട്ടിട്ടുണ്ട് എന്നതുകൊണ്ട് ഞാൻ കാമത്തിനോട് അമിതാർത്തിയുള്ള ഒരു സ്ത്രീയാണെന്നതിന് അർത്ഥമില്ല." ഞാൻ സ്പഷ്ടമാക്കി.

"നിങ്ങൾ ലൈംഗിക വികാരത്തിനടിമപ്പെട്ട ഒരാളല്ല എന്നാണോ?''

"അല്ല. ഞാൻ ഒരു സാധാരണ കനേഡിയൻ വനിത മാത്രമാണ്. മാത്രമല്ല ഞാൻ കമലയുടെ വികാരങ്ങളെ, ചിന്തകളെ മാറ്റുവാൻ ശ്രമിക്കുകയുമല്ല."

"എന്നെയെന്തായാലും മാറ്റുവാനാകില്ല. അതുപോലെ നിന്നെ മാറ്റുവാൻ എനിക്കുമാകില്ല. നമ്മൾ രണ്ടുപേരേയും നമ്മളെങ്ങനെയാണോ അതുപോലെ വാർത്തെടുത്തതാണ്. നമ്മുടെ ചിന്തകൾ വച്ച് പരീക്ഷണങ്ങൾ നടത്തുവാനുള്ള സ്വാതന്ത്ര്യം നമുക്കുണ്ട്. മെറിലിയുടെ അഭിപ്രായങ്ങളുമായി വലിയ തോതിൽ ഞാൻ വിയോജിക്കുന്നുണ്ടെങ്കിലും താങ്കളെ ഞാൻ ബഹുമാനിക്കുന്നുണ്ട്. താങ്കൾ എന്തിനു വേണ്ടി നിലനിൽക്കുന്നുവോ എന്തിനുവേണ്ടി പോരാടുന്നുവോ അതിനാണീ ബഹുമാനം. മെറിലിനുനേരെ എഴുന്നേറ്റ് നിന്ന് അവരുടെ കണ്ണുകളിലേക്ക് നോക്കി പറയൂ 'അതെ, ഞാൻ മെറിലി വെയ്സ്ബോഡാണ്. എനിക്ക് ചില ബന്ധങ്ങളെല്ലാം ഉണ്ടായിരുന്നു. ചിലരെ ഞാൻ പരിത്യജിച്ചു. ഇപ്പോൾ ഞാൻ ഇയാളുമൊത്ത് ജീവിക്കുന്നു. ഇത് നിയമപരമായ ഒരു ബന്ധമൊന്നുമല്ല, ഞങ്ങൾ വിവാഹിതരുമല്ല. എന്നിട്ടും ഞാനിതിൽ പിടിച്ചുനിൽക്കുന്നു."

എന്റെ ജീവിതരീതി വളരെ ധൈര്യവത്താണെന്ന് ഞാൻ കരുതുന്നു. ക്യൂബയ്ക്കിലെ അഞ്ച് ലക്ഷത്തിലധികം ദമ്പതികൾ, അല്ലെങ്കിൽ ദമ്പതികളെപ്പൊലെ ജീവിക്കുന്നവരിലെ മുപ്പത് ശതമാനം പേർ, പരസ്പരം വിവാഹിതരാകാതെയാണ് ജീവിക്കുന്നത്. പാതിയിലധികം പേർക്കും അവരുടെ വീടുകളിൽ കുട്ടികളുണ്ട്.

"നമ്മുടെ ഭൂതകാലം എന്തുമാകട്ടെ, നമ്മളിപ്പോൾ ഇവിടെയാണ്. നമ്മളെന്താണെന്ന് നമുക്കറിയാം." ഞാൻ പറഞ്ഞു. "നമ്മളിരുവരും പരസ്പര വിരുദ്ധങ്ങളെ തന്നെ വിളിക്കാവുന്ന സംസ്കാരങ്ങളിൽ നിന്നാണ് വരുന്നതെങ്കിലും നമ്മുടെ കരുത്തുകൊണ്ട് അതിജീവിച്ചവരാണ്."

"അതെ. ഒരു യുവ കവി എന്നെ ഉദ്ധരിച്ചുകൊണ്ട് 'ഞാൻ അവന്റെ ഞരമ്പുകളിൽ ആക്രോശിക്കും, കൊടുങ്കാറ്റിൽ ചെങ്കല്ലുകൾ പതിക്കുമ്പോൾ, വീടില്ലാത്തൊരു പൂച്ച ആക്രോശിക്കും പോലെ' എന്നും 'കമല അതുപോലെയാണ്' എന്നും പറയുകയുണ്ടായി. 'അവർ സ്വയം സൃഷ്ടിച്ച കൊടുങ്കാറ്റിൽ അകപ്പെട്ട് വായനക്കാരന്റെ ഞരമ്പുകളിലൂടെ ആക്രോശിക്കുന്നു'. അയാൾ നല്ലൊരു വിമർശകനാണ്. ഞാനങ്ങനെയാണ്."

എനിക്ക് കമല എന്താണ് ഉദ്ദേശിച്ചതെന്നു മനസ്സിലായില്ല. കമല സ്ത്രീകൾക്കായി ഒരു പുതിയ പാത തന്നെ വെട്ടിത്തുറന്നു. സദാചാര നിയമങ്ങളെ കാറ്റിൽ പറത്തിയതിന് പല യാഥാസ്ഥിതിക മലയാളികളും ഇന്ത്യക്കാരും അവർക്ക് നേരെ അസഭ്യ വർഷം ചൊരിഞ്ഞിട്ടുണ്ട്.

കമലയ്ക്ക് മുപ്പത്തിയൊന്ന് വയസ്സുള്ളപ്പോഴാണ് കമല 'സമ്മർ ഇൻ കൽക്കട്ട' പ്രസിദ്ധീകരിക്കുന്നത്. അത് പ്രസിദ്ധീകരിച്ചപ്പോൾ "കപട സദാചാരക്കാരും സദാചാര വഴിവാണിഭക്കാരും അവരുടെ കച്ചവടങ്ങള വസാനിപ്പിച്ച് പിൻവാതിലിലൂടെ സ്ഥലം വിട്ടു" ഇത് ഓക്സ്ഫോർഡ് യൂണിവേഴ്സിറ്റി പ്രസ് പ്രസ്താവിച്ചതാണ്.

മുപ്പത്തിയേഴാം വയസ്സിൽ കമല "എന്റെ കഥ" പ്രസിദ്ധീകരിച്ചു. കുമ്പസാരമടങ്ങുന്ന ഓർമ്മക്കുറിപ്പുകളാണത്. അത് ഒരു ഇടിമിന്നലായി. ഒരു സ്ത്രീയുടെ സാഹസിക ആഗ്രഹങ്ങളിലേക്കത് വെളിച്ചം വീശി. സ്ത്രീ തന്റെ സ്നേഹബന്ധത്തിൽ നിന്നും ആഗ്രഹിക്കുന്ന ഹൃദയ സംവാദമെന്തെന്നതിലേക്കും അത് വെളിച്ചം വീശി. പിന്നെ നാല്പത് വയസ് തികയുന്നതിനുമുമ്പ് അവർ "ദ ഓൾഡ് പ്ലെ ഹൗസ് ആന്റ് അദർ പോയംസ്" പ്രസിദ്ധീകരിച്ചു. വിവാഹജീവിതത്തിന്റെ യാഥാസ്ഥിതിക മുഖങ്ങളെ പൊളിച്ചുമാറ്റുന്നവയായിരുന്നു ആ കവിതകൾ. വിവാഹ ജീവിതത്തെ മാത്രമല്ല, അമിത ലൈംഗികത, ഏകാന്തത, കാത്തിരിപ്പ് എന്നിവയും അതിൽ വിഷയങ്ങളായി. പത്തൊമ്പതാം നൂറ്റാണ്ടിലെ ഭാഷാ പ്രയോഗങ്ങൾ കുഴിച്ചുമൂടിയതിന് വിമർശകർ അവരെ പുകഴ്ത്തുവാൻ തുടങ്ങി. ഭാഷാ പ്രയോഗങ്ങൾ മാത്രമല്ല, പത്തൊമ്പതാം നൂറ്റാണ്ടിലെ വികാരങ്ങളും, റൊമാൻസ് മാത്രമുള്ള പ്രണയബന്ധങ്ങളും എല്ലാം അതിനുമുമ്പ് മറ്റൊരു ഇന്ത്യൻ വനിതയും ചെയ്യാത്ത വിധത്തിൽ അവർ പൊളിച്ചെഴുതിയിരുന്നു.

"കമല പല സ്ത്രീകളേയും ചിന്തിക്കുവാൻ പ്രാപ്തയാക്കി. ചിലരെ അവരുടെ ജീവിതം തന്നെ മാറ്റിമറിക്കുവാൻ ആകുന്നത്ര ധീരരുമാക്കി." എന്നാണ് ഇന്ത്യൻ ശാസ്ത്രജ്ഞ ശുഭ നാരായണൻ ഓക്സ്ഫോർഡ് യൂണിവേഴ്സിറ്റിയിലേക്കുള്ള യാത്രാമദ്ധ്യേ ബസ്സിൽ വച്ച് കണ്ടപ്പോൾ പറഞ്ഞത്.

എങ്കിലും പലപ്പോഴും കമല 1950 കളിലെ സദാചാരക്കാരുടെ ഒരു പരസ്യം പോലെ പലയിടത്തും പ്രത്യക്ഷപ്പെടുന്നു.

"താങ്കൾ എപ്പോഴും കപടനാട്യക്കാർക്കെതിരെ പടപൊരുതി എന്നാണ് ബാലചന്ദ്രൻ ചുള്ളിക്കാട് പറഞ്ഞത്" വിട്ടുപോയ കണ്ണികൾ വിളക്കി ച്ചേർക്കുവാനായി ഞാൻ പറഞ്ഞു.

"അങ്ങനെയാകുമ്പോൾ സ്വയം നമ്മെ നമുക്ക് നേരിടുവാനാകും. എന്റെ അച്ഛനും അമ്മയും മാതൃകാ ദമ്പതികളാണെന്ന് എല്ലാവരും ധരി ച്ചിരിക്കും. എന്നാൽ എന്നും രാത്രിയിൽ അവരിരുവരും വഴക്കടിച്ചു. അവരുടെ തലമുറ ഒരിക്കലും കണ്ണാടിയിൽ നോക്കിയില്ല. നോക്കിയാല വർക്ക് അവർതന്നെ കാണിക്കുന്ന പൊള്ളയായ അംഗവിക്ഷേപങ്ങൾ കാണാനും, താന്താങ്ങളുടെ ചെറിയ കാര്യങ്ങളുടെ വലിയ അർത്ഥ ശൂന്യത അവർ സ്വയം മറച്ച് പിടിക്കുന്നത് കാണാനാകും, പിന്നെ അവര ല്ലാത്ത എന്തൊക്കെയോ ആണ് അവരെന്ന് സ്വയം ബോധ്യപ്പെടുത്തു ന്നതും കാണുവാനാകും. ഞാനവയെ പൊളിച്ച് ഒന്ന് ഉള്ളിലേക്ക് കടന്നു.

അവയെ ഛിന്നഭിന്നമാക്കി. എനിക്ക് സാമൂഹികമായ അർത്ഥത്തിൽ മാത്രം അവരെ അതുപോലെ കാണണമായിരുന്നു."

"അതുകൊണ്ടാണോ ബാലൻ താങ്കളുടെ ചെയ്തികളെ ഇത്ര വില മതിക്കുന്നത്?"

"ബാലന്റെ തലമുറ എന്റെ വാക്കുകൾ കേട്ടാണ് വളർന്നത്. അവർ തീർത്തും വ്യത്യസ്തമായ എന്റെ സദാചാരബോധം അംഗീകരിച്ചു. 'നിങ്ങൾക്ക് സ്വീകാര്യമായ ഭാവിയിലേക്ക് പാരമ്പര്യത്തിന്റെ വണ്ടിയുരുട്ടി ചെല്ലാമെന്ന് ധരിക്കരുത്' എന്ന് ഞാൻ അവരോട് പറഞ്ഞു. പല തല മുറകൾ കൈമാറി വന്ന മുൻവിധികളും പഴങ്കഥകളും ഈ തലമുറയും പേറി നടക്കരുതെന്ന് ഞാൻ ആശിച്ചു."

"എന്താണവർ പേറി നടക്കുന്നത്?"

"മൂഢവിശ്വാസം, മതപരമായ ചടങ്ങുകളിൽ വിശ്വാസം, മതങ്ങൾ തമ്മിൽ തമ്മിൽ വ്യത്യാസമുണ്ടെന്ന അന്ധവിശ്വാസം. ആദർശദമ്പതി കളായി, പരസ്പരം വഴക്കടിച്ചും, മടുപ്പ് കയറിയും, പുരുഷൻ സ്ത്രീ യേയും സ്ത്രീ പുരുഷനേയും വെറുക്കുന്നുവെങ്കിലും എന്നും ലൈംഗിക ബന്ധത്തിലേർപ്പെട്ടും, ജീവിച്ചുകൊണ്ടേയിരിക്കുക എന്നത് സദാചാര വിരുദ്ധമാണെന്നും കൂടി ഞാൻ പറഞ്ഞു. സമൂഹം വിവാഹ വ്യവസ്ഥി തിക്ക് സാധുത നൽകിയിട്ടുണ്ട് എന്നതുകൊണ്ട് അവൾ പുരുഷന്റെ അടിമ യല്ല. ഒരു സ്ത്രീക്ക് ഒരു പുരുഷനോട് സ്നേഹമുണ്ടെങ്കിലേ അവൾ അയാളുമായി വിവാഹത്തിലാകേണ്ടതുള്ളൂ. പരസ്പരം ഒന്നാണെന്ന ചിന്ത യാണ് വേണ്ടത്. അതുകൊണ്ടു തന്നെ ആദർശ വിവാഹങ്ങൾ എന്ന ക പടനാട്യം ഞാൻ നീക്കിക്കളഞ്ഞു. അതാണിപ്പോൾ അവരെല്ലാം ആഘോ ഷിക്കുന്നത്."

ഇത് കേട്ടപ്പോൾ എനിക്ക് ചിരി വന്നു. "ഇത് നന്നായിരിക്കുന്നു. താങ്കൾ ഉപദേശിച്ചതിന്റെ യഥാർത്ഥ ഫലം ഇവിടെ കനഡയിൽ കണ്ടപ്പോൾ അതിൽ എന്തോ ഒരുവല്ലായ്മ താങ്കൾക്കനുഭവപ്പെടുന്നു."

"അതെ എന്റെ സ്വപ്നങ്ങൾ യാഥാർത്ഥ്യമാകുന്നത് ഞാനിവിടെ കണ്ടു, അപ്പോൾ എനിക്കെന്തോ വിഷമം തോന്നുന്നു."

"താങ്കൾ ഇവിടെ സംസാരിച്ചതുപോലെ ഇന്ത്യയിലും സംസാരിക്കു കയാണെങ്കിൽ അവർ താങ്കളെ സ്നേഹിക്കും. കാരണം ഇവിടെ താങ്കൾ വിവാഹത്തെക്കുറിച്ച് മാത്രമാണ് സംസാരിക്കുന്നത്."

"ആ മുഖം ഞാൻ ഇന്ത്യയിൽ കാണിക്കില്ല. ചില സത്യങ്ങൾ പഠിച്ചു വരുന്ന ഒരു വ്യക്തിയുടെ മാനസികാവസ്ഥയാണത്. മെറിലി നിന്നോട് നന്ദിയുണ്ട്. ഇതിനൊക്കെ അവസരം തന്നതിനാണീ നന്ദി. നമ്മൾ തമ്മി ലുള്ള ജീവിതരീതികളിലെ വ്യത്യാസങ്ങൾ തുടങ്ങി എല്ലാം നീ എനിക്ക് കാണിച്ചു തന്നു. നമ്മുടെ ചൂട്പിടിച്ച സംവാദങ്ങളിൽനിന്ന് എന്തായാലും നല്ല കാര്യങ്ങൾ ഉരുത്തിരിഞ്ഞുവന്നു. എനിക്ക് ശുഭപ്രതീക്ഷയുണ്ട്. അതൊരു കൊടുങ്കാറ്റ് പോലെ വരുന്നത് എനിക്കിപ്പോൾ കാണാനാകും.

ഒരു കുഴപ്പമേയുള്ളു, അത് ആസ്വാദ്യകരമായ ഒരു കൊടുങ്കാറ്റായിരിക്കുകയില്ല. എന്തായാലും ആ കൊടുങ്കാറ്റ് നമ്മെ ബാധിക്കുകയില്ല. അത് മറ്റുള്ളവരെ മാത്രമേ ബാധിക്കുകയുള്ളു."

ഇന്ന് ഞാനും കമലയും സ്വല്പം ആകാംക്ഷയിലാണ്. നാളെ കമലയ്ക്ക് ഒരു പ്രഭാഷണമുണ്ട്. ഹാൾ നിറയെ ആളുണ്ടാകണേ എന്നാണെന്റെ പ്രാർത്ഥന.

"ആളൊഴിഞ്ഞ കസേരകളെ നോക്കി സംസാരിക്കുക ബുദ്ധിമുട്ടാണ്." കമല എനിക്ക് താക്കീതെന്ന നിലയിൽ പറഞ്ഞു.

മോൺട്രിയലിൽ നിന്നും ആർണി തിരികെയെത്തി. വന്നപാടെ 'നല്ല തലവേദന' എന്ന് പറഞ്ഞു. അതിനാൽ കമലയോട് ഒന്ന് ഹലോ പറഞ്ഞ് കിടക്കുവാൻ പോയി. കമലയും ഞാനും കമലയുടെ കവിതാസമാഹരങ്ങളിൽ നാളെ അവതരിപ്പിക്കുവാൻ പറ്റിയ ഒരു കവിത തിരയുകയായിരുന്നു.

"ലെസ്ബിയൻസ് അവരുടെ സ്നേഹം എന്നിലേക്കൂതിവിടുന്നു" എന്നൊരു കവിത അവർ നിർദ്ദേശിച്ചു. "അവരെ കണ്ടപ്പോൾ അവർ പുരുഷന്മാരാണെന്ന് എനിക്ക് തോന്നി, അവർക്ക് എന്റെ മാറിടത്തിൽ നുള്ളി നോക്കണമായിരുന്നു," ലണ്ടനിലെ കോമൺവെൽത്ത് റൈറ്റേഴ്സ് കോൺഫറൻസിൽ വച്ച് പരിചയപ്പെട്ട കവികളെക്കുറിച്ചാണ് കമല പറഞ്ഞത്.

"ആ കവിത ഇവിടേക്ക് യോജ്യമായിരിക്കുകയില്ല" എന്ന് ഞാൻ ഉപദേശിച്ചു. "അത് കേട്ടാൽ കമലയ്ക്ക് അടഞ്ഞ ഒരു മനഃസ്ഥിതിയാണുള്ളതെന്ന് ഇവിടെയുള്ളവർക്ക് തോന്നിയേക്കാം. നമുക്ക് വേറൊന്ന് തിരയാം."

"അതെ. നമുക്ക് പ്രണയവുമായി ബന്ധപ്പെട്ടത് തന്നെ തിരഞ്ഞെടുക്കാം. സ്വല്പം ലൈംഗികത കൂടിയുണ്ടെങ്കിൽ നന്നായി." കമല ചിരിച്ചു. "അതെ ഒരു 'കൂട്ടുകറി' എന്ന നിലയിൽ. ശരിയല്ലേ മെറിലി." അവർ Bold and Beautiful കൈയിലെടുത്തു. "ഇതാ കിട്ടിപ്പോയ്. നോക്കൂ. കുറേ കാലമായി ഞാനിതൊക്കെ കണ്ടിട്ട്."

പിന്നെ ഒന്നും ചെയ്യാനില്ലാതെ കുറെനേരം ഞങ്ങൾ വെറുതെ കിടന്നു. "കേടുവന്ന പാവകളെപ്പോലെ" എന്നാണ് കമല പറഞ്ഞത്. "സുഖകരമായ ഒരു വിശ്രാന്തിയിൽ കമല ലയിച്ചു കിടന്നു."

രാത്രി എട്ടരയായപ്പോൾ അവർ അവരുടെ കിടപ്പു മുറിയിലേക്ക് പോയി. ഞാനപ്പോൾ, നാളെ കമല പ്രഭാഷണം നടത്തുന്നതിനുമുമ്പ് സദസ്സിന് കമലയെ പരിചയപ്പെടുത്തുവാനായി ഞാൻ ചെയ്യേണ്ട പ്രസംഗം എഴുതി തയ്യാറാക്കുവാനും തുടങ്ങി.

"മലബാറിലെ ഒരു കുളത്തിൽ കമല നഗ്നയായി നീന്തിക്കളിച്ചു, ഞാൻ ഇവിടെ ലോറേൻഷ്യൻ മലനിരകളിലെ തടാകത്തിലും. കമലയുടെ

കൂട്ടുകുടുംബത്തിന്റെ പേര് നാലപ്പാട്ട് വീട് എന്നായിരുന്നു, എന്റെ ദ ഏക്കേഴ്സ് എന്നും...."

പിറ്റേന്ന് കാലത്ത് ആർണിയാണെന്നെ വിളിച്ചുണർത്തിയത്. ഉണർത്തിയ പാടെ എന്റെ മൂക്കിൻ തുമ്പത്ത് ചുംബിച്ച് "എനിക്ക് പോകേണ്ടതുണ്ട്" എന്ന് പറഞ്ഞു. കുളിച്ച്, പ്രാതൽ കഴിക്കാതെ, കമലയുടെ വലിയ ഭാരമുള്ള പെട്ടി എന്റെ കാറിൽ വെയ്ക്കാൻ സഹായിച്ച് തൊഴിൽ സംബന്ധിയായ എന്തോ ആവശ്യത്തിന് പാരീസിലേക്ക് യാത്രയായി. ഇനി പതിനൊന്ന് ദിവസം കഴിഞ്ഞേ തിരികെയെത്തുകയുള്ളു. ഒറ്റപ്പെടുന്നു എന്ന എന്റെ ഉള്ളിന്റെയുള്ളിലെ തോന്നലിനെ ഞാൻ കടിഞ്ഞാണിട്ടു നിറുത്തി, കാരണം ഇവിടെ കമലയുണ്ട്. ഒരുപാട് കാര്യങ്ങൾ ചെയ്യുവാനുണ്ട്.

കമല അന്ന് തന്റെ സഹോദരിക്ക് ഇങ്ങനെയെഴുതി:

കോൺകോർഡിയ സർവകലാശാലയിലാണെന്റെ പ്രധാന പ്രഭാഷണം. സദസ്സിനെ ഞാൻ മുഷിപ്പിക്കരുതേ എന്ന് ഞാൻ ഈശ്വരനോട് പ്രാർത്ഥിക്കുന്നു. "എഴുത്തുകാരൻ ഒരു വൈകാരിക വിപ്ലവകാരി" എന്ന വിഷയത്തെക്കുറിച്ചാണ് ഞാൻ സംസാരിക്കേണ്ടത്. ഞാൻ ഒരു പച്ച സില്ക് സാരിയും കറുത്ത കോട്ടും ധരിക്കുവാനുദ്ദേശിക്കുന്നു. സദസ്സിനെ അഭിമുഖീകരിക്കുവാൻ തുടങ്ങുമ്പോൾ ഞാൻ കോട്ട് അഴിച്ചുമാറ്റും. നാലപ്പാട്ടിന്റെ കൊടിക്കൂറ ഉയരങ്ങളിൽ പാറിച്ച് ഞാൻ ധൈര്യത്തോടെ സദസ്സിനെ അഭിമുഖീകരിക്കുവാൻ പോകുന്നു, എങ്കിലും മനസ്സിൽ ചെറിയൊരു ഭയം ഇല്ലാതില്ല.

തന്റെ മൂത്ത മകൾ കരുത്തില്ലാത്ത കാലുകളുമായി ഉലകം ചുറ്റുകയാണെന്ന് അമ്മയോട് പറയണം.

സ്നേഹത്തോടെ

ആമിയോപ്പു

ഹാളിൽ ഒരൊറ്റ കസേരപോലും ഒഴിഞ്ഞു കിടപ്പില്ല. ഒഴിഞ്ഞ കസേര തിരക്കി നടക്കുന്ന പലരേയും കാണാം. അവരിൽ യുവതീ യുവാക്കളും, പ്രായമായവരും, സ്ത്രീകളും, പുരുഷന്മാരും, കറുത്ത വർഗ്ഗക്കാരും, ഇന്ത്യക്കാരും, ജപ്പാൻകാരും, മദ്ധ്യപൂർവേഷ്യയിൽ നിന്നുള്ളവരും, അറബികളും, വിദ്യാർത്ഥികളും, സഹോദരന്മാരും, എഴുത്തുകാരും, എന്റെ പിതാവും, കുട്ടികളും, പ്രൊഫസർമാരുമെല്ലാമുണ്ട്. ഹാളും കഴിഞ്ഞ് ഹാളിലേക്ക് കയറുന്ന പടികളിലും കസേരകൾക്ക് പുറകിലുമെല്ലാം അവർ തടിച്ചു കൂടിയിരിക്കുന്നു. ഒരു പച്ച കാഞ്ചീപുരം സില്ക്ക് സാരിയിൽ കമല ദാസ് വേദിയിൽ പ്രത്യക്ഷപ്പെട്ടപ്പോൾ സദസ്സിൽ നിന്നും ഒരു സീൽക്കാരമുയർന്നു. മടിയിൽ അവർ ഒരു ചെറിയ ഹാന്റ്ബാഗ് വച്ചിരിക്കുന്നു. അതിൽ അവരുടെ പാസ്പോർട്ടാണ്. അതില്ലെങ്കിൽ ഇനി തിരികെ വീട്ടിൽ പോരുക അസാധ്യമായിരിക്കുമെന്ന് കമല വിശ്വസിക്കുന്നു. അവരുടെ മുഖത്ത് യാതൊരുവിധ അങ്കലാപ്പുമില്ല.

എന്റെ സഹസംഘാടക റിവ ഹെഫ്റ്റ് സ്പോൺസർമാർക്ക് നന്ദി പറഞ്ഞു. ഡീൻ കമലയോട് നന്ദിപറഞ്ഞുകൊണ്ട് കോൺകോർഡിയ സർവകലാശാലയിലെ ഇപ്പോഴത്തെ റൈറ്റർ-ഇൻ-റെസിഡൻസ് ആയ എന്നെ പരിചയപ്പെടുത്തി. എന്റെ ഹൈ ഹീലുകളിൽ ഞാൻ മൈക്രോ ഫോണിനു സമീപത്തെത്തി, കമലയെ പരിചയപ്പെടുത്തി.

“കമലാദാസ് എന്താണ് പറയുവാൻ പോകുന്നതെന്ന് ഒരു നിശ്ചയ വുമില്ല,” ഞാൻ അവസാനിപ്പിച്ചു.

കമല തന്റെ കണ്ണടയൂരി നിറഞ്ഞ ചാരുതയോടെ പ്രഭാഷണം നൽകു വാൻ മുമ്പോട്ട് വന്നു. അവരുടെ കറുത്തിരുണ്ട മുടി സാരിയുടെ സ്വർണ്ണ നിറമുള്ള ഓരങ്ങളിൽ വെട്ടിത്തിളങ്ങുന്നുണ്ടായിരുന്നു.

“പ്രിയ സുഹൃത്തുക്കളെ, എനിക്ക് കനഡ സന്ദർശിക്കുവാൻ അവ സരമൊരുക്കി തന്ന എല്ലാവരോടും ഞാൻ നന്ദി രേഖപ്പെടുത്തട്ടെ.” കമല ആരംഭിച്ചു. “കഴിഞ്ഞ കുറച്ച് ആഴ്ചകളായി ഞാൻ മെറിലിയുടെ വീട്ടി ലാണ് താമസിക്കുന്നത്. കാടിന്റെ നടുക്കാണാ വീട്. ആ കാട്ടിൽ നിറയെ ഓക്ക്, ബിർച്ച്, പോപ്ലാർ, മാപ്പിൾ തുടങ്ങി അനേകം തരം മരങ്ങളുണ്ട്. അവയുടെ ഇലകളുടെ ഗന്ധം ഞാൻ ശ്വസിച്ചിരുന്നു. മെറിലി വിറക് പെറുക്കികൂട്ടുവാൻ പോയപ്പോഴൊക്കെ ഞാൻ കാടിനെ കുറിച്ച് എഴുതു കയായിരുന്നു. കവിതയെഴുതുന്നത് ഞാൻ നിറുത്തി. ഒരു ബ്ലോക്ക് വന്നിരിക്കുന്നു. പക്ഷേ, ഇപ്പോൾ ഇതാ പെട്ടെന്ന് കവിത എന്നിലേക്ക് തിരിച്ചെത്തിയിരിക്കുന്നു.”

ഒരു അന്ധൻ എങ്ങനെ തന്റെ സ്വരം കൊണ്ട് മാത്രം ഒരു സദസ്സിനെ കൈയിലെടുക്കുമോ അതാണിപ്പോൾ കമല ചെയ്തിരിക്കുന്നത്. സ്വപ്ന തുല്യമായ ശബ്ദം, അതിൽ പ്രത്യേകാൽ ശ്രുതിയൊന്നുമില്ല, പക്ഷേ ആ സ്വരത്തിൽ കമല തന്റെ മുന്നിലിരിക്കുന്ന ഓരോരുത്തരേയും ഒറ്റയ്ക്കൊ റ്റയ്ക്ക് അഭിമുഖീകരിച്ച് സംസാരിക്കുകയായിരുന്നു.

“ബ്രിട്ടീഷുകാർ എന്റെ രാജ്യം ഭരിച്ചുകൊണ്ടിരുന്ന കാലത്തായിരുന്നു എന്റെ ബാല്യം. ഇംഗ്ലീഷ് എന്റെ മാതൃഭാഷയല്ല അതെന്റെ മാതൃഭാഷ പോലെ എന്റെയുള്ളിൽനിന്ന് നിർഗമിക്കുകയായിരുന്നു.”

രാത്രിയുറക്കുവാനായി അമ്മ കുട്ടികൾക്ക് കഥകൾ പറഞ്ഞുകൊടു ക്കുന്നു, അല്ലെങ്കിൽ ഒരു സുഹൃത്തിനോട് മനം തുറക്കുന്ന അതേ ലാഘവ ത്തിലാണ് വാക്കുകൾ അവരുടെ നാക്കിൽ നിന്നുമുതിർന്നത്. പലപ്പോഴും കമലയുടെ തമാശകൾ കേട്ട് സദസ്സ് ചിരിച്ചു. ഇടയ്ക്കിടെ കമല കവിത ചൊല്ലി, അവർ കുമ്പസാരിച്ചു, അവർ തുറന്ന് സംസാരിക്കുന്നതുപോലെ തോന്നിച്ചു. പൂർണ്ണമായും തുറക്കുന്നില്ലെന്ന് എനിക്കറിയാമായിരുന്നു. കാരണം ഇതിലും തുറന്ന് അവർ എന്നോട് സംസാരിച്ചിട്ടുണ്ടല്ലോ!

പിന്നെ അവർ നിറുത്തി. എന്നെ നോക്കി കൈവീശി. “ഞാൻ ഒരു തിയറ്ററിലെന്നപോലെ കവിതകൾ വായിക്കാം” എന്ന് അവർ പറഞ്ഞത് ഞാനോർത്തു. ഞാനപ്പോൾ Best Of Kamala Das എന്ന പുസ്തകം അവിടെയെത്തിച്ചു. അതിൽ Anamalai Poems ഉണ്ട്. ഇന്ത്യയിലെ കേന്ദ്ര

സാഹിത്യ അക്കാദമിയാണ് അത് ആദ്യം പ്രസിദ്ധീകരിച്ചത്. ഈ കവിതകളുടെ പശ്ചാത്തലം കമല വിശദീകരിച്ചു. "എല്ലാ സ്ത്രീകൾക്കും സ്വന്തമായി വീട്" എന്ന ആശയം പ്രചരിപ്പിക്കുന്നതിനായി കമല 1984ൽ തിരഞ്ഞെടുപ്പിൽ ഒരു സ്വതന്ത്ര സ്ഥാനാർത്ഥിയായി മത്സരിച്ചു.

"അപ്പോൾ ഞാനായിരുന്നു ശ്രദ്ധാകേന്ദ്രം. ഞാൻ പ്രസംഗിക്കുവാൻ തുടങ്ങിയാൽ സദസ്സ് നിശ്ശബ്ദമാകുമായിരുന്നു. അതൊരു നല്ല അഹംഭാവമായിരുന്നു. എന്നാൽ തിരഞ്ഞെടുപ്പിൽ തോറ്റു. കെട്ടിവച്ച കാശു പോയി. അതിനോടൊപ്പം എന്റെ ശബ്ദവും വീട്ടുകാരുടെ പിന്തുണയും നഷ്ടപ്പെട്ടു. ഞാൻ ഏകയായി. ശാരീരികമായും അവശയായി. മരണത്തിൽനിന്നും എന്നെ രക്ഷപ്പെടുത്തുന്നതിനായി എന്റെ സഹോദരി എന്നെ ആനമലയിലേക്ക് കൊണ്ടുപോയി. തമിഴ്നാട് അതിർത്തിയിലുള്ള ഒരു വലിയ കൊടുമുടിയാണിത്. അവൾ എനിക്ക് ഒരു ടേപ്പ് റിക്കാർഡർ തന്നു. 'വല്ലാതെ ദുഃഖം തോന്നുമ്പോൾ ഇതിലേക്ക് സംസാരിക്കൂ. അപ്പോൾ ഏകാന്തത കുറയും' എന്നവൾ പറഞ്ഞു.

"ഞാൻ നിരാശയെക്കുറിച്ചും ഏകാന്തതയെക്കുറിച്ചും സംസാരിച്ചു. അവൾ അതൊക്കെ ശേഖരിച്ച് ആനമല കവിതകൾ എന്നൊരു പുസ്തകമാക്കി." ഇത്രയും പറഞ്ഞ് കമല പുസ്തക താളുകൾ മറിച്ച് വായിക്കുവാൻ തുടങ്ങി:

> തണുത്തുറഞ്ഞ മാംസത്തിനും
> ശ്മശാനത്തിലെ ചിതയ്ക്കുമപ്പുറമുള്ള
> നിദ്രാവിഹീനതകൾക്കും
> വിലപിക്കുന്ന നിരാലംബന്റെ
> കാഴ്ചപ്പാടിനുമപ്പുറം
> മനുഷ്യന്റെ കണ്ണുകൾക്ക് കാണാനായെങ്കിൽ
> മരണമെന്നത് അർത്ഥശൂന്യമായ
> ഒരു വാക്കുമാത്രമായേനേ.
> അന്തർക്ഷോഭങ്ങളുടെ തുടർച്ചകൾ
> ഇവിടെ ചുറ്റിലും നിറയുന്ന
> ജീവിതമായി മാറുമ്പോൾ
> ജ്ഞാനികൾ അതിനെയാണോ
> ദൈവമെന്ന് തിരിച്ചറിയുന്നത്?

ഇത്രയും വായിച്ച് കമല പുസ്തകം എന്നെ തിരികെ ഏല്പിച്ചു. എന്നിട്ട് സാരിയുടെ അറ്റം ഒന്നൊതുക്കി. മുഖത്തേക്ക് പാറിയിരുന്ന മുടിയിഴകളൊതുക്കി. അപ്പോൾ മൂക്കുത്തിയിലെ വൈരക്കല്ല് തിളങ്ങി.

"ഞാൻ കുട്ടികളെയുണ്ടാക്കുകയും, അവരുടെ കാര്യങ്ങൾ നോക്കുകയും, പ്രണയങ്ങൾക്ക് പുറകെയോടുകയും ചെയ്തിരുന്ന കാലത്ത് ഈശ്വരനെക്കുറിച്ച് ചിന്തിച്ചതേയില്ല. അന്ന് എനിക്ക് ഈ കാര്യങ്ങളൊക്കെ മതിയായിരുന്നു. എന്നാൽ ഇപ്പോൾ പറഞ്ഞ തിരഞ്ഞെടുപ്പ്

പ്രചാരണം കഴിഞ്ഞപ്പോഴാണ് സർവ്വവ്യാപിയായ ഒരു ശക്തിയെക്കുറിച്ച് ഞാൻ ചിന്തിക്കുവാൻ തുടങ്ങുന്നത്. ഞാൻ ജനിച്ചത് ഒരു ഹിന്ദുവായിട്ടാണ്. അതിനാൽ തന്നെ ബന്ധുജനങ്ങൾക്കൊപ്പം ക്ഷേത്രങ്ങളിൽ പോകാറുണ്ടായിരുന്നു. അങ്ങനെ ആരാധനാലയങ്ങളിൽ പോകുന്നത് മാന്യതയായി കണക്കാക്കപ്പെട്ടിരുന്നു. പിന്നെയാണെനിക്ക്, ഇങ്ങനെ സത്യമായും ഒരു ദൈവമുണ്ടെങ്കിൽ, ദൈവം ഇതുപോലെ ക്ഷേത്രങ്ങളിലോ, പള്ളികളിലോ, അല്ലെങ്കിൽ അതുപോലുള്ള മറ്റ് ആരാധനാലയങ്ങളിലോ ഒരു തടവുപുള്ളിയെപ്പോലെ തന്നെ അടച്ചിടുവാൻ അനുവദിക്കില്ലായിരുന്നു എന്ന തോന്നലുണ്ടാകുന്നത്. ഈശ്വരൻ എന്നത് സർവ്വവ്യാപിയാണ്. ഒരു കെട്ടിടത്തിന്റെയുള്ളിലും ഈശ്വരനെ തളച്ചിടുവാനാകില്ല. നമ്മൾ ഈശ്വരന് അനേകം പേരുകൾ നൽകിയിട്ടുണ്ടെങ്കിലും, ഈശ്വരന് ഒരു പേരുണ്ടാകുവാൻ സാധ്യതയില്ല. പേരുണ്ടാകില്ല, സ്വന്തമായി ഒരു മുഖമുണ്ടാകുകയില്ല, ഒരു വിലാസമുണ്ടാകില്ല. നിങ്ങൾക്ക് ഈശ്വരന് ഒരു കത്തെഴുതുവാൻ സാധ്യമാകില്ല. ഈശ്വരനെക്കുറിച്ച് പൂർണ്ണമായ അറിവുണ്ടായാൽ നിങ്ങൾക്ക് അദ്ദേഹത്തിന്റെ സമീപത്തെത്തുവാനാകും. ഈശ്വരനെന്നത് ക്രിയാത്മകമായ ഊർജ്ജമല്ലാതെ മറ്റൊന്നുമല്ല."

ഇത്രയും പറഞ്ഞ് കമല പെട്ടെന്ന് നിറുത്തി. കമല എന്നെ തിരയുകയായിരുന്നു. "ഞാൻ വളരെയധികം സമയമെടുത്തോ മെറിലി?" അവർ ചോദിച്ചു.

ഉവ്വോ? ഒരു മണിക്കൂർ കഴിഞ്ഞിരുന്നു. അറിഞ്ഞില്ല. സദസ്സിനെ അവർ കൈയിലെടുത്തു. ചിലപ്പോൾ അവർ തെറ്റിദ്ധരിക്കപ്പെട്ടു. ചിലയിടത്ത് ഊന്നി തന്നെ പറഞ്ഞു, ചിലപ്പോൾ സദസ്സിന് വിശ്വാസം വരാതിരുന്നു, ചിലപ്പോൾ സദസ്സിനെ ചിരിപ്പിച്ചു, കവിത വായിച്ചു, പല പൊരുത്തമില്ലായ്മകളുടെയും ഒരു പ്രതിച്ഛായ അവിടെ സൃഷ്ടിച്ചു - എങ്കിലും അവയിലേക്ക് കൂടുതലിറങ്ങിയില്ല, എന്നെക്കുറിച്ച് പ്രതിപാദിച്ചു.

സ്വയം തൃപ്തിയോടെ സദസ്സിനു വേണ്ടതെല്ലാം നൽകിയെന്ന ചിന്തയിൽ, അവർ പ്രഭാഷണം അവസാനിപ്പിക്കുകയായിരുന്നു.

"ഈ ലോകം മുഴുക്കെ എനിക്ക് സുഹൃത്തുക്കളുണ്ട്. ഇവിടേയുമുള്ളതെല്ലാം എനിക്ക് പരിചിത മുഖങ്ങളെന്ന് തോന്നുന്നു. ഇത് പരിചിതമായ മുഖങ്ങളുടെ ഒരു സാഗരം പോലെ തോന്നുന്നു. " കമല സദസ്സിനെ നോക്കി പറഞ്ഞു. "കേവലം എട്ടു മാസങ്ങൾക്ക് മുമ്പാണ് മെറിലി എന്നെ വിളിക്കുന്നത്. അതിനുശേഷം മെറിലി കൊച്ചിയിലേക്ക് വന്നു. ഞാൻ മെറിലിയെ അറിഞ്ഞു. ഇത്ര നാളായി എനിക്കന്ന് മെറിലിയെ അറിയില്ലായിരുന്നു. ഇവിടെ എത്തിയതിനുശേഷം ഞാൻ മെറിലിയുടെ കുടുംബവുമായി സൗഹൃദത്തിലായി. എന്റെ നാലപ്പാട്ട്   കുടുംബം പോലെ തന്നെ, എത്ര നല്ലൊരു കുടുംബമാണിത്. ഒരു വ്യത്യാസമേയുള്ളു. ഇവരെല്ലാം ഒന്നിച്ചല്ല താമസിക്കുന്നത് എന്നത്. അവർ ഓരോരുത്തർക്കും പ്രത്യേകം

വീടുകളുണ്ട് - മെറിലി, ജോ അമ്മാവനും സൂ അമ്മായിയും, മെറിലിയുടെ അമ്മായിയായ കാത്തി... അങ്ങനെ."

വെയ്സ്ബോഡ് കുടുംബത്തെക്കുറിച്ച് കമല ഇങ്ങനെ പുകഴ്ത്തുമ്പോൾ അഭിമാനവും അതിനോടൊപ്പം ഒരു ചെറിയ പരുങ്ങലും എന്നെ ആവരണം ചെയ്തുകൊണ്ടിരിക്കുകയായിരുന്നു. അപ്പോഴാണ് കമല "ഞാൻ സ്ത്രീധന മരണങ്ങളെക്കുറിച്ചും പെൺകുട്ടികളെ ചുട്ടുകൊല്ലുന്നതിനെക്കുറിച്ചും ഒരു ഡോക്യുമെന്ററി കണ്ടു. അങ്ങനെയൊന്നും നടക്കുന്നില്ല എന്ന് ഞാൻ പറയട്ടെ. ഓക്സ്ഫോർഡിൽ വിദ്യാഭ്യാസം നേടിയ ഏതോ ഒരു ഇന്ത്യക്കാരൻ നിർമ്മിച്ച കരാളമായ ഒരു സിനിമയാണത്. അതിൽ സത്യത്തിൽ ഇന്ത്യയെക്കുറിച്ച് ഒന്നുമില്ല. വൈദ്യുത അടുപ്പുകളിൽ നിന്നോ ഗ്യാസ് അടുപ്പുകളിൽ നിന്നോ സാരിക്ക് തീപിടിച്ച് സ്ത്രീകൾ മരിക്കുന്നുണ്ടെങ്കിൽ അതുപോലെ പുരുഷന്മാരും മരിക്കുന്നുണ്ട്. പല ഹോട്ടലുകളിലേയും പാചകക്കാരുടെ മരണത്തെക്കുറിച്ച് നിങ്ങൾ കേട്ടിട്ടുണ്ടാകുമല്ലോ. അമ്മായി അമ്മമാർ കൊച്ചു പെൺകുട്ടികളെ കൊല്ലാൻ ശ്രമിക്കുമെന്ന് എനിക്ക് തോന്നുന്നില്ല. ഇന്ത്യ വധുക്കളെ കൊല്ലുന്ന രാജ്യമല്ല. എന്ന് പറഞ്ഞവസാനിപ്പിച്ചത്.

"ആർക്കെങ്കിലും എന്തെങ്കിലും ചോദിക്കുവാനുണ്ടോ? "കമല ചോദിച്ചു. "ചോദ്യങ്ങൾ എനിക്ക് ഇഷ്ടമാണ്."

മൈക്രോഫോൺ കയ്യിലാക്കുവാൻ വലിയ തിരക്ക് തന്നെയുണ്ടായി. ചോദ്യങ്ങൾ ചോദിക്കുവാനായി ജനം വരിവച്ചു.

ആദ്യം തുടങ്ങിയത് ഒരു യുവതിയായിരുന്നു. "എനിക്ക് ആശ്ചര്യവും അദ്ഭുതവും തോന്നുന്നു. ഇന്ത്യയിൽ വധുക്കളെ കൊല്ലുന്നില്ലെന്നാണോ പറയുന്നത്? താങ്കൾ നുണ പറയുകയല്ലെന്ന് ഞാൻ കരുതട്ടെ. സത്യത്തെ അഭിമുഖീകരിന്നതിൽ താങ്കൾക്കുള്ള വിഷമമാണിത് കാണിക്കുന്നതെന്ന് ഞാൻ ശങ്കിക്കുന്നു."

അതിനുശേഷം ഒരു പ്രായമായ സ്ത്രീയുടെ ഊഴമായിരുന്നു. "വധുക്കളെ ചുട്ടുകൊല്ലുന്നു എന്നതിൽ എനിക്ക് അതിയായ നിരാശയുണ്ട്." അവരുടെ സ്വരത്തിൽ കോപമുണ്ടായിരുന്നു. "ഞാൻ വളരെ ദൂരെ നിന്നാണ് താങ്കളുടെ പ്രഭാഷണം കേൾക്കുവാനെത്തിയത്. ഇവിടെ പാർക്കിങ്ങ് ലഭിക്കുക ബുദ്ധിമുട്ടാണ്. പാർക്കിങ്ങിനായി പണം നൽകുന്നതിന് എനിക്കൊട്ട് താത്പര്യവുമില്ല. താങ്കളുടെ ജീവിതം സമ്പന്നരുടേതായിരുന്നു. പ്രത്യേകാവകാശാധികാരങ്ങളുള്ള ജീവിതമായിരുന്നു. ഇന്ത്യയിലെ പല സ്ത്രീകൾക്കും വിവാഹം എന്നത് സ്വന്തം ഇഷ്ടപ്രകാരം നടക്കുന്ന ഒരു തിരഞ്ഞെടുപ്പല്ല. പലരേയും വിൽക്കുകയാണ് ചെയ്യുന്നത്."

കമല ചുണ്ടുകൾ കൂട്ടിപ്പിടിച്ചു. പിന്നെ ഒരു നിമിഷം കഴിഞ്ഞ് "പാർക്കിങ്ങ് ലഭിക്കാത്തതിന് മാപ്പ്. പണം ഞാൻ കൊടുക്കാമായിരുന്നു." എന്ന് പറഞ്ഞു.

അത് സദസ്സിന് ഇഷ്ടപ്പെട്ടില്ല. പലർക്കും തങ്ങൾ വഞ്ചിതരായെന്ന് വരെ തോന്നി.

"ഐക്യ അമേരിക്കൻനാടുകളിൽ നിന്നും അക്രമങ്ങൾ മാത്രം നിറഞ്ഞ പല സിനിമകളും ഇറങ്ങുന്നത് ഞാൻ കണ്ടിട്ടുണ്ട്. കട്‌ലെറ്റിനു മുകളിൽ നമ്മൾ തക്കാളിയുടെ സോസ് ഒഴിക്കുന്ന അതേ ലാഘവത്തിലാണ് ആ സിനിമകളിൽ ആളുകളെ കൊല്ലുന്നത്. അതിനാൽ എന്നും ഐക്യ അമേരിക്കൻ നാടുകളിൽ കൊല്ലും കൊലയുമാണ് നടക്കുന്നതെന്ന് ഞാൻ വിശ്വസിക്കണോ? ഒരു കാലത്ത് ഐക്യ അമേരിക്കൻ നാടുകളിലുള്ളവരെല്ലാം ക്രൂരന്മാരാണെന്ന് ഞാനും കരുതിയിരുന്നു. അവിടെ ലൈംഗികതയും കൊലപാതകവും മാത്രമേയുള്ളു എന്ന് കരുതിയിരുന്നു. കനഡയും അത്രതന്നെ മോശമാണെന്നായിരുന്നു എന്റെ ധാരണ. എന്നാൽ ഇവിടെ എത്തിയപ്പോൾ എനിക്ക് വളരെ സുന്ദരമായ, ഗംഭീരമായ ഒരു കുടുംബത്തെ പരിചയപ്പെടുവാൻ കഴിഞ്ഞു. അതിനാൽ സിനിമകളിൽ കാണുന്നതെല്ലാം സത്യമെന്ന് കരുതരുത്. അതുപോലെ ഇന്ത്യയിലും കേൾക്കുന്നതെല്ലാം സത്യമല്ല...."

കമലയുടെ എഴുത്തിനെ പ്രകീർത്തിക്കുന്നവരുടെ ഊഴമായി പിന്നെ. ആ പ്രകീർത്തനങ്ങൾ അതിനുമുമ്പ് സദസ്സിൽ പ്രത്യക്ഷപ്പെട്ട കോപം ഒട്ടൊന്ന് ഇല്ലാതാക്കി. കമലയുടെ എഴുത്തിനെ മാത്രമല്ല അവരുടെ ധൈര്യത്തേയും ക്രിയാത്മകതയേയും അവർ പ്രകീർത്തിച്ചു. അതെല്ലാം കേട്ടപ്പോൾ കമലയ്ക്കും അഭിമാനമായി. അവരുടെ കവിളുകൾ തിളങ്ങുവാൻ തുടങ്ങി. ചുണ്ടുകൾ മടങ്ങുവാൻ തുടങ്ങി. കമല എന്നെ നോക്കി ഒന്ന് പുഞ്ചിരിച്ചു.

കാനഡയിൽ പബ്ലിക് റേഡിയോവിലെ പ്രഭാഷണമാണ് കമലയുടെ അടുത്ത പരിപാടി. ഇത് ലൈവ് പ്രോഗ്രാമാണ്. കമലയ്ക്ക് എന്ത് പറയണമെന്ന് തോന്നുന്നുവോ അത് പറയാം. എന്നാൽ സ്വവർഗ്ഗസ്നേഹികളായ സ്ത്രീകൾ, സ്ത്രീധന ഹത്യകൾ എന്നീ വിഷയങ്ങൾ സ്പർശിക്കാതിരിക്കുകയാകും നല്ലതെന്ന് ഞാൻ ഉപദേശിച്ചു. ബഹുമാന്യനായ ഒരു പഞ്ചാബി പ്രൊഫസർ തന്റെ അടുത്ത ബന്ധുക്കളിലൊരാളുടെ രണ്ടു പെൺമക്കൾ അടുക്കളയിലുണ്ടായ തീ പിടുത്തത്തിൽ മരിച്ചു എന്ന് പറഞ്ഞതായി ഞാൻ കമലയോട് പറഞ്ഞു. കമലയുടെ പ്രതികരണം ഉടൻ വന്നു. "തെക്കേ ഇന്ത്യ തികച്ചും വ്യത്യസ്തമാണ്." എന്നായിരുന്നു........ ആ പ്രതികരണം. ഇന്ത്യയിൽ പുരുഷന്മാർ തങ്ങളുടെ പെണ്ണുങ്ങളെ ചുട്ടുകൊല്ലുന്നവരാണെന്ന് പടിഞ്ഞാറുള്ളവർ ചിന്തിക്കുകപോലുമരുത് എന്നായിരുന്നു അവരുടെ മനോഭാവം. അതുപോലെ തന്നെ അമ്മായിയമ്മമാർ മരുമക്കളെ ഉപദ്രവിക്കുന്നുവെന്നും അവർ വിശ്വസിക്കരുത്.

അതിനിടെ ക്രൂദ്ധയായ ഒരു ഇന്ത്യൻ വിദ്യാർത്ഥിനി വിളിച്ചു. കമലയെ ഒന്ന് ശകാരിക്കുക എന്നതായിരുന്നു അവരുടെ ലക്ഷ്യം. അവരുടെ വാക്കുകൾക്ക് "ഞാൻ പറയുന്നത് കേരളത്തെക്കുറിച്ചാണ്. വടക്കേ ഇന്ത്യയിലെ

ഈ പറയുന്ന സ്ഥലങ്ങളിലേക്കൊന്നും ഞാൻ പോയിട്ടില്ല. ഞാൻ പറഞ്ഞത് എന്റെ ചെറിയ ഈ ഭ്രമണപഥത്തിനുള്ളിൽ നിന്നാണ്. അറുപത് വർഷം മുമ്പ് വരെ ഒരു നായർ സ്ത്രീക്ക് വേണമെങ്കിൽ ഒന്നിലധികം വിവാഹം കഴിക്കാമായിരുന്നു. എനിക്കിപ്പോൾ ഇവിടെയിരുന്ന് ഒട്ടും സന്തോഷകരമല്ലാത്ത വിദേശകഥകൾ പറയുവാൻ താത്പര്യമേയില്ല. പടിഞ്ഞാറ് നമ്മൾ ലൈംഗികകാര്യങ്ങളിൽ സാമാന്യം സ്വാതന്ത്ര്യം കാംക്ഷിക്കുന്നു, യാഥാസ്ഥിതികർ ജീവിക്കുന്നുണ്ട് എല്ലായിടത്തുമുണ്ട്. അതുപോലെ ഇന്ത്യയിൽ സൗമ്യരായ ഭർത്താക്കന്മാരുമുണ്ട്. അവർ അവരുടെ ഭാര്യമാർക്ക് തീ കൊളുത്തുന്നില്ല. കേരളത്തിൽ എന്തായാലും സ്ത്രീകളെ വാത്സല്യപൂർവ്വം തന്നെയാണ് വളർത്തുന്നത്."

ഇത്രയും പറഞ്ഞ് അവർ എന്റെ നേരെ തിരിഞ്ഞു. "ഞാനൊരു യഥാർത്ഥ ഇന്ത്യക്കാരിയാണ്. അതാണ് പ്രശ്നം. ഇവിടത്തുകാർക്ക് പാതി പാശ്ചാത്യരായ ഇന്ത്യക്കാരെ മാത്രമേ പരിചയമുള്ളു. ഞാനങ്ങനെയല്ല. ഞാൻ പൂർണ്ണ ഇന്ത്യക്കാരിയാണ്."

ഞങ്ങൾ തിരികെ ഞങ്ങളുടെ ഗ്രാമത്തിലെത്തിയിരിക്കുന്നു. കമലയുടെ സ്ഥാനത്ത് ഞാനായിരുന്നുവെങ്കിൽ പൊതുജനവുമായി ഇത്രയും മല്ലിട്ട ശേഷം ഇപ്പോൾ പല്ലുകൾ ഞെരിച്ച്, കോപമടക്കിയിരിക്കുകയായിരിക്കും. അനുഭവസമ്പന്നയായ കമല അതെല്ലാം മറന്ന് മുന്നോട്ട് പോകുന്നു. ഞങ്ങൾ തമ്മിൽ ഒരുമിച്ചുള്ള താമസം ഇനി ഇങ്ങനെ അധികദിവസം ഉണ്ടാകില്ലെന്ന് ഞങ്ങൾക്കിരുവർക്കും നല്ല ബോധ്യമുണ്ട്. ഞാൻ വീണ്ടും ചോദ്യങ്ങളിലേക്ക് കടന്നു. ധാർമ്മികമായിരുന്നു എന്റെ ഈ ചോദ്യം. ജീവിച്ചിരിക്കുന്നവരെക്കുറിച്ച് എങ്ങനെ എന്ത് എഴുതാം? എന്നിട്ട് എലിയാസ് കണെറ്റിക്കിനെ ഉദ്ധരിച്ചു "എന്റെ ജീവിതകഥ എന്നെക്കുറിച്ചുള്ളതല്ല. എന്നാൽ ആരത് വിശ്വസിക്കും?"

"അതെ. സത്യമായും ഇത് ധാർമ്മികമായ ഒരു ചോദ്യം തന്നെ. ഒരാൾക്ക് എത്ര എഴുതി പ്രസിദ്ധീകരിക്കുവാനാകും?" കമല പ്രതികരിച്ചു. "എന്നാൽ ഞാൻ കരുതുന്നത് എഴുതുക എന്നതിൽ ധാർമ്മികമായ ചോദ്യങ്ങളില്ല എന്നാണ്. എഴുതുക. എഴുത്തിനോട് സത്യസന്ധത പുലർത്തുക. ഈ പ്രവൃത്തിയോട് എനിക്ക് എന്തുകൊണ്ടിത്ര റൊമാൻസ് തോന്നുന്നുവെന്ന് എനിക്കറിയില്ല. എഴുതുന്നയാൾ എന്ന നിലയ്ക്ക് ഇത് വലിയൊരു ഉത്തരവാദിത്വമായി ഞാൻ കണക്കാക്കുന്നു. കാരണമുണ്ട്, നമ്മൾ എഴുതുന്നത് സത്യസന്ധമായിരിക്കണം."

"എങ്കിൽ ഞാൻ മറ്റൊരു ധാർമ്മികചോദ്യം ചോദിക്കാം. താങ്കളുടെ ഭർത്താവ് ജീവിച്ചിരുന്നപ്പോൾ താങ്കളെഴുതിയ ഡയറി പ്രസിദ്ധീകരിക്കുന്നതിനെക്കുറിച്ച് എന്ത് പറയുന്നു?"

"ആ ഡയറി പ്രസിദ്ധീകരിക്കാതെ അവിടെ കിടപ്പുണ്ട്. കാരണമുണ്ട്. അയാൾ പലവിധത്തിലും ലൈംഗിക വൈകൃതം ബാധിച്ചയാളായിരുന്നു.

എന്റെ മകൻ അത് വായിക്കുവാൻ ഇടവന്നാൽ അവൻ എന്നെ വെറുക്കും." അവസാന വാക്കുകൾ ഒരു മർമ്മരം പോലെയാണ് പുറത്ത് വന്നത്.

"അച്ഛൻ അങ്ങനെയൊക്കെയായിരുന്നു എന്ന് അവൻ വിശ്വസിക്കുകയില്ല. അത് വായിച്ചാൽ അവൻ 'എന്റെ അമ്മ എത്ര വൃത്തികെട്ടവളാണ്' എന്ന് പറയും. എനിക്ക് എന്റെ മകനുമൊത്തുള്ള സൗഹൃദം വളരെ വിലപ്പെട്ടതാണ്. അതുപോലെ അവന്റെ സ്നേഹവും. അതുകൊണ്ട് അങ്ങനെയൊരു റിസ്ക് എടുക്കുവാൻ ഞാൻ തയ്യാറല്ല. അവന്റെ സൗഹൃദവും സ്നേഹവും നഷ്ടപ്പെട്ടാൽ പിന്നെ എന്റെ പക്കൽ ഒന്നുമില്ല." കമലയുടെ വാക്കുകൾ മുറിയുന്നുണ്ടായിരുന്നു.

"വല്ലാത്തൊരു വൈഷമ്യം തന്നെ." ഞാൻ സഹതപിച്ചു.

"എനിക്കവരില്ലാതെ ഒരു നങ്കൂരമില്ല."

"എനിക്കറിയാം. എനിക്ക് മനസ്സിലായി."

പിന്നെ ഒരു നിമിഷം ഞങ്ങളിരുവരും മൗനം പാലിച്ചു.

"ആ ഡയറി പ്രസിദ്ധീകരിക്കുവാനാകാത്തതിൽ കമലയ്ക്ക് വിഷമമുണ്ടോ?"

"അത് വളരെ കരുത്തുള്ള ഒരു പുസ്തകമാകും. അതോർക്കുമ്പോൾ ദുഃഖമുണ്ട്. എന്നാൽ എല്ലാവരേയും നഷ്ടപ്പെടുത്തുവാൻ എനിക്കാകില്ല. എന്റെ മക്കളുമൊത്തുള്ള ബന്ധത്തിൽ ഞാനിപ്പോഴും പിടിച്ചു നിൽക്കുന്നു. ആ ബന്ധം എന്നിൽ നിന്നും ആരും അടർത്തിയെടുക്കരുത്."

"എനിക്കറിയാം, അതൊരു..." പറയാനുദ്ദേശിച്ചത് ഞാൻ വിഴുങ്ങി.

"ചാൻസ് എടുക്കരുത്. ഒരിക്കലും സ്വന്തം കുഞ്ഞുങ്ങളെ വേദനിപ്പിക്കരുത്."

"ആർണിയേയും... എനിക്ക് ആർണിയെ നഷ്ടപ്പെട്ടേക്കാം."

"അയാളെ വേദനിപ്പിക്കരുത്. അയാളെ ഒന്ന് വേദനിപ്പിച്ചുവിട്ടാലോ എന്ന് നിനക്ക് തോന്നിയേക്കാം. അത് അവസാന പ്രതികാരമാകും. അങ്ങനെ ആക്രമിക്കുവാൻ ഒരുങ്ങുന്നതിനുമുമ്പ് നീ നിന്റെ സ്ഥാനം സുരക്ഷിതമാക്കണം. ഇത് ഒരു യുദ്ധം പോലെയാണ്. ആക്രമിക്കുവാൻ ഒരുങ്ങുന്നതിനുമുമ്പ് നിന്നെക്കാൾ കരുത്തുള്ള ആരുമില്ലെന്ന് ഉറപ്പു വരുത്തുക. അതിനോടൊപ്പം നിന്നെ ഈ ചതുരംഗ പലകയിൽ നിന്നും തള്ളിയിടുവാൻ ആർക്കുമാകില്ലെന്ന് ഉറപ്പ് വരുത്തുക. അത്രയ്ക്ക് കരുത്ത് നേടണം. മെറിലി, നമ്മൾ സ്ത്രീകൾ അങ്ങനെ കരുത്തുള്ളവരാകണം."

കമല ഞാനെഴുതി ഉപേക്ഷിച്ച "Blood Notes" എന്ന എന്റെ ഓർമ്മക്കുറിപ്പുകൾ വായിച്ചു. എന്നിട്ട് എന്നെ വിളിച്ചു.

"ഞാനിത് പറയുവാൻ പാടില്ലാത്തതാണെന്ന് എനിക്കറിയാം. നീ ആർണിയെ പ്രണയിക്കുന്നു എന്നുമെനിക്കറിയാം. മൂന്നാറിൽ ഒരു ധനികനുണ്ട്. ഒരു അമ്പത്തിനാലുകാരൻ. നിനക്ക് അയാളെ വിവാഹം കഴിച്ചു

കൂടേ. അയാൾ ഒരു പ്ലാന്ററാണ്. സ്വല്പം നര കയറിതുടങ്ങിയിട്ടുണ്ട്. ഈയിടെയാണയാളുടെ ഭാര്യ മരിച്ചത്. നല്ല സംസ്കാരമുള്ള ഒരു സ്ത്രീയെ ഭാര്യയായി ലഭിച്ചാൽ കൊള്ളാമെന്ന് അയാൾ എന്റെ സഹോദരിയോട് പറഞ്ഞു. വളരെ പുരാണമായ ഒരു മുസ്ലീം കുടുംബത്തിലേതാണയാൾ. അയാൾക്ക് നിറമോ കുലമോ രാജ്യമോ മതമോ ഒന്നും പ്രശ്നമല്ല. സംസ്കാരമുള്ള സ്ത്രീയാകണം എന്ന് മാത്രമേയുള്ളു. നീ അയാൾക്ക് നല്ല യോജിപ്പാകും."

"പക്ഷേ അയാളെ വിവാഹം ചെയ്താൽ പിന്നെ എനിക്കങ്ങനെ ടി-ഷർട്ടുമിട്ട് നടക്കുവാനാകില്ല. എനിക്ക് എന്റെ സ്വന്തം മണ്ണുണ്ടാകില്ല."

"ഈ മനുഷ്യൻ ഇംഗ്ലണ്ടിൽ വിദ്യാഭ്യാസം ലഭിച്ചയാളാണ്."

"എന്റെ ഈ ജിവിതത്തിൽ ഇനി ഇത്തരം കൊച്ചുവർത്തമാനങ്ങൾക്കൊന്നും സ്ഥാനമില്ല കമലം..."

"ശരി, എല്ലാം മറന്നേക്കൂ."

"അങ്ങനെയല്ല. ഇടയ്ക്കൊക്കെ നമ്മൾ കൊച്ചുവർത്തമാനം പറയണം."

"ഞാൻ നിന്നോട് വിവാഹത്തെക്കുറിച്ചേ പറയാൻ പാടില്ലായിരുന്നു. ഇതൊക്കെ നിനക്കെങ്ങനെ മനസ്സിലാകാൻ."

കമല വിവാഹത്തെക്കുറിച്ച് ക്രിയാത്മകമായി ചിന്തിക്കുവാൻ എനിക്കനുവാദം തരികയായിരുന്നു. ഈ സീമോൺ സാർത്ര് ബന്ധം മതിയാക്കുവാൻ. ആരുടെയെങ്കിലുമാകുക, ആരെങ്കിലും സംരക്ഷിക്കുക എന്ന നയത്തിനോട് ഞാനും അടുക്കുകയായിരുന്നു. "എനിക്ക് ആർണിയെ വിവാഹം കഴിക്കണം." ഞാൻ പറഞ്ഞു. "വളരെക്കാലമായി ഞങ്ങൾ ഒരുമിച്ച് കഴിയുന്നു. ഞങ്ങളങ്ങനെ പരമ്പരാഗത ശൈലിയിലേക്ക് തിരിയുമെന്ന് എനിക്ക് തോന്നുന്നില്ല. എന്നാൽ താങ്കൾ എന്നെ സ്വാധീനിച്ചിരിക്കുന്നു."

"എനിക്ക് നിന്നെ ഇഷ്ടമല്ലെങ്കിൽ 'ഇത്രയൊക്കെ മതി' എന്ന് പറഞ്ഞൊഴിയുമായിരുന്നു. എന്നിട്ട് നീ അനുഭവിക്കുന്ന ദുരിതങ്ങളെല്ലാം ഒരു പുസ്തകമാക്കി വിറ്റ് കാശാക്കാം. എന്നാൽ ഈ മനുഷ്യനെ നീ സ്നേഹിക്കുന്നു എന്നെനിക്കറിയാം. ശരി, ഇനി മറ്റൊരുവനെ തിരയുന്നതിനു പകരം ഇയാളെ വിവാഹം ചെയ്യുവാൻ നോക്കൂ."

"എന്നാലും ഈ മൂന്നാറിലെ പ്ലാന്ററെപ്പോലെ ഒരാൾ ഇപ്പോൾ ഭാര്യയെ തിരയുന്നുണ്ട് എന്നത് ചിന്തിക്കുമ്പോൾ തന്നെ അദ്ഭുതം തോന്നുന്നു."

"അതെ സംസ്കാരസമ്പന്നയായ ഒരു ഭാര്യ. ബുദ്ധിയുള്ളവൾ, നല്ല സൗന്ദര്യമുള്ളവൾ, ഉന്നതരുടെ ഇടയിൽ കൊണ്ടുനടക്കാൻ പറ്റിയവൾ, പക്ഷേ നീയെങ്ങനെ ഇതൊക്കെ ഉപേക്ഷിച്ച് പോകും?'' എന്ന് പറഞ്ഞ്

അവർ ചുറ്റിലുമുള്ള മരങ്ങളേയും തടാകവും ചൂണ്ടിക്കാണിച്ചു. "അയാളാകട്ടെ ഇന്ത്യ വിട്ട് ഇവിടേക്ക് വരികയുമില്ല." പിന്നെ ഒന്നാലോചിച്ച് അതിനുള്ള പോംവഴിയും കമല കണ്ടെത്തി. "മൂന്ന് മാസം ഇവിടെ, മൂന്ന് മാസം അവിടെ."

കമലയുടെ സന്ദർശനത്തിന്റെ ഓർമ്മയ്ക്കായി ഒരു ഫോട്ടോയെടുക്കുവാൻ ഫോട്ടോഗ്രാഫർ എത്തിയിരിക്കുന്നു. ഞങ്ങൾ പോർച്ചിലേക്കിറങ്ങി. അവിടെ ഒരു ഷാൾ പുതച്ച് നില്പായി. അപ്പോൾ കമല തന്റെ ഭാവം മാറ്റി തികച്ചും രാജകീയമായ ഒരു നോട്ടം ഫോട്ടോഗ്രാഫർക്ക്, അയാളുടെ ക്യാമറയിലേക്ക് സമ്മാനിച്ചു. നോട്ടത്തിന്റെ ഗാംഭീര്യത്തിൽ ഫോട്ടോഗ്രാഫർക്ക് കണ്ണുകൾ വിറച്ചോ എന്ന് സംശയം തോന്നി. ഇതെല്ലാം കണ്ട് അമ്പരന്ന് ഞാനവിടെ നിന്നു. കൊച്ചിയിൽ വച്ച് ഞങ്ങളൊന്നിച്ച് എടുത്തതിൽ നിന്നും വ്യത്യസ്തമായിരുന്നു കൂടുതൽ ഐക്യമത്യത്തോടെയുള്ള ഫോട്ടോകൾ ഞാനാഗ്രഹിച്ചു.

ഞാൻ കമലയുടെ അരികത്ത് നിന്നു. പിറകിൽ മഞ്ഞ നിറമുള്ള ഇലകളുള്ള ഒരു മരവും കരിങ്കല്ലിന്റെ ഒരു കൊച്ചുപാറയുമുണ്ടായിരുന്നു. ആ പാറ കണ്ടപ്പോൾ ആനപ്പുറം പോലിരിക്കുന്നു എന്ന് കമല പറഞ്ഞു. "കമല, താങ്കൾ എന്നെ നോക്കുന്നുപോലുമില്ല. നമ്മൾ പരസ്പരം തോളിൽ കൈയിട്ട് നിൽക്കുകയാണ് ഭംഗിയെന്ന് തോന്നുന്നില്ലേ?" ഞാൻ ചോദിച്ചു.

കമല തന്റെ കണ്ണട ഒന്ന് ശരിയാക്കി. എന്നിട്ട് കണ്ണടയുടെ ചില്ലുകളെ തന്നെ നോക്കി പറഞ്ഞു. "മെറിലി, ഞാനിപ്പോൾ ഇന്ത്യയുടെ പ്രധാനമന്ത്രിയും നീ കാനഡയുടെ പ്രധാനമന്ത്രിയുമാണെന്ന് വിചാരിക്ക്. അപ്പോൾ നമ്മൾ എങ്ങനെ ഫോട്ടോയ്ക്ക് പോസ് ചെയ്യും?"

വെറും അഞ്ചുമിനിട്ടാണ് കമല ഫോട്ടോയ്ക്കായി നിന്നു കൊടുത്തത്. അഞ്ചു നിമിഷം കഴിഞ്ഞപ്പോൾ ഒന്ന് പുഞ്ചിരിക്കുക പോലും ചെയ്യാതെ കമല പോർച്ചിലേക്ക് കയറിപ്പോയി.

മഴ കനത്തു. എനിക്ക് ജലദോഷം പിടിച്ചു. ക്ഷീണവും തൊണ്ടയടപ്പും പിടിച്ചു. അതിനാൽ തന്നെ ഈ മെറിലി എന്ന യന്ത്രത്തിന്റെ വേഗത ഒന്ന് കുറയുന്നത് കാണിക്കുവാൻ കമലയ്ക്കായി. അസുഖം ഭേദമാകുന്നതുവരേക്കും ഇനി വേഗത പറ്റില്ല. കമലയ്ക്ക് ന്യൂയോർക്കിലെ കൊളംബിയ സർവകലാശാലയിൽ ഒരു പ്രഭാഷണമുണ്ട്. അതിനു പോകും മുമ്പ് അസുഖം മാറണം.

മഴ നിലയ്ക്കുന്നില്ല. വീടിനുമുകളിൽ തിമർത്ത് പെയ്യുകയാണ്. ജനലിലൂടെ എനിക്ക് മേപ്പിൾ മരങ്ങളുടെ ഇരുണ്ട ശിഖരങ്ങൾ കാണാം. അവയിലൊന്നും ഇപ്പോൾ ഇലകളില്ല. ഒരു മാസത്തിനുള്ളിൽ കമല ഈ മരങ്ങളെല്ലാം ഇലപൊഴിച്ച് നഗ്നരാവുന്നത് കണ്ടിരിക്കുന്നു. കമല എന്റെ കുടുംബത്തിന്റെ ഭാഗമായതുപോലെ ഈ കാലാവസ്ഥാ മാറ്റത്തിന്റേയും ഭാഗമായിരിക്കുന്നു.

മേപ്പിൾ മരങ്ങൾ ആദ്യം മഞ്ഞയും പിന്നെ കടുംചുവപ്പുമാകുന്നത് ഞാൻ കണ്ടു. ഞാൻ കാടിന്റെ ഗന്ധമറിഞ്ഞു. കരുബക്കിലെ തെളിമയാർന്ന തടാകങ്ങൾ കണ്ടു. ഉറക്കെ നിലവിളിച്ചുകൊണ്ട് പറന്നുപോകുന്ന കാട്ടുതാറാവുകളെ കണ്ടു. ഇനി ഈ നാഴികമണിയിലെ മണൽത്തരികൾ തീരുവാൻ അധിക സമയമില്ല. എനിക്ക് സംഭവിച്ച നല്ല കാര്യങ്ങളിൽ ഒന്നിന്റെ പേര് മെറിലി എന്നാകുന്നു. ഞങ്ങളെഴുതുവാൻ നിശ്ചയിച്ചിരുന്ന പുസ്തകം മുന്നോട്ട് നീങ്ങിയിട്ടേയില്ല. പക്ഷേ, ഞങ്ങളുടെ സൗഹൃദം ബഹുദൂരം യാത്രചെയ്തിരിക്കുന്നു.

കൊളംബിയയിൽ നല്ല ജനക്കൂട്ടമുണ്ടായിരുന്നു. അവരിൽ കവയിത്രി മീന അലക്സാണ്ടറും, എഴുത്തുകാരനായ അമിതാവ് ഘോഷും, ഞങ്ങളുടെ സുഹൃത്തായ എലൻ കൂണും പിന്നെ കമലയുടെ ആതിഥേയരും കൊളംബിയയുടെ മദ്ധ്യപൂർവേഷ്യൻ ഭാഷ, സംസ്കാരം എന്നീ വകുപ്പുകളുടെ ചെയർ പേഴ്സണുമായ ടെഡ് റിക്കാർഡിയുമുണ്ട്. ഞങ്ങളെല്ലാം കമലയുടെ സംഭാഷണവും കവിതകളും കേൾക്കുവാനായി ഒരു അർദ്ധവൃത്തമുണ്ടാക്കി. കമല "Composition", "Blood", 'An Introduction' എന്നീ കവിതകൾ വായിച്ചു. ഇടയ്ക്ക് ചില വ്യാഖ്യാനങ്ങളുമുണ്ടായി.

"ഞാൻ പാരമ്പര്യരക്തത്താലും ഒരു എഴുത്തുകാരിയാണെന്നത് സത്യം." കമല പറഞ്ഞു തുടങ്ങി. "ആറുവയസ്സായപ്പോഴേക്കും ഞാനെന്റെ

നോട്ടുപുസ്തകം മുഴുക്കെ എന്തൊക്കെയോ ഗദ്യം കുത്തിക്കുറിച്ച് വച്ചിരുന്നു. എന്നിട്ടും ഇന്നും നല്ല പഠിപ്പുള്ള ഇന്ത്യയിലെ പ്രൊഫസർമാർ ഞാനെഴുതുന്നത് ഇംഗ്ലീഷല്ലെന്ന് പറയുന്നു. അവൾ 'the' എന്ന വാക്ക് എഴുതുവാൻ മറന്നിരിക്കുന്നു. പലയിടത്തും 'the' ചേർക്കണമെന്ന് പറയുന്നു. 'the sea, the wind അങ്ങനെ. അതൊന്നും എന്റെ കേൾവിക്കത്ര യോജിക്കുന്നവയല്ല."

ആത്മഹർഷങ്ങളുടെ
കാത്തിരിപ്പിന്റെ
പ്രതീക്ഷകളുടെ
സ്വരങ്ങളാണ് എന്റെ ഭാഷ.
കാക്കയ്ക്ക് കാ കാ സ്വരം പോലെ
സിംഹത്തിന് ഗർജ്ജനം പോലെ
എന്റെയുള്ളിലെ മനുഷ്യസ്വരമാണ് ഭാഷ.
അത് ഇവിടെയും ഇവിടെയുമല്ലാത്ത
മനസ്സിന്റെ ഭാഷണങ്ങളാണ്.
കാണുകയും കേൾക്കുകയും
ഉണർന്നിരിക്കുകയും ചെയ്യുന്ന
മനസ്സിന്റെ ഭാഷണങ്ങൾ

കമല തുടരുന്നു: "നിങ്ങൾക്ക് എങ്ങനെ എഴുതണമെന്ന് തോന്നുന്നുവോ അങ്ങനെ എഴുതുക' എന്നാണ് ഞാൻ പ്രൊഫസർ എഴീക്കലിനിനോട് പറഞ്ഞത്. 'എന്റെ ചൂണ്ട കുറച്ച് വ്യത്യസ്തമാണ്. ഞാനീ നൃത്തമെല്ലാം നേരത്തെ ചെയ്തതാണ്. എനിക്ക് എന്റെ എഴുത്തിൽ ഒരു താളം വേണം. ഞാൻ കവിതയെഴുതുമ്പോൾ, ഞാൻ സംസാരിക്കുകയാണ്, ചലിക്കുകയാണ്, എന്റെ മനസ്സ് നൃത്തം ചെയ്യുകയാണ്. അവിടെ ശ്രുതിയും താളവും എനിക്കറിയാവുന്ന സംസ്കൃതശ്ലോകങ്ങളിലെന്നതുപോലെ വന്നും പോയുമിരിക്കുന്നു. നിങ്ങൾക്ക് ഈ ഭാഷ വക്രിച്ചതാണെന്ന് തോന്നിയേക്കാം, എന്നാൽ അതുപയോഗിച്ച് ഞാൻ എന്റെ വികാരങ്ങൾ പ്രകടിപ്പിക്കും. ഒരു മധുരപലഹാരക്കടയിൽ അവർ ഉത്പന്നങ്ങൾ പ്രദർശിപ്പിച്ചിരിക്കുന്നതുപോലെ ഞാനവ നിരത്തി വയ്ക്കും. നിങ്ങൾക്ക് അത് ഇഷ്ടമായില്ലെങ്കിൽ എന്റെ മധുരപലഹാരങ്ങൾ നിങ്ങൾ വാങ്ങേണ്ട. നിങ്ങൾ ഇംഗ്ലീഷ് നന്നായി സംസാരിക്കുന്നിടത്തേക്ക് പോയിക്കോളൂ. എനിക്കെന്താ?"

എന്റെ ഭാഷണത്തിനുശേഷം സുഹൃത്ത് ആൻഡ്രൂ ആർകിൻ എന്നെ ലോട്ടസ് ക്ലബ്ബിലേക്ക് ക്ഷണിച്ചു. എന്റെ സുഹൃത്തുക്കളെയെല്ലാം ക്ഷണിച്ചു. കൊളംബിയ സർവകലാശാലയിലെ റിക്കാർഡി, എലൻ കൂൺ, മീന അലക്സാണ്ടർ, ഡേവിഡ്, മെറിലി, റെബേക്ക, എല്ലാവരേയും. ധനികരായ മൂന്ന് വിധവകളേയും ആൻഡ്രൂ ക്ഷണിച്ചിരുന്നു.

അവരുടെ പല്ലുകൾക്ക് നല്ല ഭംഗിയുണ്ടായിരുന്നു. അമേരിക്കയിലെ ധനികർക്ക് ഒരിക്കലും പ്രായം തോന്നുകയില്ല. ലോട്ടസ് ക്ലബ്ബിൽ വച്ച് ഞാൻ മിമോസ കുടിച്ചു. ജീവിച്ചിരിക്കുന്നു എന്ന സന്തോഷം മാത്രം മുൻനിറുത്തി എല്ലാവരും ടോസ്റ്റ് ഉയർത്തി. മാർക് ട്വയ്നിന്റെ ചിത്രത്തിനടുത്ത് നിന്ന് ഞാൻ ഫോട്ടോയ്ക്ക് പോസ് ചെയ്തു.

അത്താഴശേഷം ടാക്സിയിൽ മടങ്ങുമ്പാൾ കമല ഒരു കൊച്ചുകുട്ടിയെപ്പോലെ എന്റെ തോളിൽ തലചാരി. ഞങ്ങൾക്ക് പിരിയുവാൻ സമയമായിരിക്കുന്നു. എലന്റെ അപ്പാർട്ട്മെന്റിനു പുറത്ത് വച്ച് ഞങ്ങൾ ആലിംഗനം ചെയ്തു. കറുത്ത ഷാൾ പുതച്ച് കമല നടന്നകലുന്നത് ഞാൻ നോക്കി നിന്നു. അവരുടെ കുറിയ, മഹത്തായ രൂപം സാവധാനത്തിൽ ആടിയാടി പോയി. ഇടയ്ക്കൊന്ന് തിരിഞ്ഞു നോക്കി. അവർ തിരിഞ്ഞു നോക്കിയപ്പോൾ ഞാൻ ഓടി അവരുടെ അടുത്തെത്തി. ഞങ്ങൾ വീണ്ടും ആലിംഗനബദ്ധരായി.

“ഓ..മെറിലീ...മെറിലീ..“

“വിട.... ഇനി കാണുംവരേക്കും മാത്രം.” ഞാൻ വാക്കു കൊടുത്തു. എനിക്ക് അവരോട് തോന്നുന്ന സ്നേഹത്തിൽ,... അതെ സ്നേഹത്തിൽ... അല്ലാതെ ബഹുമാനമോ ആരാധനയോ അല്ല..., സ്നേഹത്തിൽ... എനിക്ക് അദ്ഭുതം തോന്നി. അവരുടെ എളുപ്പം തകരുന്ന സ്വഭാവത്തിൽ, നഗ്നമായ ചേതനയിൽ, ശ്വാസം മുട്ടിക്കുന്ന പ്രഭാവമുള്ള പ്രതീക്ഷകളിൽ, എല്ലാം എനിക്ക് ഭയം തോന്നി. ഒരു മാസം കൂടെ താമസിച്ചതിനുശേഷം ഇപ്പോൾ യാത്ര പറയുവാനുള്ള സമയമായിരിക്കുന്നു. ഈ ഒരു മാസം ഞാനവരെ, ഇതിനു മുമ്പ് ആർക്കും നൽകാത്ത അത്ര ശ്രദ്ധ നൽകി, അവരുടെ കാര്യങ്ങൾ നോക്കി നടത്തി. അപ്പോൾ എന്നിൽ ഊഷ്മള സ്നേഹമുണ്ടായിരുന്നു, ദയയുണ്ടായിരുന്നു, ബുദ്ധിശക്തിയുണ്ടായിരുന്നു, സന്തോഷമുണ്ടായിരുന്നു. അപ്പോൾ അവർ അവരെതന്നെ എന്നെയേല്പിച്ചിരിക്കുകയായിരുന്നു. ഇപ്പോൾ അവർ പുഷ്പയുടെ കരം ഗ്രഹിച്ചിരിക്കുന്നു (മുന്നിൽ ചവിട്ടുകല്ലുണ്ടെന്ന് പുഷ്പ പറഞ്ഞുകൊടുക്കുമോ ആവോ). അവർ തിരിഞ്ഞു നോക്കുന്നില്ല. ആ കെട്ടിടത്തിന്റെ ആദ്യ നിലയിലെ ജനൽ കടന്ന് അവർ പോകുന്നത് ഞാൻ കാണുന്നു. മൂന്നാഴ്ച ഞാനവർക്ക് വേണ്ടി മാത്രം ജീവിച്ചു. മറ്റുള്ളവരുടെ കാര്യങ്ങൾ ശ്രദ്ധിക്കുമ്പോൾ ലഭിക്കുന്ന ആനന്ദം എന്തെന്ന് ഞാനനുഭവിച്ചറിഞ്ഞു. പ്രിയപ്പെട്ട ചേച്ചി, എനിക്ക് നിങ്ങളെ നഷ്ടപ്പെടുന്നു.

ന്യൂജഴ്സിയിൽ കമല താമസിക്കുന്നത് കമലയുടെ മകന്റെ ഒരു സുഹൃത്തിന്റെ വീട്ടിലാണ്. ഞാൻ കമലയ്ക്ക് ഫോൺ ചെയ്തു. കമല സന്തോഷത്തിൽ തന്നെയാണ്. ഒരു ചാരുകസേരയിലിരിപ്പാണ്. ഒറ്റയ്ക്കാണ്. ടി വി ഓൺ ചെയ്ത് വച്ചിരിക്കുന്നു. അടുക്കളയിൽ ആവശ്യത്തിലധികം ഭക്ഷണസാധനങ്ങൾ നിറച്ചിരിക്കുന്നു. മുന്നിലൊരു പാത്രത്തിൽ പഴവർഗ്ഗങ്ങൾ കൂട്ടി വച്ചിരിക്കുന്നു. എല്ലാം എനിക്ക് കാണാം.

ഞാനും ആർണിയും നോട്ടറൈസ് ചെയ്ത ഒരു കരാറിൽ ഒപ്പുവച്ചിരിക്കുന്നു എന്നും അതിനാൽ ഇനിയും ഞാൻ അഗതിയാകുമെന്ന ഭയം വേണ്ടെന്നും കമലയോട് പറഞ്ഞു.

തനിക്ക് സന്തോഷമായെന്ന് കമല മറുപടി തന്നു.

"മെറിലി, ലോട്ടസ് ക്ലബ്ബിലെ ശൗചാലയത്തിൽ വച്ചിരുന്ന ടോയ്‌ലറ്റ് പേപ്പറിൽ അവർ എന്തോ സുഗന്ധം പുരട്ടിയിരിക്കുന്നു. ചുകന്ന പൊട്ടുകളുള്ള പച്ചനിറമാണാ കടലാസുകൾക്ക്. അത്രയും ആഡംബരം ഞാൻ എവിടേയും കണ്ടിട്ടില്ല." കമല തുടർന്നു.

പിന്നെ "മെറിലി, നീയില്ലാതെ പുറത്തിറങ്ങുമ്പോൾ തൊലികളഞ്ഞ വാഴപ്പഴം പോലെയാണിപ്പോൾ ഞാൻ." എന്ന് കൂട്ടിച്ചേർക്കുന്നു.

ഞാൻ എന്റെ മകൾ അന്നയുടെ ഹാമ്പ്ഷൈറിലെ കോളേജ് ഡോർമിറ്ററിയിൽ അവളുടെ മെത്തയിൽ കിടന്ന് കമലയുടെ ഫോട്ടോകൾ കാണുകയാണ്. കമലയും എന്റെ മക്കളും, കമലയും സ്യൂഅമ്മായിയും ജോ അമ്മാവനും, കമലയും എന്റെ അച്ഛനും കൂടി ചിരിച്ച് നിൽക്കുന്നു.

കമല തന്ന വളകൾ അഴിച്ചു മാറ്റുവാൻ ഞാൻ തീരുമാനിച്ചു. ഇപ്പോൾ അവ കിലുങ്ങുന്നില്ല. അല്ലെങ്കിൽ കമല നടക്കുമ്പോഴുണ്ടാകുന്ന ശബ്ദം പോലെ എപ്പോഴും കിലുങ്ങി കുണുങ്ങി നിൽക്കുമായിരുന്നു. മാത്രമല്ല ആർണി അടുത്തുവരുമ്പോൾ ഇവ ആർണിയുടെ ശരീരത്തിൽ കോറി വരയ്ക്കുകയും ചെയ്യുന്നു. കമല എന്നെ എത്ര സ്നേഹിക്കുന്നു എന്നതിന്റെ തെളിവായോ അല്ലെങ്കിൽ അവരോട് ഞാൻ എത്ര കടപ്പെട്ടിരിക്കുന്നു എന്നതിന്റെ തെളിവിനായോ ഇനി ഇതിന്റെ ആവശ്യമില്ല. ഞങ്ങൾ പിരിഞ്ഞിട്ട് ഇന്നേക്ക് പത്ത് ദിവസം കഴിഞ്ഞിരിക്കുന്നു. എന്നിട്ടും എന്റെ മനസ്സിലിപ്പോഴും അവരുടെ വാക്കുകളും, ഞങ്ങളുടെ സൗഹൃദവും, അവരും മാത്രമേയുള്ളു. ഞാൻ അവരെക്കുറിച്ച് മാത്രം സംസാരിക്കുന്നു. അവരിപ്പോൾ എന്റെ എല്ലാ ചർച്ചകളുടേയും ഭാഗമാണ്, എന്റെ ജീവിതത്തിന്റെ ഭാഗമാണ്.

എന്റെ കൈകൾ കമലയുടേത് പോലെ അത്ര നീണ്ട് മെലിഞ്ഞതല്ല. അതിനാൽ തന്നെ ഈ വളകൾ ഊരിയെടുക്കുവാൻ കൈയിൽ നന്നായി സോപ്പിട്ട് പതപ്പിക്കേണ്ടി വരും. അതുമാത്രമല്ല ഇതൊന്നൂരിയെടുക്കുവാൻ എനിക്ക് ആർണിയുടേയും അന്നയുടേയും സഹായവും വേണ്ടിവരും. ആർണി തള്ളവിരൽ മടക്കി സാവധാനത്തിൽ വളകളൂരുവാൻ സഹായിച്ചു. അന്ന എന്റെ കൈത്തണ്ടയിലെ ഉരുണ്ടു തടിച്ച ഭാഗങ്ങളിൽ അമർത്തി ആർണിയെ സഹായിച്ചു. അതല്ലെങ്കിൽ ഇനിയിത് വെട്ടിയെടുക്കേണ്ടി വരും. അപ്പോൾ അവയുടെ തിളക്കം എനിക്ക് നഷ്ടപ്പെടും. അറബിക്കടലിനുമുകളിലെ സൂര്യനെപ്പോലെയാണിതിന്റെ തിളക്കം.

അതോ മലബാറിന്റെ തീരത്ത് കണ്ട ചന്ദ്രനെപ്പോലെയോ? എന്തായാലും ഇവ അഴിച്ചുമാറ്റിയേ പറ്റൂ. വല്ലാതെ ഇ2റുകി കിടക്കുന്നു.

ഞങ്ങൾ അന്നയുടെ കുളിമുറിയിൽ കയറി. കണ്ണാടിക്ക് മുന്നിലാണ് നിൽപ്പ്. അന്ന എന്റെ കൈകൾ അമർത്തിപ്പിടിച്ചു. ആർണി തനിക്ക് കഴിയാവുന്ന രീതിയിൽ വളകൾ ഊരിയെടുക്കുവാൻ തുടങ്ങി. എനിക്ക് വേദന സഹിക്കവെ2യ്യാതായപ്പോൾ ഒന്ന് വിശ്രമിച്ചു.

എന്റെ കൈപ്പത്തി രണ്ടായി മടക്കി "അമ്മ സ്വയം ഊരിയെടുക്കുകയാണ് നല്ലത്" എന്ന് അന്ന പറഞ്ഞു.

ഞാൻ വീണ്ടും സോപ്പിട്ട് പതപ്പിച്ചു. വളകൾ വലിച്ചൂരുവാൻ ശ്രമിച്ചു. പക്ഷേ കമലയുടെ വളകൾ എന്റെ കൈത്തണ്ടയിൽ കുരുങ്ങിത്തന്നെ കിടന്നു.

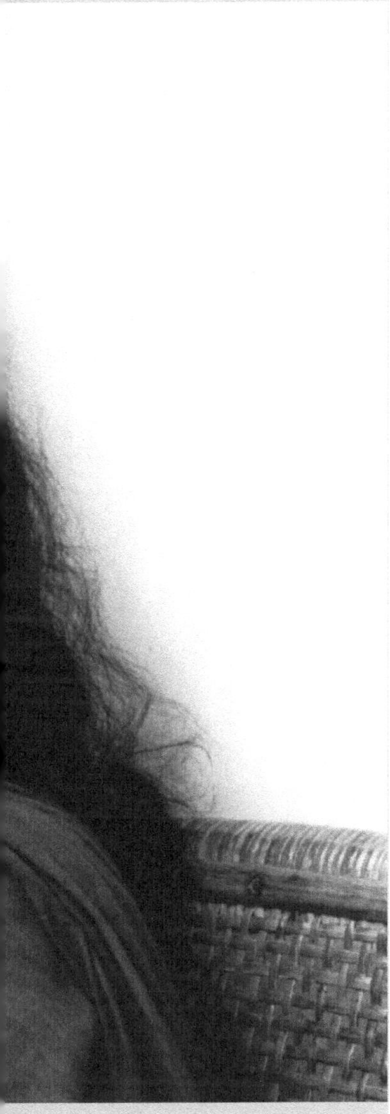

മൂന്ന്

ദൽഹി, കൊച്ചി, കോവളം

1997

ഞാൻ പൊതിഞ്ഞുവെച്ചു തരുന്നത്
അവരുടെ സ്വപ്നങ്ങളെ

പത്ത്

സൗഹൃദത്തിന്റെ ഭ്രമണപഥങ്ങൾ

മാസത്തിലൊരിക്കലെങ്കിലും കൊച്ചിയിലേക്ക് വിളിക്കുക ഞാൻ പതിവാക്കി. കമലയുടെ മധുരസ്വരം കേൾക്കുവാനായിരുന്നു ഇത്. കമലയുമായി സംസാരിച്ച് ഫോൺ താഴെവച്ചു കഴിഞ്ഞാൽ എനിക്ക് എന്തോ ഒരു സുഖം തോന്നും. ഒന്നുകൂടി കരുത്തുവച്ചതുപോലെ തോന്നും. അതുപോലെ തന്നെ കമലയ്ക്കും തോന്നുണ്ടാകും. ഞങ്ങൾ തമ്മിലുള്ള ബന്ധം ഇപ്പോൾ സങ്കീർണ്ണമാണ്. എഴുത്തുകാർ എന്ന കുലത്തിൽ നിന്നുള്ള വരാണിരുവരും എന്ന താദാത്മ്യത്തിൽ നിന്നുമാണ് ഈ സങ്കീർണ്ണതയുടെ തുടക്കമെന്ന് കമല പറയുന്നു. എന്നാൽ എനിക്ക് തോന്നിയത് നിധിപോലെ ലഭിച്ച ഒരു സൗഹൃദത്തിൽനിന്നും വന്നതാണിതെന്നാണ്. സുഹൃത്തെന്ന പ്രഹേളിക നാക്കിൻ തുമ്പത്തെപ്പോഴും വാക്കുകളായി ഇക്കിളിപ്പെടുത്തുന്നു.

കമലയോടൊത്തുള്ള എന്റെ ജീവിതാനുഭവങ്ങൾ എന്നെ കമലയുടെ ജീവിതത്തിലേക്ക് കൊണ്ടുപോകുന്നു. പിന്നെ അപരിചിതമായ ഒരിടത്ത് ഞാൻ എന്നെ തന്നെ ഉപേക്ഷിക്കുന്നു. കമലയെക്കുറിച്ച് പഠിച്ച പണ്ഡിതരൊക്കെ "സെക്സ് രുചികരമല്ല, എന്നാൽ ഈ വിഷയത്തിൽ വലിയ വൈകാരികതയുണ്ട്" എന്നീ കമലയുടെ വാക്കുകൾക്കിടയിൽ കിടന്ന് ഊഞ്ഞാലാടുന്നു. ഈ വൈകാരികതയാണ് കമലയ്ക്കും എനിക്കും പ്രധാനമായിട്ടുള്ളത്. ഈ വൈകാരികതയാണ് ഞങ്ങൾ ആരാണെന്നും ഞങ്ങളെങ്ങനെ വികസിച്ചുവെന്നുമുള്ളതിന്റെ അടിസ്ഥാന ഡി എൻ എ. ലൈംഗികജീവിതത്തിൽ കമല അനുഭവിച്ചിട്ടുള്ള ക്രൂരത അറിയാമായിരുന്നതുകൊണ്ട് എനിക്ക് കമലയ്ക്ക് ലിംഗയോനീബന്ധത്തിനോടുള്ള വിരക്തിയും അവരുടെ ബ്രഹ്മചര്യവും നന്നായി മനസ്സിലാവും.
എന്നിരുന്നാലും കമല പ്രണയ കവിതകളുടെ റാണിയാകുന്നു. തന്റെ വിവാഹജീവിത ചരിത്രം മാറ്റിവച്ച് ഇത്രയും വികാര തീവ്രത ആഘോഷിക്കുന്നവളാകുവാൻ എങ്ങനെ കഴിയുന്നുവെന്ന് വിവരിക്കുവാൻ കമലയ്ക്കല്ലാതെ മറ്റാർക്കുമാകില്ല. ഇതൊന്നും ഫോണിലൂടെ സംസാരിക്കുവാനുമാകില്ല.

വീണ്ടും കമലയെ കണ്ടുമുട്ടുവാനുള്ള ഒരു അവസരം കാത്തിരിക്കുകയായിരുന്നു ഞാൻ. കമല കനഡയിൽ വന്ന് പോയിട്ട് ഒന്നര

വർഷമായി. എന്റെ ജീവിതം ശാന്തമായി മുന്നോട്ട് പോകുന്നതുകൊണ്ടു തന്നെ ഇന്ത്യയിലേക്ക് ഒരു സന്ദർശനം നടത്തുവാൻ മാത്രം കാരണങ്ങളുമുണ്ടായില്ല.

പിന്നീടുള്ള എന്റെ കൊച്ചിയാത്ര ദൽഹി വഴിയായിരുന്നു. ദൽഹിയിൽ എന്നെ സ്വീകരിച്ചത് കമലയുടെ മകൻ മോനുവായിരുന്നു. മോനു എന്നെ ഇന്ത്യയിലേക്ക് സ്വാഗതം ചെയ്തു. ഞാൻ എത്തിയ ഉടനെ കമലയ്ക്ക് തിമിരത്തിന്റെ ഒരു ശസ്ത്രക്രിയക്കായി മദ്രാസിലേക്ക് പോകേണ്ടതുണ്ട് എന്ന് മോനു പറഞ്ഞു. ശസ്ത്രക്രിയയ്ക്ക് മുമ്പ് കുറച്ച് സമയം ഒന്നിച്ച് കഴിയാം. പിന്നെ കമല തിരിച്ചെത്തിയാൽ ആഴ്ചകൾ തന്നെ ഞങ്ങളുടേതാകും. അതുവരേക്കും മോനു ഒരു പുത്രന്റെ കടമയിലാണ്.

എനിക്ക് നിരാശയായി. ഞാൻ കാറിന്റെ ജനലിലൂടെ പുറത്തേക്ക് നോക്കിയിരുന്നു. പിന്നെ പെട്ടെന്ന് നിരാശ മാറി. ഞാൻ ഇതുവരേക്കും കണ്ടിട്ടില്ലാത്ത ആളുകളും സ്ഥലങ്ങളുമാണ് ചുറ്റിലും. അതാണെന്റെ നിരാശ മാറ്റിയതും. കമലയെക്കുറിച്ച് മാത്രം സംസാരിക്കുവാൻ ഞാൻ ശ്രമിച്ചു. മോനുവിന് താത്പര്യം സമകാലിക ഇന്ത്യൻ രാഷ്ട്രീയമായിരുന്നു. Times of India യുടെ ബ്യൂറോ ചീഫാണ് മോനു. സമാനമനസ്കരായ ഇന്ത്യൻ പട്ടാള ഉദ്യോഗസ്ഥനും, പത്രപ്രവർത്തകനും, രാഷ്ട്രീയക്കാരനും, ശാസ്ത്രജ്ഞനുമെല്ലാം പാശ്ചാത്യ രാജ്യങ്ങൾ ഇന്ത്യയോട് 'കാഷ്മീരിൽ എന്ത് ചെയ്യണമെന്ന്' ഉപദേശിക്കുന്നതു കേട്ട് മടുത്തിരിക്കുന്നു എന്ന്

മോനു പറഞ്ഞു. അതുപോലെ തന്നെ ടിബറ്റ് പ്രശ്നത്തെക്കുറിച്ചും ന്യൂക്ലിയർ വിഷയത്തിലും അവരുടെ ഉപദേശം കേട്ട് മടുപ്പുളവാക്കുന്നു.

അതുകഴിഞ്ഞ് മോനു ഒരു കഥ പറഞ്ഞു:

പണ്ട് ഒരു ഗുരു തന്റെ ശിഷ്യരായ രാജകുമാരന്മാരെ അമ്പും വില്ലും ഉപയോഗിക്കുന്നതെങ്ങനെ എന്ന് പഠിപ്പിക്കുകയായിരുന്നു. അപ്പോൾ താഴ്ന്ന ജാതിയിലുള്ള ഒരു യുവാവ് അടുത്തുള്ള കുറ്റിക്കാട്ടിലൊളിച്ചിരുന്ന് ഈ വിദ്യ കണ്ടുപഠിച്ചു. ഈ യുവാവ് ഗുരു ശിഷ്യർക്ക് പറഞ്ഞുകൊടുത്ത ഓരോ ചലനവും സ്വായത്തമാക്കിയതിനുശേഷം അവ സ്വയം പരിശീലിക്കുവാൻ തുടങ്ങി. അമ്പെയ്ത്ത് വിദ്യയിൽ ഗുരുവിന്റെ അഞ്ച് ശിഷ്യന്മാരേയും തോല്പിക്കുവാൻ തക്കവണ്ണം പരിശീലനം അയാൾ നേടി. അതിനുശേഷം അയാൾ ഗുരുവിന്റെ മുന്നിലെത്തി തന്റെ അഭ്യാസത്തിലുള്ള ആത്മവിശ്വാസം അറിയിച്ചു.

ഗുരുദക്ഷിണയായി എന്തുവേണമെന്ന് അയാൾ ഗുരുവിനോട് ചോദിച്ചു.

"നിന്റെ പെരുവിരൽ" എന്നായിരുന്നു ഗുരുവിന്റെ മറുപടി.

"പാശ്ചാത്യർ ഇന്ത്യക്കാരോട് ഇതാണ് ചെയ്യുന്നത് എന്ന് ഞങ്ങൾ വിശ്വസിക്കുന്നു" മോനു പറഞ്ഞു. അവരുടെ രാഷ്ട്രീയ ഇടപെടൽ മൂലം ഇന്ത്യ പാശ്ചാത്യരിൽ നിന്നും അകന്നു പോകുന്നത് കാണുമ്പോൾ എനിക്കെന്തോ വിഷമം തോന്നന്നു. മോനുവിന്റെ അഭിപ്രായത്തിൽ പൂർണ്ണ നിരായുധീകരണമുണ്ടാകുന്നതുവരേക്കും ഇന്ത്യക്കാവശ്യമുള്ള ബോംബുകൾ, അവ വർഷിക്കുവാൻ വേണ്ട യന്ത്രസാമഗ്രികൾ, ഉപഗ്രഹങ്ങൾ എന്നിവ തങ്ങളുടെ സ്വന്തം നിയന്ത്രണത്തിൽ മാത്രം വരുവാനുള്ള അവകാശം ഇന്ത്യക്കുണ്ട്. അല്ലാതെ അവയെല്ലാം അമേരിക്കയുടെ ചിറകിനടിയിലാകുവാൻ പാടില്ല. ഇന്ത്യ അതിന്റെ ഭാവി സ്വയം സൃഷ്ടിക്കണം.

മോനുവിന്റെ സംസാരം കേട്ടപ്പോൾ എനിക്കോർമ്മവന്നത് കമലയുടെ ഇന്ത്യക്കാരിയെന്ന ആത്മാഭിമാനമാണ്. വിദേശ ലോണുകൾ തിരസ്കരിക്കുക, സ്ത്രീധന മരണങ്ങളുണ്ടാകുന്നു എന്നുള്ളതിനെ നിഷേധിക്കുക, ഇംഗ്ലീഷ് അല്ലാതെ മറ്റൊരു ഭാഷയുമറിയാത്ത വിദേശത്തു വസിക്കുന്ന ഇന്ത്യക്കാർ ഇന്ത്യൻ സാഹിത്യത്തിനെ വിമർശിക്കുന്നതിനെ തള്ളിപ്പറയുക എന്നിവ കമല ചെയ്യുമ്പോൾ ഞാൻ കമലയിൽ കണ്ട അതേ രോഷമാണിപ്പോൾ മോനുവും പ്രകടിപ്പിക്കുന്നത്. കമലയുടെ അതേ "ഇന്ത്യ" എന്ന വികാരത്തിലാണ് മോനുവിന്റെ ദേശീയബോധത്തിന്റെ വിത്തുമുള്ളത്. 1984ൽ കമല തിരഞ്ഞെടുപ്പിൽ മത്സരിച്ചപ്പോൾ ഉപയോഗിച്ച ഒരു പോസ്റ്റർ ഞാൻ കാണുകയുണ്ടായി. അതടിസ്ഥാനമാക്കിയാൽ അമ്മയും മകനും തമ്മിൽ വ്യത്യാസമുണ്ടെന്ന് പറയാതിരിക്കുവാനാകില്ല. ഇപ്പോൾ കമല അടുത്തില്ലാത്തത് ഒരു നഷ്ടമായി തോന്നുന്നു.

കാറിൽ തമിഴ്, മലയാളം സിനിമാഗാനങ്ങൾ നിറഞ്ഞു. ദൽഹിയിലെ രാവിലൂടെ അതിന്റെ ഹെഡ്ലൈറ്റ് വഴിതെളിച്ചു. നഗരമദ്ധ്യത്തിൽനിന്നും

ഞങ്ങൾ മുപ്പത്തിയഞ്ച് നാഴിക സഞ്ചരിച്ചിരിക്കുന്നു. വഴിയിൽ ഒന്നനങ്ങുവാൻ പോലുമാകാതെ വാഹനത്തിരക്ക്. അവസാനം ഞങ്ങൾ ഗുർഗാവിൽ മോനുവിന്റെ വീട്ടിലെത്തി. വീടിനു ചുറ്റും വലിയ മതിലും കാവലിനായി ഒരു പട്ടിയുമുണ്ട്. ഇതെല്ലാം കാണുമ്പോൾ ഇതെതോ കോട്ടയാണെന്ന് തോന്നിപ്പോകുന്നു. ഒരു വീടിനേക്കാൾ ഉപരി ഒരു കോട്ടയ്ക്കകത്തൊരു വീട്. ദേശീയതയിൽ ഊന്നിയുള്ള മോനുവിന്റെ മനച്ചായ്വ് അടുത്ത തവണ ദൽഹിയിലെത്തുമ്പോൾ ഞാൻ മറക്കാതെ സൂക്ഷിക്കും. ഞാൻ മനസ്സിൽ കരുതി. ഞാൻ കമലയ്ക്ക് ഫോൺ ചെയ്തു. ഇനിയും കാത്തിരിക്കുക വയ്യെനിക്ക്.

"നിനക്ക് ഏത് സമയത്ത് വേണമെങ്കിലും കയറി വരാം മെറിലി. നീ എന്റെ അനുജത്തിയാണ്."

ഞാനുറങ്ങിയില്ല. ഉറക്കം തൂങ്ങിക്കൊണ്ടുതന്നെ ഞാൻ എഴുന്നേറ്റു. കാലത്ത് 6:45ന് കൊച്ചിയിലേക്ക് യാത്രയായി.

സഞ്ചിനിറയെ സമ്മാനങ്ങൾ ഞാൻ കമലയ്ക്ക് മുന്നിൽ നിരത്തി. കമല വളരെ സന്തോഷത്തോടെ ഓരോന്നായി അഴിച്ചുനോക്കുവാൻ തുടങ്ങി. കമലയുടെ സന്തോഷവും ഉന്മേഷവും കണ്ടപ്പോൾ ഇനിയും വളരെയധികം കൊണ്ടുവരാമായിരുന്നു എന്നുതോന്നിപ്പോയി. നഗര സൗന്ദര്യത്തിനായി നടപ്പാക്കിക്കൊണ്ടിരിക്കുന്ന ഒരു പദ്ധതിമൂലം വീട് നഷ്ടപ്പെടുന്നവർക്കായി കമല ഒരാക്രമണം അഴിച്ചുവിട്ടു. കമല ഇപ്പോൾ ഒരു പുതിയ അപ്പാർട്മെന്റിലാണ് താമസിക്കുന്നതെങ്കിലും ഞാനെന്റെ വീട്ടിൽ തന്നെയാണെന്ന് എനിക്കുറപ്പായി. അത്താഴം കഴിയുന്നതുവരേക്കും ഞങ്ങൾ സംസാരിച്ചുകൊണ്ടേയിരുന്നു. ഇതുവരേക്കും ഞങ്ങൾ പിരിഞ്ഞിരുന്നിട്ടേയില്ലല്ലോ എന്നായിരുന്നു അപ്പോൾ മനസ്സിൽ. കമലയുടെ വേലക്കാരി എനിക്ക് എന്റെ മുറി കാണിച്ചു തന്നു. അപ്പോൾ വീട്ടിൽ നിന്നും ഇത്രയകലെയെങ്കിലും ഞാനിപ്പോഴും എന്റെ വീട്ടിൽ തന്നെയാണല്ലോ എന്ന ചിന്തയുദിച്ചു.

പിറ്റേന്ന് കാലത്ത് ഞാൻ കമലയുടെ സ്വീകരണമുറിയിലെത്തി. അവിടെ കമല കടും തവിട്ട് നിറമുള്ള വസ്ത്രമണിഞ്ഞ് ഒരു വക്കീലുമായി സംസാരിച്ചുകൊണ്ടിരിക്കുകയായിരുന്നു. ആ വക്കീൽ ഒരു ബ്രാഹ്മണനാണ്. അയാൾ അടിയന്തരാവസ്ഥക്കാലത്ത് ചില കേസുകളിൽ കമലയ്ക്കുവേണ്ടി വക്കാലത്ത് നടത്തിയിട്ടുണ്ട്. സ്ത്രീകൾക്ക് നിയമ പരിരക്ഷ ലഭിക്കുവാനായി തുടങ്ങിയിട്ടുള്ള ഒരു സംഘടനയുടെ സ്ഥാപകരിൽ ഒരാളും അയാളോടൊപ്പമുണ്ട്. മിക്കവാറും ഭർത്താക്കന്മാർ തന്നിഷ്ടപ്രകാരം ഒഴിവാക്കിയ സ്ത്രീകളാണിവിടെ അഭയത്തിനായെത്തുന്നത്.

അവർ പിരിഞ്ഞുപോയപ്പോൾ കമല തന്റെ കിടപ്പുമുറിയിലേക്ക് പോയി. കിടപ്പുമുറിയിൽ എയർ കണ്ടീഷണറുണ്ട്. അപ്പോൾ കമലയ്ക്കൊപ്പം വട്ടമുഖമുള്ള ശ്രീമതി രാജശേഖരനുമുണ്ടായിരുന്നു. "നല്ല

സ്വഭാവമുള്ള ഒരു പെൺകുട്ടിയാണവൾ, എന്നാൽ അവളുടെ അമ്മായിയമ്മ അവളിൽ കുറ്റം മാത്രം കാണുന്നു." പിന്നെ നാല്പത്തിയേഴു കഴിഞ്ഞ അപർണയുണ്ട്. കഴിഞ്ഞ പതിനഞ്ചുവർഷമായി അവളുടെ ഭർത്താവ് അവളോടൊത്തുറങ്ങാറില്ല. അവിടെ വന്നിരുന്ന സ്ത്രീകൾ മെത്തക്കരികിലിരുന്നു. അവർ കമലയുമായി സംസാരിച്ചു തുടങ്ങി. കമല മെത്തയിലിരുന്ന് കൈകാൽ നിവർത്തി. പിന്നെ ഒന്ന് ചരിഞ്ഞിരുന്നു. അപ്പോൾ അവർ വീട്ടിലുപയോഗിക്കുന്ന വസ്ത്രം അവരുടെ നിതംബത്തിന്റെ വൃത്തങ്ങൾ കാണിച്ചു. അവർ ഈയിടെയായി മേക്കപ്പ് ഒന്നും ഉപയോഗിക്കാറില്ലത്രെ. ഇതൊന്നുമില്ലാത്ത മുഖവുമായി നടക്കുക എന്നത് എന്നിൽ നിന്നും പഠിച്ചതാണത്രെ. എന്നെപ്പോലെ തലമുടിക്ക് നിറം കൊടുക്കാതെ നടക്കുവാനും എന്നിൽനിന്നും പഠിച്ചു എന്നാണ് കമല പറയുന്നത്.

"എനിക്ക് എന്റേതെന്ന് പറയുവാൻ സമ്പാദ്യമൊന്നുമില്ല." അപർണ പറഞ്ഞുതുടങ്ങി. "ചിലപ്പോഴെങ്കിലും ഞാൻ ഒരു ഭിക്ഷക്കാരിയാണെന്ന് തോന്നാറുണ്ടെന്ന് ഞാൻ എന്റെ ഭർത്താവിനോട് പറയാറുണ്ട്. 'എനിക്ക് കുറച്ച് പണം വേണം' ഞാൻ എന്റെ ഭർത്താവിനോട് യാചിക്കും. 'നിനക്ക് എത്രവേണം?' അയാൾ കയർക്കും. 'നിങ്ങൾ എത്ര തന്നുവോ അത്രയും.' ഞാൻ മറുപടി പറയും." താൻ പലപ്പോഴും ആത്മഹത്യയെക്കുറിച്ച് ചിന്തിക്കാറുണ്ടെന്നും, യാത്രകൾ ചെയ്യുക ഒരു സ്വപ്നമായി കൊണ്ടു നടക്കാറുണ്ടെന്നും അവർ പറഞ്ഞു. അതുപോലെ ശാരീരികമല്ലാതെ മനസ്സിൽ മാത്രമുള്ള ഒരു പ്രണയമുണ്ടായെങ്കിൽ എന്നുമവർ ആഗ്രഹിക്കുന്നു. തന്റെ മകൾ അടുത്തുതന്നെ അമ്മയാകും, ഇതിന്റെ അർത്ഥം അടുത്തുതന്നെ ഞാൻ ഒരു അമ്മൂമ്മയാകുമെന്നാണ്, അപ്പോഴാണെനിക്ക് ഞാൻ എന്റെ ജീവിതമെത്ര പാഴാക്കി എന്ന ഓർമ്മയുണ്ടാകുന്നത്. "അത് എന്നെ വല്ലാതെ വേദനിപ്പിക്കുന്നു."

ഇതിനുമുമ്പും ഇതെത്രയോ എന്ന മുഖഭാവത്തോടെയാണ് കമല ഇതെല്ലാം കേട്ടുകൊണ്ടിരിക്കുന്നത്. അതിനോടൊപ്പം അപർണ ഇത്രയും പരസ്യമായി ഇതെല്ലാം അവതരിപ്പിക്കുണ്ടല്ലോ എന്ന അദ്ഭുതവുമുണ്ടാമുഖത്ത്. "കാര്യങ്ങളുടെ നല്ല വശം മാത്രം അവതരിപ്പിക്കുന്നവരെ ഞാൻ കണ്ടിട്ടുണ്ട്" കമല പറയുന്നു. പലപ്പോഴും സത്യമെല്ലാം തുറന്ന് പറയുന്നത് വിശ്വസിക്കുവാൻ കൊള്ളാമെന്ന് ഉറപ്പുള്ളവരോട് മാത്രമാണ്. അപർണ അവരോട് കാണിച്ച വിശ്വാസത്തെ അംഗീകരിക്കണമെന്ന് എനിക്ക് തോന്നി. എന്നാൽ എനിക്കതിനാകും മുമ്പ് കമല തന്റെ സ്വീകരണമുറിയിൽ തനിക്കായി കാത്തിരിക്കുന്നവരുടെ സമീപത്തേക്ക് നീങ്ങി. അവിടെ മാധ്യമപ്രവർത്തകനായ സുരേന്ദ്രനിരിക്കുന്നുണ്ടായിരുന്നു. വളരെ നേരമായി അയാൾ കാത്തിരിക്കുകയാണ്.

"അയാൾക്ക് അനക്കമില്ല." കമല എന്നോട് രഹസ്യം പറഞ്ഞു.

ഒരുപക്ഷേ "ആലിംഗനം ചെയ്യുന്ന ആൾദൈവം" എന്ന് എല്ലാവരും വിളിക്കുന്ന ഹിന്ദു സ്വാമിനി മാതാ അമൃതാനന്ദമയിയുടെ ചിന്തകൾ

ഉൾക്കൊണ്ടതിനാൽ അയാൾക്ക് കാത്തിരിപ്പിന്റെ മനോവിഷമം എന്നൊന്ന് ഇല്ലാതായിട്ടുണ്ടാകും.

"ഒരു വലിയ പുഞ്ചിരിയും ആലിംഗനവുമായാണവർ നമ്മെ സ്വീകരിക്കുന്നത്" മാതാ അമൃതാനന്ദമയി എന്ന വാക്കുകേട്ടതും സുരേന്ദ്രൻ സംസാരിച്ചു തുടങ്ങി. "ഒരു പ്രത്യേക ആനന്ദം ലഭിക്കുന്നുണ്ടാകുമെന്നാണ് എല്ലാവരും പറയുന്നത്. ലൈംഗികമായ ഒരു ഹർഷോന്മാദം. അവർ ഒരുപാട് ചുംബനങ്ങൾ തരും. നിങ്ങളുടെ കഴുത്തിലും ശരീരത്തിലും തിരുമ്മും. നല്ല തടിയുള്ള ഒരു സ്ത്രീയെ ആലിംഗനം ചെയ്യുവാൻ ഒരു പുരുഷന് ലഭിക്കുന്ന അപൂർവ്വം അവസരങ്ങളിലൊന്നാണത്. വലിയ മുലകളുണ്ടവർക്ക്. വളരെ അടുത്തുവന്നാണവർ ആലിംഗനം ചെയ്യുന്നത്. അങ്ങനെയൊരു അവസരമാണ് അമ്മ എല്ലാവർക്കും നൽകുന്നത്."

ഇത്രയും പറഞ്ഞ് അയാൾ വിശാലമായൊന്ന് ചിരിച്ചു. അയാൾ പറഞ്ഞത് എന്തെന്ന് അയാൾക്കപ്പോൾ തിരിച്ചറിവുണ്ടായി. എന്നിട്ട് സ്വയം സെൻസർ ചെയ്യുന്നതുപോലെ ഒന്ന് മൂളി.

"മാതൃത്വത്തിന്റെ കരലാളനയാണത്." കമല സുരേന്ദ്രൻ പറഞ്ഞ വാക്കുകളെ വിശകലനം ചെയ്തു, "ശരീരത്തിന് അതിന്റേതായ നൈസർഗ്ഗികമായ ഒരു കഴിവുണ്ട്, പിൻവലിയുവാനുള്ള നൈസർഗ്ഗിക കഴിവ്. ഇവിടെ കാണുന്നത് ആത്മീയമോ മനസ്സിന്റേതോ ആയ എന്തോ ഒന്നാണ്." കമല സുരേന്ദ്രനെ ഗുണദോഷിക്കുകയായിരുന്നു.

കമലയോട് ഒന്ന് ഒറ്റയ്ക്ക് സംസാരിക്കുവാൻ ഞാൻ കൊതിച്ചു. സന്ദർശകർ വന്നുകൊണ്ടേയിരുന്നു. ഞാൻ കമലയുടെ അനുവാദം വാങ്ങിച്ച് കമല ഇവിടെയില്ലാത്തപ്പോൾ എനിക്ക് ചെയ്യേണ്ട യാത്രകൾക്കുള്ള കാര്യപരിപാടികൾ തയ്യാറാക്കുന്നതിലേക്ക് കടന്നു. കമലയുടെ ശസ്ത്രക്രിയ കഴിഞ്ഞാൽ പിന്നെ ഞങ്ങൾക്ക് ഞങ്ങളുടേതായിമാത്രം വളരെയധികം സമയം ലഭിക്കും എന്ന് സമാധാനിക്കുകയായിരുന്നു ഞാനപ്പോൾ.

പിറ്റേന്ന് കാലത്ത് ഞാനെത്തിയപ്പോൾ കമല അനുജത്തി സുലുവിന്റെ കൈപിടിച്ച് അപ്പാർട്ട്മെന്റിനു പുറത്തേക്ക് നടക്കുകയായിരുന്നു. ഒരു വെളുത്ത ഖാദി വസ്ത്രമാണപ്പോൾ അവർ അണിഞ്ഞിരുന്നത്. കുടുംബം മുഴുക്കെ അവർക്ക് ചുറ്റിലുമുണ്ട്. എല്ലാം കൃത്യമായി, സൂക്ഷ്മതയോടെ ഒരുക്കിയിരിക്കുന്നു - വീൽചെയർ, കാർ, ആശുപത്രിയിൽ അടുത്തിരിക്കുവാൻ അനുജത്തി, കാറിന്നടുത്ത് എപ്പോഴും തയ്യാറായി രണ്ടാമത്തെ മകൻ, വിമാന ടിക്കറ്റുകൾ, മദ്രാസിൽ അമ്മയെ കാത്തുനിൽക്കുന്ന മോനു, ഹോട്ടലിൽ മികച്ച സ്യൂട്ട്, എല്ലാം.

"ഹായ് സുന്ദരി" ഞാൻ വിളിച്ചുകൂവി. സന്ദർഭത്തിനനുരൂപമല്ലാത്ത എന്റെ കൂവൽ കേട്ട് സുലു ഉറക്കെ ചിരിച്ചു.

അവിടെയുണ്ടായിരുന്ന കമല അപ്രത്യക്ഷമായതുപോലെ എനിക്ക് തോന്നി.

കമല ഇല്ലാത്ത വിഷമം എന്റെ മനസ്സിലുണ്ടാകാതിരിക്കുവാനായി ഞാൻ പരശുറാം എക്സ്പ്രസ്സിൽ കയറി കേരളത്തിന്റെ തെക്കുഭാഗത്തേക്ക് യാത്രയായി. കേരളത്തിലെ പ്രധാന കടൽത്തീരങ്ങളിലൊന്നായിരുന്നു ലക്ഷ്യം. ട്രെയിൻ ഒട്ടും വേഗത്തിലല്ല ഓടിയത്. വളരെ വൈകിയാണത് സംസ്ഥാന തലസ്ഥാനമായ തിരുവനന്തപുരത്തെത്തിയത്. ഞാൻ ഒരു ടാക്സി വിളിച്ചു. കൊച്ചിയിൽ നിന്നും പുറപ്പെട്ട് എട്ടു മണിക്കൂർ കഴിഞ്ഞ് ഞാൻ കോവളത്തെ ലൈറ്റ് ഹൗസ് ബീച്ചിലെത്തി.

സ്വയം തിരക്കേറിയവളാകുവാൻ ഞാൻ അവിടെയെല്ലാം ചുറ്റിനടന്ന് കാണുവാൻ തീരുമാനിച്ചു. സന്ദർശകർ ധാരാളമെത്തുന്ന കടൽത്തീരം, പാറപ്പുറത്തുള്ള നീന്തൽക്കുളം, ആയുർവേദിക് സ്പാ, കേരളത്തിന്റെ തനത് മാതൃകയിൽ പുനർനിർമ്മിച്ച വീടുകൾ, കാഷ്മീരി വസ്തുക്കൾ വിൽക്കുന്ന കടകൾ, അശോക ഹോട്ടലിലെ കുളം, എല്ലാം.

എനിക്ക് ആയുർവേദമെന്തെന്നറിയണം. ഞാൻ ഓലമേഞ്ഞ ഒരു കൊച്ചു കുടിലിലേക്ക് കയറി. ആ കുടിലിന്റെ ചുവരുകൾക്കും അതിനുള്ളിലുണ്ടായിരുന്ന പെൺകുട്ടി ധരിച്ച സാരിക്കും ഇളം നീല നിറമായിരുന്നു. ദീപ എന്നായിരുന്നു അവളുടെ പേര്. ദീപ എന്നോട് വസ്ത്രങ്ങളഴിച്ചുമാറ്റുവാൻ ആംഗ്യം കാണിച്ചു. ഞാനനുസരിച്ചു. പിന്നെ എന്നോട് ഒരു മസാജ് ടേബിളിനും എണ്ണ നിറച്ച ഒരു പാത്രത്തിനും മദ്ധ്യേയുള്ള കസേരയിലിരിക്കുവാൻ പറഞ്ഞു. ഞാനനുസരിച്ചു. അവൾ പിന്നെ ശക്തമായി എന്റെ തലയും കൈകളും തടവി. അവിടെയെല്ലാം എണ്ണ തേച്ച് പിടിപ്പിച്ചു. എന്റെ കൈയിലും എണ്ണ തന്നു. എന്നെ നഗ്നയാക്കി കുറച്ചു നേരം അവിടെ വിട്ടു. കുറച്ച് കഴിഞ്ഞപ്പോൾ എന്നോട് അവിടെ കിടന്നിരുന്ന ഒരു പായ ചൂണ്ടി അതിൽ കിടക്കുവാൻ പറഞ്ഞു. ഞാനതിൽ മലർന്ന് കിടന്നു. അവൾ സാരിയൊന്ന് മടക്കിക്കുത്തി എന്റെയടുത്ത് നിന്നു. അവിടെ ഒരു വലിയ കയർ ഞാന്ന് കിടപ്പുണ്ടായിരുന്നു. ദീപ അതിൽ പിടിച്ചു. എന്നിട്ട് ആ കയറിൽ ഞണ്ടിക്കിടന്നു. അങ്ങനെ കിടന്ന് അവൾ തന്റെ കാലിന്റെ പെരുവിരൽ കൊണ്ട് എന്റെ ശരീരത്തിന്റെ മദ്ധ്യത്തിൽ തൊട്ടു. ഒരു കൈവിരൽ കൊണ്ട് തന്റെ ശരീരത്തിന്റെ മദ്ധ്യത്തിലും തൊട്ടു. പിന്നെ വളരെ സാവധാനത്തിൽ, എന്നാൽ നല്ല നിപുണതയോടെ, അവളുടെ നീണ്ട, ഘനമില്ലാത്ത കാലുകളിലെ ആ പെരുവിരലിന് ജീവൻ വച്ചു. ആദ്യം പെരുവിരൽ, പിന്നെ കാലിന്റെ മടമ്പ്, പിന്നെ മുഴുവൻ പാദം, ആദ്യം മുകളിലോട്ട്, പിന്നെ കീഴോട്ട്, പിന്നെ വട്ടത്തിൽ, പിന്നെ എന്റെ ശരീരത്തിലെ ഓരോ വളവിലേക്കും... ചലനം ദ്രുതഗതിയിലാകുകയായിരുന്നു. അവളുടെ മാംസപേശികൾ നിറഞ്ഞ കാലുകൾക്ക് വേഗത വർദ്ധിച്ചു, അത് എന്റെ വലത് പാദത്തിൽ നിന്നും വയറിലേക്കും, പിന്നെ അവിടെ നിന്ന് മുലക്കണ്ണുകളിലേക്കും, എന്റെ ഇടത് കൈകളിലേക്കും ചലിച്ചു. പിടിക്കാനും പിടിയിൽ നിർത്താനും കഴിവുള്ള അവളുടെ പുന്നാരം ഒരു പ്രാചീന വന്യമൃഗത്തിന്റെ പരുപരുത്ത നാക്കുപോലെ തോന്നിച്ചു എനിക്ക്.

ഞാൻ കണ്ണൊന്ന് തുറന്ന് നോക്കി. അപ്പോൾ അവളുടെ നീണ്ട തവിട്ടു നിറമാർന്ന കാലുകൾക്കറ്റത്ത് അവളുടെ വെളുത്ത അടിവസ്ത്രം കണ്ടു. നീല സാരി കണ്ടു. ദീപയുടെ ശാന്തമായ മലയാളി മുഖം കണ്ടു.

ഇത്രയൊക്കെയെങ്കിലും ഞാനിപ്പോഴും ഇവിടെയല്ല. ഹോട്ടലിന്റെ ജനലുകളിൽ കൂടി, തെങ്ങുകൾക്കപ്പുറത്ത് എനിക്ക് കടൽ കാണാം. തിരകളേയും കാക്കകളേയും ഒഴിവാക്കിയാൽ കടൽ ശാന്തമാണ്. ഇതൊക്കെയെങ്കിലും എനിക്കെന്തോ വീട്ടിലെത്തുവാൻ തിടുക്കമായി. കമലയോടൊത്ത് താമസിക്കുവാനാണ് ഞാൻ ഇന്ത്യയിലേക്ക് വന്നത്. കമലയില്ലാതെ എനിക്ക് "ജോലികളൊന്നും ചെയ്യുവാനാകുന്നില്ല" തിരികെ വീട്ടിലെത്തിയാൽ എന്തെഴുതണമെന്ന് പഠിച്ചെടുക്കുവാനുമാകുന്നില്ല. ഈ പുസ്തകത്തിന്റെ ഭാവിയെക്കുറിച്ചോർക്കുമ്പോൾ ഞാനൊറ്റക്കാകുമ്പോൾ ഞാനടങ്ങിയ ഈ ലോകത്തെക്കുറിച്ച് എഴുതുവാൻ ഞാൻ എത്ര അപര്യാപ്തയാണെന്ന് എനിക്ക് മനസ്സിലാകുന്നു.

ഞാൻ തിരുവനന്തപുരത്തേക്ക് തിരികെ പോയി. കമലദാസും ഞാനും തമ്മിലുള്ള സാംസ്കാരിക അന്തരമെന്തെന്ന് തിരയുകയായിരുന്നു ഞാൻ. അപ്പോൾ ഇതിനുമുമ്പ് കമലയുടെ വസതിയിൽ അനങ്ങാതെ വളരെ നേരം ഇരുന്നിരുന്ന സുരേന്ദ്രൻ എന്ന വ്യക്തിയെ വീണ്ടും കണ്ടു. അയാൾ എന്നോടൊപ്പം ഉച്ചഭക്ഷണത്തിനുണ്ടായിരുന്നു. മാധവ ദാസിന്റെ ചില സ്വകാര്യ ശേഖരങ്ങൾ അപ്പോൾ അയാളുടെ പക്കലുണ്ട്. അയാളത് ദാസിന്റെ തിരുവനന്തപുരത്തെ വീട്ടിൽ നിന്നും മോഷ്ടിച്ചതാണ്. കമല അത് "ആദ്യം ആരു ചോദിക്കുന്നുവോ അവർക്ക് എടുത്തുകൊടുക്കാതിരിക്കുവാനാണ്" അയാളപ്പോൾ അത് കൈവശം വച്ചിരിക്കുന്നത്.

കമലയുടെ ഓർമ്മകൾ അടുക്കിവച്ചിരിക്കുന്നത് കാണാനാകും എന്ന പ്രതീക്ഷയോടെ ഞാൻ അയാളെ പിന്തുടർന്നു. ഞങ്ങളെത്തിയത് ഒരു മുറി നിറയെ കൂട്ടിയിട്ടിട്ടുള്ള പത്രങ്ങൾക്കും മാസികകൾക്കും നടുവിലേക്കാണ്. അവിടെ എത്തിയപ്പോൾ അയാളുടെ കുറേ കുറിപ്പുകൾ വായിക്കുവാൻ അയാൾ എന്നെ നിർബന്ധിച്ചു. "മഹാ വൃത്തികെട്ടതും പുലയാട്ടുകൾ നിറഞ്ഞതുമായ" ഇംഗ്ലീഷിലും മലയാളത്തിലുമുള്ള കുറിപ്പുകൾ. ആദ്യമൊക്കെ ഞാൻ കരുതിയത് പ്രണയ കവിത എഴുതുവാനുള്ള ഒരു വിലക്ഷണ ശ്രമമാണിത് എന്നായിരുന്നു. പിന്നെയാണ് കമലയുടെ തലമുറയിലെ ഒരു സ്ത്രീയുടേതായി എഴുതിയിരിക്കുന്ന ചുംബന മനോരാജ്യങ്ങൾ കൂടി നേരെചൊവ്വെയല്ലെന്ന് എനിക്ക് മനസ്സിലാകുന്നത്. അവ അസഭ്യവും അശ്ലീലവുമായിരുന്നു. കത്തുകൾ ലൈംഗിക ആവശ്യങ്ങൾ നിറഞ്ഞ ഫോൺ കോളുകൾ പോലിരുന്നു. സുരേന്ദ്രൻ അപ്പോൾ എന്നെ ത്തന്നെ നോക്കി നിൽക്കുകയായിരുന്നു. ഞാൻ വസ്ത്രമഴിച്ച് മാറ്റുന്നത് രഹസ്യമായി നോക്കിക്കാണുന്ന ഒരാളുടെ മുഖഭാവമായിരുന്നു അപ്പോഴയാൾക്ക്. അത് എനിക്ക് എന്തോ അസ്കിതകളുണ്ടാക്കി. ഞാൻ കത്തുകൾ തുടർന്ന് വായിക്കുന്നത് നിഷേധിച്ചു. എന്നാൽ അയാൾ വിടാനുള്ള മട്ടില്ലായിരുന്നു. അയാൾ വീണ്ടും ചില കത്തുകൾ കാണിച്ചു. അതിൽ

കമലയെ അധിക്ഷേപിക്കുന്ന വാക്കുകളുണ്ടായിരുന്നു. കമല ഇങ്ങനെ ശരിയല്ലാത്ത രീതിയിൽ സംസാരിക്കുക, കമല കാമം നിറഞ്ഞ, വൃത്തി കെട്ട, ലൈംഗികത മാത്രമുള്ള വാക്കുകളുപയോഗിക്കുന്നു. എന്നെല്ലാം അവയിലുണ്ട്. അതുകൂടാതെ "അമ്മയുമായി ലൈംഗിക ബന്ധത്തിനു താത്പര്യപ്പെടുന്നു" എന്നുമുണ്ടായിരുന്നു. എനിക്ക് ഈ കത്തുകളും കുറിപ്പുകളും കണ്ടപ്പോൾ ഭയമായി. കാരണം ഇത് കമല എന്ന വ്യക്തിക്ക് മേലുള്ള കടന്നാക്രമണമായിരുന്നു. അവസാനം അയാൾ ആ പുസ്തക മൊന്ന് അടച്ചപ്പോൾ എന്തോ മനസ്സിന് ഒരു ലാഘവത്വം തോന്നി. (മോനു എന്റെ ഈ അനുഭവത്തെ ഓർമ്മക്കുറിപ്പുകൾക്ക് ശേഷമുള്ള "പീഡിത നേരങ്ങൾ" എന്നാണ് വിളിച്ചത്.)

കമല കൊച്ചിയിൽ തിരിച്ചെത്തിയിരിക്കുന്നു എന്നറിഞ്ഞയുടൻ ഞാൻ തിരുവനന്തപുരത്ത് റെയിൽവെ സ്റ്റേഷനിലെത്തി. എത്രനേരമായി ഞാന തിനു കാത്തിരിക്കുന്നു. എന്നാൽ സ്റ്റേഷനിലെത്തിയപ്പോൾ എനിക്ക് ആകെ ഒരെത്തും പിടിയും കിട്ടാത്തതുപോലെയായി. എറണാകുള ത്തേക്ക് ട്രെയിൻ പുറപ്പെടുന്ന സമയം എനിക്കറിയാം. എന്റെ പ്ലാറ്റ്ഫോം

നമ്പർ എനിക്കറിയാം. എന്നാൽ അവിടെ എത്തിപ്പെടുവാൻ ഏതിലെയാണ് പോകേണ്ടതെന്ന് എനിക്കറിയില്ല. "എറണാകുളം? എവിടേയാ? ഏതുവഴിയാ?" ഞാൻ വിളിച്ചു കൂവി. എന്റെ കരച്ചിലിന് വലിയ ഗുണമൊന്നുമുണ്ടായില്ല. ആരെങ്കിലും സഹായത്തിനെത്തും എന്ന് ഞാൻ പ്രതീക്ഷിച്ചുകൊണ്ടേയിരുന്നു. ആരും വന്നില്ല. ഞാൻ കൈയിലുള്ള ബാഗുകളെല്ലാം നിലത്തിട്ടു. എന്തുചെയ്യണമറിയില്ലായിരുന്നു. പിന്നെ ഒന്ന് തലനിവർത്തി നോക്കിയപ്പോൾ കുറച്ച് പ്രായമുള്ള ഒരാൾ എന്റെയടുക്കലേക്ക് വരുന്നു. ഒരു മുണ്ടും ഓറഞ്ച് നിറമുള്ള ഷർട്ടുമാണ് വേഷം. അയാൾ എന്നെ ഒന്ന് വട്ടം ചുറ്റി. എന്നിട്ട് എനിക്ക് ക്ലോക്ക് ചൂണ്ടിക്കാണിച്ചു തന്നു. മലയാളത്തിൽ എന്തൊക്കെയോ പറഞ്ഞു. എന്നിട്ട് നടന്നുപോയി. കുറച്ചു ദൂരം പോയ അയാൾ തിരികെ വന്നു. അയാൾക്കും എന്റെ അവസ്ഥ കണ്ട് മടുത്തു എന്ന് തോന്നുന്നു. വന്നപാടെ അയാൾ എന്റെ ബാഗുകളെല്ലാം പെറുക്കിയെടുത്തു. എന്റെ പെട്ടി അയാൾ അയാളുടെ തലയിൽ ചുരുട്ടിവെച്ചിരുന്ന തുണിക്ക് മുകളിലേക്കെടുത്തു. എന്നിട്ട് എന്നോടൊന്നും ചോദിക്കാതെ നടന്നുതുടങ്ങി. ഞാനയാൾക്ക് പുറകെ ഓടി. എനിക്ക് എന്തൊക്കെയോ ഉറക്കെ വിളിച്ചുപറയണമെന്നുണ്ടായിരുന്നു. ഞാൻ വിളിച്ചുകൂവും എന്നെനിക്കുറപ്പായ നിമിഷത്തിൽ അയാൾ നിന്നു. എന്നോട് "എറണാകുളം?" എന്ന് ചോദിച്ചു. ഞാൻ തലയാട്ടി. അയാൾ നേരെ ഫസ്റ്റ് ക്ലാസ് എ സി കമ്പാർട്ട്മെന്റിലേക്ക് നടന്നു. അയാൾ എന്നോട് ടിക്കറ്റിന്റെ തുകയെത്രയെന്ന് പറഞ്ഞു. ഞാൻ പണമെണ്ണിക്കൊടുത്തു. അയാൾ എനിക്ക് ടിക്കറ്റ് എടുത്തു തന്നു. അയാൾക്കുള്ള ടിപ്പ് സന്തോഷപൂർവ്വം കീശയിൽ നിക്ഷേപിച്ചു. അങ്ങനെ പാടിപുകഴ്ത്താത്ത ഒരു ഇന്ത്യൻ പോർട്ടറുടെ സേവനം അയാൾ പൂർത്തീകരിച്ചു. എന്നെ അയാൾ സുരക്ഷിതയായി ശരിയായ കമ്പാർട്മെന്റിൽ കയറ്റി ഇരുത്തി.

അയാൾ എന്നോട് യാത്രപറഞ്ഞ് പിരിഞ്ഞു. കമ്പാർട്മെന്റിൽ ഞാനിരിക്കുന്നതിനു സമീപത്ത് അപ്പോൾ മൂന്ന് പുരുഷന്മാരും ഒരു സ്ത്രീയുമുണ്ട്. പരസ്പരം സ്പർശിക്കാതെയാണവർ ഇരിക്കുന്നത്. മുകളിലെ ബർത്തുകൾ കനമുള്ള മീശവച്ച രണ്ടുപേർ കരസ്ഥമാക്കിയിരിക്കുന്നു. എനിക്കെതിരെയുള്ള സീറ്റിലിരിക്കുന്ന ഒരു സ്വാമി എന്നെ ശാന്തയാക്കി. അയാൾ അപ്പോൾ പുറത്ത് നിൽക്കുന്ന അനുയായികളോട് കൈവീശി യാത്രപറയുകയായിരിന്നു. നീളമുള്ള മുടിയും നല്ല വെള്ളവസ്ത്രവും അയാളുടെ ഇരിപ്പും എല്ലാം കണ്ടപ്പോൾ അയാൾ ഒരു പെൺകുട്ടിയാണോ എന്നുപോലും എനിക്ക് തോന്നിപ്പോയി.

ട്രെയിൻ സാവധാനത്തിൽ തിരുവനന്തപുരം വിട്ടു. അപ്പോൾ അർദ്ധനഗ്നനായ മറ്റൊരാൾ പ്രത്യക്ഷപ്പെട്ടു. അയാൾ സ്വാമിയുടെ ബർത്തിൽ ഒരു വെള്ള വിരിപ്പ് വിരിച്ചു കൊടുത്തു. എന്നിട്ട് അയാൾ അവിടെ നിന്ന് അപ്രത്യക്ഷനായി. ഞാൻ സ്വാമിയുടെ സംഭാഷണം ശ്രദ്ധിക്കുവാനായി എന്റെ സീറ്റിന്റെ അരികിലേക്കു നീങ്ങി.

"ജനങ്ങളെ അവർക്കാകാവുന്നത്ര നല്ലവരാകുവാൻ സഹായിക്കുകയാണ് ഞാൻ എന്നാണദ്ദേഹം തുടങ്ങിയത്. എല്ലാവരിലും വെളിച്ചമുണ്ട് - "നിങ്ങളിൽ പോലും". "ഗുരു എന്നാൽ വെളിച്ചമാകുന്നു. സ്വാമി എന്നാൽ ഈശ്വരനും". അയാൾ എന്റെ താത്പര്യങ്ങൾ എന്തൊക്കെയെന്ന് ചോദിച്ചറിഞ്ഞു. എന്നിട്ട് സംഭാഷണം എഴുത്തിലേക്ക് തിരിച്ചുവിട്ടു. എന്റെ കണ്ണിലേക്കദ്ദേഹം സൂക്ഷിച്ചു നോക്കി. അയാൾ കൈകളുയർത്തി. എന്നിട്ട് "ഞാൻ ആത്മാക്കളുടെ മനശ്ശാസ്ത്രജ്ഞനാണ്" എന്ന് പറഞ്ഞു. വിചിത്രമായ എന്തൊക്കെയോ ഭാവരൂപങ്ങൾ അയാളുടെ മുഖത്ത് നിറഞ്ഞു.

ഞാൻ ഇങ്ങനെ ഒറ്റയ്ക്ക് എന്റെ അസ്തിത്വം തിരയേണ്ടതില്ല എന്ന് തീരുമാനിക്കുകയും ആ പണി ഈ സ്വാമിയെ ഏല്പിക്കുകയും ചെയ്തു.

"കൈയൊന്ന് തുറക്കൂ" സ്വാമി ആജ്ഞാപിച്ചു. ഞാൻ ഉടൻ അനുസരിച്ചു. അയാൾ എന്റെ ഉള്ളം കൈ ആകെ പരിശോധിച്ചു. എന്നിട്ട് അതിലേക്ക് ഒരു കൊച്ചു സ്വർണ്ണകുരിശ് നിക്ഷേപിച്ചു.

"ശബ്ദത്തിന് വലിയ ശക്തിയുണ്ട്." അദ്ദേഹം വിളിച്ചു പറഞ്ഞു. ഞാനപ്പോൾ ഒന്ന് പുറകോട്ട് ചാരിയിരിക്കുകയായിരുന്നു. "ഉദാഹരണത്തിന് G U N എന്ന വാക്ക്." അത് പറയുമ്പോൾ അദ്ദേഹത്തിന്റെ ചൂണ്ടുവിരൽ എനിക്ക് തലയുടെ മുകൾഭാഗത്തിന്റെ മദ്ധ്യം കാണിച്ചു തരികയായിരുന്നു. അവിടെ തന്നെയാണ് ശബ്ദം പ്രതിധ്വനിക്കുന്നത്. G U N അദ്ദേഹം മന്ത്രിച്ചു. അപ്പോൾ N N N N N N N N N N N N N N N എന്നത് പ്രതിധ്വനി എന്ന് ഉറപ്പ് വരുത്തി.

ഇനി എന്റെ ഊഴമാണ്.

G U N N N N N N Nnnnnnnnn ഞാനും പ്രതിധ്വനിച്ചു.

G U N N N N N N N N N N N N N N N N N അദ്ദേഹം ഒന്നു കൂടി വലുതാക്കി.

G U N N N N N N N N N N N N N N N N N N N N N N N N Nnnnnnnnn ഞാനും ശ്രമിച്ചു. നല്ല സുഖമുണ്ട്.

"താങ്കളുടെ തല വിറയൽ കൊള്ളുന്നുണ്ടോ?"

"ഉണ്ട്" ഞാൻ ഉറപ്പ് കൊടുത്തു.

അദ്ദേഹത്തിന് സന്തോഷമായി. "G U N എന്ന് ആർക്കും പറയാം. എന്നാൽ നിങ്ങളുടെ ഗുരുവിന് മാത്രമേ അത് ഒരു മന്ത്രോച്ചാരണമായി നൽകുവാനാകുകയുള്ളു.

അതിനുശേഷം സ്വാമി അയാളുടെ പക്കലുള്ള വിരിപ്പിലിരുന്ന് വിശ്രമിക്കുവാൻ തുടങ്ങി. നട്ടെല്ല് വളക്കാതെ നേരെ നിവർന്നിരിക്കുകയാണ് സ്വാമി. ഞാൻ എന്നെ പുതുതായി വാങ്ങിയ കൈത്തറിയുടെ പുതപ്പുകൊണ്ട് പുതപ്പിച്ചു. അപ്പോൾ ഞാൻ ഉടൻ കമലയുടെ അടുത്തെത്തുമല്ലോ എന്ന സന്തോഷമായിരുന്നു.

ഞാനെത്തിയപ്പോൾ കമല തന്റെ സഹോദരി സുലുവിന്റെ വീട്ടിൽ വിശ്രമിക്കുകയായിരുന്നു. അവിടെവച്ചാണ് കമല എന്നെ സ്വീകരിച്ചത്. അവർ മെത്തയിൽ കിടക്കുകയായിരുന്നു. മുടി അഴിച്ചിട്ടിരിക്കുന്നു. അവരുടെയരികെ അടുത്തപ്പോൾ മുടി കുറുതായി മുറിച്ച ഡോക്ടർ സുലുവുണ്ട്. സുലു തന്റെ ചേച്ചിയുടെ കൈത്തണ്ടയിൽ തട്ടി ഒരു തടിച്ച ഞരമ്പ് കണ്ടെത്തി. അതിലേക്ക് ഇൻസുലിൻ കുത്തിവച്ചു. ശസ്ത്രക്രിയയ്ക്ക് ശേഷം വർദ്ധിച്ച പ്രമേഹത്തിനുള്ള ചികിത്സയിലാണപ്പോൾ കമല. ഡോക്ടർ സുലുവാണ് ചികിത്സയുടെ മേൽനോട്ടം. എന്നാൽ സുലു മുറിയിൽ നിന്നും പുറത്തിറങ്ങിയപ്പോൾ കമല എന്നോട് എനിക്ക് ഇങ്ങനെയിരുന്ന് മടുത്തു എന്നും എന്തോ "കൂട്ടിലിട്ടിരിക്കുന്നതുപോലെ" തോന്നുവെന്നും പറഞ്ഞു. കമലയ്ക്ക് കമലയുടെ വീട്ടിലേക്ക് പോകണമെന്നാഗ്രഹമുണ്ടായിരുന്നു.

ഞങ്ങൾ പിരിഞ്ഞിരുന്നിട്ടേയില്ല എന്ന മട്ടിലാണ് ഞങ്ങൾ സംസാരിച്ചു തുടങ്ങിയത്. വീണ്ടും ഞങ്ങളുടെ ജോലി, ഞങ്ങൾ പദ്ധതിയിട്ടിരുന്ന ജോലി, ആരംഭിച്ചതുപോലെ തോന്നി. ഇതിനെ ഇനി ഒരു ജോലി എന്നൊന്നും വിളിക്കുവാനാകില്ലല്ലോ. ഇത് വളർന്നുകൊണ്ടിരിക്കുന്ന ഒരു സൗഹൃദമാണ്. ഈ കൂടിക്കാഴ്ച ആ സൗഹൃദത്തിന്റെ ആഴം വർദ്ധിപ്പിക്കുന്നു, പരസ്പര സ്വീകാര്യത വർദ്ധിപ്പിക്കുന്നു. പരസ്പരം അംഗീകരിക്കുകയും അനുമോദിക്കുകയും ചെയ്യുന്നു. ഞങ്ങൾ, ഞങ്ങൾ ചെയ്യുവാനുദ്ദേശിക്കുന്ന ജോലി എത്ര പുരോഗമിച്ചു എന്നത് ചർച്ച ചെയ്തു. തന്റെ കണ്ണുകൾ തന്നെ അനുവദിക്കുന്നില്ലെന്ന് കമല പറഞ്ഞു. തിമിരത്തിന്റെ ശസ്ത്രക്രിയയ്ക്ക് മുമ്പ് കണ്ണുകളിലെക്ക് വെളിച്ചം ഒരു വശത്തു നിന്നു മാത്രമേ കടന്നു ചെന്നിരുന്നുള്ളു. കാഴ്ച വലിയ ബുദ്ധിമുട്ടായിരുന്നു. കമല തലയൊന്ന് ചരിച്ച് ഞാനെഴുതിയത് കുറച്ച് വായിച്ചു. എന്നിട്ട് ആഴ്ചതോറും എഴുതുന്ന കോളങ്ങൾ പൂർത്തിയാക്കുവാനിരുന്നു. "ഞാനും നന്നായി ജോലി ചെയ്യാം. അപ്പോഴല്ലെ എനിക്കും എന്റെ അന്തസ്സ് നിലനിറുത്തുവാനാവുകയുള്ളു." കമല പറഞ്ഞു. എന്നോടൊപ്പം ജോലിചെയ്യുവാൻ ആഗ്രഹമുണ്ടെന്ന് കമല കൂട്ടിച്ചേർത്തു. "നമ്മളൊരുമിച്ച് എന്തിനെക്കുറിച്ചെഴുതും?"

അപ്പോൾ ഒരിക്കൽക്കൂടി ഞാൻ ശേഖരിച്ചുവച്ചിരിക്കുന്ന അസംസ്കൃത വസ്തുക്കളുടെ പട്ടിക തയ്യാറാക്കി. അതിൽ ഞങ്ങൾ തമ്മിലുള്ള സംഭാഷണങ്ങൾ, എന്റെ കുറിപ്പടികൾ, അവരുടെ കവിതകൾ എല്ലാമുണ്ട്. കമല എനിക്ക് ഇംഗ്ലീഷിലും മലയാളത്തിലും അവരെഴുതുന്ന കോളങ്ങളുടെ പകർപ്പ് തന്നു. കാശിനുവേണ്ടിയുള്ള ഈ എഴുത്ത് അവരുടെ ഊർജ്ജവും കാഴ്ചശക്തിയും ഒരുപോലെ നശിപ്പിക്കും എന്നു പറഞ്ഞു. ഇനി അവരുടെ പക്കൽ ഒന്നും ശേഷിപ്പില്ലെന്ന് പറഞ്ഞു. ഇനി മുതൽ ഞാൻ ചോദ്യങ്ങൾ ചോദിക്കുകയും അത് റെക്കോർഡ് ചെയ്യുകയുമായിരിക്കും ഉത്തമമെന്നും പറഞ്ഞു.

കമല വിശ്രമിച്ചുകൊണ്ടിരുന്ന സമയത്ത് ഞാൻ സ്വീകരണമുറിയിൽ ഒഴുകി നടന്നു. അപ്പോൾ കമല എന്റെ എഴുത്തിനെക്കുറിച്ച്

പറഞ്ഞതിലേക്കൊന്നും അധികം പടർന്ന് കയറാതിരിക്കുവാൻ ഞാൻ ശ്രമിക്കുന്നുണ്ടായിരുന്നു. വെയിൽച്ചൂടിലേക്ക് ഞാനെത്തും മുമ്പേ കമലയും സുലുവും അവിടെയെത്തി. അപ്പോൾ സുലു തന്റെ ഭർത്താവിന്റെ മാതാപിതാക്കൾ എല്ലാം ഉൾക്കൊള്ളുന്ന വേറിട്ട കുടുംബസ്വഭാവത്തെക്കുറിച്ച് രോഷം കൊള്ളുന്നുണ്ടായിരുന്നു.

"ഒരുപക്ഷേ സുലു അത് ചോദിച്ച് വാങ്ങിച്ചതായിരിക്കും. സുലു എപ്പോഴും ശരിയായ കാര്യങ്ങൾ മാത്രം ചെയ്യുന്നയാളാണല്ലോ?" ഞാൻ എന്റെ അഭിപ്രായം മന്ത്രിച്ചു.

"എന്നാൽ ഈ ശരിയായ കാര്യം എന്നാൽ എന്താണ്?" അപ്പോൾ സുലു തത്വജ്ഞയായി. "ഞാൻ മൂന്നാറിലെ തേയില പ്ലാന്റേഷനുകളിൽ ജീവിച്ചിരുന്ന കാലത്ത്, മാനേജർമാരും അവരുടെ ഭാര്യമാരും എപ്പോഴും ഹലോ പറഞ്ഞിരുന്നത് ചുംബിച്ചുകൊണ്ടായിരുന്നു. അവർ എല്ലാവരും ഒന്നിച്ച് നൃത്തം ചെയ്തിരുന്നു. പ്ലാന്റേഷൻ ജീവിതത്തിൽ അത് ശരിയായിരുന്നു, എന്നു വച്ച് യാഥാസ്ഥിതികമായ എന്റെ വീട്ടിൽ അതെങ്ങിനെ ശരിയാകും?"

"കുറച്ചുകൂടി വൈകാരികമായി കരുത്തുള്ള ശരി എന്നായിരിക്കണം ഞാൻ ഉദ്ദേശിച്ചത്." ഞാൻ അഭിപ്രായപ്പെട്ടു. "അതായത് ആരേയും വേദനിപ്പിക്കാതിരിക്കുക, സദാചാരപരമായി ശരിയായ കാര്യങ്ങളിൽ ഏർപ്പെടുക, അതെല്ലം യാഥാസ്ഥിതികമായിരിക്കണമെന്നില്ല, എങ്കിലും ശരിയാകാം. കമല ആരേയും വേദനിപ്പിക്കാറില്ലല്ലോ, എന്നുവച്ച് കമല യാഥാസ്ഥിതികയാണോ?"

"എന്റെ കഥ പ്രസിദ്ധീകരിച്ച് ഞാൻ എന്റെ വീട്ടുകാരെ എല്ലാവരേയും വേദനിപ്പിച്ചിരുന്നു." പെട്ടെന്ന് വളരെ മൂർച്ചയേറിയ ഒരു പ്രതികരണവുമായി കമല ഇടയ്ക്കുകയറി. "ഞാൻ വളരെ വില കുറഞ്ഞവളാണെന്ന് എന്റെ അച്ഛൻ അപ്പോൾ കരുതി."

ഇത് എന്നെ എന്റെയുള്ളിലുണ്ടായിരുന്ന മൂടൽമഞ്ഞിൽനിന്നും പുറത്തു കടത്തി.

സുലു പുറത്ത് പോയപ്പോൾ കമല "ഇർഷാദ് വന്നിരുന്നു" എന്ന് പറഞ്ഞു.

കാഴ്ചശക്തി പാതി മാത്രമുള്ള രണ്ട് മുസ്ലീം സഹോദരന്മാരിൽ ഇളയവനാണ് ഇർഷാദ് ഗുലാം അഹമ്മദ്. കമല കൽക്കട്ടയിലായിരുന്ന കാലത്ത് അവരെ വളർത്തിയതും പഠിപ്പിച്ചതുമെല്ലാം കമലയായിരുന്നു. കമലയുടെ വീട്ടിലായിരുന്നു അവർ താമസം. ഇർഷാദിന് പതിനേഴ് വയസ്സുമുതൽ ഇരുപത്തി രണ്ട് വയസ്സു വരെ കമലയായിരുന്നു രക്ഷിതാവ്. കമല ഇർഷാദിന് വായിച്ചു കൊടുത്തു. ഇർഷാദിന്റെ കവിതകളെ പ്രോത്സാഹിപ്പിച്ചു. കമല നടത്തിയിരുന്ന സല്ക്കാരകർമ്മങ്ങളിൽ പങ്കെടുക്കുവാൻ അനുവദിച്ചു. ഇർഷാദ് പിന്നീട് സാഹിത്യം പഠിപ്പിക്കുന്ന പ്രൊഫസറായി. അതുകൂടാതെ Kamala Das: The Poetic Pilgrimage എന്ന പുസ്തകവും രചിച്ചു.

മാധവ ദാസിനെക്കുറിച്ച് കുറച്ച് അസ്വസ്ഥതയുളവാക്കുന്ന പരാമർശങ്ങൾ പ്രസിദ്ധീകരിക്കുവാൻ അയാൾ അനുവാദം ചോദിച്ചു എന്ന് കമല പറഞ്ഞു. "ഞാൻ എന്റെ ഭർത്താവിനോട് പെരുമാറിയ രീതി ശരിയല്ലെന്ന് പറഞ്ഞ് ലോകം മുഴുക്കെ എന്നെ പഴിചാരി എന്നാണയാൾ പറയുന്നത്. അത് ശരിയല്ലെന്ന് അയാൾക്ക് ലോകത്തോട് വിളിച്ചു പറയണം. ഞാനൊരു സന്യാസിനിയായിരുന്നുവെന്നും എന്റെ ഭർത്താവ് അങ്ങനെയായിരുന്നില്ലെന്നും അയാൾക്കറിയാമെന്ന് അയാൾ പറയുന്നു"

അയാൾക്കറിയാവുന്നതെല്ലാം ലോകത്തോട് പറയുവാൻ ഇർഷാദ് ആഗ്രഹിക്കുന്നു എന്ന് കമല പറഞ്ഞു. പക്ഷേ, അത് ചെയ്യരുതെന്ന് ഇർഷാദിനോട് കമല അപേക്ഷിച്ചു. തന്റെ അച്ഛന്റെ സത്യസന്ധതയെ കമലയുടെ ഇളയ മകൻ ആരാധനയോടെ കാണുന്നു. അതെ, ദാസ് സത്യമായും സത്യസന്ധനായിരുന്നു. കമല വീണ്ടും അത് എന്നോട് ആവർത്തിച്ചു. തന്റെ ഭർത്താവിന്റെ ലൈംഗിക ഇച്ഛകളെക്കുറിച്ചുള്ള സൂചനകൾ തന്റെ എഴുത്തുകളിൽ പരാമർശിക്കപ്പെട്ടിട്ടുണ്ടെങ്കിലും "ഞാൻ എപ്പോഴും എന്റെ ഭർത്താവിന്റെ സൽപേര് നിലനിറുത്തിയിരുന്നു" എന്നും കമല പറഞ്ഞു.

ഞാനിതെല്ലാം കേട്ട് തലയാട്ടുക മാത്രം ചെയ്തു. കാരണം ഇർഷാദ് പറയുവാൻ പോകുന്ന വിവരങ്ങൾ കമലയ്ക്ക് എത്ര പ്രാധാന്യമുള്ളവയാണെന്ന് എനിക്കറിയില്ലായിരുന്നു. ഇർഷാദ് പറയുവാൻ പോകുന്ന കാര്യങ്ങൾ പുതിയവയാണെന്ന് തോന്നുന്നു. അവ ഞാൻ പ്രതീക്ഷിച്ച അത്ര അദ്ഭുതപ്പെടുത്തുന്നവയോ അല്ലെങ്കിൽ തകർത്ത് തരിപ്പണമാകുന്നവയോ അല്ല. കമലയ്ക്ക് എന്തായാലും എന്നോട് അതൊക്കെ പങ്കുവയ്ക്കണം. പക്ഷേ, എനിക്ക് തോന്നിയത് പറയാൻ ബാക്കി വച്ച എന്തിന്റെയൊക്കെയോ ആമുഖമോ ഭാഗമോ ആണത് എന്നാണ്. എന്തിനെക്കുറിച്ചാണ് പരാമർശിക്കപ്പെടാൻ പോകുന്നതെന്ന് അറിയാത്തതുകൊണ്ട് എങ്ങനെ പ്രതികരിക്കണമെന്നും എനിക്കറിയില്ലായിരുന്നു.

ഒരു പരിചാരകയുടെ അകമ്പടിയോടെ തന്റെ മുറിയിൽനിന്നും പുറത്തെത്തിയ ബാലാമണിയമ്മ എന്നെ രക്ഷിച്ചു. തേജസ്സുള്ള അവരുടെ രൂപം ടെലിവിഷനുമുന്നിൽ നിന്നു. ടെലിവിഷനിൽ അപ്പോൾ തന്റെ വൃദ്ധനായ ഭർത്താവിന്റെ വീട്ടിൽ അടച്ചിടപ്പെട്ട പൂർണ്ണഗർഭിണിയായ ഒരു യുവതി കേഴുകയായിരുന്നു. നന്നായി ഉണ്ട് കുടവയറുമായി നടക്കുന്ന ബ്രാഹ്മണരുടെ ഒരു സഭയുണ്ട് വീടിനു പുറത്ത്. അകത്തുള്ള ഗർഭിണിയായ യുവതി തന്റെ ഗർഭത്തിനുത്തരവാദി ആരെന്ന് പറയുന്നതും കാത്തിരിക്കുകയാണാ സഭ. അതുകേട്ടുകഴിഞ്ഞാലേ അവൾക്കെതിരെ നടപടിയെടുക്കാനാവൂ. ഈ സഭ കണ്ടു നിൽക്കുന്ന ചില പെൺകുട്ടികൾ വേറേയുമുണ്ട്. അവർ കുലുങ്ങി ചിരിക്കുന്നുണ്ട്. അവരുടെ ചിരി കണ്ടാൽ പിന്നെ ആ സ്ത്രീയെ ആരും കല്യാണം കഴിക്കുവാൻ തയ്യാറാകില്ലെന്ന് എനിക്ക് തോന്നി. അവരുടെ ചിരി കണ്ട് ബാലാമണിയമ്മയും മധുരമായി ചിരിച്ചു.

"മെറിലി, നീ സത്യത്തിൽ ഭാഗ്യവതിയല്ലേ? നിനക്ക് വൃദ്ധനായ ഒരുവനെ കല്യാണം കഴിക്കേണ്ടി വന്നില്ലല്ലോ?"

അവസാനം ടി വിയിലെ വൃദ്ധനായ ഭർത്താവ് മരിച്ചു. വിധവയായ ഭാര്യ തന്റെ ആഭരണങ്ങളെല്ലാം അഴിച്ചു മാറ്റി. അതുകണ്ട് ബാലാമണിയമ്മയുടെ ഹൃദയം നൊന്തു. അവരിൽനിന്നും കരുണയാർന്ന ഒരു നിശ്വാസമുയർന്നു. അങ്ങനെ നിശ്വസിച്ച് അവർ നടക്കുവാൻ തുടങ്ങി.

ഇർഷാദിനെകുറച്ചു കഴിഞ്ഞ് കാണാം. അപ്പോൾ അയാളിൽ നിന്നും മാന്യമല്ലാത്ത ഖ്യാതിയെക്കുറിച്ച് അറിയാം. കമല വളരെ പരിശുദ്ധയാണെന്ന് ഇർഷാദ് എന്നോട് പറയും. ഒരിക്കൽ ദാസ് ശ്രീലങ്കയിലേക്ക് യാത്രപോയ സമയത്ത് കമലയ്ക്ക് 'യുദ്ധവും സമാധാനവും' കാണുവാൻ അതിയായ ആഗ്രഹം തോന്നിയതും, അതുകാണുവാനായി തിയറ്ററിലെത്തിയ കമല തന്റെ ഇരുവശത്തും പുരുഷന്മാരൊന്നുമിരിക്കാതിരിക്കുവാൻ മൂന്ന് ടിക്കറ്റുകളെടുത്തതും അയാൾ പറയും. അത്രയും പരിശുദ്ധയാണ് കമലയെന്ന് ആണയിടും. ദാസ് ഒരു ബി ബി സി ലേഖകനെ ആട്ടിപ്പുറത്താക്കി കമലയോട് കിടപ്പു മുറിയിലേക്ക് പോകുവാൻ പറഞ്ഞതും കമല ഉടനടി അത് അനുസരിച്ചതും അയാൾ പറയും. 1986 ൽ ദാസ് നിരുത്സാഹപ്പെടുത്തിയതുകൊണ്ട് മാത്രമാണ് കമല കവിതയെഴുത്ത് നിറുത്തിയതെന്ന് അയാൾ പറയും. "കവിത മാനസികാനന്ദം മാത്രമേ തരുന്നുള്ളു എന്നാൽ ഗദ്യം അങ്ങനെയല്ല, അത് പണം കൊണ്ടുവരും" എന്നാണ് ദാസ് അതിനു കാരണം കണ്ടെത്തിയതെന്ന് പറയും. പിന്നീട് ഇർഷാദാണ് കമലയുടെ ടൈപ്പ്റൈറ്റർ കേടുപാടു തീർത്തതും കമലയ്ക്ക് കടലാസുകൾ വാങ്ങിച്ചു കൊടുത്തതും. അപ്പോൾ ഇരുപത് ദിവസത്തോളം തുടർച്ചയായി കമല ഒരു ദിവസം ഒരു കവിത എന്ന തോതിൽ എഴുതി. ഈ കവിതകളെല്ലാം Best of Kamala Das എന്ന ശേഖരത്തിലുണ്ട്.

അന്നു രാത്രി വീണ്ടും കമല തന്റെ വിവാഹജീവിതം എങ്ങനെ കഴിച്ചു കൂട്ടിയെന്ന ചിന്ത എന്നിൽ വീണ്ടുമുയർന്നു. കമല ഒരിക്കൽ വിവരിച്ച ഒരു രംഗം വീണ്ടും ഓർമ്മവന്നു. കമലയ്ക്ക് അന്ന് പ്രായം പത്തൊമ്പത്. അന്ന് മറ്റു ദിനങ്ങളിലെപ്പോലെ തന്നെ വൈകിയാണ് ദാസ് ജോലികഴിഞ്ഞെത്തിയത്. വന്നപാടെ അയാൾ ബിയർ കുടിക്കുവാനും കമലയെക്കുറിച്ച് യാതൊരു മതിപ്പുമില്ലെന്ന പതിവു സംസാരവും തുടങ്ങി. "നീ പല ആൺകുട്ടികളുമൊത്ത് വഴിയിലൂടെ നടക്കുന്നതായി അയൽക്കാരൊക്കെ പറയുന്നു." അയാൾ പരാതിപ്പെടുവാൻ തുടങ്ങി. "എനിക്ക് എന്റെ ഭാര്യയെ നിയന്ത്രിക്കുവാനാകില്ലെന്നാണ് അവരെല്ലാം പറയുന്നത്."

ദാസിന് തന്നോടൊപ്പം നടക്കുവാനോ കളിതമാശകൾ പറയുവാനോ താത്പര്യമില്ലല്ലോ 'എന്നും' വെറും മൂഢരായ അയൽവക്കത്തെ ആൺകുട്ടികൾ മാത്രമേ തന്നോടൊപ്പം നടക്കുകയുള്ളു എന്നും കമല മറുപടി പറഞ്ഞു. അപ്പോൾ ദാസ് "നീ എന്തിന് ആൺകുട്ടികളുടെ കൂടെ ചെസ് കളിക്കുവാനിരിക്കുന്നു?" എന്നു ചോദിച്ച് ഒച്ചവയ്ക്കുവാൻ തുടങ്ങി.

അത്രയുമായപ്പോൾ കമല അടുത്തിരുന്ന തുറക്കാത്ത ബിയറിന്റെ കുപ്പി കൈയിലെടുത്തു. എന്നിട്ട് "താങ്കൾ എന്നേക്കാൾ മുതിർന്നയാളാണ് എന്നത് ചിലപ്പോൾ ഞാൻ ഗൗനിച്ചെന്ന് വരില്ല. ഈ കുപ്പി കൊണ്ട് ഞാൻ തലയ്ക്കടിക്കും. നിങ്ങളുടെ തല പൊട്ടി തലച്ചോറ് പുറത്തുവരും. നിങ്ങളെ ഞാൻ കൊല്ലും. എനിക്ക് വഴക്കടിക്കുവാനൊന്നും അറിയില്ല. എന്നാൽ വഴക്കടിക്കുന്നതായി വേണമെങ്കിൽ അഭിനയിക്കാം." എന്ന് പറഞ്ഞു.

അങ്ങനെയൊന്നും ചെയ്യുവാൻ തനിക്കാകില്ലെന്ന് കമലയ്ക്ക് അറിയാമായിരുന്നു. "എങ്കിലും ഭീഷണിപ്പെടുത്തുവാൻ എനിക്കാകുമായിരുന്നു."

ഇത്രയും പറഞ്ഞ കമല, തന്റെ അമ്മൂമ്മയിൽ നിന്നും പണ്ടൊരിക്കൽ കേട്ട ഒരു കഥ ആവർത്തിച്ചു. ഒരിക്കൽ ഒരു സർപ്പത്തിനെ നാട്ടുകാരെല്ലാവരും കൂടി തല്ലി ചതച്ചു. ദേഹമാസകലം ചതവുമായി സർപ്പം ഒരു സന്ന്യാസിയുടെ അടുത്തെത്തി. സന്ന്യാസിയോട് സർപ്പം തന്റെ

സങ്കടമെല്ലാം പറഞ്ഞു. നാട്ടുകാരെല്ലാം കൂടി തന്നെ കൊല്ലുവാനൊരുങ്ങിയെന്നതും പറഞ്ഞു. സന്ന്യാസി സർപ്പത്തിനെ ഉപദേശിക്കുവാൻ തുടങ്ങി. നീ നിന്റെ സ്വഭാവം അടിമുടി മാറ്റണം. ഒരിക്കലും ആരേയും ഉപദ്രവിക്കരുത്. അങ്ങനെ ജീവിച്ചാൽ മരണശേഷം ആത്മാവ് സ്വർഗ്ഗത്തിൽ പോകും. അവിടെ എല്ലാം നീ ഇച്ഛിക്കുന്ന രീതിയിൽ മാത്രമാകും. സർപ്പം ഇതനുസരിക്കുവാൻ തീരുമാനിച്ചു. അന്നുമുതൽ ആരേയും ഉപദ്രവിക്കാതായി. ദിവസം കുറച്ച് കഴിഞ്ഞപ്പോൾ, സർപ്പം സന്ന്യാസിയുടെ അടുത്ത് തിരിച്ചെത്തി. അപ്പോഴേക്കും അതിന്റെ ശരീരമെല്ലാം ഒടിഞ്ഞ് നുറുങ്ങിയിരുന്നു. ചതവും പരിക്കും, മുറിവുമില്ലാത്ത ഒരിഞ്ച് സ്ഥലം അതിന്റെ ശരീരത്തിലില്ലായിരുന്നു. അതിന്റെ സൗന്ദര്യമെല്ലാം നശിച്ചിരുന്നു. "നിനക്കെന്തു പറ്റി? നീ ആകെ മാറിയിരിക്കുന്നുവല്ലോ?" സന്ന്യാസി ചോദിച്ചു. "ഞാൻ താങ്കളുടെ ഉപദേശം സ്വീകരിച്ചു. അന്നുമുതൽ ആളുകൾ എന്റെ മേൽ ചവിട്ടി നടക്കുവാനും എന്നെ കാണുമ്പോൾ കല്ലെറിയുവാനും തുടങ്ങി. എന്നാൽ ഞാൻ ഒരാളേയും അതിനുശേഷം തിരിച്ച് ഉപദ്രവിക്കുകയോ കടിക്കുകയോ ചെയ്തില്ല." സർപ്പം പറഞ്ഞു. "ആരേയും ഉപദ്രവിക്കരുത് എന്നു തന്നെയായിരുന്നു എന്റെ ഉപദേശം, എന്നാൽ ആരേയും ഭയപ്പെടുത്തരുതെന്ന് ഞാൻ ഉപദേശിച്ചില്ലല്ലോ? നിനക്ക് നിന്റെ ശൈലിയിൽ നന്നായി ചീറ്റി ശബ്ദമുണ്ടാക്കി ഭയപ്പെടുത്താമായിരുന്നുവല്ലോ?" സന്ന്യാസി ചോദിച്ചു.

കായികമായി തന്നെക്കാൾ കരുത്തുണ്ടായിരുന്ന തന്റെ ഭർത്താവിനെ ഭയപ്പെടുത്തുകയല്ലാതെ മറ്റു നിവൃത്തിയില്ലെന്നാണ് അന്ന് കമല പറഞ്ഞത്. "മറ്റുള്ള പെൺകുട്ടികളെപ്പോലെ അങ്ങനെ കീഴ്പ്പെടുത്തുന്നത് എനിക്ക് ഇഷ്ടമല്ലായിരുന്നു. അതിനാൽ എനിക്കതൊക്കെ ചെയ്യേണ്ടി വന്നു."

കമല എന്താണ് പറഞ്ഞത് മറ്റുള്ള പെൺകുട്ടികളെപ്പോലെ അങ്ങനെ കീഴ്പ്പെടുത്തുന്നത്...."

ഈ കഥ പത്തൊമ്പതുകാരിയായ കമലയുടെ രൂപം എന്നിലേക്കെത്തിക്കുവാൻ എന്നെ സഹായിക്കുന്നു. ആത്മാഭിമാനിയായി കമല. ഒരു യാഥാസ്ഥിതിക നായർ കുടുംബത്തിന്റെ അഹങ്കാരങ്ങളൊക്കെയുള്ള പത്തൊമ്പതുകാരി. അതിനോടൊപ്പം കമല നാലപ്പാട്ട് കഴിഞ്ഞിരുന്ന കാലത്ത് അവരിലുണ്ടായിട്ടുണ്ടാകാം എന്ന് ഞാൻ പ്രതീക്ഷിക്കുന്ന ക്രിയാത്മകമായ ആത്മവിശ്വാസത്തെക്കുറിച്ചും ഞാൻ ഓർത്തു. കമലയുടെ അമ്മാവൻ, മലയാളത്തിലെ പ്രസിദ്ധ എഴുത്തുകാരനായ നാലപ്പാട്ട് നാരായണമേനോനാണ്. വിക്ടർ ഹ്യൂഗോയുടെ പുസ്തകങ്ങൾ മലയാളത്തിലേക്ക് പരിഭാഷപ്പെടുത്തിയത് ഇദ്ദേഹമാണ്. രതിയെ കുറിച്ച് അറുനൂറ് പേജുള്ള ഒരു വിജ്ഞാനകോശം അദ്ദേഹം രചിച്ചിട്ടുണ്ട്. ആളുകളെ സ്വീകരിക്കുവാനും സ്വല്പം തമാശ പറയുവാനുള്ള അഭിരുചി കമലയ്ക്ക് നൽകിയത് അദ്ദേഹമാണ്. അതിനോടൊപ്പം കമലയ്ക്ക് തന്റെ ലൈബ്രറി ഉപയോഗിക്കുവാനുള്ള സ്വാതന്ത്ര്യവും അദ്ദേഹം നൽകി. അതിൽ പഴയ താളിയോലകൾ മുതൽ ഓസ്കർ വൈൽഡ് വരെയുണ്ടായിരുന്നു.

അവിടെയിരുന്ന് തർഗനേവ്, മീറ്റെർലിങ്ക്, ഫ്ളോബെർട്ട്, ടോൾസ്റ്റോയ്, ഹ്യൂഗൊ, ഡിക്കൻസ്, മാൻസ്ഫീൽഡ്, ചെഖോവ്, വൈറ്റ്മാൻ, വൈൽഡ്, ഫിറ്റ്സ്ജെറാൾഡ്, കോലെറ്റ്, വൂൾഫ്, ഇസഡോറാ ഡങ്കൻ എന്നിവരെയെല്ലാം കമല വായിച്ചു.

"എന്നെ മാറ്റിയത് ഞാൻ വായിച്ച ഈ പുസ്തകങ്ങളാണ്. ഇന്നും ജീവിക്കുകയും അല്ലെങ്കിൽ ഇന്ന് ജീവിച്ചിരിപ്പില്ലാത്തവരുമായ എഴുത്തുകാർ അവരുടെ പുസ്തകങ്ങളിലൂടെ എന്നോട് സംവദിച്ചു. എനിക്ക് ഞാനാകുവാനുള്ള ധൈര്യം തന്നു." എന്നാണ് കമല പറഞ്ഞത്.

എന്നാൽ കമലയുടെ അമ്മാവൻ 'വായിച്ചത് കൊണ്ട് മാത്രം കാര്യമില്ല, ചിന്തിക്കുക കൂടി വേണം' എന്നാണ് ഉപദേശിച്ചത്. "എന്റെ സ്വന്തം വ്യക്തിത്വം പരിപാലിപ്പിച്ച് പോഷിപ്പിക്കേണ്ടതിന്റെ പ്രാധാന്യം എനിക്ക് മനസ്സിലാക്കിത്തന്ന ആദ്യ വ്യക്തി അദ്ദേഹമായിരുന്നു."

"ഞാൻ ഇലഞ്ഞി മരച്ചില്ലയിൽ കെട്ടിയ ഊഞ്ഞാലിലിരുന്നാടി എന്നെത്തന്നെ സ്വയം ചിന്തിക്കുവാൻ പഠിപ്പിച്ചു. ഞാനങ്ങനെ ചിന്തിച്ചുകൊണ്ടിരുന്നപ്പോൾ, കുളക്കരയിലെ മരങ്ങൾ കണ്ടു. കുളക്കരയിലെ മൈലാഞ്ചിയും മഞ്ഞ അരളിയും കണ്ടു. ചിതകൾ കത്തിയെരിഞ്ഞമർന്ന തെക്കേപറമ്പിലെ തെങ്ങുകൾ കണ്ടു. വടക്ക് ഭാഗത്തുള്ള പാടം കണ്ടു. സർപ്പക്കാവിലെ നീർമാതളം കണ്ടു. കുളത്തിൽനിന്നും പാടത്തേക്കൊഴുകുന്ന അരുവി ഉതിർക്കുന്ന മന്ത്രോച്ചാരണങ്ങൾ കേട്ടു. കാഞ്ഞിരത്തിന്റേയും ഇലഞ്ഞിയുടേയും മാവിന്റേയും ഇലകളിൽ തട്ടി തെക്കു പടിഞ്ഞാറൻ കാറ്റു കൊണ്ടുവന്ന സന്ദേശങ്ങൾ കേട്ടു. ദൂരെ അറബിക്കടലിന്റെ ശബ്ദം കേൾക്കുന്നുണ്ടെന്ന് എനിക്കു തോന്നി.

പതിനാലു വയസ്സായപ്പോഴേക്കും കമല ബ്രിട്ടീഷ്, യൂറോപ്യൻ, മലയാളം സംസ്കൃതം എന്നീ ഭാഷകളിലെ വിഖ്യാത കൃതികളെല്ലാം വായിച്ച് തീർത്തിരുന്നു. P.E.N India യിൽ തന്റെ ആദ്യ കവിത പ്രസിദ്ധീകരിച്ചിരുന്നു.

"എന്റെ വല്ല്യമ്മാമന്റെ മുന്നിൽ ചെല്ലുമ്പോൾ ഞാൻ ചെറിയവളാണെന്ന ചിന്ത ഒരിക്കലും എന്നെ അലട്ടിയില്ല. കരുണ നിറഞ്ഞ് തുളുമ്പിയ ആ തത്ത്വചിന്തകൻ എന്നിൽ ആത്മവിശ്വാസമുണ്ടാക്കുവാൻ പ്രോത്സാഹിപ്പിച്ചു. ആ വിശ്വാസം ഒരുപക്ഷേ ഭ്രമാത്മകമായിരിക്കാം. എന്നാൽ അത് എന്റെ ആത്മാവിന് വേണ്ട ഉത്തേജനം നൽകി."

ഈ ഉത്തേജനമായിരിക്കണം കമലയ്ക്ക് തന്റെ വിവാഹജീവിതത്തിൽ പിടിച്ചു നിൽക്കുവാനുള്ള കരുത്ത് നൽകിയത്. ഞാനപ്പോഴും ഉണർന്നു കിടന്ന് ഇതു തന്നെ ചിന്തിക്കുകയായിരുന്നു. "മക്കത്തായ സമ്പ്രദായത്തിലാണ് ഞാൻ വളർന്നിരുന്നത് എങ്കിൽ എനിക്ക് ഇത്രയും ധൈര്യം കാണിക്കുവാൻ സാധിക്കില്ലായരുന്നു" ഒരു നായർ കുടുംബത്തിൽ വളർന്നത് ഒരു സ്ത്രീയെന്ന നിലയിൽ തന്നെ സഹായിച്ചിട്ടുണ്ടെന്ന് കമല സമർത്ഥിക്കുന്നു.

ഈ ധൈര്യം എല്ലാമുണ്ടായിട്ടും, എനിക്ക് ഇന്നും മനസ്സിലാക്കുവാനാകാത്ത രീതിയിലുള്ള, അവരുടെ വിവാഹബന്ധത്തിൽനിന്നും വിടുതൽ നേടുവാൻ അവർക്കായില്ല എന്നത് എനിക്ക് അദ്ഭുതമായി തോന്നുന്നു. ഈ വിവാഹത്തെ മിക്കവാറും അവർ അവരുടെ കവിതകൾ, ആത്മാഭിമാനം, കർത്തവ്യം, പുരാണം എന്നിവയിലൂടെയൊക്കെ പ്രതിനിധാനം ചെയ്യുന്നത്.

ഇർഷാദ് വെളിപ്പെടുത്തുവാനാഗ്രഹിക്കുന്ന കാര്യങ്ങൾ പിന്നെയെന്തിനാണ് കമല തടയിടുന്നത് എന്തുകൊണ്ടെന്ന് എനിക്ക് മനസ്സിലാകുന്നില്ല. അല്ലെങ്കിൽ "അയാൾ ലൈംഗിക കാര്യങ്ങളിൽ എത്ര വഴിപിഴച്ച ചിന്തകളുള്ളയാളായിരുന്നു" എന്നതിന്റെ വിശദീകരണമാകില്ല. അതുപറയുമ്പോൾ കമലയുടെ മുഖം ഇരുണ്ടിരുന്നു. ഇന്ത്യൻ സ്ത്രീമനസ്സിന്റെ ഈ ദുരൂഹതയാണ് എനിക്ക് പിടികിട്ടാതെ പോകുന്നത്.

"കുമ്പസാരിക്കുവാൻ താത്പര്യപ്പെടുന്ന" കമലയ്ക്ക് രഹസ്യങ്ങൾ സൂക്ഷിക്കുവാൻ എത്രകണ്ട് അറിയാമായിരുന്നു എന്ന് ദാസിനു മാത്രമേ അറിയുകയുള്ളു എന്ന ചിന്തയോടെ ഉറക്കം എന്നിലേക്കെത്തി. കമല പറയാത്തത് എന്തൊക്കെയുണ്ടാകുമെന്ന് ദാസിനു മാത്രമേ അറിയുകയുള്ളു.

പതിനൊന്ന്

ജീവിതം ഒരു സ്വപ്നമല്ലാതെ മറ്റൊന്നുമല്ല

ഞാൻ താമസിച്ചിരുന്ന അമ്പാടി അപ്പാർട്മെന്റിന്റെ ജനലിലൂടെ പുറത്തേക്കു നോക്കിയാൽ പല കാഴ്ചകളും കാണാം. ഒരു പറ്റം പക്ഷികൾ കാലത്തേ എഴുന്നേറ്റ് എങ്ങോട്ടോ കലപില കൂട്ടി യാത്രപോകുന്നു. കാറുകളും ബൈക്കുകളും ഓട്ടോറിക്ഷകളും നിരനിരയായി നീങ്ങുന്ന എം ജി റോഡിനുമപ്പുറത്തുള്ള ഒരു തെങ്ങിൻ തോപ്പിൽ അവ വട്ടം കൂടിയിരുന്നു. എം ജി റോഡിൽ പിന്നേയും കാഴ്ചകളുണ്ട്. അവിടെയാണ് പാർത്ഥാസ് എന്ന ഡിപ്പാർട്മെന്റ് സ്റ്റോർ. അവിടെനിന്ന് സിൽക്കും ഖാദിയും വാങ്ങാം. അതിനു സമീപം ഒരു മണിക്കൂറിനുള്ളിൽ ഫോട്ടോയുടെ പ്രിന്റ് നൽകുന്ന അരുണിന്റെ കടയുണ്ട്. അതിനുമപ്പുറം ഒരു ആയുർവേദ ക്ലിനിക്ക്, അയ്യായിരം വർഷം പഴക്കമുള്ള ആയുർവേദവിധിപ്രകാരം ചികിത്സകൾ നിശ്ചയിക്കപ്പെടുന്ന സ്ഥലമാണിത്. കുറച്ച് നടന്നാൽ തപാലാപ്പീസായി. അതിനുമപ്പുറത്ത് കരകൗശല വസ്തുക്കൾ വിൽക്കുന്ന സർക്കാരിന്റെ ഒരു സ്ഥാപനമുണ്ട്. പിന്നെ ഫാർമസി, ഒരു ടെയ്ലറിങ്ങ് ഷോപ്പ്, വിദേശ പണമിടപാട് സ്ഥാപനം, അതിനടുത്ത് അവന്യൂ റീജന്റ് ഹോട്ടൽ.

കമല തന്റെ സ്വന്തം അപ്പാർട്മെന്റിലേക്ക് തിരികെയെത്തിയിരിക്കുന്നു. ഇപ്പോൾ ഞാൻ താമസിക്കുന്ന അപ്പാർട്മെന്റിൽ നിന്നും രണ്ടു നില താഴത്തേക്കിറങ്ങിയാൽ എനിക്ക് കമലയെ കാണാം. കമലയുടെ വീടിന്റെ മുന്നിൽ ഒരു പുതിയ പോസ്റ്റർ പ്രത്യക്ഷപ്പെട്ടിട്ടുണ്ട്.

കമലദാസ് ശസ്ത്രക്രിയ കഴിഞ്ഞ് വിശ്രമിക്കുകയാണ്
സന്ദർശകരെ അനുവദിക്കുന്നതല്ല

സന്ദർശകരെ അനുവദിക്കുന്നതല്ല എന്നെഴുതിയ ബോർഡിനു മുന്നിൽ ഒരു കൂട്ടം പെൺകുട്ടികൾ നിന്ന് ചിരിക്കുകയും കളിക്കുകയും ചെയ്യുന്നു. അവർ ഏതോ സ്കൂളിൽ നിന്നും വന്നതാണ്. അവരെ മറികടന്ന് ഞാൻ കമലയുടെ സ്വീകരണ മുറിയിലെത്തി. അവിടെ ഫോണിന്റെ ബെൽ ഒച്ച. ഓടിനടക്കുന്ന വേലക്കാരികൾ. കമലയുടെ ഒരു പഴയ വേലക്കാരി അതിനിടെ അവരുടെ കൊച്ചു കുഞ്ഞിനെ ഒക്കത്തുവച്ച് കയറി വന്ന് കമലയുടെ പാദം തൊട്ട് വന്ദിച്ചു. എന്നിട്ട് പെട്ടെന്ന് കരയുവാൻ തുടങ്ങി.

"എന്തിനാ കരയുന്നേ?" കമല ചോദിച്ചു.

"സന്തോഷം കൊണ്ട്." അവർ മറുപടി പറഞ്ഞു.

കമല അകത്തേക്ക് പോയി ഒരു നൂറു രൂപ നോട്ടുമായി വന്നു. ആ നോട്ട് കുട്ടിയുടെ കീശയിൽ വച്ചുകൊടുത്തു. അപ്പോഴേക്കും കമലയെ കുട്ടിക്കാലം തൊട്ടറിയാവുന്ന ഒരു സുഹൃത്തെത്തി. അവർ കമലയുടെ കല്യാണത്തിൽ പങ്കെടുത്തിട്ടുണ്ട്.

എനിക്ക് കമലയോട് ഒറ്റയ്ക്കൊന്ന് സംസാരിക്കണം. എന്നാൽ കാന്റർബറി കഥകളിലെപ്പോലെ ജനക്കൂട്ടം തിങ്ങിനിറഞ്ഞ് നിൽക്കുന്ന ഇവിടെ വച്ച് അത് അസാധ്യമാകുന്നു. സന്ദർശകരുടെ ഈ കൂട്ടത്തിൽ ഒരു പാശ്ചാത്യ വനിതയുമുണ്ട്. അവർ ഒരു വ്യാപാരിയാണ്. ഈയ്യിടെയായി ഒരു പുതിയ വ്യാപാരം തുടങ്ങുവാനുള്ള ചർച്ചയിലാണ്. അതിന്റെ വിശദാംശങ്ങളാണവർ കമലയെ ബോധ്യപ്പെടുത്തുന്നത്. അത് മാർബിൾ കൊണ്ടുണ്ടാക്കിയ മുട്ടയുടെ വലിപ്പത്തിലുള്ള ഒരു ഉപകരണമാണ്. സ്കാൻഡിനേവിയയിലെ ഒരു സെക്സോളജിസ്റ്റ് ആണിതിന്റെ ഉപഭോക്താവ്. സ്ത്രീയോനി അമിതമായി വികസിക്കുന്നത് തടയുവാനാണിത്.

“അടുത്ത പടിയായി അതിനകത്തേക്ക് ഒരു കോഴിക്കുഞ്ഞിനെ പിടിച്ചിടൂ” കമലയുടെ പ്രതികരണം. “അപ്പോൾ പിന്നെ ചൊറിഞ്ഞുചൊറിഞ്ഞിരിക്കാമല്ലോ?”

പിറ്റേന്ന് ഞങ്ങൾ ഞങ്ങളുടെ കാര്യപരിപാടികൾ തയ്യാറാക്കുവാനിരുന്നു. ഒരു പുസ്തകമെഴുതണം, അതൊന്നിച്ചായിക്കൂടേ എന്നായിരുന്നു എന്റെ ചോദ്യം.

“ഞാൻ എപ്പോഴും കുറിപ്പുകൾ സൂക്ഷിക്കുന്ന ഒരാളാണെന്നത് മറക്കരുത്. കമല മനസ്സിൽ കുറിക്കുന്നതുപോലെ ഞാനെല്ലാം കടലാസിൽ കുറിച്ചുവയ്ക്കുന്നു. കമല പറഞ്ഞതെല്ലാം ഇതുപോലെ കുറിച്ചുവച്ചിട്ടുണ്ട്. ധാരാളം അസംസ്കൃതവസ്തുക്കൾ ഇപ്പോൾ എന്റെ കൈയിലുണ്ട്. അവയെല്ലാം സ്വരുക്കൂട്ടി ഞാൻ കമലയ്ക്ക് പാകമായ ഒരു രൂപത്തിലാക്കി തരാം. അതിനുശേഷമുള്ള കാര്യങ്ങൾ എന്നോടൊപ്പം ചെയ്യുവാൻ കമലയുണ്ടാകണം.”

“മെറിലി അത് നിന്റെ പുസ്തകമാകട്ടെ.” മറുപടി വയ്ക്കുവാൻ ഒട്ടും താമസമുണ്ടായില്ല. “എനിക്കാകാവുന്ന സഹായങ്ങൾ ഞാൻ ചെയ്തു. അത്രയേയുള്ളൂ. ‘എന്നെ സഹായിച്ചതിന്, എനിക്ക് വേണ്ട സഹായങ്ങൾ ചെയ്തു തന്നതിന് കമലാദാസിനോട് നന്ദിയുണ്ട്’ എന്ന് നീ പറഞ്ഞാൽ മതി. പുസ്തകം നിന്റേതാണ്.”

“എന്റെ പക്കലുള്ള അസംസ്കൃതവസ്തുക്കളെല്ലാം സ്വരുക്കൂട്ടി അതിനൊരു രൂപമാക്കിയതിനുശേഷം നമ്മളൊരുമിച്ച് ഒന്ന് വീണ്ടും കണ്ടാലോ?” പൂർണ്ണ ഉത്തരവാദിത്വം സ്വയം ഏറ്റെടുക്കുന്നതിൽ ഞാൻ പിന്നേയും വിമുഖത പ്രകടിപ്പിച്ചു.

“അത് കുഴപ്പമില്ല. എന്നെ സംബന്ധിച്ചിടത്തോളം ഇനി ഇരുന്നെഴുതുവാനുള്ള കരുത്ത് എന്നിലിപ്പോഴുണ്ടെന്ന് എനിക്ക് തോന്നുന്നില്ല. ഒരു പക്ഷേ അടുത്ത ഒരു വർഷത്തേക്കെങ്കിലും എന്തെങ്കിലും എഴുതുവാനാകുമെന്ന് ഞാൻ വിശ്വസിക്കുന്നില്ല.”

ഞാൻ വീണ്ടും എന്റെ വായുകടക്കാതെ ജനലുകളെല്ലാം അടച്ചിട്ടിരിക്കുന്ന അപ്പാർട്ട്മെന്റിലേക്കെത്തി. മലേറിയ വരണമെങ്കിൽ വരട്ടെ എന്ന ചിന്തയിൽ ജനലുകൾ തുറന്നിട്ടു. രാത്രിയിൽ രണ്ട് മണി കഴിഞ്ഞപ്പോൾ

കൊതുകുകൾ ആക്രമിക്കുവാൻ തുടങ്ങി. ഞാൻ വീണ്ടും ജനലടച്ചു. പോയി ഒന്ന് കുളിച്ചു. എന്നിട്ട് കൊതുകിനെ തുരത്തുന്ന, അർബുദം വരുവാൻ വരെ സാധ്യതയുള്ള, റിപല്ലന്റ് എന്റെ ശരീരത്തിലേക്ക് സ്പ്രെ ചെയ്തു. ഞാൻ എന്റെ ചിന്തകളെ സജീവമാക്കി. എനിക്ക് വേണമെങ്കിൽ ഏതെങ്കിലും ഹോട്ടലിലെ ഏ സി മുറിയിലേക്ക് മാറാം, അല്ലെങ്കിൽ ഒരു കൊതുവല വാങ്ങാം. അല്ലെങ്കിൽ ദൽഹിയിലേക്ക് താമസം മാറ്റി ഈ ചൂടിൽ നിന്നും രക്ഷപ്പെടാം, കൊച്ചിയിൽ നിന്നും രക്ഷപ്പെടാം – അതിലുമുപരിയായി ഇപ്പോൾ നടക്കുന്നതിൽ നിന്നെല്ലാം എനിക്ക് രക്ഷപ്പെടാം, അത് കമലയുമായി ബന്ധപ്പെട്ടതാകാം, ഞാനുമായി ബന്ധപ്പെട്ടതാകാം അതുമല്ലെങ്കിൽ എന്റെ പുസ്തകവുമായി ബന്ധപ്പെട്ടതാകാം. എന്റെ മനസ്സ് പറയുന്നത് പോകണം എന്നാണ്. ഞങ്ങളൊരുമിച്ച് എഴുതുമെന്ന് ഇനി പ്രതീക്ഷിക്കുക വയ്യ. ഇപ്പോൾ ആദ്യമായി ഇങ്ങനെയൊരു പുസ്തകമേ ഉണ്ടാവില്ല എന്നൊരു തോന്നലും വന്നു തുടങ്ങിയിരിക്കുന്നു. ഒരുപക്ഷേ ഞങ്ങൾ ഭക്ഷണം കഴിച്ചുകൊണ്ടിരിക്കുമ്പോൾ ഞാൻ ടേപ്പ് റിക്കാർഡർ ഓൺ ചെയ്തു വയ്ക്കുന്നതും, അല്ലെങ്കിൽ എന്തെങ്കിലും കുത്തിക്കുറിക്കുന്നതുമെല്ലാം കമലയ്ക്ക് ഇഷ്ടപ്പെടുന്നുണ്ടാകില്ല. അതുമല്ലെങ്കിൽ ഒരു ശസ്ത്രക്രിയയ്ക്ക് ശേഷമുണ്ടാകുന്ന സ്വാഭാവിക മാറ്റമായിരിക്കാം, പൊതുവായ അപ്രിയമായിരിക്കാം. ശസ്ത്രക്രിയ മാത്രമല്ല, സുലുവിന്റെ വീട്ടിലെ താമസം, ചുറ്റിലുമാളുകൾ, പഴയ സുഹൃത്തുക്കൾ കൂടെയില്ലാത്തത് എല്ലാം കൂടിയുള്ള ഒരു അസന്തുഷ്ടിയാകാം. ഇനി അതുമല്ലെങ്കിൽ 'ഈ മെറിലിയും എന്നിൽ നിന്നും എന്തോ നേടുവാൻ മാത്രമാണ് വന്നിരിക്കുന്നത്' എന്ന് കമല തീരുമാനിച്ചുകാണും.

ഫാനിന്റെ കാറ്റിൽ പണിപ്പെട്ട് ഞാനെഴുതുവാൻ തുടങ്ങി. ഈ മുറിയിലെ വായുവിന് പഴമയുടെ ഒരു ഗന്ധമുണ്ട്. മുറിക്കാകട്ടെ കൊതുകുതിരിയുടെ മണവും. ജനലിലൂടെ പൂർണ്ണ ചന്ദ്രനെ കാണാം. അതും എന്നെ കീഴടക്കുന്നു.

പിറ്റേന്ന് കാലത്ത് ഒരു വേലക്കാരിയുടെ പക്കൽ 1888ലെ ഒരു നാണയം എന്റെ മരുമകൾ എമ്മയ്ക്ക് സമ്മാനിക്കുവാനായി കമല കൊടുത്തുവിട്ടു. അതുകഴിഞ്ഞപ്പോൾ ഫോണിന്റെ ബെല്ലടിച്ചു. മറുതലയ്ക്കൽ പി.ജി. ജോസഫായിരുന്നു. യൂണിയൻ കോളേജിലെ ഇംഗ്ലീഷ് വകുപ്പിന്റെ ഒരു കോൺഫറൻസിൽ പങ്കെടുക്കുവാൻ അദ്ദേഹം എന്നെ ക്ഷണിച്ചു. പിന്നെ കമല വിളിച്ചു.

പതിവ് വാക്കുകൾ കഴിഞ്ഞപ്പോൾ ഞാൻ "സ്വാഗതാർഹമായ ഒരു കാലത്തിനുമപ്പുറം ഞാൻ ഇവിടെ നിൽക്കുകയാണെന്ന് തോന്നുന്നു" എന്ന് പറഞ്ഞു.

"അത് പാശ്ചാത്യ നാടുകളിൽ മാത്രം കണ്ടുവരുന്ന ഒരു സ്വഭാവമാണ്." കമല പ്രതിഷേധിച്ചു. "ഞങ്ങൾ കാലം പഴകും തോറും ജനങ്ങളോട് കൂടുതൽ അടുക്കുന്നവരാണ്. കഴിഞ്ഞ രാത്രിയിൽ എന്തോ അപൂർണ്ണത എനിക്ക് തോന്നിയിരുന്നു. എന്തോ ഒരു സ്നേഹക്കുറവ്. 'മെറിലിക്ക് തല

വേദനിക്കുന്നുണ്ടാകുമോ?' എന്ന് ഞാൻ മനസ്സിൽ കരുതി. നീ പെട്ടെന്ന് ഇറങ്ങിപ്പോയി മെറിലി."

"രാത്രിയിൽ ഏഴര കഴിഞ്ഞാൽ പിന്നെ അതിഥികളെ സ്വീകരിക്കാറില്ലെന്ന് കമല പറയുന്നത് ഞാൻ കേട്ടു. അപ്പോൾ സമയം എട്ടായിട്ടുണ്ടായിരുന്നു."

"അത് ആണുങ്ങളെ ഉദ്ദേശിച്ചാണ്. നീയൊരു ആണല്ലല്ലോ മെറിലി."

"എനിക്കറിയാം. ഞാൻ ഇന്ന് കാലത്തും അത് പരിശോധിച്ചതാണ്."

ഇതുകേട്ട് കമല പൊട്ടിച്ചിരിച്ചു.

"മെർലി, എന്റെ ചിന്തയിൽ ഉദിച്ചത് ഒരു വിദേശിക്കെങ്ങനെ ഞാൻ സ്നേഹിക്കുന്നതുപോലെ എന്നെ സ്നേഹിക്കാനാകും എന്നാണ്. ഇവിടെ വരിക വഴി നീ എന്നെ ബഹുമാനിക്കുകയാണെന്നാണ് ഞാൻ കരുതുന്നത്. ഇന്നലെ നീ പെട്ടെന്ന് എഴുന്നേറ്റ് പോയപ്പോൾ എന്തോ എന്റെ മുടി വല്ലാത്തൊരു ഗന്ധം നൽകുന്നതുകൊണ്ടാണ് നീ പോയത് എന്നാണെന്റെ മനസ്സു പറഞ്ഞത്. ശസ്ത്രക്രിയയ്ക്ക് ശേഷം അതൊന്ന് ശരിക്ക് കഴുകുവാൻ എനിക്കായിട്ടില്ല. എന്നാൽ ഇന്നലെ രാത്രി ഒരു വിധത്തിൽ ഞാൻ എന്റെ കൂടെയുള്ള ആ പെൺകുട്ടിയുടെ സഹായത്താൽ അതൊന്ന് കഴുകി. ഇപ്പോൾ എനിക്ക് നിന്നെ ആലിംഗനം ചെയ്യാം."

അപ്പോഴും എന്റെയുള്ളിൽ കിടന്ന കുരുക്ക് ഒരു മുള്ളുപോലെ കുത്തുകയായിരുന്നു. "ഞാൻ കമലയെ മുഷിപ്പിക്കുന്നുണ്ടോ?" ഞാൻ ചോദിച്ചു.

"അങ്ങനെയുള്ള വിപരീത ചിന്തകളൊന്നും വേണ്ട. പ്രത്യേകിച്ചും എന്നെക്കുറിച്ച്. ഈ ലോകത്തിൽ സൗഹൃദമെന്ന ഒന്നുണ്ടെങ്കിൽ അത് നമ്മുടേതാണ്. എപ്പോൾ വേണമെങ്കിലും ഫോൺ ചെയ്താൽ മെറിലിയുടെ ശബ്ദം കേൾക്കുവാനാകും എന്നത് എന്നെ സന്തോഷിപ്പിക്കുന്നു. നിനക്ക് എന്തുപറ്റി. വല്ല ദുഃസ്വപ്നവും കണ്ടോ?"

ഇന്നലെ രാത്രി പൗർണ്ണമിയായിരുന്നു എന്നു ഞാൻ പറഞ്ഞു. എല്ലാം കഴിഞ്ഞുവെങ്കിലും എന്നിൽ ഇപ്പോഴും എന്തോ ശങ്ക നില നില്ക്കുന്നു.

"എന്താ ആർണിയുമായി വഴക്കടിച്ചോ?"

"ചിലപ്പോഴെക്കെ അങ്ങനെയാണ്. സാധാരണ നിലയിൽ അങ്ങനെ എന്തുകൊണ്ടാണുണ്ടായതെന്ന് എനിക്കറിയാം. ചിലപ്പോൾ എനിക്ക് വെറുതെ ദുഃഖം വരും. അല്ലെങ്കിൽ എന്നിൽ പെട്ടെന്ന് ഊർജ്ജം നിറയും. അപ്പോൾ ഞാനെഴുതുവാനിരിക്കും."

"വേഗം ഒന്ന് കുളിച്ച് ഇവിടേക്ക് വാ." കമല പറഞ്ഞു.

കമലയുടെ വീട്ടിലെത്തിയെ എന്നെ സ്വീകരിച്ചത് കമല, കമലയുടെ വേലക്കാരി, സഹോദരി സുലു, സുലുവിന്റെ ഭർത്താവ് ഉണ്ണി, മരുമകൾ ദേവി, പേരക്കുട്ടികൾ എന്നിവരെല്ലാം ചേർന്നാണ്. ഞാൻ ചെന്നപാടെ കമല എന്നെ ആലിംഗനം ചെയ്തു. എന്റെ കൈകളിൽ പിടിച്ചു. കമല

തന്റെ തല എന്റെ തോളിൽ വച്ചു. ഞങ്ങളുടെ സുഹൃദ്ബന്ധത്തെക്കുറിച്ച് എല്ലാവരോടും പറഞ്ഞു. എനിക്ക് ഒരു നുള്ള് തുളസിയില തന്നു. അത് എന്റെ മെത്തയ്ക്ക് മുകളിൽ വയ്ക്കണമെന്ന് പറഞ്ഞു. പിന്നെ ഒരു രുദ്രാക്ഷം തന്നു. കൊതുകുകളേയും അസുഖങ്ങളേയുമെല്ലാം അകറ്റുവാൻ അത് സഹായിക്കുമെന്ന് പറഞ്ഞു. ഞാനിപ്പോൾ വാനോളമുയർന്ന് പറക്കുകയാണ്. എന്റെ കോശങ്ങളിലിപ്പോൾ പുതുജീവൻ നിറഞ്ഞിരിക്കുന്നു.

കമലയുടെ കുടുംബം യാത്രയായപ്പോൾ ഡോക്ടർ ബി. ഹരിഹരൻ അകത്തേക്കു വന്നു. ഒരു കൗമാരക്കാരന്റെ ചിരി അദ്ദേഹത്തിന്റെ മുഖത്തുണ്ടായിന്നു. അതുണ്ടാകണം, കാരണം അദ്ദേഹം കൗമാരം കടന്നിട്ട് അധികകാലമായിട്ടില്ലല്ലോ. തിരുവനന്തപുരത്തു വച്ച് നടന്ന കനേഡിയൻ പഠന കോൺഫറൻസിൽ കണ്ടപ്പോൾ, തന്റെ രണ്ട് ഭാഷകളിലുള്ള പ്രാവീണ്യം കൊണ്ട് കമല തന്നെ വല്ലാതെ അദ്ഭുതപ്പെടുത്തിയിട്ടുണ്ട് എന്ന് ഡോക്ടർ ഹരിഹരൻ പറഞ്ഞിരുന്നു. ഇപ്പോൾ കമലാദാസിന്നഭിമുഖമിരിക്കുമ്പോൾ അദ്ദേഹത്തിന് "ഞാൻ ഈ വ്യക്തിയുടെ മുന്നിൽ തന്നെയാണിരിക്കുന്നത് എന്ന് വിശ്വസിക്കുവാനായി" കമലയെ ഒന്ന് തൊട്ടു നോക്കണം. എന്നാൽ അതു ചെയ്യുന്നതിനുപകരം ഹരിരഹരൻ ഒരു കഥ പറഞ്ഞു. തന്റെ അച്ഛനുമൊത്ത് നല്ല എരിവുള്ള ഭക്ഷണം മുഴുക്കെ കഴിക്കുക എന്ന വാത്‌വെപ്പിൽ ജയിച്ച് കിട്ടിയ കാശുകൊണ്ട് എന്റെ കഥ വാങ്ങിച്ച കഥ.

അദ്ഭുതമെന്ന് പറയട്ടെ ഈ കഥകേട്ടപ്പോൾ കമലയുടെ മുഖത്ത് ദുഃഖം തളം കെട്ടി. ഹരിയുടെ കഥ കേട്ടപ്പോൾ കമലയ്ക്ക് മറ്റൊരു കഥയാണ് ഓർമ്മവന്നത്. പണ്ട് ഒരു യുവാവ് കമലയ്ക്ക് ഒരു കത്തെഴുതിയിരുന്നു. ആ കത്ത് ഇന്നും കമലയ്ക്ക് മനഃപാഠമായിരുന്നു.

പ്രിയപ്പെട്ട മാധവിക്കുട്ടി,

ഞാൻ എന്റെ കഥ വാങ്ങിച്ചു. അതുവായിച്ചുകൊണ്ടിരുന്നപ്പോൾ അച്ഛൻ എന്റെ മുറിയിലേക്ക് കടന്നു വന്നു. ഞാൻ വായിക്കുന്ന പുസ്തകം അച്ഛൻ കണ്ടു. അച്ഛന് വലിയ കോപം വന്നു. കമല ദാസ് കൊള്ളരുതാത്തവളും, ദുഷ്ടയും, സന്മാർഗ്ഗമാർഗ്ഗങ്ങളിൽ നിന്നും വ്യതിചലിച്ചവളുമാണെന്ന് അച്ഛൻ പറഞ്ഞു. എന്റെ കൈയിലുള്ള പുസ്തകം ഉടൻ കത്തിച്ചു കളയുവാൻ പോകുകയാണെന്ന് പറഞ്ഞു.

ഏതാനും ആഴ്ചകൾക്ക് ശേഷം ഒരു ദിവസം ഞാൻ എന്റെ മാതാപിതാക്കളുടെ മുറിയിലേക്ക് കയറി. അപ്പോൾ അമ്മ ഉറങ്ങുകയായിരുന്നു. അച്ഛൻ അടുത്ത് കിടപ്പുണ്ട്. അച്ഛന്റെ കൈയിൽ 'എന്റെ കഥ'യുണ്ടായിരുന്നു. അച്ഛൻ താങ്കളുടെ ചിത്രത്തിലേക്ക് തന്നെ നോക്കി കിടക്കുകയായിരുന്നു. ഞാൻ അച്ഛനെ നോക്കുന്നത് അച്ഛൻ കണ്ടു. അന്നു രാത്രി എന്തോ കഴിച്ച് അച്ഛൻ മരിച്ചു.

“എനിക്ക് വല്ലാത്ത വിഷമം തോന്നി.” കമല പറഞ്ഞു. അവരുടെ മുഖത്ത് ഈ കഥ പറയുമ്പോഴും ആ വിഷമം തളംകെട്ടി നിൽപുണ്ടായിരുന്നു. “ഞാൻ ആ യുവാവിന് മറുപടി എഴുതി. അങ്ങനെയൊരു പുസ്തകമെഴുതിയതിൽ എനിക്ക് ഇപ്പോൾ ലജ്ജ തോന്നുന്നു എന്നും ഈ മരണത്തിന്റെ ഉത്തരവാദിത്വം എനിക്കാണെന്നുമെഴുതി. ഞാൻ കുറ്റക്കാരിയാണെന്നെഴുതി. അയാൾക്കുവേണ്ടി എനിക്കെന്തുചെയ്യുവാനാകും എന്നെഴുതി ചോദിച്ചു.”

“കുറ്റം താങ്കളുടേതല്ല.” അയാൾ മറുപടി തന്നു. “എന്റെ അച്ഛൻ ഗുപ്തമായി പലതും ചെയ്യുമായിരുന്നു. കപടനാട്യക്കാരനായിരുന്നു. അദ്ദേഹത്തെയോർത്ത് എനിക്കൊരു ദുഃഖവും തോന്നുന്നില്ല. എന്നാൽ എന്റെ അമ്മയ്ക്ക് അദ്ദേഹം എന്തുകൊണ്ട് മരിച്ചു എന്നറിയില്ല. അമ്മയെ ഓർത്ത് മാത്രമേ എനിക്ക് ദുഃഖമുള്ളു.”

“അമർത്തിവെയ്ക്കപ്പെട്ട ലൈംഗികതയാണ് ഇന്നാടിന്റെ ശാപം വെറും വൈകാരികത മാത്രമുള്ളവരുടെ ഇടയിലാണ് കമല ജീവിക്കുന്നത്.” ഞാൻ പൊട്ടിത്തെറിച്ചു. “അവരാകട്ടെ കമലയെ കഴുകന്മാരെപ്പോലെ കൊത്തിവലിക്കുന്നു.”

“അതെ. ശരീരത്തിൽ മുഴുക്കെ വ്രണമായി, അത് പഴുത്തൊലിച്ച് ചലം കെട്ടി, ദുർഗന്ധം വമിച്ചിരിക്കുമ്പോഴും അവർ വരുന്നത് ഞാൻ കാണുന്നു. അത് ഭയങ്കരമാണ്.” ഇത് പറയുമ്പോൾ കമലയുടെ മനസ്സിൽ അസാധാരണമായ ഒരു രോഷമുണരുന്നുണ്ടായിരുന്നു.

പുറത്ത് ഇരുട്ട് വ്യാപിച്ചിരിക്കുന്നു. വൈദ്യുതി വകുപ്പിന്റെ ഊർജ്ജനിയന്ത്രണപരിപാടിയുടെ ഭാഗമായി വൈദ്യുതി ബന്ധം വിച്ഛേദിച്ചിരിക്കുകയാണ്. ഹരി എന്റെയടുക്കൽ വന്നു. കമല ഹരിയോട് എന്തോ പറഞ്ഞുവച്ചിരിക്കുന്നു. മലയാളത്തിലായിരിക്കുന്നു അവരുടെ സംഭാഷണം. ഹരിയോട് കമല പറഞ്ഞിരിക്കുന്നു: മെറിലി പറയുന്ന പുസ്തകമെഴുത്തിന് എന്ത് മറുപടി കൊടുക്കണമെന്ന് എനിക്കറിയില്ല. കമലയുടെ വിശ്വാസപ്രകാരം, കാലേകൂട്ടി പദ്ധതിയിട്ട് എഴുതുവാനിരിക്കുക, എഴുതേണ്ടതിന്നതൊക്കെ എന്ന് മുൻകൂട്ടി തീരുമാനിക്കുക എന്നിവ സാധ്യമല്ല. അത് തനിയേ വരേണ്ട ഒന്നാണ്. ശരീരത്തിൽ ചൂടു പൊന്തുന്നതുപോലെ തനിയേ വരേണ്ടത്. പറയുവാൻ ഒരുപാടുള്ളപ്പോഴാണത് പുറത്തുവരുന്നത്. അവരെ സംബന്ധിച്ചിടത്തോളം അവരുടെ എഴുത്ത് ആദ്യം നടക്കുന്നത് മനസ്സിലാണ്. അത് ഉണർന്നിരിക്കുമ്പോഴാകാം, ചിലപ്പോഴെങ്കിലും ഉറങ്ങുമ്പോഴാകാം. “ഒരു കവിതയ്ക്കായി നിങ്ങൾ പക്വമാകുമ്പോൾ, കവിത നിങ്ങളിൽ പാകമാകുമ്പോൾ, അതിന്റെ ജനനം സ്വാഭാവികമായി സംഭവിക്കുന്നു. അല്ലാതെ അതിനെ പുറത്ത് കൊണ്ടുവരുവാനായി ഒരു എളുപ്പമാർഗ്ഗമൊന്നുമില്ല. അതിനെ കൂടുതൽ കാലം മനസ്സിലൊളിപ്പിക്കുവാൻ കഴിയുന്ന ദിവ്യാദ്ഭുതങ്ങളുമില്ല.” മിക്കവാറും രൂക്ഷമായ ഗാർഹിക പ്രശ്നങ്ങൾകൊണ്ടാകാം, അവരിൽ നിന്നും ഞാനെന്ത് പ്രതീക്ഷിക്കുന്നുവോ അത് ഇപ്പോൾ ഉത്പാദിപ്പിക്കുവാൻ അവർക്കാകില്ല.

ഒരുപക്ഷേ അതാവാം കമലയുടെ ഇപ്പോഴത്തെ മാനസികാവസ്ഥയ്ക്ക് കാരണമെന്ന് ഹരി പറഞ്ഞു. അതിനോടൊപ്പം അവരെക്കുറിച്ചുള്ള പുസ്തകത്തിന്റെ എല്ലാവശങ്ങളും ഭംഗിയായി പോകുന്നു എന്ന് കമലയ്ക്ക് ഞാനൊരു ഉറപ്പ് നൽകണമെന്നും ഹരി പറഞ്ഞു.

ഹരിയുടെ ഈ വാക്കുകൾക്ക് ഞാൻ നന്ദിയുള്ളവളാണ്. കമലയ്ക്ക് ഇനിയും പലതും പറയുവാനുണ്ടെന്ന് എനിക്കറിയാം. എന്നാൽ അവരിൽ ഒരു ഭാരം അടിച്ചേല്പിക്കുവാൻ ഞാനാഗ്രഹിക്കുന്നില്ല. അങ്ങനെ അടിച്ചേല്പിച്ചാലും അത് നടക്കുകയുമില്ല. കമലയെ സംബന്ധിച്ചിടത്തോളം തന്റെ മനസ്സിൽ നിറഞ്ഞ് തുളുമ്പേണ്ടുന്ന ഒന്നാണ് എഴുത്ത്. അതുമാത്രമല്ല ആത്മവിശ്വാസം എന്ന ഒന്നിനും സ്വയം പുറത്ത് വരുവാൻ സമയം വേണം. ഞാൻ കമലയുടെ അപ്പാർട്മെന്റിലേക്ക് തിരികെ പോയി. കമലയോട് ഹരി പറഞ്ഞതുപോലെ ഒരു ഉറപ്പ് പറയണം. ഞാൻ വാതിൽക്കൽ മുട്ടിയപ്പോൾ വാതിൽ പാതി തുറന്ന്, സരസു എന്ന വേലക്കാരി അമ്മ ഉറങ്ങുകയാണ് എന്ന് പറഞ്ഞു. ഞാൻ എന്റെ അപ്പാർട്മെന്റിലേക്ക് തിരികെ പോയി. എന്റെ പുറത്ത് ഞാത്തിയിട്ടിരുന്ന ബാഗിൽ നിന്നും ടേപ്പ് റിക്കാർഡർ എടുത്തു. അത് സേഫിൽ ഒതുക്കി വച്ചു.

ഇന്ന് എനിക്കൊരു മാണിക്യം വാങ്ങണം. ഈ മാണിക്യം ഞാൻ നേരത്തെ തിരഞ്ഞുപിടിച്ച് വച്ചതാണ്. അതിന്റെ രൂപകല്പനയും മറ്റുമെല്ലാം എന്റേതു തന്നെയാണ്.

ഞാനിത് കമലയോട് പറഞ്ഞപ്പോൾ കമല ഒരു കഥ പറഞ്ഞു. അത് കമലയുടെ ഒരു സുഹൃത്തിനെ കുറിച്ചായിരുന്നു. അദ്ദേഹം ഒരു ഡോക്ടറായിരുന്നു. സഹൃദയനായിരുന്നു. ഒരു ദിവസം അദ്ദേഹം ഒരു മാണിക്യക്കല്ലുവാങ്ങുവാൻ തീരുമാനിച്ചു. കടയിൽ കണ്ടതിൽ നിന്നും ഒരു വലിയ ചുവന്ന മാണിക്യക്കല്ല് അദ്ദേഹം തിരഞ്ഞെടുത്തു. സ്വർണ്ണം കെട്ടി മോതിരമാക്കുവാൻ തീരുമാനിച്ചു. “ശ്രദ്ധിക്കണേ, മാണിക്യം ചിലപ്പോൾ ആരോഗ്യത്തിന് ഹാനികരമായേക്കും.” അദ്ദേഹത്തിന്റെ സുഹൃത്തുക്കൾ മുന്നറിയിപ്പ് നൽകി. അതിലൊന്നും വിശ്വാസമില്ലാത്ത ഡോക്ടർ അത് വാങ്ങുക തന്നെ ചെയ്തു. അതണിഞ്ഞ് ഉടൻ വീട്ടിലേക്കു യാത്രയായി. താൻ വാങ്ങിയ മോതിരം ഒന്ന് ഭാര്യയെ കാണിക്കുവാനുള്ള വെമ്പലായിരുന്നു അപ്പോൾ. വീട്ടിലെത്തി, വാതിൽ തുറന്ന്, ഭാര്യയ്ക്ക് മോതിരം കാണിച്ച് നിമിഷങ്ങൾ കഴിഞ്ഞില്ല, അദ്ദേഹം ഹൃദയാഘാതം മൂലം മരിച്ചു.”

“മരിച്ചുവെന്നോ?” എന്റെ ശബ്ദം പതറി.

“അതെ മരിച്ചു. തലച്ചോറിൽ രക്തം കട്ടപിടിച്ചതാണെന്നും പറയുന്നുണ്ട്. വലതു വശത്താണത്രെ രക്തമങ്ങനെ കട്ടപിടിച്ചത്.” കമല തീർത്ത് പറഞ്ഞു. “അമൂല്യങ്ങളായ ഇത്തരം കല്ലുകൾക്ക് ഔഷധഗുണം കൂടിയുണ്ട്. മാണിക്യക്കല്ലുകൾക്ക് ഹൃദയവും രക്തധമനികളുമായി എന്തൊക്കെയോ ബന്ധമുണ്ട്. ചില രാശിക്കാർ മാത്രമേ അത് ധരിക്കാൻ പാടുള്ളു.”

ഞാൻ മിഥുനം രാശിക്കാരിയല്ല. അതിനാൽ കമല Times Of India യിൽ ജ്യോതിഷ കോളങ്ങൾ കൈകാര്യം ചെയ്യുന്ന പി. ബി രാജേഷിനെ വിളിച്ചു. രാജേഷ് എന്റെ ജനന തിയതി ചോദിച്ചു. പല കണക്കുകൾ കൂട്ടി എനിക്ക് മാണിക്യക്കല്ല് ധരിക്കുവാനാകും എന്ന് വിധിച്ചു. അത് കേട്ടപ്പോൾ എനിക്ക് സമാധാനമായി.

അതിനോടൊപ്പം ഞാൻ മുത്തുകൂടി ധരിക്കണം. മുത്ത് ചന്ദ്രനെ പ്രതിനിധാനം ചെയ്യുന്നു. ചന്ദ്രൻ മനസ്സിനേയും. മുത്ത് ധരിക്കുക വഴി അത് എന്റെ മനസ്സിലെ പിരിമുറുക്കങ്ങൾക്ക് അയവ് വരുത്തും. ഈ രണ്ട് കല്ലുകളും ഒന്നിച്ച് ധരിച്ചാൽ എന്റെ കണ്ണുകൾക്ക് അത് കരുത്തു നൽകും. മാണിക്യം എന്റെ ഹൃദയത്തിനും കരുത്ത് പകരും.

ഞാൻ മാണിക്യം എന്റെ മോതിരവിരലിൽ അണിയണം.

ഞായറാഴ്ച കാലത്ത് സൂര്യനുദിച്ച് ഒരു മണിക്കൂർ കഴിഞ്ഞ് വേണം അത് അണിഞ്ഞു തുടങ്ങാൻ.

തിങ്കളാഴ്ച വരെ കാത്തിരുന്നേ മുത്ത് അണിയുവാൻ പാടുള്ളു. തിങ്കളാഴ്ച സൂര്യനുദിച്ച് ഒരു മണിക്കൂർ കഴിഞ്ഞാൽ മുത്ത് പിടിപ്പിച്ച മോതിരമണിയാം.

ഞാൻ സത്യാനന്ദന് മുന്നിലിരുന്ന് ചിരിച്ചു. അയാൾ 117 വർഷം പഴക്കമുള്ള കുടുംബ പാരമ്പര്യമുറങ്ങുന്ന തലയണയിൽ നിതംബമമർത്തി ഒരു തവളയെപ്പോലെ സൗകര്യമായി ഇരിക്കുകയായിരുന്നു. അയാൾ നിർമ്മിച്ച മോതിരങ്ങൾക്ക് ഞാനുദ്ദേശിച്ചതിനേക്കാൾ ഭംഗിയുണ്ട്. അതൊന്നണിയുവാൻ എനിക്ക് വല്ലാത്ത തിരക്കായി. എന്നാൽ ജ്യോതിഷി പറഞ്ഞതിനെ വെല്ലുവിളിക്കുവാൻ ഞാൻ തയ്യാറായില്ല. ഞാൻ രണ്ട് മോതിരങ്ങളും വാങ്ങി വീട്ടിലേക്കു നടന്നു, മുഹൂർത്തത്തിനായി കാത്തിരിക്കുന്നു.

മോതിരം വാങ്ങിയതിനുശേഷമുള്ള ആദ്യ ഞായറാഴ്ച സൂര്യനുദിച്ച് ഒരു മണിക്കൂർ കഴിഞ്ഞപ്പോൾ ഞാൻ മാണിക്യം ധരിച്ചു. എന്റെ പക്കലുള്ള മറ്റേതൊരു ആഭരണത്തേക്കാളും ഭംഗി അതിനുണ്ടായിരുന്നു. എനിക്കുടൻ അത് കമലയെ കാണിക്കണം. അതിനാൽ ഞാൻ എന്റെ മുടിയൊന്ന് നേരെയാക്കി, കണ്ണാടിയിൽ നോക്കി. അപ്പോൾ എന്റെ കണ്ണുകളിൽ രക്തത്തിന്റെ നിറം. എനിക്ക് വിശ്വസിക്കുവാനാകുന്നില്ല. എന്റെ കണ്ണുകളിൽ രക്തം നിറഞ്ഞിരിക്കുന്നതുപോലെ എനിക്ക് തോന്നി.

ഞാൻ മോതിരമൂരി കമലയുടെ അപ്പാർട്മെന്റിലേക്കോടി. അവിടെ സരസു ചൂടുവെള്ളത്തിൽ കമലയുടെ കാലുകൾ കഴുകുകയായിരുന്നു. അവിടെ മേനോൻ എന്നൊരാൾ എത്തിയിട്ടുണ്ട്. വീടു വിട്ടുപോയ അയാളുടെ ഭാര്യയെ ഉപദേശിച്ച് തിരികെ വരുവാൻ പറയണം എന്ന് കമലയോട് അഭ്യർത്ഥിക്കുകയാണയാൾ. എന്നാൽ അതൊന്നും കേൾക്കുവാനുള്ള മനഃസ്ഥിതിയിലല്ല ഞാനപ്പോൾ. കമല എന്റെ കണ്ണിലേക്ക് നോക്കി. അവരുടെ കണ്ണുകളിലും എന്റെ കണ്ണിലെ രക്തനിറം കണ്ട് അദ്ഭുതം വിടർന്നു. കമല ഉടൻ എന്നോട് ഒരു നേത്രരോഗ വിദഗ്ധനെ കാണുവാൻ ഉപദേശിച്ചു. ഡോക്ടർ വർമ്മയാണ് നേത്രരോഗ വിദഗ്ധൻ.

അദ്ദേഹം അപ്പോഴും മുണ്ടാണ് ധരിച്ചിരുന്നത്. ഞാൻ ചെന്നപ്പോൾ ശുചിത്വം നിറഞ്ഞ ഒരു മുറിയിലേക്ക് അദ്ദേഹം എന്നെ കൂട്ടിക്കൊണ്ടുപോയി. അതിൽ നിറയെ ഉപകരണങ്ങളായിരുന്നു. ഞാനപ്പോൾ സെക്കന്റുകൾ എണ്ണുകയായിരുന്നു. നൂറ്റി എഴുപത് എന്ന് എണ്ണിത്തീരും മുമ്പ് അദ്ദേഹം ഉപകരണങ്ങളെല്ലാം ശരിയാക്കി. എന്റെ രക്തസമ്മർദ്ദം പരിശോധിച്ചു. എന്റെ ചരിത്രം മുഴുക്കെ ചോദിച്ചു. എന്റെ കണ്ണിലേക്ക് ഒരു ചെറിയ ടോർച്ച് അടിച്ച് നോക്കി. അവിടെ ഒരു രക്തധമിനി പൊട്ടിക്കിടക്കുന്നതായി കണ്ടെത്തി. അത് ഒന്ന് പഴയ രൂപത്തിലാകുവാൻ പത്തു ദിവസമെടുക്കും. "ഭയക്കാനൊന്നുമില്ല" ഡോക്ടർ സമാധാനിപ്പിച്ചു.

ഞാൻ ഈ സംഭവങ്ങളെല്ലാം പുനരവലോകനം ചെയ്തു. മൂന്നു ദിവസങ്ങൾക്ക് ശേഷം നടക്കാനിരിക്കുന്ന എന്റെ മടക്കയാത്രയ്ക്ക് ഇത് തടസ്സമാകില്ലെന്ന് ഉറപ്പ് വരുത്തി. ഞാനുടൻ ആ മാണിക്യക്കല്ല് ടേപ്പ് റിക്കാർഡറിനോടൊപ്പം സേഫിൽ വച്ച് പൂട്ടി.

"സാരമില്ല, നീ ഏത് രൂപത്തിൽ ചെന്നാലും നിന്നെ ആർണി സ്വീകരിക്കും." കമല സമാധാനിപ്പിച്ചു.

പതിമൂന്ന്

സ്നേഹിക്കുകയോ ഉപയോഗിക്കുകയോ ചെയ്യാത്ത ഒരു ഭർത്താവ്, നിഷ്കരുണനായ ഒരു കാഴ്ചക്കാരൻ

എന്റെ മടക്കയാത്രയ്ക്ക് ഒരു ദിവസം മുമ്പ് ഞാനും കമലയും കമലയുടെ വീട്ടിലെ സെറ്റിയിൽ ഇരിക്കുകയായിരുന്നു. "നീ ഈ സ്ത്രീയെക്കുറിച്ച് എന്തെങ്കിലുമെഴുതുന്നുവെങ്കിൽ" കമല സ്വന്തം നെഞ്ചിൽ കൈ വച്ച് പറഞ്ഞു തുടങ്ങി "അവരുടെ ഭർത്താവ് ഒരു നല്ല മനുഷ്യനായി മാത്രം ചിത്രീകരിക്കപ്പെടട്ടെ. മറ്റാരെങ്കിലും അദ്ദേഹത്തിന് മാപ്പു കൊടുക്കുമോ എന്നെനിക്കറിയില്ല. അതിനാൽ മാത്രം എനിക്കദ്ദേഹത്തിന് മാപ്പ് കൊടുക്കേണ്ടതുണ്ട്. ഞാൻ സന്മാർഗ്ഗ ചിന്തകളില്ലാത്തവളാണെന്ന് ആരെങ്കിലും പറയുന്നത് അദ്ദേഹത്തിനിഷ്ടമായിരുന്നു, അദ്ദേഹം മഹാനാണ്, എനിക്ക് എല്ലാതിനും മാപ്പ് നൽകിയയാളാണ്."

"എന്റെ കഥയിൽ അദ്ദേഹം കമലയോട് എങ്ങനെ പെരുമാറി എന്നത് എഴുതിയിട്ടുണ്ട്." ഞാൻ കമലയെ ഓർമിപ്പിച്ചു.

"ഉവ്വ്. അദ്ദേഹത്തിന്റെ മേലധികാരിയുടെ അടുത്തേക്ക് എന്നെ തള്ളി വിട്ടത് വളരെ വൃത്തികെട്ടതായിപ്പോയി. എന്റെ ചില സുഹൃത്തുക്കൾ അറിഞ്ഞുകാണുമത്. ഞാൻ അധികം പേരുമായൊന്നും അതിനെക്കുറിച്ച് ചർച്ച ചെയ്തില്ല. അതിനെ കുറിച്ച് എവിടെയൊക്കെയോ കുറച്ച്

സൂചനകൾ ഞാൻ നൽകിയിട്ടുണ്ട്. എന്റെ ചില വായനക്കാരെങ്കിലും അതെല്ലാം ഊഹിച്ചു കാണും. ഇപ്പോൾ ഞാനതിനെക്കുറിച്ച് നിന്നോട് പറഞ്ഞില്ലെങ്കിൽ, ജനം ഞാൻ അദ്ദേഹത്തിന്റെ മേലധികാരിയുടെ അടുത്തേക്ക് സ്വയം പോയതാണെന്ന് കരുതും. "Summer in Calcutta" ഞാൻ സമർപ്പിച്ചിരിക്കുന്നത് ഇദ്ദേഹത്തിനാണ്.

കമലയുടെ ഈ രീതിയിലുള്ള സംഭാഷണങ്ങൾ ഇപ്പോൾ എനിക്ക് പരിചിതമാണ്. കമല തന്റെ കുടുംബത്തിനോടുള്ള കൂറിനോടൊപ്പം തനിക്ക് സ്വയം ലഭിക്കേണ്ടുന്ന നീതിയെ സമവായപ്പെടുത്തുവാൻ ശ്രമിക്കുകയാണെന്ന് എനിക്ക് മനസ്സിലായി. കമലയുടെ ഭർത്താവ് ഒരു "നല്ല" മനുഷ്യനാണെന്ന് ഞാൻ പറയണമെന്നാണ് കമല നിർദ്ദേശിക്കുന്നത് - ഞാനങ്ങനെ ചെയ്താൽ കമലയും കമലയുടെ ഭർത്താവിന്റെ മേലധികാരിയും തമ്മിലുള്ള പ്രണയം ഉണ്ടാക്കിയെടുത്തത് കമലയുടെ ഭർത്താവായിരുന്നു എന്നത് ജനമറിയാതെ പോകും. ഭർത്താവിന്റെ രതിലീലകളിലെ സാധാരണങ്ങളല്ലാത്ത താത്പര്യത്തെക്കുറിച്ച് കമല പ്രതിപാദിച്ചതിലുള്ള രഹസ്യങ്ങൾ എനിക്കപ്പോൾ ഓർമ്മവന്നു. അന്നൊക്കെ കമല പറഞ്ഞതും ഇപ്പോൾ പറയുന്നതും തമ്മിലുള്ള പ്രധാന അന്തരം വീണ്ടുമൊന്ന് ചികഞ്ഞ് ഓർമ്മിച്ചെടുക്കുവാൻ എന്റെ പക്കലിപ്പോൾ സമയമില്ല എന്നത് മാത്രമാണ് ഇപ്പോഴത്തെ പ്രശ്നം. നാളെ കാലത്ത് ഞാൻ എന്റെ മടക്കയാത്ര ആരംഭിക്കുകയാണ്. ഈ രഹസ്യം മറച്ചു വയ്ക്കുക വഴി കമല തന്റെ സ്വന്തം ചരിത്രവും കമലയുടെ തലമുറയിലെ അനേകം സ്ത്രീകളുടെ ചരിത്രവും, തെറ്റായി ധരിപ്പിക്കുകയും മറച്ചു പിടിക്കുവാൻ ശ്രമിക്കുകയുമാണെന്ന് കമലയ്ക്ക് മനസ്സിലാകുമെന്ന് ഞാൻ കരുതുന്നു. ഇത് വളരെ ഗൗരവമുള്ള ഒരു സംഗതിയാണ്. എന്റെ നാട്ടിൽ തിരികെയെത്തിയാൽ ഉടൻ ഞാൻ പുസ്തകമെഴുത്ത് തുടങ്ങും. കമല എഴുതിവെച്ചതിന്റെ അനുബന്ധമായാണ് എന്റെ എഴുത്ത്. മറിച്ചൊന്നും തന്നെയില്ല.

കുറച്ച് നേരം ആലോചിച്ച് കമല വീണ്ടും സംസാരിച്ചു തുടങ്ങി. "ഒളിച്ചു വയ്ക്കുന്നതുകൊണ്ട് എന്ത് കാര്യം? എനിക്കന്ന് അത്ര മോഹഭംഗം സംഭവിച്ചതെന്തുകൊണ്ട്? അങ്ങനെയുള്ള ശോക കവിതകൾ ഞാൻ എന്തുകൊണ്ടെഴുതി? ഇത്രയും ചെറുപ്രായത്തിൽ എനിക്ക് ബ്രഹ്മചര്യത്തിൽ വിശ്വാസം വരുവാൻ എന്താണ് കാരണം? എന്റെ ഭർത്താവിനെ കുറിച്ചുള്ള സത്യം ഞാൻ പറഞ്ഞില്ലെങ്കിൽ എന്റെ കഥ പാതി സത്യം മാത്രമുള്ള പുസ്തകമല്ലേ ആകൂ."

"എന്നിൽ നിറയെ ദുഃഖമായിരുന്നു." കമല ഒന്ന് നിർത്തി വീണ്ടും തുടങ്ങി. അവർ മറച്ചുവച്ച സ്വന്തം ജീവിതത്തിലേക്കുള്ള വഴി തുറക്കുകയായിരുന്നു. "എന്റെ ഭർത്താവ് എപ്പോഴും യുവാക്കളെക്കുറിച്ച് മാത്രം സംസാരിച്ചുകൊണ്ടിരുന്നു. അതിനോടൊപ്പം വയസ്സന്മാർ എന്റെ മേൽ കയറിക്കിടക്കുന്നതിനെക്കുറിച്ചും. ഒരു പുരുഷന്റെ നഗ്നത മാത്രമേ അയാളിൽ ഉത്തേജനമുണ്ടാക്കൂ എന്ന അവസ്ഥയായി. അദ്ദേഹത്തോടൊപ്പം രാസക്രീഡയിലേർപ്പെട്ട പുരുഷന്മാരെക്കുറിച്ച് എന്റെ അഭിപ്രായം തേടുക പതിവായി. 'അയാൾ നിന്നോട് എന്താണ് പറഞ്ഞത്? അയാൾ നിന്റെ

മുലകളിൽ സ്പർശിച്ചുവോ?' എന്നൊക്കെ ചോദിക്കും. അയാളുടെ ലിംഗത്തെക്കുറിച്ച്വരെ ഞാൻ വിശദീകരിക്കണമെന്ന് ആവശ്യപ്പെടും. 'അതെങ്ങനെയാവും നിന്നെ രസിപ്പിച്ചത്?' എന്നു ചോദിക്കും. അദ്ദേഹത്തിന് അയാൾ എന്റെയൊപ്പം ശയിക്കുന്നത് മനസ്സിൽ കാണണമായിരുന്നു. അങ്ങനെയായാൽ മാത്രമേ അദ്ദേഹത്തിന് ഉത്തേജനം ലഭിക്കുമായിരുന്നുള്ളു. അതിനാൽ എനിക്ക് മനക്കോട്ടകൾ കെട്ടേണ്ടി വന്നു. ഞാൻ കഥകൾ മെനഞ്ഞു. കാരണം മറ്റൊരു പുരുഷൻ എന്റെ ശരീരത്തിൽ സ്പർശിക്കുന്നത് എനിക്ക് ഇഷ്ടമല്ലായിരുന്നു."

തന്റെ ഭർത്താവ് ഒരിക്കലും താനുമൊത്തല്ല ഉറങ്ങിയിരുന്നതെന്ന് പകരം തന്റെ മനസ്സിന്റെ കോണിലെവിടേയോ ഒളിഞ്ഞിരുന്നിരുന്ന ഒരു പുരുഷ കാമുകനുമൊത്താണുറങ്ങിയിരുന്നതെന്നും കമല പറഞ്ഞു. അതിനാൽ അതെല്ലാം ഒന്ന് കഴിഞ്ഞു കിട്ടുവാനായി കമല കണ്ണടച്ച് കിടക്കും. അപ്പോൾ മനസ്സിൽ കൃഷ്ണനെ ധ്യാനിക്കും. കാരണം കൃഷ്ണൻ എന്റെ മനസ്സിലേക്കെത്തുമ്പോൾ ഞാൻ ശുദ്ധയായി എന്നൊരു ചിന്ത എന്റെ മനസ്സിലേക്കെത്തുന്നു. തന്റെ തൊണ്ടിക്കുള്ളിൽ കിടക്കുന്ന ഒരു ഞണ്ടിനെ മറ്റൊരു ഞണ്ട് ചുമന്ന് നടക്കുന്നതുപോലെ എനിക്ക് തോന്നാറുണ്ടായിരുന്നു," എന്നാണ് കമല പറഞ്ഞത്. അതായത് "ചിലപ്പോഴെങ്കിലും എനിക്ക് എന്റെ സ്വന്തം വ്യക്തിത്വം നഷ്ടപ്പെടാറുണ്ടായിരുന്നു" എന്ന്.

ഞാൻ വീണ്ടും കാത്തു. ഇങ്ങനെയൊരു പെരുമാറ്റം എന്റെ അനുഭവത്തിൽ ഇതുവരേയുമുണ്ടായിട്ടില്ല. കമല എന്താണ് വിശദീകരിക്കുന്നതെന്ന് പൂർണ്ണമായും എനിക്ക് മനസ്സിലായിട്ടുമില്ല. അതിനാലായിരിക്കണം അത് കമലയെ എത്ര ബാധിച്ചു എന്നതും മനസ്സിലായിട്ടില്ല.

"എന്റെ ഭർത്താവ് എപ്പോഴും എന്നെ അദ്ദേഹത്തിന്റെ മേലധികാരികളുടെ അടുത്തേക്കയക്കാറുണ്ടായിരുന്നു. ഒരു ഉദ്യോഗക്കയറ്റം ലഭ്യമാക്കുക എന്നതായിരുന്നു അദ്ദേഹത്തിന്റെ ലക്ഷ്യം." അതുപറയുമ്പോൾ കമല എന്നെതന്നെ നോക്കുകയായിരുന്നു. എന്റെ പ്രതികരണം വായിച്ചെടുക്കുകയായിരുന്നു.

തന്റെ മേലധികാരിയായ ഒരു ബ്രാഹ്മണനുമൊത്ത് കമല ശൃംഗരിക്കുകയും അയാളെ പ്രീതിപ്പെടുത്തുകയും ചെയ്യുന്നതിൽ കമലയുടെ ഭർത്താവിന് താത്പര്യമുണ്ടായിരുന്നു എന്നെനിക്കറിയാം. എന്നാലിപ്പോൾ കമല എന്നോട് മറ്റൊരു കഥ കൂടി പറയുന്നു. ഒരിക്കൽ കമലയുടെ ആരാധകനായ ഉന്നതനായ ഒരു മന്ത്രിയിൽ നിന്നും കമലയ്ക്ക് ഒരു കത്ത് ലഭിച്ചപ്പോൾ, അദ്ദേഹം കമലയെ അയാളുടെ അടുത്തേക്കയച്ചു. തനിക്ക് ഇതിലും നല്ലൊരു ജോലി തരപ്പെടുത്തുക എന്നതായിരുന്നു അപ്പോൾ ലക്ഷ്യം. "നീ പോയേ തീരൂ, നിനക്ക് എന്നെ സഹായിക്കുവാൻ താത്പര്യമില്ലേ?" എന്നായിരുന്നു ചോദ്യം.

ഇത് തന്റെ കർത്തവ്യത്തിന്റെ ഭാഗമാണെന്ന് ധരിക്കുന്നതിനാൽ കമല ഭർത്താവിനെ അനുസരിച്ചു. ഭർത്താവ് വിദ്യാസമ്പന്നനും താൻ

വിദ്യാഭ്യാസമില്ലാത്തവളുമാണല്ലോ. താൻ സുന്ദരിയാണെന്ന് കമല ഒരിക്കലും കരുതിയിരുന്നില്ല. അതേ സമയം ഭർത്താവില്ലെങ്കിൽ തന്റെ കുടുംബം നിലനിൽക്കില്ലെന്ന് കമല കരുതുകയും ചെയ്തു.

അരമണിക്കൂറോളം
ഞാനയാളുടെ സമക്ഷത്തിലുണ്ടായിരുന്നു
സ്ത്രൈണതയുടെ വിശുദ്ധിയുമായി
ദുഃഖത്തിന്റെ നൈർമ്മല്യമായി
ഉടഞ്ഞുപോയ ഒരു സ്ഫടികപാത്രം പോലെ
പൊട്ടിത്തകർന്ന്, നുറുങ്ങുകളായി....

"എന്റെ ഭർത്താവ് പറഞ്ഞിട്ടൊന്നുമല്ല ഞാൻ വന്നത്. ഞാൻ തന്നെയാണാ സൂത്രശാലി." കമല മന്ത്രിയോട് പറഞ്ഞു. "അത് എനിക്കൊരു സഹായമാകും. എനിക്ക് കൂടുതൽ സാധനങ്ങൾ വാങ്ങുവാനാകും."

കമലയുടെ ഭർത്താവിന് വേഗം തന്നെ അപ്പോഴുള്ളതിലും വലിയൊരു ഉദ്യോഗം ലഭിച്ചു. എല്ലാവരും ബഹുമാനിക്കുന്ന സ്ഥാനവും ലഭിച്ചു. അപ്പോൾ കമലയ്ക്ക് സ്വയം "വൃത്തികെട്ടതെന്നു തോന്നി, അപമാനിതയായതുപോലെ തോന്നി." ദാസ് ഇനിയും സത്യസന്ധത പാലിച്ചില്ലെങ്കിൽ ഇനി താൻ ദാസിനോടൊപ്പം ജീവിക്കുകയില്ലെന്ന് കമല പറഞ്ഞു. വലിയ തുകയ്ക്കുള്ള ലോണുകൾക്ക് അനുമതി നല്കുവാൻ അപ്പോൾ ദാസിന് അധികാരമുണ്ടായിരുന്നു. എന്നാൽ ദാസ് വാക്കു പാലിച്ചുവെന്നും സത്യസന്ധനായി ജോലി ചെയ്തുവെന്നും കമല പറഞ്ഞു.

എന്നാൽ അതെല്ലാം അവിടം കൊണ്ടവസാനിച്ചില്ല. ബോംബെയിൽ വച്ച് നടന്ന അന്താരാഷ്ട്ര ബാങ്കിങ്ങ് മീറ്റിംഗിൽ വച്ച് അദ്ദേഹം കമലയെ ഒരിക്കൽ കൂടി തന്റെ മേലുദ്യോഗസ്ഥരുടെ അരികിലേക്കയച്ചു. അന്താരാഷ്ട്ര സാമ്പത്തിക രംഗത്ത് പ്രവർത്തിക്കുവാൻ അവസരം സംഘടിപ്പിക്കുകയായിരുന്നു ലക്ഷ്യം. കമലയുടെ കവിത ഈ ഉന്നതനായ ഉദ്യോഗസ്ഥന് വലിയ ഇഷ്ടമാണെനും അതിനാൽ കമലയെ കാണുവാൻ അയാൾ ആഗ്രഹിക്കുന്നുവെന്നുമാണ് അപ്പോൾ ഭർത്താവ് കമലയോട് പറഞ്ഞത്.

"മാനസിക, ശാരീരിക, സൗന്ദര്യം ഏറെയുള്ള ഒരു സ്ത്രീയാണ് ഞാൻ എന്ന് എനിക്ക് മനസ്സിലായി" അത് പറയുമ്പോൾ അഭിമാനവും അതിനോടൊപ്പം ഒരു പശ്ചാത്താപവും കമലയുടെ മുഖത്ത് കാണാമായിരുന്നു. "എന്റെ ജീവിതത്തിന്റെ നല്ലകാലത്ത് അദ്ദേഹത്തിന്റെ മേലുദ്യോഗസ്ഥരെ സന്തോഷിപ്പിക്കുന്നതിന് അദ്ദേഹമെന്നെ പരിശീലിപ്പിക്കുകയായിരുന്നു. കുടിക്കുവാൻ എന്ത് നൽകണം എന്ന് പരിശീലിപ്പിക്കുകയായിരുന്നു. ആതിഥേയ മര്യാദകൾ എല്ലാം തികഞ്ഞ ഒരു സ്ത്രീയാകുവാൻ പഠിപ്പിക്കുകയായിരുന്നു." ഒരിക്കൽ കൂടി കമല തന്റെ ഭർത്താവിന്റെ തൊഴിൽ ദാതാവാകുവാൻ സാധ്യതയുള്ള ഒരാളെ സന്തോഷിപ്പിച്ചു. അപ്പോൾ ഭർത്താവ് അന്താരാഷ്ട്ര സാമ്പത്തിക രംഗത്തെ ഒരു ഉപദേശകനായി."

“പക്ഷേ, അത് എനിക്കിഷ്ടമായില്ല. ഞാനൊരു ഭാഗം അഭിനയിക്കുകയായിരുന്നു. എന്നെ തുണ്ടം തുണ്ടമാക്കിയതുപോലെ തോന്നി. എന്നിൽ മലിനത നിറയുന്നതുപോലെ തോന്നി.”

കാമാർത്തി പൂണ്ട ആലിംഗനങ്ങളും ഉമിനീരൊലിപ്പിച്ചുള്ള ചുംബനങ്ങളും അവർക്ക് മടുത്തു. ഇതുമായി പൊരുത്തപ്പെടുവാൻ അവർക്കായില്ല. ”വെറും വിഷയാസക്തമായ ഒരു വസ്തുവായി രൂപാന്തരം പ്രാപിക്കുവാൻ വയ്യാതായി. അവരിലെ ഒളിഞ്ഞു കിടന്നിരുന്ന ആത്മാഭിമാനം പത്തി വിരിച്ചു. തന്റെ ഭർത്താവ് ബലമായി തന്നെ ഉപയോഗിക്കുന്നതിൽ ലജ്ജ തോന്നി.

“ഒരു വെറും കളിക്കോപ്പ് മാത്രമായതിൽ എനിക്ക് വലിയ ദുഃഖം തോന്നി. ഇതെല്ലാം വളരെ വൃത്തികെട്ടതാണെന്ന തോന്നലുണ്ടായി. കുട്ടികളെ കോമിക്കുകൾ വിൽക്കുന്ന കടകളിൽ കൊണ്ടുപോകുവാനായിരുന്നു എനിക്ക് കൂടുതൽ ഉത്സാഹം. അപ്പോൾ അവർക്ക് ഐസ്ക്രീം വാങ്ങിക്കൊടുക്കാം, അവരോടൊപ്പം നടക്കാം.”

എന്നിട്ടും മനസ്സിലെ ദുഃഖം തന്റെ വായനക്കാരിൽ നിന്നും മറച്ചു പിടിച്ചു. ധൈര്യം നിറഞ്ഞ മുഖം മാത്രം കാണിച്ചു.

എനിക്കിപ്പോൾ ഒരു വികൃതരൂപമാണ്.
എന്റെ മുഖം രക്ഷിക്കാനായി മാത്രം
ചിലപ്പോഴൊക്കെ ഒരു വേഷപ്പകിട്ടിൽ
ഘനഗാംഭീര്യമായി ഞാൻ അഭിരമിക്കും
ആഡംബരാസക്തിയുടെ മ്ലേച്ഛഭാവങ്ങൾ

ഇതിനെല്ലാം അവസാനമുണ്ടായത് ദാസ് ഒരിക്കൽ ഒരു ബർമ്മ യാത്ര കഴിഞ്ഞ് തിരിച്ചെത്തിയപ്പോഴാണ്. വന്നപാടെ ദാസ് തന്റെ കൂട്ടുകാരനായ ഒരു യുവാവിന്റെ ചിത്രം കമലയ്ക്ക് കാണിച്ചു കൊടുത്തു. അയാൾ ദാസിന്റെ മടിയിൽ കയറിയിരിക്കുകയായിരുന്നു. അയാൾ ദാസിന് വളരെ "പ്രത്യേകത"കളുള്ളയാളാണത്രെ. പ്രണയബന്ധിതരെപ്പോലെ അവർ ഇരുവരേയും കെട്ടിപ്പിടിച്ചിരിക്കുകയായിരുന്നു. അതുകണ്ടപ്പോൾ ദാസ് ഇയാളെ പ്രേമിക്കുന്നുണ്ടോ എന്ന് കമല ചോദിച്ചു.

"ഉവ്വ്." എന്ന് ദാസ് മറുപടി പറഞ്ഞു. അതിനുശേഷം കമലയ്ക്ക് കേൾക്കുവാൻ താത്പര്യമില്ലാത്ത കാര്യങ്ങൾ വിശദീകരിക്കുവാൻ തുടങ്ങി.

അപ്പോഴാണ് തന്റെ ലൈംഗിക കർത്തവ്യങ്ങളിൽ നിന്നും ഇനി മുക്തയാകണം എന്ന ചിന്ത കമലയിൽ ശക്തമാകുന്നത്.

"ദാസിന് മറ്റുള്ളവരുള്ളതിനാൽ, എന്തെങ്കിലും അസുഖം വരുമോ എന്ന ഭയം എന്നിലുണ്ടായി. മൂത്രപ്പുരയുടെ ചുവരുകളിൽ വരച്ചുവയ്ക്കുന്ന വൃത്തികെട്ട ചിത്രങ്ങൾ പോലെയായിരുന്നു തന്നോടൊത്തുറങ്ങിയവരെക്കുറിച്ചുള്ള ദാസിന്റെ വർണ്ണനയെനിക്ക്. അതിനാൽ നാൽപത്തിയഞ്ച് വയസ്സായപ്പോൾ അദ്ദേഹത്തിന് ആരോടൊപ്പമാണോ ഉറങ്ങുവാൻ താത്പര്യം അതായിക്കൊള്ളുവാനുള്ള സ്വാതന്ത്ര്യം ഞാൻ കൊടുത്തു. അതിനോടൊപ്പം എനിക്ക് ഒറ്റയ്ക്ക് ഉറങ്ങുവാനുള്ള സ്വാതന്ത്ര്യവും വേണമായിരുന്നു. ഒന്ന് കുളിച്ച്, ശുദ്ധിയായി, ഒറ്റയ്ക്കുറങ്ങണം. ഞാനദ്ദേഹത്തിനോട് 'എന്റെ സ്വകാര്യഭാഗങ്ങൾക്ക് സ്വാതന്ത്ര്യം വേണം. താങ്കൾക്ക് എന്തുവേണമോ അത് ചെയ്യുവാൻ അനുവാദമുണ്ട്. അതിന് പണത്തിന്റെ ചെലവുണ്ടെങ്കിൽ ഞാൻ തരാം' എന്ന് പറഞ്ഞു. "അന്നുമുതൽ ബ്രഹ്മചര്യമനുഷ്ഠിക്കുവാനുള്ള അനുവാദം കമല ചോദിച്ചു. "അദ്ദേഹം അത് അനുവദിക്കുകയും ചെയ്തു."

വിസ്മയകരമായ ഈ വർണ്ണന നടക്കുമ്പോഴൊക്കെ കമല ഇടയ്ക്കിടെ "ഒരു സ്വവർഗ്ഗസംഭോഗിയുടെ ഭാര്യ എന്ന നിലയിൽ ഞാൻ എത്ര ദുരിതമനുഭവിച്ചു എന്ന് ആർക്കുമറിയില്ല എന്ന് പറയുന്നുണ്ടായിരുന്നു. വർണ്ണന വിസ്മയകരമായിരുന്നു എന്ന് ഞാൻ പറയുവാൻ കാരണമുണ്ട്. ഇപ്പോൾ നടന്നതുപോലെ കോപിഷ്ഠയായാണ് കമല ഇപ്പോഴും വിവരിക്കുന്നത്. എല്ലാം പറഞ്ഞു കഴിഞ്ഞപ്പോൾ "ഞാൻ അദ്ദേഹത്തെ വല്ലാതെ സ്നേഹിച്ചു. വല്ലാതെ സ്നേഹിച്ചു. ഞാൻ എപ്പോഴും അദ്ദേഹം പറഞ്ഞത് അനുസരിച്ചിട്ടേയുള്ളു." എന്ന് പറഞ്ഞു.

അതെ. കമല എപ്പോഴും അദ്ദേഹം പറഞ്ഞത് അനുസരിച്ചു. എന്നാൽ ഇന്ന്, പ്രായമായപ്പോൾ, കമല തന്റെ ഭർത്താവ്, അയാളുടെ ചില പ്രവണതകളാൽ തനിക്ക് വരുത്തിയ മാനഹാനിയെക്കുറിച്ച് മറവുകളില്ലാതെ സംസാരിക്കുന്നു. അതിനേക്കാളേറെ, അപരിചിതന്മാർക്ക് തന്റെ മേൽ കുതിരകയറാൻ അനുവദിക്കുന്ന രോഷം കമലയിൽ എരിയുന്നു. "അദ്ദേഹത്തിന് അതിനുള്ള അനുമതിയുണ്ട് എന്ന ഒരൊറ്റ കാരണത്താൽ ബലാത്സംഗം തുടർന്നുകൊണ്ടേയിരുന്നു. ഒരു രാത്രിയിൽ മദ്യപിച്ചെത്തിയ അദ്ദേഹം എന്നെ അഞ്ചു തവണ ഉപയോഗിച്ചു. കാലത്തെഴുന്നേറ്റപ്പോൾ ഞാനാകെ തകർന്നിരുന്നു. എന്റെ ശരീരവും മനസ്സും ഒരുപോലെ ഛിന്നഭിന്നമായിരുന്നു." അപ്പോൾ അവർ മൗനിയായി കരഞ്ഞു. "ആരോ എന്നെ കീറിമുറിച്ചു. എന്റെ ശരീരം മൊത്തം വേദനിക്കുന്നു."

ബലമായി ലൈംഗിക ബന്ധത്തിലേർപ്പെടുന്നത് ഒരു വാഹനാപകടത്തിൽ പെടുന്നത് പോലെയാണെന്ന് കമല പറയുന്നു. അപ്പോഴുണ്ടാകുന്നത്, ഭയം, വേദന, രക്തം ഇതെല്ലാം നേരിടുമ്പോഴുള്ള സംഘട്ടനം എന്നിവയാണ്. ഒരിക്കൽ ബലാൽക്കാരമായി ലൈംഗിക ബന്ധത്തിലേർപ്പെടേണ്ടി വന്നിട്ടുള്ള പെൺകുട്ടികൾ അന്നു മുതൽ പുരുഷന്മാരെ കാണുമ്പോൾ ഭയക്കുന്നു. ഒരു അപകടത്തിൽപ്പെട്ടവർ പിന്നെ വാഹനത്തിൽ കയറുവാൻ മടിക്കുന്നതുപോലെയാണിത്. "അതിനുശേഷം അവരുടെ കണ്ണുകൾ വലുതാകുന്നു. കൈകൾ താമരത്തണ്ടുപോലെ തണുക്കുന്നു. പിന്നെ സാവധാനത്തിൽ ലൈംഗിക ബന്ധം എന്നത് ഒരു യുദ്ധമാണെന്നും കാമം എന്നത് തീവ്രവാദമാണെന്നും അവരറിയുന്നു."

കമല അനുഭവിച്ചിട്ടുള്ള പ്രയാസങ്ങൾ കേട്ട് എനിക്ക് എന്തോ വല്ലായ്മ തോന്നുന്നു. ഞാൻ കമല ഇതൊക്കെ അതിജീവിച്ചുവല്ലോ എന്ന് പറഞ്ഞ് ആ പ്രയാസങ്ങളെ അംഗീകരിക്കുന്നു.

"അതിജീവിക്കുകയോ. എനിക്ക് ഭ്രാന്തായി" കമല എന്നെ തിരുത്തി. "ഭ്രാന്ത്." ഡോക്ടർമാർ കമലയ്ക്ക് ദിവസവും കഴിക്കുവാൻ വേദന സംഹാരികൾ നൽകി. അതുകൊണ്ടുപകാരമുണ്ടായില്ലെങ്കിൽ ആശുപത്രിവാസം വേണ്ടിവരുമെന്ന് വിധിച്ചു. ദിവസവും മൂന്ന് ഗുളികകൾ കഴിക്കണമായിരുന്നു. എന്നാൽ മരുന്ന് സ്വയം നിറുത്തി വച്ചപ്പോൾ കമല ഭ്രാന്തിയെപ്പോലെ പെരുമാറുവാൻ തുടങ്ങി. സാധനങ്ങളെല്ലാം എറിഞ്ഞുടച്ചു. ഇനിയുമിങ്ങനെ പറ്റില്ലെന്നും ഇവിടെ നിന്നും എങ്ങനെയെങ്കിലും പുറത്ത് കടക്കണമെന്നും വാശിപിടിച്ച് നിലവിളിച്ചു. പിന്നെ അവസാനം "കെണിയിലകപ്പെട്ട മൃഗത്തെപ്പോലെയായ" കമല കെട്ടിടത്തിനു മുകളിൽനിന്നും എടുത്തു ചാടുവാൻ പോയി. അയൽവക്കത്തുള്ള ആരോ കണ്ട് രക്ഷപ്പെടുത്തി. പിന്നെ പതിനൊന്നു മാസം തുടർച്ചയായി ചികിത്സയിലായിരുന്നു. എന്നും ഗുളിക കഴിച്ചുറങ്ങി.

"അതിൽനിന്നും പുറത്ത് വന്നത് ഒരു പുതിയ വ്യക്തിയായിട്ടായിരുന്നു." കമല പറഞ്ഞു. "എല്ലാറ്റിനുംമേൽ കൂടുതൽ നിയന്ത്രണമുള്ള ഒരു പുതിയ വ്യക്തി."

ഈ പുതിയ വ്യക്തി “ദാസേട്ടനുമൊത്തുള്ള വിവാഹം അത്ര മികച്ച ഒരു കാര്യമല്ലായിരുന്നു, എന്നാൽ അത് എന്റെ വിധിയായിരുന്നു” എന്ന് അംഗീകരിച്ചു. നമ്മളെല്ലാം വിധിയുടെ ഉപകരണങ്ങൾ മാത്രമാകയാൽ അതിനെതിരെ പട വെട്ടിയിട്ട് ഉപകാരമില്ലെന്ന് വച്ചു. കമല തന്റെ വിധി സ്വീകരിച്ചു. എന്നിട്ട് മറ്റെവിടെയെങ്കിലും കുറച്ച് സൗഖ്യം ലഭിക്കുമോ എന്ന് ശ്രമിച്ചു. അപ്പോൾ തന്റെ വൈവാഹിക ജീവിതത്തെ മറച്ചുപിടിക്കുന്ന ഈ ശ്രമത്തിൽ കൂടുതൽ മുഴുകി. അതിനായി ഭർത്താവിനനുകൂലമായിമാത്രം സംസാരിച്ചു. തന്റെ ഭർത്താവ് ഒരിക്കലും തന്റെ പ്രതിച്ഛായ ഇകഴ്ത്തുവാൻ ശ്രമിക്കുകയോ അല്ലെങ്കിൽ തന്നോട് അപമര്യാദയായി പെരുമാറുകയോ ചെയ്തിട്ടില്ലെന്ന് പറഞ്ഞു. അവസാന വർഷങ്ങളിൽ അദ്ദേഹം കമലയുടെ മാനേജരുടെ ഭാഗമഭിനയിച്ചു. സംരക്ഷകനായി, കമലയ്ക്ക് കൂടുതലെഴുതുവാനുള്ള സൗകര്യങ്ങളുണ്ടാക്കി. കമല അദ്ദേഹത്തിനാവശ്യമുള്ള പണം നൽകി. തന്റെ സാമീപ്യം കൊണ്ട് അദ്ദേഹത്തെ സെലിബ്രറ്റിയാക്കി. ഒരു ഭാര്യയുടെ സ്ഥാനം നൽകി, ബഹുമാനിക്കപ്പെടുന്ന അമ്മയായി. ഇതെല്ലാം കമല ആസ്വദിക്കുകയും ചെയ്തു.

“അങ്ങനെ അവസാനം അദ്ദേഹം എനിക്കതൊക്കെ തന്നു.” കമല പറയുന്നു. കമലയാകട്ടെ വായനക്കാർക്ക് പകരം എക്കാലത്തേയും മികച്ച കവിതകളിലൊന്നായ “ജയസൂര്യ”യെ സമ്മാനിച്ചു.

വീണ്ടും മഴക്കാലം വന്നെത്തി
കണ്ണുനീരിലൊപ്പിച്ച മരങ്ങളിൽ
പായലുകൾ ഒരു വരട്ടുചൊറിപോലെ പടർന്നു
മഴയിൽ കുതിർന്ന ചതുപ്പുകൾക്കു താഴെ
പുഴുക്കൾ ഒരു വിസ്ഫോടനമായി
ഭൂമിയുടെ ഉപരിതലങ്ങളിലേക്കു കടന്നുവന്നു
നിർത്താതെ മഴ പെയ്തുകൊണ്ടിരുന്ന
ആ ദിവസമാണ് എന്റെ മകൻ
ജയസൂര്യ പിറന്നുവീണത്.

മഴ നിലയ്ക്കുകയും
ഞങ്ങളുടെ കാറ്റാടിമരങ്ങളിൽ
വെളിച്ചം ആർത്തുല്ലസിക്കാൻ
തുടങ്ങുകയും ചെയ്തപ്പോൾ
സായാഹ്നം തുടങ്ങുകയായിരുന്നു.

അപ്പോൾ അഴകാർന്ന രൂപവുമായി
വെളിച്ചത്തിലേക്കൊരു നിലവിളിയുമായി
അവൻ കടന്നുവന്നു.

മങ്ങി മറയുന്ന പ്രകാശത്തെ പുറംതള്ളി
ഒരു വെള്ളിവെളിച്ചത്തിന്റെ വർണ്ണരാജിയായി
എന്നിലേക്കവനെ ഉയർത്തിപ്പിടിച്ചു
പെരുമയോടെ, എന്റെ മകൻ ജയസൂര്യ.

എന്റേതും എന്നിലുണ്ടായിരുന്നതുമായ
ഇരുട്ടിൽനിന്ന് വേർപിരിഞ്ഞ്
ഒരു അമാവാസത്തിന്റെ ചെളിയിൽനിന്ന്
അവൻ പിറന്നുവീണു.
ജയസൂര്യ, എന്റെ പൊന്നുമകൻ.
തെറ്റുകളിൽനിന്ന്
ഒരു ശരി പിറന്നുവീണിരിക്കുന്നു.
രാത്രിയെ അതിജീവിച്ച്
സുവർണ്ണശോഭയുള്ള
ഒരു ദിവസം.

ഇത്രയൊക്കെയായിട്ടും കമല എങ്ങനെ, ഇതുപോലൊരു മനുഷ്യനെ തന്റെ ഭർത്താവായും അയാളുടെ മേലുദ്യോഗസ്ഥർക്ക് വെറും വ്യഭിചാരിണിയാകുവാനുമായി, തന്റെ വികാരങ്ങളെ വളച്ചൊടിച്ചു എന്ന് എനിക്കു മനസ്സിലായില്ല. അതറിയുക എളുപ്പവുമല്ല. കാരണമുണ്ട്. ഇതിനെക്കുറിച്ച് എഴുതപ്പെട്ടിരിക്കുന്നതെല്ലാം, ഈ സന്ദർഭങ്ങളെക്കുറിച്ച് എഴുതപ്പെട്ടിരിക്കുന്നതെല്ലാം, പലതും മറച്ചു വയ്ക്കുന്നുണ്ട്. അവ കമലയുടെ വികാരങ്ങളെ സ്വർണ്ണകവചമിട്ട് മറച്ചുവെയ്ക്കുന്നു.

എന്നെ ചൂടുവെള്ളത്തിൽ കുളിപ്പിച്ച്, പുരുഷന്മാരുടെ വസ്ത്രം ധരിപ്പിച്ച് എന്റെ ഭർത്താവ് എന്നെ തന്റെ മടിയിൽ പിടിച്ചിരുത്തുമായിരുന്നു. എന്നിട്ട് എന്നെ എന്റെ സുന്ദരകുട്ടപ്പാ എന്ന് ലാളിക്കുമായിരുന്നു.

ഇത് എന്നിലെ ആശയക്കുഴപ്പം വർദ്ധിപ്പിക്കുന്നു. എന്റെ മുഖത്തൊരു ചോദ്യചിഹ്നമുയരുന്നു. അത് കമല കാണുകയുണ്ടായി. “ഞാൻ കോപിഷ്ഠയാകണമായിരുന്നു എന്നാണ് എല്ലാവരും കരുതുന്നത്, ഞാൻ എന്നെ തന്നെ അദ്ഭുതപ്പെടുത്തിക്കൊണ്ട് എന്റെ സമവായം വീണ്ടെടുക്കുകയായിരുന്നു.” കമല പറഞ്ഞു. “എന്റെയുള്ളിലുള്ള രണ്ട് വ്യക്തികളും കോപം കൊണ്ടില്ല. അതിലൊരാൾ സഹിക്കുകയായിരുന്നു. മറ്റേയാൾ ഇതൊക്കെ നിരീക്ഷിക്കുകയും അതെഴുതുകയും. എനിക്ക് എന്റെ കുട്ടികളെ ഇഷ്ടമായിരുന്നതിനാലാണ് എനിക്ക് പിടിച്ചു നിൽക്കുവാനായത്, മാത്രമല്ല എങ്ങനെയോ ഞാൻ അദ്ദേഹത്തേയും സ്നേഹിച്ചു.”

ഞാൻ കമലയെ തന്നെ നോക്കിയിരിക്കുകയായിരുന്നു. കമലയ്ക്ക് എങ്ങനെ ഈ ഭർത്താവിനെ സ്നേഹിക്കുവാനായി? അല്ലെങ്കിൽ സ്നേഹിക്കുന്നു എന്ന് പറയുവാനായി? അപ്പോൾ മുമ്പൊരിക്കൽ കമല തന്റെ

ഒരു വിമർശകനെക്കുറിച്ച് പറഞ്ഞത് എനിക്ക് ഓർമ്മവന്നു. അയാൾ കമലയെ ഹീനമായി അപലപിച്ചപ്പോൾ അയാളെ വെറുക്കാതിരിക്കുവാനും അയാൾ വരുത്തിയ അപമാനത്തിൽനിന്നും പുറത്ത് വന്ന് ഒരു പുതിയ ജീവിതം തുടങ്ങുവാനുംവേണ്ടി കമല എന്തുചെയ്തു എന്ന് ഒരിക്കൽ കമല പറഞ്ഞിരുന്നു. "എല്ലാതിനോടും റൊമാൻസ് ഉണ്ടായതു കൊണ്ട് മാത്രം കാര്യമില്ല. ചിലപ്പോൾ റൊമാൻസും വേദനയുണ്ടാക്കും. നിങ്ങൾക്ക് ജീവിതം തുടരേണ്ടതുണ്ട്. അതിനായി നിങ്ങളെ ആക്രമിക്കുന്നവരേയും നിങ്ങളുടെ ശത്രുക്കളേയും സ്വീകരിക്കേണ്ടതുണ്ട്. അവർക്ക് ഒരു കപ്പ് ചായ കൊടുക്കേണ്ടതുണ്ട്. നമ്മുടെ ശത്രുക്കളോട് സൗഹാർദ്ദപരമായ ഒരു നീക്കം നടത്തുന്നത് നമ്മുടെ ഉള്ളിലുള്ള വിദ്വേഷം നീക്കം ചെയ്യും, നമ്മളും അവരെ സ്നേഹിക്കുവാൻ തുടങ്ങും. വിദ്വേഷം എന്നത് മുള്ളുപോലെയാണ്, മാംസത്തിനുള്ളിൽ തറച്ചിരിക്കുന്ന മുള്ള്, അതിനു പകരം അവരെ സ്നേഹിക്കുകയാണെനിക്കിഷ്ടം. സ്നേഹിക്കുവാൻ വലിയ ബുദ്ധിമുട്ടില്ലെങ്കിൽ അതിനായി ഞാൻ ശ്രമിക്കും."

ദ്വയാർത്ഥങ്ങളൊന്നുമില്ലാതെ കമല തന്റെ ഭർത്താവിന് മാപ്പു നൽകുവാനും അദ്ദേഹത്തെ സ്നേഹിക്കുവാനും ശ്രമിക്കുന്നു എന്നെനിക്കു തോന്നി. എന്നാൽ ഭർത്താവ് തന്റെ ശരീരത്തിനോടും സ്ത്രീത്വത്തിനോടും ചെയ്ത അതിക്രമങ്ങൾ അവരുടെ മനസ്സിൽ വലിയ മുറിവുകളുണ്ടാക്കി. അവ ഒരിക്കലും മറക്കാനാകാതെ മനസ്സിലുടക്കിക്കിടന്നു. എന്നെക്കാൾ ആയിരം മടങ്ങ് അധികം വികാരങ്ങളെ നിയന്ത്രിക്കുവാൻ കമലയ്ക്ക് ആകുന്നുവെങ്കിലും കമല ഇപ്പോഴും "ഒരിക്കലും ഉണങ്ങാത്ത ഈ മുറിവിനാൽ" ശപിക്കപ്പെട്ടു തന്നെയിരിക്കുന്നു.

കമല അനുഭവിച്ചിരുന്ന സാമൂഹിക നിർബന്ധങ്ങളെ, ഇതിലും വളരെ നിസ്സാരമായ കാരണങ്ങൾ പറഞ്ഞ് രണ്ട് തവണ വിവാഹമോചനം നേടിയ എനിക്കുള്ള അനുവാദങ്ങളുമായി താരതമ്യപ്പെടുത്താതിരിക്കുവാൻ എനിക്കാകുന്നില്ല. 1960കളിൽ ഞാൻ ആദ്യം വിവാഹമോചിതയായപ്പോൾ അത് ഇരുപതുകാരിയുടെ എളുപ്പം നിർവചിക്കുവാനാകാത്ത ഒരു മതിഭ്രമമായിരുന്നു, മാതാപിതാക്കളിൽ ആരെങ്കിലുമൊരാൾ മതിയെന്നൊരു തരം മതിഭ്രമം. എന്നാൽ എഴുപതുകളുടെ അവസാനത്തിൽ എന്റെ രണ്ടാമത്തെ ഭർത്താവ് എന്നെ വിട്ടുപോയപ്പോൾ വിവാഹ മോചനം എളുപ്പവും സാധാരണവുമായിരുന്നു. സ്ത്രീപുരുഷ സംഘട്ടനങ്ങളിൽ നിന്നും കുട്ടികളെ നീക്കി നിറുത്തുകയാകും നല്ലതെന്ന ചിന്തയാണുണ്ടായിരുന്നത്. (എഴുപതുകളിൽനിന്നുള്ള ഒരു തലമുറയിൽ ഇന്ന് വിവാഹമോചനം എന്നത് ഒരു പൊട്ടിത്തെറിയുടെ വക്കിലെത്തിയിരിക്കുന്നു.) നഗരത്തിൽ എന്റെ കുട്ടികൾ പഠിക്കുന്ന സ്കൂളിൽ മാതാപിതാക്കൾ വിവാഹമോചിതരായിരിക്കണമെന്നത് ഒരു നിബന്ധന പോലെയായിരുന്നു. ഞാനും പരാജയപ്പെട്ട ഒരു ബന്ധത്തിന് മുഖം മൂടിയിട്ട് കുറച്ചു കാലം പിടിച്ചുനിന്നു. വിവാഹബന്ധം തകരാതിരിക്കട്ടെ എന്നതായിരുന്നു ലക്ഷ്യം. പിന്നീട് ഭർത്താവുമായി സംഘട്ടനത്തിലായപ്പോൾ എന്റെ അതേ ചിന്താഗതിയുള്ള സ്ത്രീകൾ എഴുതിയ കാര്യങ്ങൾ എനിക്ക് പിന്തുണയായി എത്തി.

എനിക്ക് പിന്തുണ നൽകിയത് സ്ത്രീ സംഘടനകളുടെ പ്രവർത്തനങ്ങളും എന്റെ മാതാപിതാക്കളുമായിരുന്നു.

എന്നാൽ കമലയുടെ കാര്യം അതായിരുന്നില്ല. കമലയ്ക്ക് പിന്തുണയില്ലായിരുന്നു. മറ്റു മാർഗ്ഗങ്ങളുമില്ലായിരുന്നു. മാധവദാസുമൊത്തുള്ള വിവാഹം തുടരുകയല്ലാതെ നിവൃത്തിയില്ലായിരുന്നു. താൻ ചൂഷണം ചെയ്യപ്പെടുകയാണെന്ന് കമലയ്ക്ക് അറിയാമായിരുന്നു. പക്ഷേ, ഒരു ഭാര്യ എന്ന നിലയിൽ "പരാജയപ്പെട്ടാൽ", തകർന്ന ഈ ബന്ധത്തെ സമൂഹം "അരുചികരവും ഭീകരവുമായി കാണും. ഒരു കുഷ്ഠരോഗിയെ ആക്രമിക്കുന്നതുപോലെ ആക്രമിക്കും." അവൾ ഇതിലും നല്ലതൊന്നും അർഹിക്കുന്നില്ല എന്ന് ജനം വിധിയെഴുതും. കാരണം "അവൾക്ക് വിദ്യാഭ്യാസമില്ല. അവളുടെ പക്കൽ ഒന്നുമില്ല." അവൾ നാണം കെടും. സമൂഹത്തിൽനിന്നും പുറം തള്ളപ്പെടും. കുട്ടികളുള്ള വിവാഹമോചിതയായ ഒരു സ്ത്രീയെ പിന്നെ വിവാഹം കഴിക്കുവാൻ ഒരു പുരുഷനും തയ്യാറാകുകയുമില്ല.

"എഴുതിക്കോളൂ.. ഇതെല്ലാം സത്യമാണ്." ഈ വെളിപ്പെടുത്തലുകൾ പ്രസിദ്ധീകരിച്ചോട്ടെ എന്ന ചോദ്യത്തിനോട് കമല പ്രതികരിച്ചതിങ്ങനെയാണ്. തന്റെ വിവാഹത്തിന്റെ കപടനാട്യങ്ങൾ "അക്കാലത്തെ എന്റെ സമൂഹം കൊണ്ടു നടന്നിരുന്ന ബഹുമാന്യതയുടെ ഒരു ഭാഗമായിരുന്നു". എന്റെ അനുഭവങ്ങൾ അക്കാലത്തെ വടക്കേ അമേരിക്കയിലെ സ്ത്രീകളുടെ അനുഭവങ്ങളുമായി എങ്ങനെ പൊരുത്തപ്പെട്ടിരിക്കുന്നുവോ അതുപോലെ കമലയുടെ തലമുറയിലെ പല സ്ത്രീകളുടേയും അനുഭവം ഇതിൽനിന്നും വ്യത്യസ്തമല്ലെന്ന് ഞാൻ മനസ്സിലാക്കുന്നു. എന്റെ തലമുറയിലെ വടക്കേ അമേരിക്കൻ സ്ത്രീകൾ വളർന്നത് സമുദായാചാര ലംഘനം, അസ്തിത്വവാദം, പ്ലേബോയ് സംസ്കാരം, സ്വതന്ത്ര പ്രണയങ്ങൾ എന്നിവയോടൊപ്പം, "സ്വതന്ത്രരായിരിക്കണം" എന്ന ചിന്തയും, അതിനോടൊപ്പം വിവാഹത്തിനുമുമ്പേ ആവശ്യമില്ലെങ്കിലും ലൈംഗിക ബന്ധസുഖമനുഭവിക്കണം എന്ന ചിന്തയും വച്ചു പുലർത്തിയുമാണ്.

"ഞാനാദ്യം ഇത് ഒന്ന് എഴുതി നോക്കാം. പക്ഷേ, അതെഴുതി ഞാൻ താങ്കളുടെ ഇന്ത്യയിലേക്കയച്ചാൽ ഒരുപക്ഷേ കനഡയിൽ വച്ച് കമലയ്ക്കുണ്ടായ അതേ പ്രതികരണമായിരിക്കുകയില്ല ഇവിടെ ഉണ്ടാകുക."

"എനിക്ക് എന്റെ കുട്ടികളെ ഓർത്ത് മാത്രമേ വിഷമമുള്ളു." കമല പറഞ്ഞു. ഒരു നിമിഷം എന്തോ ആലോചിച്ചു. "അല്ലെങ്കിൽ ഞാനെന്തിന് അവരുടെ മാത്രമാകണം? ഞാൻ ഒരു എഴുത്തുകാരിയാണ്. ഞാൻ കുടുംബത്തിന്റെ സ്വകാര്യ സ്വത്തൊന്നുമല്ല."

കമല എന്തുതന്നെ പറഞ്ഞാലും കമലയുടെ മനസ്സിൽ നിലവിലുള്ള, ഇതുവരേക്കും പോംവഴി കാണാത്ത, പരസ്പരവിരുദ്ധമായ, സ്വാമിഭക്തി മാറുകയില്ല എന്ന് എനിക്കറിയാം. ആരോടൊക്കെയാണീ ഭക്തി - ദാസിനോട്? തന്റെ മക്കളോട്? ചരിത്രത്തിനോട്? സ്വയം തന്നോട്?

അന്നു രാത്രി ഞാൻ തന്നെ ഒരു ലൈംഗികോപകരണമായി ഉപയോഗിക്കുകയും ദുരുപയോഗം ചെയ്യുകയും ചെയ്ത കാലഘട്ടമെന്ന് വിശേഷിപ്പിക്കുന്ന നാളുകളിലെഴുതിയ കമലയുടെ കവിതകൾ തിരഞ്ഞെടുത്തു.

"ഒരു നല്ല കവിത എഴുതുക എന്നത് നിങ്ങളുടെ അസ്ഥികളിലേക്ക് സൂചിയിറക്കി മജ്ജയെടുക്കുന്നത് പോലെ വേദനാജനകമാണ്." കമല പറഞ്ഞു. "അയഥാർത്ഥം" എന്ന് ഒരു അലങ്കാരത്തെ വിമർശകൻ വിളിച്ചതിനെ കുറിച്ച് കമല കുമ്പസാരിച്ചത് "ഞാൻ എല്ലാതിൽനിന്നും ഇത്തിരിയെടുക്കാനാണ് ശ്രമിച്ചത്, ഹൃദയം, കുടൽ, കരൾ, പ്രത്യുത്പാദന അവയവങ്ങൾ, ചർമ്മം എല്ലാതിൽനിന്നും. പിന്നെ ശേഷിച്ചത് പല തുണ്ടുകൾ ഒട്ടിച്ചുണ്ടാക്കിയ ഒരു വലിയ ചിത്രത്തിൽ നിന്നുമെടുത്തു. അങ്ങനെ എല്ലാം ഒന്നാക്കി ഞാൻ എന്റെ വായനക്കാർക്ക് നൽകി."

എന്നാൽ ഈ കവിതകൾ ചില സത്യങ്ങളെ മറച്ചു പിടിച്ചിരുന്നു. എന്നവർ എനിക്ക് താക്കീതും നൽകി.

ഈ സംഭാഷണ ശകലത്തിൽ പ്രതിപാദിച്ച കവിത ഞാൻ തിരഞ്ഞു. The Old Playhouse എന്ന സമാഹാരത്തിലാണവ കണ്ടെത്തിയത്. അതിൽ Toy എന്നെഴുതിയ വാക്കാണ് അലങ്കാരമായി കമല ഉപയോഗിച്ചിരിക്കുന്നത്. ഒരു സ്ത്രീ ഒരു പുരുഷന് അയക്കുന്ന കളിക്കോപ്പാണിവിടെ വിഷയമാക്കിയിരിക്കുന്നത്. സ്വന്തം സുബോധം സംരക്ഷിക്കുവാനായി ആ സ്ത്രീ അവരിൽനിന്നും സ്വയം വിടുതൽ നേടി ഒരു യന്ത്രപ്പാവയായി പ്രത്യക്ഷപ്പെടുന്നു. പക്ഷേ, ചിത്തഭ്രം നിറഞ്ഞ കണ്ണീർ പ്രവാഹം അവളെ ഛിന്നഭിന്നയാക്കിക്കളയുന്നു.

ഞാൻ പാപിയാണ്,
ഞാൻ പരിശുദ്ധയാണ്.
ഞാൻ വിശ്വസ്തയാണ്,
ഞാൻ വഞ്ചിതയുമാണ്.

കമല ഈ കവിത തുടങ്ങിയിരിക്കുന്നത് തന്നെ തന്റെ ഭർത്താവ് വഞ്ചിച്ചതിൽനിന്നാണ്. കവിത അവസാനിപ്പിച്ചിരിക്കുന്നത് തന്റെ അച്ഛൻ തന്നെ വഞ്ചിച്ചതിലും – എന്നെ സംബന്ധിച്ചിടത്തോളം ഏറ്റവും ദുഃഖകരമായ വഞ്ചന അതായിരുന്നു.

പറയാനെനിക്ക് മടിയില്ല
നേരായ ഒരിടത്തല്ല
ഞാനെന്റെ അച്ഛനെ പ്രതിഷ്ഠിച്ചത്
ഇപ്പോൾ നോക്കുന്നിടത്തെല്ലാം
ഞാനച്ഛനെ മാത്രം
തിരഞ്ഞുകൊണ്ടേയിരിക്കുന്നു.

ഞാനാ കവിതകൾ അരികിൽ വച്ച് വെളിച്ചമണച്ചു. അപ്പോൾ മനസ്സിൽ പണ്ടത്തേതിനേക്കാൾ വലിയ അദ്ഭുതങ്ങൾ വിരിഞ്ഞിട്ടുണ്ടായിരുന്നു. കമലയുടെ സ്നേഹമെന്ന പ്രതിപാദ്യവിഷയവും സുഖലോലുപതയും അവരുടെ വ്യക്തിപരമായ അനുഭവങ്ങളും വന്നതെങ്ങനെ എന്ന അദ്ഭുതം. അവരീ അനുഭവങ്ങളെ "പുരുഷാധിപത്യം, മറ്റുള്ളവരുടെ ദുഃഖം കാണുമ്പോൾ പുരുഷന്മാർ ഉണ്ടാക്കുന്ന സുഖം" എന്നാണ് വിശേഷിപ്പിക്കുന്നത്. അത് വഴി അവർ സ്ത്രീകളെ കാമഭ്രാന്തരായി കാണുകയും അവരുടെ ശരീരഭാഗങ്ങളിൽ ബീജാവാപം ചെയ്യുകയും ചെയ്യുന്നു, അങ്ങനെ, "സ്ത്രീകളെ സുഖഭോഗ, ഉപഭോഗവസ്തുക്കളാക്കി മാറ്റുന്നു." എന്റെ ചിന്തകൾ വീണ്ടും നാലപ്പാട്ടേക്കെത്തുന്നു. വീട്ടിലെ സ്ത്രീകൾ കമലയെ പരിലാളിച്ചിരുന്നതിലേക്കെത്തുന്നു. കമലയുടെ വല്ല്യമ്മാവന്റെ ലാളനയിലേക്കെത്തുന്നു, അമ്മൂമ്മ കമലയെ കുളിപ്പിക്കുകയും, വസ്ത്രം ധരിപ്പിക്കുകയും ചെയ്തതിലേക്കെത്തുന്നു. കമല ഗീതഗോവിന്ദത്തിലെ വരികൾക്കൊപ്പം നൃത്തം ചെയ്തതിലേക്കെത്തുന്നു. നൂർ മഹാറാണിയുടെ ഭാഗമഭിനയിച്ചതിലേക്കെത്തുന്നു. മണിപ്പൂരി നൃത്തം അഭ്യസിച്ചതിലേക്കെത്തുന്നു.

തന്നെക്കാൾ പ്രായത്തിൽ വളരെ ചെറുതായ പണ്ഡിതയായ ജെ. ദേവികയോട്, "നായർ സ്ത്രീകൾ അന്ന് മാറുമറക്കാറില്ലെന്ന്" കമല പറഞ്ഞിട്ടുണ്ട്. "നാലപ്പാട്ടെ സ്ത്രീകൾ അന്ന് മാറ് മറച്ചിരുന്നില്ല. നല്ല ഭംഗിയുള്ള മുലകൾ ഞാന്നുകിടക്കുന്നത് കാണാം, ഊത നിറമുള്ള മുലക്കണ്ണുകൾ കാണാം. എന്റെ മുത്തശ്ശിയുടെ മുലകളിൽനിന്നും ചന്ദനത്തിന്റെ മണം വരുമായിരുന്നു. എന്നാൽ അന്നൊന്നും അങ്ങനെ നടക്കുന്നത് ആഭാസമായി കണ്ടിരുന്നില്ല."

"സ്ത്രീ ശരീരത്തിലുള്ള കാമ സാധ്യതകളെ" വീണ്ടെടുത്തതിന് ദേവിക കമലയെ പുകഴ്ത്തുന്നുണ്ട്. അതല്ലാതെ അവർ സ്ത്രീ ശരീരത്തെ മനസ്സിൽ കേന്ദ്രീകരിക്കപ്പെട്ട റൊമാൻസ് മാത്രമായോ, അല്ലെങ്കിൽ വ്യക്തികളിൽനിന്നും ഒട്ടൊന്ന് വേറിട്ട് നിൽക്കുന്ന വൃത്തികെട്ട കാമാസക്തിയുമായോ അല്ല കമല തരം താഴ്ത്തുന്നത് എന്നാണ് ദേവികയുടെ അഭിപ്രായം. "ഇത് മലയാള സമൂഹത്തിന്റെ പ്രണയ ചരിത്രത്തിൽ വളരെ പ്രാധാന്യമുള്ള ഒരു സംഭവമാകുന്നു."

"താങ്കൾ ഇതെങ്ങനെ സാധിച്ചെടുക്കുന്നു? ഇത് പ്രാവർത്തികമാക്കുവാൻ താങ്കൾ താങ്കളുടെ മനസ്സിനെ എങ്ങനെ രൂപപ്പെടുത്തുന്നു?" അവർ എന്നെപ്പോലെ തന്നെ കമലയോട് ചോദിച്ചു.

ദേവിക പറയുന്നത്, പുസ്തകങ്ങളോ അല്ലെങ്കിൽ വീട്ടിലെ വേലക്കാരുമായുള്ള അടുപ്പമോ കമലയുടെ മനസ്സിനെ സാധാരണ റൊമാൻസിൽനിന്നും അല്ലെങ്കിൽ ലൈംഗിക വൈകൃതങ്ങൾ മാത്രമായ രതിചർച്ചകളിൽനിന്നും അപ്പുറത്തുള്ള കാമരസത്തിലേക്കെത്തിക്കുവാൻ സഹായിച്ചിട്ടുണ്ടാകുമെന്നാണ്. അതൊരുപക്ഷേ അവരുടെ അനുഭവമായിരിക്കാം, എനിക്ക് അത്തരം അനുഭവങ്ങൾ അന്യമാണ്. അവർ അതിനെ

ക്കുറിച്ചൊക്കെ എന്നോട് ഒരുപാട് വിശദീകരിച്ചിരുന്നു, എങ്കിലും അവ എനിക്ക് അന്യമായി തന്നെ നിൽക്കുന്നു. ഒരു പുരുഷന്റെ കൈ പിടിച്ചിരിക്കുക, കൃഷ്ണവിഗ്രഹം കൈയിലെടുക്കുക, കൃഷ്ണനെക്കുറിച്ച് മാത്രം ചിന്തിക്കുക, കൃഷ്ണന്റെ കണ്ണുകൾ, വായുടെ ഭംഗി എന്നിവയെക്കുറിച്ച് ചിന്തിക്കുക, രാധാ കൃഷ്ണന്മാരുടെ ശരീരത്തിലുള്ളത് പൂർണ്ണമായ ആത്മാവാണെന്ന് ധരിക്കുക, അവരിലാണ് യഥാർത്ഥ പ്രണയം കുടികൊള്ളുന്നതെന്ന് കരുതുക, അവർ നമ്മുടെയെല്ലാം ശരീരത്തിലൂടെ സഞ്ചരിക്കുന്നു എന്ന് കരുതുക, അങ്ങനെ സഞ്ചരിച്ച് അവർ പ്രണയിക്കുകയും, ഇണചേരുകയും, ഒന്നാകുകയും, പ്രണയത്തിന്റെ ഉത്തുംഗതയിലെത്തുകയും ചെയ്യുക, അവൾ ദേവതയും അവളുടെ കാമുകൻ ദേവനുമാണെന്ന് കരുതുക, ഇവയെല്ലാമെല്ലാം എനിക്ക് അന്യമായി തന്നെ നിൽക്കുന്നു.

"അത് ആനന്ദമല്ല, സന്തോഷമാണ്. നിങ്ങൾ നിങ്ങളുടെ വികാരങ്ങൾക്ക് അനശ്വരത നൽകുകയാണ്.

വിവാഹം കഴിഞ്ഞപ്പോൾ കമലയുടെ ശരീരത്തിന്റെ ഉടമസ്ഥത കമലയുടെ ഭർത്താവിന്റേതായി. അദ്ദേഹത്തിന് അത് എങ്ങനെ വേണമോ അങ്ങനെ ഉപയോഗിക്കാമെന്നായി. എന്നാൽ കമലയുടെ മനസ്സ് അപ്പോഴും സ്വാതന്ത്ര്യം കൊതിച്ചു. അവരുടെ ശരീരത്തിനു മുകളിലൂടേ കൃഷ്ണൻ ഒരു പക്ഷിയെപ്പോലെ പറന്നു നടക്കുന്നതായി അവർക്ക് തോന്നി. ആ പക്ഷി പിന്നെ ആകാശത്തിലും, തെരുവുകളിലും, പ്രകൃതിയിലുമെല്ലാം അലിഞ്ഞുപോകുന്നതായി തോന്നി. തന്റെ ജീവിതം തന്നെ ശ്വാസം മുട്ടിക്കാതിരിക്കുവാനായി എഴുതി. അതുവഴി സ്വയം സ്വതന്ത്രയാകുവാനും, ദുഃഖങ്ങൾക്ക് മുഖാവരണമാകുവാനും ഒത്ത ഒരു വ്യക്തിത്വം സൃഷ്ടിച്ചു. അതുകണ്ട് പലരും അവരെ ലൈംഗിക വൈകൃതങ്ങൾ ആസ്വദിക്കുന്ന ഒരു ഉപകരണമായി തെറ്റിദ്ധരിച്ചു. "പുരുഷ കാമത്തിന്റെ കുരിശിൽ" കൂടെക്കൂടെ ക്രൂശിക്കപ്പെടുന്നതായി അവർക്കു തോന്നി. അപ്പോഴവർ പുസ്തകങ്ങളിൽ വായിച്ച സ്നേഹത്തിനായി തിരഞ്ഞു. ആ സ്നേഹം അവളൊരിക്കലും അനുഭവിച്ചറിഞ്ഞിട്ടുണ്ടായിരുന്നില്ല. ഗീതഗോവിന്ദത്തിൽ പറഞ്ഞിരുന്ന രാധാ കൃഷ്ണപ്രണയം എന്നത് ശരീരത്തെ ആരാധിക്കുകയാണെന്നറിഞ്ഞു. The End of The Affairലെ അസാധ്യമായ സ്നേഹം തിരഞ്ഞു. ഇസദോറ ഡങ്കന്റെ ചൈതന്യമുള്ള സ്വതന്ത്ര സ്നേഹം തിരഞ്ഞു. ലോറൻസ് ഹോപ്സിന്റെ തീവ്രവികാരാധീനമായ സ്നേഹം തിരഞ്ഞു. അതിലെല്ലാം ഉപരിയായി തന്നെ ഒരു വസ്തുവായി കണക്കാക്കാതെ മൃദുവായ സ്നേഹം നൽകുന്ന ഒരു കാമുകനെ അവർ തേടി. അയാൾ തന്റെ വൈകാരികതയെ കാമമായി കാണരുതെന്ന് അവർ ആഗ്രഹിച്ചു. അയാൾ അവരോടൊത്ത് ഒന്നാകണമെന്നും ആഗ്രഹിച്ചു.

എന്റെ സന്ദർശനമവസാനിക്കുന്നതിനുമുമ്പായി കമല എന്നെ കമലയുടെ ഒരു അയൽവാസിയുടെ അടുത്തേക്കയച്ചു. അവരുടെ പക്കൽ ഒരു വീഡിയോ കാസറ്റ് പ്ലെയറുണ്ടായിരുന്നു. അവിടെയിരുന്ന് കമലയുടെ

ഒരു ചെറുകഥയെ ആസ്പദമാക്കി നിർമ്മിച്ച "രുഗ്മിണി" എന്ന മലയാളം സിനിമ കാണുകയായിരുന്നു ലക്ഷ്യം. തൊട്ടടുത്ത ഫ്ളാറ്റിലായരുന്നു ഇവർ താമസിച്ചിരുന്നത്. മൂന്ന് കിടപ്പ് മുറികളുള്ള ഒരു വീട്. അവിടെ കമലയുടെ സുഹൃത്തിന്റെ തൊണ്ണൂറ്റി രണ്ട് വയസ്സുള്ള അച്ഛനുണ്ട്, എൺപത്തിമൂന്ന് വയസ്സുള്ള അമ്മയുണ്ട്, പതിനഞ്ചുകാരി മകളും, പതിനെട്ടുകാരൻ മകനുമുണ്ട്, സഹോദരിയും സഹോദരിയുടെ മകനും പിന്നെ ഒരു വേലക്കാരിയുമുണ്ട്. ഞാൻ എത്തിയപാടെ അമ്മൂമ്മ ചായയിട്ടു. കമല നൽകിയ ടേപ്പ് മകൻ വീഡിയോ പ്ലെയറിലിട്ടു. അപ്പോഴേക്കും പാചകവാതകത്തിന്റെ മണം എന്റെ ശ്വാസകോശം നിറയ്ക്കുവാൻ തുടങ്ങി. ഞങ്ങളെല്ലാം ടി വിയിൽ മാത്രം ശ്രദ്ധിച്ചിരിക്കുകയായിരുന്നു. പാചകവാതകത്തിന്റെ മണമടിച്ച് എല്ലാവരും ചുമയ്ക്കുവാൻ തുടങ്ങി. മണം സഹിക്കവയ്യാതായി എന്ന് തോന്നിയതിനാലാകണം മകൾ മുറിയിൽ മുഴുക്കെ സ്പ്രെ അടിച്ചു. അങ്ങനെ ഒരു രാസപ്രയോഗത്തിന്റെ സംരക്ഷണത്തിൽ ഞങ്ങളിരുന്നു.

ഞാനും അമ്മൂമ്മയും സിനിമ കാണുവാൻ തുടങ്ങി. ശേഷിച്ചവരെല്ലാം എന്നെ കാണുകായിരുന്നു. ഞാൻ അമ്മൂമ്മയെ നോക്കി. അവർ ടി വിയിൽ ലയിച്ചിരിക്കുന്നു. പന്ത്രണ്ടുകാരി രുഗ്മിണിയെ അവളുടെ അമ്മ ഒരു വേശ്യാലയത്തിൽ വിൽക്കുവാൻ ശ്രമിക്കുന്നതും അവളുടെ വളർത്തച്ഛൻ അവളെ ബലാത്സംഗം ചെയ്യുവാൻ ശ്രമിക്കുന്നതും അമ്മൂമ്മ കാണുന്നു. അമ്മൂമ്മയുടെ മുഖം മ്ലാനമാകുന്നു. ഈ അമ്മൂമ്മയെ കുറിച്ച് കമല എന്നോട് പറഞ്ഞിരുന്നു. ഒരാഴ്ച മുമ്പ് ഞാൻ കമലയുടെ കൂടെ താമസിച്ചോട്ടെ എന്ന് ചോദിച്ച് ഈ അമ്മൂമ്മ കമലയെ സമീപിച്ചിരുന്നു. അവരുടെ മകളും ഭർത്താവും ആയുർവേദ ചികിത്സയ്ക്കായി അവരെ കൊച്ചിയിലേക്ക് കൊണ്ടുവന്നതാണ്. ഇവിടെയെത്തിയപ്പോൾ അമ്മൂമ്മയ്ക്ക് ലഭിക്കുന്ന പെൻഷൻ പണമെല്ലാം അവർ കരസ്ഥമാക്കി. ഗ്രാമത്തിലുള്ള വീടടക്കം അവരുടെ കുടുംബസ്വത്തെല്ലാം വിറ്റു. അമ്മൂമ്മ തിരികെ വീട്ടിൽ പോകണമെന്ന് പറഞ്ഞപ്പോൾ "നിങ്ങൾ ഇനി എവിടെ പോകാൻ. നിങ്ങൾക്ക് ഇതല്ലാതെ ഒരിടമില്ല" എന്ന് പറഞ്ഞു.

അപ്പോൾ സിനിമയിൽ രുഗ്മിണിയുടെ കണ്ണുകളിലൂടെ ഞാനും അമ്മൂമ്മയും ബോംബെയിലെ വേശ്യത്തെരുവ് കാണുകയായിരുന്നു. അവിടെ വേശ്യാലയ നടത്തിപ്പുകാരുടേയും, അബോർഷൻ ചെയ്യുന്നത് തൊഴിലാക്കിയവരുടേയും, കൂട്ടിക്കൊടുപ്പുകാരുടേയും കടുത്ത ഭാഷകൾ കേൾക്കാം. ഇതിനെ കുറിച്ച് ഞാൻ ഒരു ഗവേഷണം നടത്തിയിരുന്നു. കമലയ്ക്ക് ഈ ഭാഷയെല്ലാം എങ്ങനെ വശമായി എന്നായിരുന്നു ഗവേഷണം. ഈ ഭാഷ അറിയുവാനായി കമല ഒരു ദിവസം ടാക്സിയെടുത്ത് വേശ്യാത്തെരുവിലെത്തി. അവിടെയെത്തിയപ്പോൾ വണ്ടിയുടെ ഡ്രൈവർ വണ്ടി കേടുവന്നതുപോലെ ഭാവിച്ച് നന്നാക്കുവാൻ ഇറങ്ങി. അപ്പോൾ വണ്ടിയിലിരുന്ന് കമല തെരുവിലെ ഭാഷകൾ കേൾക്കുകയായിരുന്നു.

കൗമാരത്തിലെത്തിയിരിക്കുന്ന രണ്ട് പെൺകുട്ടികൾ വഴിയരികിൽ കളിക്കുന്നുണ്ടായിരുന്നു. അപ്പോൾ മെലിഞ്ഞ ശരീരപ്രകൃതമുള്ള ഒരാൾ, മുഖം ഒരു വർത്തമാന പത്രം കൊണ്ട് മറച്ച് അവിടെ പ്രത്യക്ഷപ്പെടുകയും പടികൾ കയറി പോകുകയും ചെയ്തു. അയാൾ ഒരുപക്ഷേ ഏതെങ്കിലും ഓഫീസിലെ ഒരു ഗുമസ്തനായിരിക്കണം. ഒരു നിമിഷം കഴിഞ്ഞപ്പോൾ കുറച്ച് പ്രായമുള്ള ഒരു സ്ത്രീ ജനലിന്നരികിൽ പ്രത്യക്ഷപ്പെട്ട് "രുഗ്മിണി" എന്ന് വിളിച്ചു. അപ്പോൾ ഒരു കളത്തിൽ നിന്നും മറുകളത്തിലേക്ക് ചാടി ക്കളിച്ചുകൊണ്ടിരുന്ന ആ രണ്ട് കുട്ടികളിൽ ഒരാൾ കളി മതിയാക്കി. അവൾ തന്റെ കൂട്ടുകാരിയോട് "സീത, ഞാനിപ്പൊ വരാം. ഈ കരു ഇളക്കല്ലേ" എന്ന് പറഞ്ഞു.

സീത എന്ന പെൺകുട്ടി ഒറ്റയ്ക്ക് കളി തുടർന്നു. ക്ഷീണിച്ച ശരീരമായിരുന്നു അവളുടേത്. ശരീരത്തിൽ മഞ്ഞനിറം കയറിയിരുന്നു. കുഴിഞ്ഞ കണ്ണുകളിൽ കൺമഷിയെഴുതിയിരുന്നു. അപ്പോൾ സമയം ഏകദേശം മൂന്നുമണിയായിക്കാണും.

കുറച്ച് കഴിഞ്ഞപ്പോൾ രുഗ്മിണി താഴേക്കിറങ്ങി വന്നു. അവർ കളി തുടർന്നു.

അവളുടെ മുടി അലങ്കോലപ്പെട്ടിരുന്നു. അവളുടെ കവിളുകൾ ചുവന്നു തുടുത്തിരുന്നു.

എനിക്ക് മലയാളം മനസ്സിലാകുന്നില്ലെങ്കിലും സിനിമ ഹൃദയസ്പൃക്കായിരുന്നു എന്ന് ഞാനറിയുന്നു. പെൺകുട്ടികൾ ഇടം കിട്ടാതെ അലയുന്നു. ആ സ്ത്രീയുടെ ഉപദ്രവകാരിയായ മകൻ തിരികെയെത്തുന്നു. വേശ്യാലയത്തിലെ ഏറ്റവും സുന്ദരിയായ വേശ്യ ഒരു വിദ്യാർത്ഥിയുമായി പ്രണയത്തിലാകുന്നു. അബോർഷൻ നടത്തുന്നയാളുടെ അനാസ്ഥ ഒരു ജീവനെടുക്കുന്നു. അവസാനം രുഗ്മിണിയുടെ അവസ്ഥ പ്രായം ചെന്ന ഒരു പോലീസ് ഇൻസ്പക്ടറിൽ വേദനയുണ്ടാക്കുന്നു. അയാളും ഒരിക്കൽ രുഗ്മിണിയെ ഉപയോഗിച്ചിട്ടുണ്ട്. കമലയുടെ നിഷ്കളങ്കമായ കൗമാരഭാവമാണ് രുഗ്മണിക്കെന്ന് എനിക്കപ്പോൾ തോന്നി.

ദൽഹി സന്ദർശിക്കുവാനെത്തിയ UNICEF പ്രതിനിധികൾ, കൊച്ചിയിലെ ചില N G O പ്രതിനിധികൾ, ഫിലിം ഫെസ്റ്റിവലുകൾ എന്നിവർക്കെല്ലാം ഈ സിനിമ താൻ കാണിച്ചു എന്ന് കമല പറയുന്നു. കുട്ടികളെ ലൈംഗികമായി പീഡിപ്പിക്കുന്നതിനെതിരെ എന്തെങ്കിലും നിയമനിർമ്മാണത്തിന് ഇത് കണ്ട് ഏതെങ്കിലും രാഷ്ട്രീയക്കാർ മുൻകൈ എടുക്കുമെന്നായിരുന്നു കമലയുടെ പ്രതീക്ഷ. കമല ഈയ്യിടെയായി ഇത്തരം പ്രവർത്തനങ്ങളെ മനസ്സറിഞ്ഞ് പിന്തുണയ്ക്കുന്നുണ്ട്. "ഇതിൽ ലൈംഗികതയോ, അക്രമങ്ങളോ ഇല്ലെങ്കിലും കേരളത്തിൽ ലൈംഗിക പെരുമാറ്റങ്ങളിൽ അമിതൗചിത്യം കാണിക്കുന്ന മലയാളി മധ്യവർഗ്ഗം ഇതിനെ സംശയത്തോടെ മാത്രം കണ്ടു." അതിൽ നിന്നും ഉയർന്ന ശബ്ദ

കോലാഹലം മൂലം, ഇന്ത്യയുടെ ദൂർദർശൻ ഇത് സംപ്രേഷണം ചെയ്തതിന് മാപ്പ് ചോദിക്കുകപോലുമുണ്ടായി.

സിനിമ കഴിഞ്ഞതും അമ്മൂമ്മ അടുക്കളയിലേക്ക് അപ്രത്യക്ഷയായി. മകൻ ടേപ്പുകൾ മാറ്റുന്ന തിരക്കിലായി. എല്ലാവരും ഹോളിവുഡ് തെരുവു തെമ്മാടികളെപ്പോലെ പരസ്പരം വഴക്കിടുന്ന ഏതോ മലയാളി സിനിമ കണ്ട് ആനന്ദിക്കുവാൻ തുടങ്ങി. കഴിവതും സമയം കളയാതെ ഞാൻ സ്ഥലം ഒഴിഞ്ഞു. അപ്പോഴും എന്റെ മനസ്സിൽ കമലയുടെ സിനിമയുടെ ചില ശകലങ്ങൾ തങ്ങി നില്പുണ്ടായിരുന്നു.

രാത്രി എട്ടേമുക്കാലായപ്പോൾ അപ്പാർട്മെന്റിന്റെ കോളിങ്ങ് ബെൽ ശക്തിയായി ശബ്ദിക്കുവാൻ തുടങ്ങി. ഒന്നിനു പുറകെ ഒന്നായി മൂന്നു തവണ അത് ചിലച്ചു. അതിനൊരു ഉത്തരം നൽകുവാൻ വയ്യാത്തവണ്ണം ക്ഷീണിതയായിരുന്നു ഞാൻ.

കുറച്ചു കഴിഞ്ഞപ്പോൾ ക്ഷമചോദിച്ചുകൊണ്ട് വാച്ച്മാൻ വാതിൽക്കൽ മുട്ടി. അന്ന് പകലെപ്പോഴോ വന്ന് കാണാമെന്നേറ്റിരുന്ന, മലയാളത്തിന്റെ പ്രിയ കവി, ബാലചന്ദ്രൻ ചുള്ളിക്കാട് പ്രത്യക്ഷപ്പെട്ടിരിക്കുന്നതായി അറിയിച്ചു.

"വയ്യ. വല്ലാത്ത ക്ഷീണം. ഞാനുറങ്ങുന്നു." ഞാൻ ഞരങ്ങി. വാച്ച് മാൻ സ്ഥലം വിടും മുമ്പേ ഞാനുറക്കവുമായി.

കാലത്ത് നേരത്തെ എന്നെ വിളിച്ചുണർത്തിയത് അലാം അടിക്കുന്ന ശബ്ദമായിരുന്നു. ഞാൻ വസ്ത്രം മാറി, എന്റെ പെട്ടിയൊതുക്കി. അപ്പോൾ ഫോൺ ശബ്ദിച്ചു.

"അഭിനന്ദനങ്ങൾ" കമലയുടെ ശബ്ദം. "ബാലനെ തിരിച്ചയച്ചു എന്ന് വാച്ച്മാൻ പറഞ്ഞു."

എലിവേറ്ററിൽ വച്ച് ഞാൻ കരഞ്ഞു. എന്റെ കൂടെ അപ്പോൾ വേലക്കാരികളുണ്ടായിരുന്നു. എന്റെ പെട്ടികൾ കാറിൽ ഒതുക്കി വച്ചിട്ടുണ്ടായിരുന്നു. ഡ്രൈവർ എന്നെ കാത്തിരിക്കുകയായിരുന്നു. എനിക്ക് വീട്ടിൽ പോകണം, അതിനു ഞാൻ തയ്യാറായിരിക്കുന്നു. എന്റെ കണ്ണപ്പോഴും ചുവന്ന് തന്നെ ഇരിക്കുകയാണ്. എന്റെ മുഖത്തും തോളിലും കൊതുകു കടിച്ച പാടുകൾ തിണർത്ത് കിടക്കുന്നു. എന്നാൽ, ഞാനും കമലയും താമസിക്കുന്ന ഇടങ്ങൾ തമ്മിലുള്ള ദൂരം എന്നിൽ ദുഃഖമുണ്ടാകുന്നു. ഇനിയൊരിക്കൽ തമ്മിൽ കാണാനാകുമോ എന്നുപോലും ഇപ്പോൾ എനിക്കുറപ്പില്ല. ഈ സന്ദർശനം ഞങ്ങളെ കൂടുതൽ ഉറ്റവരാക്കി. എന്നെ ഇപ്പോൾ ഒരു അടുത്ത സുഹൃത്തായി കമല അംഗീകരിച്ചിരിക്കുന്നു. ഇപ്പോൾ അവർ എല്ലാം തുറന്ന് പറയുന്നു. എന്നിൽനിന്നും ആവശ്യമുള്ളത് വളച്ചുകെട്ടില്ലാതെ പറയുന്നു. കഴിഞ്ഞ തവണ കണ്ടപ്പോൾ അവർക്ക് അവരുടെ ഭർത്താവ് നഷ്ടപ്പെട്ടിട്ട് അധികകാലമായിട്ടുണ്ടായിരുന്നില്ല. ഇപ്പോൾ കുറച്ചുകൂടി സ്വാതന്ത്ര്യം സംസാരത്തിലുണ്ട്. അവർ

തനിയെ നിൽക്കുവാൻ പഠിക്കുകയാണിപ്പോൾ. "ജീവിക്കുക എന്നതിന് പ്രേരകമാകുന്നു എന്നതുകൊണ്ട് മാത്രം ജീവിക്കുവാൻ" അവർ അടുത്ത പടികളെക്കുറിച്ച് വിലയിരുത്തുകയാണിപ്പോൾ.

ഞങ്ങൾ യാത്രപറയുമ്പോഴും എന്റെ മുന്നിൽ ഇപ്പോഴുള്ള അപ്രതീക്ഷിതത്വം എനിക്ക് ഊഹിക്കുവാനാകുന്നുണ്ട്. കമലയിൽ നിലനിൽക്കുന്ന ജീവനശക്തി ഇനി എത്ര കാലം കമലയെ മുന്നോട്ട് നയിക്കും? പ്രവചിക്കുവാനാകാത്ത അവരുടെ ജീവിതത്തിൽ ഒരു നിരീക്ഷകയായും പങ്കാളിയായും ഇനിയും എത്രയാഴത്തിലെനിക്കെത്തുവാനാകും?

കണ്ണിനുള്ളിൽ പൊട്ടിയ രക്തധമനി വിരിച്ച ചുവപ്പ് ഇപ്പോൾ സാവധാനത്തിൽ മഞ്ഞയായും അവിടിവിടെ നിലനിൽക്കുന്ന ചുവന്ന കുത്തുകളായും മാറുന്നുണ്ട്. കമല തന്ന രുദ്രാക്ഷം എന്നെ രക്ഷിക്കട്ടെ എന്ന് മനസ്സിൽ കരുതി, അതിനെ എന്റെ നെഞ്ചിലമർത്തിപ്പിടിച്ച് ഞാൻ വിമാനത്തിൽ കയറി.

നാലപ്പാട്ട് തറവാട്

നാല്

കൊച്ചി, കോഴിക്കോട്, മലബാർ

2000

അവന്റെ സംശുദ്ധമായ ദന്തനിര
എന്റെ കഴുത്തിലെ ജപമാലയായി

പതിമൂന്ന്

അയാളുടെ വിയർപ്പുമണത്തിൽ പരമാനന്ദം

അതെപ്പോൾ സംഭവിച്ചു എന്നെനിക്കറിയില്ല. എന്തുകൊണ്ടെന്ന് ഊഹിക്കാനുമാകുന്നില്ല. യാഥാസ്ഥിതികയായ, ഹിന്ദുമതത്തിലെ ഉന്നത ജാതിയിൽ പിറന്ന, കൃഷ്ണനെ സ്നേഹിക്കുന്ന, രാജകുടുംബ പാരമ്പര്യമുള്ള, കമലാദാസ് പെട്ടെന്ന് ഇസ്ലാം മതം സ്വീകരിക്കുവാൻ തീരുമാനിച്ചു. എന്നോട് അതിനുമുമ്പ് ഒരു സൂചനപോലും നൽകിയിരുന്നില്ല. അപകീർത്തി മാത്രം കേട്ടിട്ടുള്ള തന്റെ ജീവിതത്തിലെ ഏറ്റവും വലിയ അപകീർത്തിയുമായി സി എൻ എനിലും, ഏഷ്യാനെറ്റിലും, ഏഷ്യയിലെമ്പാടുമുള്ള മാധ്യമങ്ങളിലും കമലദാസ് പ്രത്യക്ഷപ്പെടുന്നു. 1999 ഡിസംബർ പതിനാറാം തിയതി, വിവാദങ്ങളുടെ നടുക്കടലിൽ, വീട്ടിൽവച്ച് നടന്ന ഒരു മിനിറ്റ് നീണ്ടു നിന്ന ചടങ്ങിൽ അവർ മതം മാറി.

എന്താണ് സംഭവിച്ചുകൊണ്ടിരിക്കുന്നതെന്നതിനെ കുറിച്ച് എനിക്ക് ഒരു രൂപവുമില്ല. എനിക്ക് വിവരം നൽകിയവർക്കും ഒന്നുമറിയില്ല. കഴിഞ്ഞ തവണ ഞാൻ കമലയെ ആലിംഗനം ചെയ്ത് പിരിഞ്ഞപ്പോൾ ഇതിനെക്കുറിച്ച് ഒരു സൂചനയും നൽകിയിരുന്നില്ല. ഞാൻ കമലയെ വിളിക്കുവാൻ ഒരു ശ്രമം നടത്തി. ഫോൺ ബന്ധം വിച്ഛേദിക്കപ്പെട്ടിട്ടുണ്ടായിരുന്നു. ഞാൻ ദൽഹിയിലുള്ള കമലയുടെ മകൻ മോനുവിനെ വിളിച്ചു. കമല മാധ്യമ പ്രവർത്തകരോടോ മറ്റ് സംഘടനകളോടോ സംസാരിക്കുന്നത് തത്കാലം സർക്കാർ വിലക്കിയിരിക്കുന്നു എന്ന മറുപടിയാണ് എനിക്ക് ലഭിച്ചത്. കമലയുടെ നേരെ വധഭീഷണിയുണ്ടെന്നും, ഇപ്പോൾ പുറത്തിറങ്ങുമ്പോൾ ഒരു ബോഡിഗാർഡ് കൂടെയുണ്ടെന്നും മോനു പറഞ്ഞു. മാത്രമല്ല കമലയുടെ തലയ്ക്ക് ആരോ വിലയിട്ടിരിക്കുന്നുവെന്നും പറഞ്ഞു. കമലയുടെ പുതിയ ഫോൺ നമ്പർ മോനു എനിക്ക് തന്നു. ഒരുപക്ഷേ ഈ ഫോണും ചോർത്തപ്പെടുന്നുണ്ടാകാം എന്ന മുന്നറിയിപ്പും അതിനോടൊപ്പം തരികയുണ്ടായി.

എനിക്ക് കൂടുതൽ വിവരങ്ങൾ നൽകുവാനുള്ള വ്യക്തികൾ എന്നെനിക്ക് തോന്നിയ എല്ലാവരുമായും ഞാൻ ബന്ധപ്പെട്ടു. എന്റെ പണ്ഡിത സുഹൃത്ത് ഹരി, ചില വാർത്താകുറിപ്പുകൾ വെട്ടി അയച്ചു തന്നു.

"ഇസ്ലാം എന്നാൽ സ്നേഹത്തിന്റെ മതമാണ്. ഹിന്ദുക്കൾ എന്നെ അധിക്ഷേപിക്കുകയും വേദനിപ്പിക്കുയും ചെയ്തു. എന്നെ കുറിച്ച് വിവാദങ്ങൾ സൃഷ്ടിക്കുവാൻ അവർ പലപ്പോഴും ശ്രമിച്ചു. എനിക്ക് സ്നേഹം വേണമായിരുന്നു." കമല പറഞ്ഞതാണ് ഞാൻ വായിക്കുന്നത്.

ഗുരുവായൂർ ക്ഷേത്രത്തിൽനിന്നും ഞാൻ ഗുരുവായൂരപ്പനെ എടുത്തുകൊണ്ട് പോന്നുവെന്ന് കമല ഒരു അഭിമുഖത്തിൽ പറയുന്നു. എന്നിട്ട് കൃഷ്ണനെ മുഹമ്മദ് എന്ന് പേരിടുന്നു. അയാളെ പ്രവാചകനാക്കുന്നു. "നിങ്ങളിനി ഗുരുവായൂരിൽ പോയാൽ നിങ്ങൾക്കവിടെ കൃഷ്ണനെ കാണുവാനാകില്ല. കാരണം അദ്ദേഹമിപ്പോൾ എന്റെ കൂടെയാണ്."

"പക്ഷേ, നിങ്ങൾക്ക് കൃഷ്ണനെ വളരെ ഇഷ്ടമാണല്ലോ? പിന്നെയെങ്ങനെ കൃഷ്ണനെ ഉപേക്ഷിക്കുവാനാകും?" അദ്ഭുതം പൂണ്ട മാധ്യമ പ്രവർത്തകൻ വീണ്ടും ചോദിക്കുന്നു. കേരളത്തിലെ എല്ലാവരും ചിന്തിക്കുന്നത് ഇപ്രകാരം തന്നെയായിരിക്കും. ഗുരുവായൂരിലെ കൃഷ്ണ ക്ഷേത്രവുമായി കമലയുടെ പൂർവികർക്കുള്ള ബന്ധവും കേരളത്തിലെല്ലാവർക്കുമറിയാം.

"ഞാൻ കൃഷ്ണനെ ഉപേക്ഷിച്ചിട്ടില്ല. അദ്ദേഹം ഇപ്പോഴും എന്നോടൊപ്പമുണ്ട്. എന്റെ വീട്ടിലുണ്ട്."

"കൃഷ്ണന് ഒരു മുസ്ലീമിന്റെ വീട്ടിലെങ്ങനെ കഴിയുവാനാകും?"

"ഞാനദ്ദേഹത്തെ മുഹമ്മദ് എന്ന് നാമകരണം ചെയ്തു." യാഥാസ്ഥിതിക മത ന്യായവാദങ്ങളെ ഒട്ടൊന്ന് കുഴച്ചുകൊണ്ടാണീ ഉത്തരമെത്തുന്നത്." ഒരു കുട്ടിയായിരിക്കുമ്പോൾ എന്നെ കൃഷ്ണന് വിവാഹം ചെയ്ത് നൽകിയിരുന്നു എന്ന് എന്റെ അമ്മൂമ്മ പറഞ്ഞതോർമ്മയുണ്ട്. ഞാൻ കൃഷ്ണനെ കണ്ടിട്ടുണ്ട്, കൃഷ്ണനോടൊത്ത് കളിച്ചിട്ടുണ്ട്, കൃഷ്ണനോടൊത്ത് ഭക്ഷണം കഴിച്ചിട്ടുണ്ട്. എന്റെ മനസ്സിൽ കൃഷ്ണനോടുള്ള സ്നേഹം ഒരിക്കലും മരിക്കുകയില്ല. കൃഷ്ണന്റെ സാരം എന്നിലെപ്പോഴുമുണ്ടാകും. എന്നാൽ ഇപ്പോൾ പേര് മാറിയെന്ന് മാത്രം."

ഞാൻ ഇന്റർനെറ്റ് പരതി. കമലയുടെ ജീവന് ഭീഷണിയുണ്ടെന്ന് അതിൽ കാണുന്നു. വിശ്വ ഹിന്ദു പരിഷത്തിന്റെ ഒരു നേതാവ്, കമല ഗുരുവായൂരിനെക്കുറിച്ചും ഹിന്ദു മതത്തെക്കുറിച്ചു പറഞ്ഞ വാക്കുകൾ, ഗുരുവായൂരിനേയും മതത്തിനേയും അപമാനിക്കലാണെന്ന് കാണിച്ച് കോടതിൽ കേസ് ഫയൽ ചെയ്തിരിക്കുന്നു. മുസ്ലീം സമുദായം കമലയ്ക്ക് നിയമസഭയിൽ ഒരു അംഗത്വം അല്ലെങ്കിൽ സർക്കാരിൽ സ്ഥാനം വാഗ്ദാനം ചെയ്തതുകൊണ്ടാണ് ഈ മതം മാറ്റം നടന്നതെന്നും, അദ്ദേഹം അവകാശപ്പെടുന്നു. അതുമല്ലെങ്കിൽ ഇസ്മയിൽ മർച്ചന്റ് കമലനുടെ ഏതെങ്കിലും ഒരു പുസ്തകം സിനിമയാക്കാമെന്ന് വാഗ്ദാനം ചെയ്തതിനാലായിരിക്കാമെന്ന് അദ്ദേഹം കൂട്ടിച്ചേർക്കുന്നുണ്ട്.

"ഞാൻ മലബാറിൽ നിന്നും കൊച്ചിയിലേക്ക് യാത്രയിലായിരുന്നു. അപ്പോൾ ഉദയസൂര്യനെ കണ്ടു. അദ്ഭുതമെന്ന് പറയട്ടെ അതിന്റെ നിറം അസ്തമയ സൂര്യന്റേതു തന്നെയായിരുന്നു. അത് എന്നോടൊപ്പം

സഞ്ചരിക്കുകയായിരുന്നു. ഏഴു മണി കഴിഞ്ഞപ്പോൾ അതിന്റെ നിറം വെള്ളയായി. വർഷങ്ങളായി ഈ മതം മാറ്റം ഞാനാഗ്രഹിച്ചിരുന്നു. എപ്പോൾ വേണമെന്നതിനുള്ള സൂചനകൾക്കായി ഞാൻ തിരയുകയായിരുന്നു. അവസാനം എന്നിലേക്ക് ആ സന്ദേശം എത്തിച്ചേർന്നു." Times Of India യുടെ ചോദ്യത്തിന് കമല നൽകിയിരിക്കുന്ന ഉത്തരമാണിത്.

"തന്റെ സമൂഹത്തിന്റെ മുന്നിലേക്ക് നല്ലൊരു പ്രഹരം നൽകുവാൻ കമല ഒരു പുതിയ വഴി കണ്ടെത്തിയിരിക്കുന്നു" എന്നാണ് ഒരു സുഹൃത്ത് പറഞ്ഞത്.

"ദൈവം ഇസ്ലാമിനെ രക്ഷിക്കട്ടെ." എന്ന് ഒരു പ്രാദേശിക ബുദ്ധി ജീവിയും.

ഈ മതം മാറ്റത്തിന്റെ ഒരു മാസത്തിനുശേഷം കമലയുടെ വെളിപാട് നൽകുന്ന കത്തു വന്നു.

പ്രിയപ്പെട്ട മെറിലി,

നവംബർ പതിന്നാലാം തിയതി സാദിക് അലി എന്നൊരു യുവാവ് എന്നെക്കാണുവാൻ വന്ന അന്ന് മുതൽ എന്റെ ജീവിതം അപ്പാടെ മാറിയിരിക്കുന്നു. മുപ്പത്തിയെട്ട് വയസ്സായ ഒരാളാണ ദ്ദേഹം. സുന്ദരമായ ഒരു പുഞ്ചിരിയുണ്ടയാൾക്ക്. അതിനുശേഷം അയാൾ എന്നെ ദുബായിൽ നിന്നും അബുദാബിയിൽനിന്നും വിളിക്കുവാൻ തുടങ്ങി. ഞങ്ങൾ തമ്മിൽ വിവാഹിതരാകുകയാണെങ്കിൽ എനിക്കുവേണ്ടി എന്തൊക്കെ ചെയ്യുമെന്നയാൾ പറഞ്ഞു. അതിനോടൊപ്പം അയാൾ ഉറുദു ഈരടികളും ചൊല്ലിക്കൊണ്ടിരുന്നു. ഞാൻ എന്റെ തോഴി മിനിയേയും കൂട്ടി അയാളുടെ അടുത്തേക്കു പോയി. മൂന്നു ദിവസം അയാളോടൊത്ത് താമസിച്ചു. അവിടെ ഒരു പുഴയുണ്ട്, കുറച്ച് മരങ്ങളുണ്ട്, പിന്നെ നിറഞ്ഞ ചിരിയുമുണ്ട്. എന്നോട് മുസ്ലീമാവണമെന്ന് അയാൾ ആവശ്യപ്പെട്ടു. വീട്ടിൽ തിരിച്ചെത്തിയപ്പോൾ ഞാൻ അത് അനുസരിച്ചു. അതുകേട്ടപാടെ മാധ്യമക്കാർ മുഴുക്കെ ഇരച്ചു കയറി. ഹിന്ദു മതമൗലിക വാദികളും, ശിവസേനയും, രാഷ്ട്രീയ സ്വയം സേവക് സംഘും (ആർ എസ് എസ്) നാടു നീളെ പോസ്റ്ററുകൾ പതിച്ചു. "മാധവികുട്ടിക്ക് ഭ്രാന്താണ്. അവരെ കൊല്ലുക." എന്റെ സുരക്ഷയ്ക്കായി അയച്ച എട്ട് പോലീസുകാരെ എനിക്ക് വേണ്ട എന്ന് ഞാൻ പറഞ്ഞു. ഇപ്പോൾ മുസ്ലീം വിഭാഗത്തിൽ പെട്ട യുവാക്കൾ എന്റെ വീടിനു തൊട്ടുള്ള ഫ്ളാറ്റിൽ താമസിച്ച് ഇരുപത്തിനാലു മണിക്കൂറും ഓരോ നീക്കങ്ങളും നിരീക്ഷിക്കുന്നു. പുറത്തു പോകരുതെന്നും ഒരു സമയത്ത് ആറിൽ കൂടുതൽ പേരുള്ള സംഘങ്ങളോട് സംസാരിക്കരുതെന്നും കാണിച്ച് എനിക്ക് കോടതി ഒരു നോട്ടീസ് അയച്ചിട്ടുണ്ട്. കറുത്ത പർദ ധരിച്ച്, അറബി പഠിക്കുന്ന ഞാനിപ്പോൾ മുസ്ലീം വിഭാഗത്തിന്റെ ഇടയിൽ, ആരാധിക്കപ്പെടേണ്ട ഒരു വ്യക്തിയായിരിക്കുന്നു.

എന്നാൽ എന്റെ ഹിന്ദു ബന്ധുക്കളും സുഹൃത്തുക്കളും ഇപ്പോൾ എന്നിൽ നിന്നും ഒരകലം പാലിക്കുന്നു. അവർക്ക് എന്നെ സമൂഹത്തിൽ നിന്നും ഭ്രഷ്ടാക്കണം. എന്റെ സഹോദരി ഇതിനിടെ എന്നെ രണ്ട് തവണ സന്ദർശിച്ചു. അവൾ കരയുക മാത്രമാണ് ഈ രണ്ടു തവണയും ചെയ്തത്. എനിക്ക് എന്റെ അമ്മയെ കാണുവാനാകുന്നില്ല. അതല്ലെങ്കിൽ ജീവിതം ആവേശകരം തന്നെ....

സസ്നേഹം,
കമല ദാസ്
(സുരയ്യ)

ഞാൻ ഒരു ഇന്ത്യൻ വിസയെടുത്തു. പ്രതിരോധക്കുത്തിവെപ്പുകൾ ചെയ്തു. യന്ത്രങ്ങളുടെ സഹായത്തോടെ കൊതുകിനെ തുരത്തുന്നതിനോടൊപ്പം മറ്റ് മാർഗ്ഗങ്ങളുമാകാമെന്ന് തീരുമാനിച്ചു. നീളമുള്ള ഒരു പാവാടയും കൈയിറക്കമുള്ള ബ്ലൗസും വാങ്ങി. ഇന്ത്യയിലേക്കുള്ള യാത്രാമദ്ധ്യേ ഓക്സ്ഫോർഡിൽ താമസിക്കുന്ന എന്റെ സുഹൃത്ത് ആഞ്ചിയേയും കണ്ടു. അവരുടെ കൂടെ താമസിച്ചു. നാലു ദിവസം കഴിഞ്ഞപ്പോൾ മദിരാശിയിൽ, ഗീതാ കൃഷ്ണമൂർത്തിയുടെ ഫ്ളാറ്റിലിരുന്ന് ഞാൻ കുത്തിക്കുറിക്കുകയായിരുന്നു. കമലയുടെ പുസ്തകങ്ങൾ മലയാളത്തിൽ നിന്നും ഇംഗ്ലീഷിലേക്ക് വിവർത്തനം ചെയ്തിട്ടുള്ളത് ഗീതാകൃഷ്ണമൂർത്തിയാണ്. എഴുതിക്കൊണ്ടിരിക്കുമ്പോൾ എന്നെ കൊച്ചിയിലിത്തവണ എന്തായിരിക്കും കാത്തിരിക്കുന്നത് എന്നായിരുന്നു മനസ്സിൽ.

യാത്രാക്ഷീണവും ജെറ്റ്-ലാഗും നിറയെയുണ്ടായിരുന്നു. വാതിൽ തുറന്നത് തുറന്ന ചിരിയുമായി, കറുത്ത ബുർക്കയണിഞ്ഞ കമലയായിരുന്നു. മണിക്കൂറുകളോളം ഞങ്ങൾ സംസാരിച്ചു. ഇടയ്ക്കിടെ കമലയുടെ

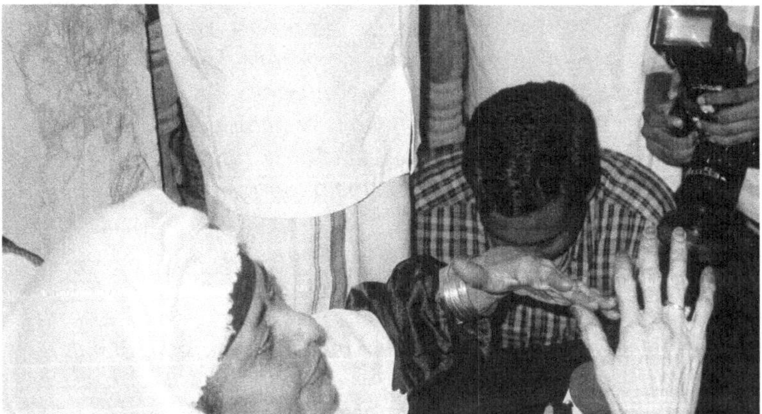

പുതിയ മുസ്ലീം സന്ദർശകർ എത്തിക്കൊണ്ടിരുന്നു. കമലയുടെ മലയാളം ഒരു മധുരരാഗമായി അലയടിച്ച്, മുറിമുഴുക്കെ തുള്ളിച്ചാടിനടന്ന് താരാട്ട് പാടുന്നുണ്ടായിരുന്നു. അപ്പോൾ ഞാൻ കമലയുടെ കൈകളെ ശ്രദ്ധി ക്കുകയായിരുന്നു. അവ പല രൂപത്തിൽ വായുവിൽ സഞ്ചരിക്കുന്നു. അവരുടെ വിരലുകൾ അടയുകയും നിവരുകയും ചെയ്യുന്നു. കൈകൾ നീളുകയും ഉള്ളിലേക്ക് വലിയുകയും ചെയ്യുന്നു. വായുവിലവ ആഞ്ഞി ടക്കുന്നു. സംസാരിക്കുമ്പോൾ അവരുടെ കൈകൾ നൃത്തം ചെയ്യുന്നു. അവ ദിശകൾ കാണിക്കുന്നു. അടുത്ത നൃത്തച്ചുവടിനുമുമ്പായി അവ വിശ്രമിക്കുന്നത് നിമിഷങ്ങൾ മാത്രം.

അപ്പോൾ അവിടേക്ക് വ്യാപാരികളും പണ്ഡിതന്മാരും വന്നുകൊണ്ടേ യിരുന്നു. എന്നാൽ ആ മണിക്കൂറുകളിൽ ഞാനേറെ ശ്രദ്ധിച്ചത് പാശ്ചാത്യ വസ്ത്രം ധരിച്ച മെലിഞ്ഞ ചെറുപ്പക്കാർ മുറിയിലിരിക്കുന്ന തായിരുന്നു. അവർ കമലയുടെ കാൽക്കൽ ഇരിക്കുകയായിരുന്നു. വരുന്ന ഫോണുകൾക്ക് ഉത്തരം നൽകിയത് അവരായിരുന്നു. അവരിൽ നാലു പേരെ ഞാനോർക്കുന്നു. എന്നാൽ പെട്ടെന്നു തന്നെ അവരെ കുറിച്ച് ഞാൻ കൂടുതലറിയേണ്ടതില്ല എന്നൊരു തോന്നൽ എന്നിലേക്ക് വരുന്നു. അവരോട് ഒന്ന് പുറത്തേക്കു പോകണമെന്ന് ഞാൻ ആവശ്യപ്പെട്ടപ്പോൾ കമല ഇടപെട്ടു. അവർ കമലയുടെ പുതുജീവിതത്തിലെ കമാൻഡോ സായിരുന്നു.

എന്റെ കഴിഞ്ഞ സന്ദർശനത്തിൽനിന്നും വ്യത്യസ്തമായി ഇത്തവണ കമലയുടെ ശരീരഭാഷയ്ക്കും ഇരിക്കുന്ന രീതികൾക്കും കുറച്ചുകൂടി ലാഘവം വന്നിട്ടുണ്ടെന്നതും ഞാൻ ശ്രദ്ധിക്കുന്നു. മുസ്ലീമുകൾ ഹിന്ദു ക്കളേക്കാൾ സൗഹൃദമുള്ളവരാണെന്ന് കമല പറയുന്നു. അവരോടൊത്ത് ഇപ്പോൾ ഒരു പങ്കാളിത്ത ബോധവും വിശ്വാസ്യതയും തോന്നുന്നു എന്നും കമല പറയുന്നു. ഇപ്പോൾ കമലയുടെ വീട്ടിൽ പണ്ടത്തെ അപേക്ഷിച്ച് കൂടുതൽ ചിരി വിരിയുന്നുണ്ട്. കമലയ്ക്കും നല്ല ഊർജ്ജമുണ്ട്. കമല യുടെ കണ്ണുകൾ കൂടുതൽ ഇരുളുകയും തിളങ്ങുകയും ചെയ്യുന്നു, ചുണ്ടു കൾ വിടർന്നിരിക്കുന്നു, കഴുത്തിലിപ്പോൾ ഒരു സ്വർണ്ണമാലയുണ്ട്, രത്നം പതിച്ച മൂക്കുത്തിയുണ്ട് - മുഖത്തിന് മുസ്ലീം വസ്ത്രധാരണ രീതിയുടെ ഭാഗമായ ചാദർ കൊണ്ട് അരികു പാകിയിട്ടുണ്ട്.

കമലയുടെ പുതിയ വ്യക്തിത്വം എന്തുമാകട്ടെ, എന്നോടുള്ള സ്നേഹ ത്തിന് യാതൊരു മാറ്റവും വന്നിട്ടില്ല. കമല എനിക്ക് വെള്ളി നിറമുള്ള ഒരു സെൽ ഫോൺ കാണിച്ചു തന്നു. അത് ഒരു വിഗ്രഹം പോലെ വച്ചി രിക്കുകയായിരുന്നു. മുപ്പത്തിയെട്ടുകാരനും, ഇസ്ലാം പണ്ഡിതനും, മല ബാറിൽ നിന്നുള്ള മുസ്ലീം ലീഗ് എം പിയും, അപ്പോൾ അവിടെ ഹാജരി ല്ലാത്ത കമലയുടെ കാമുകനുമായ സാദിഖ് അലി തന്ന ഒരു സമ്മാന മാണത് എന്നാണ് കമല പറഞ്ഞത്. ഈ ഫോൺ കമല ഒരു സ്വർണ്ണ ചങ്ങലയിൽ കൊളുത്തി, ആ ചങ്ങല അരയിലണിഞ്ഞു നടക്കുന്നു. തന്റെ കറുത്ത വസ്ത്രത്തിനു മുകളിലാണീ സ്വർണ്ണ ചങ്ങല. “ഞങ്ങളുടെ പ്രണയത്തിനുള്ള സമർപ്പണം” എന്നാണ് കമല ഇതിനെപ്പറ്റി പറഞ്ഞത്.

തന്റെ വളകൾ കിലുങ്ങുകയും സന്ദർശകർ ആശ്ചര്യപ്പെടുകയും ചെയ്യുമ്പോൾ കമലയുടെ ശ്രദ്ധ ഫോണിലാണ്. സാദിഖ് അലിയുടെ ഒരു വിളിക്കായി കാതോർക്കുകയാണവർ. സന്ദർശകരെല്ലാം പോയിക്കഴിഞ്ഞപ്പോൾ കമല എന്നോട് പറഞ്ഞത്, തങ്ങളുടെ ആദ്യ സന്ദർശനത്തിനു ശേഷം അയാൾ തന്നെ നാലു ദിവസം തുടർച്ചയായി വിളിച്ചു എന്നാണ്. എന്നും അർദ്ധരാത്രിയിലായിരുന്നു ആ വിളി.

"എന്റെ ഭർത്താവിന്റെ മരണ ശേഷം എന്നിലെന്തോ ഒരു അരക്ഷിതത്വം അനുഭവപ്പെടുന്നുണ്ടായിരുന്നു. എവിടേയോ എന്തിന്റേയോ കുറവ്. ജീവിക്കുവാനുള്ള ത്വര തന്നെ നഷ്ടപ്പെട്ടു. ആധുനികമെന്ന് വിളിക്കപ്പെടുന്ന ഈ കാലഘട്ടത്തിൽ പോലും ഹിന്ദു വിധവകൾ അപശകുനങ്ങളായാണ് കണക്കാക്കപ്പെടുന്നത്. ഒരു യാത്ര പുറപ്പെടുന്നതിനുമുമ്പ് അവരെ ശകുനം കണ്ടാൽ അത് വിഘ്നങ്ങൾക്ക് കാരണമാകും എന്ന് കരുതപ്പെടുന്നു. അവരിൽ ഊർജ്ജമില്ല, വേഴാമ്പലിനെപ്പോലെയാണവർ, അവർക്ക് പറക്കുവാനാകില്ല. അവർ തങ്ങളുടെ ചിറകുകൾ മണ്ണിലിട്ടിഴയ്ക്കുന്നു." കമല തന്റെ പുതിയ പ്രണയ കഥ പറയുന്നു.

ബ്രഹ്മചര്യവുമായി കമല പതിറ്റാണ്ടുകൾ കഴിച്ചു. അതിന്റെ മൂല്യങ്ങളെ സ്തുതിച്ചു. "എന്റെ ശരീരത്തെ ഒരു മൃതദേഹം പോലെ ഞാൻ വഹിക്കുകയായിരുന്നു." ഏകയാകുക എന്നത് അവരുടെ ജീവിതത്തിന്റെ ആകെയുള്ള കാലാവസ്ഥയാണെന്ന് അവരംഗീകരിക്കുകയായിരുന്നു. "ഒരർത്ഥത്തിൽ ഞാൻ മരണം കാത്തു കിടക്കുകയായിരുന്നു. എനിക്കു ചുറ്റിലുമുള്ളതെല്ലാം മരിച്ചിരിക്കുന്നതായി എനിക്ക് തോന്നി. കവിത പോലും. ഞാൻ വല്ലാതെ ചുരുങ്ങിയിരിക്കുന്നു എന്ന് തോന്നി. എന്റേതല്ലാത്ത കുറ്റം കൊണ്ട് ഞാൻ വല്ലാതെ ചെറുതായിരിക്കുന്നു."

കമലയുടെ ഒരു ബന്ധുവിനോട് സന്ദർശനത്തിനവസരം ചോദിച്ചത് സാദിഖ് അലിയായിരുന്നു. വർഷങ്ങളായി കമലയോട് ആദരവുണ്ടെന്ന് അയാൾ പറഞ്ഞു. രണ്ട് മണിക്കൂർ സമയമാണ് കമല അനുവദിച്ചത്. ആ സന്ദർശനത്തിനായി സാദിഖ് അലി തന്റെ ചെറിയ പട്ടണത്തിൽ നിന്നും അഞ്ചുമണിക്കൂർ യാത്ര ചെയ്ത് കൊച്ചിയിലെത്തി.

"എന്റെ കാൽക്കൽ അയാളിരുന്നു. സുന്ദരനാണയാൾ. ഒരു രാജകുമാരന്റെ ചിരി. വലിയ സദസ്സുകളെ മണിക്കൂറുകളോളം പിടിച്ചിരുത്തുന്ന സുവിശേഷ പ്രസംഗങ്ങൾ ചെയ്യുവാൻ അയാൾക്കാകും. അഞ്ചു മണിക്കൂർ വരെ നീളും അയാളുടെ പ്രസംഗങ്ങൾ. ഒരു നവജാത ശിശുവിന്റെ കരച്ചിലോളം ശുദ്ധതയുള്ള തന്റെ ശബ്ദത്താൽ അയാൾക്ക് തന്റെ സദസ്സിനെ ഒരു നാലുവരി കവിത ചൊല്ലിക്കേൾപ്പിക്കുമ്പോൾ ഉണ്ടാകുന്ന മാസ്മരികതയിലെന്ന പോലെ പിടിച്ചിരുത്തുവാനാകും."

തന്റെ സംഭാഷണ ശൈലി, പാണ്ഡിത്യം, ഇടതൂർന്ന മുടി, വെളുത്ത പല്ല്, "അസാമാന്യ നിഷ്കളങ്കതയുള്ള ചിരി" എന്നിവയെല്ലാം കൊണ്ടാണ് സാദിഖ് അലി കമലയെ ആകർഷിച്ചത്. തന്നോടൊപ്പം ഒരു ഫോട്ടോ എടുക്കുവാൻ അനുവദിക്കുമോ എന്ന് സാദിഖ് അലി ചോദിച്ചു. അവരിരുവരും

ചൂരൽ കസേരയിലിരുന്ന്, ചിരിച്ചുകൊണ്ട് പ്ലം കേക്ക് തിന്നുന്ന ഫോട്ടോയെടുത്തു. "ആദ്യതവണ കണ്ടപ്പോൾ ഞങ്ങൾ തമ്മിൽ എന്തൊക്കെ സംസാരിച്ചു എന്നത് എനിക്കിപ്പോൾ ഓർമ്മയില്ല. പക്ഷേ, അന്ന് കാലത്ത് മുതൽ പൊടുന്നനെ ഞങ്ങളുടെ വീട്ടിലേക്ക് പൊട്ടിച്ചിരികൾ കടന്നുവന്നു. ആ ചിരി ശൂന്യമായ ഓരോ വിടവുകളും നികത്തിക്കൊണ്ടിരുന്നു."

"എന്നെ ഊട്ടുന്നില്ലേ....' സാദിഖ് അലി കളിയായി പറഞ്ഞു. കമല അനുവദിച്ച രണ്ട് മണിക്കൂർ അങ്ങനെ ഉച്ചഭക്ഷണത്തിലേക്ക് നീങ്ങി.

"എനിക്ക് നിങ്ങളുടെ ചുണ്ടുകൾ തൊടാനാകില്ലല്ലോ" കമലയുടെ പ്രതികരണം. മുസ്ലീം സമുദായത്തിലുള്ളവർ പശുവിന്റെ മാംസം ഭക്ഷിക്കുന്നവരാണെന്നും അത് അവരുടെ ശ്വാസത്തിന്റെ ഗന്ധം മലീമസമാക്കുന്നുവെന്നും കമലയുടെ അമ്മൂമ്മ താക്കീത് നൽകിയിരുന്നു. അവരെ സ്പർശിക്കുന്നത് ഭ്രഷ്ടിന് കാരണമാകും. "എന്നെപ്പോലെ സസ്യാഹാരിയായ ഒരാൾ ഒരു മ്ലേച്ഛന്റെ വായ് ഒരിക്കലും സ്പർശിക്കുകയില്ല" കമല പറഞ്ഞു.

"എങ്കിൽ താങ്കൾക്ക് ഞാൻ ഭക്ഷണം കോരി തരാം." സാദിഖ് അലി പറഞ്ഞു. അയാൾ പാത്രത്തിൽ വിളമ്പിയത് ചെറു തുണ്ടുകളാക്കി.

അയാൾ കമലയുടെ വീട്ടിൽ നിന്നിറങ്ങിയപ്പോഴേക്കും, അയാളുടെ ശൃംഗാരങ്ങൾ കമലയിലെ ദീർഘകാലമായി കുഴിച്ചുമൂടപ്പെട്ടിരുന്ന വികാരങ്ങളേയും ആഗ്രഹങ്ങളേയും തട്ടിയുണർത്തി. "വർഷങ്ങളായി ഒരു ചെറുപ്പക്കാരന്റെ കവിളിൽ പുതുസ്നേഹത്തിന്റെ ചുവപ്പ് ഞാൻ കണ്ടിട്ട്."

ആഗ്രഹങ്ങളെ, അടിവയറിൽ വരുന്ന ആ ചെറു നോവിനെ, ഒരു ഊഞ്ഞാൽ പോലെ ഇളകിയാടുന്ന രക്ത ചംക്രമണത്തെ, കമല വെറുതെ വിട്ടിട്ട് പതിറ്റാണ്ടുകളായിട്ടുണ്ടായിരുന്നു.

വീട്ടിലെത്തി മണിക്കൂറുകൾക്കുള്ളിൽ സാദിഖ് അലി കമലയെ വിളിച്ചു. വഴിനീളെ തന്റെ മനസ്സിൽ എന്തായി എന്ന് കമലയോട് പറഞ്ഞു. അപ്പോൾ അയാളുടെ വാക്കുകൾ പുറത്തേക്കൊഴുകുവാനാകാതെ ശ്വാസം മുട്ടുന്നുണ്ടായിരുന്നു. അത് സ്വരത്തെ കൂടുതൽ ആകർഷകമാക്കി. "നിങ്ങൾ ഒരു നല്ല സംഗീതം പോലെ എന്നെ പിന്തുടരുന്നു" എന്നാണയാൾ പറഞ്ഞത്.

പിന്നെ എട്ടു ദിവസം തുടർച്ചയായി, എല്ലാ രാത്രിയിലും അയാൾ വിളിച്ചു. അയാൾ എവിടെയായിരുന്നാലും വിളിച്ചു. അബുദാബിയിൽ നിന്നും ദുബായിൽ നിന്നും വിളി വന്നു. ഓരോ തവണ വിളിച്ചപ്പോഴും പ്രണയത്തെക്കുറിച്ചുള്ള ഉറുദു കവിതകൾ ചൊല്ലി.

"എന്തൊരു മധുരമുള്ള സംസാരം. ഇത് എനിക്കൊരു പുതിയ അനുഭവമായിരുന്നു. കാരണം, പ്രണയത്തെക്കുറിച്ച് ഞാൻ മുമ്പും പലതും ചിന്തിച്ചിട്ടുണ്ട്, എന്നാൽ അന്നൊന്നും ചിന്തിച്ചിരുന്നത് എനിക്ക് ലഭിച്ചിരുന്നില്ല. ഈ കുട്ടി ആദ്യമായി ഞാനൊരു പെണ്ണാണെന്ന ചിന്ത എന്നിലുണർത്തി. അവന്റെ സ്വരം ഒരു ക്ഷേത്രമണിപോലെ മുഴങ്ങുന്നതായിരുന്നു. അയാൾ പോയതിനുശേഷവും ആ സ്വരം എനിക്ക് കേൾക്കാമായിരുന്നു."

സാദിഖ് അലിക്ക് രണ്ട് ഭാര്യമാരുണ്ട്. എന്നാൽ ഒരു മുസ്ലിം എന്ന നിലയിൽ നാലു ഭാര്യമാർ വരെയാകാം. അദ്ദേഹം കമലയെ തന്റെ നാട്ടിൻ പുറത്തെ വീട്ടിൽ താമസിക്കുവാൻ ക്ഷണിച്ചു. ഒരു മാസത്തെ തുടർച്ചയായ, അഗാധമായ, ബന്ധത്തിനു ശേഷം കമല അയാളുമൊത്ത് പ്രണയത്തിലായിരുന്നു. അതിനാൽ കമല ക്ഷണം സ്വീകരിച്ചു. പ്രണയിതാക്കൾ ദീർഘദീർഘം സംസാരിക്കുകയും ഒന്നിച്ച് ഭക്ഷണം കഴിക്കുകയും ചെയ്തു. ഭക്ഷണം വിളമ്പിയിരുന്നത് കമലയുടെ വേലക്കാരി മിനിയോ അല്ലെങ്കിൽ സാദിഖ് അലിയുടെ രണ്ടാമത്തെ ഭാര്യയോ ആയിരുന്നു. അവർക്ക് ഒരു പണ്ഡിത എന്ന നിലയിൽ കമലയോട് ബഹുമാനമായിരുന്നു. അവരുടെ ഗ്രാമത്തിലെ ഉത്സവത്തിനായൊരുക്കിയ വിരുന്നിന്, കമല, തന്റെ കാറിൽ സാദിഖ് അലിയുടെ കുടുംബത്തിനെ യാത്രയാക്കി. അവർ അപ്രത്യക്ഷരാക്കുന്നത് കമല നോക്കി നിന്നു. പിന്നെ ഒന്ന് വിശ്രമിക്കുവാൻ തീരുമാനിച്ചു.

“ഞാനുറങ്ങുവാൻ തുടങ്ങുകയായിരുന്നു. അപ്പോഴാണ് സാദിഖ് അലി എന്റെയടുക്കലെത്തുന്നത്. അയാൾ എന്നെ പുണർന്നു. അയാൾ മന്ദം മന്ദമാണ് ശ്വസിച്ചിരുന്നത്. എന്റെ കാതിലയാൾ സ്നേഹമന്ത്രങ്ങൾ മന്ത്രിക്കുന്നുണ്ടായിരുന്നു. അയാൾ എന്റെ മുഖത്ത് ചുംബിച്ചു. എന്റെ മുലകളിൽ ചുംബിച്ചു. എന്റെ കാൽവിരലുകളിൽ ചുംബിച്ചപ്പോൾ എനിക്ക് വേദനിച്ചു. പ്രമേഹം കൊണ്ട് അവ വല്ലാതെ തളർന്നിരിക്കുന്നല്ലോ. അയാൾ പിന്നെ എന്റെ കാലുകളിൽ ചുംബിക്കുവാൻ തുടങ്ങി. അയാളുടെ നാവ് എന്റെ ശരീരത്തിലുരസുവാൻ തുടങ്ങി. ഇതുവരേക്കും ആരുടേയും നാവങ്ങിനെ എന്റെ ശരീരത്തിൽ സഞ്ചരിച്ചിട്ടില്ല.

“എന്താണ് ചെയ്യുന്നത്?” ഞാൻ ചോദിച്ചു.

“താങ്കളെ ചുംബിക്കുന്നു.“

“പിന്നെ അയാൾ എന്നിൽ പ്രവേശിച്ചു. അപ്പോൾ ആദ്യമായി ഒരു പുരുഷൻ എന്നിൽ പ്രവേശിച്ചാൽ ലഭിക്കേണ്ടുന്ന അനുഭവമെന്തെന്ന് ഞാനറിഞ്ഞു. എന്റെ കൈകൾ കൊണ്ടോ മുഖം കൊണ്ടോ അല്ല ഞാനതറിഞ്ഞത്. എന്റെ ശരീരത്തിന്റെ ആന്തരാവയവങ്ങൾകൊണ്ടാണ്.”

അതിനുശേഷം ഒരു കൊച്ചു കുഞ്ഞിനെപോലെ അയാൾ മുല കുടിക്കുവാൻ തുടങ്ങി. കമലയ്ക്ക് എന്തുചെയ്യണമെന്നറിയാതായി. അയാളെ എത്ര ചേർത്ത് പിടിക്കാമോ അത്രയും ചേർത്തുപിടിച്ചു. “ഒരു കന്യകയോടൊത്ത് ലൈംഗിക ബന്ധത്തിലേർപ്പെട്ടതുപോലെ എനിക്ക് തോന്നുന്നു” അയാൾ പറഞ്ഞു.

അയാൾ കമലയെ, കമല ധരിച്ചിക്കുന്ന നൈറ്റിയോടെ പുഴയിലേക്ക് വലിച്ചിട്ടു. കമല ആ പുഴയിൽ കുളിച്ചു.

പിന്നെ ശരീരത്തിലെ വെള്ളം തോർത്തിയെടുക്കുമ്പോൾ “താങ്കളുടെ വിരലുകൾ നിധി തേടുകയാണെന്ന് ഞാൻ കരുതി” എന്ന് കമല പറഞ്ഞു.

“എന്റെ വിരലുകൾ തീർത്ഥയാത്രയിലായിരുന്നു” എന്നായിരുന്നു മറുപടി.

ഇതിനു മുമ്പൊരിക്കലും ഒരു പുരുഷൻ എന്നിൽ ഇത്രകണ്ട് ആനന്ദ കരമായ ഒരു കളിക്കൂട്ടാകുമെന്ന് താൻ ധരിച്ചിട്ടില്ലെന്നാണ് കമല എന്നോട് പറഞ്ഞത്.

എന്നാൽ പിറ്റേന്ന് കമലയുടെ മനസ്സിലെ ചിന്തകൾ മറ്റൊന്നായിരുന്നു. "ഞാൻ മലീമസപ്പെട്ടിരിക്കുന്നു" കമല സാദിഖ് അലിയോട് പറഞ്ഞു. അവർ തമ്മിലുള്ള ബന്ധത്തിലുള്ള അനാശാസ്യത അവരുടെ മനസ്സിൽ ലജ്ജയുണ്ടാക്കി.

"സാരമില്ല. ഞാൻ താങ്കളെ വിവാഹം കഴിച്ചുകൊള്ളാം." അയാൾ വാക്കുകൊടുത്തു. "ഇന്നേക്ക് പന്ത്രണ്ടാം ദിവസം. താങ്കൾ ദൽഹിയിൽ എന്റെ ദൽഹി ഭാര്യയായി താമസിക്കും. വിവാഹം കഴിഞ്ഞാൽ പിന്നെ ശേഷിച്ചതെല്ലാം മാഞ്ഞുപോകും."

അപ്പോൾ കമല ഒരു പട്ടുസാരിയുടുത്തു. മടക്കയാത്രയ്ക്ക് തയ്യാറായി ഇരുന്നു. അയാൾ അപ്പോൾ ജനലിനരികിലിരുന്ന് കരയുകയായിരുന്നു. അയാളുടെ തേങ്ങൽ കേട്ട കമല ഒരു ദിവസം കൂടി നിൽക്കുവാൻ സമ്മതിച്ചു. അന്ന് അയാൾ കമലയെ സുരയ്യ എന്ന് നാമകരണം ചെയ്തു. സുരയ്യ എന്നാൽ പ്രഭാത നക്ഷത്രം. അയാൾക്ക് വിവാഹം കഴിക്കണമെങ്കിൽ കമല മുസ്ലീം മതം സ്വീകരിക്കണമെന്ന് അയാൾ പറഞ്ഞു. കമലയ്ക്ക് യാത്രയാകുവാൻ സമയമായപ്പോൾ അയാൾ ഒരു കൊച്ചുകുട്ടിയെപ്പോലെ കരഞ്ഞു. "പോകരുത്. പോയാൽ പിന്നെ എനിക്ക് ഈ മുറിയിലേക്ക് പ്രവേശിക്കുവാനാകില്ല."

മനസ്സിൽ പ്രണയം നിറഞ്ഞ കമലയ്ക്ക് ഇനിയും സമയം നഷ്ടപ്പെടുത്തുവാനാകില്ലായിരുന്നു. അവർ പാതിവഴിയിൽ നിറുത്തി മാധ്യമങ്ങളോട് തന്റെ മതം മാറ്റം വിളംബരം ചെയ്തു. വീട്ടിലെത്തിയപ്പോൾ മാധ്യമ പ്രവർത്തകർ അവരുടെ വാതിൽക്കലുണ്ടായിരുന്നു. ഇസ്ലാം മതത്തിൽ തനിക്ക് ദീർഘകാലമായുള്ള താത്പര്യം കമല സമ്മതിച്ചു. താൻ മതം മാറുവാൻ തീരുമാനിച്ചു എന്ന് അവർ സമ്മതിച്ചു.

പൊടുന്നനെ പ്രതികരണം വന്നു. തീവ്രമായ പ്രതികരണങ്ങൾ. ഒരാഴ്ചയ്ക്കകം ഹിന്ദു തീവ്രവാദികൾ കമല ദാസിനെ വധിക്കുന്നവർക്ക് 50 ലക്ഷം രൂപ വാഗ്ദാനം ചെയ്ത് പോസ്റ്ററുകൾ പതിച്ചു. "സുന്നത്ത് കഴിഞ്ഞതാണിഷ്ടം അല്ലേ" എന്നു തുടങ്ങിയുള്ള വൃത്തികെട്ട, അവഹേളിക്കുന്ന വാക്കുകൾ ചുറ്റിലും പരന്നു. കമലയുടെ ഗ്രാമത്തിലെ സിനിമാ തിയ്യറ്ററിൽ കമലയുടെ ജീവിതം ആസ്പദമാക്കിയുള്ള ഡോക്യുമെന്ററി പ്രദർശിപ്പിച്ചാൽ തിയ്യറ്റർ കത്തിച്ചുകളയുമെന്ന് ഭീഷണിയുണ്ടായി. "കമല നാലപ്പാട്ട് തറവാട്ടിലെ അംഗമായിരുന്നു എന്നതാണ് സംഘ പരിവാറിനെ സംബന്ധിച്ചിടത്തോളം ഈ മതം മാറ്റത്തിലെ ഏറ്റവും വലിയ ക്രൂരത. നാലപ്പാട്ട് തറവാടെന്നാൽ ഹിന്ദു ശ്രേഷ്ഠ വിഭാഗത്തിലെതന്നെ പ്രമാണിമാരാണ്" എന്നാണിതിനെക്കുറിച്ച് എഴുത്തുകാരനായ പോൾ സക്കറിയ വിശദീകരിച്ചത്. കമലയുടെ മതം മാറ്റം വ്രണപ്പെടുത്തിയത് ഈ പ്രമാണിത്വത്തെയാണ്.

സാദിഖ് അലിയാണ് കമലയുടെ കാമുകനെന്ന് ശ്രുതി പരന്നപ്പോൾ ഭീഷണികളും വർദ്ധിച്ചു. മുന്നോക്കജാതിയിലെ ജനനം കമലയ്ക്ക് ലഭിച്ച ഒരു ഭാഗ്യമാണെന്നും അതിനെ കമല വഞ്ചിച്ചിരിക്കുന്നുവെന്നും ബഹളമുണ്ടായി. ഇരുപത്തിനാലു മണിക്കൂറിനുള്ളിൽ കമലയെ വധിക്കുമെന്ന് ഒരജ്ഞാത സന്ദേശമുണ്ടായി. പാൽക്കാരൻ വരുമ്പോൾ "ഒരദ്ഭുതവും കൊണ്ടായിരിക്കും വരുന്നത്. പാലിനോടൊപ്പം സാദിഖ് അലിയുടെ കുടലും അയാൾ കൊണ്ടുവരും." എന്നായിരുന്നു മറ്റൊരു സന്ദേശം.

സാദിഖ് അലി ഒളിവിൽ പോയി. തിരുവനന്തപുരത്തെ സൗത്ത് പാർക്ക് ഹോട്ടലിൽ ഒരുക്കിവച്ചിരുന്ന മുറി റദ്ദാക്കി. പിന്നെ രംഗത്ത് കമലയും മാധ്യമവും ചുറ്റിലും താറുമാറായ പ്രസ്താവനകളും രംഗങ്ങളും മാത്രമായി.

"ഊർദ്ധ ശ്വാസം വലിച്ചുകൊണ്ടിരിക്കുന്ന കേരളത്തിലെ സാമൂഹിക രംഗത്ത് കമലയുടെ ഈ പ്രവൃത്തി സ്വല്പം ഊർജ്ജം പകർന്നിരിക്കുന്നു." New Indian Expressൽ ലീല മേനോൻ എഴുതി. "ഈ സംസ്ഥാനം വിധവകളുടേതാകുകയാണോ എന്ന് പലരും സംശയിക്കുന്നു. സ്ത്രീകൾ പുരുഷന്മാരേക്കാൾ അധികമുള്ള, അധികം ജീവിക്കുന്ന ഈ സംസ്ഥാനത്ത് വിഷാദരോഗവും പടരുകയാണ്. അങ്ങനെയുള്ള ഈ സന്ദർഭത്തിൽ കമല തരുന്നത് മറ്റൊരു മാർഗ്ഗമാണോ എന്നും തോന്നിപ്പോകുന്നു."

"**ഞാ**നൊരു ഹിന്ദുവായിരുന്നപ്പോൾ ആരും എന്നെ തിരിഞ്ഞുനോക്കിയില്ല." തന്റെ സംഭാഷണങ്ങളെല്ലാം വെട്ടിയൊട്ടിച്ച പുസ്തകം ഫോട്ടോകോപ്പി ചെയ്യുവാനായി എന്നെ ഏല്പിച്ച് കമല പറഞ്ഞു തുടങ്ങി. "എന്നാലിപ്പോൾ, പ്രസിദ്ധനായ ഒരു മുസ്ലീം പണ്ഡിതൻ ആയിരങ്ങളെ സാക്ഷി

നിറുത്തി, മുസ്ലീംങ്ങളെ ഇരുപത്തിയൊന്നാം നൂറ്റാണ്ടിലേക്ക് നയിക്കുക സുരയ്യയായിരിക്കും എന്ന് പ്രഖ്യാപിക്കുന്നു." തന്റെ വീട്ടിലേക്ക് ഇപ്പോൾ തീർത്ഥാടകരുടെ ഒഴുക്കാണെന്ന് കമല പറയുന്നു. തന്റെ അംഗീകാരത്തിനായി യുവതീ യുവാക്കൾ സമീപിക്കുന്നു, ബോംബെയിൽ വച്ച് ആയിരക്കണക്കിനാളുകൾ പങ്കെടുത്ത സദസ്സിനെ അഭിമുഖീകരിച്ച ഏക പ്രാസംഗിക കമലയായിരുന്നു, ഖത്തറിലെ ഷെറാട്ടൺ ഹോട്ടലിൽ ഹാജിയുടെ അതിഥിയായി പോകുന്നത് കമലയാണ്, ചിലപ്പോഴിനി ഇരുപത്തിയഞ്ചുകാരനായ ഒരുവൻ തന്നെ കാംക്ഷിച്ച് കോഴിക്കോടെത്തിയേക്കാം.

"മുസ്ലീംങ്ങൾ എന്നെയിപ്പോൾ വല്ലാതെ ലാളിക്കുന്നു. ഇവിടെയെത്തുന്നവരെല്ലാം എന്നെ സ്നേഹിക്കുന്നവരാണ്."

നിറയെ സംഗീതമുള്ള ഈ മതത്തെക്കുറിച്ച് താനിപ്പോൾ പഠിച്ചുകൊണ്ടിരിക്കുകയാണെന്ന് കമല പറഞ്ഞു. ഈ സംഗീതത്തിൽ നൃത്തം ചെയ്യുവാൻ ആഗ്രഹമുണ്ടെന്നും.

ദ്രുതഗതിയിൽ പടരുന്ന കമലയുടെ പ്രതീക്ഷകൾ ഞാൻ കാണുന്നു. നൃത്തം ചെയ്യുവാനുള്ള അവരുടെ ത്വര പൂർണ്ണമാണ്. അവരുടെ മനസ്സിൽ സാധ്യതകൾ അനന്തമാണ്. മുന്നറിയിപ്പുകളേയും, കർത്തവ്യങ്ങളേയും, ഔചിത്യങ്ങളേയും കമല കാറ്റിൽ പറത്തിയിരിക്കുന്നു. രോഗം, പ്രായം എന്നിവയുടെ മുഖത്തുനിന്ന് അവർ സ്വയം പുതുമയാർജ്ജിച്ച് ജീവിതത്തിലേക്കെടുത്തു ചാടിയിരിക്കുന്നു. മാധ്യമപ്രവർത്തകയായ ലീല മേനോനെപ്പോലെയുള്ള മറ്റു വിധവകൾക്ക് വലിയ ഊർജ്ജമുള്ള ഈ തീരുമാനം "പ്രതീക്ഷകൾ മാത്രമല്ല കുത്തിവയ്ക്കുന്നത്, ആത്മവിശ്വാസത്തിൽ നിന്നുമുളവാക്കുന്ന മനഃസുഖം കൂടിയാണ്."

എന്നാൽ ഇപ്പോഴും കമല സാദിഖ് അലിയുമൊത്ത് ഒരിക്കൽ കൂടി ശയിക്കുവാൻ ആഗ്രഹിച്ചുകൊണ്ടേയിരിക്കുന്നു. വൈകാരികമായി ഘനീഭവിച്ച ലൈംഗികാനുഭവങ്ങളും അതിനുശേഷം ബ്രഹ്മചര്യവും പതിറ്റാണ്ടുകൾ കൊണ്ടുനടന്നതിനുശേഷം ഇതാ ഒരു കാമുകൻ "ഞാൻ പുസ്തകങ്ങളിൽ മാത്രം വായിച്ചിട്ടുള്ളതുപോലത്തെ പ്രണയവുമായി" എന്നിലെ ലൈംഗിക വികാരങ്ങളെ തരളിതമായി, മൃദുവായി, കാവ്യാത്മകമായി ഉണർത്തിയിരിക്കുന്നു. സാദിഖ് അലി കമലയുടെ ഞരമ്പുകളുടെ അഗ്രങ്ങളിൽ ഇപ്പോൾ ജീവിക്കുന്നു. അയാളുമൊത്ത് ഉല്ലസിച്ച ഓരോ നിമിഷവും ഇപ്പോൾ കമലയുടെ മനസ്സിൽ ഓടിയെത്തുന്നു. ആ രാത്രി വീണ്ടും ആവർത്തിക്കുവാനായി കമല ആഗ്രഹിക്കുന്നു. തന്റെ ആയുഷ്കാലത്തിനിടയിൽ ഒരിക്കൽ മാത്രം അനുഭവിച്ചറിഞ്ഞ രാത്രിയാണത്. അതു ലഭിക്കുവാനായി അറുപത്തിയേഴു വർഷം അവർ കാത്തിരുന്നു.

"സാദിഖ് അലിയോടൊത്ത് ജീവിക്കുവാൻ താങ്കൾ ദൽഹിയിലേക്ക് പോകുമായിരുന്നോ?" ഞാൻ ചോദിച്ചു.

"ഞാനെന്തും ചെയ്യുമായിരുന്നു."

"വീട്ടുകാരുടെ പ്രതികരണം എന്തായിരിക്കും എന്ന് ചിന്തിച്ചിരുന്നുവോ?"

"ഒന്നിനെക്കുറിച്ചും ആലോചിച്ചില്ല. എന്റെ സുഹൃത്തുക്കളേയും ബന്ധുക്കളേയും നഷ്ടപ്പെടുമെന്ന് ആലോചിച്ചില്ല. അയാളായിരിക്കും എന്റെ കുടുംബമെന്നേ ആലോചിച്ചുള്ളു. എനിക്ക് എല്ലാം അയാളാകും."

പിറ്റേന്ന് പ്രാതലിന് കബീർ വന്നിരുന്നു. ഇസ്ലാമിനെ കുറിച്ചും സമകാലീന മതങ്ങളെ കുറിച്ചും എഴുതുന്ന മുപ്പത്തിമൂന്നുകാരനായ ഒരെഴുത്തുകാരനാണ് കബീർ. കമല അയാളുമൊത്ത് നേരം പോക്കുന്നു. അയാളെ ഒരു കളിക്കോപ്പ് പോലെ രസിപ്പിക്കുന്നു. കമല കവിത ചൊല്ലുന്നു. പ്രഭാതത്തിൽ കാണുന്ന ചന്ദ്രനേക്കാൾ നിറം മങ്ങിയ പ്രണയത്തെക്കുറിച്ചൊരു കവിത. കവി ഉപേക്ഷിക്കുന്ന, നിറം മങ്ങിക്കൊണ്ടിരിക്കുന്ന പ്രണയത്തെക്കുറിച്ചൊരു കവിത. അത് നഷ്ടപ്പെടുമ്പോൾ കവി കൂടുതൽ ദരിദ്രയാകുകയാണെന്ന് കവിക്കറിയാം "കാരണം പ്രണയം അത്രയ്ക്ക് സുന്ദരമായിരുന്നു."

കബീർ അപ്പോൾ തലയൊന്ന് കുലുക്കുന്നു. കവിതയുടെ അടിവരയിൽ സാദിഖ് അലിയുണ്ടെന്ന് അയാൾക്കറിയാം. അയാളുടെ പ്രതികരണം വളരെ നിയന്ത്രിതമാണ്. അതുകണ്ട് കമലയ്ക്ക് അയാളെ കളിയാക്കാതിരിക്കുവാനാകുന്നില്ല. അയാൾക്ക് ഒരു പുരുഷന്റെ ശരീരമുണ്ടെങ്കിലും ഇപ്പോഴും കുട്ടികളുടെ മുഖമാണെന്ന് കമല പറയുന്നു. മുഖത്ത് താടിയുണ്ടെങ്കിലും "കുട്ടികളുടെ മുഖമുള്ള, ധാർമ്മിക മതാചാരങ്ങളോടു കൂടിയ ഒരുവൻ" കമല ചിരിക്കുന്നു. "അങ്ങനെയല്ലേ മെറിലി?" സംഭാഷണത്തിലേക്ക് എന്നെ വലിച്ചിഴയ്ക്കുവാനുള്ള ശ്രമത്തിൽ കമല ചോദിക്കുന്നു. സാദിഖ് അലി എപ്പോഴും സംഭാഷണ വിഷയമായിരിക്കുന്നതിനാൽ കമല അപ്പോൾ ഒരു പുതിയ വാർത്ത ഞാനുമൊത്ത് പങ്കുവച്ചു. കമലയുമൊത്തുള്ള തന്റെ ബന്ധം ഒരമ്മയും കുഞ്ഞും തമ്മിലുള്ളതുപോലെ പരിശുദ്ധമാണെന്നും, അവർ അതുവരേക്കും കണ്ടിട്ടുപോലുമില്ലാത്ത, ഇസ്മയിൽ മർച്ചന്റിനെ കമല വിവാഹം കഴിക്കുവാൻ ആഗ്രഹിക്കുന്നുവെന്നും സാദിഖ് അലി മാധ്യമങ്ങളോട് പറഞ്ഞുവെന്നായിരുന്നു ആ വാർത്ത.

എന്നാൽ കബീറിന്റെ ചിന്ത മുഴുക്കെ അപ്പോൾ കമല കോഴിക്കോട് ചെയ്യുവാൻ പോകുന്ന പ്രസംഗത്തെക്കുറിച്ചായിരുന്നു. കബീർ തന്റെ ഇസ്ലാം പാണ്ഡിത്യത്തിൽ നിറം കലർത്തി വരികൾ മെനയുന്നു. മുസ്ലീം സ്ത്രീകൾക്കായുള്ള മാസികയുടെ വാർഷികത്തിനു പ്രസംഗിക്കുമ്പോൾ "സ്വർഗ്ഗം അമ്മയുടെ കാൽക്കീഴിലാണ്" എന്ന പ്രയോഗം ഉപയോഗിക്കാം എന്ന് കബീർ പറഞ്ഞു.

"അവസാനത്തെ പ്രവാചകന്റെ വാക്കുകളാണിത്. അമ്മമാർക്ക് ഇത് ഇഷ്ടപ്പെടും." കബീർ പറഞ്ഞു.

കബീർ പോയിക്കഴിഞ്ഞപ്പോൾ മദ്ധ്യവയസ്കരായ മൂന്നുപേർ കയറി വന്നു. മലയാളം ദിനപത്രമായ ചന്ദ്രികയുടെ പത്രാധിപരാണവർ. മുസ്ലീം

ലീഗിന്റെ മുഖപത്രമാണ് ചന്ദ്രിക. കമലയുടെ കോഴിക്കോട് യാത്രയുമായി ബന്ധപ്പെട്ട വിഷയങ്ങളാണ് സംസാര വിഷയം. മുഖ്യ പത്രാധിപർ സി.കെ ഹനീഫ എനിക്ക് നേരെ എതിർവശത്തിരുന്നു. തല നല്ലവണ്ണം നരച്ച, നല്ല രീതിയിൽ വസ്ത്രധാരണം ചെയ്ത, ഊർജ്ജസ്വലനായ, വിവേകമുള്ള കണ്ണുകളുള്ള ഒരു മനുഷ്യൻ. അയാൾ സുന്ദരനാണെന്ന എന്റെ അഭിപ്രായം കമലയെ അദ്ഭുതപ്പെടുത്തി. ഭാഷ ഒരു പ്രശ്നമായിരുന്നതിനാൽ കമല വിവർത്തകയായി. മുസ്ലീം ലീഗ് എന്നാൽ കേരളത്തിലെ ഒരു ചെറിയ രാഷ്ട്രീയ പാർട്ടിയാണെന്നും, അവർ കോൺഗ്രസ്സുമൊത്ത് സഖ്യത്തിലാണെന്നും ഞാനറിഞ്ഞു. കമലയുടെ കമേൻഡോകൾ മറ്റൊരു രാഷ്ട്രീയ സംഘടനയിൽ പെട്ടവരാണ്. എൻ ഡി എഫ് (നാഷണൽ ഡെമോക്രാറ്റിക് ഫ്രന്റ്) എന്നാണാ സംഘടനയുടെ പേര്. ഇത് തീവ്രമുസ്ലീം സ്വഭാവമുള്ള ഒരു സംഘടനയാണ്. ഈയ്യിടെയായി വർദ്ധിച്ച ഹിന്ദു തീവ്രവാദത്തിൽ നിന്നും മുസ്ലീം വിഭാഗത്തെ സംരക്ഷിക്കുവാനായി ജനിച്ച ഒരു സംഘടനയാണിത്. മിതവാദികളായ മുസ്ലീം ലീഗുകാർ ഇന്ത്യയുടെ മതേതര ഭരണഘടനയനുസരിച്ച് പ്രവർത്തിക്കുന്നവരാണ്. എന്നാൽ എൻ ഡി എഫ് ആകട്ടെ, സമൂഹത്തെ മതത്തിന്റെ പേരിൽ വിഭജിക്കുന്നവരും. ഇതെല്ലാം അവരുടെ സംഭാഷണത്തിൽനിന്നും ഞാൻ മനസ്സിലാക്കിയതാണ്. കുറേയായപ്പോൾ കമലയ്ക്കും മടുത്തു. അവർ ഒരു കഥ പറയുവാൻ തുടങ്ങി.

യാത്രയ്ക്കുള്ള തയ്യാറെടുപ്പിന്റെ ചർച്ച നീളുകയായിരുന്നു. ഞാനുറങ്ങിപ്പോയി. സാധാരണയായി അതിഥികൾ ഉപയോഗിക്കുന്ന ഒരു അപാർട്മെന്റിലാണ് ഞാൻ താമസിക്കുന്നത്. ഞാൻ ഇത്തവണ വരുമ്പോൾ അവിടെ കമേൻഡോകൾ ഉണ്ണുകയും, ഉറങ്ങുകയും ചെയ്യുകയായിരുന്നു. എന്റെ മെത്തയ്ക്ക് വിരിപ്പില്ലായിരുന്നു. അതിനാൽ ഞാൻ എന്റെ ഒരു മുണ്ടെടുത്ത് പുതച്ചു. കൂടെ എന്റെ ഷാൾ എന്നെ സഹായിച്ചു. കൊതുകുകളെ നിയന്ത്രണത്തിലാക്കുവാൻ എനിക്ക് യാതൊരു മാർഗ്ഗവും കണ്ടെത്തുവാനായില്ല. അവയെ നിർജ്ജിവക്കുവാനുള്ള ശ്രമത്തിൽ എ സിയുടെ തണുപ്പ് ഞാൻ കൂട്ടിവച്ചു. അപ്പോൾ എനിക്ക് തണുപ്പ് സഹിക്കാനാകുന്നില്ല. ഒരു ചെറിയ കൊതുകുവല ഞാൻ സംഘടിപ്പിച്ചിട്ടുണ്ട്. അത് പലയിടത്തുമായി കൊളുത്തിയിട്ടിട്ടുണ്ട്. എന്നാൽ എന്റെ ഡബിൾ ബഡ് ഒന്ന് മൂടുവാൻ അതിനാകുന്നില്ല. ഇതൊക്കെ മൂലം ഞാൻ എന്റെ ശരീരം മൊത്തം മൂടിപ്പുതയ്ക്കുവാനായി വശങ്ങളിലേക്ക് തിരിഞ്ഞും മറിഞ്ഞും കിടക്കണോ അതോ കൊതുകുവല സ്ഥാനം തെറ്റാതിരിക്കുവാനായി അനങ്ങാതെ കിടക്കണോ എന്ന ശങ്കയിൽ രാത്രി കഴിക്കുന്നു.

ചന്ദ്രികയിൽ നിന്നുള്ളവരുമൊത്ത് കമല ചർച്ച നടത്തിയ മൂന്നു മണിക്കൂർ ഉണർന്നിരിക്കുവാൻ എനിക്കായി. അവർ യാത്രയായപ്പോൾ കമലയും ക്ഷീണിതയാണെന്ന് എനിക്ക് മനസ്സിലായി. അപ്പോഴാണ് കുറച്ച് ചെറുപ്പക്കാർ കയറി വരുന്നത്. അവർ എൻ ഡി എഫിൽ നിന്നുള്ളവരാണ്. മുസ്ലീം ലീഗിന്റെ പരിപാടിയിൽ കമല സംസാരിക്കുന്നതിനുമുമ്പ് അവരുടെ പരിപാടിയിൽ സംസാരിക്കണമെന്ന് അവർക്ക് നിർബന്ധം.

കമല വളരെ സൗമ്യയായി മലയാളത്തിൽ അവരോട് മറുപടി പറഞ്ഞു. എന്നിട്ട് ഒന്ന് ശങ്കിച്ചു. ഇവർ പറയുന്നത്പോലെ ചെയ്യണമെങ്കിൽ നാളെ തന്നെ യാത്ര പുറപ്പെടേണ്ടി വരും. കോഴിക്കോടിന്റെ നേരെ എതിർ ദിശയിൽ ഒമ്പത് മണിക്കൂർ യാത്ര ചെയ്യണം. പരിപാടിക്കുശേഷം ഒമ്പത് മണിക്കൂർ തിരികെ യാത്ര ചെയ്യണം, അതിനുശേഷം അഞ്ചു മണിക്കൂർ കോഴിക്കോട്ടേക്കും യാത്ര വേണം. ഇതൊക്കെയാണെങ്കിലും ഈ ചെറുപ്പക്കാർ കമലയെ വിടാൻ ഭാവമില്ല. അവർ നിർബന്ധിച്ചുകൊണ്ടേയിരുന്നു.

അവസാനം അവർ യാത്രയായപ്പോൾ, തീർത്തും ക്ഷീണിതയായ കമലയുടെ മുഖത്തേക്ക് ഞാൻ സഹാനുഭൂതിയോടെ നോക്കി. രണ്ട് ദിവസമായി ഞാനിവിടെ വന്നിട്ട്. ഇപ്പോഴും കമല ഇതൊക്കെ എങ്ങനെ കൈകാര്യം ചെയ്യുന്നു എന്ന് എനിക്കു മനസ്സിലായിട്ടില്ല.

“ഒരു നല്ല മുസ്ലീം എന്ന നിലയിൽ ഞാൻ പ്രണയം, കാമം, എന്നിവയെക്കുറിച്ചുള്ള കവിതകൾ എഴുതിക്കൂട. അതിനാൽ അവരെ ഒന്ന് പരീക്ഷിക്കുന്നതിനായി, അള്ളാഹുവിനേക്കാൾ കൂടുതലായി ഒരുവനെ പ്രണയിച്ചാൽ അള്ളാഹു എന്നെ എങ്ങനെ ശിക്ഷിക്കും എന്നതിനെക്കുറിച്ച് ഞാൻ ഒരു കവിതയെഴുതി.” കമല തന്റെ വിഷയത്തിലേക്ക് തിരികെയെത്തി.

ഞാനിവിടെ എത്തിയതിനുശേഷമുള്ള ഏറ്റവും നല്ല വാർത്തയായിരുന്നു ഇത്. കമലയുടെ കവിതകൾക്ക് പ്രണയം പ്രചോദനമാകണമെന്നായിരുന്നു എന്റെ ആഗ്രഹം. എന്നാൽ അവരെ സെൻസർ ചെയ്തേക്കും എന്നൊരു ഭയം എന്നിലുണ്ടായിരുന്നു.

“കമല എഴുതിയാൽ ഈ വർത്തമാന പത്രങ്ങളിൽ വന്ന വാർത്തകളേക്കാൾ കൂടുതൽ വെളിപ്പെടുത്തലുകൾ അത് നൽകും.” കവിതയാണ് കമലയുടെ മനസ്സിനെ കാണിക്കുന്ന ഏറ്റവും വലിയ കണ്ണാടി എന്നറിയാവുന്ന ഞാൻ പറഞ്ഞു. “ആ കവിത കേൾക്കുവാൻ എനിക്ക് താത്പര്യമുണ്ട്.”

“പിന്നീടാകട്ടെ.” കമല വിഷയം മാറ്റി.

അവിചാരിതമായ ഈ പിന്മാറ്റം എനിക്ക് വിഷമമുണ്ടാക്കി. അതിനെകുറിച്ച് പ്രതിപാദിച്ചശേഷം കമല എന്തുകൊണ്ട് പിന്മാറി? അതും എനിക്ക് കേൾക്കുവാൻ താത്പര്യമുണ്ടെന്ന് അറിഞ്ഞ ശേഷം? ഒരുപക്ഷേ എന്റെ താത്പര്യം അജ്ഞാതമായ അപകടങ്ങളെക്കുറിച്ചുള്ള ചില മുന്നറിയിപ്പുകൾ നൽകിയിട്ടുണ്ടാകാം.

“ഇപ്പോൾ കമല ഇസ്ലാം മതം ഉപേക്ഷിക്കുകയാണെങ്കിൽ എന്ത് സംഭവിക്കും?” ഞാൻ ചോദിച്ചു.

“അവർ എന്നെ കൊല്ലും” വളച്ചുകെട്ടില്ലാതെ കമല പറഞ്ഞു “ഞാനിപ്പോൾ അവർക്ക് ഒരു ബിംബമാണ്.”

സമയം രാത്രി എട്ട് മണി. ഞങ്ങൾ ഭക്ഷണം കഴിച്ചിട്ടില്ല. പെട്ടെന്ന് എൻ ഡി എഫിന്റെ ഒരു പുതിയ സംഘം വന്നെത്തി. “ആൺകുട്ടികൾ” എന്നാണവരെക്കുറിച്ച് പ്രതിപാദിക്കുമ്പോൾ കമല ഉപയോഗിക്കുന്ന

പ്രയോഗം. അവർ വന്നപാടെ, അവരുടെ യോഗത്തിൽ കമല പങ്കെടുക്കേണ്ടതിന്റെ ആവശ്യകത കമലയെ ബോധ്യപ്പെടുത്തുവാൻ തുടങ്ങി. ആ യോഗത്തിൽ പങ്കെടുക്കുവാൻ എന്തുകൊണ്ട് കമല പതിനെട്ട് മണിക്കൂർ യാത്രചെയ്യുന്നത് വൃഥാവിലല്ല എന്ന് ബോധ്യപ്പെടുത്തുവാൻ തുടങ്ങി. എന്നാൽ കമല ശാന്തയായി അത് സാധ്യമല്ല എന്ന് പറഞ്ഞുകൊണ്ടേയിരുന്നു. ചിലപ്പോഴെങ്കിലും കമലയുടെ വാക്കുകളിൽ കുറച്ച് അസഹിഷ്ണുത വരുന്നുണ്ടായിരുന്നു. എന്നാൽ ഒരു സാധാരണ മനുഷ്യന് ആകാവുന്നതിലും അധികം കമല പിടിച്ചു നിൽക്കുന്നുണ്ടായിരുന്നു. താനൊരു രോഗിയാണെന്നും, ഡോക്ടർ പറഞ്ഞ ഉപദേശങ്ങൾ കേൾക്കേണ്ടതുണ്ടെന്നും, വല്ലാതെ ക്ഷീണിതയാണെന്നും കമല പറയുന്നുണ്ടായിരുന്നു. ബോംബെയിലെ യോഗത്തിനുശേഷം അവർ തലകറങ്ങി വീണതും അവർ ഓർമ്മിപ്പിക്കുന്നുണ്ട്. അവർ വീണുകിടക്കുന്ന ചിത്രങ്ങൾ പത്രത്തിൽ വന്നത് ഈ സംഘവും കണ്ടിട്ടുണ്ട്. എന്നാൽ ഇതൊന്നും അവരുടെ നിർബന്ധം കുറയ്ക്കുവാൻ കാരണമായില്ല. അവർ വാഗ്വാദങ്ങൾ തുടർന്നു. പരാതികൾ പറഞ്ഞുകൊണ്ടേയിരുന്നു. യാചിച്ചുകൊണ്ടേയിരുന്നു. ഒന്നും നടക്കില്ലെന്ന് ഉറപ്പായപ്പോൾ അവർ മുറിവിട്ട് പുറത്തിറങ്ങി. പുറത്തിറങ്ങുമ്പോഴും അവർ അഭ്യർത്ഥിക്കുക തന്നെയായിരുന്നു.

പരിചാരിക ഭക്ഷണം വിളമ്പുവാൻ തയ്യാറെടുക്കുന്നതിനിടയ്ക്ക് കുറച്ച് പ്രായം ചെന്ന, പൊണ്ണത്തടിയനായ ഒരു കമാൻഡൊ അകത്തേക്കു കയറി വന്നു. അദ്ദേഹത്തിന്റെ മൂന്ന് "സഹോദരങ്ങൾ" അപ്പോൾ പുറത്ത് സ്വീകരണ മുറിയിൽ കാത്തിരിക്കുന്നുണ്ടായിരുന്നു. അയാൾ വന്നപാടെ കമല ഇരുന്നിരുന്നതിനടുത്തേക്ക് ഒരു സ്റ്റൂൾ നീക്കിയിട്ട് കാലുകൾ വിടർത്തി അതിലിരുന്നു. എന്നിട്ട് ഒരു കാര്യപരിപാടിയുടെ രൂപരേഖ കമലയ്ക്ക് നേരെ നീട്ടി. അതിൽ സുരയ്യ എന്ന പേരെഴുതിയിരിക്കുന്നതിൽ വിരൽ ചൂണ്ടി. കമല തന്റെ ചാരുകസേരയിൽ ചുരുണ്ടു. അയാൾ ഒട്ടൊന്ന് കോപത്തോടെ ശബ്ദാഡംബരപൂർണ്ണമായ ഒരു പ്രഭാഷണം നടത്തി. കമല തന്റെ തലയിലണിഞ്ഞിരുന്ന വസ്ത്രം നേരെയാക്കിക്കൊണ്ടിരുന്നു. അയാൾ തുടർച്ചയായി സുരയ്യ വന്നേ പറ്റൂ എന്നാവർത്തിക്കുന്നുണ്ടായിരുന്നു. അവരുടെ പരിപാടിയിലല്ലാതെ മുസ്ലീം ലീഗിന്റെ പരിപാടിയിലാണ് സുരയ്യ ആദ്യം പങ്കെടുക്കുന്നത് എങ്കിൽ അത് അവരുടെ സംഘടനയ്ക്ക് നാണക്കേടാണ് എന്നാണയാൾ പറഞ്ഞുകൊണ്ടിരുന്നത്. കമല എപ്പോഴൊക്കെ എതിർപ്പ് പ്രകടിപ്പിച്ചുവോ അപ്പോഴൊക്കെ അയാൾ കൂടുതൽ ഉച്ചത്തിലും വേഗതയിലും സംസാരിച്ചു.

ഈ സംഭാഷണങ്ങളെല്ലാം പിന്നീട് എനിക്ക് വിവർത്തനം ചെയ്ത് തന്നതാണ്. എന്നാൽ ഇപ്പോൾ ഞാൻ കേട്ടുകൊണ്ടിരിക്കുന്നത് അയാളുടെ ഭീഷണികളും കമലയുടെ ദീനസ്വരത്തിലുള്ള പ്രതികരണവും മാത്രമാണ്. അതിനോടൊപ്പം കമലയ്ക്ക് സാവധാനത്തിൽ കോപം വരുന്നുമുണ്ട്. അവരുടെ കൈകൾ നാലുപാടും പറന്നു നടന്നു. തലയിലെ വസ്ത്രം തെന്നിപ്പോകുന്നു. വാക്കുകൾ നികൃഷ്ടമായ മാപ്പുകളായി പുറത്ത് വരുന്നു. അയാളാകട്ടെ അപ്പോൾ കമലയുടെ അടുത്തേക്കടുത്തേക്ക്

നീങ്ങുകയായിരുന്നു. കമലയെ കൂടുതൽ ഭീഷണിപ്പെടുത്തുകയായിരുന്നു. കഴിയാവുന്നത്ര പീഡിപ്പിക്കുകയായിരുന്നു. കമല നിസ്സഹായയായി. സഹിക്കുക എന്നതിലും അപ്പുറത്തായിരുന്നു അപ്പോൾ കാര്യങ്ങൾ. കോപം കുമിഞ്ഞു കൂടുന്നുണ്ടായിരുന്നു. കമലയോട് ഇങ്ങനെ പെരുമാറാൻ ഈ മനുഷ്യൻ ആരാണ്? കമല എന്തിനിതിനൊക്കെ നിന്നു കൊടുക്കുന്നു? കമല എത്ര പീഡിക്കപ്പെടുകയാണെങ്കിലും അയാൾ അവിടെ നിന്ന് ഒഴിവാവുമെന്ന് തോന്നുന്നില്ല.

അവസാനം ഞാൻ സെറ്റിയിൽ നിന്ന് എഴുന്നേറ്റു. അവരിരുവർക്കും ഇടയിൽ കയറി നിന്നു. എന്നിട്ട് കമലയെ എഴുന്നേൽക്കുവാൻ സഹായിച്ചു.

കമലയോട് മുറിയിൽ പോയി കിടക്കുവാൻ ഞാൻ അഭ്യർത്ഥിച്ചു.

ഞാൻ കമലയുടെ കൈ പിടിച്ച് കമലയുടെ മുറിയിലേക്ക് നടന്നു. കുറച്ച് മുന്നോട്ട് നടന്നപ്പോൾ അയാൾ ഞങ്ങളെ തടയുവാനായി മുന്നോട്ട് വന്നു. ആ മുറിയിൽ അപ്പോൾ മരം കൊണ്ടുണ്ടാക്കിയ ഒരു മറയുണ്ടായിരുന്നു. ഞാനത് വലിച്ച് അയാളെ തടയുവാനായി അയാൾക്ക് മുന്നിൽ വച്ചു. കമല അപ്പോഴും അയാളോട് ദയനീയമായി അഭ്യർത്ഥിക്കുകയായിരുന്നു. അയാളാകട്ടെ കൂടുതൽ ആക്രോശത്തോടെ കൂടുതൽ ആവേശത്തോടെ കമലയെ തുറിച്ച് നോക്കുകയും. അതിനാൽ ഞാൻ കമലയെ ബലമായി കമലയുടെ മുറിയിലേക്ക് കൊണ്ടുപോയി.

"അവർക്കാകില്ല. അവർക്ക് സുഖമില്ല. വരാനാകില്ല." ഞാൻ ഇംഗ്ലീഷിൽ തന്നെ അയാളോട് പറഞ്ഞു.

അയാളാകട്ടെ നിന്നിടത്തു നിന്നും അനങ്ങിയില്ല. ഞങ്ങളുടെ കണ്ണുകളിടഞ്ഞു. അതിനുമുമ്പ് അങ്ങനെയൊരു നോട്ടം ഞാൻ കണ്ടിട്ടില്ലെങ്കിലും ആ കണ്ണുകളിൽ അപ്പോൾ അന്ധമായ വെറുപ്പും രോഷവുമായിരുന്നു.

ഞാൻ പെട്ടെന്ന് തിരിഞ്ഞ് കമലയുടെ അടുത്തെത്തി. കമല അപ്പോൾ ഒരു ചുവർ ചാരി നിൽക്കുകയായിരുന്നു. "വല്ലാത്ത സമ്മർദ്ദം" കമല പറഞ്ഞു. "വല്ലാത്ത സമ്മർദ്ദം. എനിക്ക് മരിച്ചാൽ കൊള്ളാമെന്നായി." എന്തൊരു ദയനീയമായ അവസ്ഥ!

"ആരാണവർ?"

"തീവ്രവാദികൾ." ആ വാക്കുകൾ അപ്പോൾ ഒരു നിശ്വാസം പോലെയാണ് വന്നത്. "അവർ കൊല്ലും."

അവസാനം താൻ കോഴിക്കോട്ടേക്ക് മാത്രമേ പോകുന്നുള്ളു എന്ന് കമല തീരുമാനിച്ചു. തന്റെ യാത്രാപരിപാടികൾ കമല പോലീസിനെ വിളിച്ചറിയിച്ചു. ഇതെല്ലാം കഴിഞ്ഞപ്പോൾ ഞങ്ങൾ ഭക്ഷണത്തിനിരുന്നു. അപ്പോൾ ഫോൺ ശബ്ദിച്ചു. ഞാനാണ് ഫോണെടുത്തത്. മറുതലയിലെ ശബ്ദം മലയാളമായതിനാൽ ഞാൻ ഫോൺ പുതിയ പരിചാരിക മിനിക്ക് കൈമാറി. മിനി, ഫോൺ തന്റെ കാതിനടുത്ത് പിടിച്ചു. ഇടയ്ക്കിടെ അതെ, അതെ, എന്ന് പറയുവാൻ തുടങ്ങി. മിനിയുടെ മുഖത്ത് പരിഭ്രാന്തി

പടരുന്നുണ്ടായിരുന്നു. ചിലപ്പോൾ ചില ഞരക്കങ്ങൾ വരുന്നു. വളരെ നേരം മിനി അങ്ങനെ ഫോൺ പിടിച്ച് നിന്നു എന്ന് തോന്നുന്നു. മറു തലയ്ക്കൽ ഒരു ഹിന്ദു ശബ്ദമായിരുന്നു. ഇതിനുമുമ്പും അയാൾ വിളിച്ച് ഭീഷണിപ്പെടുത്തിയിട്ടുണ്ടെന്നാണ് മിനിയുടെ ഓർമ്മ, എന്നാൽ ഉറപ്പില്ല. എനിക്കോ മിനിക്കോ വിളിച്ചയാൾ കമലയെന്നാണോ സുരയ്യയെന്നാണോ കമലയെ അഭിസംബോധന ചെയ്തതെന്ന് പോലും ഓർക്കാനായില്ല. എന്നാൽ "അവർ ഈ രണ്ട് യോഗങ്ങളിലും സംസാരിക്കരുത്. അവർ കോഴിക്കോട്ടേക്ക് പോകരുത്. അഥവാ പോകുകയാണെങ്കിൽ ജീവനോടെ കോഴിക്കോടെത്തുകയില്ല" എന്നയാൾ പറഞ്ഞത് മിനിക്ക് വ്യക്തമായി ഓർമ്മയുണ്ട്

"ഇതാ ഒരു വധഭീഷണി വന്നിട്ടുണ്ട്." ഞാൻ ഒട്ടൊന്ന് അദ്ഭുതത്തോടെ കമലയോട് പറഞ്ഞു.

"നന്നായി." കമല പ്രതികരിച്ചു. "ശരിയായ വധഭീഷണികൾ വന്നുകൊണ്ടിരുന്നപ്പോൾ മെറിലി ഇവിടെ ഉണ്ടാകേണ്ടതായിരുന്നു. ഇതെല്ലാം ഒന്നുമല്ല."

കമല വീണ്ടും പൊലീസിനെ വിളിച്ചു. അവർ ഒരാളെ കാവലിനായി അയച്ചു. അയാളുടെ പക്കൽ തോക്കുണ്ടെന്ന് കമല എന്നെ സമാധാനിപ്പിച്ചു. എന്നാൽ എന്റെ ഭയം വിട്ടുമാറുന്നില്ല. എൻ ഡി എഫിന്റെ മേലധികാരിയായ ആ കമാൻഡോയിൽ കൊല്ലുവാനുള്ള രോഷം വരുത്തി വച്ചത് ഞാനായിരുന്നു. ഇപ്പോഴിതാ രണ്ടാമതൊരാൾ കൂടി രംഗപ്രവേശം ചെയ്തിരിക്കുന്നു. അതേത് ചളിക്കുണ്ടിൽ നിന്നാണ് വരുന്നതെന്ന് എനിക്കറിയില്ല. അയാൾക്കും എന്റെ ആതിഥേയയെ കൊല്ലണം, കൊല്ലുമെന്നാണ് ഭീഷണി. ഇനിയിപ്പോൾ എനിക്ക് ഈ സ്വീകരണ മുറിയും കടന്ന് എന്റെ അപാർട്മെന്റിലേക്ക് പോകണം. അവിടെയാകട്ടെ എന്റെ കിടപ്പുമുറിയുടെ ജനലുകൾ പൊട്ടിക്കുക എന്നത് അത്ര ബുദ്ധിമുട്ടുള്ള കാര്യമൊന്നുമല്ല.

"ഇതിനുമുമ്പൊരിക്കൽ എന്നെ കൊല്ലുന്നതിന് അമ്പത് ലക്ഷം രൂപ വാഗ്ദാനം ചെയ്ത് ഒരു പോസ്റ്റർ പ്രത്യക്ഷപ്പെട്ടു." എന്നെ സമാധാനിപ്പിക്കുവാനായി കമല പറഞ്ഞു. "പിന്നെ ആ വില ഒരു കോടിയായി. അപ്പോൾ മോനു എന്നെ വിളിച്ച് അഭിനന്ദിച്ചു. എന്റെയും സാദിഖ് അലിയുടേയും കുടൽമാല പുറത്തെടുത്ത് ഒന്നിച്ച് കൂട്ടിക്കെട്ടി നദിയിലൂടെ ഞങ്ങളുടെ ശവമൊഴുകും എന്നും ഭീഷണിയുണ്ടായിരുന്നു."

"കനഡയിലേക്ക് പോരൂ" ഞാൻ നിർദ്ദേശിച്ചു.

"അത് താത്കാലിക ആശ്വാസം മാത്രമാകും. എന്റെ മരണംവരേക്കും ഇതെന്നെ പിന്തുടരും." കമല പിറുപിറുത്തു.

ഫോൺ വീണ്ടും ശബ്ദിച്ചു. ഇത്തവണ മിനിക്ക് ഫോണെടുക്കുവാനാകുന്നതിനു മുമ്പ് കമല ഫോണെടുത്തു. മറുതലയ്ക്കലെ ശബ്ദം ശ്രദ്ധിച്ച കമല പെട്ടെന്ന് ചില മൃഗങ്ങളുടെ ശബ്ദം പോലെ "ച്ചെ ച്ചെ ച്ചെ" എന്ന് പറയുവാൻ തുടങ്ങി. കൂടിനടുത്തെത്തിയ കിളികളാണിങ്ങനെ

ശബ്ദമുണ്ടാക്കിക്കേട്ടിട്ടുള്ളത്. മിനി അപ്പോൾ തലയ്ക്ക് കൈ കൊടുത്ത് നിലത്തിരിക്കുകയായിരുന്നു. അവർ തമ്മിലുള്ള മലയാളം വാക്കുകൾക്കിടയിൽ "വധ ഭീഷണി" എന്നത് ഇംഗ്ലീഷിൽ പറഞ്ഞതിനാൽ എനിക്ക് മനസ്സിലായി. എന്നാൽ കമല മേൽപറഞ്ഞതുപോലുള്ള ശബ്ദം അധികവുമുണ്ടാകുന്നത് സാദിഖ് അലിയുടെ ഭാര്യ ഏറ്റവും ഒടുവിലിറങ്ങിയ കഥകളുദ്ധരിച്ചുകൊണ്ട് കമലയെ ശകാരിക്കുമ്പോഴാണ്. അപവാദങ്ങളുടെ ഒരു നീണ്ട പട്ടികയുമായിട്ടായിരിക്കും ആ ഫോൺവിളി. തന്റെ കുട്ടികളെ സ്കൂളിൽ വച്ച് സഹപാഠികൾ കളിയാക്കുന്നു എന്നാണ് ആ അമ്മയുടെ മുഖ്യ പരാതി.

"അയാളുടെ ഭാര്യ എന്നെ ശകാരിക്കുന്നത് കേട്ട് എനിക്ക് മടുത്തു. വല്ലാത്ത ഒരു പെണ്ണു തന്നെ." എല്ലാം കഴിഞ്ഞപ്പോൾ കമല പറഞ്ഞു. "ആദ്യഭാര്യയ്ക്ക് വരട്ടുചൊറിയാണ്. അതിനാൽ അയാൾക്ക് അവരെ തൊടാൻ തന്നെ പറ്റില്ല. രണ്ടാമത്തവളാകട്ടെ കോലുപോലെ മെലിഞ്ഞിട്ടും. അയാൾക്ക് യാതൊരു ഉത്തരവാദിത്വബോധവുമില്ല. ചിലപ്പോൾ പണമൊന്നും കൊടുക്കാതെ അയാൾ എങ്ങോട്ടെങ്കിലും പോകും. അയാളുടെ മകന്റെ ചികിത്സയ്ക്ക് ഞാൻ ഇരുപത്തി അയ്യായിരം രൂപ കൊടുത്തു. ആ നശിച്ച കുടുംബത്തിന്റെ എല്ലാ ഉത്തരവാദിത്വങ്ങളും ഏറ്റെടുക്കുവാൻ ഞാൻ തയ്യാറാണ്. പക്ഷേ അവരെന്നോട് ഫോണിലൂടെ ഇങ്ങനെ ചീഞ്ഞ പ്രഭാഷണം ചെയ്യരുത്."

അഭിമുഖത്തിനായി ചെന്ന പത്രപ്രവർത്തകയുടേതുപോലെ ഒരു വികാരവും പ്രകടിപ്പിക്കാതെയാണ് ഞാനിരിക്കുന്നത്. എന്നാൽ എന്റെ മനസ്സിൽ ഉച്ചത്തിൽ "എന്ത്ന്ത്ന്ത്!" എന്ന ശബ്ദം മുഴങ്ങുകയായിരുന്നു. വൈകാരികമായി പറഞ്ഞാൽ ഭർത്താവിനെ കട്ടെടുത്തതിനോട് എനിക്ക് യോജിപ്പില്ല, അതിനാൽ ഭാര്യയോട് സഹതാപവുമുണ്ട്. എന്നാൽ അതിന്റെ മറുവശം ഇത് ഭാര്യമാരാണെന്നതാണ്, അല്ലാതെ ഭാര്യയല്ല. ആ ഭർത്താവിന് വേണമെങ്കിൽ ഇനിയും രണ്ട് ഭാര്യമാരാകാം. അതിനാൽ തന്നെ ഈ ഭാര്യമാരുടെ മനസ്സിലിപ്പോൾ എന്താണെന്ന് എനിക്ക് ചിന്തിക്കുവാനാകുന്നില്ല. അവർക്ക് വിഷമമുണ്ടെന്ന് തോന്നുന്നു, എന്നാൽ അവർ കമലയുടെ പണം സ്വീകരിക്കുകയും ചെയ്യുന്നു.

ഫോൺ വീണ്ടും ശബ്ദിച്ചു. ഇത്തവണ മോനുവായിരുന്നു. "ഈ ഭീഷണികളൊക്കെ അമ്മയെ സംബന്ധിച്ചിടത്തോളം സാധാരണമാണ്. കാര്യമാക്കേണ്ട. കോഴിക്കോട്ടേക്ക് പോയിക്കോളൂ."

അവസാനം കാവൽ നിൽക്കേണ്ട പൊലീസുകാരൻ വന്നെത്തി. ഇരുണ്ട നിറമുള്ള ഒരാൾ. നല്ല കഞ്ഞിപ്പശ മുക്കിയ യൂണിഫോം. സുന്ദരൻ തൊപ്പി. അരയിൽ ബെൽറ്റും പിന്നെ ഒരു തോക്കുമുണ്ട്. ഒരു പൊലീസുകാരനെ കണ്ട് എന്റെ ജീവിതത്തിൽ ഞാനിത്ര സന്തോഷിച്ചിട്ടില്ല. സത്യമായും അയാൾ ശ്രീകൃഷ്ണനെപ്പോലെ സുന്ദരനായിരുന്നു.

"ഞങ്ങൾ നിങ്ങൾക്ക് വേണ്ട സംരക്ഷണം എന്തായാലും ഉറപ്പാക്കും." അതു പറയുമ്പോൾ അയാൾ വന്യമായി കണ്ണിറുക്കി.

ഫോൺ വീണ്ടും ശബ്ദിച്ചു. ഇത്തവണ കോഴിക്കോട് യാത്രയുടെ അവസാന കാര്യപരിപാടികളായിരുന്നു ചർച്ച.

"ഞാൻ ഒരുപക്ഷേ കൂടെ വരില്ല?" ഞാൻ കമലയോട് പറഞ്ഞു. വിശ്വസിക്കാനാകുന്നതിലും കൂടുതൽ ക്ഷീണമുണ്ടായിരുന്നു അപ്പോഴെനിക്ക്.

"നിനക്ക് ഭയമാകുന്നുണ്ടോ മെറിലി?"

"ഉവ്വ്."

"എങ്കിൽ ഞാൻ നിന്നെ സുലുവിന്റെ വീട്ടിലാക്കാം."

"ഞാൻ കമലയില്ലാതെ..."

"എനിക്ക് ആഴ്ചയിൽ മൂന്നു തവണയെങ്കിലും ഇത്തരം ഭീഷണികൾ വരും. ഇത്തവണ മിനി ഫോൺ എടുത്തു എന്നൊരു വ്യത്യാസം മാത്രമേയുള്ളു. അല്ലെങ്കിൽ പതിവായി ഫോണെടുക്കുന്നത് ഞാൻ തന്നെയാണ്. 'ശരി, ശരി, കാണാം' എന്ന് പറഞ്ഞ് ഞാൻ ഫോൺ വയ്ക്കും. യാത്രകൾക്ക് കൂട്ടായി പൊലീസുണ്ടാകും. ഞാൻ എപ്പോഴും ധീരയായിരുന്നുവല്ലോ?"

കമല അലമാരയിൽ തിരയുവാൻ തുടങ്ങി. യാത്രയ്ക്കാവശ്യമായ വസ്തുക്കൾ അടുക്കിവയ്ക്കുകയായിരുന്നു. ഞാൻ ഒരു മെത്തയെടുത്ത് പോലീസുകാരന് ഉറങ്ങുവാനുള്ള സൗകര്യം ചെയ്ത് കൊടുത്തു. അതിനുശേഷം, ബാക്കിയുള്ളവർക്കുള്ള മെത്തകളും ഞാൻ തയ്യാറാക്കി. അപ്പോൾ കമലയും, പാചകക്കാരിയും, പരിചാരികയും, പോലീസുകാരനും കൂടി സംസാരിച്ചിരിക്കുകയായിരുന്നു. ചർച്ചയ്ക്കിടയിൽ കമല "ന്യൂക്ലിയർ വിസ്ഫോടനം നടത്തിയതിനുശേഷം നമുക്കിപ്പോൾ തലയുയർത്തി നിൽക്കാമെന്നായില്ലേ? നാളത്തെ പ്രസംഗത്തിൽ ഞാനിനിയും ഒരു ഗാന്ധിയനൊന്നുമല്ല എന്ന് ഞാൻ പറയും. ആവശ്യമെങ്കിൽ കുറച്ച് അക്രമമൊക്കെ ചെയ്യാമെന്ന് പറയും." ഞാൻ ചുമർ ചാരി നിന്നു. കമലയുടെ വാക്കുകൾ എന്തോ പൊരുത്തപ്പെടാനാകാത്തതാണെന്ന് എനിക്കു തോന്നി. ഞാൻ ചിരിക്കുവാൻ തുടങ്ങി. ഉച്ചയ്ക്ക് സാദിഖ് അലിയിൽ നിന്നും ലഭിച്ച സ്നേഹം നഷ്ടമാകുന്നതിനെക്കുറിച്ച് കമല സൂചിപ്പിച്ചപ്പോൾ, കമലയ്ക്ക് പുരുഷന്മാരിൽ നിന്നുള്ള ഇത്തരം സ്നേഹത്തിൽ താത്പര്യം തോന്നി തുടങ്ങിയിട്ട് മൂന്ന് മാസമേ ആയിട്ടുള്ളു എന്ന് ഞാൻ ഓർമ്മിപ്പിക്കുകയുണ്ടായി.

"അതെ." അവർ സമ്മതിച്ചു. "എനിക്ക് മരണത്തിലും താത്പര്യമുണ്ട്." എന്ന് കൂട്ടി ചേർക്കുകയും ചെയ്തു.

പക്ഷേ, എനിക്കതിൽ താത്പര്യമില്ല.

കമല പ്രവർത്തനനിരതയായിരിക്കുന്നത് കാണുവാൻ എനിക്ക് താത്പര്യമുണ്ട്. ഇപ്പോഴും ശ്രദ്ധാകേന്ദ്രമാകുന്നത് കമല ആസ്വദിക്കുന്നുണ്ട്. ഞാൻ ശുഭരാത്രി ആശംസിച്ചു. ഇപ്പോൾ ഈ രാത്രിയിൽ ഇവിടെ നിന്നിറങ്ങുമ്പോൾ കമലയുടെ കറുത്ത പർദ്ദയുടെ തിളക്കം നഷ്ടപ്പെട്ടിട്ടുണ്ടോ എന്നൊരു സംശയം എനിക്കുണ്ടായി. ഞാൻ എന്റെ മുറിയുടെ വാതിൽ

തുറന്നു. അതിനകം നല്ല ചൂടാണ്. ഞാൻ കമല എനിക്ക് സമ്മാനിച്ച മൊബൈൽ ഫോൺ കൈയിലെടുത്ത് കനഡയിലേക്ക് വിളിച്ചു. ആദ്യം എന്റെ ഏറ്റവും ഇളയ മകൾ അന്ന, പിന്നെ ആർണി. അന്നയ്ക്ക് എന്റെ യവസ്ഥ പെട്ടെന്ന് മനസ്സിലായി. എന്തു ചെയ്യണമെന്ന് അറിയില്ല എന്ന അഭിപ്രായക്കാരിയായി. എന്നാൽ ആർണി "വീട്ടിലേക്ക് തിരികെ പോരൂ" എന്ന് പറഞ്ഞു.

വിയർത്തൊട്ടിയ കൈകളിൽ ഞാൻ റിസീവർ കറക്കി. എ സി പ്രവർത്തിക്കുന്നില്ല. കൊതുകുവല ശരിയായ സംരക്ഷണം നൽകുന്നില്ലെങ്കിൽ എനിക്ക് ജനലുകളും അടച്ചിടേണ്ടി വരും.

ഞാൻ കോഴിക്കോട്ടേക്ക് പോകണോ, വേണ്ടയോ?

പതിനാല്

നഗരപ്രാന്തത്തിനുമപ്പുറത്ത്

എനിക്ക് രാത്രിയിലെ ഉറക്കം അത്ര നന്നായില്ല. കാലത്ത് എഴുന്നേറ്റപ്പോൾ കസേരയിൽ ചടഞ്ഞിരിക്കുന്ന കമലയെ കണ്ടു. കാലുകൾ പാവാടയ്ക്കുള്ളിൽ നീട്ടിവച്ച് ഞാനും വെറുതെയിരുന്നു. എന്റെ മനസ്സിൽ അപ്പോൾ താത്പര്യങ്ങൾ വെടിഞ്ഞ പർദ്ദയണിഞ്ഞ ഒരു കമലയായിരുന്നു. അവരുടെ ആഗ്രഹങ്ങളെ ഇനി തൊട്ടുണർത്തുവാനാകില്ല എന്നെനിക്കുറപ്പായിരുന്നു. അവരിലെ മാറ്റത്തിനെക്കുറിച്ച് ഞാൻ ചിന്തിച്ചുകൊണ്ടിരുന്നപ്പോൾ "എന്റെ ശരീരം മുഴുക്കെ അയാളുടെ വിരലടയാളങ്ങളാണ്" എന്ന് കമല പറഞ്ഞു. വിരഹദുഃഖമനുഭവിക്കുന്ന ഒരു മാടപ്രാവിന്റെ സ്വരമായിരുന്നു അത്. "ഒരായുസ്സു മുഴുക്കെ ഇതിനായി റിഹേഴ്സൽ ചെയ്തുകൊണ്ടിരിക്കുകയായിരുന്നു എന്നെനിക്കിപ്പോൾ തോന്നുന്നു. അയാൾ ഒരു ടാക്സിയിൽ വീട്ടിലേക്ക് പോകുമ്പോൾ എല്ലാ മൂലയിലും ഹിന്ദു തീവ്രവാദികളെ കണ്ടു. അയാൾക്ക് ഭയമായി."

അപ്പോൾ ഞാൻ വീണ്ടും കമല എഴുതുവാൻ ധൈര്യപ്പെട്ട കവിതയെക്കുറിച്ച് ചോദിച്ചു. എന്നെ തൃപ്തിപ്പെടുത്തുവാനാണോ അതോ കമല താനെന്താണിപ്പോൾ സഹിച്ചുകൊണ്ടിരിക്കുന്നത് എന്നത് ഞാനുമൊത്ത് പങ്കുവയ്ക്കുവാനാണോ, അതുമല്ലെങ്കിൽ ദുഃഖത്തെ വാക്കുകളാക്കി പരിവർത്തനം ചെയ്യുവാനാണോ എന്നെനിക്കറിയില്ല, കമല ഈയിടെ എഴുതിയ ഒരു കവിത തെരഞ്ഞെടുത്ത്, ഒന്ന് നിറുത്തി നിറുത്തി വായിക്കാം എന്ന് എനിക്ക് മുന്നറിയിപ്പ് തന്നു.

കമല മലയാളത്തിലെഴുതിയ കവിത വായിച്ചു. എന്നിട്ട് കവിതയുടെ പേര് "വരുന്ന വെള്ളിയാഴ്ച" എന്നാണെന്ന് എന്നോട് പറഞ്ഞു. ഈ പേരുകൊടുക്കുവാനുള്ള കാരണവും പറഞ്ഞു. എല്ലാ വെള്ളിയാഴ്ചകളിലുമാണ് സൗദി അറേബ്യയിൽ വധശിക്ഷ നടപ്പാക്കുന്നത്.

കരുണാമയനായ അള്ളാഹു
ഇപ്പോഴെങ്കിലും
എന്നെ ശിക്ഷിച്ചാലും;
നിന്നെ സ്നേഹിച്ചതിലുമധികം
ഞാൻ അവനെ സ്നേഹിച്ചു
അവന്റെ വിയർപ്പിന്റെ ഗന്ധത്തിൽ ഞാൻ
പരമാനന്ദം ദർശിച്ചു
ചാരുതയാർന്ന അവന്റെ ദന്തങ്ങൾ
എന്റെ പ്രാർത്ഥനാമുത്തുകളായി
അവന്റെ ശരീരസൗഭാഗ്യങ്ങൾ തിരയുന്ന
എന്റെ കൈകൾ കൊത്തിനുറുക്കിയാലും
ആഗതമായ ഈ വെള്ളിയാഴ്ച,
നഗരപ്രാന്തത്തിനുമപ്പുറത്ത്
കുന്നിന്റെ മുകളിൽ
എന്നെ തുറുങ്കിലാക്കിയാലും.
അവന്റെ സുഗന്ധം
ഇനിയും ആവോളം നുകർന്നിട്ടില്ലാത്ത
എന്റെ കണ്ണുകൾ പറിച്ചെടുത്താലും.
അവനോടുള്ള പ്രണയത്തിന്റെ
ഒരു തുടിപ്പുപോലും നഷ്ടമായ
എന്റെ ഹൃദയം പറിച്ചെടുത്താലും
ഒരു രാജകൊട്ടാരത്തിലെ ജലധാരയിൽനിന്നെന്നപ്പോലെ
എന്റെ അടിവയറ്റിൽ നിന്നും രക്തം ചീറ്റിയുയരട്ടെ
ഞാൻ പാപിയാകുന്നു, നിപതിച്ചവളാകുന്നു.
ഞാനാരാധിച്ചത് വെറുമൊരു മനുഷ്യനെയാണ്
ഇണയുടെ സംഗീതം ആസ്വദിച്ച
എന്റെ എന്റെ കർണ്ണപുടങ്ങൾ
ആകാശത്തുനിന്നും ഉയർന്നുവന്ന
പത്തുകല്പനകൾക്ക് നേരാംവണ്ണം ചെവികൊടുത്തില്ല
പ്രേമനിർവൃതിയിൽ അലിഞ്ഞ്
ഞാനെല്ലാ കല്പനകളും മറന്നു

കമലയുടെ മനസ്സിലൂടെ ഒഴുകുന്ന മലയാളം കവിത ഞാനപ്പോൾ കാണുകയായിരുന്നു. രണ്ട് ഭാഷകൾ ഒരുപോലെ കൈകാര്യം ചെയ്യുവാനുള്ള അവരുടെ കഴിവിൽ ഞാൻ അദ്ഭുതം കൊള്ളുകയായിരുന്നു.

ഈ വെള്ളിയാഴ്ച അതു സംഭവിക്കട്ടെ
മരത്തിനെ ചുറ്റിവരിഞ്ഞ ലതാവല്ലരിപോലെ
അവനെ വരിഞ്ഞു മുറുക്കിയ
എന്റെ കൈകൾ കൊത്തിക്കളയുക.
അവനെ ചുംബിച്ച്
മതിവരാതെ പിന്നെയും ചുംബിച്ച്
പരവശയായ എന്റെ അധരങ്ങൾ
നീക്കം ചെയ്താലും.
ശേഷം വന്നവ കൊത്തിനുറുക്കി
വാളിന്റെ ശേഷിപ്പിലവശേഷിച്ചവ
ഒരു പട്ടിൽ പൊതിഞ്ഞ്
മണ്ണിൽ കുഴിച്ചു മൂടുക
അള്ളാ!
ദയാലുവേ!
എന്നോടിനിയും ദയകാണിക്കരുതേ
ശിക്ഷമാത്രം ചോദിക്കുന്ന
സുരയ്യ എന്ന
അടിമയാണു ഞാൻ.

വായിച്ചുകഴിഞ്ഞപ്പോൾ ഉള്ളിലെ നീരെല്ലാം വറ്റിയതുപോലെ കമല ആ കവിത വശത്തേക്കെറിഞ്ഞു. ഞാനപ്പോൾ നിശ്ശബ്ദയായി മേശയ്ക്കരികെ നിൽക്കുകയായിരുന്നു. അവരുടെ സ്നേഹത്തിന്റെ തീവ്രത, വിവർത്തന പാണ്ഡിത്യം, എല്ലാതിനേയും എതിർത്തു തന്നെ നിൽക്കുന്ന ഈ കവിതയുടെ ആന്തരാർത്ഥങ്ങൾ എന്നിവയെല്ലാം കണ്ട് എന്റെ ശബ്ദമടഞ്ഞുപോയിരിക്കുന്നു.

ഞാൻ ഒരു ഓട്ടോറിക്ഷയിൽ കയറി എറണാകുളം ബോട്ട് ജട്ടിയിലെത്തി. കമലയുടെ വീട്ടിൽ നിന്നിറങ്ങുമ്പോൾ കണ്ട കാഴ്ച എന്നിൽ പരിഭ്രാന്തിയുണ്ടാക്കി. ഒരു കമാൻഡൊ അപ്പോൾ കമലയുടെ കാൽക്കലിരിക്കുന്നു. കമലയുടെ പാദം അയാളുടെ തുടയിലാണ്. അയാൾ കമലയുടെ കാലുഴിഞ്ഞ് കൊടുക്കുകയാണ്. വിവാഹഭ്യർത്ഥന നടത്തുവാനിരിക്കുന്നവന്റെ മുഖമാണപ്പോൾ അവനുണ്ടായിരുന്നത്. അതേ ഭാവത്തിലായിരുന്നു അവനപ്പോൾ കമലയുടെ മുഖത്തേക്ക് നോക്കിയിരുന്നത്. അവന്റെ ഉഴിച്ചിലിന് അപ്പോൾ ബഹുമാനമെന്നും തന്റെ കർത്തവ്യമെന്നുമൊക്കെ പറയാവുന്നതിലും ഉപരിയായ ഒരു വൈകാരികതയുണ്ടായിരുന്നു. ഇത് എന്നിൽ ഭയമുണർത്തി. എനിക്ക് ഇതിനു സമാനമായ മറ്റൊരു രംഗം ഓർമ്മ വന്നു. വിന്നീ മണ്ടേലയേയും അവരുടെ കമാൻഡോകളേയുമാണെനിക്കപ്പോൾ ഓർമ്മവന്നത്. സ്നേഹത്തിനു വേണ്ടി ദാഹിച്ചു നടന്ന ഒരു വൃദ്ധയായിരുന്നു വിന്നി. അവർക്ക് ചുറ്റിലുമപ്പോൾ ഉണ്ടായിരുന്നത്

യുവാക്കളായ കമേൻഡോകളും. അവർ “സംരക്ഷകരായിരുന്നു.” നിത്യവുമുള്ള അടുപ്പം, ഗൂഢമായ ലൈംഗികതയിലേക്കും പിന്നെ അധികാരത്തിലെ വടംവലികളിലേക്കും നയിക്കപ്പെട്ടു.

ഞാൻ രണ്ടു രൂപകൊടുത്ത് വെല്ലിങ്ങ്ടൺ ദ്വീപിലേക്ക് ഒരു ടിക്കറ്റ് എടുത്തു. ബോട്ടിന്റെ യന്ത്രത്തിന്റെ ശബ്ദം എന്റെ ആശങ്കയുടെ കാഹളമായി. ബോട്ടിനകത്ത് മരത്തടികൾ കൊണ്ടുണ്ടാക്കിയ ബഞ്ചുകളിൽ പല വർണ്ണങ്ങളിലുള്ള സാരിധരിച്ച, ഇരുണ്ട മുടിയുള്ള സ്ത്രീകൾ സ്ഥലം പിടിച്ചിരുന്നു. തുറന്ന വശങ്ങളിലൂടെ സാഗരം പോലെ വിശാലമായ വേമ്പനാട്ട് കായൽ കാണാം. പുറത്ത്, യുവാക്കൾ കൂട്ടം കൂടി ചിരിക്കുകയും തമാശകൾ പങ്കുവയ്ക്കുകയും ചെയ്യുന്നു. തിരകളെ മുറിച്ച് ബോട്ട് മുന്നോട്ട് നീങ്ങി.

വെല്ലിങ്ങ്ടൺ ദ്വീപിലെത്തിയപ്പോൾ ഞാൻ ബോട്ടിൽനിന്നും മരം കൊണ്ടുണ്ടാക്കിയ ജട്ടിയിലേക്ക് ചാടിയിറങ്ങി. മലബാർ റോഡിലൂടെ താജ് മലബാർ ഹോട്ടലിലേക്ക് നടന്നു. അവിടത്തെ നീന്തൽ കുളത്തിൽ നീന്തുവാനായി എനിക്ക് കമല സൗകര്യമേർപ്പെടുത്തിയിട്ടുണ്ട്. ഞാൻ ആദ്യം സാവധാനത്തിൽ വെള്ളത്തിലൂടെ എന്നെ വലിച്ചു. പിന്നെ മെല്ലെ മെല്ലെ എന്നിലേക്ക് എന്റെ ഊർജ്ജം തിരികെ വരുന്നതായി തോന്നി. എനിക്ക് ചിന്തിക്കാമെന്നായി. ഞാൻ കോഴിക്കോട്ടേക്ക് പോകുവാൻ തീരുമാനിച്ചു. കുളത്തിൽ നിന്നും കയറിയ ഞാൻ ഊഞ്ഞാലിലിരുന്നു. അവിടെയിരുന്ന് കായലും അതിലൂടെ പോകുന്ന ബോട്ടുകളും കണ്ടു.

കേരളത്തിലെ പകലുകൾക്ക് എത്ര ചൂടുണ്ട് എന്നത് ഞാൻ മറന്നിരിക്കുന്നു. അവയുടെ തിളക്കവും മറന്നിരിക്കുന്നു. കമലയുടെ വീട്ടിൽ ഇപ്പോൾ ജനലിന്റെ പർദ്ദകൾ എപ്പോഴും താഴ്ത്തിയിട്ടിട്ടുണ്ടാകും. ഫാൻ വീടിനകത്തെ വായുവിനെ വട്ടം കറക്കുന്നുണ്ടാകും. കരിവീട്ടി കൊണ്ടുള്ള അലമാരകളിൽ സാഹിത്യത്തിനും സാമൂഹിക സേവനത്തിനും ലഭിച്ച അവാർഡുകൾ നിരത്തിയിരിക്കുന്നു. മര ഉരുപ്പടികളിലെല്ലാം ഇരുണ്ട വർണ്ണമുള്ള തുണികളുണ്ട്. നല്ല സമയങ്ങളിൽ, കമലയുടെ വീട്ടിൽ, സമയം കമലയുടെ കൈക്കുമ്പിളിലൊതുങ്ങും. അപ്പോൾ ആ ഇരുണ്ട വർണ്ണങ്ങൾക്ക് നടുക്കിരുന്ന് കമല തന്റെ അതിഥികളേയും തന്നെത്തന്നേയും ആനന്ദിപ്പിക്കുകയായിരിക്കും. ഇന്നലത്തെ രാത്രിയിലേതുപോലുള്ള സമയങ്ങളിലെ നാടകം ചിലപ്പോൾ കൈവിട്ട് പോകും.

അത് എന്നിൽ ഭീതിയുണ്ടാക്കും. കുട്ടിക്കാലം മുതൽക്കെ നാടകാഭിനയം ഇഷ്ടമായിരുന്ന കമലയ്ക്ക് കളി നടന്നുകൊണ്ടേയിരിക്കണം എന്ന് മാത്രമേ ഉണ്ടായിരുന്നുള്ളൂ.

“നമ്മൾ ഒരേ കാറിലാണോ കോഴിക്കോട്ടേക്ക് പോകുന്നത് അതോ രണ്ട് കാറുകളിലായിട്ടാണോ?” ഞാൻ കമലയോട് ചോദിച്ചു. ചന്ദ്രികയുടെ പത്രാധിപർ അബ്ദുൾഖാദർ കമലയോടൊപ്പം കോഴിക്കോട്ടേക്ക് യാത്രയാകും എന്നറിയാമായിരുന്നതുകൊണ്ടായിരുന്നു ഈ ചോദ്യം.

“ഒരു കാറിൽ”

“അപ്പോൾ പൊലീസുകാർ?”

“അതൊന്നും കാര്യമാക്കേണ്ട മെറിലി. ഇന്ത്യയിലെ എഴുത്തുകാർക്ക് ഈ വധഭീഷണിയൊക്കെ സാധാരണയായി ലഭിച്ചുകൊണ്ടിരിക്കുന്ന ഒന്നാണ്.”

“കമല ഇത്തരം അപകടങ്ങൾ ആസ്വദിക്കുന്നു എന്നെനിക്ക് തോന്നുന്നു.”

“സത്യമായും.” കമല സമ്മതിച്ചു. “ഇത് സൗരഭ്യം പോലെയാണ്. അപകടത്തിന്റെ സൗരഭ്യം.”

“എന്നോടൊപ്പം തിരികെ കനഡയിലേക്ക് വരൂ. അവിടെയിരുന്ന് ജോലി ചെയ്യാം.“

“എനിക്കിനി ജോലിയൊന്നും ചെയ്യണ്ട. പതിനെട്ട് വയസ്സുമുതൽ എന്നും ഞാൻ ജോലി ചെയ്യുന്നു. എനിക്കിങ്ങിനെ ഇനി വെറുതെ കഴിയണം. എങ്ങനെയെങ്കിലും.” ഒന്നു നിറുത്തി, എല്ലം മുൻകൂട്ടി തീരുമാനിച്ചതാണല്ലോ എന്നൊരു സിദ്ധാന്തത്തിന്റെ അകമ്പടിയോടെ “അവർ എന്നെങ്കിലും എന്നെ കൊല്ലും. അതെപ്പോഴാണെന്ന ചോദ്യം മാത്രമേ ഇനിയുള്ളൂ.”

ഇത് സത്യമാകരുതേ എന്ന് ഞാൻ സർവ്വ ദൈവങ്ങളോടും പ്രാർത്ഥിച്ചു. പിന്നെ സ്വല്പം സ്വാർത്ഥതയുണ്ടായിരുന്നെങ്കിലും, നാളെ ഞാൻ കമലയുടെ കൂടെ യാത്രയാകുന്നതിനാൽ, നാളത്തെ കോഴിക്കോട്ടേക്കുള്ള യാത്രാ മദ്ധ്യേ എന്തായാലും ഇത് സംഭവിക്കരുതേ എന്നും പ്രാർത്ഥിച്ചു.

സിമന്റ് കൂടാരത്തിലെ കിടപ്പുമുറിയുടെ വാതിലടച്ചു. താപനില ഇപ്പോൾ 32 ഡിഗ്രി. എ സി ഇല്ല. വൈദ്യുതിയുമില്ല. അതിനാൽ ഫാൻ പ്രവർത്തിക്കുന്നില്ല. ഞാൻ എന്റെ ശ്വസനം സാവധാനത്തിലാക്കി. ഓരോ തവണ അകത്തേക്ക് ശ്വാസമെടുക്കുമ്പോഴും ശ്വാസകോശങ്ങളിലേക്ക്, ശ്വാസനാളിയിലേക്ക് എല്ലാം നീരാവിയുടെ തുള്ളികൾ ഇറ്റു വീഴുന്നതായി എനിക്കുതോന്നി. എനിക്ക് മുറിക്കു പുറത്തേക്ക് ഇറങ്ങി ഓടണമെന്നുണ്ട്. എന്നിട്ട് എന്റെ ഇങ്ങനെ ഉണങ്ങുന്ന ശരീരത്തെ പുറത്തുള്ള വായുവിന്റെ സ്പർശത്താൽ ഒന്ന് കുളിരണിയിക്കണമെന്നുണ്ട്. രാത്രിയിൽ അധികസമയവും ഞാൻ കുളിമുറിയിലെ ഷവറിനു കീഴെ ചെലവഴിച്ചു. ഇത് ശരിയായ മാർഗ്ഗമല്ലെന്ന് എനിക്കറിയാം. ഇതിനപ്പുറത്തേക്കെന്ത് എന്നൊന്ന്

ചിന്തിച്ചുറപ്പിക്കുവാൻ എനിക്കപ്പോൾ ആയില്ല.

കാലത്ത് ആറുമണിയായപ്പോൾ മിനി വാതിൽക്കലെത്തി, മണിയടിച്ചു. അവരെ പിന്തുടർന്ന് ഞാൻ കമലയുടെ മുറിയിലെത്തി. അപ്പോൾ സൂചികളുപയോഗിച്ച് കമല തന്റെ ശിരോവസ്ത്രം നേരെയുറപ്പിക്കുകയായിരുന്നു. വാതിൽ വീണ്ടും തുറക്കപ്പെട്ടു. പ്രാർത്ഥന ചൊല്ലുവാനായി ഒരു ഇമാം കയറിവന്നു.

ഞങ്ങൾ ചന്ദ്രികയുടെ പത്രാധിപർ അബ്ദുൾ ഖാദർ വരുന്നതിനായി കാത്തിരുന്നു. അദ്ദേഹമെത്തിയപ്പോൾ ഞാനും കമലയും അയാളും ഒരു അംബാസിഡർ കാറിന്റെ പുറകിലെ സീറ്റിൽ കയറിപ്പറ്റി. വസ്ത്രധാരണത്തിലും സ്വഭാവത്തിലും പൂർണ്ണമായും മാന്യനായ ഒരു പൊലീസുകാരൻ മുൻസീറ്റിലിരുന്നു. എ സി ഒന്ന് കുറച്ച് വച്ച് ഞങ്ങൾ കൊച്ചിയുടെ പ്രാന്തപ്രദേശങ്ങൾ കടന്ന് മലബാർ തീരം ലക്ഷ്യമാക്കി യാത്ര തുടങ്ങി.

ആലുവ, പെരിയാർ, അങ്കമാലി, ചാലക്കുടി

ഇത്രയും ക്ഷീണമില്ലാത്ത ഒരു ദിവസം, ഇനി എന്നെങ്കിലും, ഞാൻ മലബാർ തീരത്തുകൂടെ ഒരു യാത്രപോകും. ഇപ്പോൾ ഞാനും അബ്ദുൾ ഖാദറും ഞങ്ങളുടെ ശരീരങ്ങൾ തമ്മിലുരസാതിരിക്കുവാൻ ആവത് ശ്രമിച്ചു കൊണ്ടിരിക്കുകയാണ്. കമലയുടെ സ്വബോധമിപ്പോൾ സ്വതന്ത്രവിഹാരം നടത്തുകയാണ്, അവർ പറയുന്നതെല്ലാം ഞാനിപ്പോൾ കുറിച്ചെടുക്കുകയാണ്.

“എന്നെ സ്ഖലിപ്പിച്ചുണ്ടാക്കിയതേ ദുരിതങ്ങളുടെ കൂട്ടുമായിട്ടായിരുന്നു. ഇപ്പോഴാകട്ടെ ഞാൻ കൗമാരപ്രായക്കാർക്കുണ്ടാകുന്ന സ്വപ്നങ്ങളുമായി തഴച്ച് വളരുന്നു. പ്രായം, രോഗം, വൈധവ്യം എന്നിവ എന്നെ തളർത്തുകയില്ല. നമുക്ക് ആത്മവിശ്വാസമുണ്ടാകണം. ഞാൻ ഒരു കൊച്ചു കുസൃതിക്കായി പദ്ധതിയിട്ട് എന്നെ നരഭോജികൾക്ക് കാഴ്ച വയ്ക്കുന്നു. എന്നിട്ട് കൂടുതൽ കരുത്താർജ്ജിക്കുന്നു.” കമല പറഞ്ഞു.

തൃശൂർ

കമലയ്ക്ക് എട്ടുവയസ്സുണ്ടായിരുന്നപ്പോൾ കമല താമസിച്ച് പഠിച്ചിരുന്ന സെന്റ് ജോസഫ്സ് കോൺവെന്റ് ഞങ്ങൾ കണ്ടു. “എനിക്കന്ന് പേടിയായിരുന്നു. രാത്രിയിൽ ഉറക്കം വരില്ലായിരുന്നു. എന്റെ അമ്മൂമ്മ എനിക്ക് ഒരു തലയിണ തന്നു. എന്നിട്ട് അതിനെ ശ്രീകൃഷ്ണനെന്ന് വിളിക്കുവാൻ പറഞ്ഞു. അതിനെ നിന്റെ മുഖത്ത് വച്ച് അവനെക്കുറിച്ച് ചിന്തിക്കുവാൻ പറഞ്ഞു. അത് രാത്രിയിലുണ്ടാകുന്ന ഭയത്തിൽ നിന്നും മോചനം തരുമെന്ന് പറഞ്ഞു. ഇന്നും ഞാനത് ചെയ്യുന്നു.”

ജനലിലൂടെ എനിക്ക് കന്യാസ്ത്രീകളെ കാണാം. അവർ ഒരു വലിയ ഇരുമ്പു ഗേറ്റിനകത്തേക്ക് കുട്ടികളെ നയിച്ചുകൊണ്ട് പോകുകയാണ്. ഈ കന്യാസ്ത്രീകളും കമലയെപ്പോലെ അടിമുടി മൂടുന്ന വസ്ത്രം ധരിച്ചിരിക്കുന്നു.

കുന്നംകുളം

സമൃദ്ധമായ പാടം, പാരമ്പര്യ തനിമയുള്ള വീടുകൾ, രണ്ടാംനിലയിൽ വരാന്തയുള്ള വീടുകൾ, ഗുരുവായൂർ ക്ഷേത്രത്തിലേക്ക് പോകുന്ന ഒരു ആന എന്നിവയെയെല്ലാം ഞങ്ങൾ കടന്നു പോയി.

"മലബാർ ഇന്നും അത്ര വികസിച്ചിട്ടില്ല. മലബാറികൾ സാധാരണ യായി സൗമ്യസ്വഭാവക്കാരാണ്. കൂടുതൽ വൈകാരികതയുള്ളവർ."

എടപ്പാൾ, പൊന്നാനി പുഴ

കമല, തന്റെ നീണ്ട വസ്ത്രത്തിനുള്ളിൽ, ചിലപ്പോൾ കാലുകൾ ഒന്നിനു മുകളിൽ ഒന്നായി കയറ്റി വച്ചും, ചിലപ്പോൾ പരസ്പരം അകത്തിവച്ചും സംസാരിച്ചുകൊണ്ടിരുന്നു. ചിലപ്പോൾ ഉറങ്ങി. ഞാൻ തോളൊന്ന് ചരിച്ച് നാട്ടിൻപുറം കണ്ടുകൊണ്ടിരുന്നു. കമലയുടെ അന്തരാത്മാവിൽനിന്നും വഴിപിരിഞ്ഞൊരു യാത്ര. ചിലപ്പോൾ ഉറക്കം തൂങ്ങി കമലയുടെ തല എന്റെ തോളിലേക്ക് വീഴും. അപ്പോൾ അവർ ഞെട്ടിയുണർന്ന് നേരെ യിരിക്കും. ചിലപ്പോൾ തല സീറ്റിൽ ചാരി, വായ് തുറന്ന് കിടക്കും, ജീവ നില്ലാത്തതുപോലെ. എവിടേയും ഒന്ന് നിറുത്താതെ നാലുമണിക്കൂറായി ഈ യാത്ര. കൂടെ അബ്ദുൾ ഖാദറില്ലായിരുന്നുവെങ്കിൽ ഒരുപക്ഷേ ഞാൻ കമല ശ്വസിക്കുന്നുണ്ടോ എന്ന് നോക്കുമായിരുന്നു. പിന്നെ കുറച്ച് കഴി ഞ്ഞപ്പോൾ അവരുടെ മാറിടം എന്റെ കൈത്തണ്ടയിൽ ഉയരുന്നതും താഴു ന്നതും ഞാൻ കണ്ടു.

ഇങ്ങനെ കട്ടപിടിച്ചിരുന്ന് എനിക്ക് വല്ലാത്ത ക്ഷീണമായി. എ സി ഓൺ ചെയ്തിരുന്നുവെങ്കിലും അബ്ദുൾ ഖാദർ വിയർക്കുന്നുണ്ടായിരുന്നു. കോഴിക്കോടെത്തുവാൻ അഞ്ചര മണിക്കൂർ വേണമെന്ന് അദ്ദേഹം എന്നോട് പറഞ്ഞു. അവിടെ വൈകീട്ട് അഞ്ചുമണിക്കാണ് കമലയുടെ പ്രഭാഷണം. അതുകഴിഞ്ഞ് നാളെ നമ്മൾ മൂന്നരമണിക്കൂർ യാത്ര ചെയ്ത് കാസർകോട്ടേക്ക് പോകും. അവിടേയും കമല പ്രസംഗിക്കും. നാളെ അവിടെ തങ്ങും. പിന്നെ പിറ്റേന്ന് കാലത്ത് ഒമ്പത് മണിക്കൂർ യാത്ര ചെയ്ത് ഞങ്ങൾ തിരികെ കൊച്ചിയിലെത്തും.

ഇത് വല്ലാതെ അധികമാണെന്ന് എനിക്കു തോന്നി. ഇവരെല്ലാം കമലയെ വട്ടമിട്ട് പിടിച്ചിരിക്കുകയാണ്. അവരോട് യാതൊരു ദയയും കാണിക്കുന്നില്ല. അവർക്ക് വിജയിക്കുവാനായി അവർ ഈ നക്ഷത്രത്തെ എല്ലായിടത്തും എഴുന്നള്ളിച്ച് നടത്തിക്കുന്നു.

കോട്ടയ്ക്കൽ

കമല ഉറക്കത്തിൽ നിന്നെഴുന്നേറ്റു. എന്നിട്ട് "നമ്മെ ഇതുവരേക്കും ആരും കൊന്നില്ലേ" എന്ന് ചോദിച്ചു.

കോഴിക്കോട്

ഞങ്ങൾ കോഴിക്കോടിന്റെ തിരക്കേറിയ വീഥികളിലൂടെ, പനമരങ്ങൾ അരികു പാകിയ താജ് റെസിഡൻസിയിലെക്കെത്തി. അവിടെ മുഖ്യ പത്രാധിപർ ഹനീഫയും അദ്ദേഹത്തിന്റെ സഹപ്രവർത്തകരും 100 കിലോവാട്ട് പുഞ്ചിരിയുമായി ഞങ്ങളെ കാത്ത് നില്പുണ്ടായിരുന്നു. ഞാൻ എന്റെ ബാഗുകളും ഒടിഞ്ഞുമടങ്ങിയ തലയിണയും കാറിൽ നിന്നു മെടുത്തു. ആരോ പുറത്തിറങ്ങാൻ കമലയെ സഹായിച്ചു. കമല ഞാൻ വരുന്നതുവരേക്കും കാത്തുനിന്നു. കമലയുടെ കാലുകൾ നീരു വന്ന് വീർത്തിരിക്കുന്നു. ചുറ്റിലുമുള്ള കാഴ്ചകൾ കാണുവാനാകാത്തവിധത്തിലായിരിക്കുന്നു കണ്ണുകൾ. ഞാൻ കമലയെ നേരെ നടക്കുവാൻ സഹായിച്ചു. മാർബിൾ പതിച്ച ഹാളും കടന്ന്, ഹോട്ടൽ ജീവനക്കാരെ കടന്ന്, എലിവേറ്ററിലെത്തി. അവിടെ നിന്ന് വെള്ള വിരിപ്പുകളിലേക്കും.

കമല ഒന്ന് കുളിച്ചു. ഞാനാകട്ടെ നീന്തൽക്കുളത്തിലിറങ്ങി ഒന്ന് നന്നായി നീന്തി. വൈകീട്ട് നാലേമുക്കാലായപ്പോഴേക്കും ഞാനും, കമലയും, അബ്ദുൾ ഖാദറും, പൊലീസുകാരനും വസ്ത്രം ധരിച്ച് യാത്രയ്ക്കു തയ്യാറായി. അഞ്ചുമണിക്കാണ് കമലയുടെ ആദ്യ പൊതുപരിപാടി. തന്റെ ഒരു ആരാധകൻ നൽകിയ പട്ടിന്റെ വസ്ത്രവും ഘനമുള്ള ഒരു സ്വർണ്ണമാലയും കമലയണിഞ്ഞിരിക്കുന്നു. "സ്വർണ്ണം എനിക്ക് കരുത്തേകുന്നു, എന്റെ മൂല്യം വർദ്ധിപ്പിക്കുന്നു." തന്റെ ബുർഖ ഉറപ്പിക്കുന്നതിനിടയിൽ കമല പറഞ്ഞു.

പ്രസംഗിക്കുവാൻ എനിക്ക് ക്ഷണമുണ്ട്. പക്ഷേ ഞാൻ കുറിപ്പുകളെടുക്കുന്നതിൽ തിരക്കിലാണ്. സ്വയം വിനോദിക്കുന്നതിനായി കമല അബ്ദുൾ ഖാദറിനോട് എന്റെ ചരിത്രം പറഞ്ഞു തുടങ്ങി: എന്റെ അമ്മത്താവഴി വഴി എനിക്ക് ലിൻഡ്സെ കുടുംബവുമായും ഫോർഡ് കുടുംബവുമായും ബന്ധമുണ്ട്, നീന്തലിൽ ഞാൻ സ്വർണ്ണമെഡൽ കരസ്ഥമാക്കിയിട്ടുണ്ട്, ഞാൻ ഒരു വലിയ ധനികയാണ്, വിവേകമുള്ളവളുമാണ്.

ഒരു മണിക്കൂറായി. ഞങ്ങളുടെ കാത്തിരിപ്പിനവസാനമായിട്ടില്ല. ഈ കാത്തിരിപ്പ് തന്റെ ഏഴുമണിക്കുള്ള ഇൻസുലിൻ കുത്തിവയ്പ്പിനെ തകിടം മറിക്കുമെന്ന് കമലയ്ക്കു മനസ്സിലായി. ജീവിച്ചിരിക്കുവാൻ തനിക്ക് ഇൻസുലിന്റെ സഹായം കൂടിയേ തീരൂ എന്ന് കമല അബ്ദുൾ ഖാദറിനെ ഓർമ്മിപ്പിച്ചു. അതിനായി വേദിക്കടുത്ത് ഒരു സ്വകാര്യ മുറി തയ്യാറാക്കാമെന്ന് അദ്ദേഹം ഉറപ്പ് തന്നു.

ആറരയായപ്പോൾ കാർ വന്നു. ഞങ്ങൾ പ്രധാനവീഥി കടന്ന് ഒരു കൊച്ചു വഴിയിലൂടെ കോഴിക്കോട്ടെ ഏറ്റവും വലിയ ഓഡിറ്റോറിയമായ ടാഗോർ സെന്റിനറി ഹാളിലെത്തി. പടിവാതിലുകളും കടന്ന് ജനക്കൂട്ടം നുരയുന്നുണ്ടായിരുന്നു. ഈ ജനക്കൂട്ടത്തിനിടയിലൂടെ കാർ മുന്നോട്ട് നീങ്ങി. ആളുകൾ തള്ളിക്കയറി വന്നു. സെക്യൂരിറ്റി ജീവനക്കാർ അവരെ നിയന്ത്രിക്കുവാൻ ശ്രമിച്ചു. ആകെ മൂടിപ്പുതച്ച വനിതാ മാധ്യമ പ്രവർത്തകർ സുരയ്യയെ ഒരു നോക്ക് കാണുവാനായി തള്ളിക്കയറി വന്നു.

കമല കാറിന്റെ വാതിൽ തുറന്നപ്പോൾ ഒരു കൂട്ടം സ്ത്രീകൾ അവരുടെ അരികിലേക്ക് തള്ളിക്കയറി. കമലയെ ഒന്ന് തൊടുക മാത്രമായിരുന്നു അവരുടെ ലക്ഷ്യം. സെക്കന്റുകൾ കഴിഞ്ഞാണ് ഞാൻ ഇറങ്ങിയത്. ഒന്ന് പുറത്തിറങ്ങുവാനായി എനിക്ക് ഈ കൂട്ടവുമായി യുദ്ധത്തിലേർപ്പെടേണ്ടി വന്നു. ഞങ്ങൾ ഇരുവരേയും അത് വേർതിരിച്ചു. കമല സാവധാനത്തിൽ മുന്നോട്ടു നീന്തുകയായിരുന്നു. ഞാനാകട്ടെ എനിക്കു ചുറ്റിലുമുള്ള ശരീരങ്ങൾക്കിടയിൽ ഞെരിഞ്ഞ് അനങ്ങാനാകാതെ നിൽക്കുകയും. അപ്പോൾ കമല ഒന്ന് തിരിഞ്ഞുനോക്കി. എന്നെ കണ്ടു. ഞാൻ ഒപ്പമെത്തുവാനായി കമല നിന്നു. എന്നാൽ എനിക്ക് ഈ ജനക്കൂട്ടം എന്നെ എങ്ങോട്ട് കൊണ്ടുപോകുന്നുവോ അങ്ങോട്ടേ പോകുവാനായുള്ളു. ഒച്ചയും ബഹളവും വച്ച് ചിലരെന്നെ വളഞ്ഞു. അവർ എനിക്ക് ചുറ്റിലും വളയം പോലെ നിന്നു. മറ്റുള്ളവരെയെല്ലാം അവർ തള്ളിനീക്കി. എന്നെ കമലയുടെ അടുത്തെത്തുവാൻ അവർ സഹായിച്ചു. അതേ സമയത്ത് ഞങ്ങളുടെ പൊലീസുകാരനും അവിടെ പ്രത്യക്ഷപ്പെട്ടു. ഈ മനുഷ്യ മഹാസമുദ്രം ഞങ്ങളെ ഞങ്ങളുടെ ഇരിപ്പിടങ്ങളിലേക്ക് നയിച്ചു.

മണ്ഡപത്തിന്റെ നടുക്കാണ് കമല ഇരുന്നിരുന്നത്. ചുറ്റിലും ഡപ്യൂട്ടി മേയർ, സിറ്റി പൊലീസ് കമ്മീഷണർ, മറ്റ് പ്രമുഖർ പിന്നെ ഞാനും. അതിനു പിറകിൽ സാരിയുടുത്ത് പ്രമുഖ വനിതകൾ. അവരൊന്നും പക്ഷേ, അവരുടെ താരത്തിനെപ്പോലെ ബുർഖ ധരിച്ചിരുന്നില്ല. മേശയ്ക്കപ്പുറത്ത് പാപ്പരാസികൾ വട്ടമിട്ടു. അവർ അവരുടെ ക്യാമറകൾക്ക് സ്ഥാനം കണ്ടു. കമലയെ നോക്കി ഫ്ളാഷുകൾ മിന്നിക്കൊണ്ടിരുന്നു. ഓഡിറ്റോറിയത്തിൽ അപ്പോൾ ആയിരങ്ങളുണ്ടായിരുന്നു. അകത്ത് പ്രവേശിക്കാനാകാത്ത ആയിരങ്ങൾക്കായി പുറത്ത് ടി വി പ്രക്ഷേപണം നടക്കുന്നുണ്ടായിരുന്നു.

യോഗം തുടങ്ങുവാനായി ഖുറാൻ വചനങ്ങൾ ചൊല്ലിയപ്പോൾ കമല കണ്ണുകളടച്ച് നിന്നു. പിന്നെ ഹനീഫ സ്വാഗതം പറഞ്ഞു. ഇംഗ്ലീഷിൽ ഞാനിതുവരേക്കും കേട്ടിട്ടില്ലാത്തവിധത്തിൽ സംഗീതാത്മകമായിരുന്നു ആ ഭാഷ. വളരെ സാവധാനത്തിലാണയാൾ സംസാരിച്ചത്. അതിനു ശേഷം പിന്നെ രണ്ടു പേർ സംസാരിച്ചു. അതുകഴിഞ്ഞപ്പോൾ ഹനീഫ എന്നെ പരിചയപ്പെടുത്തി.

ഞാൻ എഴുന്നേറ്റു നിന്നു. എന്റെ ജീവിതത്തിൽ ഇതുവരേക്കും അഭിമുഖീകരിച്ചതിനേക്കാൾ അധികം പേരെ എന്റെ മുന്നിൽ ഞാനപ്പോൾ കണ്ടു. എനിക്ക് ഭയമൊന്നും തോന്നിയില്ല. കാരണം തീർത്തും വാസ്തവമാകുവാൻ സാധ്യതയില്ലാത്ത ഒരവസ്ഥയിലായിരുന്നു അപ്പോൾ ഞാൻ. ഒരു ജൂത അജ്ഞേയവാദിയായ ഞാനിതാ ഇപ്പോൾ മുസ്ലീം മതമനുസരിച്ച് മാത്രം ജീവിക്കുന്ന അനേകായിരങ്ങളെ അഭിസംബോധന ചെയ്യുന്നതിനായി മൈക്കിനു മുന്നിൽ നിൽക്കുന്നു. അവർക്കാകട്ടെ ഞാനാരാണെന്ന് അറിയുകപോലുമില്ല. എനിക്കു മാത്രമേ ഞാനിവിടെയുണ്ടെന്നറിയുകയുള്ളു. ഏറ്റവും വന്യമായ ഒരു യോഗമാണിത്. എന്നെയിപ്പോൾ

മറ്റുള്ളവർക്ക് ദർശിക്കുവാനാകുന്നില്ല. എന്നെ ജയിക്കുവാനും മറ്റുള്ളവർക്കാകില്ല എന്നൊരു തോന്നൽ അതിനാൽ എന്നിലുണ്ടായി. ഇത് രസകരമാണ്. ഞാൻ എന്നോടുതന്നെ ചെയ്യുന്ന നല്ലൊരു തമാശ.

ഞാൻ സൗമ്യമായി സംസാരം തുടങ്ങി. "ഈ ഭാഷണം അപരിചിതമായിരിക്കും എന്നാൽ ഹ്രസ്വവുമായിരിക്കും." ഞാൻ പറഞ്ഞ വാക്കുകൾ വളരെ വ്യക്തമായിരുന്നു. സംസാരിക്കുന്നതിനിടയ്ക്ക് അത് വിവർത്തനം ചെയ്യപ്പെടുന്നുണ്ടായിരുന്നു. "ഡോക്ടർ സുരയ്യയുടെ ഉജ്ജ്വലമായ കവിതകൾ വായിച്ചതാണ് ഞാൻ കേരളത്തിൽ എത്തിപ്പെടുന്നതിന് കാരണമാക്കിയത്. സുരയ്യ ഇസ്ലാം മതത്തിലെ മാത്രം നക്ഷത്രമല്ല. അവർ സാഹിത്യ ലോകത്തിലെ ഒരു വലിയ വിളക്കാണ്."

ഇത് കേട്ടപ്പോൾ സദസ്സൊന്നാകെ കൈയടിക്കുവാൻ തുടങ്ങി. അപ്പോൾ സാധാരണയായി കമലയ്ക്കു തോന്നാറുള്ള പ്രലോഭനം എനിക്കും തോന്നിത്തുടങ്ങി. ജനക്കൂട്ടത്തെ ഇളക്കിമറിക്കുവാനുള്ള പ്രലോഭനം. അവരുടെ ആരാധനയുടെ ഊഷ്മളത. ഒരുപക്ഷേ അവരുടെ സ്നേഹം പോലും.

"കഴിഞ്ഞ നാലു ദിവസങ്ങളായി ഞാൻ ഡോക്ടർ സുരയ്യയോടൊപ്പമുണ്ട്. അവരുടെ ആരോഗ്യത്തെ ചൊല്ലി എനിക്ക് ഉത്കണ്ഠയുണ്ട്. സുരയ്യയ്ക്ക് ഹൃദ്രോഗമുണ്ട്. എന്നിട്ടും നാളെ അവർ വീണ്ടും അനേകം മണിക്കൂറുകൾ യാത്ര ചെയ്യേണ്ടിയിരിക്കുന്നു. ഒരാളും സ്വന്തം അമ്മയോട് ഇങ്ങനെ ചെയ്യുവാൻ ആവശ്യപ്പെടുകയില്ല. ദയവായി സുരയ്യയെ സംരക്ഷിക്കുക. അവർ ഈ ലോകത്തിലെ ഏറ്റവും മികച്ച കവികളിലൊരാളാണ്."

വളരെ മര്യാദയോടെ ചിലർ കൈയടിച്ചു. അത്രയെങ്കിലും വന്നതിൽ എനിക്ക് അദ്ഭുതം തോന്നി. അതിലുപരി എനിക്ക് ലഭിച്ച സമ്മാനം കമലയുടെ മുഖത്ത് വിടർന്ന അഭിനന്ദനമായിരുന്നു. അതേ സമയം ഹനീഫയുടെ മുഖത്ത് ആശ്ചര്യമായിരുന്നു.

അടുത്തത് മുഖ്യാഥിതിയായ കമല/സുരയ്യയുടെ ഊഴമായിരുന്നു. കറുത്ത തുണികൊണ്ട് അരികുകൾ പാകിയ മുഖം. കൈകൾ ഉയർത്തി വീശി അവർ മണ്ഡപത്തിന്റെ നടുവിലേക്ക് നീങ്ങി.

സദസ്സ് മുഴുക്കെ തിരികെ കൈ വീശി.

മൈക്കിനടുത്തെത്തിയപ്പോൾ, സദസ്സിന് അഭിമുഖമായി നിന്നപ്പോൾ, അവർ കൈകൾ രണ്ടും ആകാശത്തേക്കുയർത്തി. കണ്ണുകൾ ആകാശത്തേക്കുയർത്തി. അവർ അതീവ ആനന്ദത്തിലായിരുന്നു എന്ന് തോന്നി.

"ബിസ്മില്ലാഹ് അൽ റഹ്മാൻ അൽ റഹീം, പരമകാരുണ്യവാനായ ദൈവത്തിന്റെ നാമത്തിൽ" തീർത്തും നിർവൃതിയുളവാക്കുന്ന രീതിയിൽ അവർ തുടങ്ങി "നബിയുടെ വാക്കുകൾ എന്നിലുണ്ട്. എന്നിലുള്ള ഈ തോന്നൽ എന്നെ ദൈവത്തിങ്കലേക്ക് നയിക്കുന്നു."

സദസ്സ് വശീകരിക്കപ്പെട്ടതുപോലെയായി. അവരുടെ സ്വരം ഹൃദയത്തിലെത്തുന്നതായിരുന്നു. തുറന്നതായിരുന്നു. അവരുടെ വാക്കുകൾ കേൾക്കുന്നവരുടെ ഹൃദയത്തിലെത്തി. അത് അവരെ കമലയോട് കൂടുതലടുപ്പിച്ചു. എനിക്ക് മലയാളം അറിയില്ലെന്നറിയാമായിരുന്ന, എന്റെ അടുത്തിരുന്ന ആശുപത്രി ഡയറക്ടർ ഓരോ വാക്കും എനിക്ക് പരിഭാഷപ്പെടുത്തി തന്നു:

"സ്ത്രീധനം നമ്മൾ അനുവദിക്കരുത്. അത് സത്യത്തിൽ വരനെ വിലയ്ക്കു വാങ്ങുന്നതിനു തുല്യമാണ്. പുരുഷന്മാർ സ്ത്രീധനം ചോദിക്കുകയും അത് ലഭിക്കുകയും ചെയ്യുമ്പോൾ അവർ സത്യമായും ഒരു അസാന്മാർഗ്ഗിക പ്രവർത്തിയിലാണേർപ്പെടുന്നത്. പുരുഷവേശ്യകളെപ്പോലെയാകുന്നു അപ്പോഴവർ."

ഇത് സ്തീകളെ ഇക്കിളിപ്പെടുത്തി. സദസ് കൈകൊട്ടി. കമലയുടെ വാക്കുകൾക്ക് കരുത്തേറി.

"നിങ്ങളുടെ ഭാര്യ നിങ്ങളോട് ഞങ്ങൾ നിങ്ങളെ പതിനഞ്ച് ലക്ഷം കൊടുത്ത് വാങ്ങിയതാണെന്ന് പറയും. അതിനാൽ ഞാൻ കേരളത്തിലെ യുവാക്കളോട് ഈ അഭ്യർത്ഥന നടത്തുന്നു. നിങ്ങൾ പുരുഷവേശ്യകളാകരുത്. പ്രിയ ഡോക്ടർമാരെ, വക്കീലന്മാരെ, നിങ്ങളും വേശ്യകളാകരുത്."

ഏതെങ്കിലും വാക്കുകൾ തനിക്ക് നഷ്ടമാകുന്നുവോ എന്ന് സംശയം തോന്നുമ്പോൾ ഡോക്ടർ വിവർത്തനം നിറുത്തുന്നു. ഇന്ത്യയിൽ പൊതുവേ അലങ്കാരശാസ്ത്രത്തെ ജനങ്ങൾ അഭിനന്ദിക്കാറുണ്ട്. കമലയാകട്ടെ ഇതിൽ അഗ്രഗണ്യയുമാണ്. കമല എളുപ്പത്തിൽ അവസാനം നബിയുടെ വാക്കുകളിലേക്കെത്തി. സ്വർഗ്ഗമെന്നത് അമ്മയുടെ കാൽ

ക്കീഴിലാണെന്ന വചനത്തിലേക്കെത്തി. (എന്റെ ഓർമ്മ ശരിയാണെങ്കിൽ ഇത് കബീറിന്റെ വാക്കുകളാകുന്നു.)

"'ഞാൻ തെറ്റൊന്നും ചെയ്യുന്നില്ലല്ലോ' എന്ന് പറഞ്ഞ് സമൂഹത്തിൽ നിന്നും മാറി നിന്നതുകൊണ്ട് മാത്രം കാര്യമില്ല. അള്ളാഹു നല്ല പ്രവൃത്തികൾ മാത്രമേ സ്വീകരിക്കുകയുള്ളു. നമ്മൾ സ്നേഹത്തിന്റെ പാതയിലൂടെ നീങ്ങിയാൽ എത്തിച്ചേരുന്നത് അള്ളാഹുവിലായിരിക്കും."

ഹാൾ കൈയടിയിൽ മുഴുകി. പത്രാധിപർ നന്ദി പറഞ്ഞു. ഫിനാൻസ് മാനേജർ കമല/സുരയ്യക്ക് ഒരു ഉപഹാരം നൽകി. കമല തന്റെ ഇരിപ്പിടത്തിൽ ഇരുന്നതേയുള്ളു അപ്പോഴേക്കും ജനങ്ങൾ നാൽക്കാലിക്കൂട്ടത്തെപ്പോലെ പുറത്തേക്കൊഴുകുവാൻ തുടങ്ങി.

സമയം ഏഴരയായി. കമലയ്ക്ക് ഇൻസുലിൻ എടുക്കേണ്ട സമയത്തിൽനിന്നും ഒരു മണിക്കൂർ വൈകിയിരിക്കുന്നു. ഡോക്ടറോട് കമലയെ ഇൻസുലിൻ കുത്തിവയ്പ്പിനായി ഒരുക്കിയിരിക്കുന്ന മുറിയിലേക്ക് കൊണ്ടുപോകുവാൻ ഞാൻ അഭ്യർത്ഥിച്ചു. ഹനീഫ, അബ്ദുൾഖാദർ എന്നിവർ ഞങ്ങളെ നയിച്ചു. ഞങ്ങൾ ഇഞ്ചിഞ്ചായി മുന്നോട്ട് നീങ്ങി. കമലയെ സ്ത്രീകൾ പൊതിഞ്ഞിരിക്കുന്നു. അവർ അവരുടെ തല കമലയുടെ മാറിടത്തിലമർത്തുന്നു, കമലയുടെ വസ്ത്രത്തിൽ തൊടുന്നു, കമല അവരുടെ കണ്ണുകളിലേക്ക് നോക്കിയോ എന്ന് സംശയം തോന്നിയാൽ സംതൃപ്തിയുടെ പുഞ്ചിരി അയക്കുന്നു. "ഞാൻ അവരെ തൊട്ടു. അതൊരു സ്വപ്നമല്ലായിരുന്നു" എന്ന് അവരുടെ സ്ത്രീ ആരാധകർക്കും അവകാശപ്പെടാം. ഞാൻ എന്റെ എല്ലാ കരുത്തുമെടുത്ത് കമലയ്ക്ക് ഇൻസുലിൻ കുത്തിവയ്ക്കുന്നതിനായി ഒരുക്കിയിരിക്കുന്ന മുറിയിലേക്കു

തള്ളിക്കയറുവാൻ ശ്രമിച്ചു. ഒരുവിധത്തിൽ ഞങ്ങൾ മുറിയുടെ നടുക്കുള്ള ചാരുകസേരയിലിരുന്നു. കമലയിരുന്നു. എവിടേ നിന്നോ ഒരു വൃത്തി കെട്ട മണം വരുന്നുണ്ടായിരുന്നു. എന്നാൽ അത് എവിടെ നിന്നാണെന്ന് അന്വേഷിക്കുവാൻ ഇപ്പോൾ സമയമില്ല. കമല തന്റെ സിറിഞ്ച് പുറത്തെ ടുത്തിരിക്കുന്നു. അപ്പോഴാണ് അതൊരു വൃത്തികെട്ട ശൗചാലയമാണെന്ന് അറിയുന്നത്. ശരിയായ വെളിച്ചം പോലുമുണ്ടായിരുന്നില്ല അവിടെ. അതിനാൽ തന്നെ കമലയ്ക്ക് വ്യക്തമായി ഒന്നും കാണുവാനാകുന്നില്ല. ഇൻസുലിൻ തന്റെ ഞരമ്പുകളിലൊന്നിലേക്ക് താൻ കുത്തി വയ്ക്കുമോ എന്ന് കമലയ്ക്കു സംശയം തോന്നി. അതിനാൽ കുത്തി വയ്ക്കാതെ സിറിഞ്ച് മാറ്റി വച്ചു.

"ഇത് അരോചകമായി തോന്നുന്നു." കമല പറഞ്ഞു.

ഇനി ചോദ്യങ്ങളില്ല: ഉടൻ ഹോട്ടലിലെത്തണം. എന്നാൽ തന്റെ മുഖ്യാഥിതിയെ അങ്ങനെ വിടുവാൻ ഹനീഫ തയ്യാറാകുന്നില്ല. അതിനാൽ തിരികെയെത്താമെന്ന് കമല ഉറപ്പ് കൊടുത്തു. ഞാനും പൊലീസുകാരനും ഇരുവശത്തും നിന്നു. ഞങ്ങൾ ഇരുമ്പുകവചങ്ങളായി. ഡ്രൈവർ വളരെ പെട്ടെന്ന് കാറിന്റെ വാതിൽ തുറന്നു. ഞൊടിയിടയിൽ ഞങ്ങൾ അകത്തു കടന്നു എന്നുറപ്പുവരുത്തി വാതിലടച്ചു. ഞങ്ങൾ സ്വതന്ത്രരായിരിക്കുന്നു.

"അവരെന്നെ കടിച്ച് തിന്നുകയായിരുന്നു എന്ന് തോന്നുന്നു. അവർ ചുംബിക്കുവാനടുത്തപ്പോൾ പല്ല് എന്റെ ശരീരത്തിൽ തറക്കുന്നുണ്ടായിരുന്നു." കമല പറഞ്ഞു.

ഞങ്ങൾ ഹോട്ടലിൽ തിരികെയെത്തി. കമല തന്റെ കുത്തിവയ്പ്പ് പൂർത്തിയാക്കി. അതിനു ശേഷം മെനു കാർഡിൽ ഏറ്റവും വേഗത്തിൽ ലഭിക്കുന്ന തക്കാളി സൂപ്പും റസ്ക്കും ഓർഡർ കൊടുത്തു. അത് കഴിച്ചു കഴിഞ്ഞപ്പോൾ ഞങ്ങൾ തിരികെ ഹാളിലേക്ക് പോയി.

"ആ മുറിയിൽ എന്തൊരു നാറ്റമായിരുന്നു." കമല പറഞ്ഞു. "മൂത്രത്തിന്റെ നാറ്റം. ഇതൊക്കെ ചെയ്തത് ഒരു പുരുഷനെ എന്റേതാക്കുവാനായിരുന്നല്ലോ."

"അതെ. ആകെ കുഴഞ്ഞുമറിഞ്ഞ് കിടക്കുന്നു."

"എന്നിട്ട് അവസാനം എനിക്ക് ആ പുരുഷനെ സ്വന്തമാക്കാനായില്ല." കമല ദുഃഖത്തോടെ പൂർത്തിയാക്കി.

പിന്നെ നഷ്ടപ്രണയത്തെക്കുറിച്ചോർത്തുള്ള ദുഃഖം പുറത്ത് വന്നു. മറ്റുള്ളവരുടെ വാക്കുകളിൽമാത്രം രുചിച്ചിട്ടുള്ള, വാക്കുകളിലൂടെമാത്രം ചിന്തിച്ചിട്ടുള്ള പ്രണയം. ചാരത്തിൽ നിന്നും സൃഷ്ടിച്ച പ്രണയം. അല്ലെങ്കിൽ മറ്റുള്ളവർക്ക് നൽകപ്പെട്ടിരുന്ന പ്രണയം. "നല്ല ഭാര്യയാവുക" എന്നാൽ എന്താണെന്ന്, ചിന്തകളിലൂടേയോ വാക്കുകളിലൂടേയോ ഒരിക്കലും തന്റെ കൊച്ചുമകൾക്ക് മനസ്സിലാക്കിക്കൊടുക്കുവാനാകാത്ത അമ്മൂമ്മയോടുള്ള പ്രണയം. വൈകൃതമെന്ന്, മര്യാദകെട്ടതെന്ന്, മലീമസമെന്ന് തോന്നിപ്പിക്കുന്ന പ്രണയം. അവൾ,

കടലോരത്തെ തെരുവിലൂടെ നടന്നു,
അവിടെ പത്തേമാരികൾ പൊങ്ങിക്കിടക്കുന്ന കടൽ
ജീർണ്ണിച്ച അതിന്റെ അടിഭാഗം
അഴുക്കിന്റെ ദുർഗന്ധം
ഞാനറിഞ്ഞു;
മരിച്ചവരുടെ നാറ്റഗന്ധവും
മരണത്തിന്റെ പുഴുത്തുനാറ്റവും

അവർ പിന്നേയും പറഞ്ഞു. അതെല്ലാം കൊത്തിവച്ചതുപോലെ എന്റെ മനസ്സിലിരിക്കുന്നു. എന്നാൽ ഞാൻ കൊച്ച് വാചകങ്ങൾ മാത്രമെഴുതി. “നീല കൃഷ്ണൻ.... മാംസളമായപുറം... ബലാത്സംഗം... വൃദ്ധരുടെ സ്പർശനം... പ്രണയം മാത്രം.” ഇതിനു കാരണമുണ്ട്. കമല ഇടയ്ക്കിടെ കരയുന്നുണ്ടായിരുന്നു എന്നതാണത്. അവർ ഇതിനു മുമ്പ് കരഞ്ഞ് ഞാൻ കണ്ടിട്ടില്ല.

“ഇതിൽനിന്നും ഞാൻ എങ്ങനെ പുറത്ത് കടക്കും?” അവർ നിശ്ശബ്ദതയിലേക്ക് തേങ്ങി.

ഒന്നും പറയാനില്ല. ആർക്കും ഒന്നും ചെയ്യുവാനുമാകില്ല. അവരുടെ കൈപിടിക്കണമെന്ന് എനിക്കാഗ്രഹമുണ്ട്. പകരം ഞാൻ അവരുടെ അടുത്തേക്ക് നീങ്ങിയിരുന്നു.

അപ്പോൾ അവർ ഒരു മാർഗ്ഗം കണ്ടെത്തി, ഒരു ആവാഹനം.

“‘ഗോതമ്പുപാടം പോലെ മൃദുലമായിരിക്കും നമ്മുടെ ഈ സംഗമമെന്ന് അവൻ പറഞ്ഞു’ അത്രയും മൃദുവായത്. ‘നിങ്ങളുടെ ബലഹീനമായ കാലുകളിൽ ചുംബിച്ച് ഞാനവയ്ക്ക് കരുത്തേകും’ അവൻ പറഞ്ഞു. ‘ഞാന്നു തുടങ്ങിയ മാറിടത്തിൽ ഞാൻ ചുംബിക്കും. നിങ്ങളിൽ ബലഹീനമായ ഭാഗങ്ങൾ എനിക്കിഷ്ടമാണ്. എന്റെ ഭാരത്തെക്കുറിച്ച് താങ്കൾ വേവലാതിപ്പെടേണ്ട. സായാഹ്നത്തിൽ ഗോതമ്പു പാടത്ത് വീശുന്ന മന്ദമാരുതനെപ്പോലെയാകും ഞാൻ.’ എല്ലാ കഴിഞ്ഞപ്പോൾ എനിക്ക് ശരീരത്തിൽ അഴുക്ക് പറ്റിയതുപോലെ തോന്നുന്നു എന്ന് ഞാൻ പറഞ്ഞപ്പോൾ ‘ഞാൻ കഴുകിത്തരാം’ എന്നുമവൻ പറഞ്ഞു. അവൻ ഒരു തുവാലയെടുത്ത് നനച്ച് എന്നെ വൃത്തിയാക്കി. അത് വളരെ ലോലമായിരുന്നു. എന്നിട്ടവൻ ‘അഴുക്ക് പുരണ്ടതുപോലെ കരുതരുത്. ഇന്നേക്ക് പന്ത്രണ്ടാം ദിവസം നമ്മൾ വിവാഹിതരാകും. അതിനു മുമ്പ് നിങ്ങൾ ഇസ്ലാമാകണം’ എന്നു പറഞ്ഞു. ഞാൻ തിരുവനന്തപുരത്തെ സൗത്ത് പാർക്ക് ഹോട്ടലിൽ ഒരു മുറി തയ്യാറാക്കുവാൻ പറഞ്ഞു. തിരുവനന്തപുരത്തെ ഇമാമിനോട് ഞങ്ങളുടെ വിവാഹം നടത്തി തരുവാൻ പറഞ്ഞു. ഞാൻ ചില പാവപ്പെട്ട മുസ്ലീം സ്ത്രീകളെ സഹായിക്കുകയും അവരെ അവന്റെ അടുത്തേക്കയക്കുകയും ചെയ്തു. ആറേഴതിഥികളെ ഞാൻ ക്ഷണിച്ചു. പിന്നെ മതം മാറി. അപ്പോഴേക്കും ആകെ കുഴപ്പമായതുപോലെ ബഹളമായി.”

അവർ ഇപ്പോൾ കരച്ചിൽ നിറുത്തിയിരിക്കുന്നു. ഞാൻ അവരുടെ നീരുവന്ന് വീർത്ത കാലിൽ നോക്കി. ഈ കാലുവച്ച് നാളെ വീണ്ടു മെങ്ങനെ യാത്രചെയ്യും എന്ന ചിന്തയായിരുന്നു എന്റെ മനസ്സിൽ. എനിക്ക് ഇനിയും ഇതിലധികം ദൂരം പോകുവാനാകില്ലെന്ന് എനിക്കറിയാം. എന്റെ ഊർജ്ജശേഖരം വല്ലാതെ കുറഞ്ഞിരിക്കുന്നു. ഞാൻ ക്ഷമ ചോദിച്ചു. കാസർകോട്ടേക്ക് ഞാനില്ലെന്ന് പറഞ്ഞു. അപ്പോൾ താനും നന്നേ ക്ഷീണിതയാണെന്ന് കമലയും മനസ്സിലാക്കി.

"എനിക്ക് വീട്ടിൽ പോകണം. എന്റെ ബോധം നശിച്ചുവെന്ന് നമുക്ക് അവരോട് പറയാം." കമല നിർദ്ദേശിച്ചു.

ഡോക്ടറെ ഫോണിൽ വിളിക്കുന്നതിനു മുമ്പ് അബ്ദുൾ ഖാദർ വിളിച്ചു.

"കമലയ്ക്കു സുഖമില്ല. ബോധക്ഷയം പോലെ. ഞാൻ ഡോക്ടറെ വിളിക്കുകയായിരുന്നു." ഞാൻ പറഞ്ഞു.

"എനിക്ക് ഡ്രൈവറോട് സംസാരിക്കണം." അബ്ദുൾ ഖാദർ ആവശ്യ പ്പെട്ടു.

ഞാൻ ഫോൺ ഒന്ന് പൊതിഞ്ഞുപിടിച്ചു. കമല ഡ്രൈവറോട് എന്തോ മന്ത്രിച്ചു.

"അവർക്ക് ഒരു ബോധക്ഷയം പോലെ." ഡ്രൈവർ റിപ്പോർട്ട് ചെയ്തു.

പതിനഞ്ച് മിനിട്ട് കഴിഞ്ഞു. കമല കസേരയിലിരുന്ന് ഞങ്ങളോട് സംസാരിക്കുകയായിരുന്നു. വാതിൽക്കൽ ആരോ മുട്ടി. ഞാൻ കമലയെ മെത്തയിൽ കിടത്തി. ഒരു കൂട്ടം തലയിണകൾ കൂട്ടിവച്ച് അതിലവരുടെ കാലുയർത്തിവച്ചു. വാതിൽ തുറന്നപ്പോൾ ആറുപേർ കൈയിൽ ചില സമ്മാനങ്ങളുമായി നിൽക്കുന്നു. ഡോക്ടർ കമലയെ പരിശോധിക്കുന്നതു വരെ അവർ കാത്തു നിന്നു. കമലയ്ക്ക് കാസർകോട് വരെ നാളെ യാത്ര ചെയ്യുവാനുള്ള ആരോഗ്യമില്ലെന്ന് ഡോക്ടർ വിധിയെഴുതി.

ഹനീഫ എന്നെ നോക്കി. മറ്റുള്ളവരുമായി സംസാരിച്ചു. അവർ കമല കിടന്നിരുന്ന മുറിയുടെ വാതിൽക്കലേക്ക് നീങ്ങി.

"സുരയ്യ വല്ലാതെ ക്ഷീണിതയാണ്. ബോധക്ഷയം പോലെ." ഞാൻ പറഞ്ഞു. അബ്ദുൾ ഖാദർ എന്റെ വാക്കുകൾ വിവർത്തനം ചെയ്തു. "നിങ്ങളെല്ലാവരേയും ഒന്നിച്ച് സ്വീകരിക്കുവാൻ ഇപ്പോൾ അവർക്കാകില്ല."

എന്നിട്ടും അവരെല്ലാവരും മുന്നോട്ട് നീങ്ങി. കൈയിൽ കരുതിയി രുന്ന സമ്മാനങ്ങൾ അവരെ തിരിച്ചറിയുവാനുള്ള പാസ്പോർട്ട് പോലെ അവർ മുന്നോട്ട് പിടിച്ചിരുന്നു.

"അവർക്ക് തീരെ സുഖമില്ല" ഞാൻ ഒച്ചവച്ചു. ഞാൻ തടഞ്ഞില്ലെ ങ്കിൽ എന്റെ ഈ അർദ്ധബോധാവസ്ഥയിലുള്ള സുഹൃത്തിനെ നാളെ യവർ വലിച്ചിഴച്ച് കാസർകോട് വരെ കൊണ്ടുപോകുമെന്ന് എനിക്ക് ഉറപ്പാ യിരുന്നു. "നിങ്ങൾക്കാർക്കും അവരുടെ കാര്യത്തിൽ ഒരു ശ്രദ്ധയു മില്ലല്ലോ." എന്റെ ശബ്ദം മുറിഞ്ഞു. എന്റെ കൈകൾ ആകാശത്തേക്ക് വീശി. ഞാനെന്തുചെയ്യുമെന്ന് പ്രവചിക്കുവാനാകാത്ത അവസ്ഥയിലായി.

ശിക്ഷ ലഭിച്ചതുപോലെ, അല്ലെങ്കിൽ എന്റെ ഭ്രാന്തുപിടിച്ച പ്രതികരണ ഭാവങ്ങൾ കണ്ടിട്ടാകാം, ഹനീഫ സമ്മാനദാന ചടങ്ങ് പിറ്റേന്ന് കാലത്തേക്ക് മാറ്റിവച്ചു. അവർ പോകുന്നതുവരേക്കും ഞാൻ കാത്തു. പോയി എന്നുറപ്പായപ്പോൾ എന്റെ മുറിയിൽ പോയി കിടന്നു. കമലയെ അവരുടെ മൊബൈലിൽ വിളിച്ചു.

"വാതിൽക്കൽ മുട്ടിയാൽ ഞാൻ തുറക്കില്ല. ആരെങ്കിലും അകത്തേക്ക് വരും." കമല പറഞ്ഞു.

"അവർ പോയി. നാളെ കാലത്ത് എട്ടുമണിക്ക് അവർ തിരികെയെത്തും."

"അബ്ദുൾ ഖാദർ അത് സമ്മതിച്ചോ?"

"ഉവ്വ്."

"അപ്പോൾ എനിക്ക് പോകണ്ട അല്ലേ?" ഒരു കൊച്ചുകുട്ടിയുടെ സന്തോഷമായിരുന്നു അപ്പോഴാശബ്ദത്തിൽ.

"വേണ്ട."

"നന്ദി മെറിലി."

പിറ്റേന്ന് കാലത്ത് എട്ടുമണിക്ക് ഞങ്ങൾ ഹോട്ടൽ ലോബിയിലിരിക്കുമ്പോൾ ഹനീഫ ഒരു കൊടുങ്കാറ്റായി കടന്നു വന്നു. കൈയിൽ ചന്ദ്രിക ദിനപത്രമുണ്ടായിരുന്നു. അതെന്തോ വലിയൊരു സമ്മാനമാണെന്ന രീതിയിൽ അയാൾ ഉയർത്തിക്കാണിക്കുന്നുണ്ടായിരുന്നു. കമല അത് വാങ്ങി. ആദ്യത്തെ പേജ് തന്റെ കണ്ണിനോടടുപ്പിച്ചു. തന്റേയും ജനക്കൂട്ടത്തിന്റേയും ഫോട്ടോയിലൂടെ കണ്ണോടിച്ചു. കമലയുടെ പ്രസംഗം മുഴുക്കെ അച്ചടിച്ച് വന്നിരിക്കുന്നു. അതിലുള്ള സന്തോഷം ഒരു മുരൾച്ചയിൽ പ്രകടമാക്കി. കാസർകോട് യാത്ര വീണ്ടും രംഗത്തെത്തി. അപ്പോൾ കമലയുടെ മരുമകൻ രംഗപ്രവേശം ചെയ്തു. കമലയുടെ മകന്റെ നിർദ്ദേശം അയാൾ അവതരിപ്പിച്ചു. അത് വള്ളിപുള്ളിദീർഘം വിടാതെ അനുസരിച്ചേ പറ്റൂ എന്ന് ശഠിച്ചു.

"അമ്മ ഉടൻ വീട്ടിലേക്ക് മടങ്ങി വിശ്രമിക്കണമെന്ന് അയാൾ നിർദ്ദേശിച്ചിരിക്കുന്നു." കമലയുടെ ജ്യേഷ്ഠ സഹോദരന്റെ ജ്യേഷ്ഠ പുത്രൻ അറിയിച്ചു.

ഒരു നല്ല വിധവയാണെങ്കിൽ അവർ മകന്റെ വാക്കുകൾ അനുസരിക്കും എന്നത് സംസ്കാരമാകുന്നു. ഈ സംസ്കാരം ഞങ്ങളെ രക്ഷിച്ചു. ഞങ്ങൾ സ്വതന്ത്രരായി. ഞാൻ റിസപ്ഷനിൽ നിന്നും ഏഷ്യാനെറ്റിന്റെ വീഡിയോ തുണ്ടുകൾ ശേഖരിച്ചു. കമലക്കെഴുന്നേൽക്കുവാൻ ഒരു കൈത്താങ്ങായി. ആരും എതിർത്തില്ല. സാവധാനത്തിൽ ഞങ്ങൾ ഞങ്ങൾക്കായി തയ്യാറാക്കി നിറുത്തിയിരുന്ന കാറിലേക്ക് നീങ്ങി.

മടക്കയാത്രയിൽ ഇടയ്ക്ക് ഇളനീർ കുടിക്കുവാൻ ഞങ്ങൾ കാർ നിറുത്തി. തിരികെ വീട്ടിലെത്തിയപ്പോഴും എ സി നന്നാക്കിയിട്ടില്ല. കമേൻഡോകൾ ഉപയോഗിച്ച വസ്തുക്കളുടെ മണം മുറിയിൽ നിന്ന് പോകുകയോ മുറി വൃത്തിയാക്കുകയോ ചെയ്തിട്ടില്ല. ഭാഗ്യത്തിന്, ഏതാനും മിനുട്ടുകൾ യാത്രചെയ്താൽ എത്താവുന്ന ദൂരത്തിൽ ഒരു ചെറിയ നല്ല ഹോട്ടലുണ്ടെന്ന് ഞാനറിഞ്ഞു. ഞാനവിടേക്ക് മാറുന്നുവെന്ന് കമലയോട് പറഞ്ഞു. കമലയാകട്ടെ അപ്പോൾ ഒന്നെതിർക്കുവാൻ പോലുമാകാത്തത്ര അവശയായിട്ടുണ്ടായിരുന്നു. ഞാൻ എന്റെ ബാഗ് ഒതുക്കി. ഗാന്ധി നഗറിനും എറണാകുളത്തിനും ഇടയ്ക്ക് രണ്ട് പാലങ്ങൾ കടന്ന് നല്ല വൃത്തിയുള്ള മെട്രോപോളിറ്റൻ ഹോട്ടലിലെത്തി.

രണ്ട് മെത്തകളുള്ള മുറിയായിരുന്നു അത്. ഒരു ചുവരിന്റെ പാതിയും ജനലാണ്. മരഉരുപ്പടികളിൽ കൊത്തുപണികൾ ചെയ്തിരിക്കുന്നു. എഴുതുവാൻ ഒരു മേശയുണ്ട്, ഒരു ചാരുകസേരയുണ്ട്. നല്ല വെളിച്ചമുണ്ട്. പിന്നെ ആരുമെന്നെ അറിയില്ലെന്നതിന്റെ സുരക്ഷാബോധമുണ്ട്. എ സി മൂന്ന് വ്യത്യസ്ത വേഗതയിൽ പ്രവർത്തിപ്പിക്കാം. ജനലുകൾക്ക് കൊതുകുവലകളുണ്ട്. ഞാൻ ആർണിക്കു ഫോൺ ചെയ്തു. യാതൊരു കേടുപാടുമില്ലാതെ തിരികെയെത്തി എന്നറിയിച്ചു. എന്റെ പുതിയ ഫോൺ നമ്പർ നൽകി. എ സി കുറച്ച് വച്ച് ജനലുകൾ തുറന്നിട്ടു. മുറിയിൽ തണുപ്പുണ്ട്. ഒരു ഇളംകാറ്റ് അകത്തു വന്നത് ഞാനറിഞ്ഞു. ഞാൻ മെത്തയിൽ കയറി കിടന്നു. കുറച്ച് കട്ടിയുള്ള ഒരു വെള്ള പുതപ്പെടുത്ത് മൂടി. അതിനോടൊപ്പം എന്റെ പാഷ്മിന ഷാളും എന്നെ സഹായിച്ചു.

പതിനഞ്ച്

വർഷത്തിന്റെ ഭയപ്പാടുകൾ

ഫോൺ ശബ്ദിക്കുന്നത് കേട്ടാണ് ഞാൻ എഴുന്നേറ്റത്. മറുതലയ്ക്കൽ ദാസ് കുടുംബത്തിന്റെ ഒരു വിശ്വസ്തനായിരുന്നു. അയാൾ കൊച്ചിയിൽ ഒരു ഹ്രസ്വസന്ദർശനത്തിനായി എത്തിയതാണ്. കമലയുടെ വീട്ടിലേക്ക് താൻ കൊണ്ടുവിടണോ എന്ന് അയാൾ ചോദിച്ചു. ഈ ഫോൺ വിളി അസാധാരണമാകയാൽ ഞാൻ ക്ഷണം സ്വീകരിച്ചു.

കാറിൽ കയറിയപ്പോൾ മുതൽ അയാളുടെ വാക്കുകൾ തീ തുപ്പുവാൻ തുടങ്ങി. കണ്ണുകൾ കറുത്ത കണ്ണടവച്ച് മൂടി, ഒട്ടും സ്വസ്ഥതയില്ലാതെ, ഒന്ന് കുനിഞ്ഞിരുന്ന് അയാൾ കമല എന്തുകൊണ്ട് മതം മാറി എന്നതിന്റെ ന്യായവശങ്ങൾ, ഞാൻ ഏത് മാർഗ്ഗം സ്വീകരിക്കണമെന്ന ഉപദേശങ്ങൾ, ഞാൻ എന്തുകൊണ്ട് അയാളുടെ റഡാറിൽ പ്രത്യക്ഷപ്പെട്ടു എന്നതിന്റെ കാരണങ്ങൾ എല്ലാം കുത്തും കോമയുമില്ലാതെ വിശദീകരിക്കുകയായിരുന്നു.

"സുരയ്യയ്ക്ക് ഇനി ഇസ്ലാം വിടുവാനാകില്ല." അയാൾ തീർത്ത് പറഞ്ഞു. "അങ്ങനെ ചെയ്താൽ അത് ആ മതക്കാർ മതത്തിനെ അവഹേളിച്ചതായി കണക്കാക്കും. അങ്ങനെ ചെയ്താൽ അവർ സുരയ്യയുടെ കുടുംബം മുഴുക്കെ ഇല്ലാതാക്കും. ഒരൊറ്റ വ്യക്തിയേയും പിന്നെ അവർ ബാക്കി വയ്ക്കില്ല. അവർ കമലയെ മാത്രം കൊല്ലുകയാണെങ്കിൽ കുഴപ്പമില്ല, കമല നല്ലൊരു ജീവിതം ജീവിച്ചുതീർത്തിരിക്കുന്നു. വേണമെങ്കിൽ ആത്മഹത്യ ചെയ്ത് കമലയ്ക്ക് ഇതിൽനിന്നും രക്ഷപ്പെടാം. എന്നാൽ ഞങ്ങളുടെ ഭയമിപ്പോൾ അവരുടെ പേരക്കുട്ടികളെ കുറിച്ചാണ്. കൊച്ചു കുട്ടികളാണവർ."

ഇതെല്ലാം ഒരു വ്യക്തിയേയും ബന്ധപ്പെടുത്താതെയാണയാൾ സംസാരിച്ചത്. ഇങ്ങനെ അയാൾ മുമ്പും ചെയ്തിട്ടുണ്ട് എന്ന് തോന്നി സംസാരം കേട്ടപ്പോൾ.

"ഇന്ന് സുരയ്യ ഒരു ഉപാസനാമൂർത്തിപോലെയായിരിക്കുന്നു. ലോകമെമ്പാടുമുള്ള മുസ്ലീം പള്ളികളിൽ ഇന്ന് അവർക്കുവേണ്ടി പ്രാർത്ഥന നടക്കുന്നുണ്ട്. സുരയ്യ താൻ എന്ത് പറയുന്നു എന്നതിനെക്കുറിച്ച് വളരെയധികം ശ്രദ്ധിക്കേണ്ടിയിരിക്കുന്നു. അവരുടെ വീടുകാവലിനായി വരുന്നവരുടെ പക്കൽ എ കെ 47, ബോംബുകൾ എന്നിവയുണ്ട്. എനിക്ക് അവരെ അറിയാം."

അയാൾ ഒന്ന് നിറുത്തി. എനിക്ക് മനസ്സിലാകുന്നുണ്ടോ എന്ന് ശ്രദ്ധിക്കുവാനാണ് നിറുത്തിയത്. സംസാരമൊന്ന് നിലച്ച ആ സമയത്ത് അയാളുടെ കൈകൾ അയാളറിയാതെ നൃത്തം ചെയ്യുന്നുണ്ടായിരുന്നു. അയാൾക്ക് എന്താണ് വേണ്ടതെന്ന് എനിക്ക് മനസ്സിലായി. കമലയോട് അടുപ്പമുള്ള മറ്റേവരേയും പോലെ, ഞാനും കമലയെ തടയണം. അവർ മനസ്സ് തുറക്കുന്നത് തടയണം.

"സാദിഖ് അലിയെ ചോദ്യം ചെയ്തിരിക്കുന്നു. കമലയെ മതം മാറ്റിക്കുന്നതിനായി ഒരു ദശലക്ഷം ഡോളർ സൗദി അറേബ്യയിൽ നിന്നും താൻ കൈപറ്റി എന്ന് അയാൾ സമ്മതിച്ചിരിക്കുന്നു. ആ പണം താൻ ഒരു ധർമ്മസ്ഥാപനത്തിന് കൈമാറി എന്നും അയാൾ പറഞ്ഞിരിക്കുന്നു."

"എന്നുവച്ചാൽ അയാൾ കമലയെ വിവാഹം കഴിക്കുവാൻ ഒരിക്കലും ആഗ്രഹിച്ചിരുന്നില്ല എന്നാണോ?" ഞാൻ വിശ്വാസം വരാതെ ചോദിച്ചു.

"ഒരിക്കലുമില്ല."

"പക്ഷേ, അയാൾ വളരെ കൗശലത്തോടെയാണപ്പോൾ എല്ലാം ചെയ്തത്."

"അത്ര കൗശലമൊന്നുമില്ല. ഒരു യുവാവ് ഒരു നല്ല ഹിന്ദു കുടുംബത്തിൽ നിന്നും ഒരു യുവതിയെ പ്രണയിച്ച് അവരെ ഗർഭിണിയാക്കുന്നു. അങ്ങനെ ഗർഭിണിയായാൽ പിന്നെ അതിന്റെ അനന്തരഫലങ്ങളുണ്ടല്ലോ. അതുപോലെ ഒന്നാണിതും."

"എന്നാൽ ഇതെല്ലാം നടപ്പാക്കിയ രീതി വളരെ കൗശലപൂർവ്വമായിരുന്നില്ലേ?"

"അതെ. അതായിരുന്നു." ആ സുഹൃത്ത് ഒട്ടൊന്ന് പശ്ചാത്താപത്തോടെ പറഞ്ഞു.

കമലയുടെ ജ്യേഷ്ഠപുത്രൻ ഈ മതം മാറ്റത്തെ പിന്തുണച്ചുവെന്നും, മതം മാറുന്ന ചടങ്ങിൽ കമലയോടൊപ്പമുണ്ടായിരുന്നു എന്നും, സി എൻ എനിൽ ഇതിനെ ന്യായീകരിച്ചിരുന്നുവെന്നും ഞാൻ അയാളെ ഓർമ്മിപ്പിച്ചു.

"പരസ്യമായി അയാൾക്ക് ആവേശം പ്രകടിപ്പിച്ചേ പറ്റൂ. മറ്റു മക്കൾക്ക് അത്ര ആവേശമൊന്നുമുണ്ടായിരുന്നില്ല. ഇപ്പോൾ അവരും ആവേശം പ്രകടിപ്പിക്കുന്നു. ഇത് നിലനില്പിന്റെ പ്രശ്നമാണ്."

അപ്പോഴേക്കും വണ്ടി കമല താമസിക്കുന്ന കെട്ടിടത്തിന്റെ പടി കടന്നിരുന്നു. ഡ്രൈവർ വണ്ടി നിറുത്തി. "ഇപ്പോൾ വരുന്ന വക്കീൽ, മുസ്ലീം ലീഗിന്റെ കയ്യാളാണ്. കമലയെ നിരീക്ഷിക്കുകയാണവർ." അയാൾ താക്കീത് നൽകി.

ഈ സുഹൃത്ത് വക്കീൽ സുലൈമാനെ സ്വാഗതം ചെയ്തു. ഞാനും. അത്താഴത്തിനിരുന്നപ്പോൾ, കമല പ്രണയം മൂലം മാത്രമാണ് മതം മാറിയതെന്ന് സമ്മതിച്ചാൽ അത് മതത്തെ അവഹേളിക്കലായി കണക്കാക്കപ്പെടുമോ എന്ന് വക്കീൽ ആശങ്കപ്പെട്ടു. "അപ്പപ്പോൾ എന്തൊക്കെ തോന്നിയോ അതുപോലെയൊക്കെ ഇനി നിങ്ങൾക്ക് ചെയ്യുവാനാകില്ല" അയാൾ ഒരു കൊച്ചുകുട്ടിയെ ഉപദേശിക്കുന്നതുപോലെ കമലയെ ഉപദേശിച്ചു.

"നിങ്ങൾക്ക് ദൈവത്തിന്റെ ഒരു സന്ദേശം ലഭിച്ചിരുന്നു." ഞങ്ങളുടെ സുഹൃത്ത് കമലയെ ഓർമ്മിപ്പിച്ചു.

സാക്ഷിപറയുവാനായി ഡ്രൈവർ ജോണിനെ വിളിച്ചു. ചുവന്ന സൂര്യൻ പ്രത്യക്ഷപ്പെട്ടു എന്നതിന്റെ സാക്ഷി അയാളാണ്. അയാൾ അത് അംഗീകരിച്ചു. അയാളപ്പോൾ മുണ്ടിന്റെ കോന്തല കൈയിൽ പിടിച്ചിരുന്നു. പല്ലുകൾ പുറത്തേക്കുന്തിയിരുന്നു.

"അയാളെന്തിന് നുണ പറയണം. അയാൾ ഈ മതക്കാരനല്ലല്ലോ." സുലൈമാൻ അടിവരയിട്ട് പറഞ്ഞു.

"പക്ഷേ, മനുഷ്യന്റെ വികാരത്തിൽ ഏറ്റവും ഉത്തുംഗത്തിലുള്ളതല്ലേ പ്രണയമെന്നത്" എന്റെ സംശയം നീങ്ങുന്നില്ല. ഞാൻ ഒന്ന് ശ്രമിച്ചു നോക്കി.

"ആരോടുള്ള പ്രണയം? മനുഷ്യനോടുള്ള പ്രണയമല്ല. ദൈവത്തിനോടുള്ള പ്രണയം. ആ പ്രണയത്തെക്കഴിഞ്ഞേ പിന്നെ ഏതൊരു പ്രണയവുമുള്ളു." സുലൈമാൻ ഒന്ന് ചിരിച്ചുകൊണ്ട് മറുപടി പറഞ്ഞു. "കുട്ടികൾക്ക് തന്റെ മാതാപിതാക്കളിലുള്ള വിശ്വാസം പോലെയാണത്. ആ വിശ്വാസം അവർക്ക് ആശ്വാസവും സമാധാനവും നൽകുന്നു.

ദൈവത്തോടുള്ള പ്രണയവും അതു തന്നെയാണ്. തന്റെ ഭർത്താവ് സംരക്ഷിക്കുമെന്ന് ഒരു സ്ത്രീ മനസ്സിലാക്കുന്നതുപോലെ. അങ്ങനെയാകുമ്പോഴും അവൾക്ക് സമാധാനമുണ്ടാകുന്നു."

"അതെ, അതെ. ശരി തന്നെ." ഞങ്ങളുടെ സുഹൃത്ത് തല കുലുക്കി.

"ഇസ്ലാം എന്നാൽ എല്ലാം ദൈവത്തിങ്കൽ സമർപ്പിക്കലാകുന്നു. അങ്ങനെയാകുമ്പോൾ മാത്രമേ നിങ്ങൾക്ക് ശാന്തി ലഭിക്കുകയുള്ളൂ." സുലൈമാൻ തുടർന്നു.

"ദൈവം ഇവർക്ക് ഒരു ദർശനം നൽകി. എന്നാൽ ഒരു മനുഷ്യൻ ഈ ദർശനം നൽകിയത് താനാണെന്ന് അവകാശവാദമുന്നയിക്കുന്നു." ഞങ്ങളുടെ സുഹൃത്ത് പറഞ്ഞു. "ഇത്, ഞാൻ ന്യൂയോർക്കിലെക്ക് ഒരു വ്യാപാരാവശ്യത്തിനായി പോകുകയും, ഒരു കരാറിൽ ഒപ്പുവയ്ക്കുകയും ചെയ്തതിനു ശേഷം, ഞാൻ യാത്ര ചെയ്ത വിമാനത്തിന്റെ പൈലറ്റ്, ഈ കരാർ ലഭിക്കുവാൻ കാരണക്കാരൻ അയാളാണെന്ന് അവകാശപ്പെടുന്നതുപോലെയാണ്. അയാളെ ആരെങ്കിലും ശരിയായ വിധത്തിൽ ഇതൊന്ന് പറഞ്ഞ് മനസ്സിലാക്കണം."

"വേണ്ട, വേണ്ട." കമല വളരെ സൗമ്യമായി അഭ്യർത്ഥിച്ചു.

"അയാൾ ഇവരോട് ഇസ്ലാമിനെക്കുറിച്ച് സംസാരിച്ചു. പ്രാർത്ഥനകൾ ചൊല്ലിപ്പഠിപ്പിച്ചു. അതാണയാളുടെ സംഭാവന." സുലൈമാൻ പറഞ്ഞു. അതിനുശേഷം അയാൾ എനിക്കു നേരെ തിരിഞ്ഞ് എന്നോട് നല്ല മുസ്ലീങ്ങൾ ചെയ്യേണ്ടത് എന്തൊക്കെയെന്ന് പറഞ്ഞുതന്നു: 'ദൈവത്തിൽ വിശ്വസിക്കണം. പ്രവാചകനിൽ വിശ്വസിക്കണം. ഖുർ ആനിൽ വിശ്വസിക്കണം. പ്രാർത്ഥനയിലും നോമ്പിലും മെക്കയിലേക്കുള്ള പുണ്യയാത്രയിലും വിശ്വസിക്കണം. ഈ പ്രവാചകനാണവസാനത്തെ പ്രവാചകനെന്ന് വിശ്വസിക്കണം. 'ഇതൊക്കെ പറഞ്ഞ് തീർക്കുവാൻ സുലൈമാൻ കുറച്ച് അധികം സമയമെടുത്തു. അയാൾ പറയുന്നതൊക്കെ എനിക്കു മനസ്സിലാകുന്നുണ്ടെന്ന് അയാൾ ഉറപ്പുവരുത്തുകയായിരുന്നു. അതെനിക്ക് ശാന്തി കൈവരുത്തുമെന്നും, അയാൾ വിശ്വസിക്കുന്നുണ്ടായിരുന്നു.

"അതെ. അതെ. തീർത്തും ശരി തന്നെ." ഞങ്ങളുടെ സുഹൃത്ത് ഹലേലുയ്യ പാടി.

തന്റെ സംഭാവനയിൽ തൃപ്തിപൂണ്ട സുലൈമാൻ പിന്നെ ഒരു കഥ പറയുവാനിരുന്നു. ആറുമിനിട്ട് ആ കഥ നീണ്ടു. പ്രവാചകനെക്കുറിച്ചും ഒരു മാലാഖയെക്കുറിച്ചുമായിരുന്നു ഈ കഥ. കഥയിലുടനീളം മാലാഖയുടെ ഇംഗ്ലീഷ് വാക്കായ ഏയ്ഞ്ചൽ എന്നതിനു പകരം അയാൾ ഏംഗിൾ എന്ന പദമാണുപയോഗിച്ചത്.

"പ്രവാചകന്റെ ഏംഗിൾ മരിച്ചുകൊണ്ടിരിക്കുകയായിരുന്നു. അപ്പോൾ ഇസ്ലാം സ്വീകരിക്കുവാൻ പ്രവാചകൻ അയാളോട് പറഞ്ഞു. അങ്ങനെയാകുമ്പോൾ അവർക്ക് സ്വർഗ്ഗത്തിൽ വച്ച് കണ്ടുമുട്ടാനാകും. അതല്ലെങ്കിൽ അവർ നരകത്തിൽ പോകും. എന്നാൽ ഏംഗിൾ അതനുസരിച്ചില്ല.

അയാൾ ഇസ്ലാം സ്വീകരിക്കുവാൻ തയ്യാറല്ലായിരുന്നു. പ്രവാചകൻ ഉപദേശിച്ചുകൊണ്ടേയിരുന്നു. സത്യമായ വെളിച്ചം നൽകുവാൻ ദൈവത്തിനു മാത്രമേ കഴിയൂ. ദൈവം അത് ചെയ്തില്ല. ഏംഗിൾ ഇസ്ലാമല്ലാതെ മരിച്ചു.''

എന്റെ അടിവയറ്റിൽ നിന്നും അടക്കാനാക്കാതെ ചിരി ഉയരുന്നുണ്ടായിരുന്നു. എന്നാൽ ഞാനതിനെ അടക്കിപ്പിടിച്ചു. ഇത് ഗൗരവമുള്ള ഒരു വിഷയമാണെന്ന് എനിക്കറിയാം. ആ ഗൗരവമാണിതിനെ കൂടുതൽ തമാശയുള്ളതാക്കുന്നതും. ആദ്യം ഒരു നല്ല മുസ്ലീം ചെയ്യേണ്ട അഞ്ച് കാര്യങ്ങൾ, പിന്നെ ഇപ്പോൾ ഇതാ മരിച്ചുകൊണ്ടിരിക്കുന്ന ഈ ഏംഗിൾ കഥയും. ഇതെല്ലാം പറയുന്നത് കമല എന്തുകൊണ്ട് മതം മാറി എന്നതിന് ഒരു ആധികാരികത കൊണ്ടുവരുവാനാണ്. കമലയുടെ കണ്ണിൽ എന്റെ കണ്ണുടക്കു നിൽക്കാതിരിക്കാൻ ഞാൻ കഴിവത് ശ്രമിച്ചുകൊണ്ടേയിരുന്നു. അവിടേയും ഒരു മിന്നൽ കാണുന്നുണ്ട്.

"ആ മനുഷ്യൻ സുരയ്യയ്ക്ക് ഇസ്ലാമിനെക്കുറിച്ച് പറഞ്ഞുകൊടുത്തു. അയാൾ പ്രാർത്ഥന എങ്ങനെ ചൊല്ലണമെന്നും പഠിപ്പിച്ചു. എന്നാൽ യഥാർത്ഥ വെളിച്ചം കാണിച്ചുകൊടുത്തത് ദൈവമാണ്." സുലൈമാൻ തന്റെ വാക്കുകൾ ഉപസംഹരിച്ചു.

"അതെ. അയാൾ എനിക്ക് പ്രാർത്ഥനയെക്കുറിച്ച് പറഞ്ഞു തന്നു." കമല പറഞ്ഞു.

"അതെ. ആ മനുഷ്യൻ ഇവരെ വിട്ട് പോയിരിക്കുന്നു. എന്നിട്ടും ഇവരിലെ വിശ്വാസം കരുത്തുറ്റതായി തന്നെയിരിക്കുന്നു. അതിന്റെ കരുത്ത് വർദ്ധിക്കുകയാണ്." സുലൈമാൻ വായുവിലേക്ക് വളരെ ശക്തമായി തന്നെ ഈ വാക്കുകൾ ഊതിവിട്ടു.

"അതെയതെ." എന്റെ സുഹൃത്ത് വീണ്ടും സമ്മതിച്ചു.

പിന്നേയും പത്തു മിനിട്ട് സുലൈമാൻ തുടർന്നു. അപ്പോഴേക്കും കമലയും ഞങ്ങളുടെ സുഹൃത്തും മുറിവിട്ട് പോയി. അതുകണ്ട് സുലൈമാൻ ഭാഷണം നിറുത്തി. അയാളുടെ കണ്ണുകൾ ഈറനണിഞ്ഞിരിക്കുന്നു. അയാൾ എന്നെ നോക്കി. "എന്റെ വാക്കുകൾ നിങ്ങളിൽ ചലനങ്ങളുണ്ടാക്കി എന്ന് ഞാൻ വിശ്വസിക്കട്ടെ. അങ്ങനെയെങ്കിൽ നിങ്ങളും ഞങ്ങളോടൊപ്പം ദൈവവിശ്വാസിയാകട്ടെ."

മുമ്പ്, പർദ്ദ എനിക്കു നന്നായി ഇണങ്ങുമെന്ന് പറഞ്ഞ ഹനീഫയുടെ വാക്കുകൾ എനിക്കിപ്പോൾ ഓർമ്മവന്നു. എന്നെ രണ്ടു കൈയും നിവർത്തി സ്വാഗതമരുളുകയാണെന്ന് എനിക്കു തോന്നി.

"സുലൈമാൻ വളരെ മിതവാദിയാണ്. തീർത്തും മിതവാദി." ഞങ്ങളുടെ സുഹൃത്ത് പറഞ്ഞു. അതുകേട്ടപ്പോൾ ഞങ്ങൾ ഇപ്പോൾ എവിടെയാണ് നിൽക്കുന്നതെന്ന് ഞങ്ങൾക്കു മനസ്സിലായി.

കമല താൻ ചെയ്യുന്ന പ്രഭാഷണങ്ങളെക്കുറിച്ച് സംസാരിക്കുവാൻ തുടങ്ങി. താൻ അള്ളാഹുവിനെ പുകഴ്ത്തിക്കൊണ്ടാണ് പ്രസംഗങ്ങൾ തുടങ്ങുന്നതെന്ന് പറഞ്ഞു. "അപ്പോൾ എന്റെ കണ്ണിൽ വെളിച്ചം

നിറയുന്നത് ഞാൻ കാണുന്നു. വെളിച്ചം എന്നിലേക്ക് നിറയുന്നു. ഞാനപ്പോൾ അതിലേക്ക് മാത്രം നോക്കുന്നു." കമല പ്രസംഗശകലങ്ങൾ ഉരുവിട്ടു.

"പക്ഷേ കമലയ്ക്ക് കാണുവാനാകുകയില്ലല്ലോ?" ഞാൻ ചോദിച്ചു.

"എനിക്ക് കാണാനാകുകയില്ല. പക്ഷേ, അവരെല്ലാം എന്റെ കണ്ണുകൾ കാണുന്നില്ലെ മെറിലി?"

സുലൈമാൻ, കമലയുടെ സ്ത്രീധനവിരുദ്ധ പ്രസംഗത്തിന് അഭിനന്ദനമർപ്പിച്ചു. അയാൾ അത് ചന്ദ്രികയിൽ വായിച്ചു. എനിക്ക് പിറകിലിരുന്ന സ്ത്രീകൾ അത് കേട്ട് ആഹ്ലാദിച്ചുവെന്ന് ഞാൻ കൂട്ടിച്ചേർത്തു. അത് കമലയ്ക്ക് കൂടുതൽ സന്തോഷം നൽകി. ഒരുപക്ഷേ ഒരു കണ്ണാടികണക്കെ ഞാൻ കൂടെയില്ലാതെയും, വിവിധ ബഹുമതികളും, യാത്രകളും, സ്വന്തം ചിന്തകളുമായി, കമല ഈ കൊടുങ്കാറ്റിനെ മെരുക്കുവാൻ മാർഗ്ഗങ്ങൾ കണ്ടെത്തിയേക്കും.

"മനസ്സിലായില്ലേ ഇപ്പോൾ. നമുക്ക് എന്തൊക്കെ ചെയ്യുവാനുണ്ട് എന്നും മനസ്സിലായില്ലേ?" എന്നെ തിരികെ ഹോട്ടലിൽ വിടുന്നതിനിടയിൽ ഞങ്ങളുടെ സുഹൃത്ത്. "ദൈവം വേറെ. സ്നേഹിക്കുന്ന പുരുഷൻ വേറെ."

"അത്താഴസമയത്ത് കമല വളരെ ശ്രദ്ധാലുവായിരുന്നു." ഞാൻ കമലയെ പിന്താങ്ങികൊണ്ട് പറഞ്ഞു.

"സംസാരം ശ്രദ്ധിച്ചാൽ നന്നായിരിക്കും. അതല്ലെങ്കിൽ അപകടമാകും. ആറിഞ്ച് ആഴത്തിൽ..... മനസ്സിലായില്ലെ, കമല? ഏത് നിമിഷത്തിലും വലിയ പൊട്ടിത്തെറികളുണ്ടാക്കിയേക്കും. അവരെന്തും മനസ്സിലുള്ളതൊക്കെ വിളിച്ചു പറയും."

"എന്താണ് സംഭവിച്ചുകൊണ്ടിരിക്കുന്നത് എന്ന് കമലയ്ക്ക് വ്യക്തമായറിയാം. കമല അത്ര മണ്ടിയൊന്നുമല്ല..."

"അവർ വിഡ്ഢിയല്ല. അവർക്കറിയാം." അയാൾക്കപ്പോൾ കോപം വന്നു. "മാത്രമല്ല ഇതിനെയൊക്കെപറ്റി നിങ്ങൾ എന്തെങ്കിലും എഴുതിയാൽ നിങ്ങളെ ആരും വിശ്വസിക്കുകയുമില്ല. ഇത് ഇസ്ലാം വിരുദ്ധചേരിയുടെ സൃഷ്ടിയാണെന്ന് അവർ പറയും. സിയോണിസ്റ്റുകളുടെ പ്രവർത്തിയാണിതെന്ന് പറയും."

ഞങ്ങൾ കമലയുടെ വീട്ടിലേക്കു പോകുന്ന സമയത്ത് ഈ മനുഷ്യന് എന്താണ് വേണ്ടതെന്ന് എനിക്ക് മനസ്സിലാകുന്നുണ്ട് എന്നാണ് ഞാൻ കരുതിയത്. എന്നാൽ ഇപ്പോൾ ഇയാൾക്ക് എന്താണ് വേണ്ടതെന്ന് എനിക്കു മനസ്സിലാകുന്നില്ല.

രാത്രി. ഇത്രയും നല്ല ഉറക്കം അപൂർവ്വമായേ ലഭിക്കാറുള്ളു.

താഴെ റസ്റ്ററന്റിൽ കമലയുടെ വീട്ടിലേക്കു കൊണ്ടുപോകുവാനായി കട്ലെറ്റും, തട്ക ദാളും, റൊട്ടിയും, മസാല ഫ്രൈഡ് ഫിഷും തയ്യാറാകുമ്പോൾ ഞാൻ കുളിക്കുകയായിരുന്നു. കുളി കഴിഞ്ഞ പാടെ അവർ

എനിക്കായി ഒരു ടാക്സി വിളിച്ചു. ഞങ്ങൾ കനാലുകൾ കടന്ന് ഗാന്ധി നഗറിലുള്ള കമലയുടെ അപ്പാർട്മെന്റിലേക്ക് യാത്രയായി. ശാരീരികമായി യാതൊരു അസ്വസ്ഥതയും തോന്നാത്ത ഈ ആഴ്ചയിലെ ആദ്യ ദിനമായിരുന്നു ഇത്. ഞാൻ "തയ്യാറാക്കപ്പെട്ട ചായ" കുടിക്കുന്നത് കുറച്ചിരിക്കുന്നു. തയ്യാറാക്കപ്പെട്ട ചായ എന്നാൽ പാലിൽ പൊടിയിട്ട് തിളപ്പിച്ച് പഞ്ചസാര ചേർത്ത ചായ. പകരം ഞാൻ ഒരു പുതിയ കർമ്മപരിപാടിക്ക് തുടക്കം കുറിച്ചു. ഒരു രക്ഷാ മാർഗ്ഗം. നേരെ ബോട്ടു ജട്ടിയിൽ ചെല്ലുക. അവിടെനിന്ന് ബോട്ട് മാർഗ്ഗം വെല്ലിങ്ങ്ടൺ ഐലണ്ടിലേക്ക്. അവിടെയിറങ്ങി, പൂമരത്തണലിലൂടെ, മലബാർ റോഡിലൂടെ നടന്ന് താജ് ഹോട്ടലിലെ നീന്തൽ കുളത്തിലേക്ക്. ദിവസവും കുറച്ച് നേരം നീന്തലിനായി ഞാൻ നീക്കിവച്ചിരിക്കുന്നു. പിന്നെ നീന്തൽ കുളക്കരയിലിരുന്ന് എഴുതും, ലഘുഭക്ഷണം കഴിക്കും, എത്ര ആട്ടിയാലും അടുത്തുവരുന്ന കാക്കകളെ പിന്നേയും ഭയപ്പെടുത്തുവാൻ ശ്രമിക്കും.

എന്നാൽ സത്യവും മിഥ്യയും തമ്മിലുള്ള സംഘർഷത്തിൽ ഞാൻ ആശയക്കുഴപ്പത്തിലായിരിക്കുന്നു. എനിക്ക് കാണാനാകാത്തതും എനിക്ക് മനസ്സിലാക്കാനാകാത്തതുമാണ് എനിക്കുചുറ്റിലും കാണുന്നതെല്ലാം. പ്രായമാകുമ്പോൾ നമുക്കറിയാത്ത എന്തെന്ത് കാര്യങ്ങളാണീ ലോകത്തിൽ എന്ന് നമുക്ക് തോന്നുന്നതുപോലെയാണിത്. ഇവിടെ വ്യത്യാസം ഒന്നേയുള്ളു. ഈ തിരിച്ചറിവ് സംഭവിക്കുന്നത് വളരെ വേഗത്തിലാണെന്ന വ്യത്യാസം മാത്രം.

വെള്ളിയാഴ്ചയായിരുന്നു. കമലയെ സുലൈമാൻ പള്ളിയിലേക്ക് ക്ഷണിച്ചു. ഇത് തന്റെ ഖത്തർ യാത്രയ്ക്ക് ഒരു റിഹേഴ്സലായിരിക്കും എന്നതിനാൽ അത് സ്വീകരിച്ചാലോ എന്ന് ആദ്യം കമലയൊന്ന് ശങ്കിച്ചു. എന്നാൽ പതിറ്റാണ്ടുകളായി കമല പൊതുസ്ഥലങ്ങളിൽ വച്ച് പ്രാർത്ഥിക്കാറില്ല. "അവിടെചെന്നാൽ എല്ലാവരും എന്നെതന്നെ തുറിച്ചു നോക്കിക്കൊണ്ടിരിക്കും."

തനിക്ക് ഡോക്ടറെ കാണേണ്ട അത്യാവശ്യമുണ്ടെന്ന് കമല സുലൈമാനോട് പറഞ്ഞു. എന്നിട്ട് പകരം എന്നോടൊത്ത് ആഭരണക്കടയിലേക്ക് വന്നു. എന്റെ മകൾക്ക് രത്നം പതിപ്പിച്ച ഒരു കാതണി വാങ്ങണം.

തീർത്തും അപൂർവ്വവും നേരത്തെ തീരുമാനിക്കാത്തതുമായ ഈ യാത്രയിൽ കമല ഒരു സ്കൂൾ കുട്ടിയെപ്പോലെയായി. "നിന്നോടൊത്ത് കറങ്ങിനടക്കുക എന്ത് സന്തോഷം തരുന്ന കാര്യമാണെന്നോ," അംബാസഡർ കാറിന്റെ പിൻസീറ്റിൽ ചാരിക്കിടന്ന് കമല പറഞ്ഞു. "ഞാനിപ്പോൾ സ്വതന്ത്രയാണ്. സ്വതന്ത്രയേക്കാൾ മീതെയെന്തൊക്കെയോയാണ്." മറ്റൊരു എഴുത്തുകാരനും തന്റെ ജീവിതത്തെക്കുറിച്ച് ഗവേഷണം നടത്തുന്നുണ്ടെന്ന് കമല അപ്പോൾ എന്നോട് പറഞ്ഞു. എന്നാൽ അത് ഒരു ജീവചരിത്രമെഴുത്തേ ആകുന്നുള്ളു, അതിന്റെ സമീപനരീതി അത്തരത്തിലാണത്രെ.

"ഞാനെന്തെഴുതുവാനാണ് താത്പര്യം?" ഞാൻ ചോദിച്ചു.

"എല്ലാമെഴുതണം. ഈ മതംമാറ്റത്തെക്കുറിച്ച് വരെ. സത്യമെഴുതണം. പ്രണയത്തിനായി ഞാൻ എന്ത് ചെയ്തു എന്നെഴുതണം. ഞാൻ മതത്തെ ഗൗനിക്കുന്നേയില്ല. മതം എന്നാൽ വസ്ത്രം പോലെയാണ്. ഈ മുസ്ലീം വസ്ത്രം കണ്ടില്ലേ, അതുപോലെ."

"അവർ നിങ്ങളെ ഉപദ്രവിച്ചേക്കാം."

"മരിക്കുവാൻ ഒരു മടിയുമില്ല. സാദിഖ് അലി എന്നെ കൊന്നു കഴിഞ്ഞുവല്ലോ." അപ്പോൾ അവരുടെ കണ്ണുകൾ നിറഞ്ഞിരുന്നു. "ഞാൻ വരുന്നു എന്ന് നിന്റെ അമ്മായിമാർക്ക് മുന്നറിയിപ്പ് നൽകുക. എന്റെ പ്രണയ കഥ അവരുമൊത്ത് പങ്കുവയ്ക്കുക."

"നേരിട്ട് പറയാമല്ലോ," അവർ കനഡയിലേക്ക് ഒരിക്കൽ കൂടി വരുമെന്ന പ്രതീക്ഷ അപ്പോൾ മനസ്സിലുണ്ടായി.

"ഒരു ദുഃഖ കഥ," കമല പറഞ്ഞു. പിന്നെ പെട്ടെന്ന് അവേശഭരിതയായി. "അല്ലെങ്കിൽ സന്തോഷം നിറഞ്ഞ ഒരു കഥ. കേൾക്കുന്നവർ എങ്ങനെയാണോ അതിനനുസരിച്ച് എനിക്ക് ഈ കഥ ദുഃഖകഥയോ സന്തോഷകഥയോ ആക്കാം." അതു പറയുമ്പോഴും വിഷാദം അവരുടെ മുഖത്ത്.

ചർച്ച വഴിതിരിച്ചുവിട്ട് അവരുടെ ശ്രദ്ധ ഇതിൽ നിന്നും അകറ്റുവാൻ ഞാൻ ഒരു ശ്രമം നടത്തി. ഗീതാകൃഷ്ണമൂർത്തി, മദിരാശിയിലെ അവരുടെ വീട്ടിൽ വച്ച് എനിക്ക് കാണിച്ചുതന്ന ശ്യാമപ്രസാദിന്റെ അഗ്നിസാക്ഷി എന്ന സിനിമയെ കുറിച്ച് ഞാൻ ചർച്ചയാരംഭിച്ചു. ശ്യാമപ്രസാദിന്റെ ആദ്യ ടി വി സിനിമകളിൽ ഒന്ന് കമലയുടെ "വേനലവധി" എന്ന കഥയെ ആസ്പദമാക്കിയായിരുന്നു. ശ്യാമപ്രസാദിന്റെ സിനിമകൾ കമലയ്ക്ക് ഇഷ്ടമാണ്. എന്നാൽ ഒരു ആധുനിക ചിന്തകളുള്ള ബ്രാഹ്മണ സ്ത്രീയെ ഒറ്റപ്പെടുത്തുന്ന കഥയുള്ള ഈ സിനിമ കുറച്ച് കഠിനമായോ എന്ന് കമലയ്ക്ക് ഒരു സംശയം.

"ഞാൻ ശ്യാമപ്രസാദിനോട് 'ഒരു സ്ത്രീയെ ആദ്യം ചിരിപ്പിക്കുക, പിന്നെ കരയിപ്പിക്കുക, അതാണ് ഒരു നല്ല സിനിമയുടെ രഹസ്യം. അല്ലാതെ അവളെ കരയിച്ചുകൊണ്ടേയിരിക്കുക എന്നതല്ല.' ഇന്നത്തെ സ്ത്രീകൾക്കായി ആ സിനിമയിൽ എന്ത് സന്ദേശമാണുള്ളത്? എന്ന് ചോദിച്ചിരുന്നു" പിന്നെ കമല സിനിമയ്ക്കായി ഒരു കഥ പറയുവാൻ തുടങ്ങി. കളിതമാശകളും സ്വല്പം കുസൃതിയുമായിനടക്കുന്ന ഒരു സ്ത്രീ. അവർ എന്നും പല നാടകങ്ങളും കളിച്ചു. അവസാനം ഒരു ദിവസം ആ നാടകങ്ങളിലൊന്ന് യാഥാർത്ഥ്യമായി.

എനിക്ക് അടിതെറ്റിയതുപോലെയായി. അത് കമലയായിരുന്നു. സിനിമയുടെ തുടക്കം എനിക്ക് കാണാനാകുന്നുണ്ട്.

"അപ്പോൾ സിനിമയുടെ അവസാനം എന്ത് സംഭവിക്കുന്നു?" ഞാൻ ചോദിച്ചു.

"ഒരവസാനമായിട്ടില്ല. അല്ലെങ്കിൽ ഈ അവസാനം എന്ന് പറയുന്നത് എന്താണ്?"

ജോൺ ഇടുങ്ങിയ വഴികളിലൂടെ വണ്ടിയോടിക്കുകയാണ്. പലപ്പോഴും നടപ്പാതകളിലേക്ക് വണ്ടി കയറ്റുകയും, ഓട്ടോറിക്ഷകൾ, തള്ളുവണ്ടികൾ, ട്രക്കുകൾ, ജനങ്ങൾ എന്നിവയെയെല്ലാം മറികടക്കുകയും ചെയ്യുന്നു. അവസാനം ഞങ്ങൾ ജ്വല്ലറിയിലെത്തി. അവിടെ വാതിലിൽ സ്വർണ്ണ ക്കൊലുസുകളിട്ടിരിക്കുന്നു. ചുറ്റിലും 24-കാരറ്റ് സ്വർണ്ണം തിളങ്ങുന്നു. ഒരു സെയിൽസ്മാൻ തന്റെ സതീർത്ഥ്യന്റെ പുറം തടവിക്കൊടുക്കുന്നു. മറ്റൊരാൾ കൈകൊണ്ട് കൊത്തുപണി ചെയ്ത വളകൾ തുടച്ച് വൃത്തിയാക്കുന്നു. അയാൾ അപ്പോൾ ഓരോ വളകളേയും ഓമനിക്കുന്നുണ്ടായിരുന്നു.

സ്വർണ്ണ അരികുകളുള്ള ബുർക്കയും സ്വർണ്ണത്തിന്റെ നെക്ലസ്സും ധരിച്ച കമല സ്ഥിരപരിചിതയെപ്പോലെ പടികൾ കയറി വൈരക്കല്ലുകൾ നിരത്തിവച്ചിരിക്കുന്നിടത്തെത്തി. നല്ല മിനുമിനുപ്പുള്ള കസേരകളിൽ ഞങ്ങളിരുന്നപ്പോൾ ചുറ്റിൽ നിന്നും രത്നക്കല്ലുകൾ ഞങ്ങളെ നോക്കി കണ്ണിറുക്കി. വൃത്തിയായി വസ്ത്രധാരണം ചെയ്ത ഒരു സെയിൽസ്മാൻ ഞങ്ങളുടെ പക്കലെത്തി. ഒന്ന് ശങ്കിച്ച് ഞാൻ ഇരുണ്ട സിലോണി നീലക്കല്ലും രത്നവും തിരഞ്ഞെടുത്തു. എന്റെ മകൾ അറിയിച്ചിരുന്ന വിലയിൽ കൂടരുതെന്ന് എനിക്ക് നിർബന്ധമുണ്ടായിരുന്നു. അവിടത്തെ ജീവനക്കാർ എന്നെ കളിയാക്കി. അവർ യഥാർത്ഥ ഉപഭോക്താവായ കമലയ്ക്കുവേണ്ടി കാത്തിരുന്നു. എന്റെ ആവശ്യം കഴിഞ്ഞപ്പോൾ, കടയുടമയുടെ മരുമകൻ ഒരു വെളുത്ത തുണി കമലയുടെ മുന്നിൽ വിരിച്ചു. ജീവനക്കാർ മൂക്കുത്തിയുടെ ഒരു ശേഖരം അയാളെ ഏല്പിച്ചു. എല്ലാം രത്നക്കല്ല് പതിച്ചവ. കമല അതിൽ നിന്നും മൂന്നെണ്ണം തിരഞ്ഞെടുത്തു. കണ്ണാടിയിൽ നോക്കി ഓരോന്നായി മൂക്കിന്മേൽ വച്ച് ഭംഗി നോക്കി. പിന്നെ അതിൽ ഏറ്റവും ഇഷ്ടപ്പെട്ടത് തിരഞ്ഞെടുത്തു. കമല അതുവാങ്ങിയ വേഗത എന്നെ അദ്ഭുതപ്പെടുത്തി.

"ഇനിയിപ്പോൾ അമീറിന്റെ ഭാര്യയ്ക്ക് മുന്നിൽ നിൽക്കുമ്പോൾ എന്നെ കണ്ടാൽ ഒരു ദരിദ്രയായി തോന്നില്ല. സ്റ്റേജിൽ നിൽക്കുമ്പോൾ ഞാനെന്തായാലും തിളങ്ങും."

മീശ വിറപ്പിച്ച്, കടയുടമയുടെ മരുമകൻ കമല പറഞ്ഞതിന്റെ ഇടയ്ക്ക് കയറി. "മാഡം, താങ്കൾ എന്തിനാണ് മതം മാറിയത്? അത് ഞങ്ങളെയെല്ലാം ചതിച്ചതുപോലെയായി" അയാൾ പിന്നേയും മലയാളത്തിൽ എന്തൊക്കെയോ പറഞ്ഞുകൊണ്ടിരുന്നു.

വ്യാപാരം പെട്ടെന്ന് നിലച്ചു. സെയിൽസ്മാൻമാരെല്ലാം വരിവരിയായി നിന്ന് കമലയെ തുറിച്ച് നോക്കുവാൻ തുടങ്ങി. ഉപഭോക്താക്കളുടെയെല്ലാം തല ഞങ്ങൾക്ക് നേരെ തിരിഞ്ഞു. മരുമകൻ തന്റെ തല കമലയുടെ അടുത്തേക്ക് ഒന്നുകൂടി നീട്ടി. അയാളുടെ വാക്കുകൾ അമ്പുകളെപ്പോലെ പാഞ്ഞു. "ഹിന്ദുമതത്തിലേക്ക് തിരികെ വരൂ" കമല എനിക്ക് വിവർത്തനം ചെയ്ത് തന്നു.

"അയാൾ ബുദ്ധിമുട്ടിക്കുന്നുണ്ടോ?" ഞാൻ ചോദിച്ചു. അയാൾ വല്ലാത്ത കോപത്തിലാണെന്ന് എനിക്ക് തോന്നി.

“എനിക്ക് ദുഃഖം തോന്നുന്നു. ഞാനൊരു വിഡ്ഢിയാണ്.” കമല പറഞ്ഞു. “അയാളുടെ കുറ്റമല്ല.”

കമല വാങ്ങിയ ആഭരണത്തിന്റെ പെട്ടി കൗണ്ടറിനുമുകളിൽ വച്ചിരിക്കുന്നു. അപ്പോഴും മരുമകൻ അഭ്യർത്ഥന തുടരുകയായിരുന്നു. എല്ലാവരും ഞങ്ങളെ തന്നെ നോക്കുന്നു. എനിക്ക് ഉടൻ ഇവിടെനിന്നും പോകണം.

“അവരൊന്നും അത്ര സ്നേഹത്തോടെയല്ല സംസാരിക്കുന്നത്.” ഞാൻ പറഞ്ഞു.

“അവർ സ്നേഹത്തോടെ തന്നെയാണ് സംസാരിക്കുന്നത്.” കമലയുടെ മറുപടി.

“എങ്ങനെ?” എനിക്ക് അദ്ഭുതം.

“അവർ എനിക്കായി കാപ്പി കൊണ്ടുവന്നു.”

അതുപറഞ്ഞ് കമല തന്റെ സ്വതഃസിദ്ധമായ വിടർന്ന പുഞ്ചിരി സമ്മാനിച്ചു. ആ ചിരിയുടെ അർത്ഥം എല്ലാ പ്രശ്നങ്ങളും, എല്ലാ അധിക്ഷേപങ്ങളും, ദുഃഖങ്ങളും മറന്നേക്കൂ എന്നായിരുന്നു.

കമലയോട് ഇനിയും ഇതിനെക്കുറിച്ച് സംസാരിക്കരുതെന്ന് ഞാൻ മരുമകനോട് അഭ്യർത്ഥിച്ചു. അങ്ങനെ ചെയ്യുമ്പോൾ കമല ദുഃഖിതയാകുന്നുവെന്നും പറഞ്ഞു. മനസ്സില്ലാമനസ്സോടെ അയാൾ സമ്മതിച്ചു. കമല അധികം താമസിയാതെ എന്റെ നാട്ടിലേക്ക് വരുമെന്ന് ഞാൻ അയാളോട് പറഞ്ഞു. അതുകേട്ടപ്പോൾ അയാൾ താൻ കമലയുടെ സെക്രട്ടറിയായി വരാമെന്ന് പറഞ്ഞു. അങ്ങനെയാകുമ്പോൾ അയാൾക്ക് ഐക്യ അമേരിക്കൻ നാടുകളിലേക്കുള്ള വിസ ലഭിക്കും. അയാൾ അയാളുടേയും കമലയുടെയും ടിക്കറ്റിന്റെ പൈസ സ്വയം വഹിച്ചോളാം എന്നും പറഞ്ഞു.

“എന്റെ ബാഗുകൾ താങ്ങിക്കൊണ്ടുപോകുവാൻ എനിക്ക് ഒരു സെക്രട്ടറി എന്തായാലും വേണം.” കമല അയാളുടെ മൊബൈൽ നമ്പർ വാങ്ങിക്കൊണ്ട് പറഞ്ഞു. മാർബിളിന്റെ പടികളിറങ്ങുമ്പോൾ അയാൾ ഒപ്പമുണ്ടായിരുന്നു. അയാൾ ബാഗുകൾ താങ്ങിക്കൊണ്ട് നടക്കുന്നതുപോലെ അഭിനയിച്ചു. കമല എന്റെ കൈ പിടിച്ചാണിറങ്ങിയത്. മറുകൈയിൽ ആഭരണപ്പെട്ടിയുണ്ടായിരുന്നു. അപ്പോൾ കമല “വളരെ നല്ലത്, വളരെ നല്ലത്, എന്റെ പെട്ടി തൂക്കിക്കൊണ്ട് നടക്കാൻ ഒരാളുണ്ടാകുന്നത് നല്ലതാണ്” എന്ന് പിറുപിറുക്കുന്നുണ്ടായിരുന്നു.

അലങ്കരിച്ച മുൻവാതിലിന്നകത്ത് ഞങ്ങൾ കാറിനായി കാത്തു നിന്നു.

“സാധാരണയായി ഒരു ഹിന്ദുവിന്റെ കടയിലേക്ക് കയറുവാൻ എനിക്ക് ഭയമാണ്. നീ ആവശ്യപ്പെട്ടതുകൊണ്ട് മാത്രമാണ് ഞാൻ വന്നത്.” കമല പറഞ്ഞു.

“കമലയെ അയാൾ നിർബന്ധിച്ചപ്പോൾ കമലയ്ക്ക് കോപം വന്നോ?”

“കോപമൊന്നുമില്ല. ‘ഹിന്ദുമതത്തിലേക്ക് തിരികെ വരൂ. ഞങ്ങളൊക്കെ ദുഃഖിതരാണ്’ എന്നേ അയാൾ പറഞ്ഞുള്ളു.”

“അപ്പോൾ കമല എന്ത് പറഞ്ഞു?”

“ഇപ്പോൾ ഹിന്ദു തീവ്രവാദികൾ പറയുന്നതുപോലെ. അപ്പോൾ മുസ്ലീംങ്ങൾ എന്നെ കൊല്ലില്ലേ? ഞാനിപ്പോൾ രണ്ടിനും ഇടയ്ക്ക് പെട്ടിരിക്കുകയാണ്.” ഞങ്ങൾ ഞങ്ങളുടെ ആളുകളെ ഇറക്കി താങ്കളെ സംരക്ഷിച്ചുകൊള്ളാം.’ എന്നയാൾ പറഞ്ഞു. അപ്പോൾ ഞാൻ അത്രയും പേർക്ക് ഭക്ഷണം നൽകുവാൻ എന്നെക്കൊണ്ടാകില്ല എന്ന് പറഞ്ഞു. അതിനു മറുപടിയായി അയാൾ ‘ആ ചിലവ് ഞാൻ വഹിച്ചുകൊള്ളാം’ എന്നറിയിച്ചു.

“ഗംഭീരം.” ഞാൻ ചിരിച്ചു. “അപ്പോൾ കമലയുടെ വീട്ടിലിരുന്ന് ഹിന്ദു സംരക്ഷകർക്കും മുസ്ലീം കമേൻഡോകൾക്കും പാർട്ടി നടത്താം.”

ഞങ്ങൾ താഴെ കാറിനായി കാത്ത് നിൽക്കുകയായിരുന്നു. അപ്പോൾ ഒന്നാം നിലയിലെ ഒരു സെയിൽസ്മാൻ കമലയെ മുറിയുടെ അങ്ങേ മൂലയിൽ നിന്നും വിളിച്ചു. മറ്റ് ജീവനക്കാരെല്ലാം അയാൾക്ക് പുറകെ അവിടെയെത്തി. അതിനാൽ താഴത്തെ നിലയിലേയും വ്യാപാരം നിലച്ചു. അയാൾ ഒന്ന് ശബ്ദമുയർത്തി ”പക്ഷേ മാഡം, താങ്കൾ താങ്കളുടെ മതം ഉപേക്ഷിച്ചതെന്തേ?“ എന്ന് ചോദിച്ചു.

ഞങ്ങളുടെ കാർ ഞങ്ങൾക്കായി കാത്തുനിൽക്കുന്നു. എന്നാൽ ഇവരെല്ലാവരും കൂടി കമലയെ പോകാൻ അനുവദിക്കുന്നില്ല.

കമല ആ കട മുഴുക്കെ കേൾക്കുമാറുച്ചത്തിൽ അതിന് മറുപടി കൊടുത്തു. പിന്നെ സാവധാനം തന്നോട് തന്നെ “ചിലപ്പോഴെങ്കിലും ഞാൻ ശ്രീകൃഷ്ണ നാമം ജപിക്കാറുണ്ട്. കൃഷ്ണൻ ഇപ്പോഴും എന്നോടൊപ്പമുണ്ട്” എന്ന് പറഞ്ഞു.

താഴേക്കിറങ്ങുവാൻ സഹായിക്കുമ്പോൾ കമല എന്താണ് പറഞ്ഞതെന്ന് ഞാൻ ചോദിച്ചു. കമലയ്ക്ക് പകരം ഞാനായിരുന്നുവെങ്കിൽ മറ്റുള്ളവർക്ക് അവരാണ് എന്റെ ജീവിതം നിയന്ത്രിക്കുന്നതെന്ന ചിന്തയുണ്ടാക്കുവാൻ ഞാൻ അനുവദിക്കുകയില്ലായിരുന്നു. അതിലുമുപരിയായി ഇങ്ങനെ തുടർച്ചയായി, വ്യക്തിപരമായ ചോദ്യങ്ങൾ ചോദിക്കുന്നതും ഞാൻ അനുവദിക്കില്ലായിരുന്നു.

“‘മാഡം, താങ്കൾ എന്തിനാണ് മതം മാറിയത്? ഞങ്ങളെ വഞ്ചിച്ചതായി ഞങ്ങൾക്ക് തോന്നുന്നു’ എന്നവർ പറഞ്ഞു. അപ്പോൾ അതിനു മറുപടിയായി, അവരെ കളിയാക്കുന്ന മട്ടിൽ ‘നിങ്ങൾക്ക് എന്നെ അറിയില്ലേ? ഞാനെന്തൊക്കെ എഴുതി എന്നറിയില്ലേ? പ്രണയത്തിനായല്ലാതെ മറ്റെന്തിന് ഞാനത് ചെയ്യും?’ എന്ന് ചോദിച്ചു. അവർ ഊഹിച്ചു എന്നും, എന്നാൽ അവർക്ക് അതിൽ ഉറപ്പില്ലായിരുന്നു എന്നും അവർ പറഞ്ഞു. ‘നിങ്ങൾ എന്നെ സ്നേഹിക്കുന്നുണ്ടോ’ എന്ന് ഞാൻ ചോദിച്ചു. ‘ഉവ്വ്’ എന്ന് അവർ മറുപടി തന്നു. അപ്പോൾ ഞാനവരോട് ‘എങ്കിൽ നിങ്ങൾ എന്തുകൊണ്ട് അതെന്നോട് പറഞ്ഞില്ല. അതു പറഞ്ഞിരുന്നുവെങ്കിൽ ഞാൻ നിങ്ങളോടൊപ്പം വന്നേനെ’ എന്ന് പറഞ്ഞു.” തീർച്ചയായും അത് ഒരു രാഷ്ട്രീയാർത്ഥത്തിലുള്ള വർത്തമാനമായിരുന്നു.

മടക്കയാത്രയ്ക്കിടയിൽ കമല അമ്മുവിന്റെ കഥ പറഞ്ഞു. കമലയുടെ അമ്മൂമ്മയാണിക്കഥ കമലയ്ക്ക് പറഞ്ഞുകൊടുത്തത്. നാലപ്പാട്ടെ ഒരു പതിനാറുകാരിയായിരുന്നു അമ്മു. അയിത്തജാതിയിൽ പെട്ട ഒരാൾ എറിഞ്ഞ ഏതോ ഒരു വസ്തുവിൽ അമ്മു ഒന്ന് തൊട്ടു.

നായന്മാർക്ക് അയിത്ത ജാതിയിൽ പെട്ടവരെ സ്പർശിക്കുവാൻ പാടില്ല. തൊട്ടാൽ അവർ ജാതിയിൽ നിന്നും പുറത്താകും. അമ്മുവിനും അതു തന്നെ സംഭവിച്ചു. അമ്മു ഒരു പാടത്ത് പോയി ഒളിച്ചു. ഒരു മുസ്ലീം അവളെ കണ്ടെത്തി. അയാൾ അവളെ സംരക്ഷിച്ചുകൊള്ളാം എന്ന് വാക്ക് കൊടുത്തു. അവളെ വീട്ടിലേക്ക് കൂട്ടിക്കൊണ്ടുപോയി. വിവാഹം കഴിച്ചു. അഞ്ച് വർഷം കഴിഞ്ഞു. അവളുടെ സ്ഥിതിയറിഞ്ഞ സഹോദരൻ അവളെ കാണുവാനായി പല്ലക്കിലെത്തി. അമ്മുവിനെ തിരികെ കൊണ്ടുപോകുവാനാണ് അയാൾ വന്നത്. അപ്പോൾ അമ്മും തന്റെ കുഞ്ഞിനെ വീട്ടുമുറ്റത്ത് കളിപ്പിക്കുകയായിരുന്നു.

“എന്നോടൊപ്പം വരൂ. പല്ലക്ക് കാത്തിരിക്കുന്നു.” സഹോദരൻ ക്ഷണിച്ചു.

“എനിക്ക് എല്ലാം എന്റെ ഭർത്താവാണ്. ഞാൻ അയാളുടേതാണ്. എനിക്ക് വരാൻ പറ്റില്ല.”

“നീ വന്നില്ലെങ്കിൽ അത് വീടിനൊരു അപമാനമാകും.” സഹോദരൻ തന്റെ അരയിലെ കഠാര പുറത്തെടുത്തു.

അയാൾ തിരികെ നാലപ്പാട്ടെത്തിയപ്പോൾ കഠാരയിൽ നിന്നും രക്തം ഇറ്റുവീഴുന്നുണ്ടായിരുന്നു.

“നാലപ്പാട്ടെ ആ സഹോദരൻ തന്റെ സഹോദരിയെ കൊലപ്പെടുത്തിയിരിക്കുന്നു.” നാട്ടുകാർ വട്ടം കൂടി.

“കുടുംബത്തിന്റെ മാനം കാത്തത് നോക്കൂ.” സഹോദരൻ ഊറ്റം കൊണ്ടു. അയാൾ അതിനു ശേഷം ആ കഠാര കുഴിച്ചു മൂടി.

എന്റെ അമ്മൂമ്മ പറയുന്നത് നാലപ്പാട്ടെ ഒരു സഹോദരനും തന്റെ സഹോദരിയെ കൊല്ലുവാനാകില്ല എന്നാണ്. അയാളുടെ കഠാരയിൽ നിന്നും ഇറ്റുവീണത് ആടിന്റെ രക്തമാകാം എന്നാണ്.

“ഈ രഹസ്യം ഞാൻ നാലപ്പാട്ടുള്ളോരോടും പറഞ്ഞു. അവർക്ക് ദേഷ്യം വന്നു. ആ രഹസ്യം മറക്കണമെന്ന് അവർ എന്നോട് ആവശ്യപ്പെട്ടു. എന്നാൽ ഈ കഥ എന്നെ നൊമ്പരപ്പെടുത്തി. ഞാൻ മതം മാറിയപ്പോൾ ‘ഒരു നാലപ്പാട്ടുകാരി എന്ന നിലയിൽ എനിക്ക് മുസ്ലീം സമുദായത്തിനോട് ചില കടപ്പാടുകളുണ്ട്. ഞാനത് ചെയ്ത് തീർക്കുന്നു.’ കമല പറഞ്ഞ് നിറുത്തി.

അമ്പാടി അപ്പാർട്മെന്റിൽ കമലയുടെ അയൽക്കാരിയായിരുന്ന വൃദ്ധ കമലയെ കാണാൻ എത്തി. അവരോടൊപ്പം അമ്പാടിയിലെ തൂപ്പുകാരിയുമുണ്ടായിരുന്നു. ഞങ്ങൾ വരുന്നതും കാത്ത് നിൽക്കുകയായിരുന്നു

അവർ. കമല ഇരുന്നപ്പോൾ ആ വൃദ്ധ കമലയുടെ കാൽക്കലിരുന്നു. കമലയുടെ കൈകൾ പിടിച്ചു.

ഞാൻ സെറ്റിയിൽ ഇരുന്നു. എന്റെ നോട്ടുപുസ്തകം തുറന്ന് കുത്തിക്കുറിക്കുവാൻ തുടങ്ങി. ഒന്ന് തലയുയർത്തി നോക്കിയപ്പോൾ കമല കരയുന്നത് കണ്ടു. ഞാൻ എഴുത്ത് നിറുത്തി കമലയുടെ അരികെ വന്ന് നിന്നു. ഒരു കസേര നീക്കിയിട്ട് അതിലിരുന്നു. കമല കണ്ണു തുടച്ചു. "ഇവരുടെ തലമുറയിൽ നിന്നും എന്നെക്കാണാൻ വരുന്ന ഏക വ്യക്തിയാണിവർ. എൺപത് വയസ്സായി ഇവർക്ക്. ഇവർ ഒരു നായർ സ്ത്രീയാണ്. ഇപ്പോഴും എന്നെ സ്നേഹിക്കുന്നു."

ഉരുളൻകല്ലുകൾ നിറഞ്ഞ അരുവിയിലൂടെ ഒഴുകുന്ന വെള്ളമുണ്ടാക്കുന്ന ശബ്ദം പോലെ ആ വൃദ്ധ കമലയോട് എന്തോ പറഞ്ഞുകൊണ്ടിരുന്നു. വെളുത്ത ഖാദി വസ്ത്രമാണവർ ധരിച്ചിരുന്നത്. കമല ശബ്ദമുണ്ടാക്കാതെ കരഞ്ഞു. തല കസേരയിൽ ചാരി, കണ്ണുകളടച്ച്. ഞാൻ കമലയുടെ മറ്റേ കൈ പിടിച്ചു. കമലയുടെ പരിചാരിക അമ്മു അടുത്ത് നിന്നു. അവർ കമലയുടെ തോളിൽ തട്ടുന്നുണ്ടായിരുന്നു. കമല കണ്ണു തുറന്നപ്പോൾ ഞങ്ങളുടെ ടാബ്ലോ കണ്ടു. അവരെ സമൂഹത്തിൽ നിന്നും പുറം തള്ളിയതിന്റെ വേദനയായിരുന്നു ആ ടാബ്ലോയിൽ അവതരിക്കപ്പെട്ടത്. അതിൽ എനിക്കുള്ള സ്ഥാനവും കമല കണ്ടു.

"എന്നെ കാണാൻ അവരിവിടെ എത്തി എന്നറിഞ്ഞാൽ ഒരുപക്ഷേ അവരുടെ ബന്ധുക്കൾ പോലും അവരെ പുറത്താക്കും. അതെന്നെ സ്പർശിച്ചു." കമല പറഞ്ഞു.

അപ്പോൾ, നഷ്ടപ്പെട്ട എല്ലാതിനേയും കുറിച്ച് കമലയ്ക്ക് ഓർമ്മവന്നു. അവരുടെ മുഖത്ത് ദുഃഖം തളം കെട്ടി. ആ വൃദ്ധ അപ്പോഴും കമലയെ തടവിക്കൊണ്ടിരുന്നു, കമലയോട് എന്തൊക്കെയോ സംസാരിച്ചുകൊണ്ടിരുന്നു. അതെല്ലാം കേട്ട് കമല പുഞ്ചിരിച്ചു. കമലയുടെ മുഖത്ത് അപ്പോൾ ആ പഴയ മാസ്മരികത തിരികെയെത്തി.

"ഞാൻ ധരിക്കാറുള്ള ഏലസ്സ് ഇവരോർക്കുന്നു എന്നാണിവർ പറയുന്നത്. ഇവരിപ്പോൾ അത് തിരയുകയാണത്രെ. എന്നെ ടി വിയിൽ കാണുമ്പോഴൊക്കെ ഇവരുടെ കൊച്ചുമക്കൾ എന്റെ സൗന്ദര്യത്തെ പുകഴ്ത്തുന്നുവത്രെ. ഞാനിപ്പോഴും ചെറുപ്പമാണെന്ന് പറയുന്നുവത്രെ."

"അവർ കമലയെ സന്തോഷിപ്പിക്കുവാൻ ശ്രമിക്കുകയാണ്."

"അതെ. ഇവർക്ക് എന്നോട് സ്നേഹമുണ്ട്." കമല കരുത്ത് വീണ്ടെടുക്കുവാൻ ശ്രമിക്കുകയാണ്. "എന്നെ സ്നേഹിക്കുന്ന വളരെയധികം പേരുണ്ട്."

ആ വൃദ്ധ താനിരുന്നിരുന്ന ഇരിപ്പിടം കമലയുടെ ഒന്നുകൂടി അടുത്തേക്ക് വലിച്ചിട്ടു. എന്നിട്ട് കമലയുടെ മടിയിൽ തന്റെ തലയൊളിപ്പിച്ചു. അവർ അവിടെ അങ്ങനെ അനങ്ങാതെ കിടപ്പായി. അവസാനം നിറയെ നരച്ച മുടികളുള്ള ആ തല കമല തന്റെ രണ്ടുകൈകളും കൊണ്ട് ഉയർത്തി.

വൃദ്ധ ഇരുകൈകളും കമലയുടെ മുഖത്തേക്ക് നീട്ടി. അപ്പോൾ അവർ ഇരുവരും കണ്ണിൽ കണ്ണിൽ നോക്കുകയായിരുന്നു. അവർ ഇരുവരേയും താന്താങ്ങളിലേക്ക് അടുപ്പിച്ചു. അവരുടെ നെറ്റികൾ പരസ്പരം കൂട്ടിമുട്ടി.

"വല്ലാതെ വിയർക്കുന്നുണ്ടല്ലോ?" പരസ്പരം വേർപ്പെട്ടപ്പോൾ വൃദ്ധ പറഞ്ഞു. "ഒരുപക്ഷേ ഈ തലക്കെട്ട് കാരണമാകാം."

സിനിമാ നിർമ്മാതാവ് പ്രകാശും അയാളുടെ സുഹൃത്ത് വിന്നിയും ദിവസത്തിനൊരാശ്വാസമായി. അവരെ അത്താഴത്തിന് ക്ഷണിച്ചിരിക്കുന്നു. കമല അപ്പോൾ തന്റെ ഖത്തർ പരിപാടികളുടെ ഒരു അവലോകനം സമർപ്പിച്ചു. "വളരെ യാഥാസ്ഥതിതികമായ ഒരു സമൂഹം. വെള്ളിയാഴ്ചകളിലെ കർമ്മങ്ങൾ കൃത്യം." കബീറിന് കൂടെപോകണമെന്ന് ആഗ്രഹമുണ്ട്. എന്നാൽ കമല തന്റെ പുത്രൻ ചിന്നനെ കൂട്ടുവാനാണ് തീരുമാനിച്ചിരിക്കുന്നത്. അങ്ങനെയാകുമ്പോൾ തനിക്ക് കുറച്ചുകൂടി സ്വാതന്ത്ര്യം ലഭിക്കുമെന്നതാണ് അതിനുള്ള ന്യായം. അപ്പോൾ രാത്രിയിൽ തലമുടിക്ക് മുകളിലുള്ള തുണിയൊന്ന് മാറ്റാനാകും. ഏതെങ്കിലും ഒരു സ്ത്രീയെ കൂടെക്കൂട്ടുകയായിരിക്കും നല്ലതെന്ന് ഒരു നിർദ്ദേശം ഞാൻ വച്ചു. സ്ത്രീ സുഹൃത്തുക്കളുടെ കൂടെയുള്ള എന്റെ യാത്രകൾ രസകരമായിരുന്നു എന്ന് ഞാനതിന് ന്യായം കണ്ടെത്തി.

"അതിലും നല്ലത് ഒരു കുരങ്ങിനെ കൂടെക്കൂട്ടുകയല്ലേ," എന്നായിരുന്നു കമലയുടെ പ്രതികരണം. എന്നിട്ട് കുരങ്ങ് ചാടുന്നതുപോലെ കൈകൊണ്ട് ആംഗ്യം കാണിച്ചു. "അതാകുമ്പോൾ അത് ചാടും, നീണ്ട വാലുമുണ്ട്." അത്രയും പറഞ്ഞ് പിറകിൽ വാലുണ്ടോ എന്നൊന്ന് നോക്കി. "നല്ല രസമാകും." എന്നവസാനിപ്പിച്ചു.

അതുകേട്ട് പ്രകാശും, ഞാനും വിന്നിയും പൊട്ടിച്ചിരിച്ചു. അങ്ങനെ ആ കുരങ്ങ് അന്നത്തെ ദിവസത്തിന് സന്തോഷകരമായ ഒരു അവസാനം നൽകി.

പതിനാറ്

ഇളം പച്ചകുളം

കാമലയെ പ്രാർത്ഥന ചൊല്ലേണ്ടുന്നവിധം പഠിപ്പിക്കുവാനും, ഖത്തർ യാത്രയ്ക്ക് തയ്യാറാക്കുവാനുമായി അനവധിപേർ വന്നുകൊണ്ടിരുന്നു. അവിടെ കമലയെക്കൊണ്ട് അവർ വളരെയധികം അദ്ധ്വാനിപ്പിക്കുമെന്ന് കമല പറഞ്ഞു. പൊതുസമ്മേളനങ്ങൾ, സർക്കാർ പരിപാടികൾ, പള്ളികളിലെ പ്രസംഗങ്ങൾ എല്ലാമുണ്ടാകും. പള്ളികളിലെ പ്രസംഗങ്ങൾക്കുള്ള തയ്യാറെടുപ്പിനായാണ് പ്രാർത്ഥന ചൊല്ലേണ്ടുന്ന വിധം പഠിക്കുന്നത്.

കമല അതുവരേക്കും മുപ്പത് അറബി സൂക്തങ്ങൾ പഠിച്ചിരിക്കുന്നു. സാദിഖ് അലി എന്ന സ്വപ്നം പൊലിയുകയാണെന്ന് ഉറപ്പായതോടെ ഇനിയും പഠിക്കുവാൻ വയ്യെന്ന അവസ്ഥയുമായിരിക്കുന്നു.

"ഞാൻ പ്രാർത്ഥനയുടെ ആദ്യ സൂക്തങ്ങൾ ചൊല്ലും, പിന്നെ കണ്ണ് മേൽപോട്ടാക്കും." കമല കണ്ണുകൾ മേലോട്ടാക്കി, കൈകൾ വിടർത്തി. "ഞാൻ എന്നിട്ട് യാ അള്ളാ" എന്ന് പറയും. അപ്പോൾ കമല സെറ്റിയിൽ ഇരിക്കുകയായിരുന്നു. കണ്ണുകൾ ആനന്ദനിർവൃതിയിലായിരുന്നു. കൈകൾ സ്വർഗ്ഗത്തെ ലക്ഷ്യമാക്കി ഉയർന്നിരുന്നു. കറുത്ത പർദ്ദ ധരിച്ചിരുന്നു. "അവരെ വിസ്മയിപ്പിക്കുന്ന" രീതിയിൽ ആവർത്തിച്ച് ദൈവത്തെ വിളിക്കുന്ന, ദൈവത്തിൽ വിശ്വാസമർപ്പിക്കുന്ന രൂപമായിരുന്നു അത്.

ഞങ്ങൾ യാത്ര പറഞ്ഞു. രണ്ടുപേർക്കും ഇനി പ്രത്യേകാൽ യാത്രാ പരിപാടികളുണ്ട്. ഞങ്ങൾ വീണ്ടും കാണുമെന്ന്, അതും ഏതാനും ആഴ്ചകൾക്കുള്ളിൽ തന്നെ കാണുമെന്ന്, ഞങ്ങൾക്ക് ഉറപ്പുണ്ടായിരുന്നു. നാളെ കമല ഗൾഫ് നാടുകളിലേക്ക് യാത്രയാകും. ഞാനാകട്ടെ, വടക്കോട്ട്, മലബാറിന്റെ തീരത്തുകൂടെ, കമലയുടെ നാലപ്പാട്ട് വീട്ടിലേക്കും.

ഒരു വിഡിയോ ഗെയിമിൽ പല വസ്തുക്കളും നമുക്ക് നേരെ വരുന്നതുപോലെയായിരുന്നു ഞങ്ങൾ യാത്രയ്ക്കിറങ്ങിയ വഴി. ഡ്രൈവർ ജേക്കബും ഞാനുമാണീ യാത്രയിൽ. വഴിയിൽ നിറയെ കാറുകളു, ട്രക്കുകളും, റിക്ഷകളും, പശുക്കളും. അവയെല്ലാം ഞങ്ങൾക്ക് നേരെ പറന്നടുക്കുകയായിരുന്നു. ഞങ്ങൾ പുന്നയൂർക്കുളത്തെത്തിയിരിക്കുന്നു. കമലയുടെ ഗ്രാമമാണിത്. അരികിൽ നല്ല പച്ചപ്പുള്ള വഴി. അവിടെ മാധവിക്കുട്ടിയെ അറിയാത്തവർ ആരുമില്ല. കമല മലയാളത്തിൽ എഴുതുമ്പോൾ ഉപയോഗിക്കുന്ന പേരാണ് മാധവിക്കുട്ടി. അവർ ഒരു പഴയ വീട്ടിലേക്ക് ഞങ്ങൾക്ക് വഴികാട്ടി. ഓടിട്ട, മരം കൊണ്ട് നിർമ്മിച്ച പഴയ വീട്. ആ പ്രദേശങ്ങളിൽ അവശേഷിക്കുന്ന, പഴയ വാസ്തുനിർമ്മാണ ശൈലിയിലുള്ള അവസാനത്തെ വീട്. ഒരു വൃദ്ധയാണ് ഞങ്ങളെ സ്വീകരിച്ചത്. ഒട്ടൊന്ന് ശങ്കിച്ച് തന്നെയായിരുന്നു സ്വീകരണം. ജേക്കബ് എന്റെ പരിഭാഷിയായി. ആ വീടിന്റെ അടുത്തായിരുന്നു നാനൂറ് വർഷം പഴക്കമുള്ള നാലപ്പാട്ട് വീട്. പടിപ്പുരയും, വിവിധ പാരമ്പര്യ നൃത്തരൂപങ്ങൾ കളിക്കുവാനായി ഉപയോഗിച്ചിരുന്ന പൂമുഖവും, മച്ചും, സർപ്പക്കാവും, കുളിപ്പുരയും, തൊഴുത്തും, പത്തായപ്പുരയും, ബലിപ്പുരയുമുള്ള വീട്.

"ആ വീടിന്റെ മദ്ധ്യത്തിൽ നിന്നാൽ നിങ്ങൾക്ക് ആകാശം കാണാം." ഞങ്ങളെ സ്വീകരിച്ച അമ്മൂമ്മ പറഞ്ഞു. "അവിടെ നിൽക്കുമ്പോൾ ഞങ്ങൾക്ക് കാറ്റിന്റെ സ്വരം കേൾക്കാമായിരുന്നു. പ്രാവുകളുടെ ശബ്ദം കേൾക്കാമായിരുന്നു. ഇടിമിന്നുന്നത് കാണാമായിരുന്നു. നല്ല വായു സഞ്ചാരമുണ്ടായിരുന്നതിനാൽ അകത്ത് ഒരിക്കലും ചൂടനുഭവപ്പെട്ടിരുന്നില്ല. അവിടെയിരുന്നാൽ ഞങ്ങൾക്ക് നക്ഷത്രങ്ങളേയും കാണാമായിരുന്നു."

അവരുടെ മുഖത്തപ്പോൾ ദുഃഖമുണ്ടായിരുന്നു. അവർ കിഴക്കുള്ള വയലുകൾ കാണിച്ചു തന്നു. മരിച്ചവർക്ക് ചിതയൊരുക്കിയിരുന്ന തെക്ക്

സ്ഥലം കാണിച്ചു തന്നു. പിന്നെ പടിഞ്ഞാറ് അറബിക്കടലാണെന്ന് പറഞ്ഞു തന്നു. "ആ വീട് ഇന്നില്ല. അതിൽ ദുഃഖമുണ്ട്." അവർ എന്നോട് പറഞ്ഞു. പിന്നെ കമലയോട് ഞങ്ങൾ അവരെ ഓർക്കുന്നു എന്ന് പറയണേ എന്നാവശ്യപ്പെട്ടു.

ഞാൻ കുളത്തിന്റെ ഒരു ചിത്രമെടുത്തു. രണ്ടായിരം വർഷം പഴക്കമുള്ള സർപ്പക്കാവിന്റെ പടമെടുത്തു. അവിടെ രേണുകയുടേയും, അവരുടെ അച്ഛൻ വാസുകിയുടേയും രൂപങ്ങൾ ദ്രവിച്ച് കിടപ്പുണ്ടായിരുന്നു. ഈ ദ്രവിച്ച രൂപങ്ങളിലേക്ക് കമലയുടെ കവിത ജീവച്ഛ്വാസം നിറയ്ക്കുന്നു. അപ്പോൾ ഞാനും കമലയും കുട്ടികളാകുന്നതും ഞങ്ങൾ ആ കുളത്തിലിറങ്ങി കളിക്കുന്നതും നാലപ്പാട്ടെ സ്വകാര്യ പൂങ്കാവനത്തിൽ കയറി ശരീരം തോർത്തി വൃത്തിയാക്കുന്നതും സ്വപ്നം കണ്ടു.

കടലേ, നീന്തിക്കളിക്കാൻ എനിക്കിഷ്ടമാണ്
പിന്നെ സസന്തോഷം അതിന്റെ ഉച്ചിയിലേക്ക്
എനിക്കറിയാവുന്ന ചേഷ്ട നീന്തൽ മാത്രം
അനായാസം അതെന്നിലേക്ക് ഒഴുകിയെത്തുന്നു
മലബാറിൽ എനിക്കൊരു വീടുണ്ട്
അവിടെ ഇളംപച്ചനിറമുള്ള ഒരു കുളമുണ്ട്.
എന്റെ എല്ലാ തിരിച്ചറിവുകളും അവിടെയായിരുന്നു
വെളിച്ചം നിറയുന്ന വേനൽമാസങ്ങളിൽ
ഞാനുടനീളം നീന്തി; ഒരു പൊങ്ങുതടിപോലെ കിടന്നു
തണുപ്പിലേക്കും പച്ചപ്പിലേക്കും ഊളയിട്ടു
സൂര്യവെളിച്ചം നിറഞ്ഞുനിന്ന നാഴികകളിലെല്ലാം
പച്ചയും സ്വർണ്ണവുമണിഞ്ഞ് ഞാൻ വിരാജിച്ചു.

നിറഞ്ഞ് തുളുമ്പുന്ന നാലപ്പാട്ടെ കുളത്തിന്റെ ചിത്രം എന്റെ മനസ്സിൽ കമലയെക്കുറിച്ചുണ്ടായിരുന്ന ആശങ്കകൾക്ക് വിരാമമിട്ടു. ഇവിടെ എനിക്ക് കുട്ടിയായ കമലയെ കാണാം. കമലയ്ക്കരികിൽ കമലയുടെ അമ്മൂമ്മയുണ്ട്. കമല ഒന്നിലും ശ്രദ്ധിക്കാതെ കളിച്ചുകൊണ്ടിരിക്കുകയാണ്. കുളത്തിൽ പൊങ്ങിക്കിടക്കുകയാണ്. ഈ വെള്ളം എന്നേയും ക്ഷണിക്കുന്നു. എന്തൊക്കെ വ്യത്യാസങ്ങൾ ഞങ്ങൾ തമ്മിലുണ്ടെങ്കിലും ഈ ദിവ്യസ്പർശമുള്ള വെള്ളമാണ് ഞങ്ങൾ തമ്മിൽ പങ്കുവെയ്ക്കുന്നതെന്ന് എനിക്കു തോന്നുന്നു. ഇതിൽ നിന്നാണ്, പ്രണയം പോലെയുള്ള, ഞങ്ങളെ ചുറ്റിക്കിടക്കുന്ന, എന്തിലും പൊങ്ങിത്തന്നെ കിടക്കുവാനും സ്വതന്ത്രമായി നീന്തിത്തുടിക്കുവാനുമുള്ള ഞങ്ങളുടെ അഭിരുചി ഞങ്ങൾ വളർത്തിയെടുത്തത്.

പുറത്ത് ചൂട് 33 ഡിഗ്രിയിലെത്തിയിരിക്കുന്നു. അതിനാൽ വീടിനകത്തേക്ക് കയറുകയാകും നല്ലതെന്ന് ഞങ്ങളുടെ ആതിഥേയ പറഞ്ഞു. അകത്ത് സുഖമുള്ള തണുപ്പ് തോന്നി. തട്ടിട്ട മുറികളേയും, ഓടിന്റെ ഓടാമ്പലുകളേയും ജേക്കബ് വർണ്ണിച്ചു, ആസ്വദിച്ചു. മച്ചിലെ കൊത്തു

പണികൾ ആസ്വദിച്ചു. നാലപ്പാട്ടെ അവശേഷിക്കുന്ന ഈ കെട്ടിടത്തിൽ നിന്ന് ജേക്കബ് കോൺക്രീറ്റ് പെട്ടികളെപ്പോലെയുള്ള നഗരത്തിലെ സൗധങ്ങളുടെ ആധിക്യം വിവരിക്കുമ്പോൾ, ഇനി കമലയ്ക്ക് വീണ്ടും ഈ വീട്ടിലേക്ക് വരാനാകില്ല എന്ന ചിന്ത എന്റെ മനസ്സിലേക്കോടിയെത്തി. ഇവിടെ ശേഷിക്കുന്ന കമലയുടെ ചുരുക്കം ചില ബന്ധുക്കൾക്ക് കമല യുടെ മതം മാറ്റത്തിൽ പ്രതിഷേധവും ദേഷ്യവുമുണ്ട്. കമല ജീവിച്ച സ്വാതന്ത്ര്യത്തിനുമുമ്പുള്ള ഗ്രാമം ഇന്ന് അവരുടെ കഥകളിൽ മാത്രം ശേഷിക്കുന്നതാണ്. കമലയുടെ ആത്മകഥകൾ ഗ്രാമീണ ലോകത്തിന് അമരത്വം നൽകി. ആ ഗ്രാമങ്ങൾ ഇന്നില്ല. കമലയുടെ ഇന്നത്തെ കഥ കളിൽ പ്രതിഫലിക്കുന്നത് തെക്കുപടിഞ്ഞാറൻ കേരളത്തിൽ വസിക്കുന്ന മലയാളികൾ അവരുടെ പഴയ ലോകത്തിൽ നിന്നും പുതിയ ലോകത്തി ലേക്ക് മാറുന്നതിനെക്കുറിച്ചാണ്.

കേരളത്തിലെ വിദ്യാഭ്യാസ സൂചിക, വളരെ ഉയർന്നതാണെന്നത് ശരിയാണ്. ജീവിത ദൈർഘ്യം മറ്റ് പ്രദേശങ്ങളെ അപേക്ഷിച്ച് നോക്കു മ്പോൾ വളരെ കൂടുതലാണിവിടെ. ഇന്ത്യയിൽ ഗർഭിണികളുടേയും കുഞ്ഞുങ്ങളുടേയും മരണം ഏറ്റവും കുറവുള്ള സംസ്ഥാനവും കേരളം തന്നെ. മറ്റേത് സംസ്ഥാനത്തേക്കാളും സ്ത്രീ-പുരുഷ അനുപാതത്തിൽ സ്ത്രീകൾ മുമ്പിൽ നിൽക്കുന്നതും ഇവിടെയാണ്. എന്നാൽ ഇന്ത്യയിൽ ഏറ്റവും കൂടുതൽ തൊഴിലില്ലായ്മ നിലനിൽക്കുന്നത് ഇവിടെയാണ്. അതിനാൽ ഗൾഫിലേക്ക് ജനങ്ങൾ ഇവിടെ നിന്നും കുത്തിയൊഴുകി. അവർ "പണം നിക്ഷേപിക്കുന്നവരായി." അത് ഗ്രാമങ്ങളെ തകർക്കു കയും ചെയ്തു. ഇവിടത്തെ കർഷകനും, കരകൗശലവസ്തു നിർമ്മാണ തൊഴിലാളികളും എല്ലാം ഗൾഫ് സ്വപ്നങ്ങൾ കാണുവാൻ തുടങ്ങി. ഇന്ന് ഇന്ത്യയിൽ ഏറ്റവും കൂടുതൽ മദ്യം ഉപയോഗിക്കുന്ന സംസ്ഥാനം കേരളമാണ്. ഏറ്റവും കൂടുതൽ ആത്മഹത്യാ നിരക്കുള്ള സംസ്ഥാനം കേരളമാണ്. ഏറ്റവും കൂടുതൽ കുറ്റകൃത്യങ്ങൾ നടക്കുന്ന സംസ്ഥാനം കേരളമാണ്. ഇതിൽ സ്ത്രീകളോടുള്ള കുറ്റകൃത്യങ്ങളും ഉൾപ്പെടുന്നു.

കമലയ്ക്ക് ചുറ്റിലുമുള്ള ലോകത്തിൽ വലിയ ധ്വനികളുണ്ടാകു മ്പോൾ, നാലപ്പാട്ടെ അവസാന നിവാസികളുടെ ലോകം, അവർക്ക് ചുറ്റി ലുമുള്ള ഗ്രാമം പോലെ ശിഥിലമായിക്കൊണ്ടിരിക്കുന്നു.

കൊച്ചിയിൽ തിരിച്ചെത്തിയ ഉടൻ ഞാൻ കമലയെ വിളിച്ചു. ഖത്തറിൽ എന്ത് സംഭവിച്ചു എന്ന് പ്രവചിക്കുക അസാധ്യമാണ്. കമല എന്ത് ചെയ്തു എന്നറിയുവാനുള്ള ആകാംക്ഷയായിരുന്നു എന്നിൽ. ഒരു ഉഷ്ണ ജല ഉറവപോലെ കമലയിൽ നിന്നും വാക്കുകളൊഴുകി. ഞാൻ അതേ വേഗതയിൽ കുത്തിക്കുറിച്ചു.

"പതിനെട്ട് പരിപാടികൾ കഴിഞ്ഞു. എന്റെ കാലുകൾ നീരുവന്ന് വീർ ത്തിരിക്കുന്നു. ആരോഗ്യം മോശമായിരിക്കുന്നു. എന്നാൽ ഞാനിപ്പോഴും വലിയ ആവേശത്തിലാണ്. ഇതൊരു സ്വപ്നം പോലെ തോന്നുന്നു. അവരെന്നെ വളരെ ഉയർന്ന ഒരു പദവിയിലേക്കെത്തിച്ചിരിക്കുന്നു.

പതിനായിരത്തിലധികം ജനങ്ങളെ കണ്ടു. അടിമകളെപ്പോലെ തല താഴ്ത്തി നടക്കുന്ന ജനങ്ങൾ. ഇതൊരു പുതിയ വർഗ്ഗമാണെന്ന് തോന്നുന്നു. ഈ മതനേതാക്കളൊക്കെ എത്രകണ്ട് കാപട്യമുള്ളവരാണെന്ന് എനിക്കു മനസ്സിലായി. അപ്പോൾ ഞാനും സാമാന്യം നല്ല വിജയം നേടിയ ഒരു വ്യാജയാകും.

“എനിക്ക് രാജകീയപ്രൗഢിയുള്ള ഒരു സ്യൂട്ടാണ് താമസിക്കുവാൻ തന്നിരിക്കുന്നത്. സമ്മതമില്ലാതെ കടന്നു വരുന്നവർ ഇവിടേയുമുണ്ട്. എല്ലായിടത്തും ജനക്കൂട്ടമാണ്. കെട്ടിപ്പിടിത്തവും ചുംബനവും തന്നെ. അവരണിഞ്ഞിരിക്കുന്ന അത്തറിന്റെ പുറകിൽ അവരുടെ ശരീരത്തിന്റെ ഗന്ധമുണ്ട്. എളുപ്പം വീഴാതിരിക്കുവാനായി ഞാൻ കാലുകൾ അകത്തി നിൽക്കുവാൻ പഠിച്ചു. അതല്ലെങ്കിൽ അവരെല്ലാവരും കൂടി എന്നെ തള്ളി താഴെയിടും. എപ്പോഴും വെളിച്ചത്തിലേക്ക് തുറിച്ചു നോക്കുന്നതുകൊണ്ട് എന്റെ കണ്ണുകളിൽ നീരുണ്ടെന്നു തോന്നുന്നു. ഒരു നടിയുടെ മനസ്സിൽ എന്താണെന്ന് ഇപ്പോൾ എനിക്ക് മനസ്സിലാകുന്നു. ഇതിനെ കുറിച്ചെല്ലാം ആരെങ്കിലും എഴുതണം. ഒരു കവയിത്രിക്ക് എന്ത് സംഭവിച്ചു എന്നെഴുതണം. എഴുതുമ്പോൾ എനിക്കിപ്പോൾ പഴയ സ്വാതന്ത്ര്യമില്ല. നിനക്ക് എന്തെഴുതുവാൻ തോന്നുന്നുവോ അതെഴുതുവാനുള്ള സ്വാതന്ത്ര്യം ഞാൻ തരുന്നു. നമുക്ക് ഒരു അഭിമുഖമാകാം.”

ഞാൻ ഉടൻ തന്നെ ഒരു ടാക്സി വിളിച്ച് കമലയുടെ വീട്ടിലേക്കു പുറപ്പെട്ടു. കമല തിളങ്ങുകയായിരുന്നു. ഊർജ്ജം പുറത്തേക്കൊഴുകുന്നുണ്ടോ എന്ന് തോന്നി. “ഞാൻ ഇങ്ങനെ ജോൻ ഓഫ് ആർക് പോലെ ഒരു പ്രതീകമാകുമെന്ന് ഒരിക്കലും കരുതിയിരുന്നില്ല. നിന്റെ ഈ സുഹൃത്ത് എന്നെ കേൾക്കാൻ വന്നവരെയൊന്നും നിരാശപ്പെടുത്തിയില്ല. കൂട്ടത്തിലുണ്ടായിരുന്ന സ്ത്രീകളിൽ പലരും സന്തോഷം കൊണ്ട് കരയുകയായിരുന്നു. ഞാൻ അവരെപ്പറ്റിയാണ് സംസാരിക്കുന്നത് എന്ന ചിന്തയായിരുന്നു അവരിലപ്പോൾ. അവർ പലവിധത്തിൽ എന്നോട് സ്നേഹം പ്രകടിപ്പിച്ചു, കരഞ്ഞു. എന്റെ ആയുസ്സുമുഴുക്കെ ഞാൻ തേടിയത് സ്നേഹമായിരുന്നു. എന്നാൽ ഇത്രയും സ്നേഹത്തിനുവേണ്ടി ഞാൻ ഒരിക്കലും എവിടേയും വിലപേശിയിട്ടില്ല. ഒരു അണക്കെട്ട് പൊട്ടിയൊഴുകുന്നതുപോലെ ഞാനൊഴുകി.”

“കമലയ്ക്ക് അതെല്ലാം ഇഷ്ടമായോ?” ഞാൻ ചോദിച്ചു.

“ആരെങ്കിലും അഭിനന്ദിക്കുന്നത് കേൾക്കുമ്പോൾ എന്നിലെവിടേയോ എന്തോ ഒരു സന്തോഷം വരാറുണ്ട്. എനിക്ക് അത് ഇഷ്ടമാണ്. എന്നാൽ അതിനോട് ഭയവുമുണ്ട്. അതിന്റെ സമുദ്രത്തിൽ ഞാനങ്ങനെ ഒലിച്ചു പോകുമോ എന്ന ഭയം. ഞാൻ ആരാണെന്ന് അവർക്കറിയില്ല. പലപ്പോഴും ഞാനൊരു വഞ്ചകയാണോ എന്ന തോന്നൽ എന്നിലുണ്ടായിരുന്നു. അതവരോട് തുറന്ന് പറയണമെന്ന് എനിക്കാഗ്രഹമുണ്ട്. എന്നാൽ അത് പറഞ്ഞാൽ ഉടൻ അവർ എന്നെ വീട്ടിലേക്ക് തിരിച്ചയയ്ക്കും. അതോടെ എല്ലാം തീരും. തീർത്തും പാപം ചെയ്യാത്ത ഒരു സ്ത്രീയുടെ ഭാഗം ഞാൻ അഭിനയിക്കുകയാണെന്ന് എനിക്കു തോന്നുന്നു. അതാണവർ

ആവശ്യപ്പെടുന്നതെന്നും എനിക്ക് തോന്നുന്നു. എനിക്കു അഭിമാനം തോന്നുന്നത് എനിക്കവരെയൊക്കെ സ്നേഹിക്കുവാനാകുന്നുണ്ട് എന്നതിൽ മാത്രമാണ്."

"എന്തിനെക്കുറിച്ചൊക്കെയാണ് സംസാരിച്ചത്?"

"ഒരൊറ്റ ലോകം. വിസയില്ല. നിങ്ങളെവിടെയാണെങ്കിലും ലോകത്തിന്റെ അച്ചുതണ്ട് നിങ്ങളാണ്. അടുത്ത നൂറ്റാണ്ടിന്റെ ഒരു മാർഗ്ഗരേഖയെക്കുറിച്ച് സംസാരിക്കുവാൻ വിദ്യാഭ്യാസ മന്ത്രി എന്നോടാവശ്യപ്പെട്ടു. അടുത്ത സഹസ്രാബ്ദത്തിനുവേണ്ട വിദ്യാഭ്യാസകാര്യങ്ങൾ ഞാൻ തീരുമാനിക്കുകയാണെന്ന് വെയ്ക്കുക. ഞാനയാളുടെ പ്രതീക്ഷകളെ കളിയായെടുത്തുവോ എന്തോ"

"പക്ഷേ, മോണ്ട്രിയലിൽ വച്ച് വിദ്യാഭ്യാസത്തെക്കുറിച്ച് സംസാരിച്ചിരുന്നുവല്ലോ?" ഞാൻ ഓർമ്മിപ്പിച്ചു.

"അപ്പോൾ ഒരു വ്യാജ എന്നനിലയിൽ എന്റെ തുടക്കം മാത്രമേ ആയിട്ടുണ്ടായിരുന്നുള്ളു. ഞാൻ അതിൽ പക്വയായിട്ടുണ്ടായിരുന്നില്ല. എന്നാൽ ഇപ്പോൾ അങ്ങനെയല്ല. ഞാനിപ്പോൾ പൂർണ്ണമായും വ്യാജമായിരിക്കുന്നു. ഞാൻ ഒരു സന്ന്യാസിനിയുടെ ഭാഗം കൂടി അഭിനയിച്ചു തുടങ്ങിയിരിക്കുന്നു. ആദ്യമൊക്കെ ഞാൻ ദുഷ്പേരധികമുള്ളവളായിരുന്നു. ഇപ്പോൾ അതിൽനിന്നും മുക്തയായിരിക്കുന്നു. എനിക്ക് ജീവിതം എന്നും ഒരു കളിയായിരുന്നു. യഥാർത്ഥ ഞാൻ ഇതിലെതാണ്? ഒരു പക്ഷേ ഞാൻ ഒരു സന്ന്യാസിനി തന്നെയായിരിക്കാം. ഇത്രയധികം സ്നേഹം ഉള്ളിലുള്ള ഞാൻ അല്ലാതെന്താകാനാണ്? ഖത്തർ വിട്ടപ്പോൾ ഞാൻ കരയുകയായിരുന്നു. ഞാനവിടെ വൈകാരികനിക്ഷേപം അനേകം നടത്തിയിരിക്കുന്നു. ഞാൻ യാത്ര തിരിച്ചപ്പോൾ പുരുഷന്മാർ വരെ കരയുന്നുണ്ടായിരുന്നു."

ചില കാര്യങ്ങൾ അവർ പറയുന്നത് പൂർണ്ണമായും എനിക്ക് മനസ്സിലാകണമെങ്കിൽ ഞാനത് എഴുതിയെടുത്ത് അനേക തവണ വായിച്ചു നോക്കണം. കമല പറയുകയാണ്: "പ്രതീക്ഷിക്കുന്നതുപോലെ, ഞാൻ എപ്പോഴും മുഖംമൂടിയണിയുന്ന സത്യമായ വ്യാജയാണെങ്കിൽ... പക്ഷേ, അത് മുഖം മൂടിയല്ലല്ലോ, ഈ മുഖം മൂടിയണിയൽ ചടങ്ങിലുള്ളത് യഥാർത്ഥ ഞാനല്ലേ. കണ്ണിന്റെ നഗ്നത വിസ്മയിപ്പിക്കുന്ന, ഈ മുഖം മൂടി കാണുന്നതിനാലല്ല, നിറഞ്ഞ കണ്ണുമായി എന്നെ സ്നേഹിക്കൂ എന്നെ സ്നേഹിക്കൂ എന്ന് കെഞ്ചുന്ന നഗ്നമായ മുഖം മൂടി കാണുന്നതിനാൽ....."

എഴുത്തിലൂടെ സൃഷ്ടിക്കുന്ന ലോകത്തെ "നിഴലായും" ബാഹ്യലോകത്തെ "വസ്തുവായും" വിവരിക്കുന്നതും ഈ രണ്ട് ലോകവും എങ്ങനെ അവരിൽ സഹവസിക്കാനാവുന്നത് വിവരിക്കുന്നതും കമല പറഞ്ഞ് ഞാൻ കേട്ടിട്ടുണ്ട്. എന്നാൽ ഹൃദയസ്പൃക്കായ ഈ വ്യക്തിത്വം "വാസ്തവവും" "മുഖംമൂടിയണിഞ്ഞതും" തമ്മിലുള്ള വ്യത്യസ്തതയെ അലിയിപ്പിച്ചില്ലാതാക്കുന്നു. അവരുടെ "നഗ്നമായ മുഖം മൂടി", എളുപ്പത്തിൽ ക്ഷതപ്പെടുത്താവുന്ന തുറന്ന മനഃസ്ഥിതി എന്നിവ മറ്റൊരു മുഖം

മൂടിയാണെന്നാണ് അവർ പറയുന്നതെന്ന് തോന്നുന്നു. എന്നിട്ടും "നഗ്ന മായ മുഖം മൂടി"യെ വിശേഷിപ്പിക്കുമ്പോൾ അവർ "നിറഞ്ഞ കണ്ണുള്ള വ്യക്തി" എന്നാണ് പറയുന്നതും. അവരെ സംബന്ധിച്ചിടത്തോളം മുഖം മൂടിയും സത്യാവസ്ഥയും തമ്മിൽ വേർപെടുത്തുവാനാകില്ലെന്ന് തോന്നുന്നു. ഒരുപക്ഷേ കമല സുരയ്യയും കമലാദാസും തമ്മിൽ ഒരു വേർതിരിവുമില്ല എന്നാണോ പറഞ്ഞു വരുന്നത്?

പക്ഷേ, ഞാനിപ്പോൾ ഖത്തറിൽ നിന്നും അവർ കൊണ്ടുവരുന്ന സെൻസർ ചെയ്യാത്ത റിപ്പോർട്ടിനോടൊപ്പമെത്തുവാൻ പാടുപെടുകയാണ്.

"ഒരു മനുഷ്യന്റെ കണ്ണിലേക്ക് നോക്കുകയാണ് ഞാൻ ചെയ്യുന്നത്. അങ്ങനെ നോക്കി ഞാൻ അയാളുടെ മനസ്സിലേക്ക് ഇഴഞ്ഞിറങ്ങും. എന്നിട്ട് അവിടെയുള്ള ഇരുട്ടും, സംശയവും എല്ലാം കാണും. അതിനു ശേഷം അതിനെ സ്പർശിക്കുവാൻ ശ്രമിക്കും. സ്ത്രീകളാണെങ്കിൽ എനിക്ക് കെട്ടിപ്പിടിക്കുവാൻ അനുവാദമുണ്ട്. അവരുടെ തലയിൽ തടവാം. അവർ കരയുന്നതുവരേക്കും പുണരണം. അപ്പോൾ അവർ ചിരിക്കും. ചിരിച്ചാൽ പിന്നെ എല്ലാം നഷ്ടമായിട്ടില്ല എന്നാണർത്ഥം. ഏറ്റവും വലിയ സക്കാത്ത് അതാണ്. വസ്ത്രം, പണം, സമ്മാനങ്ങൾ എന്നിവയേക്കാൾ വലിയ സക്കാത്ത് സ്നേഹത്തിന്റെ സക്കാത്താണ്."

"താങ്കൾ എപ്പോഴും വെള്ളിവെളിച്ചത്തിലായിരുന്നുവല്ലോ," ഞാൻ പറഞ്ഞു.

"എന്നാൽ ഇങ്ങനെയൊന്ന് ആദ്യമായാണ്. 'മേഘങ്ങളിൽ നിന്നും പുറത്തേക്ക് വരുന്ന ചന്ദ്രനെപ്പോലെ തോന്നുന്നു നിങ്ങളെ കാണുമ്പോൾ' എന്നവർ പറയുന്നു. 'ഞങ്ങൾക്ക് മാർഗ്ഗം തെളിയിക്കുവാനായി സുരയ്യ വന്നു. ഞങ്ങളുടെ നക്ഷത്രം ഉദിച്ചിരിക്കുന്നു.' വീൽചെയറിൽ സഞ്ചരി ക്കുന്ന ഒരു വൃദ്ധ എന്ന നിലയിലാണവർ എന്നെ കൊണ്ടുപോകുന്നത്. പക്ഷേ പെട്ടെന്ന് എന്നിലേക്ക് ഒരു ശക്തി ഇരച്ചു കയറും. ഞാൻ എന്റെ കൈകളുയർത്തും, എന്റെ കണ്ണുകൾ ആകാശത്തേക്ക് നയിക്കപ്പെടും, ഞാൻ പ്രാർത്ഥിക്കും. 'ഇസ്ലാം സഹോദരങ്ങളേ, ഖത്തറിലെ സഹോദര ങ്ങളേ, നിങ്ങളോട് സംസാരിക്കുവാനാണ് ഞാനെത്തിയിരിക്കുന്നത്. ഞാൻ സംസാരിക്കുന്ന വിഷയം നിങ്ങൾ ഗൗരവത്തോടെ കാണുന്ന ഒന്നാണോ എന്നെനിക്ക് സംശയമുണ്ട്. ഞാൻ സംസാരിക്കുന്നത് സ്നേഹത്തെ ക്കുറിച്ചാണ്. വലിയ പാറക്കെട്ടുകളും കുന്നുകളുമുള്ള ഭൂപ്രദേശം പോലെ യാണ് നമ്മുടെ ഹൃദയം. അതല്ലെങ്കിൽ പൊട്ടിപ്പൊളിഞ്ഞ മരുഭൂമി പോലെ. ഒരു കുന്നിൽ നിന്നും മറ്റൊരു കുന്നിലേക്ക് വെള്ളത്തിനായി ഓടിയ ഹജുറ കണ്ട സംസം പോലെയാണ് സ്നേഹം. അവരുടെ കുഞ്ഞിന്റെ നിഷ്കളങ്കമായ കരച്ചിലും സംസം ഉണ്ടാക്കുന്ന ശബ്ദവും നിങ്ങൾ കേൾക്കുന്നില്ലേ?

"അൽ ഹം ദുലില്ലാഹ്,' അവർ എന്നോട് തിരിച്ചു പറഞ്ഞു. അത് വല്ലാത്തൊരു വശീകരണമായിരുന്നു.

"ഒരിക്കലും വരണ്ടുണങ്ങാത്ത അനശ്വരമായ നീരുറവയായ സംസം പോലെയാണ് സ്നേഹം."

"അൽ ഹം ദുലില്ലാഹ്" അവർ തിരിച്ച് പറഞ്ഞു.

"ഇസ്ലാമിന്റെ നഗ്ന മുഖത്തുള്ളത് സ്നേഹം മാത്രമാണ്. ശരിയായ കരുത്ത് നൽകുന്നതിലാണ്, വാങ്ങുന്നതിലല്ല."

"അൽ ഹം ദുലില്ലാഹ്" അവർ തിരിച്ച് പറഞ്ഞു.

"ഞാനെന്തു പറഞ്ഞാലും അവർ ഇതേ മറുപടി തന്നു. "അൽ ഹം ദുലില്ലാഹ്." ഈ സമുദായത്തിന് ഞാൻ പറയുന്നതെല്ലാം കേൾക്കണം. എന്റെ വാക്കുകൾ ടി വിക്കാർ അപ്പാടെ പകർത്തി. വഴിയരികിലെ പരസ്യപ്പലകയിൽ എന്റെ വാക്കുകൾ നിറഞ്ഞു. മിക്കവാറും എല്ലാ എഴുത്തുകാരേയും ഞാൻ കണ്ടു. എന്റെ വാക്കുകൾ ഉടൻ വിവർത്തനം ചെയ്യപ്പെട്ടു. ഖത്തറിലായിരുന്നപ്പോൾ എനിക്ക് പാട്ടുപാടണമെന്ന് തോന്നിപ്പോയി. അതൊരു സ്വർഗ്ഗീയാനുഭൂതിയായിരുന്നു. എന്റെ പ്രാർത്ഥനകൾ ഗാനമായി.ഈ സന്ദർശനം എന്നിൽ മുഴുക്കെ ഊർജ്ജം നിറച്ചിരിക്കുകയായിരുന്നു.ഇപ്പോൾ സാദിഖ് അലിക്കായിരിക്കും ദുഃഖം തോന്നുന്നത്. എന്നിലിപ്പോൾ ഈ ദൈവം നിറയുകയാണ്. നിശ്ശബ്ദതയിലൂടെ ഇപ്പോൾ ശബ്ദങ്ങൾ കേൾക്കുവാനാകുന്നു.

"എനിക്കിപ്പോൾ പശ്ചാത്താപമേയില്ല. ഇത് വലിയ സന്തോഷം നൽകുന്ന ഒരു അനുഭൂതിയാകുന്നു. മെറിലി, ഈ ജീവിതം വളരെ സുന്ദരമാണ്. ടെക്നികളറിൽ, പനാവിഷനിൽ, വിസ്താവിഷനിലുള്ള ഒരു ജീവിതം. എന്റെ പഴയകാലജീവിതത്തിൽ നിന്നും ഈ ഉപസാനാമൂർത്തിയായുള്ള എന്റെ മാറ്റം നിനക്ക് ഊഹിക്കാനാകുന്നുണ്ടോ? അത് ബോധപൂർവ്വമുള്ള മാന്യതയാകാതിരിക്കുവാൻ ഞാനതിനെ ഒരു തമാശയാക്കുന്നു. നീ കൂടെയുണ്ടായിരുന്നെങ്കിൽ എന്ന് ഞാൻ ആഗ്രഹിച്ചുപോയി. ഒരുപക്ഷേ സദസ്സിൽ പത്താമത്തെ നിരയിൽ നീ ഇരിക്കുന്നുണ്ടായിരുന്നെങ്കിൽ? അപ്പോൾ നീ ചിരിക്കുന്നത് ആരും കാണുമായിരുന്നില്ലല്ലോ. 'കമലയുടെ ഈ പുതിയ അഭ്യാസം ആകർഷണീയം തന്നെ' എന്ന് നീ പറയും. 'കമല ഒരു നല്ല അഭ്യാസിയാണെന്ന്' നീ പറയും. ഈ സർക്കസിൽ കമലയ്ക്കൊപ്പമുണ്ടാകണമായിരുന്നു എന്ന് നീയാഗ്രഹിക്കും മെറിലീ....."

ആരാധനയുടെ ചിറകുകളിലേറി പറക്കുകയായിരുന്നു കമല. ആ സന്തോഷം പങ്കുവയ്ക്കുന്നതിനായി കമല സാദിഖ് അലിക്ക് ഫോൺ ചെയ്തു. അയാൾ ഉടൻ ഫോൺ എടുത്തു. എടുത്തപാടെ തന്റെ ആദ്യ ഭാര്യയ്ക്ക് ഫോൺ കൈമാറി. അവർ വളരെ പരുഷമായി സംസാരിച്ച് ഫോൺ കട്ട് ചെയ്തു.

കമല ദുഃഖത്തോടെ ഫോൺ തിരികെ വച്ചു. "ഞാൻ എഴുതിയ ഒരു കഥ കഴിഞ്ഞയാഴ്ച പ്രസിദ്ധീകരിച്ചു. മലയാളത്തിലായിരുന്നു കഥ. ഒരു ഹിന്ദുവും മുസ്ലീമും തമ്മിലുള്ള ദുഃഖകരമായ പ്രണയകഥയായിരുന്നു അത്. അതിലെ നായകൻ സാദിഖ് അലിയാണെന്ന് അവർ മനസ്സിലാക്കിയിരിക്കും. അതിനാലായിരിക്കണം അവർ ഇത്ര ദയയില്ലാതെ പെരുമാറിയത്."

ഞാൻ കമലയോട് ആ കഥയൊന്ന് വിവർത്തനം ചെയ്ത് തരുവാൻ അഭ്യർത്ഥിച്ചു. സാദിഖ് അലിയുടെ കുടുംബത്തെ പരവശതയിലാഴ്ത്തുവാൻ മാത്രം ആ കഥയിലെന്തെന്ന് അറിയുവാൻ എനിക്ക് താത്പര്യമായി. കമല ഒരു മുസ്ലീം മാസികയിൽ പെട്ടെന്ന് പിടികൊടുക്കാതെ ഇങ്ങനെ ഒരു കഥ എങ്ങനെ പ്രസിദ്ധീകരിച്ചു എന്ന അദ്ഭുതവും എന്റെ അഭ്യർത്ഥനയ്ക്ക് പുറകിലുണ്ടായിരുന്നു.

"സലീം ഇസ്ഫാനി സമുദായത്തിന്റെ വെളിച്ചമായിരുന്നു." കമല വിവർത്തനം തുടങ്ങി. അപ്പോൾ അവരുടെ ശ്രദ്ധ അനങ്ങുന്ന ചുണ്ടുകളിൽ മാത്രമായിരുന്നു.

ഭാഷയുടെ സാങ്കേതികത്വം അയാൾ തന്റെ പിൻഗാമികൾക്ക് വിവരിച്ചു കൊടുക്കാറുണ്ടായിരുന്നു. ഇസ്ലാമിന്റെ വചനങ്ങളുമായി പൊരുത്തപ്പെടുവാൻ അയാൾ തന്റെ പിൻഗാമികളെ സഹായിക്കാറുണ്ടായിരുന്നു. കാട്ടുതേനിന്റെ മധുരമായിരുന്നു അയാളുടെ വാക്കുകൾക്ക്. ആ മധുരമൂറുന്ന വാക്കുകളിൽ, കുറ്റം ചെയ്തവരോട് അവർക്ക് ദൈവം മാപ്പ് നൽകുമെന്ന് അയാൾ പറഞ്ഞു.അയാൾ അപ്പോൾ ദൈവദൂതനെപ്പോലെയായിരുന്നു.

കനമുള്ള കൈത്തണ്ടകളുള്ള ഒരുവനായിരുന്നു സലീം ഇസ്ഫാനി. എപ്പോഴും അരക്കയ്യൻ ഷർട്ട് മാത്രമേ അയാൾ ധരിച്ചിരുന്നുള്ളു. അതിനാൽ കൈത്തണ്ടയിലെ കാട്ടുപോത്തിന്റെ ചുമലുകൾ പോലെ കരുത്തുള്ള മാംസപേശികൾ ആരും കാണാതിരിക്കില്ലായിരുന്നു. ആ കൈക്കരുത്തായിരിക്കണം ഒരു സമ്മേളനം ഉദ്ഘാടനം ചെയ്യാനെത്തിയ കവയിത്രിയെ പൊക്കിയെടുത്ത് വേദിയിലെത്തിക്കുവാൻ അയാളെ സഹായിച്ചത്. അയാളവരെ പൊക്കിയെടുത്ത് വേദിയിലെത്തിച്ചു, പൂമാലകൾ ചാർത്തി.

അപ്പോൾ അവളുടെ ശരീരത്തിൽ വിയർപ്പിന്റെ കസ്തൂരിഗന്ധം പടർന്നു. അത് അവളെ വേട്ടയാടുവാൻ തുടങ്ങി. നന്ദി പറയുന്നതിനായി ശരിയായ വാക്ക് തേടുകയായിരുന്നു അപ്പോഴവൾ. എന്തുപറയണമെന്നറിയാതെ അവൾ നിശ്ശബ്ദയായി. അയാൾക്ക് അവളുടെ മകന്റെ പ്രായമേ ഉണ്ടായിരുന്നുള്ളു. അയാളുടെ കൈകളിൽനിന്നും സ്വതന്ത്രയായപ്പോൾ അവൾക്ക് അദ്ഭുതമാണ് തോന്നിയത്. ആ സ്വാതന്ത്ര്യത്തിന്റെ വിമുക്തി അവളെ സങ്കടപ്പെടുത്തി. ഇരുപത്തിയേഴ് വർഷമായി ബ്രഹ്മചര്യം കാത്ത് സൂക്ഷിച്ചവളാണവൾ. ശരീരത്തിന്റെ ഈ ആവശ്യം അവൾ മറന്നുപോയിരുന്നു. എന്നാൽ ഇപ്പോൾ ഇതാ ഒരു ജനൽ തുറന്നിരിക്കുന്നു. അയാളുടെ സ്പർശത്താൽ ഉന്മത്തയായ അവളുടെ ചർമ്മം അവളിൽ നാണം വരുത്തി.

തന്റെ അടിച്ചമർത്തപ്പെട്ട വികാരതീക്ഷ്ണതയടങ്ങിയ "അവസാനിക്കാത്ത പ്രണയകഥ" കമല വിവർത്തനം ചെയ്തു. അത് അവസാനിക്കുന്നത് ഇങ്ങനെയാണ്. "ഇത് മതത്തിനെതിരായ ഒരു പ്രതിഷേധമല്ല. ഏതെങ്കിലും മതത്തിനായുള്ള അഭ്യർത്ഥനയുമല്ല. ഇത് ഒരു രോദനമാകുന്നു. ഇതൊരു രോദനം മാത്രമാകുന്നു." മാസിക താഴെവച്ചപ്പോൾ അവർ കരയുകയായിരുന്നു എന്ന് ഞാൻ കണ്ടു. സാദിഖ് അലിക്ക് അവർ

ചെയ്ത ഫോൺ കോൾ, അവരെ ഖത്തറിലെ ഉയരങ്ങളിൽനിന്നും പൊടുന്നനെ താഴേക്കെറിഞ്ഞിരിക്കുന്നു. ആയിരങ്ങൾ അവരെ ആരാധിക്കുന്നുണ്ടാകാം. പക്ഷേ, ഇപ്പോഴും സാദിഖ് അലി ദൂരെയാണ്. അയാൾ തന്നെ വിട്ട് പോയിരിക്കുന്നു എന്ന് അവർ തിരിച്ചറിഞ്ഞു തുടങ്ങിയിരിക്കുന്നു. ഇതുകൊണ്ട് അവർക്ക് എന്തെങ്കിലും വ്യത്യാസമുണ്ടാകേണ്ടതില്ല എങ്കിലും അവരങ്ങനെ തിരിച്ചറിഞ്ഞു തുടങ്ങിയിരിക്കുന്നു.

"എന്റെ കഥയെഴുതൂ." ഞാൻ യാത്ര തിരിക്കുന്നതിന്റെ ഒരു ദിവസം മുമ്പ് കമല പറഞ്ഞു. ഞാൻ കമലയുടെ നല്ല സുഹൃത്താണെന്നും അവർ പറഞ്ഞു. ഒന്നും മറച്ചുവക്കാനില്ലാതെ തുറന്ന് പറയാവുന്ന സുഹൃത്ത്. താനുമായി ഇടപഴകിയിട്ടുള്ള മാധ്യമ പ്രവർത്തകരൊക്കെ തന്നെക്കുറിച്ച് ഒരു നല്ല പുസ്തകമെഴുതുവാനുള്ളത്ര വിവരങ്ങൾ ശേഖരിച്ചിട്ടുണ്ടെന്നും അവർ കൂട്ടിച്ചേർത്തു. പക്ഷേ, അവരിൽനിന്നെല്ലാം എനിക്കുള്ള വ്യത്യാസം ഞാൻ അവരെ സ്നേഹിക്കുവാൻ മാത്രം വളർന്നിരിക്കുന്നു എന്നതാണത്രെ. അവരിൽ നിറഞ്ഞിരിക്കുന്ന കവിത്വം, അവരുടെ കുട്ടിക്കളികൾ, ഊഷ്മളത, എളുപ്പം പൊട്ടിത്തകരുന്ന പ്രകൃതം, ധൈര്യം, സൗന്ദര്യം എല്ലാത്തിനും ഞാൻ സാക്ഷിയായിരിക്കുന്നു. പെട്ടെന്ന് മാറുന്ന അവരുടെ പ്രകൃതം, സ്നേഹം പിന്തുണ എന്നിവയ്ക്കുള്ള നിരന്തര ആവശ്യം, അവരിൽ നിലനിൽക്കുന്ന പൊരുത്തക്കേടുകൾ എന്നിവയെല്ലാം ഞാനും സാക്ഷിയായിരിക്കുന്നു.... "തീർത്തും നാട്ടിൻപുറത്തുകാരിയുടെ" എന്നവർ വിളിക്കുന്ന ആഭരണ ഭ്രമം എനിക്ക് ഇഷ്ടമാണ്. അതുപോലെ തന്നെ അവരുടെ സ്ത്രൈണമായ പൊങ്ങച്ചവും. മറ്റു പലരേയും പോലെ ഞാനും, അവർ വിളമ്പുന്ന സ്വന്തം കഥകളിലും, രാഷ്ട്രീയത്തിലും, കൊച്ചുവർത്തമാനങ്ങളിലും, സംഭാഷണങ്ങളിലും, ദാനശീലത്തിലും അകപ്പെട്ടിരിക്കുന്നു. കമലയുടെ ഈ സ്വഭാവങ്ങൾ കമലയുടെ കൊച്ചിയിലെ അപ്പാർട്ട്മെന്റിനെ മറ്റേതോ നൂറ്റാണ്ടിലെ ഒരു ഗംഭീര അലങ്കാരമണ്ഡപമാക്കുന്നു.

പ്രണയത്തിനായുള്ള അവരുടെ ധൈര്യപൂർവമുള്ള ശ്രമത്തെ എനിക്കെങ്ങനെ അഭിനന്ദിക്കാതിരിക്കാൻ കഴിയും? വീര്യമുള്ള ഒരു ആത്മസുഹൃത്തിനായുള്ള ധൈര്യപൂർവശ്രമത്തേയും ഞാൻ അഭിനന്ദിക്കുന്നു. രക്തവും മാംസവുമുള്ള, അടച്ചിട്ടിരുന്ന അവരുടെ ഹൃദയത്തിനുള്ളിലേക്കു കടന്ന് കയറുവാനായ ഒരു സുഹൃത്ത് - അല്ലാതെ സ്വപ്നസഞ്ചാരിയല്ല. ഗീതഗോവിന്ദത്തിലെ കൃഷ്ണനെപ്പോലെ. ആ കൃഷ്ണൻ രാധയുടെ എല്ലാ ശരീരാവയവങ്ങളേയും ആരാധിച്ചു, പാദങ്ങളെ വരെ. സാദിഖ് അലി കമലയെ മുഴുക്കെ വാരിപ്പുണർന്ന, ആ ശരീരം അവളുടേതാണെന്ന ബോധത്തോടെ. അത് അവരെ സംബന്ധിച്ചിടത്തോളം എത്ര പ്രാധാന്യമുള്ളതായിരുന്നു എന്ന് എനിക്കറിയാം. പതിറ്റാണ്ടുകളോളം, അവർ മറ്റാരോ ആണെന്ന ചിന്തയോടെ അവരുടെ ഭർത്താവ് അവരുടെ ശരീരം ഉപയോഗിച്ചു. അവസാനം "ഇവിടെയില്ലല്ലോ" എന്നൊരു ചിന്ത അവരിൽ രൂഢമൂലമായി. അപ്പോഴാണ് ആരോ അവരെക്കുറിച്ച് ചിന്തിക്കുന്നത്. അപ്പോൾ ആദ്യമായി "ഇത് എന്റെ ശരീരമാണ്. ഞാൻ ഒരാളുമൊത്ത്

ഇണചേരുകയാണ്, അയാൾ എന്നോടും ഇണചേരുകയാണ്. ഞങ്ങൾക്കിടയിൽ ഒരു നിഴലില്ല" എന്നൊരു തോന്നൽ അവരിലുണ്ടായി. സാദിഖ് അലി അടുത്ത് വന്നപ്പോൾ മുമ്പൊരിക്കലും തോന്നാത്ത, അനുഭവിക്കാത്ത "സ്നേഹിക്കപ്പെടാവുന്ന വ്യക്തിത്വം" എന്ന ചിന്ത അവരിലുണ്ടായി. ഒരായുഷ്കാലം മുഴുക്കെ അവരാഗ്രഹിച്ചതും അതായിരുന്നു. "അവസാനം സ്വർഗ്ഗത്തിൽ നിന്നും വരുന്ന മന്നനെ പോലെ എന്തൊക്കെയോ ഉണ്ട് എന്ന് ഞാൻ മനസ്സിലാക്കി" അവർ ചിരിച്ചു.

കമലയിലുള്ള അഭിനിവേശം എനിക്ക് അദ്ഭുതമാകുന്നില്ല. അവരുടെ മറ്റ് പല സുഹൃത്തുക്കൾക്കും അതൊരു അദ്ഭുതമാണ്. ജെന്നറ്റ് വിന്റേഴ്സൺ എന്ന എഴുത്തുകാരി Passion എന്നൊരു പുസ്തകം രചിച്ചിട്ടുണ്ട്. അതിൽ ജീവിതത്തിൽ വൈകി വരുന്ന അഭിനിവേശത്തെ വീട്ടിൽ വളർത്തുന്ന പുള്ളിപ്പുലിയോടാണവർ ഉപമിച്ചിരിക്കുന്നത്. പൈശാചികമായ തിരഞ്ഞെടുപ്പുകളുണ്ടാകുമവയ്ക്ക്, സഹിക്കുവാനാകാത്തതുമാകും എന്നാണവർ പറയുന്നത്. "ശാരീരിക പ്രണയം വളരെ സുന്ദരമാണ്. അത് ഒരു ഇളംകാറ്റൊന്നുമല്ല, കൊടുങ്കാറ്റാണ്" എന്നാണ് കമല തന്നെ പണ്ഡിതയായ ജെ. ദേവികയോട് പറഞ്ഞത്. അങ്ങനെയുള്ള അഭിനിവേശത്തിന് ആത്മീയവും വൈകാരികവുമായ പക്വത വേണമെന്നും കമല പറയുന്നു. "അത് വളരെ സാവധാനത്തിൽ, വളരെ കാലത്തെ പ്രയത്നത്തിനുശേഷം നേടിയെടുക്കുന്നതാണ്."

എന്നാലും സാദിഖ് അലിയോടുള്ള കമലയുടെ പ്രണയം എന്നത് പ്രണയത്തിന്റെ പല തലങ്ങളുടെ മിശ്രണമാകുന്നു. കമല തന്നെ വിവരിക്കുന്ന പക്വമായ ആത്മീയത; ജീവിതത്തിൽ വൈകി മാത്രം കണ്ടെത്തിയ, ആദ്യ പ്രണയത്തിന്റെ വിടാതെ പിന്തുടരുവാനുള്ള കരുത്ത്; പിന്നെ പുതുമ നിലനിൽക്കുന്ന ഇപ്പോഴും ഇളപ്പമായ പ്രണയത്തിന്റെ ആവേശവും. ഇതിൽ അവസാനത്തേത് ഞാനറിഞ്ഞത് സാദിഖ് അലിക്ക് ഫോൺ ചെയ്യുവാൻ കമല എന്നോട് ആവശ്യപ്പെട്ടപ്പോഴാണ്. അയാളുടെ ചികിത്സയ്ക്കായി അയാളെ കമല കനഡയ്ക്ക് കൊണ്ടുപോകാം എന്നായി ഞാൻ പറയേണ്ടത്.

"**എ**ന്റെ ബാങ്കിൽ ഇപ്പോഴും കുറച്ച് പണമുണ്ട്. അയാളുടെ ആരോഗ്യസ്ഥിതി മെച്ചപ്പെടുത്തുന്നതിനായി ഞാൻ ദരിദ്രയായിക്കൊള്ളാം."

"കാരണം?" ഞാൻ ചോദിച്ചു.

"എനിക്ക് ഒരിക്കൽ കൂടി അയാളെ നഗ്നനായി കാണണം."

സാദിഖ് അലിയെ നഗ്നനായി കാണുന്നതിൽ ഇത്ര മഹത്തരമായി എന്തിരിക്കുന്നു എന്ന് ഞാൻ ചോദിച്ചു. ഞാൻ ഇതിനു മുമ്പ് ഒരു പുരുഷനെ നഗ്നനായി കണ്ടിട്ടില്ല എന്നായിരുന്നു മറുപടി. സ്വന്തം ഭർത്താവിനെ കണ്ടിട്ടുണ്ടാകുമല്ലോ, എനിക്ക് സംശയം. അയാൾ എന്നെ നിരാശപ്പെടുത്തിയിരുന്നതിനാൽ അങ്ങനെ നോക്കുവാൻ താത്പര്യപ്പെട്ടിരുന്നില്ല എന്ന മറുപടിയും.

"പക്ഷേ, ഈ മനുഷ്യനെ നഗ്നനായി കാണുന്നതിൽ ഇത്ര പ്രത്യേകത എന്തിരിക്കുന്നു?" ഞാൻ വീണ്ടും ചോദിച്ചു.

"ഞാൻ ഒരു കലാകാരിയാണ്. ഇതിനുമുമ്പ് ഞാൻ ഇതിനെയൊക്കെ കുറിച്ച് സ്വപ്നം കാണുകയായിരുന്നു. മനോരാജ്യങ്ങൾ ചമയ്ക്കുകയായിരുന്നു. നെഞ്ചിലെ രോമങ്ങൾ കാണുവാൻ, വയറിനു മുകളിൽ ഒരു വരപോലെയുള്ള രോമം കാണുവാൻ. എത്ര സുന്ദരമാണവ. അത് എന്നെ വല്ലാതെ മഥിച്ചു - അപ്പോൾ ഇങ്ങനെയാണല്ലേ അതൊക്കെ."

നഗ്നനായ ഒരു പുരുഷൻ നൈമിഷിക നേരത്തേക്ക് നൽകുന്ന പ്രഭാവത്തിലേക്ക് മനസ്സിനെ കൊണ്ടുപോകുവാൻ ഞാൻ ഒന്ന് ശ്രമിച്ചു. പിന്നെ മാർഗരറ്റ് ദൂറയുടെ കഥ വായിച്ചപ്പോഴാണ് ഇതിനെക്കുറിച്ച് എനിക്ക് കൂടുതൽ മനസ്സിലായത്. തീർത്തും ഏകതാനമായ ഗ്രാമീണ അന്തരീക്ഷത്തിൽ ജീവിക്കുന്ന ഒരു പെൺകുട്ടിയുടെ കഥയായിരുന്നു അത്. ആ യുവതിയുടെ ശരീരത്തിൽ കല്പിതരൂപമില്ലാത്ത ഒരു വലിയ ദ്വാരമുണ്ടായിരുന്നു. അതിൽ നിന്നും "ആരേയും വിളിക്കാത്ത ശൂന്യമായ ഒരു നിലവിളി" ഉയർന്നുകൊണ്ടിരുന്നു. അപ്പോഴാണ് ഒരു യുവാവ് അവളുടെ ജീവിതത്തിലേക്ക് കടന്ന് വരുന്നത്. അയാൾ വന്നപ്പോൾ അവൾക്ക് "ഒരു ശക്തി വളർന്ന് വലുതാകുന്നു. എനിക്ക് അതിനെ എതിർക്കുവാനുള്ള കരുത്തില്ലാതാകുന്നു" -എന്നൊരു ചിന്തയുണ്ടായി. "എന്നിൽ, എനിക്കെതിരെ ഒരു ചിന്തയുടേ വേരുറയ്ക്കുന്നു" എന്നൊരു ചിന്തയുണ്ടായി. അപ്പോൾ, ഇപ്പോൾ കമല സാദിഖ് അലിയെ കുറിച്ച് ചിന്തിക്കുന്നതിനു സമാനമായി അവൾ ആ യുവാവിന്റെ നഗ്നശരീരത്തെക്കുറിച്ച് മാത്രം ചിന്തിക്കുവാൻ തുടങ്ങി.

ഒരു വലിയ പ്രണയകവയിത്രി അവസാനത്തിൽ അവർ ആഗ്രഹിച്ചിരുന്നതുപോലെയുള്ള പ്രണയം കണ്ടെത്തുന്ന മഹാപ്രളയത്തിനുതുല്യമായ ഈ പ്രഭാവം എനിക്ക് മനസ്സിലായെങ്കിലും, കമലയിൽ ഉണ്ടായ ലൈംഗിക ഉത്തേജനത്തിന്റേയും മതം മാറ്റത്തിന്റേയും പരിണത ഫലം എന്തായിരിക്കും എന്ന് എനിക്ക് പ്രവചിക്കുവാനാകുന്നില്ല. അവർ ഇപ്പോൾ മുസ്ലീം മത വിശ്വാസിയാണ്. തനിക്കായി ഇസ്ലാമിൽ ഒരു സ്ഥാനമുണ്ടാക്കുവാനുള്ള ശ്രമം ആരംഭിക്കുകയും ചെയ്തിരിക്കുന്നു. "അത് ഒരുപക്ഷേ എനിക്ക് അനുയോജ്യമായിരിക്കും" എന്ന് അവർ തന്നെ പറയുന്നു. ഞാനും ഇന്ന് അത് അവർക്ക് അനുയോജ്യമല്ലെങ്കിലും പിന്നീടാകും എന്ന് പ്രതീക്ഷിക്കുന്നു. സ്നേഹത്തിൽ അധിഷ്ഠിതമായ ഒരു പുതിയ രാഷ്ട്രീയ കക്ഷിക്ക് അവർ രൂപം കൊടുത്തിരിക്കുന്നു. ചില സന്ദർശകർ അവരെ അഭിനന്ദിക്കുവാനും ആരാധിക്കുവാനുമാണ് വരുന്നതെങ്കിൽ മറ്റുചിലർ അവരെ എങ്ങനെ ഉപയോഗിക്കാം എന്ന ചിന്തയിലാണ് വരുന്നത്. ഇന്ന് മുണ്ടുടുത്ത മദ്ധ്യവയസ്കരുടെ ഒരു സംഘമെത്തിയിരുന്നു. അവർ കമലയെ ആവത് പുകഴ്ത്തി. ഒരു മുസ്ലീം യത്തീംഖാനയുടെ അധികാരികളാണവർ. പുകഴ്ത്തൽ കഴിഞ്ഞപ്പോൾ മൂന്ന് മണിക്കൂർ ദൂരെയുള്ള അവരുടെ സ്ഥാപനത്തിലെത്തി പ്രസംഗിക്കേണ്ടതിന്റെ ആവശ്യകത പറഞ്ഞ് മനസ്സിലാക്കി. കമല ആ ആവശ്യം നിരാകരിച്ചു. ആരോഗ്യക്കുറവ് കാരണമായി പറഞ്ഞു.

പക്ഷേ, അവർ നിർബന്ധിച്ചുകൊണ്ടേയിരുന്നു. "എന്റെ പക്കൽ അതേയുള്ളു. ഈ മതത്തിന് നൽകുവാനായി എന്റെ പക്കൽ ഇത് മാത്രമേയുള്ളു" എന്നതിനാൽ കമല അവരുടെ ക്ഷണം സ്വീകരിച്ചേക്കാം.

അതിലുമുപരി, സാദിഖ് അലി കുഴിച്ച് മൂടപ്പെട്ടട്ടില്ല. രസികനായ ഒരു ചെറുപ്പക്കാരൻ ഒരിക്കൽ വന്നിരുന്നു. അയാൾ സാദിഖ് അലിയെ കണ്ടുവെന്നും, ഒരു ദിവസം രഹസ്യമായി വന്ന് കമലയെ വിവാഹം കഴിക്കുമെന്ന് സാദിഖ് അലി പറഞ്ഞുവെന്നും അയാൾ അറിയിച്ചു. ഞാൻ അവസരവാദിയായ ആ യുവാവിനെ വളർന്ന് വരുന്ന റാസ്പുട്ടിൻ എന്ന് പേരിട്ടു.അയാൾ വേദന പുരണ്ടിരിക്കുന്ന കമലയുടെ ഒരാഗ്രാഹത്തെ തനിക്കനുരൂപമായി ഉപയോഗിക്കുകയായിരുന്നു.

"ഞാനയാൾക്ക് ഇരുനൂറ് രൂപ നൽകി." കമല പറഞ്ഞു.

"എന്തിന്?"

"ഒരുപക്ഷേ അയാൾ പറഞ്ഞത് ശരിയായിരിക്കാം. ഞാൻ പ്രതീക്ഷ കൈവിട്ടിട്ടില്ല." കമല ചിരിച്ചു. തോൾ കുലുക്കി.

കഴിഞ്ഞ അഞ്ച് വർഷമായി എനിക്ക് കമലയെ അറിയാം. കനഡയിലും കൊച്ചിയും ഞങ്ങൾ ഒരുമിച്ച് താമസിച്ചിട്ടുണ്ട്. ഞങ്ങളുടെ സംഭാഷണങ്ങൾ ടൈപ്പ് ചെയ്ത ആയിരം പേജുകളെങ്കിലും ഇപ്പോൾ എന്റെ പക്കലുണ്ട്.സംഭാഷണങ്ങൾ മാത്രമല്ലതിൽ. അതിൽ വേദികളിലെ പ്രസംഗങ്ങളുണ്ട്, എന്റെ കുറിപ്പുകളുണ്ട്, അവരുടെ പുസ്തകങ്ങളുണ്ട്, അവരെഴുതിയ കോളങ്ങളുണ്ട്, കഥകളുണ്ട്, കവിതകളുണ്ട്.

"എന്റെ കഥയെഴുതൂ. കാരണം എനിക്കിനി അതിനാകില്ല." കമല വീണ്ടും ആവർത്തിച്ചു.

ഇത് വലിയ ഉത്സാഹം നൽകുന്ന ഒരു ജോലിയാണെങ്കിലും ഭാരിച്ച ഉത്തരവാദിത്വമാണ്. എങ്കിലും ഈ സംഭാഷണങ്ങളും കൂടിക്കാഴ്ചകളും അവരെ എവിടേക്ക് നയിക്കുന്നു എന്നെനിക്കറിയണം. പുകമറകൾക്കും കണ്ണടകൾക്കുമിടയിലൂടെ എനിക്കാകാവുന്നവ കാണണം.

ഞാൻ വീണ്ടും താജ് ഹോട്ടലിലെ നീന്തൽ കുളത്തിലെത്തി. അവസാനവട്ടം നീന്തലിനായി. മറൈൻ ഡ്രൈവിലൂടെ ഓടി. ജെട്ടിയിലെത്തി. ബോട്ടിൽ ചാടിക്കയറി. വെയിലടിക്കാതിരിക്കുവാൻ മറയുള്ളിടത്തേക്ക് മാറി നിന്നു.അവിടെ നിന്നപ്പോൾ ശബ്ദമുണ്ടാക്കുന്ന ബോട്ടിന്റെ എഞ്ചിൻ എന്നിൽനിന്നും കുറച്ച് ദൂരെയായി. ഒരു സ്ത്രീക്കരികെ ഇരിക്കുവാൻ സ്ഥലം കിട്ടി. അവരുടെ വിവിധവർണ്ണങ്ങളുള്ള സാരി കണ്ടാസ്വദിച്ചു. അവരുടെ മാത്രമല്ല പിന്നേയും പലരുടേയും. അവരുടെ മുഖം ക്ഷീണിതമായിരുന്നു. അവർ കൈകാലുകളിളക്കി സംസാരിക്കുന്നുണ്ടായിരുന്നു. അടുത്ത ജട്ടി ലക്ഷ്യമാക്കി ഈ ജീവനുകൾ വെള്ളത്തിനുമുകളിൽ പൊങ്ങിയാടുകയാണ്. അകലെ ചക്രവാളത്തിൽ സൂര്യനെ ആകാശത്തിൽ കൊളുത്തിയിട്ടിരിക്കുന്നു. ആ വെളിച്ചത്തിൽ എവിടേയോ തലയുയർത്തി നിൽക്കുന്ന ഒരു പൂമരം കണ്ടു. ബോട്ട് വില്ലിങ്ടൺ ദ്വീപ് ലക്ഷ്യമാക്കി നീങ്ങുന്നു. ഈ സുന്ദര കാഴ്ചകൾ ഒരിക്കൽ കൂടി ഒപ്പിയെടുക്കാൻ പാകത്തിൽ ഞാനിരുന്നു.

പതിനേഴ്

പുരുഷൻ എന്ന സമ്മാനം

കമല വീണ്ടും എന്റെയടുത്തെത്തി. ഇത് വളരെ സന്തോഷം തരുന്ന ഒന്നാണ്. കാത്തി അമ്മായിയുടെ പുതപ്പിൽ സുഖമായി ചടഞ്ഞിരിക്കുന്നു കമല. കമലയെ വിടാതെ പിൻതുടർന്ന് കൊണ്ടിരിക്കുന്ന, ശബ്ദാഡംബര പൂർണ്ണമായ ദീർഘപ്രഭാഷണങ്ങളിൽനിന്നും അവർ മുക്തയാകും എന്നതും എനിക്ക് സന്തോഷം നൽകി. പേരക്കുട്ടികളുടെ വിവാഹാലോചനകൾ അവതാളത്തിലാകുന്നു എന്ന മകന്റെ പരാതി, തങ്ങളെ വഞ്ചിച്ചതായി ഭർത്താവിന്റെ വീട്ടുകാരുടെ പരാതി, "ഈ വയസ്സുകാലത്ത് ഒരു പ്രണയം എന്തിന്?" എന്ന ബന്ധുവിന്റെ പരാതി; ഇവയിൽ നിന്നെല്ലാം കമലയ്ക്ക് കുറച്ച് മുക്തി.

"പ്രായമായതുകൊണ്ടാണ് എനിക്ക് സ്നേഹം വേണമെന്ന് ഞാൻ ശഠിക്കുന്നത്. നഷ്ടപ്പെടുത്താൻ ഇനി എന്റെ പക്കൽ സമയമില്ല." കമല പറഞ്ഞു.

കമല എന്റെ സ്നേഹത്തിൽ മതിമറന്നു. തന്റെ കുടുംബത്തെക്കുറിച്ച് പറഞ്ഞു. എന്റെ വീട്ടുകാര്യങ്ങളെല്ലാം അന്വേഷിച്ചു. എന്നാൽ ഇവയെല്ലാം പ്രധാന ചർച്ചകളെ വഴിതെറ്റിക്കുന്നവ മാത്രമായിരുന്നു. അവർക്ക് ഇഷ്ടപ്പെട്ട ചർച്ചാവിഷയം തന്റെ കാമുകന്റെ ശരീരവർണ്ണനയായിരുന്നു. "ഒരു മയിലിന്റെ കഴുത്തുപോലെ" "കറുപ്പ് കയറിയ ചെമ്പിന്റെ നിറമുള്ള അയാളുടെ ലിംഗം,"കവിതാത്മകമായ ഈ വിവരണങ്ങളെ ഞാൻ അനുമോദിക്കുന്നുവെങ്കിലും, സാദിഖ് അലിയെക്കുറിച്ചുള്ള ഈ വിവരണങ്ങളെല്ലാം ഞാൻ മുമ്പും കേട്ടതാണോ എന്ന് എനിക്ക് സംശയം വന്നു. ഞാൻ ചിരിക്കുന്നു, പുഞ്ചിരിക്കുന്നു, ശ്രദ്ധിക്കുന്നു. എന്റെ പ്രതികരണത്തോട് കമല പ്രതികരിച്ചതിങ്ങനെ:

> വില മതിക്കാനാവാത്ത
> ഒരു ശബ്ദത്തിന്റെ
> ചിരിക്കുന്ന നീരൊഴുക്ക്
> എന്റെ വിഷാദപൂർണ്ണമായ ഓർമ്മകളെ
> ഒന്നൊന്നായ് കമ്പിളിനൂലുപോലെ
> പിഴുതെടുക്കുന്നു.

പിന്നെ ഓരോ ദുഃഖവും
മടക്കിവെച്ച് അകലങ്ങളിലേക്ക്
മാറ്റിവയ്ക്കുന്നു
ഇതാണെന്നെ നിന്നിലേക്കെത്തിച്ചത്.

ലോറേൻഷ്യയിലെ പ്രധാന ആകർഷണം എന്റെ അമ്മായിമാരാണ്. അവരെ കാണുവാൻ കമലയ്ക്ക് തിരക്കായി. വർഷങ്ങളോളം തൊപ്പി തുന്നിയും, വിളക്കിന്റെ ഷേഡുകളുണ്ടാക്കിയും, ന്യൂയോർക്കിലെ ഒരു ഡിപ്പാർട്ട്മെന്റ് സ്റ്റോറിൽ സെയിൽസ് ക്ലർക്കായി ജോലി ചെയ്തും കഴിഞ്ഞ സൂ അമ്മായി അവരുടെ ഭർത്താവായ ജോവിന്റെ കൂടെ ഫ്ളോറിഡയിലാണ് താമസം. ജോ ഇലക്ട്രീഷ്യനാണ്. കാത്തി അമ്മായിയാകട്ടെ ബ്രോൺക്സിലെ ഒരു അപ്പാർട്ട്മെന്റിലും. എല്ലാവർഷവും വേനലിൽ നടക്കുന്ന കുടുംബസംഗമത്തിനായി അവർ ലൊറേൻഷ്യയിലെ വീട്ടിലെത്തും. കനഡയിലെ ദേശാടനപക്ഷികളെപ്പോലെയാണിവരുടെ ഈ വീട്ടിലെത്തൽ ചടങ്ങ് - കൃത്യസമയത്ത്, വർഷാവർഷം. അവർ എത്തിയെന്നറിഞ്ഞതും അവരെ കാണുവാൻ കമലയ്ക്ക് തിരക്കായി.

ഞാൻ കമലയെ ഒരു വീൽ ചെയറിലിരുത്തി കാത്തി അമ്മായിയുടെ വീടിനു മുന്നിലെത്തി. ബാക്കി വഴി നടന്നു തന്നെ പോകണമെന്ന് കമല ശഠിച്ചു. വാതിൽക്കൽനിന്ന് കാത്തി അമ്മായി കമലയുടെ കറുത്ത വസ്ത്രം കണ്ടു. മുടി മറച്ച് വച്ചിരിക്കുന്ന തുണി കണ്ടു.

കുട്ടികളുടെ ആഘോഷത്തിന്
നിവർത്തിവെച്ച
ഇളംചുവപ്പുനിറമുള്ള
ഒരു കേക്കുപോലെ
എന്റെ ആലിംഗനത്തിൽ
കണ്ണുനീരണിഞ്ഞ്
പ്രായമില്ലാതെ
അതിവിശിഷ്ടയായി
വീടിന്റെ പടിവാതില്ക്കൽ
കാത്തി അമ്മായി.

"എനിക്ക് വല്ലാത്ത ഒരു ആഘാതം പോലെ തോന്നി. വല്ലാത്ത വേദന തോന്നി." കാത്തി അമ്മായി അതിനുശേഷം എന്നോട് പറഞ്ഞു. "അവരെ എനിക്ക് വലിയ ഇഷ്ടമാണ്. എന്നാൽ ഇങ്ങനെയൊരു രൂപത്തിലവരെ കണ്ടപ്പോൾ വിഷമം തോന്നി, മുടിയൊന്നുമില്ലാതെ. പിന്നെ ക്ലിയോയാണ് എന്നോട് അവർ മതം മാറിയെന്നും, അവരുടെ നീണ്ട മുടി അതുപോലെ തന്നെയുണ്ടെന്നും പറഞ്ഞത്. അത് കേട്ടപ്പോഴാണ് സന്തോഷമായത്."

ജൂതരായ എന്റെ അമ്മായിമാർ കമലയെ ആലിംഗനം ചെയ്തു. തനിക്ക് നഷ്ടപ്പെട്ടു എന്ന് കമല കരുതിയിരുന്ന സ്നേഹമെല്ലാം അവരിൽനിന്നും അപ്പോൾ കമലയിലേക്കൊഴുകിയെത്തി. അതിനുശേഷം ഞങ്ങൾ അവരോരുത്തരുടേയും വീട് സന്ദർശിച്ചു. കമല എന്റെ അമ്മായിമാരുടെ അടുത്തിരുന്ന് പ്രണയകഥകൾ പറഞ്ഞു. അമ്മായിമാർ കമലയെ വീണ്ടും ആലിംഗനം ചെയ്യുകയും, കമലയുടെ സാഹസികതയിൽ അദ്ഭുതം കൊള്ളുകയും, അഭിനന്ദിക്കുകയും ചെയ്തു.

"ഇപ്പോൾ അവർക്ക് കൂടുതൽ ഉന്മേഷമുള്ളതുപോലെ തോന്നുന്നു. കുറച്ചുകൂടി ചെറുപ്പമായതുപോലെ. കുറച്ചുകൂടി മൃദുത്വം വന്നതുപോലെ." കാത്തി അമ്മായി പറഞ്ഞു "പ്രണയം നമ്മെ ചെറുപ്പമാക്കുന്നു. അത് നമ്മുടെ ശരീരത്തിൽ മുഴുക്കെ പ്രതിഫലിക്കും. അവരിപ്പോൾ എന്താണ്? ബുദ്ധമതക്കാരിയാണോ? ഇങ്ങനെ ഒരു രൂപം ഇതിനു മുമ്പ് ഞാൻ കണ്ടിട്ടില്ല."

വെളുത്ത തലയുള്ള ആ രണ്ട് ഉപജാപകരുടെ നടുക്ക് കറുത്ത വസ്ത്രം കൊണ്ട് അരികുകൾ പാകിയ തലയുള്ള കമലയിരുന്നു. അവരോടൊപ്പം പലയിടങ്ങളിൽ സഞ്ചരിച്ചു. സൂ അമ്മായിയുടെ തോളിൽ കൈയിട്ടു. കാത്തി അമ്മായിയുടേ ചുമലിൽ തലചാരി. സൂ അമ്മായിയുടെ കൈ പിടിച്ചു. കുസൃതി നിറഞ്ഞ രഹസ്യങ്ങൾ മന്ത്രിച്ചു. സൂ അമ്മായിക്ക് ഇക്കിളിയായി, കമല പൊട്ടിച്ചിരിച്ചു. "ഈ വിഴുപ്പൊന്ന് കേൾക്കാൻ" കാത്തി അമ്മായി കുറച്ചുകൂടി ചേർന്നിരുന്നു.

എന്റെ ഏകാന്തതയെ വിരട്ടിയോടിക്കാൻ
കാത്തി അമ്മായി ഇപ്പോൾ

വാതോരാതെ പറഞ്ഞുകൊണ്ടിരിക്കുന്നു
അവർ ഔത്സുക്യത്തോടെ വായിച്ച
പ്രണയകഥകളെക്കുറിച്ച്.
സ്ത്രീകളെ വശീകരിക്കുന്നവയാണ് അധികവും

“ഇവിടെയിരുന്ന് എനിക്ക് എഴുതാൻ പറ്റും ഈ സ്ഥലം എന്നെയാകർഷിക്കുന്നു. ഇവിടെയാകുമ്പോൾ എനിക്ക് എന്തുവേണമോ അതാകാം. എല്ലാവരും ഈച്ചകളെപ്പോലെ എന്നെ പൊതിയുന്നില്ല. എനിക്കിവിടെ നൃത്തം ചെയ്യാം. ഇവിടെ ഞാനൊരു ബാലെ നർത്തകിയാകുന്നു. എത്ര നല്ല നിമിഷങ്ങളാണിവിടം എനിക്ക് നൽകുന്നത്.”

സൂ അമ്മായി ജോ അമ്മാവനെ വിളിച്ചു. കമലയോട് അവർക്കായി എഴുതിയ കവിതയൊന്ന് വായിക്കണമെന്ന് അഭ്യർത്ഥിച്ചു. കമല കടലാസുയർത്തി, സൂ അമ്മായിയെ നോക്കി സഹർഷം വായിച്ചു.

കനംകുറഞ്ഞ ഒരു തൂവൽപോലെ
ചുറുചുറുക്കുള്ള ഒരു നടനവുമായി സ്യൂ,
എല്ലാം അവൾക്ക് അവകാശപ്പെട്ടതുമാത്രം.
കുട്ടികൾ ആർത്തുല്ലസിക്കുന്ന ഉത്സവങ്ങളുടെയും
പാതിരാകളെ നിഷ്പ്രഭമാക്കുന്ന
പ്രണയജോഡികളുടെ നൃത്തങ്ങളുടെയും
ഊഷ്മളത സ്വന്തമാക്കിയവൾ.

അപ്പോൾ സൂ അമ്മായി കമലയുടെ കൈയിലുള്ള കടലാസിലേക്ക് തന്നെ തുറിച്ച് നോക്കുകയായിരുന്നു. കമലയുടെ ചുണ്ടുകൾ ഒരു കൺകെട്ട് വിദ്യയിലെന്നപോലെ ചലിക്കുന്നത് കണ്ട് നിൽക്കുകയായിരുന്നു.

ജോവിനെ നൃത്തത്തിനായി വിളിച്ചാൽ
ഞാനൊരു മണ്ടിച്ചിയായി
സ്യൂ അമ്മായി കരുതും.
ജോവിന്റെ കീശയിലും
വായിലും ആണികളുണ്ട്.

ഇത്രയും വായിച്ച് കമല പൊട്ടിച്ചിരിക്കുവാൻ തുടങ്ങി. ജോവിന്റെ വായിലെ ആണികൾ എന്ന പ്രയോഗം അവരെ സ്വയം വിനോദിപ്പിച്ചു. പിന്നെ അവസാന വരികളിലൂടെ അവർ തപ്പിത്തടഞ്ഞു. അപ്പോൾ ജോ കവിതയിൽ മാത്രം ശ്രദ്ധിക്കുകയായിരുന്നു.

ചിലന്തികൾ കരങ്ങളിലേക്ക്
അരിച്ചുകയറുന്നതും
വേനൽച്ചൂട് അടിവയറ്റിൽ
ഇടിച്ചുകയറുന്നതും

അയാളറിഞ്ഞില്ല.
ജോ ആണിയടിച്ചുകൊണ്ടേയിരുന്നു.
അയാൾ ആണികൾ
തിരുകി ഉറപ്പിക്കുകയാണ്.

ആണി രണ്ടാമതും വന്നപ്പോൾ പിന്നെ കമലയ്ക്ക് പിടിച്ചു നിൽക്കുവാനായില്ല. അവർ സ്വയം തന്റെ മുഖം കടിച്ച് പൊട്ടിക്കുമെന്ന് തോന്നി. ശരീരം വില്ലുപോലെ പുറകോട്ട് വളഞ്ഞു. തലയാട്ടുവാൻ തുടങ്ങി. രത്നക്കല്ലുകൾ പിടിപ്പിച്ച മൂക്കുത്തിയിൽ ചിരി തിളങ്ങി. ചുണ്ടുകൾ തമ്മിൽ തമ്മിൽ ചേരാതെ അകന്നു നിന്നു. പതിവുപോലെ ചിരി വരുമ്പോൾ മുഖം കൈകൊണ്ട് പൊത്തിപ്പിടിക്കുവാൻ മറന്നു. കമലയെ ഇത്ര സന്തോഷവതിയായി ഞാനിതിനു മുമ്പ് കണ്ടിട്ടില്ല. സൂ അമ്മായിയുടെ കണ്ണുകൾ അപ്പോൾ മാന്ത്രിക ശക്തിയുള്ള ആ കടലാസിൽ നിന്നും വേർപെട്ട്, ഇനിയും വേണമല്ലോ എന്ന മട്ടിൽ കമലയെതന്നെ നോക്കി നിന്നു. സൂ അമ്മായി കവിത ആസ്വദിക്കുന്നതും കവിത അഭിനന്ദിക്കുന്നതും ഞാൻ ആദ്യമായി കാണുകയാണ്. കവിതയുടെ അവസാന ഭാഗം കമലയുടെ ചിരിക്കിടയിൽ മെല്ലെ മെല്ലെ നുരഞ്ഞു പൊന്തി.

അയാൾ വീടിന്റെ
മിനുക്കിവെച്ച മിനുസങ്ങളെ
വീണ്ടും വീണ്ടും മിനുക്കാൻ തുടങ്ങി

പിറ്റേന്ന് കമല "ഞാൻ എന്റെ വക്കീലിനെ ഒഴിവാക്കുകയാണ്. ആ സുലൈമാനെ. അയാൾ അനാവശ്യവാക്കുകൾ സംസാരിക്കുന്നു. 'നിങ്ങൾ ഒന്നുകിൽ ഒരു കവയിത്രിയാകണം അല്ലെങ്കിൽ മുസ്ലീം' എന്നാണയാൾ പറയുന്നത്. 'രണ്ടും കൂടി പറ്റില്ല'. ഞാൻ ഒരു കവയിത്രിയാകും. പക്ഷേ, അതങ്ങനെ തുറന്നയാളോട് പറയുവാൻ പറ്റില്ല."

ഒരാഴ്ച കഴിഞ്ഞപ്പോൾ കമലയ്ക്ക് തന്റെയുള്ളിലെ കവിതയുടെ ഉറവിടത്തിലെക്കുതന്നെ തിരിച്ചുപോകാനുള്ള ആവേശം നിറഞ്ഞു. ആത്യന്തികമായും താൻ ഒരു കവയിത്രിയാണ് എന്ന ബോധം അവരിൽ നിറഞ്ഞു.

മേപ്പിൾ മരങ്ങൾക്കിടയിൽ
പൈൻ മരങ്ങൾക്കിടയിൽ
ദേവദാരുമരങ്ങൾക്കിടയിൽ
ബർച്ചുമരങ്ങൾക്കിടയിൽ
നിനക്കായുള്ള എന്റെ അഭിനിവേശം
ഒരു ചുഴലികൊടുങ്കാറ്റു കണക്കെ
ഇറങ്ങി വരുന്നു.

കമലയ്ക്ക് ഇപ്പോഴും സാദിഖ് അലിയോടുള്ള കടുത്ത അഭിനിവേശം കണ്ട് ഞാൻ അദ്ഭുതപ്പെടുന്നു. പുതുതായി അവരെഴുതുന്ന കവിതകൾ എനിക്ക് കാണാൻ ആഗ്രഹമുണ്ടായിരുന്നു. അപ്പോൾ അവരുടെ ചിന്തകളും വികാരങ്ങളും എനിക്ക് വായിച്ചെടുക്കാനാകുമല്ലോ.

"അങ്ങനെ അവസാനം വൃദ്ധയായപ്പോൾ, ഞാൻ സത്യമായ പ്രണയത്തിലായി. സത്യമായും പ്രണയത്തിലായി." കമല എന്റെ അമ്മായിമാരോട് പറഞ്ഞു.

ഇപ്പോഴും പ്രണയം തൊട്ടടുത്ത് ജീവനോടെ
നിവർത്തിയിട്ട ശരീരം അനുശാസനയോടെ
മൃദുമെത്തകൾക്കുള്ളിൽ വിറകൊള്ളുന്ന
ഞങ്ങളുടെ അവസാനത്തെ ആലിംഗനം

പിറ്റേന്ന് കാലത്ത് കമല ഒരു അഭ്യർത്ഥനയുമായെത്തി. നല്ല ഭംഗിയുള്ള, പൂർണ്ണതയുള്ള, ഒരു മേപ്പിൾ ഇലവേണം. "അധികമൊന്നും ആവശ്യപ്പെടാത്ത ഒരു പെൺസുഹൃത്തിന് സമ്മാനമായി നൽകാൻ." ഞാനത് കൊടുത്തു. കമല അത് വളരെ ശ്രദ്ധയോടെ സൂക്ഷിച്ചുവച്ചു. അന്ന് രാത്രി കമല ടൈപ്പ് ചെയ്തു വച്ചത് ഞാൻ കണ്ടു. ആ സമ്മാനം ഒരു സുഹൃത്തിനുള്ളതായിരുന്നില്ല. ഒരു കാമുകനുള്ളതായിരുന്നു.

ശരത്കാലത്തിന്റെ
മേപ്പിൾ ഇല പോലെ
തണുത്തും ചുവന്നുമിരിക്കുന്ന
ഈ ഹൃദയം
ഞാൻ നിനക്കായി
നിവേദിക്കാം

"അവരിൽ മുഴുക്കെ സ്നേഹമാണ്. അവാരാഗ്രഹിക്കുന്നത്ര സ്നേഹം അവർക്ക് ലഭിക്കുന്നുണ്ടോ എന്ന് എനിക്ക് സംശയമാകുന്നു." സൂ അമ്മായി എന്നോട് പറഞ്ഞു. "അവരുടെ ശബ്ദത്തിൽ അതുണ്ട്. അവർ സംസാരിക്കുന്ന രീതിയിലും അതുണ്ട്. അവരെഴുതുന്നതിലും അത് കാണാനാകും."

പൂർത്തീകരിക്കപ്പെടാത്ത വാഗ്ദാനങ്ങൾക്കും
സ്വപ്നത്തിലണിഞ്ഞ ഉന്മാദങ്ങൾക്കും
ഒരു തിരുശേഷിപ്പ്
ഇതാ നിനക്കോർമ്മിക്കാൻ

അമ്മായിമാർ പറഞ്ഞപ്പോൾ ഞാനും ശ്രദ്ധിച്ചു. ഇപ്പോൾ എന്തും കമലയെ ഓർമ്മിപ്പിക്കുന്നത് വൈകാരികതയേയും പ്രണയത്തേയും മാത്രം.

"മാഡം ബോവറിയും അന്നകരെനീനയും എന്നെ തകർത്തത് ഞാനോർക്കുന്നു. മരണം വരെ അവർ എന്നോടൊപ്പമുണ്ടാകും." കമല പറഞ്ഞു.

"ലോറൻസ് ഹോപ് എന്ന കവയിത്രിക്ക് അനേകം കാമുകന്മാരുണ്ടായിരുന്നു. ഒരു വെള്ളക്കാരനുൾപ്പെടെ. The Garden of Kama എന്ന കൃതി എഴുതിയത് അവരാണ്. ലൈംഗികത നിറഞ്ഞ കവിതകളായിരുന്നു അതിൽ. ലൈംഗികതയും, രക്തവും, വളകളും, മാലകളുമെല്ലാമുണ്ടതിൽ. അവരിൽ ഞാൻ എന്നെ കാണുന്നു." കമല പറഞ്ഞു. എന്നിട്ട് ഒരു കവിത ചൊല്ലി.

ഷാലിമാറിന്നരികെ ഞാൻ പ്രണയിച്ച
വിവർണമായ ഹസ്തങ്ങളേ
നീ ഇപ്പോൾ എവിടെയാണ്?
നിന്റെ വശീകരണത്തിലിപ്പോൾ ആരാണ്?...
നിന്റെ സ്പർശനം നുകർന്ന്
നീ യാത്രാമൊഴി ചൊല്ലും വരെ
എന്റെ ഞരമ്പുകളിലൂടെ ചുടുരക്തം
വന്യമായൊഴുകിയതെങ്ങനെ?

"മലബാറിലെ സ്ത്രീകൾ എന്നും സൗന്ദര്യമുള്ളവരായിരുന്നു. വലിയ പ്രണയിനികളുമായിരുന്നു." കമല അമ്മായിമാരോട് പറഞ്ഞു.

"ഒരു മുപ്പത് വർഷം മുമ്പുവരെ നായർ സ്ത്രീകൾ ക്ഷൗരം ചെയ്യണമെന്നത് നിർബന്ധമായിരുന്നു. ശരീരത്തിലുള്ള മുടിയെല്ലാം നീക്കം ചെയ്യണം. വൃത്തിയായിരിക്കണം." കമല തുടരുന്നു. ലൈംഗികാവയവങ്ങൾ വൃത്തിയായി സൂക്ഷിക്കുന്നതിൽ നായർ വിഭാഗം ചെയ്യേണ്ട അഞ്ച് കാര്യങ്ങൾ വിശദീകരിക്കുകയായിരുന്നു കമല. "അത് കഴിഞ്ഞാൽ അവർ കുറച്ച് അരച്ച മഞ്ഞളെടുത്ത് പുരട്ടും. ഇത് ഒരു ആന്റി-സെപ്റ്റിക് എന്ന ഗുണം ചെയ്യുന്നു.അതുപോലെ മൂത്രമൊഴിച്ചു കഴിഞ്ഞാൽ ശൗചം ചെയ്യണം എന്നതും നിർബന്ധമായിരുന്നു. രാത്രിയിൽ ഒരു നായർ സ്ത്രീ തന്റെ ഭർത്താവിന്നരികിലെത്തുമ്പോൾ അവൾ പൂർണ്ണ വൃത്തിയുള്ളവളാകും. അവളിൽനിന്നും സൗരഭ്യം വരും. അതിനാൽ തന്നെ മറ്റ് ദേശങ്ങളിൽ നിന്നും വരുന്ന യാത്രക്കാരുടെ ഇടയിൽ 'നിങ്ങളൊരിക്കൽ ഒരു നായർ പെണ്ണിന്റെ കൂടെ അന്തിയുറങ്ങിയാൽ പിന്നെ സ്വന്തം പെണ്ണിനെ മറക്കും' എന്നൊരു ചൊല്ലുപോലുമുണ്ട്. അത്രയ്ക്ക് വൃത്തിയുള്ളവളായിരിക്കും നായർ പെണ്ണുങ്ങൾ.അപ്പോൾ മുറിച്ച പഴം പോലെയാണവൾ."

ഞാൻ ചെറിയൊരു അസ്കിതയോടെ എന്റെ അമ്മായിമാർക്ക് നേരെ നോക്കി. എൺപത് കഴിഞ്ഞവരാണവർ. അവർ സംഭാഷണത്തിൽ പൂർണ്ണമായും ലയിച്ചിരിക്കുന്നു. Our Future Selves എന്നൊരു പുസ്തകം ഞാനെഴുതിയിട്ടുണ്ട്. പ്രായമാകുന്നതിനെക്കുറിച്ചാണാ പുസ്തകം. അതിൽ "പ്രണയവും ലൈംഗികതയും" എന്ന വിഷയത്തെക്കുറിച്ച്

സാമാന്യത്തിലധികം ദീർഘമായ ഒരു അദ്ധ്യായവുമുണ്ട്. എന്നിട്ടും ഇവർക്ക് ഇത്തരം കാര്യങ്ങളിലുള്ള താത്പര്യത്തെ ഞാൻ കുറച്ച് കാണുകയായിരുന്നു എന്ന് ഇപ്പോൾ എനിക്കു തോന്നുന്നു. കൊച്ചു പെൺകുട്ടികളോടെന്ന പോലെ കമല ഇതെല്ലാം അവരോട് വിവരിക്കുന്നു, അവരത് ആസ്വദിക്കുന്നു. ഞാനപ്പോൾ കേരളത്തിലെ ശൗചാലയങ്ങളെക്കുറിച്ച് എന്റെ അമ്മായിമാരോട് പറഞ്ഞു. അവിടത്തെ ശൗചാലയങ്ങളിൽ മിക്കതിലും ചുവരിൽ വെള്ളത്തിന്റെ ഒരു പൈപ്പ് ഉണ്ടായിരിക്കും. അത് തൂക്കിയിട്ടിരിക്കുകയായിരിക്കും. കൈകൊണ്ടമർത്തിയാൽ അതിൽ നിന്നും വെള്ളം തെറിച്ച് വീഴും. ഗുഹ്യഭാഗങ്ങൾ വൃത്തിയാക്കണമെന്നാകുമ്പോൾ ഇത് ഗുഹ്യഭാഗത്തേക്കടുപ്പിച്ച്, അതിന്റെ നോസിൽ ഒന്നമർത്തിയാൽ മതി. അതിലൂടെ വെള്ളമൊഴുകിയെത്തും, നിങ്ങളുടെ ഗുഹ്യഭാഗങ്ങൾ വൃത്തിയാകും.

ഇത് കമലയ്ക്ക് കൂടുതൽ ആവേശമായി. കൂടുതൽ ഭാഷ്യങ്ങൾ വന്നു തുടങ്ങി.

“ഒരു സ്ത്രീയെ സംബന്ധിച്ചിടത്തോളം ഏറ്റവും പവിത്രമായ ശരീരാവയവമാണത്. നിങ്ങൾ ശരിയായി കഴുകി വൃത്തിയാക്കുന്നില്ലെങ്കിൽ പിന്നെ ഒരു പുരുഷൻ എന്നും നിങ്ങളെ സമീപിക്കുമെന്ന് എങ്ങനെ പ്രതീക്ഷിക്കുവാനാകും? നിങ്ങളുടെ ഭർത്താവിന് നിങ്ങളുടെ കാലുകളുടെ ഇട മണക്കുവാൻ ഇഷ്ടമാണെങ്കിൽ? അതുമല്ല, നിങ്ങളെ വല്ലാതെ പ്രണയിക്കുന്ന ഒരു കാമുകനുണ്ടെന്ന് കരുതുക. അയാൾ എന്തായാലും നിങ്ങളുടെ തുടകൾക്കിടയിലേക്ക് അയാളുടെ തലയൊന്ന് ഒളിപ്പിക്കും. അപ്പോൾ അയാൾക്ക് അതൊരു വലിയ ആഘാതമാകും, അല്ലെങ്കിൽ ഇതിലും നല്ല മണമൊന്നും പരിചയമില്ലാത്ത പാശ്ചാത്യനാകണം അയാൾ. സൗന്ദര്യമെന്നത് കാഴ്ചയിൽ മാത്രമാകരുത്, സൗരഭ്യവുമുണ്ടാകണം. ചാരായത്തിന്റെ അംശം കലർന്ന സുഗന്ധദ്രവ്യങ്ങളുടെ മണമല്ല വേണ്ടത്. പൂർണ്ണ ആരോഗ്യമുള്ള ശരീരത്തിന്റെ മണം. വെയിലത്ത് വൈക്കോലുണക്കുമ്പോൾ വരുന്ന പുതുമണം, അല്ലെങ്കിൽ മാവിന്റെ ഇളം ഇലകളുടെ മണം. ലിംഗയോനീ ബന്ധസമയത്ത് മണത്തിന് വലിയ പ്രാധാന്യമുണ്ട്. അത് സത്യമായും ഉത്തേജനം നൽകുന്ന ഒന്നാണ്.“

എന്റെ അമ്മായിമാർ സമ്മതിച്ച് തലയാട്ടി. അവർ അധികമൊന്നും സംസാരിക്കുന്നില്ല. എന്നാൽ കമല എന്താണ് സംസാരിക്കുന്നതെന്ന് അവർക്കറിയാം. കൂടുതൽ കേൾക്കുവാൻ താത്പര്യവുമുണ്ട്.

“സമ്പന്നരായ ഉന്നത വർഗ്ഗക്കാരിൽ സൗന്ദര്യ വർദ്ധന എന്നത് ഒരു മുഴുവൻ സമയ തൊഴിൽ തന്നെയായിരുന്നു.“ അവരുടെ താത്പര്യം കണ്ട് കമല തുടരുന്നു. ”ചർമ്മത്തിൽ പലവിധ തൈലങ്ങൾ തേച്ച് പിടിപ്പിച്ച് ഒരു മണിക്കൂർ കഴിഞ്ഞ് കഴുകിക്കളയുക. കഴുകുവാനായി പൊടിച്ച താളിയോ അല്ലെങ്കിൽ മഞ്ഞളോ ആയിരിക്കും ഉപയോഗിക്കുക. പിന്നേയും മാർഗ്ഗങ്ങളുണ്ട്; നാരങ്ങ നീരും തേങ്ങാപ്പാലും കൊണ്ട് ചർമ്മം കഴുകുക, ചെമ്പരത്തിത്താളികൊണ്ട് തലമുടി കഴുകുക, എന്നിവ ഇതിൽപെടുന്നു.

തൈര്, വാഴപ്പഴം, കൂവപ്പൊടി എന്നിവ മാത്രം ഭക്ഷിക്കുക എന്നതും ചര്യയുടെ ഭാഗമായിരുന്നു. സുന്ദരികളായ പെൺകുട്ടികൾ എണ്ണയിൽ വറുത്ത ഭക്ഷണം കഴിക്കാറില്ലായിരുന്നു."

പ്രണയവും എന്റെ അമ്മായിമാരും കൂടി കമലയിലെ നായർ വിശേഷങ്ങളുടെ ഭാണ്ഡമഴിച്ചിരിക്കുന്നു. പാരമ്പര്യ ആരോഗ്യ സൗന്ദര്യ സംരക്ഷണ അറിവുകൾ ഒഴുകിയെത്തുകയാണ്. ഇനിയും കുറിപ്പുകളെടുക്കുവാനാകും എന്ന് ഞാൻ കരുതിയിട്ടില്ലായിരുന്നു. എന്നാൽ ഞാനിപ്പോൾ വീണ്ടും എഴുതിയെടുക്കുവാൻ തുടങ്ങിയിരിക്കുന്നു.

"ശരീരത്തിനായി: പപ്പായയും പയറും കൂട്ടിയരയ്ക്കുക. പാലിൽ വേണം അരയ്ക്കാൻ. അത് ശരീരം മുഴുക്കെ പുരട്ടുക. ചർമ്മത്തിൽ ചുളിവുകൾ വരുന്നത് വൈകിക്കുവാൻ അത് സഹായിക്കും.

മുഖകാന്തിക്ക്: പച്ചപ്പയറുണക്കിയത് പൊടിച്ചെടുത്ത് കുഴമ്പാക്കി മുഖത്ത് പുരട്ടുക. മുഖത്തുള്ള അഴുക്കിന്റെ പാളി അത് നീക്കം ചെയ്യും. മൂന്ന് ദിവസം തുടർച്ചയായിത് ചെയ്താൽ മുഖത്ത് പുതിയ ചർമ്മം വളരും.

തലമുടിക്ക്: ധനികരായ നായർ സ്ത്രീകൾ തലമുടി മുകളിൽ വട്ടക്കെട്ട് കെട്ടി പൂമുഖത്ത് തന്റെ ഭർത്താക്കന്മാരെ കാത്തിരുന്നു. മുടിക്ക് മണം ലഭിക്കുവാനായി സുഗന്ധദ്രവ്യങ്ങളുടെ പുക കൊള്ളിച്ചു. ഒരു കുട്ടയുടെ കീഴെയായിരിക്കും ഇങ്ങനെ പുകയ്ക്കുന്നത്. അപ്പോൾ കുട്ടയുടെ മുകളിൽ അവർ അവരുടെ മുടി പരത്തിയിടും.

സ്ത്രീയുടെ കന്യകാത്വം നഷ്ടപ്പെട്ടിട്ടില്ലെന്ന് തോന്നിക്കുവാൻ, ക്ഷുരകന്മാർ ഉപയോഗിക്കുന്ന വെളുത്ത ചീനക്കാരത്തിന്റെ കല്ല് ഒരെണ്ണമെടുത്ത് അഞ്ച് മിനിട്ട് വെള്ളത്തിലിട്ട് അതുകൊണ്ട് ഗുഹ്യഭാഗം വൃത്തിയാക്കുക. അത് ഗുഹ്യഭാഗത്തെ മാംസപേശികൾക്ക് കരുത്ത് നൽകും. ഒരു വൃദ്ധയ്ക്ക് വരെ ഇങ്ങനെ കന്യകയാണെന്ന ധാരണ വരുത്തുവാനാകും."

ഇത്രയുമായപ്പോൾ ഞങ്ങളുടെ ശ്രദ്ധ വർദ്ധിച്ചു. അടുത്ത അറിവ് ഞങ്ങൾക്ക് വേണ്ടതായിരുന്നു.

"ഞാന്നു തുടങ്ങുന്ന മുലകളെ കരുത്തുള്ളതാക്കുവാൻ ബോഡീസിൽ ഉമ്മത്തിന്റെ ഇലകൾ വയ്ക്കുക.

കുഞ്ഞിന്റെ മുലയൂട്ടൽ നിറുത്തുന്നതിനായി ബ്രായുടെ ഉള്ളിൽ മുല്ലപ്പൂവ് വയ്ക്കുക. ഒരൊറ്റ രാത്രികൊണ്ട് മുലയിലെ പാലു വറ്റും. പിന്നെ പാലില്ലാതാകും. മുല കൂടുതൽ മൃദുവാകും. ചെറുതാകും."

"പ്രസവിച്ചാലോ?" അമ്മായിമാർ ചോദിച്ചു.

"ഇരുപതാം നൂറ്റാണ്ടിന്റെ രണ്ടാം പാതി വരെ, പ്രസവിച്ച പെണ്ണുങ്ങൾ വീടിന്റെ പടിഞ്ഞാറ്റിയിലാണ് ആദ്യ തൊണ്ണൂറ് ദിവസം കഴിഞ്ഞിരുന്നത്.ആ തൊണ്ണൂറ് ദിവസവും അവരെ കുളിപ്പിക്കുവാനും, മുടി കഴുകി കൊടുക്കുവാനുമായി പരിചാരികമാരെത്തും. ശരീരം അവർ തടവി

ക്കൊടുക്കും. അര മണിക്കൂർ നേരം അവർ ധന്വന്തരം എണ്ണ ശരീരം മൊത്തം തേച്ച് പിടിപ്പിക്കും. പിന്നെ അതിനു മുകളിൽ മഞ്ഞളരച്ച് തേച്ച് പിടിപ്പിക്കും. ശരീരത്തിന്റെ നിറം മങ്ങാതിരിക്കുവാനും നിങ്ങൾക്ക് ഒരു സുഖം നൽകുന്നതിനുമാണിത് ചെയ്യുന്നത്. അതിനു ശേഷം അവർ ചെറുപയറിന്റെ പൊടിയുപയോഗിച്ച് ഇതെല്ലാം കഴുകിക്കളയും. തെച്ചി യിലയിട്ട് തിളപ്പിച്ച് ചുവന്ന നിറമാക്കിയ വെള്ളത്തിലാണവർ കുളിപ്പി ക്കുക. നിങ്ങളെ കുളിപ്പിച്ചുകൊണ്ടിരിക്കുന്ന ഈ രണ്ട് മണിക്കൂർ നേരം അവർ നിങ്ങളോട് ലൈംഗിക ചുവയുള്ള പലതും സംസാരിക്കും. ഒരി ക്കൽ ഒരാൾ എന്നോട് തന്റെ ഗുഹ്യഭാഗത്ത് മൈലാഞ്ചിയണിഞ്ഞ ഒരു സ്ത്രീയെക്കുറിച്ച് പറയുകയുണ്ടായി. അവരുടെ ഭർത്താവിന് അങ്ങനെ നിറം കയറ്റിയ യോനി വളരെ ഇഷ്ടമായത്രെ.

പാരമ്പര്യത്തിൽനിന്നും ഇന്നും അധികമൊന്നും അകന്നിട്ടില്ലാത്തെ മലയാളി സ്ത്രീകൾ ഇപ്പോഴും ഇതൊക്കെ പിന്തുടരുന്നുണ്ട്. അവരുടെ സൗന്ദര്യവർദ്ധക വസ്തുക്കളിൽ ഇപ്പോഴും രാസവസ്തുക്കൾ അധിക മുണ്ടാകില്ല."കമല പറഞ്ഞു. മനസ്സിലായി എന്ന മട്ടിൽ എന്റെ അമ്മായി മാരിരുന്നു. "ഇതൊന്നുമില്ലെങ്കിൽ ഞാനിപ്പോൾ ഒരു വികൃതവൃദ്ധ യായേനെ."

ഞാനിതാ വീണ്ടും എന്തിലും ഏതിലും എപ്പോഴും കുത്തിക്കുറിക്കു വാൻ തുടങ്ങിയിരിക്കുന്നു. ആരുപറഞ്ഞതും പകർത്തിത്തുടങ്ങിയിരി ക്കുന്നു. എന്റെ ഗവേഷണം പൂർത്തിയായി എന്നാണ് ഞാൻ കരുതിയി രുന്നതെങ്കിലും കമല ഇപ്പോഴും എനിക്ക് ആശ്ചര്യങ്ങൾ തന്നുകൊണ്ടേ യിരിക്കുന്നു. അവരുടെ ഹൃദയം ആകെ തകർന്നിരിക്കുകയാണെന്നാണ് ഞാൻ കരുതിയിരുന്നത്. അവർ മുമ്പെഴുതിയത് ഞാൻ മറന്നു പോയി എന്ന് തോന്നുന്നു. "എന്റെ ഭൂതകാലത്തിലെ ചാരത്തിൽനിന്നും ഒരു ഫീനി ക്സ് പക്ഷിയെപ്പോലെ ഞാനുയിർത്തെഴുന്നേൽക്കും" എന്നവർ പറഞ്ഞി രുന്നതാണ്.

അതുപോലെ തന്നെ, എത്ര ദുഃഖിതയായാലും പൂർവസ്ഥിതി പ്രാപിക്കുവാനുള്ള അവരുടെ നൈസർഗ്ഗിക കഴിവിനേയും ഞാൻ കുറച്ച് കണ്ടോ എന്നും സംശയിക്കുന്നു.

എന്റെ അമ്മായിമാർക്ക് മുൻധാരണകളൊന്നുമില്ല.എന്താണോ കണ്ടത് അതവർ ഉള്ളിൽ തട്ടികാണുന്നു. "അവരിൽ മുഴുക്കെ പ്രണയ മാണ്." സൂ അമ്മായി പറയുന്നു. "നമ്മൾ സ്ത്രീകളിൽ നിന്നും അവർക്ക് അത് ലഭിക്കുന്നുണ്ട്. പക്ഷേ, അവർ അത് ഇപ്പോൾ കാംക്ഷിക്കുന്നത് ഒരു പുരുഷനിൽനിന്നാണ്. അതേത് പുരുഷനാണെന്ന് എനിക്കറിയില്ല. എന്നാൽ അയാൾ അവർക്ക് മതിയാവുന്നത്ര പ്രണയം നൽകുന്നില്ല എന്നു റപ്പ്."

"സാദിഖ് അലി വീണ്ടും എന്നിലേക്ക് വരുന്നതിനായി മുസ്ലീം നേതാക്കൾ അയാൾക്ക് മേൽ സമ്മർദ്ദം ചെലുത്തുന്നുണ്ട്," കമല

എന്നോട് പറഞ്ഞു. എന്നാൽ ഇത്തവണ അത് പറയുമ്പോൾ പഴയ ആവേശമില്ല, ഞാൻ പ്രതീക്ഷിച്ച ആവേശമില്ല. “മുസ്ലീം ഭാര്യമാരുടെ ജീവിതം ദുരിതമാണ്. അവരിലൊരാളാകാൻ എനിക്ക് താത്പര്യമില്ല. സാദിഖ് അലിയുടെ കുരിശിൽ കയറുവാൻ എനിക്ക് വയ്യ. ആ ഡോക്ടർ അതിലും നല്ല സുഹൃത്താണ്.”

അന്ന് രാത്രി ഞാൻ ഇങ്ങനെ ടൈപ്പ് ചെയ്തു.

രാത്രിയിൽ ഉറങ്ങുമ്പോൾ
അവൾ കവിതയുടെ പത്രാധിപരല്ല
അയാൾ ശസ്ത്രക്രിയാവിദഗ്ദ്ധനുമല്ല
വാസ്തവകഥനങ്ങളുടെ ചർമ്മപാളികളിൽനിന്നും
മുറിച്ചുമാറ്റപ്പെട്ട ശരീരങ്ങൾ മാത്രം.

ഞാൻ കമലയേക്കാൾ പുറകിലാണെന്നും ഞാൻ മനസ്സിലാക്കുന്നു. കമലയുടെ ഹൃദയം തകർന്നിട്ടുണ്ടാകാം. എന്നാൽ അവർ പുതുപ്രണയത്തിലാണ്. ഞാൻ ടൈപ്പ് ചെയ്യുന്ന കവിതകൾ സാദിഖ് അലിക്ക് വേണ്ടിയല്ല. അത് അവരുടെ പുതിയ പ്രണയത്തിനുവേണ്ടിയാണ്. കഴിഞ്ഞ കൊച്ചി യാത്രയിൽ ഞാൻ കണ്ട ആ ഡോക്ടർക്ക് വേണ്ടി.

ഇതാ, ഒരു പുരുഷൻ എന്ന സമ്മാനം
എന്നോ കാത്തിരുന്ന ഒരു ദാഹവരൾച്ചയിൽ
ജീവസന്ധാരണം പോലെ
ഞാൻ നേടിയത്

ഈ പ്രണയത്തിലും കമലയുടെ മുഖമുദ്രയായ വൈകാരികതയുടേയും ആത്മീയതയുടേയും മിശ്രണമുണ്ടെങ്കിലും ഇവിടെ അവയുടെ പ്രാധാന്യത്തിൽ ഞെട്ടിക്കുന്ന വൈപരീത്യമുണ്ട്. കല്പിത പ്രണയമല്ലിതിപ്പോൾ, വ്യക്തതയോടെ അവതരിച്ചിരിക്കുന്ന പ്രണയമാണ്. ജീവിതത്തിൽ ആദ്യമായി കമല ലജ്ജയില്ലാതെ ഒരു സാധാരണക്കാരനെ ആലിംഗനം ചെയ്യുന്നു.

എന്റെ ശരീരത്തിന്റേയും
ആത്മാവിന്റേയും
ഉടുതുണിയില്ലാത്ത നഗ്നതയ്ക്ക്.

“വഞ്ചനയുടെ അറുപത്തിയഞ്ച് വർഷങ്ങൾ എന്നാൽ വിലമതിക്കാനാകാത്ത ഒരു സംഗീതോപകരണത്തിൽ ശ്രുതികൾ മീട്ടാതെ പോയതുപോലെയാണ്,” കമല പറയുന്നു. “ഇത് കന്യാസ്ത്രീ മഠത്തിൽ നിന്നും ഒളിച്ചോടുന്നതുപോലെയാണ്. ഇതാണ് ശരിയായ ഞാൻ. യാത്രപറയുന്നതിനു മുമ്പ്, പൂർണ്ണതയെത്താത്ത ഒരു സ്ത്രീ എന്നിലുണ്ടെന്ന് ഓർമ്മിപ്പിക്കുകയാണ് സാദിഖ് അലി ചെയ്തത്.”

പിറ്റേന്ന് കാലത്ത് നേരത്തേ അമ്മായിമാരെത്തി. അവരുടെ പക്കലപ്പോൾ വീട്ടിലുണ്ടാക്കിയ മധുര പലഹാരങ്ങളും കൈകൊണ്ട് തയ്ച്ചെടുത്ത ചെരുപ്പുമുണ്ടായിരുന്നു. കമലയെ കണ്ടപ്പോൾ അവർക്ക് സന്തോഷമായി. കഴിഞ്ഞ വർഷം കമല പറഞ്ഞത്, കേൾവിക്കാർ ആരാണോ അതിനനുസരിച്ച് താൻ കഥയുടെ അന്ത്യം സുഖപ്രദമോ ദുഃഖം നിറഞ്ഞതോ ആക്കുമെന്നായിരുന്നു. ഇവിടെ ഇതാ ഇപ്പോൾ കമല എന്റെ അമ്മായിമാരെ സുഖദുഃഖങ്ങൾ രണ്ടുമുള്ള കഥകൾ പറഞ്ഞ് രസിപ്പിക്കുന്നു. അവരിപ്പോൾ കമലയിൽ കാണുന്നത് തങ്ങളെതന്നെയാണ്. അവർക്കും നല്ല സമയവും ചീത്ത സമയവുമുണ്ടായിട്ടുണ്ട്. അവർക്കും സ്നേഹം വേണമെന്ന ചിന്തയുണ്ടിപ്പോൾ. അവർക്ക് കമലയെ സംരക്ഷിക്കണമെന്ന് ആഗ്രഹമുണ്ട്. കമലയുടെ പല കഥകളും അവർക്ക് പൂർണ്ണമായി മനസ്സിലാകുന്നില്ല.

അവരെ സംസാരിക്കുവാൻ വിട്ട് ഞാൻ എന്റെ കൂട്ടുകാരോടൊപ്പം നടക്കാനിറങ്ങി. ഞങ്ങൾ മലനിരകളിലേക്കു നടന്നു. പിന്നെ അവിടെയുള്ള കാട്ടിലേക്കും അവിടെനിന്ന് വന്യമായ ഭൂമിയിലേക്കും, തടാകത്തിലേക്കും. ഇവിടെയാണ് ഞങ്ങൾ നീന്താറുള്ളത്. കമലയ്ക്ക് പ്രാർത്ഥനയെന്നപോലെ ദൈവികമായി ഞങ്ങൾക്ക് തോന്നുന്ന ഒരു ആചാരമായിരിക്കുന്നു ഇത്. ഞങ്ങളേക്കാൾ വളരെ മഹത്തരമായ പ്രകൃതിയോടൊത്തിരിക്കുക എന്നാൽ സത്യമായ ആത്മീയതയാണെന്ന ചിന്ത എന്നിലുണ്ടാക്കുന്നു.

ഞാൻ തിരിച്ചെത്തിയപ്പോൾ കമല എന്നോട് ചോദ്യം ചോദിക്കുവാൻ തുടങ്ങി. ആരൊക്കെയുണ്ടായിരുന്നു. ആരെന്തൊക്കെ ചെയ്തു. ആരൊക്കെ നഗ്നരായിരുന്നു. ഇരു ലിംഗങ്ങളും ഒന്നിച്ച് നഗ്നരായോ? അതിനാൽ ഞങ്ങളുടെ ലോകത്ത് നിലവിലുള്ള എഴുതപ്പെടാത്ത നിയമങ്ങൾ ഞാൻ

കമലയ്ക്ക് വേണ്ടി വിവരിച്ചു. ധ്യാനത്തെക്കുറിച്ചും അതിന്റെ താളത്തെക്കുറിച്ചും, നീന്തലിനെക്കുറിച്ചും, പട്ടുപോലെ മൃദുലമായ വെള്ളത്തെക്കുറിച്ചും പറഞ്ഞു. നിശ്ശബ്ദതയെക്കുറിച്ച് പറഞ്ഞു. ഞങ്ങൾ കനഡയിലുള്ളവർക്ക് പ്രകൃതിയാണ് ആത്മീയത എന്ന് പറഞ്ഞു. കമലയ്ക്ക് എന്താണ് മനസ്സിലായത് എന്ന് എനിക്കറിയില്ല. എന്നാൽ ഒരു ദിനം കമല ഒരു പേനയും കടലാസുമെടുത്ത് ചിത്രം വരയ്ക്കുവാൻ തുടങ്ങി. ഞാനാ ചിത്രങ്ങൾ കണ്ട് ചിരിച്ചു.

ഈ വിചിത്രമായ, യാഥാസ്ഥിതികമല്ലാത്ത ചിത്രം എവിടെ നിന്ന് വരുന്നു? എനിക്ക് ഏത് കണ്ണിയാണ് നഷ്ടപ്പെട്ടത്? ഈ ചിത്രങ്ങൾ കമലയുടെ ചിന്തയിലുള്ള കലുഷമായ രൂപങ്ങളാണ് നൽകുന്നത്. അത് അവരുടെ മനസ്സിന്റെ ആഴങ്ങൾ അറിയുവാനുള്ള മാർഗ്ഗമില്ലായ്മയും കാണിക്കുന്നു. അമ്മായിമാർ തിരിച്ചെത്തി ഞങ്ങൾ ഉച്ചഭക്ഷണത്തിനിരുന്നപ്പോൾ നടന്ന സംഭാഷണ ശകലങ്ങളും ഇതു തന്നെ കാണിക്കുന്നു. കഴിഞ്ഞ കൊച്ചിയാത്രയിൽ ഞാൻ കണ്ട അതേ ഡോക്ടറെക്കുറിച്ചാണ് സംസാരം.

"എന്നിലേക്ക് പ്രവേശിക്കുന്നതിനുമുമ്പ് ഞാൻ ഒരു ഓയിന്റ്മെന്റ് ഉപയോഗിക്കേണ്ടതുണ്ടെന്ന് ഡോക്ടർ പറയുന്നു. അതല്ലെങ്കിൽ അത് വേദനയുണ്ടാക്കുമത്രെ. എന്റെ പക്കൽ ഓയിന്റ്മെന്റ് ഉണ്ടോ എന്ന് അദ്ദേഹം ചോദിച്ചു. 'ഡെറ്റോൾ' ആണോ എന്ന് ഞാൻ ചോദിച്ചു. 'അത് മതിയാകില്ല' എന്നായിരുന്നു അദ്ദേഹത്തിന്റെ മറുപടി." കമല പറഞ്ഞു.

Our Bodies Growing Older എന്ന സഹായ പുസ്തകത്തിൽ വിവരിച്ചിട്ടുള്ള ഓയിന്റ്മെന്റുകൾ അപ്പോൾ എനിക്കോർമ്മവന്നു. ലൈംഗിക ചുവയുള്ള തമാശകളിൽ ഇവയെ കെ വൈ ജെല്ലി എന്നാണ് വിളിക്കുന്നത്. ഞാനവ വാങ്ങിക്കൊണ്ട് വരാം എന്ന് കമലയ്ക്ക് ഉറപ്പ് നൽകി.

"സത്യമായും?" എന്റെ കാര്യവിവരത്തിൽ സംതൃപ്തയായി കമല ചോദിച്ചു.

"അത് താങ്കൾക്ക് വേണ്ടിയാണെന്ന് ഞാൻ പറയില്ലെന്നും ഉറപ്പ് തരുന്നു. എത്ര എണ്ണം വേണം?"

"ഒന്ന് മതിയാവും."

പതിനാറ് വയസ്സായതിനു ശേഷം ആരും തന്നിൽ പ്രവേശിച്ചിട്ടില്ലെന്ന് ഇപ്പോൾ കേരളത്തിൽ ഏറ്റവും സ്നേഹിക്കപ്പെടുന്ന, നിന്ദിതയും വന്യയുമായ സ്ത്രീ പറയുന്നു. അത് അടഞ്ഞ ഗുഹപോലെ കിടക്കുകയായിരുന്നു എന്നും. തന്റെ ഭർത്താവിന് പിന്നീട് ഷണ്ഡത്വമുണ്ടാകുകയും അതിനാൽ തനിക്ക് കൃത്രിമ ബീജധാരണം വേണ്ടിവരികയും ചെയ്തുവെന്നും അവർ പറയുന്നു. അതായത് താൻ മിക്കവാറും കന്യകയാണെന്ന്. ഇത് അവർ ഇതിനു മുമ്പൊരിക്കലും പറയാത്ത കാര്യമായിരുന്നു.

"സാദിഖ് അലി?" ഞാൻ ചോദിച്ചു.

"എന്റെ പാവാടയിൽ അയാൾ എന്തോ ഉപേക്ഷിച്ചു പോയി."

അഗ്രഗണ്യമായത് ഇതായിരിക്കണം എന്ന ചിന്തയിൽ ഞാൻ ഒരു നിമിഷം ചെലവഴിച്ചു. മലബാറിലെ പ്രണയ റാണിയുടെ വിരോധാഭാസം നിറഞ്ഞ കുമ്പസാരം. പിന്നെ ഞാൻ പെട്ടെന്ന് കമല പണ്ട് കൂടെക്കൂടെ വിവരിച്ചിരുന്ന ബലാത്സംഗത്തെക്കുറിച്ചും, "സിംഹ"വുമൊത്തുള്ള ലൈംഗിക വേഴ്ചയെക്കുറിച്ചും ഓർത്തു. പ്രതികാരഭയം മൂലമോ അല്ലെങ്കിൽ തന്റെ "ശുദ്ധത" തെളിയിക്കുവാനോ, അവർ ഒരു ജീവിതകാലം മുഴുക്കെ ഒളിച്ചും, നടിച്ചും, തന്റെ ലൈംഗിക ചരിത്രത്തെക്കുറിച്ച് തെറ്റായ വിവരങ്ങൾ പറഞ്ഞും പ്രചരിപ്പിച്ചും കഴിഞ്ഞുവെന്ന് ഞാൻ സ്വയം ഓർമ്മിപ്പിച്ചു. കമലയുടെ ജീവിതത്തിലെ ലൈംഗിക കാര്യങ്ങളിലെ വാസ്തവവും മിഥ്യയും തമ്മിൽ വേർതിരിക്കുക വൈഷമ്യമേറിയതായിരിക്കുന്നു. വിമർശകർ ഇന്നും, കമലയുടെ 'എന്റെ കഥ'യിലെ പല കഥാപാത്രങ്ങളും യാഥാർത്ഥത്തിൽ ഉള്ളവരാണോ അതോ മിഥ്യയാണോ എന്ന വാഗ്വാദത്തിലാണ്. കമല ഒരിക്കൽ തന്റെ ഏറ്റവും പ്രിയപ്പെട്ട വിമർശക ഇക്ബാൽകൗർ ആണെന്ന് പറയുകയുണ്ടായിട്ടുണ്ട്. കൗർ ആകട്ടെ കമല പറയുന്ന നായർ സമുദായത്തിന്റെ "പരിശുദ്ധി"യിൽ അടിവരയിടുകയും ചെയ്യുന്നു. കമല എന്റെ അമ്മായിമാരോട് നായർ സ്ത്രീകളെക്കുറിച്ച് പറഞ്ഞപ്പോൾ, അവർ പിന്തുടരുന്ന ശാരീരിക ശുദ്ധിയിൽ നല്ല ഊന്നൽ നൽകുകയുണ്ടായി. അതായത് ആ സ്ത്രീകൾക്ക് ഒരിക്കലും രണ്ട് പുരുഷന്മാരോടൊപ്പം ഒരേസമയത്തുറങ്ങി "അഴുക്ക്" പുരണ്ടതാകുവാൻ കഴിയില്ലെന്ന്. വാസ്തവികമാണോ അത്?

പ്രണയത്തിൽ അധിഷ്ഠിതമായ സാന്മാർഗ്ഗികതയെക്കുറിച്ചാണ് എപ്പോഴും കമല പറഞ്ഞുകൊണ്ടിരിക്കുന്നത്. ഒട്ടും അറിവില്ലാതെയുള്ള ചേർച്ചകളെ കളിയാക്കുകയും ചെയ്യുന്നു. ഇതിനോടൊപ്പം കമല തന്റെ മഹത്ത്വം കാക്കുന്നതിനായി ശുദ്ധിയുടെ പാരമ്പര്യമൂല്യങ്ങളിൽ അടിവരയിടുന്നുമുണ്ട്. തനിക്കായി മാത്രമുള്ള ഒരു കുറിപ്പിൽ കമല ഇങ്ങനെ രേഖപ്പെടുത്തിയിരിക്കുന്നു. "സ്ത്രീ സ്വാതന്ത്ര്യത്തിനായി ഞാൻ സംസാരിക്കുന്നു. അതിനായി യാഥാസ്ഥിതിക സാന്മാർഗ്ഗികതയെ ഞാൻ ആക്രമിക്കുന്നു. ഞാൻ പൂർണ്ണത കാംക്ഷിക്കുന്നത് പാരമ്പര്യ മൂല്യങ്ങളുടെ ഇടയിൽ നിന്നാണ്."

പൂർണേന്ദു ചാറ്റർജിയോട് കമല പറഞ്ഞ വാക്കുകൾ ശ്രദ്ധിക്കുക "നാലപ്പാട്ടെ സാന്മാർഗികത പിന്തുടരുന്ന ഒരു കന്നുകാലിയാകുവാൻ എനിക്കാഗ്രഹമില്ല. എന്നാൽ എന്റെ അമ്മൂമ്മയും മുത്തശ്ശിയും എന്നിൽ വിതച്ചിരിക്കുന്ന യാഥാസ്ഥിതികതയുടെ വിത്തുകൾ എന്നിലിപ്പോഴുമുണ്ട്. എനിക്ക് എന്റെ കുടുംബത്തിൽനിന്നും വേർപെടുവാനായിട്ടില്ല. എനിക്ക് പ്രേമബന്ധങ്ങളുണ്ടായിട്ടുണ്ട്. എല്ലാം ഭാവനയായിരുന്നില്ല. എന്നാൽ അവയെയെല്ലാം ചില പരിമിതികളിൽ നിറുത്തേണ്ടതുണ്ടായിരുന്നു."

കമല എന്നോട് ഭീതി കാണിച്ചിട്ടുണ്ടെങ്കിൽ അത് ഒന്നുകിൽ അവർ ലൈംഗികവിഷയങ്ങളെക്കുറിച്ച് അധികരിച്ച് സംസാരിച്ചതുകൊണ്ടോ അല്ലെങ്കിൽ 'അങ്ങനെയെല്ലാമുണ്ടായിട്ടുണ്ടെന്ന്' സംസാരിച്ചതുകൊണ്ടോ ആയിരിക്കണം. അതിനോടൊപ്പം സമൂഹം കൂടുതൽ സ്വീകരിക്കുന്ന

കഥകൾ ചൊല്ലുക എന്നത് അവരുടെ സ്വഭാവമാകണം. അത് അവർ നന്നായി ചെയ്യുന്നുമുണ്ട്: ഞാൻ മാത്രമാണവർക്ക് ലൈംഗിക വിഷയങ്ങളിൽ ഗുരുവായിട്ടുള്ളത് എന്ന് പറയുന്നു, മൂത്രദ്വാരമെവിടെയെന്ന് ചോദിക്കുന്നു, അത് യോനിദ്വാരത്തിനു മുന്നിലാണോ ഉള്ളിലാണോ എന്ന് ചോദിക്കുന്നു, ലൈംഗികബന്ധത്തിലേർപ്പെടുവാൻ അനുവദിച്ചാൽ ഒരു പക്ഷേ, പങ്കാളി അയാളുടെ ലിംഗം പ്രവേശിപ്പിക്കുന്നത് തന്റെ മൂത്രദ്വാരത്തിലായാലോ എന്നാശങ്കപ്പെടുന്നു.

"ലൈംഗിക കാര്യങ്ങളെക്കുറിച്ച് താങ്കൾക്ക് കൂടുതലൊന്നുമറിയില്ല എന്നത് ശ്രദ്ധേയമായ ഒരു കാര്യമല്ലേ?" ഞാൻ ചോദിച്ചു.

"എല്ലാ നല്ല ഹിന്ദു കുടുംബങ്ങളിലും അത് സംഭവിക്കുന്നു," എന്നായിരുന്നു മറുപടി. ആ അവസ്ഥയെ സാംസ്കാരികമായി സാധാരണം എന്ന നിലയിൽ കമല ന്യായീകരിക്കുന്നു.

അപ്പോൾ ഞാൻ കമലയെ ചിലതെല്ലാം ഓർമ്മിപ്പിച്ചു. അഞ്ചുവർഷമായി എനിക്ക് കമലയുമായി പരിചയമുണ്ട്. ഈ അഞ്ചുവർഷത്തിനിടയ്ക്ക് കമല എന്തൊക്കെയായി എന്നാണ് ഞാൻ ഓർമ്മിപ്പിച്ചത്. കമല ഒരു കൃഷ്ണ ഭക്തയായി, ബ്രഹ്മചര്യമനുഷ്ഠിക്കുന്നവളായി, സമൂഹത്തിൽ നിന്നും സ്വയം മാറിനിൽക്കുന്ന വിധവയായി, മതപരിവർത്തനം ചെയ്ത നക്ഷത്രമായി തിളങ്ങി, വികാരങ്ങൾ ഉണർത്തപ്പെട്ടവളായി, ഇപ്പോഴിതാ അവസാനം മിക്കവാറും കന്യകയുമായിരിക്കുന്നു. "ഞാനാണ് എന്റെ ഏറ്റവും വലിയ സൃഷ്ടി" എന്നാണ് കമലതന്നെ കൂടെക്കൂടെ പറയാറുള്ളത്. കമലയെ അഭിമുഖം ചെയ്ത പി.പി രവീന്ദ്രനോട് കമല പറഞ്ഞത് "സത്യാവസ്ഥ എന്നത് ഒരു കുലടയാണ്, ഒരു വെള്ള ഖദർ വസ്ത്രം പോലെ കുലട" - "ഞാൻ എന്റെ ജീവിതത്തിൽ സംഭവിക്കാത്ത പലതും കൂട്ടിച്ചേർത്ത് എന്റെ ജീവിതം പൂർണ്ണതയുള്ളതാക്കുവാൻ ശ്രമിക്കുന്നു."

കമലയുടെ അവസാന അവതാരം ആത്മീയതയും ലൈംഗിക വികാരോത്തേജനവും കലർന്ന ഒരു മിശ്രിതമായിട്ടായിരുന്നു. അത് ഒരു പക്ഷേ അവരുടെ പരിതഃസ്ഥിതികളോട് ഇണങ്ങുവാനുള്ള കഴിവിനെത്തന്നെ പരീക്ഷിച്ചേക്കാം. "ഞാനിപ്പോഴും ഹിന്ദു ദൈവങ്ങളോടും പ്രാർത്ഥിക്കാറുണ്ട്," കമല പറയുന്നു. "ഞാനിപ്പോൾ ആകെ കൂടിക്കുഴഞ്ഞ ഒന്നായിരിക്കുന്നു. ഇന്ത്യയിൽ വച്ച് ഞാനൊരിക്കൽ 'ഓ ശിവ, ശിവ, എന്താ ഇത്' എന്ന് പറഞ്ഞു. അപ്പോൾ ഒരു മുസ്ലീം നേതാവ് 'നിങ്ങൾ ശിവന്റെ പേരാണോ വിളിക്കുന്നത്' എന്ന് ചോദിച്ചു. ഞാൻ പെട്ടെന്ന് അതിനെയൊന്ന് വളച്ചൊടിച്ചു. അല്ലെങ്കിൽ എനിക്കെതിരെ മറ്റൊരു സിവിൽ കേസ് വരുമായിരുന്നു. 'ഞാൻ അള്ളാഹുവിനെ ഇങ്ങനെ പുകഴ്ത്തട്ടെ. എല്ലാ നാമങ്ങളും അവന്റേതാണല്ലോ' എന്ന് പറഞ്ഞു. മറ്റൊരിക്കൽ ഞാൻ മോഹൻലാലിനെ പുകഴ്ത്തുകയായിരുന്നു. അയാൾ ഞങ്ങളുടെ മഹാനായ നടനാണ്. 'ഭംഗിയുള്ള കണ്ണുകളുള്ള ഈ മനുഷ്യനെയോർത്ത് നമുക്കെല്ലാം അഭിമാനമുണ്ടാകണം. ഇയാൾ അന്ന മഗ്നാനിയുടെ നായകനായി അഭിനയിക്കണം.' എന്ന് പറഞ്ഞപ്പോൾ ലാൽ തല താഴ്ത്തി 'എന്നെ അനുഗ്രഹിച്ചാലും അമ്മേ, എന്റെ തലയിൽ തൊട്ട് എന്നെ അനുഗ്രഹിച്ചാലും'

എന്ന് പറഞ്ഞു. അപ്പോൾ സാധാരണ ഹിന്ദുക്കൾ ചെയ്യുന്നതുപോലെ ഞാൻ അയാളുടെ തലയിൽ കൈ വച്ച് 'ഗുരുവായൂരപ്പൻ താങ്കൾക്ക് പ്രശസ്തിയും സൗഭാഗ്യവും നൽകട്ടെ' എന്ന് അനുഗ്രഹിച്ചു. അത് കേട്ട ഒരു മുസ്ലീം സിനിമാ നിർമ്മാതാവ് 'മാഡം നിങ്ങൾ ഒരു ഹിന്ദു ദൈവ ത്തിന്റെ പേരാണ് പറഞ്ഞത്' എന്നോർമ്മിപ്പിച്ചു.

"ഞാൻ ഒരു കഥാപാത്രത്തെ കണ്ടെത്തിയിരിക്കുന്നു. ഞാൻ തന്നെയാണാ കഥാപാത്രം. ഇപ്പോൾ ഞാൻ ആ കഥാപാത്രത്തിൽ ഒട്ടി പ്പിടിച്ചിരിക്കുന്നു. എന്റെ തന്നെ സൃഷ്ടിയായ ആ കഥാപാത്രത്തിന്റെ ഭൂതം എന്നെ ആസകലം ബാധിച്ചിരിക്കുന്നു. ഞാൻ താങ്കളുടേതാണ്, മാഡം ഫ്രാങ്കെൻസ്റ്റീൻ" ഭയപ്പെടുത്തുന്ന രീതിയിൽ ഭാവിയെ കാണാനാകും എന്ന മട്ടിൽ അവർ പറയുന്നു.

പിന്നെ എന്നത്തേയുംപോലെ അവർ ഈ ഇരുട്ടിനെ ഒന്ന് പുളിപ്പി ച്ചെടുക്കുന്നു. ഒന്നാഘോഷിക്കുവാൻ എന്ത് കണ്ടെത്തുന്നുവോ അ തെടുത്ത് ആഘോഷിക്കുന്നു. "എന്നിട്ടും ഞാൻ എന്നെ കൃഷ്ണൻ തന്റെ രഥത്തിലേറ്റി കൊണ്ടുപോകുന്നത് സ്വപ്നം കണ്ടു. അപ്പോൾ ഞാൻ ഒന്നു കൂടി നോക്കി. അത് കൃഷ്ണനല്ലായിരുന്നു, എന്റെ ഡോക്ടറായിരുന്നു. ഒരു മനുഷ്യനെന്ന നിലയിൽ കൃഷ്ണൻ ഒരിക്കലും എന്നെ സേവിച്ചിട്ടില്ല. അത് ഒരു ഫാന്റസി മാത്രമായിരുന്നു. എനിക്ക് കാല്പനികത വേണ്ട."

എനിക്കൊരു പുരുഷനുണ്ട്. അവന്റെ ഭാരത്താൽ എന്റെ കൈകൾ വേദനിക്കുന്നു."

പതിനെട്ട്

ഏകാന്തമായ തടാകങ്ങളുടെ ആഴത്തെക്കുറിച്ച്

മെറിലിയുടെ ഗേഹത്തോട്
ഇന്ന് ഞാൻ വിടപറയുന്നു.
ഇവിടെ എന്റെ സമയത്തിന്റെ ഉടമസ്ഥത
എനിക്കുമാത്രമായിരുന്നു.
പ്രശാന്തമായ ഓരോ മണിക്കൂറും
എന്റേതുമാത്രമായിരുന്നു.

യാത്രയയപ്പിനായി അമ്മായിമാരും ജോയും എത്തിയിരുന്നു. അവരുടെ പക്കൽ കമലയ്ക്ക് നൽകുവാനായി സമ്മാനങ്ങളുമുണ്ടായിരുന്നു. ഞാൻ എല്ലാവരുടേയും ഫോട്ടോയെടുത്തു.

"ജോയുടെ മടിയിലിരിക്കൂ" കമല സൂ അമ്മായിയോട് പറഞ്ഞു. "അങ്ങനെയെങ്കിൽ അത് കുറച്ചുകൂടി നല്ല ഫോട്ടോയാകും."

കേട്ടപാടെ, എന്നെ അദ്ഭുതപ്പെടുത്തിക്കൊണ്ട് എൺപത്തിമൂന്ന് വയസ്സുള്ള അമ്മായി ചാടിയെഴുന്നേറ്റ് ജോയുടെ മടിയിലിരിപ്പായി. മടിയിലിരുന്ന് ഒരു കൈ ജോയുടെ തോളിൽ ചുറ്റിപ്പിടിച്ചു. ഇതാണെന്റെ സ്ഥാനം എന്ന മട്ടിൽ ഒരു പുഞ്ചിരിയും ചുണ്ടിൽ നിറച്ചു. ജോ അന്ധാളിച്ചു എന്ന് തോന്നുന്നു. എന്നാൽ ജോയ്ക്കും അത് ഇഷ്ടമായി എന്ന് ഉറപ്പ്. ഞാൻ ചിത്രമെടുത്തു. നല്ലൊരു ചിത്രമായിരുന്നു അത്.

കാത്തി അമ്മായി കമലയുടെ കൈ പിടിച്ചു. "അടുത്ത വർഷം വീണ്ടും കാണുവാനാകും എന്ന് ഞാൻ പ്രതീക്ഷിക്കുന്നു." അവർ പറഞ്ഞു.

"ഞാനും നിങ്ങളും വളരെ വിഷമം പിടിച്ച ഒരു അവസ്ഥയിലൂടെയാണിപ്പോൾ കടന്നു പോകുന്നത്. നമ്മൾ സത്യത്തിൽ ഒരു സർക്കസ്സിലെ ഊഞ്ഞാലാട്ടക്കാരെപ്പോലെയാണ്." കമല പുഞ്ചിരിച്ചു.

"സ്വന്തം ആരോഗ്യം നോക്കണം. നല്ല ഒരു പ്രണയ ജീവിതമുണ്ടാകട്ടെ എന്ന് ആശംസിക്കുന്നു." കാത്തി അമ്മായി പറഞ്ഞു. "ഇനി എന്ന് ഇവരെ കാണാനാകും എന്ന് ഉറപ്പില്ലാത്തതിനാൽ മനസ്സിനൊരു വിഷമം തോന്നുന്നു" അവർ എന്റെ ചെവിയിൽ മന്ത്രിച്ചു. "കമല പ്രണയത്തിലാണെന്നതിനെ ഞാൻ അംഗീകരിക്കുന്നു. അയാൾ ഇവരോട് ചെയ്യുന്നതിനെ ഞാൻ അംഗീകരിക്കില്ല. അയാൾ ഇവരുടെ മനസ്സിന് സന്തോഷം നൽകുന്ന ഒരു സ്ഥാനത്തെത്തിച്ചു, എന്നിട്ട് ഇവരുമായി ലൈംഗിക ബന്ധത്തിലേർപ്പെട്ടില്ല. എനിക്ക് തൊണ്ണൂറ്റിയൊന്ന് വയസ്സായി. ഈ പ്രായത്തിൽ ഒരാൾ എന്നെ പ്രണയിച്ച് എന്നോട് ലൈംഗിക ബന്ധത്തിനു മുതിർന്നാൽ, അയാൾക്ക് ഏത് അതിരു വരെ പോകാമോ അതിന് ഞാനനുവദിക്കും. ഇങ്ങനെയൊക്കെയായിട്ടുകൂടി അയാൾ ഇവരെ പ്രണയിക്കുന്നു എന്ന ഒരു ചിന്താഗതിയുണ്ടാക്കി."

"അധികം താമസിയാതെ കമല വിമാനത്തിനകത്തേക്ക് കയറും" സൂ അമ്മായി കമലയെ നോക്കി പറഞ്ഞു.

"അതെ. ഏകാന്തതയിലേക്കുള്ള വിമാനം, എന്നാണതിനെ വിളിക്കുന്നത്."

അതുകേട്ട് സൂ അമ്മായി അവരെ ആലിംഗനം ചെയ്തു. "കടുത്തതായി ഒന്നും ചെയ്യരുത്. എല്ലാം സാവധാനത്തിലാകണം, മധുരം വേണം."

തന്റെ "കനഡയിലെ കുടുംബത്തിനോടൊപ്പം" കമല വാതിൽ വരെ നടന്നു. അവർ യാത്രപറഞ്ഞ് പിരിഞ്ഞുപോയി. ഞങ്ങൾ തനിച്ചായി. അപ്പോൾ ഞാൻ ഒരു പരകായപ്രവേശത്തിലൂടെ കമലയുടെ കാലുകൾ ഉയർത്തി, അവർക്ക് ഏറ്റവും പ്രിയപ്പെട്ട കസേരയിൽ വച്ചു. അവിടെയിരുന്നാൽ ഞങ്ങൾക്ക് പുറത്തെ മരങ്ങൾ കാണാം.

"**മെ**റിലി, നീ എന്റെ ജീവിതത്തിൽ വല്ലാത്തൊരു പ്രഭാവമാണ് സൃഷ്ടിച്ചിരിക്കുന്നത്" കമല പറഞ്ഞു. അത് പറയുമ്പോൾ അവരുടെ സ്വരം നാലുഭാഗത്തു നിന്നും പ്രതിധ്വനിച്ചു. ഞാൻ എന്ത് ചിന്തിച്ചു എന്നതിന്റെ പ്രതിധ്വനിയായിരുന്നു അത്. കമലയുണ്ടായിരുന്നില്ലെങ്കിൽ ആർണിയുമൊത്തുള്ള ജീവിതം വേണ്ടും വിധമുള്ള ഒരു കരാറാക്കുവാനുള്ള ധൈര്യം എനിക്കുണ്ടാകുമായിരുന്നില്ല. അതുപോലെ കാത്തി അമ്മായിയുടെ ഉദാത്തമായ കലാബോധത്തെ അംഗീകരിക്കുകയോ എന്റെ അച്ഛന്റെ ആത്മീയതയെ അംഗീകരിക്കുകയോ ചെയ്യില്ല. അതുമല്ലെങ്കിൽ ലൈംഗിക സ്വാതന്ത്ര്യത്തിന്റെ വിലയെ ഞാൻ വേണ്ടുംവിധം ചോദ്യം ചെയ്യില്ല. കമലയില്ലായിരുന്നുവെങ്കിൽ മൈലാഞ്ചിയിട്ട കൈകളുടെ ചലന ഭംഗി ഞാനറിയില്ല. പിന്നെ, ഗീതാമേത്തയുടെ പാശ്ചാത്യരെക്കുറിച്ചും ഇന്ത്യയിലെ ആത്മീയതയെക്കുറിച്ചുമുള്ള മൂർച്ചയേറിയതും, അസംഗതമായതുമായ ആക്ഷേപഹാസ്യം ഞാനറിയില്ല, ഗിനു കുമാനിയുടെ ജംഗ്ലി ഗേൾ, ആർ കെ നാരായണിന്റെ മാൽഗുഡി ഡെയ്സ്, അമിതാവ് ഘോഷിന്റെ ഷേഡൊ ലൈൻസ് എന്നിവയും ഞാൻ കാണില്ല. കമലയെ അറിഞ്ഞതിനാൽ ഞാൻ അവരുടെ കവിതകൾ ശ്രദ്ധിക്കുവാനും അവയുടെ വേരുകളും അവയിലെ വിപ്ലവവും എന്തെന്ന് മനസ്സിലാക്കുവാനും തുടങ്ങി. അതിൽ അവരുടെ അമ്മയുടെ കവിതകളും ഉൾപ്പെടുന്നു. അതോടൊപ്പം പൂജ എങ്ങനെ ചെയ്യണമെന്നതിന് എനിക്ക് ഒരു ആമുഖം നൽകേണ്ടി വന്നു. സുലു നൽകിയ ആമുഖം മനസ്സിലാക്കുവാൻ എനിക്ക് പുസ്തകങ്ങൾ വായിക്കേണ്ടി വന്നു. അത് കമലയ്ക്കുള്ള കൃഷ്ണ പ്രണയം എന്നെ ഓർമ്മിപ്പിച്ചു. അതെന്നെ ഡേവിഡ് എൽ. ഹാബർമാനിന്റെ Journey through the Twelve Forests: An Encounter with Krishna എന്ന പുസ്തകത്തിലേക്ക് നയിച്ചു. പിന്നെ The Gitagovinda of Jayadeva: Love Song of the Dark Lord എന്ന ഗംഭീരമായ ലൈംഗികച്ചുവയുള്ള കവിതകളിലേക്കും നയിച്ചു.

കമല ഇനി എന്താണ് പറയുവാൻ പോകുന്നത് എന്നറിയാതെ ഞാനിരിക്കുമ്പോൾ എന്റെ മനസ്സിലേക്ക് ഒരു മിന്നൽപിണർ പോലെ കമല എനിക്കായി തുറന്നുതന്ന ലോകം ഓടിയെത്തി. ഞങ്ങളുടെ കുടുംബവുമായി ഇടപഴകിയതിനു ശേഷം പാശ്ചാത്യ കുടുംബങ്ങളെക്കുറിച്ച് അവരിലുണ്ടായിരുന്ന ധാരണ ഒന്ന് മാറിയിട്ടുണ്ട് എന്ന് എനിക്കറിയാം. എന്നാൽ ഞാൻ എങ്ങനെയാണവരിൽ ഒരു പ്രഭാവമുണ്ടാക്കിയിരിക്കുന്നത്?

ചോദ്യഭാവത്തിലുള്ള എന്റെ മുഖം കണ്ട് കമല പറഞ്ഞു തുടങ്ങി. "സാദിഖ് അലി എന്നെ സ്പർശിച്ചിട്ടും എനിക്ക് ആത്മഹത്യ ചെയ്യാൻ വിധത്തിൽ കോപം വരാതിരുന്നത്, മെറിലിയുമായി പരിചയപ്പെട്ടതിനു ശേഷം എനിക്ക് ലഭ്യമായി ചില ജീവിത അറിവുകൾ മൂലമാണ്. ജീവിതത്തിലെ അവസരങ്ങൾ ചിലതിനെ ഞാൻ പാപമായി കണക്കാക്കിയെങ്കിൽ നീ അതിനെ സ്വന്തം കുപ്പായമായി അണിയുകയായിരുന്നു. ഞാൻ ഉന്നതയാണെന്ന ഒരു ചിന്തയുണ്ടായിരുന്നു. പക്ഷേ, സത്യം പലപ്പോഴും ഞെട്ടിക്കുന്നതാണല്ലോ.

"നമ്മൾ സമാന്തരമായി ഒഴുകുന്ന രണ്ട് നദികളാണ്. ഈ വേഗത യേറിയ ഒഴുക്ക് അറിയുന്നില്ലേ" എന്ന് സാദിഖ് അലി എന്നോട് ചോദി ക്കുകയുണ്ടായി. ലൈംഗിക ബന്ധം ശക്തമായിരുന്നു, അതേ സമയം മൃദുവുമായിരുന്നു. എന്റെ ഭർത്താവിനെപ്പോലെയല്ല. അത് ഒരു കല യാണ്. ഒരു സംഗീത വിരുന്നാണത്. പതിഞ്ഞ താളത്തിൽ തുടങ്ങി, ശ്രുതിമധുരമായി, താളം മുറുകി, തനിയാവർത്തനങ്ങളുണ്ടായി, എന്നെ ആരാധിക്കുകയാണോ എന്നുപോലും തോന്നിപ്പോയി - കൈകൾ, വായ് എല്ലാം. അത് ഒരു ഹർഷോന്മാദമായിരുന്നു. ജീവിതത്തിൽ ഒരിക്കലെങ്കിലും അതുണ്ടായതിൽ ഞാൻ സന്തോഷിക്കുന്നു. എനിക്കത് ഇഷ്ടമായി."

"യാഥാസ്ഥിതികയായ ഒരു ഹിന്ദു വനിത ഒരു മുസ്ലീം പുരുഷനോ ടൊത്ത്" അവരുടെ ഇരട്ട നിയമലംഘനത്തെ ഞാൻ കളിയാക്കി പറഞ്ഞു.

"അപ്പോൾ ഉടൻ എനിക്ക് എന്റെ ജാതി നഷ്ടമായി. ഞാനത് അനു വദിച്ചു. ഞാനാ അനുഭവത്തേയും സ്നേഹിക്കുകയായിരുന്നു. എന്റെ ശരീരത്തിലെ ഓരോ കോശവും അതിനായി ശ്രമിച്ചുകൊണ്ടിരിക്കുകയാ യിരുന്നു. എന്റെ ശരീരം ആഘോഷിക്കുകയായിരുന്നു. എന്നിൽ, എന്റെ യുള്ളിൽ, ഉണ്ടായ മാറ്റത്തെക്കുറിച്ച് മെറിലിയോട് പറയണമെന്ന് ഞാൻ ചിന്തിക്കുകയായിരുന്നു. എന്റെയുള്ളിൽ, അല്ലാതെ ബാഹ്യമായല്ല. ബാഹ്യമായി ഞാനൊന്ന് അനങ്ങുക പോലും ചെയ്യുന്നില്ല. എന്റെ ഈ പുതിയ സ്വഭാവത്തിന്റെ നല്ലതും ചീത്തയും ഞാൻ വിലയിരുത്തുന്നില്ല. ദൈവമെന്നോട് 'നീ നിന്റെ ശരീരത്തിലും സന്തോഷം കണ്ടെത്ത്' എന്ന് പറയുകയാണെന്ന് എനിക്ക് തോന്നുന്നു."

ആർണിയും ഞാനുംകൂടി കമലയുടെ വീൽചെയർ തള്ളി യാത്ര പുറ പ്പെടുന്നവർക്കുള്ള സ്ഥലത്തെത്തി. സഹായം ആവശ്യമുള്ള യാത്ര ക്കാരുടെ നിരയിൽ സ്ഥാനം പിടിച്ചു. കമലയുടെ സഹായിക്കായി ഞ ങ്ങൾ കാത്ത് നിന്നു.അപ്പോൾ ഞങ്ങളുടെ ഇടത് ഭാഗത്ത് കൂടി ജനം വരിവരിയായി പോകുന്നുണ്ടായിരുന്നു. അവർ അവരുടെ കടലാസുകൾ അധികാരികളെ കാണിക്കുകയും അതേ വേഗതയിൽ അകത്തേക്ക് കടന്നു പോകുകയും ചെയ്തു കൊണ്ടിരുന്നു. വീൽചെയറിലുള്ള മറ്റു ചിലരെ അവരുടെ മക്കൾ തള്ളിക്കൊണ്ട് പോകുന്നുണ്ടായിരുന്നു.

"ഇസോദര ഡങ്കനെ പതിമൂന്ന് വയസ്സുള്ളപ്പോഴും, ഓസ്കർ വൈൽ ഡിനെ പതിനാല് വയസ്സുള്ളപ്പോഴും വായിച്ചാൽ ജീവിതം ആകെ കുഴഞ്ഞ് മറിയും" എവിടെനിന്നെന്നില്ലാതെ കമല പറഞ്ഞു. ഒരുപക്ഷേ തിരികെ വീട്ടിലെത്തിയാൽ തന്നെ കാത്തിരിക്കുന്ന നിബന്ധനകളെ ഓർത്തിട്ടാ കണം അത് പറഞ്ഞത്. വീണ്ടും അവർ നിശ്ശബ്ദയായി. അടിമുടി വസ്ത്രം കൊണ്ട് മറച്ച്, നിശ്ശബ്ദയായി, അവർ ദീർഘയാത്രയ്ക്കുള്ള ഊർജ്ജം സംഭരിക്കുകയാണെന്ന് തോന്നി. അവരുടെ വസ്ത്രധാരണ രീതി, തികച്ചും സാധാരണമായി വസ്ത്രം ധരിച്ച് അവിടെ ഉലാത്തിയിരുന്ന മറ്റ് മുസ്ലീം സ്ത്രീകളിൽനിന്നും വ്യത്യസ്തമായിരുന്നു. മറ്റുള്ളവരിൽ

ആരൊക്കെയാണ് മുസ്ലീം സ്ത്രീകൾ എന്ന് തിരിച്ചറിയുക അതിനാൽ ബുദ്ധിമുട്ടുമായിരുന്നു. ഒരപരിചിതനും ഈ പർദ്ദയ്ക്കുള്ളിൽ മറഞ്ഞിരിക്കുന്ന വ്യക്തി ആരെന്ന് ഊഹിക്കുവാനാകില്ല. ശരീരം ബലഹീനമെങ്കിലും, എന്റെ അച്ഛന്റെ ഭാര്യയായിക്കൊണ്ട് "വളരെ കരുത്തയാണവർ. അവർ നിങ്ങളുടെ ഹൃദയത്തെ മഥിപ്പിക്കുന്നു. അവരുടെ തേജോവലയത്തിലേക്ക് നിങ്ങളെ വലിച്ചടുപ്പിക്കുന്നു." എന്ന് അവർക്ക് പറയിപ്പിക്കുവാനാകുന്നിടത്തോളം അവർ ശക്തയായിരുന്നു.

തന്റെ ശരീരത്തിൽ സന്തോഷിക്കുവാനുള്ള അനുവാദം ലഭിച്ചത് ഒരുപക്ഷേ എന്നെ പരിചയപ്പെട്ടതിനാലാകണം എന്ന് കമല പറയുന്നു. തന്റെ അമ്മൂമ്മയോടൊപ്പം നാലപ്പാട്ട് ജീവിച്ച പതിനഞ്ച് വർഷം അവർ തന്റെ ശരീരത്തിലും മനസ്സിലും തൃപ്തയായിരുന്നു. ശരീരഭാഗങ്ങളെക്കുറിച്ചും അവയുടെ പ്രവർത്തനങ്ങളെക്കുറിച്ചും മിക്കവാറും പാശ്ചാത്യരേക്കാൾ കമലയ്ക്ക് സങ്കോചനാട്യങ്ങൾ കുറവായിരുന്നു. പലപ്പോഴും നഗ്നത എന്നത് ആഭാസമാണെന്ന ചോദ്യം ചെയ്യലുണ്ടായപ്പോൾ സ്വാഭാവികമായത് എങ്ങനെ ആഭാസമാകും എന്ന ചോദ്യമാണ് അവർ ചോദിച്ചത്. എന്നെ അറിയുന്നതിനും വളരെമുമ്പ് തന്നെ അവർ പ്രണയമില്ലാതുള്ള ലൈംഗിക ബന്ധം എന്നതിലേയും പ്രണയമുള്ളപ്പോഴുള്ള ലൈംഗിക ബന്ധം എന്നതിലേയും കപട നാട്യങ്ങളെക്കുറിച്ചെഴുതി. വിവാഹേതര ലൈംഗിക ബന്ധത്തിലെ "പാപം" അവർ പൂർണ്ണമായും അംഗീകരിച്ചിരുന്നു എന്ന് എനിക്കു തോന്നുന്നില്ല. ഒരു നായർവനിത എന്ന നിലയിലെ പാരമ്പര്യങ്ങൾ സ്ത്രീകൾക്ക് നിയമപരമല്ലാത്ത ലൈംഗിക ബന്ധങ്ങൾ അനുവദിച്ച് കൊടുത്തിരുന്നു. അതിനോടൊപ്പം അവരുടെ പുതിയ സാന്മാർഗ്ഗികതയിൽ പ്രണയമില്ലാത്ത ജീവിതത്തിൽ ലൈംഗിക ബന്ധം എന്നതിനെ അവർ എതിർക്കുകയും ചെയ്തു. എനിക്കും അതുപോലെ തന്നെ തോന്നുന്നു. ക്യുബക്കിന്റെ സംസ്കാരത്തിൽ വനിതകളുടെ ലൈംഗികേച്ഛ എന്നത് സ്വീകാര്യവും സാധാരണവുമാണെന്ന് അവർ അനുഭവിച്ചറിയുന്നു.

ഇസോദര ഡങ്കനും ഓസ്കർ വൈൽഡും ഒരുപക്ഷേ കമലയെ ഇത്ര കുഴപ്പത്തിലാക്കിയത് അവർ അത് ഹൃദയത്തിലേറ്റിയതുകൊണ്ടാണെന്ന് എനിക്കു തോന്നുന്നു. വലിയ വിലങ്ങുതടികളുള്ള ഒരു സമൂഹത്തിലാണവർ ജീവിച്ചത്. അടിച്ചമർത്തപ്പെട്ട സംസ്കാരമായിരുന്നു അത്. അതിനാലായിരിക്കണം വിജയലക്ഷ്മി എന്ന കവയിത്രിക്ക് മറ്റേതെങ്കിലും സ്ഥലത്താണ് കമല ജീവിച്ചതെങ്കിൽ "അവർ ഇതിലും സന്തോഷവതിയായേനെ" എന്ന തോന്നലുണ്ടായത്. അടുത്തയിടെ ഒരു അഭിമുഖത്തിൽ "ഇനിയൊരു ജന്മം ലഭിക്കുകയാണെങ്കിൽ അതിൽ എന്ത് മാറ്റമുണ്ടാകാൻ ആഗ്രഹിക്കുന്നു" എന്ന ചോദ്യത്തിന് കമല നൽകിയ മറുപടി "കേരളത്തിൽ ജനിക്കാതിരിക്കണം. കേരളം എനിക്ക് ഏതോ ഇടുങ്ങിയ സ്ഥലത്ത് അകപ്പെട്ടതുപോലെയുള്ള ഒരു മനഃസ്ഥിതിയുണ്ടാക്കുന്നു." എന്നായിരുന്നു. എന്നെ പരിചയപ്പെട്ടത് അവർ അതുവരേക്കും വിശ്വസിച്ചിരുന്നതിനെക്കാൾ കൂടുതൽ കരുത്തുള്ളതാക്കുവാൻ സഹായിച്ചിട്ടുണ്ടാകും

എന്ന് ഞാൻ കരുതുന്നു. കാരണം വിവാഹിതയാകാതെ ഞാൻ ഒരുവനോടൊപ്പം ജീവിക്കുന്നത് അവർ കാണുന്നു, എന്നിട്ടും ആകാശം ഇടിഞ്ഞ് വീഴാത്തതും അവർ കാണുന്നു.

സഹായി കമലയുടെ വീൽചെയർ തള്ളിനീക്കാൻ തുടങ്ങുംമുമ്പ് ഒരിക്കൽകൂടി ഞാൻ കമലയെ ആലിംഗനം ചെയ്തു. ഒരുപക്ഷേ തന്റെ പുതിയ രാഷ്ട്രീയ കക്ഷിയെ തിരഞ്ഞെടുപ്പിന് തയ്യാറാക്കുവാനായിട്ടായിരിക്കണം അവർ ഈ സന്ദർശനദൈർഘ്യം വെട്ടിക്കുറച്ചത്. ഇപ്പോൾ എനിക്ക് മറ്റൊരു സംശയം കൂടി തോന്നുന്നു. സന്ദർശന ദൈർഘ്യം വെട്ടിക്കുറച്ചത് ഒരുപക്ഷേ അവർ അവരുടെ ശരീരം ആസ്വദിക്കുവാനാണോ? അവർ യാത്രയാകുന്നത് ഞാൻ നോക്കി നിന്നു. മോൺട്രിയലിൽ നിന്നും യൂറോപ്പ്, ദൽഹി വഴി കൊച്ചിയിലേക്ക് അവർ ഒറ്റയ്ക്ക് പോകുന്നതാലോചിച്ചപ്പോൾ വിഷമം തോന്നി. അവർക്ക് സുരക്ഷിതത്വമുണ്ടാകുമെന്നും തിരികെ നാട്ടിലെത്തുമ്പോൾ അവർക്ക് നല്ല സ്വീകരണമുണ്ടായിരിക്കണമെന്നും മനസ്സാഗ്രഹിച്ചു. അവരുടെ വീൽചെയർ ആൾക്കൂട്ടത്തിലൂടെ നീങ്ങുന്നത് ഞാൻ കണ്ടു. തിരക്കേറിയ വാതിലുകൾ കടന്ന് പോകുന്നത് കണ്ടു. എപ്പോഴോ അവരൊന്ന് തിരിഞ്ഞു നോക്കിയപ്പോൾ കൈകൾ വീശുവാനായി ഞാൻ തിടുക്കപ്പെട്ടു.

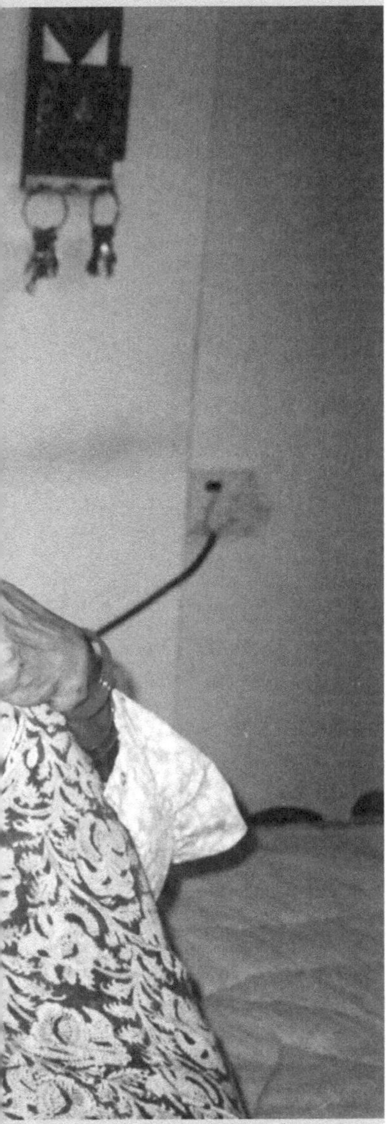

ആറ്

കൊച്ചി

2003

സുരയ്യ
താങ്കൾ ഒറ്റയ്ക്കല്ല

പത്തൊമ്പത്

നിലാസ്പർശം

മൂന്ന് വർഷമായി ഞാനും കമലയും തമ്മിൽ തമ്മിൽ കണ്ടിട്ട്. ഞങ്ങൾ പരിചയപ്പെട്ടതിനുശേഷം ഇത്ര ദീർഘമായ ഒരു ഇടവേള ഉണ്ടായിട്ടില്ല. ഈ കാലഘട്ടത്തിനിടയ്ക്ക് മുസ്ലീം തീവ്രവാദികൾ വേൾഡ് ട്രേഡ് സെന്ററിൽ ബോംബ് വയ്ക്കുകയും ഐക്യ അമേരിക്കൻ നാടുകൾ അഫ്ഗാനിസ്ഥാനെ ആക്രമിക്കുകയും ചെയ്തു. ഈ സംഭവങ്ങൾ കമലയുടെ വ്യക്തിജീവിതത്തെ എങ്ങനെ ബാധിക്കുന്നുവെന്ന് എല്ലാ മാസവും ഞങ്ങൾ തമ്മിൽ നടക്കാറുള്ള ഫോൺ സംഭാഷണങ്ങളിലൂടെ ഞാനറിഞ്ഞു. അവസാനം, 9/11 നടന്ന് രണ്ട് വർഷം കഴിഞ്ഞപ്പോൾ ആർണി എന്നെ വിമാനത്താവളത്തിൽ കൊണ്ടു വിട്ടു. സുരക്ഷാ പരിശോധനകൾ കഴിഞ്ഞു. അപ്പോൾ എന്റെ മനസ്സ് പ്രതീക്ഷയുടേയും നഷ്ടബോധത്തിന്റേയും ഇടയിലായിരുന്നു. ഞങ്ങളുടെ സൗഹൃദത്തിനടിവരയിടുവാൻ എനിക്ക് കമലയെ കാണണം. എന്നാൽ കമലയിൽ വന്നിരിക്കുന്ന മാറ്റങ്ങൾ എന്നെ ആശങ്കപ്പെടുത്തുന്നുണ്ട്. ഈ ദീർഘയാത്രയിൽ ഞാൻ തനിച്ച് മതി എന്ന് തീരുമാനിച്ചു. വിമാനം കാത്തിരിക്കുമ്പോൾ ഞാൻ എന്റെ കുറിപ്പുകളിലൂടെ കണ്ണോടിച്ചു. ഈ കാലയളവിൽ ഞങ്ങൾ നടത്തിയ ഫോൺ സംഭാഷണങ്ങളായിരുന്നു ആ കുറിപ്പുകളിൽ. അതിലൂടെ കണ്ണോടിച്ച് ഈ യാത്ര എനിക്ക് ആവശ്യമായതെന്തുകൊണ്ട് എന്ന് ഓർക്കുകയായിരുന്നു.

9/11 നടന്ന അന്നുമുതൽ ക്രിസ്ത്യൻ സ്ത്രീകൾ കമലയെ വന്ന് കാണുവാൻ തുടങ്ങി എന്ന് ഞാനറിഞ്ഞിരുന്നു. കർത്താവായ യേശുവിനേയും പരിശുദ്ധാത്മാവിനേയുംകുറിച്ച് പറഞ്ഞ് അവർ കമലയോട് അവരുടെ മതത്തിൽ ചേരുവാൻ അഭ്യർത്ഥിക്കുന്നു. മുസ്ലീംകളാകട്ടെ, അവരെ ഭീകരവാദികളെന്ന് മുദ്രയടിക്കപ്പെട്ടതിനാൽ ഭയചകിതരായിരിക്കുന്നു. തിരിച്ചറിയാതിരിക്കുവാൻ അവർ താടി വടിച്ച് കളയുകയും മുഖത്ത് പൗഡർ ഇടുകയും ചെയ്യുന്നു. കമലയ്ക്ക് എഴുത്തച്ഛൻ പുരസ്കാരം സമ്മാനിക്കുന്നു എന്ന് അറിയിപ്പുണ്ടായ ഉടൻ തന്നെ, സമ്മാനദാനം നടത്തുന്ന മണ്ഡപം ബോംബ് വച്ച് നശിപ്പിക്കുമെന്ന് ഹിന്ദു തീവ്രവാദികൾ പ്രഖ്യാപിച്ചിരിക്കുന്നു. “എനിക്ക് ആത്മവിശ്വാസം ലഭിക്കുന്നതിനായി ഞാൻ വലിയ കാതണികൾ വാങ്ങിക്കും, കൈയിൽ മൈലാഞ്ചിയിടും. അവർക്കെന്നെ

അങ്ങനെ ചതച്ചരയ്ക്കുവാനൊന്നും പറ്റില്ല." അവർ പറഞ്ഞു.സാഹചര്യങ്ങൾ മറക്കുവാനായി കമല പലപ്പോഴും ലോലമായ സമയങ്ങളെക്കുറിച്ചും സ്ഥലങ്ങളെക്കുറിച്ചും പറഞ്ഞു. "നിന്റെ അച്ഛൻ, അദ്ദേഹത്തിന്റെ ചുളിവുകളുള്ള കണ്ണുകൾ, പുഞ്ചിരി. എന്റെ മനസ്സിൽ എപ്പോഴും നിന്റെ കുടുംബമാണ്."

"ഇപ്പോൾ ഫോൺ വയ്ക്കല്ലേ മെറിലി. നിന്റെ ശബ്ദം എനിക്ക് കേട്ടുകൊണ്ടിരിക്കണം."

ഒരു ദിവസം ഞാൻ വിളിച്ചപ്പോൾ ആരും ഫോൺ എടുത്തില്ല. ഞാൻ തുടർച്ചയായി വിളിച്ചുകൊണ്ടേയിരുന്നു.

"എന്റെ പ്രമേഹം കുറച്ച് കൂടി. അതിനാൽ സുലുവിന്റെ വീട്ടിലായിരുന്നു." പിന്നെ ഫോണിൽ കിട്ടിയപ്പോൾ കമല പറഞ്ഞു. "ബഹ്റിനിൽ നിന്നും വരുമ്പോൾ ഹൃദയത്തിന് ചെറിയൊരു തകരാറുണ്ടായി. ഞാനിപ്പോൾ എന്റെ കിടപ്പുമുറിയിലൊളിക്കുവാൻ ശ്രമിക്കുകയാണ്. തീവ്രവാദികൾ എന്നെ ലാക്കാക്കി നടക്കുന്നു. സെക്യൂരിറ്റി ഗാർഡിന്റെ പക്കൽ എന്നെ സന്ദർശിക്കുവാൻ അനുവദിക്കാവുന്നവരുടെ ഒരു പട്ടികയുണ്ടാക്കി കൊടുത്തിട്ടുണ്ട്. ഞാനിപ്പോൾ എന്റെ ദൈവത്തെ മുറുകെ പിടിക്കുന്നു. ഒരു സമുദ്രംപോലെ ആകാരമില്ലാത്തതാണെന്റെ ദൈവം. തണുപ്പും, ഇളം കാറ്റും, നിലാസ്പർശവും കൊണ്ട് എന്നെ സംരക്ഷിക്കുന്നവനാണവൻ. എനിക്ക് എന്റെ ഹൃദയത്തിൽ വലിയ മുറിവുണ്ടാക്കുന്ന എന്തെങ്കിലും വേണം. – ഭിക്ഷ നൽകണം, പാവങ്ങൾക്കായി സൗജന്യമായി വൈദ്യപരിശോധനാ ക്യാമ്പുകൾ സംഘടിപ്പിക്കണം, പ്രാർത്ഥനകളുണ്ടാകണം, പ്രാർത്ഥിക്കുവാനൊരു ശ്രമം വേണം, ദൈവത്തിനോട് അത്ര അടുത്തായിട്ടില്ല ഞാൻ എങ്കിലും പ്രാർത്ഥനയ്ക്ക് ശ്രമിക്കുന്നു."

ഞാൻ പുറപ്പെടുന്നതിന് കുറച്ച് ദിവസം മുമ്പ്, താൻ തന്റെ കസേരയിൽ നിന്ന് വീണുവെന്നും, ഫോണെടുത്ത് പരിചാരികയെ വിളിക്കുവാനായി ഫോൺ ഇരിക്കുന്നിടം വരെ നിരങ്ങി നീങ്ങേണ്ടി വന്നുവെന്നും കമല പറഞ്ഞു. "കാലത്ത് ചെറിയൊരു നെഞ്ചുവേദനയുണ്ടായിരുന്നു. കിതപ്പും. മെത്തയിൽ നിന്നും എഴുന്നേറ്റപ്പോൾ വീണു."

കമല എന്നെ വല്ലാതെ പേടിപ്പിച്ചു. അവർ മരിക്കുകയാണെന്ന് എനിക്ക് തോന്നിപ്പോയി.

"എന്നെ കാണാൻ വരുന്നവരൊക്കെ എന്നെ നോക്കി ചിരിക്കുന്നു. അവർക്കൊക്കെ ഇപ്പോഴും എന്നോട് ദേഷ്യമാണ്. എന്നിൽ ഇപ്പോഴും തകരാത്ത എന്തോ ഒന്നുണ്ട്. അതിനെ നിനക്ക് ഊതിപ്പെരുപ്പിക്കാം. നമുക്ക് ഒരുമിച്ച് കടൽത്തീരത്ത് പോകാം. അവിടെയിരുന്ന് വെളിച്ചവും മഴയും കാണാം. നീ ഇവിടേക്ക് വരണം. ഈ കാലയളവിൽ എന്റെ രാജ്യത്ത് പലതും സംഭവിച്ചിട്ടുണ്ട്."

ഞാനൊരു പബ്ലിക് ടെലിഫോൺ ബൂത്ത് കണ്ടെത്തി ന്യൂയോർക്കിലുള്ള സുഹൃത്തിന് ഫോൺ ചെയ്തു. അവിടെ എനിക്കൊരു സഹായമാകണമെന്ന് അഭ്യർത്ഥിച്ചു. അപ്പോഴും മനസ്സിൽ കമലയെ എങ്ങനെ

സഹായിക്കുവാനാകും എന്ന ചിന്തയായിരുന്നു. അതിനോടൊപ്പം അടുക്കും ചിട്ടയുമില്ലാത്ത ദിവസങ്ങൾ നീളുന്ന യാത്രയെക്കുറിച്ചും വേവലാതിയുണ്ടായിരുന്നു. അതിനോടെല്ലാമൊപ്പം എനിക്ക് സൗകര്യപ്രദമായ എന്റെ ജീവിതവും എനിക്ക് ലഭിച്ചുകൊണ്ടിരിക്കുന്ന സ്നേഹവും ഇട്ട് പോകുന്നുവെന്ന എന്റെ ഭ്രാന്തിനാൽ ഉണ്ടാകുന്ന വേദനയുമുണ്ട്.

വിമാനം മോണ്ട്രിയലിന്റെ ആകാശത്തിലെത്തിയിരിക്കുന്നു. ഒന്നുകൂടെ മുകളിലേക്കു പോയപ്പോൾ പിന്നെ മോണ്ട്രിയൽ കാണാതായി. സെന്റ് ലോറൻസ് നദിയുടെ വെളുത്ത വളവുകളേയും, മേഘങ്ങൾക്ക് മുകളിലുള്ള സൂര്യനേയും വലയം വച്ച് വിമാനം കിഴക്കോട്ട് തിരിച്ചിരിക്കുന്നു.

അതെ ഞാൻ കിഴക്കോട്ടുള്ള യാത്രയിലാണ്, കമലയുടെ അടുത്തേക്ക്, വെളിച്ചത്തിലേക്ക്.

ഞാൻ ചെന്നപ്പോൾ കമല കിടപ്പായിരുന്നു. ഒരു വെള്ള മെത്തവിരിപ്പാണ് കമല അപ്പോൾ ഉപയോഗിച്ചിരുന്നത്. അരികുകളിൽ കൈതുന്നലുകളുള്ള തലയിണയിന്മേൽ ചാരിയായിരുന്നു കിടന്നിരുന്നത്. അപ്പോൾ കമല ഒന്നുകൂടി ചെറുപ്പമായെന്ന് തോന്നി. കമല മെലിഞ്ഞിരിക്കുന്നു. രോഗം ബാധിച്ചശേഷം എളുപ്പത്തിൽ തകർന്നേക്കാവുന്ന രൂപമായിട്ടുണ്ടായിരുന്നു. വളരെ ഊഷ്മളതയോടെ അവർ എന്നെ സ്വാഗതം ചെയ്തു. എങ്കിലും വർഷങ്ങൾക്ക് മുമ്പ് ക്യുബക്കിൽ വന്നപ്പോഴുണ്ടായിരുന്ന ആ പ്രസരിപ്പില്ല. പുതുതായി പെയ്ന്റ് ചെയ്ത കിടപ്പുമുറിയുടെ ചുവരുകൾ കാണിച്ച് എന്നോട് "ഇതാണെന്റെ അഭയസ്ഥാനം. ഇവിടെയിരുന്നാണ് ഞാൻ പ്രാർത്ഥിക്കുന്നത്." എന്ന് പറഞ്ഞു. പഴയ ലോഹം കൊണ്ടുള്ള പെട്ടികൾക്കു പകരമായി മരത്തിന്റെ ഉരുപ്പടികൾ സ്ഥാനം പിടിച്ചിരിക്കുന്നു. ജനലിലെ പർദ്ദകൾ തുറന്നു വച്ച് വെളിച്ചത്തെ അകത്തേക്ക് പ്രവേശിപ്പിക്കുന്നു. താൻ തനിച്ചായിരിക്കുമ്പോൾ ഈ കിടപ്പുമുറി അറേബ്യയിലെ ഈന്തപ്പനകൾ നിറഞ്ഞ മരുഭൂമിപോലെയാകുമെന്നും, അവിടെ മണൽക്കാറ്റ് വിശാറുണ്ടെന്നും കമല പറഞ്ഞു. അപ്പോഴത് പ്രവാചകൻ ജനിച്ച അറേബ്യപോലെയാകുന്നു. കമല മെത്തയിൽ കിടന്ന് രൂപമൊന്നുമില്ലാത്ത സർവേശ്വരനുമായി സംവദിക്കുന്നു.

"ഞാൻ എന്റെ മുറിയിലിരുന്ന് പ്രാർത്ഥിക്കുകയായിരുന്നു. അപ്പോൾ നിലാസ്പർശത്തിൽ ഞാൻ കുളിക്കുകയാണെന്ന ഒരു തോന്നൽ എന്നിലുണ്ടായി. പക്ഷേ, ജനലുകൾ തുറന്നപ്പോൾ ചുറ്റിലും കൂരിരുട്ടായിരുന്നു. ആ നിലാസ്പർശം അള്ളാഹുവിന്റേതായിരുന്നു "കമല പറഞ്ഞു. ഈ കാഴ്ചകൾ താൻ കണ്ട തന്റെ കിടപ്പുമുറിയിലേക്ക് ചിലപ്പോൾ തീർത്ഥാടകർ എത്താറുണ്ട്. അവരെ അവിടെയിരുന്നൊന്ന് പ്രാർത്ഥിക്കുവാൻ അനുവദിക്കണമെന്ന് ആവശ്യപ്പെടാറുണ്ട്. ഏതാനും ദിവസങ്ങൾക്ക് മുമ്പ് ഒരു രാത്രിയിൽ " ദൈവദൂതർ അഥവാ മാലാഖമാർ കത്തുന്ന വിളക്കുപോലെയുള്ള കാതണികളണിഞ്ഞ് എനിക്കു ചുറ്റിലും പറന്ന് നടക്കുവാൻ തുടങ്ങി. നിലാവിൽ തിളങ്ങുന്ന മേഘങ്ങളെപ്പോലെ അവർ തിളങ്ങി. അവരുടെ കാതണികൾ മണിയടിയൊച്ചകളുണ്ടാക്കിക്കൊണ്ടിരുന്നു.

സന്ധ്യാസമയത്ത് തിളങ്ങുന്ന വെളുത്ത പുഷ്പങ്ങളെപ്പോലെയിരുന്നു അവരെക്കാണാൻ."

ഇത്രയും പറഞ്ഞ് അവർ നിശ്ശബ്ദയായി. എനിക്കാകട്ടെ വാക്കുകൾ പുറത്ത് വരാതെയുമായി. എന്റെ മുഖത്തെ അവിശ്വാസം കണ്ടിട്ടാകണം, തനിക്ക് മാനസികസുഖമില്ലെന്ന് തന്റെ ഇമാം പറഞ്ഞുവെന്ന് കമല കൂട്ടിച്ചേർത്തത്. ഇസ്ലാമിൽ വിശ്വസിക്കുന്നവരെ സംബന്ധിച്ചിടത്തോളം മാലാഖമാർ എന്നത് സത്യമാണ്. അതിനാൽ കമല അനുഗൃഹീതയുമാണ്, എന്നും ഇമാം പറഞ്ഞുവത്രെ.

എന്നെ സംബന്ധിച്ചിടത്തോളം ഈ പുനഃസമാഗമം വൈകാരികമായി ബുദ്ധിമുട്ടുകളുണ്ടാക്കുന്നു. മാനവികതയിലാണ് ഞാൻ വിശ്വസിക്കുന്നത്. എല്ലാവർക്കും സമത്വമെന്ന സിദ്ധാന്തത്തിൽ. മാനവ സാഹോദര്യത്തിൽ, അല്ലാതെ ദൈവത്തിലോ മാലാഖമാരിലോ അല്ല. അതേസമയം ആത്മീയത എന്നും കമലയുടെ ജീവിതത്തിന്റെ ഭാഗമായിരുന്നു. കമലയുടെ അമ്മൂമ്മ ഒരു കൃഷ്ണഭക്തയായിരുന്നു. നാലപ്പാട്ടെ സ്ത്രീകൾ എന്നും ഈശ്വരപ്രാർത്ഥനയിലേർപ്പെട്ടിരുന്നു. അവർ ഈശ്വരനെ ആരാധിച്ചിരുന്നു. ദൈനംദിന മതപരമായ ചടങ്ങുകൾ അവർ നിർവഹിച്ചിരുന്നു. പ്രസവ സമയങ്ങളിൽ ഗായത്രി മന്ത്രം ചൊല്ലുന്നത് തന്നെ സഹായിച്ചുവെന്ന് കമല പറഞ്ഞിട്ടുണ്ട്. ബ്രഹ്മചര്യം അനുഷ്ഠിക്കുന്നവൾ എന്ന നിലയിൽ "മന്ത്രങ്ങൾ ചൊല്ലുന്നത് എനിക്കിഷ്ടമായിരുന്നു, അത് എന്റെ മനസ്സിനേയും ശരീരത്തേയും ശുദ്ധീകരിച്ചു" എന്ന് കമല പറയുന്നു.

ഓരോ അവതാരത്തേയും അതിന്റെ ബാഹ്യപരിധികളിലേക്കെത്തിക്കുക എന്നത് കമലയുടെ സ്വഭാവവിശേഷമാണെന്ന് ഞാൻ എന്നെ ഓർമ്മിപ്പിച്ചു. ഇവർക്ക് മുന്നേ ബ്ലേക്കും, മിൽട്ടണുമെല്ലാം ഇതുപോലെ മാലാഖമാരെ കണ്ടിട്ടുണ്ട്. ഒരു കവിയെ സംബന്ധിച്ചിടത്തോളം ഇത് അത്ര വലിയ ഒരു കാര്യമൊന്നുമല്ല. പ്രത്യേകിച്ചും മുമ്പും കൃഷ്ണനോടൊപ്പം കളിക്കുകയും, നിഗൂഢമായ സരസ്വതീനദിയുടെ സ്വരം കേൾക്കുവാൻ കാതോർക്കുകയും ചെയ്തിട്ടുള്ള കമലയെ സംബന്ധിച്ചിടത്തോളം. കമലയിൽ വലിയ മാറ്റങ്ങൾ ഞാൻ കാണുന്നു. കമല ഇവിടെയുണ്ടെങ്കിലും സാധാരണയായി കമല ഇവിടെയുണ്ടെങ്കിൽ എങ്ങനെയാണോ അതുപോലെ അല്ലയിപ്പോൾ. കമല കൂടുതൽ ശാന്തയാണ്. എനിക്ക് കാണാനാകാത്തതെന്തോ അത് അവർക്ക് തൊട്ടറിയാനാകുന്നതുപോലെ.

ഞാൻ കമലയോട് യാത്രപറഞ്ഞ് ഒരു ടാക്സി വിളിച്ച് മെട്രോപോളിറ്റൻ ഹോട്ടലിലെത്തി. റിസപ്ഷനിലുണ്ടായിരുന്നയാൾ "മാഡം, താങ്കൾ വീണ്ടും എത്തിയോ?" എന്ന് സ്വാഗതം ചെയ്തു. എന്റെ ബാഗുകൾ എന്റെ സ്ഥിരം മുറിയിലേക്കെത്തിക്കുവാൻ അയാൾ ഏർപ്പാടു ചെയ്തു. ആ മുറിനിറയെ എല്ലാം ഞാൻ കഴിഞ്ഞ തവണ ഇവിടെ വിട്ടുപോകുമ്പോൾ എങ്ങനെയായിരുന്നോ അതുപോലെ തന്നെയിരുന്നു. ചിരപരിചിതയെപ്പോലെ ഞാൻ ജനലിന്റെ പർദ്ദകൾ മാറ്റി, ജനലുകൾ തുറന്നിട്ടു. എന്റെ ടേപ്പ് റിക്കാർഡർ ഏറ്റവും മുകളിലുള്ള വലിപ്പിൽ നിക്ഷേപിച്ചു. എന്റെ ഫയലുകൾ

മേശപ്പുറത്ത് വച്ചു. അതിലെ ഏറ്റവും വലിയ ഫയലിൽ സുരയ്യ മതം മാറിയതിനു ശേഷമുള്ള സംഭാഷണങ്ങളുടെ വിവർത്തനമാണ്. 'സ സ്നേഹം സുരയ്യ' എന്നാണീ കുറിപ്പുകൾക്ക് പേരിട്ടിരിക്കുന്നത്. ഞാൻ ഇവിടെ എത്തിയപ്പോൾ കമല തന്നെയാണിത് തന്നത്. ഞാനിതു വരേക്കും എത്തിപ്പെടാത്ത എവിടെയോ ആണ് അവരിപ്പോൾ എന്ന തോന്നൽ എന്നിൽ ശക്തമാകയാൽ, ഞാൻ മെത്തയിൽ കിടന്ന് ഈ ഫയലിലെ കുറിപ്പുകൾ വായിക്കുവാൻ തുടങ്ങി.ഈ കുറിപ്പുകൾ ഒരു പക്ഷേ എന്നെ അവരിലേക്ക് കൂടുതലടുപ്പിച്ചേക്കും എന്ന ചിന്തയിലായി. ഞാൻ വായിച്ചു: "അമേരിക്ക അഫ്ഗാനിസ്ഥാനെ ആക്രമിച്ചപ്പോൾ ഞാനിനി എളുപ്പത്തിൽ ആക്രമിക്കപ്പെടാതിരിക്കുവാനായി പാരിസി ലേക്കോ ക്യുബക്കിലേക്കോ ഓടിപ്പോകുന്നതായിരിക്കും നല്ലത് എന്ന് അടുത്ത സുഹൃത്തുക്കൾ ഉപദേശിച്ചു. ഞാൻ അവരോട് എന്ത് പറയണം? എന്റെ സുരക്ഷ ഇസ്ലാമിലാണ്. ആയിരം വാക്കുകളിൽ ഞാൻ അത് പ റഞ്ഞാലും എന്റെ ആ ഉറച്ച വിശ്വാസം അവർക്ക് മനസ്സിലാകുകയോ അവർ അത് അംഗീകരിക്കുകയോ ചെയ്യില്ല. ഈ യുദ്ധം തുടർന്നു പോ യാൽ ഒരുപക്ഷേ എന്റെ ഈ സുഹൃത്തുക്കൾ എന്റെ ശത്രുക്കളായേക്കാം എന്ന് ഞാൻ ഭയക്കുന്നു. സ്നേഹം അപ്രത്യക്ഷമാകുന്നതാണ് ഭീകര വാദത്തിന് കാരണമാക്കുന്നത്."

ഞാൻ പുസ്തകമടച്ചു. എനിക്ക് കമലയോട് ഇപ്പോഴും സ്നേഹമു ണ്ടെന്ന് കമലയോട് പറയണം. അതേസമയം ഇസ്ലാം മതമൗലികവാദി കൾ അവരെ വല്ലാതെ ആകർഷിപ്പിച്ചേക്കാം എന്ന എന്റെ ചിന്തയും അവരെ ധരിപ്പിക്കണം. 9/11 ന് ശേഷം, പടിഞ്ഞാറൻ നാടുകളിൽ, ഭയം, വെറുപ്പ്, കോപം എന്നിവ ഭ്രാന്തായി മാറിയിരിക്കുന്നു. മതങ്ങളിൽ താത്പര്യമി ല്ലാത്ത ഒരു കനഡക്കാരിയായ എനിക്ക് പോലും അഗ്നിബാധപോലെ പടർന്നു പിടിച്ച ഈ പ്രചാരണങ്ങളിൽ നിന്നും, വേർതിരിവുകളിൽ നിന്നും രക്ഷനേടുവാനായി വിഷമിക്കേണ്ടി വന്നിട്ടുണ്ട്. ഇസ്ലാമിന്റെ നക്ഷത്രമായ കമലയ്ക്ക് എനിക്കുള്ളതിനേക്കാൾ കൂടുതൽ സമ്മർദ്ദമുണ്ടായിട്ടുണ്ടാകും. അവരിപ്പോൾ ഇരുധ്രുവങ്ങളിലും നിൽക്കുന്ന മതഭ്രാന്തിന് എത്തിപ്പിടി ക്കാവുന്ന മിന്നൽപിണരാണ്. ഇത്തരം മിതമായതോ അല്ലെങ്കിൽ വന്യ മായതോ ആയ മതഭ്രാന്തുകൾക്കിടയിൽ അവർക്കെങ്ങനെ പിടിച്ചു നിൽ ക്കുവാനായി എന്നത് എനിക്കൂഹിക്കുവാനാകുന്നില്ല.

അത്താഴത്തിന് ഞാൻ കമലയുടെ വീട്ടിലെത്തി. അപ്പോൾ കമല തന്റെ ഖത്തർ യാത്രയെക്കുറിച്ച് സംസാരിച്ചു. ബഹ്റിൻ, മസ്കറ്റ്, ദുബൈ, ഷാർജ, അബുദാബി തുടങ്ങിയ ഗൾഫ് രാജ്യങ്ങളിലെല്ലാം കമല സന്ദർശനം നടത്തുകയും പ്രസംഗിക്കുകയും ചെയ്തുകൊണ്ടിരിക്കുന്നു. മതചാകരയെ കമല എങ്ങനെ കൈകാര്യം ചെയ്യുന്നു എന്നറിയുവാൻ ഈ സംഭാഷണം സഹായിച്ചു. അവരുടെ പ്രസംഗം കേൾക്കുവാനെത്തുന്ന ആയിരങ്ങളോട് അവർ എന്താണ്, എങ്ങനെയാണ് സംസരിക്കുന്നതെന്ന് ഞാൻ ചോദിച്ചു.

"സ്വന്തം മകനെ കുന്നിൻ മുകളിൽ കൊണ്ടുപോയി ബലി നൽകുവാൻ ഇബ്രാഹിമിനോട് ദൈവം കല്പിച്ച കഥ ഞാൻ അവരോട് പറഞ്ഞു.

സ്വന്തം മകന് പകരം ഇബ്രാഹിം ഒരു ആടിനെ ബലി നൽകിയതെങ്ങനെ എന്നാണാ കഥ അവസാനിക്കുന്നത്. അതിനു തുടർച്ചയായി, എനിക്ക് എല്ലാം ബലി നൽകുവാനാകില്ല എന്ന് കൂട്ടിച്ചേർക്കും. ഇസ്ലാം 'നിങ്ങളുടെ മക്കളെ ബലി കൊടുക്കൂ' എന്ന് പറയുന്നുവെങ്കിൽ, ഈ മക്കളെല്ലാം എന്റെയാണോ എന്നെനിക്ക് ഉറപ്പില്ലെന്ന് പറയും. മക്കൾ മാത്രമല്ല, ഈ ആടുകൾ പോലും എന്റേതല്ല. കാരണം ഇവയൊക്കെ അള്ളാഹുവിന്റേതാണ്. അതിനാൽ ഞാൻ അള്ളാഹുവിനോട് 'അള്ളാഹുവേ, ഇതെല്ലാം നിന്റേത് തന്നെയാണല്ലോ, പിന്നെ നീയെന്തിന് ഈ സമ്മാനങ്ങൾ എന്നോട് ചോദിച്ച് വാങ്ങുന്നു? എന്തിന്, ഈ പ്രായമായ, ഉപയോഗശൂന്യമായ എന്റെ ശരീരം പോലും അങ്ങയുടേതാണ്. മണ്ണെടുത്ത് മാറ്റുമ്പോൾ ആഴം വർദ്ധിക്കുന്ന ഒരു കിണർ പോലെയാണ് ഞാൻ. നീ എന്നിലെ മണ്ണെടുത്ത് മാറ്റുന്നു, എനിക്ക് അത് മാത്രം മതി. അള്ളാഹുവേ നീ എന്നെ സ്വീകരിച്ചതുപോലെ ഞാൻ നിന്നേയും സ്വീകരിച്ചിരിക്കുന്നു' എന്നാണ് ഞാൻ അവരോട് പറയാറുള്ളത്."

തീർത്തും മറ്റുള്ളവരെ നോവിക്കാത്തതും എന്നാൽ ഒട്ടൊന്ന് വളഞ്ഞു പുളഞ്ഞ് കിടക്കുന്നതുമായ ഈ സന്ദേശം കമലയുടെ സംസാര ശൈലിയെ ഓർമ്മിപ്പിക്കുന്നത് തന്നെ. ഇത് കേട്ടപ്പോൾ ഒരിക്കൽ കമല തന്റെ വക്കീലായ സുലൈമാനോട് താൻ വണ്ടിയിലുള്ളപ്പോൾ കാർ സൂക്ഷിച്ചോടിക്കണമെന്ന് പറഞ്ഞത് ഓർമ്മവന്നു. കമല ആദ്യം സുലൈമാന്റെ ഔദ്യോഗിക കാര്യപ്രാപ്തിയെ പുകഴ്ത്തി. ആ പുകഴ്ത്തലിലെ അവസാന വാക്കവസാനിക്കുന്നതിനോടൊപ്പം, തന്നോട് സംസാരിക്കുവാനായി ഇടയ്ക്കിടെ തിരിഞ്ഞുനോക്കാതെ വഴിയിലേക്ക് നേരെ നോക്കി വണ്ടിയോടിക്കുകയാണെങ്കിൽ സുലൈമാന്റെ കാര്യപ്രാപ്തിയെക്കുറിച്ച് തനിക്ക് കൂടുതൽ മതിപ്പുണ്ടാകുമെന്ന് പറഞ്ഞു. സുലൈമാന്റെ മനസ്സ് വിഷമിപ്പിക്കാതെ, എന്നാൽ അതേ സമയം തനിക്ക് ഹാനികരമാകാതെ എങ്ങനെ കാര്യമവതരിപ്പിക്കണമെന്ന് താൻ പഠിച്ചിരിക്കുന്നു എന്നാണ് ഇതിനെക്കുറിച്ച് കമല പറഞ്ഞത്. ഗൾഫ് രാജ്യങ്ങളിൽ വച്ച് കമല ചെയ്ത പ്രസംഗങ്ങളിൽ കാണിച്ചതും ഇതേ പാടവം തന്നെ. എല്ലാ ജീവജാലങ്ങളുടേയും രക്ഷിതാവായി അള്ളാഹുവിനെ പുകഴ്ത്തുകവഴി, അതേ അള്ളാഹുവിന്റെ നാമത്തിൽ കൊലചെയ്യുന്നതിന്റെ അനാവശ്യകതയാണ് കമല പറഞ്ഞത്. അതിനോടൊപ്പം മതമൗലികവാദികൾക്ക് താൻ അടിമപ്പെടുമ്പോൾ സ്വന്തം വിശ്വാസങ്ങളെ വേദനിപ്പിക്കുന്നില്ലെന്ന് ഉറപ്പ് വരുത്തുകയും ചെയ്യുന്നു.

ഒരിക്കൽ ഇതിനോടൊപ്പം ഒരിക്കൽ കമല "എല്ലാ പള്ളികളും നശിപ്പിച്ച് കളയണം. അമ്പലങ്ങളും മുസ്ലീം ക്രിസ്ത്യൻ പള്ളികളുമുൾപ്പെടെയുള്ള എല്ലാ ആരാധനാലയങ്ങളും നശിപ്പിക്കണം. അതുപോലെ മുസ്ലീം സമുദായം മാംസാഹാരം കഴിക്കുന്നത് നിറുത്തിവയ്ക്കണം." എന്നും പറയുകയുണ്ടായി. ഇത് കൂടുതൽ വധഭീഷണികൾക്ക് കാരണമാക്കി. ഹിന്ദു, മുസ്ലീം വിഭാഗങ്ങൾ രണ്ടിൽ നിന്നും ഒരുപോലെ വധഭീഷണിയുണ്ടായി. അതിനാൽ ഇപ്പോൾ കമലയ്ക്ക് പുതിയൊരു സുരക്ഷാവ്യവസ്ഥ തന്നെയുണ്ട്.

ഇപ്പോൾ കമലയുടെ സുരക്ഷയ്ക്കായി അവരുടെ അപ്പാർട്മെന്റിന്റെ പുറത്ത് ഒരു സുരക്ഷാ ഭടനെ നിറുത്തിയിട്ടുണ്ട്. അയാളുടെ പക്കൽ തോക്കുണ്ട്. അയാൾ എല്ലാ സന്ദർശകരേയും ചോദ്യം ചെയ്തേ അകത്തേക്ക് കയറ്റി വിടുകയുള്ളു. അയാൾ വൈകീട്ട് അഞ്ച് മണിക്ക് ജോലി അവസാനിപ്പിക്കും. കമലയ്ക്കായി ഉടൻ പ്രതികരണം നൽകുന്ന ഒരു സുരക്ഷാ വ്യവസ്ഥിതിയുമുണ്ട്. "കൂടിയാൽ നാല്പത് സെക്കന്റ്" എന്നാണ് മോനു പറഞ്ഞത്. ഇതിന്റെ ഉത്തരവാദിത്വം പരിചാരികയായ കല്യാണിക്കാണ്. ഈ വ്യവസ്ഥിതി എങ്ങനെ ഉപയോഗിക്കണം എന്നതിൽ പരിശീലനം നല്കിയിട്ടുണ്ട്.. ഈ ഫോൺ ഒരു കംപ്യൂട്ടറുമായി ബന്ധിപ്പിച്ചിരിക്കുന്നു. അതിനാൽ സംസാരത്തിനിടയ്ക്ക് "കൊല്ലും" എന്നതു പോലെയുള്ള വാക്കുകൾ കംപ്യൂട്ടർ തിരഞ്ഞു പിടിക്കും. അങ്ങനെയുള്ള വാക്കുകൾ സംസാരത്തിൽ വന്നാൽ അതിനുവേണ്ട പ്രതികരണങ്ങൾ ഉടനുണ്ടാകും. ആദ്യമൊക്കെ തനിക്കു വരുന്ന എല്ലാ ഫോണുകളും ചോർത്തപ്പെടുന്നുണ്ടെന്നാണ് കമല ചിന്തിച്ചിരുന്നത്. അപ്പോൾ ഇങ്ങനെ ഒരു വ്യവസ്ഥിതി ഉണ്ടെന്ന് മനസ്സിലായപ്പോൾ അതുടൻ ഉപയോഗിക്കുവാൻ തീരുമാനിക്കുകയായിരുന്നു. അതുകൂടാതെ തന്റെ മെത്തയ്ക്കരികിൽ കമല ഒരു നിറതോക്ക് കരുതി വച്ചിട്ടുണ്ട്. കമല അർദ്ധ അന്ധയാണെന്നത് ഒരു പ്രശ്നമല്ല. കല്യാണിയെ തോക്കുപയോഗിക്കുവാൻ പഠിപ്പിച്ചിട്ടുണ്ട്. അവർ ഉന്നം നോക്കിയതിന്റെ പാട് ഒരു തുളയായി ചുവരിൽ കാണുകയും ചെയ്യാം. അഞ്ചുമണികഴിഞ്ഞാൽ ഒന്നുണങ്ങിയ, വൃദ്ധനാകാൻ തുടങ്ങുന്ന, ഒരാൾ സുരക്ഷാ ഭടന്റെ സ്ഥാനമേറ്റെടുക്കും. അയാളുടെ കൈയിൽ ഒരു ടോർച്ച് ഉണ്ടാകും. കമലയെകണ്ട് ഞാനിറങ്ങുമ്പോൾ അയാൾ എന്നെ കാത്തു നിൽക്കുന്ന ടാക്സിക്കരികെ നില്പുണ്ടാകും. എന്നെകണ്ടാൽ ഒരു സല്യൂട്ട് സമ്മാനിക്കും.

എനിക്കപ്പോൾ ചിരിക്കണോ അതോ കരയണോ എന്നറിയില്ല. കമലയുടെ ജീവിതം ഇപ്പോൾ ദൈവവും തീവ്രവാദികളും തമ്മിൽ പങ്കിട്ടെടുത്തിരിക്കുന്നു എന്ന് തോന്നുന്നു. എങ്കിലും ഇതിനിടയ്ക്ക് എനിക്കും ഇത്തിരി സ്ഥലം ബാക്കി കിടപ്പുണ്ടെന്ന് വിശ്വസിക്കുകയും ചെയ്യുന്നു.

ഹോട്ടലിൽ തിരിച്ചെത്തിയപ്പോൾ ഞാൻ കമലയുടെ പുസ്തകം വീണ്ടും വായിച്ചുതുടങ്ങി. വായിച്ചു തുടങ്ങിയപ്പോൾ, ഭരണഘടനയനുസരിച്ച് ഏതൊരു പൗരന്റേയും മൗലികാവകാശമായ "ഏത് മതവും സ്വീകരിക്കുക, അത് പ്രചരിപ്പിക്കുക" എന്നത് ചെയ്തതിനാൽ കമലയ്ക്ക് ലഭിച്ച വെറുപ്പ് കുത്തിനിറച്ച കത്തുകൾ, ഇ-മെയിലുകൾ, ഫോൺ സന്ദേശങ്ങൾ എന്നിവയുടെ കൂമ്പാരം കണ്ട് ഞാൻ അദ്ഭുതപ്പെട്ടു. ഈ ദ്രോഹം അസഹനീയമാണ്. എന്നാൽ കമല തന്റെ ഏകാന്തതയേയും ത്യാഗത്തേയും ഇഷ്ടപ്പെടുന്നു. അതിനെ ഒരു കൊടുങ്കാറ്റ് വരുത്തിവച്ച നാശനഷ്ടങ്ങളുമായി താരതമ്യപ്പെടുത്തുന്നു.

"തകർന്നടിഞ്ഞ പക്ഷിക്കൂടുകൾ, അതിലെ മുട്ടകളെല്ലാം പൊട്ടിപ്പോയിരിക്കുന്നു. വലിയ മരങ്ങൾ തങ്ങളുടെ നഗ്നമായ വേരുകളെ മണ്ണിന്

വെളിയിലേക്കിട്ട് മറിഞ്ഞുകിടക്കുന്നു. വീട് നഷ്ടപ്പെട്ട ഒരു പൂച്ച കരഞ്ഞു കൊണ്ടിരിക്കുന്നു. അത് വെള്ളത്തിൽ പൊങ്ങിക്കിടക്കുന്ന ഒരു വീടിന്റെ മുകളിലാണിരിക്കുന്നത്. അതിന്റെ സ്വരം ആ സ്വരം കേൾക്കുന്നവരെ ഏകാന്തത എന്തെന്ന് ഓർമ്മിപ്പിക്കുന്നു. വീടില്ലാത്ത ആ പൂച്ചയുടെ ഉത്തര വാദിത്വം ആരേറ്റെടുക്കും? ഈ ഭൂമിയുടെ അധിപൻ എന്നെ ഏറ്റെടുത്തു. എന്നെ ആലിംഗനം ചെയ്തു. "

ഞാൻ വായന തുടർന്നു. മതം മാറി അധികം കഴിയാതെ കമല തന്റെ പൂർവ്വികർക്കെല്ലാം "അന്യ"യായി. "ഭ്രഷ്ട"യായി. തകരുന്ന രീതി യിൽ ഏകയായി. എന്നാൽ അപ്പോഴും ഇപ്പോഴും അവരെ പിന്തുണച്ചത് അവരുടെ ദൈവം മാത്രമാകുന്നു. "അവന്റെ മൃദുത്വം ഒരു പടച്ചട്ടപോലെ അണിഞ്ഞു." എന്നിട്ട് തലയുയർത്തിപ്പിടിച്ച് നടന്നു. "എന്റെ പ്രകൃത്യാ ലുള്ള ദ്രുതനട." അവനിലേക്ക് തിരിഞ്ഞതിനു ശേഷം പിന്നെ ഒരിക്കലും താൻ ഏകയാണെന്ന ചിന്തയുണ്ടായില്ല. "ഭക്തി എന്റെ നഗ്നതയെ മറ യ്ക്കുന്നു."

"ഞാൻ ആരാണ്? തീരത്തേക്ക് പിടിച്ചിട്ട മീൻ പിടിക്കുന്നതുപോലെ എന്റെ മനസ്സ് പിടയ്ക്കുന്നു, ഈ ചോദ്യം ആവർത്തിക്കുന്നു, എന്നാൽ എനിക്ക് ഒരു ഉത്തരം ലഭിക്കുന്നില്ല. പത്തിവിടർത്തി നിൽക്കുന്ന മൂർഖൻ പാമ്പിനെപ്പോലെയാണിപ്പോൾ എന്റെ ആത്മാഭിമാനം. തുടർച്ചയായുള്ള സീൽക്കാരങ്ങൾ ഞാൻ കേൾക്കുന്നു. അത് കേൾക്കുമ്പോൾ എനിക്ക് കുറ്റബോധവും ലജ്ജയും തോന്നുന്നു."

തന്റെ ജീവിതകാലത്തിലെപ്പോഴുമെന്നപോലെ ഇപ്പോഴും, വിപരീത ങ്ങളുടെ നടുക്ക് നിൽക്കുമ്പോഴും, സ്വന്തം അന്തസ്സ് നിലനിറുത്തുവാൻ കമല ശ്രമിക്കുന്നു. "എന്റെ ആത്മാഭിമാനം ദൈവത്തെ എന്റേതാക്കിയ തിൽ നിന്നും ജനിച്ചതാണ്," എന്നെഴുതുന്നു.

പിറ്റേന്ന് കാലത്ത്, ആത്മീയകാര്യങ്ങളിൽ എന്റെ അറിവില്ലായ്മ സമ്മതി ച്ചുകൊണ്ട് കമലയോട് അവർക്ക് ദൈവവുമായുള്ള ബന്ധത്തെ കുറിച്ച് കൂടുതൽ പറയുവാൻ ഞാൻ ആവശ്യപ്പെട്ടു.

"ഞാൻ എന്നെതന്നെ ദൈവത്തിനായി സമർപ്പിച്ചിരിക്കുന്നു. കഴിഞ്ഞ ഒന്നൊര വർഷത്തിനുള്ളിൽ ഞാനാകെ മാറിയിരിക്കുന്നു എന്നെനിക്ക് തോന്നുന്നു. ചിലപ്പോഴെങ്കിലും എനിക്ക് അവനോടുള്ള സ്നേഹാധിക്യം മൂലം ഒറ്റയ്ക്കിരുന്ന് കരയുന്നു."

എന്റെ മുഖത്തുനിന്ന് അപ്പോഴും അവിശ്വാസം വിട്ടുമാറിയിട്ടില്ല. അത് കമലയ്ക്ക് മനസ്സിലാകുകയും ചെയ്തു. അതിനാൽ കമല തന്റെ അമ്മൂമ്മ പറഞ്ഞ മറ്റൊരു കഥ എനിക്ക് പറഞ്ഞു തന്നു:

ബാപ്പുട്ടി എന്ന് പേരുള്ള ഒരാളുണ്ടായിരുന്നു. അയാൾക്ക് ഭ്രാന്താണെ ന്നായിരുന്നു എല്ലാവരുടേയും വിചാരം. മൊകേരി കടപ്പുറത്തായിരുന്നു അയാൾ താമസിച്ചിരുന്നത്. ആ കടപ്പുറത്ത് കശുമാവും, ധാരാളം പൂക്കളും, വെള്ള മണലും, പുറകോട്ട് നടക്കുന്ന ഞണ്ടുകളുമുണ്ടായിരുന്നു. കടൽ

നുരഞ്ഞ് പതഞ്ഞ് കിടന്നിരുന്നു. എന്നും കാലത്ത് മുക്കുവർ തങ്ങളുടെ വലയുമായി വള്ളമിറക്കി കടലിലിറങ്ങും. അപ്പോൾ ബാപ്പുട്ടി തന്റെ അമ്മയുടെ അടുത്ത് പോയി "വിഷമിക്കേണ്ട അമ്മേ, ഒരു ദിവസം ഞാനൊരു സ്വർണ്ണമീനിനെ കൊണ്ടുവരും. അതിനെ കിട്ടിയാൽ പിന്നെ നമ്മുടെ എല്ലാ വിഷമങ്ങളും തീരും" എന്ന് പറയും.

അപ്പോൾ ആ അമ്മ "എന്റെ മകന് ഭ്രാന്താണെന്ന്" എല്ലാവരോടും പറയും.

ഒരു ദിവസം രാത്രിയിൽ ബാപ്പുട്ടി തന്റെ അമ്മയുടെ അടുത്തെത്തി "അമ്മേ എനിക്ക് സ്വർണ്ണ മീനിനെ കിട്ടി" എന്ന് പറഞ്ഞു.

"എവിടെ?" അമ്മ ചോദിച്ചു.

"ഇതാ നോക്കൂ. അത് തിളങ്ങുന്നത് കണ്ടോ? അതിന്റെ കണ്ണുകൾ കണ്ടോ, പവിഴം പോലെയില്ലേ, അവ തിളങ്ങുന്നില്ലേ?"

"ബാപ്പുട്ടി നിനക്ക് ഭ്രാന്താണ്." അമ്മ കരഞ്ഞു. വീണ്ടും ഉറങ്ങാൻ കിടന്നു.

പിറ്റേന്ന് കാലത്ത് മറ്റു മുക്കുവർ കടലിൽ പോകുവാനായി ബാപ്പുട്ടിയെ വിളിച്ചു.

"ഞാൻ വരുന്നില്ല. ഇനി ഞാൻ കടലിലേക്കില്ല. എനിക്ക് എന്റെ മീനിനെ കിട്ടി." ബാപ്പുട്ടി പറഞ്ഞു.

"എവിടെ?" മറ്റുള്ളവർ ചോദിച്ചു.

"ഇതാ. ഇതാ എന്റെ മീൻ."

"കടലിലേക്ക് വാ ബാപ്പുട്ടി." അവർ വീണ്ടും വിളിച്ചു. "നിന്റെ വള്ള മെവിടെ? നിന്റെ വലയെവിടെ?"

"ഞാനവയെല്ലാം കളഞ്ഞു. വർഷങ്ങളായി ഞാൻ എന്താണോ തിര ഞ്ഞിരുന്നത് അത് ഞാൻ കണ്ടെത്തിക്കഴിഞ്ഞു. എന്റെ സ്വർണ്ണമീനിനെ എനിക്ക് കിട്ടി. ഇനി എനിക്ക് കടലിൽ പോകേണ്ട ആവശ്യമെന്ത്?" ബാപ്പുട്ടി സന്തോഷവാനായിരുന്നു.

"ഞാനും അങ്ങനെയാണ്." കമല പറഞ്ഞു. "വർഷങ്ങളായി ഞാൻ ദൈവത്തെ അന്വേഷിച്ച് നടന്നു. അവസാനം, സത്യമായ, എനിക്ക് പ്രാപ്യമായ ദൈവത്തെ ഞാൻ കണ്ടെത്തി. അതിനാൽ ഇനി എനിക്ക് മതങ്ങൾ ഒന്നും ആവശ്യമില്ല. എനിക്കിനി ഇസ്ലാം മതം പോലും ആവശ്യ മില്ല. ദൈവം ഇപ്പോൾ എന്നിൽ വസിക്കുന്നു. ഞാൻ അവനിലും. അതി നാൽ ആര് ആരിൽ വസിക്കുന്നു എന്ന് ഞങ്ങൾക്കിരുവർക്കും അറിയാത്ത അവസ്ഥയിലായിരിക്കുന്നു."

കഥ കേട്ടപ്പോൾ, കഥ പറഞ്ഞതിന് ഞാൻ നന്ദി പറഞ്ഞു. എനിക്ക് അവർ പറയുന്നത് പൂർണ്ണമായും മനസ്സിലാകുന്നില്ലെന്ന് കൂട്ടിച്ചേർക്കു കയും ചെയ്തു. "പ്രകൃതിയോട് അടുത്ത് നിൽക്കുന്നു എന്നതൊഴിച്ചാൽ എനിക്ക് അങ്ങനെയുള്ള യാതൊരു അനുഭവവുമില്ല..." ഞാൻ പറഞ്ഞു.

"മറ്റുള്ളവർ പറയുന്നതിൽ വിശ്വസിക്കുന്നതുകൊണ്ട് യാതൊരു പ്രയോജനവുമില്ല." കമല ഇടയ്ക്കു കയറി പറഞ്ഞു. "സ്വയം അനുഭവിച്ചറിയണം. അത് പ്രസവം പോലെയാണ്. അതിനെ നിങ്ങൾക്ക് നിർവചിക്കുവാനാകില്ല. കുഞ്ഞ് പുറത്തു വരുമ്പോഴുള്ള അനുഭവം എന്താണ്. വേദനകൊണ്ട് പുളയുകയായിരിക്കും. വേദന എന്നാൽ കഠിനമായ വേദന. പിന്നെ പെട്ടെന്ന് വേദന അവസാനിക്കുകയും തുടകൾക്കിടയിലൂടെ കുഞ്ഞ് വഴുതിയിറങ്ങുകയും ചെയ്യുന്നു. അപ്പോൾ അനുഭവപ്പെടുന്നത് എന്താണ്? നിങ്ങൾ ഒരു ജീവനെ സൃഷ്ടിച്ചിരിക്കുന്നു. നിങ്ങൾ സൃഷ്ടിച്ചിരിക്കുന്നത് ദൈവത്തെയാണ്. അതിലുപരി അതിനൊരു വിശദീകരണം നൽകുവാൻ നിങ്ങൾക്കാകില്ല. ആരോടും വിശദീകരിക്കുവാനാകില്ല. ബാപ്പുട്ടി സ്വർണ്ണ മീനിനെക്കുറിച്ച് പറഞ്ഞപ്പോൾ അയാൾക്ക് ഭ്രാന്താണെന്ന് എല്ലാവരും പറഞ്ഞു. അതുപോലെ എന്റെ വീട്ടിലുള്ള പലരും എന്നെ "ഭ്രാന്തി" എന്ന് വിളിക്കുന്നു. 'മതവും പേരും അവർ ഇടയ്ക്കിടെ മാറ്റുന്നു' എന്ന് പറയുന്നു."

"ബാപ്പുട്ടിയൊഴികെ മറ്റാരെങ്കിലും ആ സ്വർണ്ണ മീനിനെ കണ്ടുവോ?" ഞാൻ ചോദിച്ചു.

"അയാൾ മാത്രമേ അതിനെ കണ്ടിട്ടുള്ളു. അതിനാൽ എനിക്ക് അതിനെയെടുത്ത് നിനക്ക് കാണിച്ചുതരാനുമാകുന്നില്ല. അള്ളാഹുവിനെ നിനക്ക് കാണിച്ചു തരാൻ എനിക്കാകില്ല, കാരണം അദ്ദേഹം എല്ലായിടത്തുമുണ്ട്."

അവസാനത്തെ ഗേഹം
നിന്റേതാണ്;
അല്ലെങ്കിൽ എന്റെ
യജമാനന്റേത്.
പുഷ്പസുഗന്ധങ്ങളുമായി
നീയെന്നെ വാരിപ്പുണരുന്നു.

താജ് ഹോട്ടലിലെ നീന്തൽക്കുളം പുതുക്കി പണിതിരിക്കുന്നു. ഇപ്പോൾ അതിന്റെ ഒരറ്റത്ത് കടലാണ്. സ്പായ്ക്കും കായലിനും ഇടയ്ക്കൊരു ചുവരുണ്ടായിരുന്നത് നീക്കിയിരിക്കുന്നു. അതിനാൽ ഓരോ തവണ നീന്തി അക്കരെയെത്തുമ്പോഴും ഞാനിപ്പോൾ മീൻപിടിക്കുന്ന ബോട്ടുകളും, കൊച്ചുവള്ളങ്ങളും, കുട്ടികൾ മീൻ പിടിക്കുന്നതുമൊക്കെയാണ് കാണുന്നത്.

നീന്തൽ കുളത്തിനു ചുറ്റിലും ചെടികൾ നട്ടുപിടിപ്പിച്ചിട്ടുണ്ട്. അതിൽ നാട്ടിൻപുറങ്ങളിൽനിന്നും അപ്രത്യക്ഷമായിക്കൊണ്ടിരിക്കുന്ന ചില ഇനങ്ങളും പിന്നെ ചില വിദേശ ഇനങ്ങളുമുണ്ട്. ഞാൻ കുളത്തിന്റെ അരികിൽ കൈകളമർത്തി നിന്നു. എന്റെ ശരീരത്തിനപ്പോൾ ഭാരമില്ലാതായി. എന്നെ കൂടാതെ കുളത്തിലുള്ളത് രണ്ടു പേരായിരുന്നു. ബ്രസൽസിൽ നിന്നുമുള്ള യുവാവായ ഒരു വ്യാപാരിയും പിന്നെ ബിക്കിനി ധരിച്ച ഒരു അമേരിക്കൻ പെൺകുട്ടിയും. അവർ പരസ്പരം സംസാരിച്ചുകൊണ്ടിരിക്കുകയായിരുന്നു.

കമല ദൈവത്തിൽ അഭയം പ്രാപിച്ചിരിക്കുന്നതിനെക്കുറിച്ച് ഞാൻ ചിന്തിച്ചു. ഇനി ഞാനിവിടെയുണ്ടാകുന്നത് കൊണ്ട് അല്ലെങ്കിൽ കമലയുടെ ഇപ്പോഴത്തെ കാമുകനായ ഡോക്ടർ ഹുസൈൻ ഇവിടെയുണ്ടാകുന്നതുകൊണ്ട് എന്തെങ്കിലും ഗുണമുണ്ടാകുമോ എന്നും ആലോചിച്ചു. കുറേനേരം അങ്ങനെ ആലോചിച്ച് നിൽക്കും, പിന്നെ നീന്തിത്തുടങ്ങും. പലപ്പോഴും ഞാൻ ആ കുളത്തിന്റെ അനന്തതയിലേക്കാണ് നീന്തുന്നതെന്ന് തോന്നിപ്പോയി. വേമ്പനാട്ട് കായലിന്റെ ചക്രവാളത്തിൽ സൂര്യൻ മറയുന്നതുവരേക്കും ഞാൻ നീന്തി.

ഞാൻ തിരിച്ചെത്തിയപ്പോൾ ടി വി, എ സി എന്നിവയെല്ലാം ഓൺ ചെയ്ത് കമല മെത്തയിൽ കിടക്കുകയായിരുന്നു. ഉണർന്നിരിക്കുകയായിരുന്നു. കമലയ്ക്ക് വയറിളക്കം ബാധിച്ചിരിക്കുന്നു. അവരുടെ പരിചാരിക കോർപ്പറേഷൻ ടാപ്പിൽ നിന്നുള്ള വെള്ളം അതേപടി തന്നതുകൊണ്ടാണ് തനിക്ക് രോഗം ബാധിച്ചതെന്ന് കമല പറയുന്നു. അപ്പോൾ ഞാനും എന്റെ വയറിന് നല്ല സുഖമില്ല എന്ന് അറിയിച്ചു. അതുകൂടെ കേട്ടപ്പോൾ കല്യാണിയുടെ അശ്രദ്ധ തന്നെയാണ് കാരണമെന്ന് കമലയ്ക്ക് ഉറപ്പായി. "കല്യാണി എന്നെ കൊല്ലും" കമല ഭയപ്പെട്ടു. ഞാനുടൻ പുറത്തിറങ്ങി മിനറൽ വാട്ടർ കുപ്പികൾ വാങ്ങിക്കൊണ്ട് വന്നു. ടാപ്പിൽ നിന്നും വരുന്ന വെള്ളത്തിലുള്ള ബാക്ടീരിയയേക്കാൾ ഉത്തമം മിനറൽ വാട്ടർ കുപ്പികളിലെ രാസവസ്തുക്കളാണെന്ന് ഞാനുറപ്പിച്ചു. കമല പല തവണ കൈ കഴുകി. അപ്പോഴൊക്കെ ചെറിയ, കണ്ണുകൊണ്ട് കാണാനാകാത്ത കൃമി കീടങ്ങൾ നമ്മുടെ ശരീരത്തിന് എന്തൊക്കെ ഹാനി വരുത്തുമെന്ന് കല്യാണിയെ പഠിപ്പിച്ചുകൊണ്ടിരുന്നു.

ഫോൺ ശബ്ദിച്ചു. മസ്കറ്റ് യാത്രയിൽ കമല ചെയ്യേണ്ടുന്ന പ്രസംഗ പരമ്പര ഓർമ്മിപ്പിക്കുവാനായിരുന്നു ആ ഫോൺ. "അമ്മയ്ക്ക് അടുത്ത അപ്പാർട്മെന്റ് വരെ നടക്കാൻ വയ്യ. അപ്പോഴാണവർ മസ്കറ്റിലേക്ക് ചെല്ലാൻ പറയുന്നത്." കല്യാണി ചിരിച്ചു. കമല സമയം പാഴാക്കാതെ തന്റെ മുസ്ലീം അതിഥികളെ സ്വീകരിക്കുന്നതിനായി മുടി നെറുകയിൽ കെട്ടി. ഫോൺ വീണ്ടും ശബ്ദിച്ചു. കമലയുടെ സുഹൃത്തും ഫോട്ടോഗ്രാഫറുമായ കെ.സി ജോർജ്ജാണ് ഫോൺ എടുത്തത്. 'യാ അള്ളാ'യുടെ അറബി പതിപ്പിന്റെ പ്രസാധനത്തിന് കമല എത്തണം എന്നായിരുന്നു ആവശ്യം.

"എനിക്ക് പോകണ്ട" കമല ജോർജ്ജിനോട് പറഞ്ഞു. "മൂന്ന് വർഷം മുമ്പ് ഞാനെന്തായിരുന്നോ അതിൽ നിന്നും തീർത്തും വ്യത്യസ്തയാണ് ഞാനിപ്പോൾ. ഒരു മനുഷ്യ മഹാസമുദ്രവുമായി മല്ലടിക്കുവാനായി പ്രദർശിപ്പിക്കപ്പെടുന്ന വസ്തുവാകാൻ എനിക്കിപ്പോൾ താത്പര്യമില്ല." ഇത്രയും പറഞ്ഞ് കമല തന്റെ കൈകൾ കൊണ്ട് സ്വയം വരിഞ്ഞു. എന്നിട്ട് "എന്റെ ശാരീരിക സാന്നിദ്ധ്യം പോലും ഇല്ലാതാകുകയാണിപ്പോൾ" എന്ന് പറഞ്ഞു.

ഫോൺ വീണ്ടും ശബ്ദിച്ചു. ഇത്തവണ ഫോണെടുക്കുക എന്നത് എന്റെ ഊഴമായി. കമലയുടെ ഭർത്താവിന്റെ സുഹൃത്ത് എം.ആർ.വി നമ്പ്യാരായിരുന്നു മറുതലയ്ക്കൽ. അദ്ദേഹം ചില ഇന്ത്യൻ സുഹൃത്തുക്കളെ കണ്ട് മടങ്ങുന്ന എന്റെ മകളെക്കുറിച്ചന്വേഷിച്ചു. പിന്നെ "നിങ്ങളുടെ ഈ പ്രായത്തിൽ" നിങ്ങൾ നടത്തുന്ന ഈ യാത്രകളെച്ചൊല്ലി എന്നെ അഭിനന്ദിച്ചു. ഞാൻ ഫോൺ വച്ചപ്പോൾ കമല എന്നോട് അയാളെ തിരിച്ച് വിളിക്കണമെന്നും, ഒരു സൗദി രാജകുമാരൻ കമലയെ വിവാഹം ചെയ്യുവാൻ താത്പര്യമറിയിച്ചിട്ടുണ്ടെന്ന് പറയണമെന്നും ആവശ്യപ്പെട്ടു. അത് അയാൾക്ക് ഇഷ്ടമാകും എന്നും പറഞ്ഞു.

ഞാൻ ആ വാർത്ത നമ്പ്യാരുമൊത്ത് പങ്കുവച്ചു. "രാജകുമാരൻ അങ്ങനെ അഭ്യർത്ഥിച്ചിട്ടുണ്ടെങ്കിൽ അത് ഗ്ലാമർ കണ്ടിട്ടാണ്. അല്ലാതെ കമലയുടെ ഈ പ്രായത്തിൽ ആർക്കും അവരെ വിവാഹം കഴിക്കുവാൻ താത്പര്യമുണ്ടാകില്ല. നമ്മളൊക്കെ ഇനി അവരെ കുലീനയായ അമ്മയായി വേണം കരുതുവാൻ," അദ്ദേഹം വളരെ ശ്രദ്ധയോടെ പറഞ്ഞു.

"എന്തിനാണിതൊക്കെ ചെയ്യുന്നത്?" ഞാൻ കമലയോട് ചോദിച്ചു.

"അത് എന്റെ കാലിലെ വേദനയിൽനിന്നും എന്റെ ശ്രദ്ധയകറ്റുന്നു." എന്നായിരുന്നു മറുപടി.

നമ്പ്യാർ മൂന്ന് തവണ പിന്നെയും വിളിച്ചു. ഞാൻ നമ്പ്യാരെ ചെന്ന് കാണാത്തതിൽ പരിഭവം പറഞ്ഞു. അതിന് കമലയെ വഴക്ക് പറഞ്ഞു. "ഞാനൊരു വൃദ്ധനാണ്. അടുത്ത തവണ മെറിലി വരുമ്പോൾ ഒരുപക്ഷേ ഞാൻ ജീവിച്ചിരിപ്പുണ്ടാകില്ല."

"അദ്ദേഹത്തിനോട്, ഞാൻ താങ്കളെ കാണാൻ പോയില്ല എന്ന കാരണവും പറഞ്ഞ് കമല കരയുകയാണെന്ന് പറഞ്ഞേക്കൂ. പക്ഷേ, വയറുവേദനയായതുകൊണ്ട് എനിക്ക് സന്ദർശിക്കുവാനായില്ല എന്നും

പറഞ്ഞേക്കൂ. ഈ സ്ത്രീകൾക്കുള്ള ചില അസുഖങ്ങളാണിതൊക്കെ എന്ന് പറയൂ." കമല എന്നോട് പറഞ്ഞു.

"മനസ്സിലായി." ഞാനത് പറഞ്ഞപ്പോൾ നമ്പ്യാർ പിന്മാറി.

കമല തന്റെ അടുത്ത് കിടക്കുവാനായി എന്നെ ക്ഷണിച്ചു. കൈകൾ ഞൊടിച്ച് താൻ ഹുസൈനെ എങ്ങനെ സ്പർശിക്കുമെന്ന് പറഞ്ഞു. വശം തിരിഞ്ഞ് അവർ മുഖം എനിക്ക് നേരെയാക്കിക്കിടന്നു. അവരുടെ മുഖം സുന്ദരമായിരുന്നു. ഇരുണ്ട കണ്ണുകളായിരുന്നു. തുടുത്ത ചുണ്ടുകളായിരുന്നു. താൻ ഹുസൈനെ എങ്ങനെ ആലിംഗനം ചെയ്യുമെന്നും, ആലിംഗനം ചെയ്യാൻ തനിക്കിപ്പോഴറിയാമെന്നും കമല പറഞ്ഞു. അയാളുടെ മുടികളിൽ, അയാളുടെ മുല ഞെട്ടുകളിൽ തടവി അയാളെ "കൊച്ചു പയ്യൻ" എന്ന് വിളിക്കും. അയാളുടെ ഭാര്യ അയാളുടെ കൊച്ചുമക്കളെ അവരുടെ ഇടയിലിരുത്തിയിരിക്കുന്നു എന്ന് അയാൾക്ക് അപ്പോൾ തോന്നും. ലൈംഗിക ബന്ധമെന്നത് ഒരു കർത്തവ്യം മാത്രമാകും. എന്നും പ്രാർത്ഥനയ്ക്കുമുമ്പ് അയാൾ മുഖവും, കൈകാലുകളും അഞ്ചു തവണ കഴുകാറുണ്ടെന്ന് കമല പറഞ്ഞു. കമലയെ സ്പർശിക്കുന്നതിനു മുമ്പ് അയാൾ കുളിക്കാറുണ്ട്. അയാൾ വൃത്തിയുള്ളവനാണ്. അല്ലെങ്കിൽ എന്റെ ചുണ്ടുകൾ ഒരിക്കലും അയാളെ സ്പർശിക്കില്ലായിരുന്നു.

എന്റെ ആത്മവിശ്വാസങ്ങളെല്ലാം തകർത്തെറിയപ്പെട്ടിരിക്കുന്നു. ദൈവദൂതരും സെക്സും തമ്മിൽ തമ്മിൽ പൊരുത്തപ്പെടുത്തുവാൻ എനിക്കാകുന്നില്ല.

ഇരുപത്

എന്നെ ആലിംഗനം ചെയ്യൂ

കമലയുടെ അപ്പാർട്മെന്റിന്റെ വാതിൽ തുറന്നിട്ടിരിക്കുന്നു. തുറന്ന വാതിലിലൂടെ കുമാർ ഗന്ധർവയുടെ സ്വരമാധുരി ഒഴുകിയെത്തുന്നു. ഞാൻ അകത്ത് കയറി. കമല തന്റെ കിടപ്പ് മുറി തയ്യാറാക്കുകയാണ്. മുറിയിൽ നിന്നും നറുമണമുയരുന്നു. തന്റെ പ്രേയസനുവേണ്ടി മുറിയൊരുക്കുകയാണ് കമല. ഒപ്പം അമ്മുവുമുണ്ട്. കമല മെത്തവിരിപ്പുകളിലെ ചുളിവ് തീർക്കുന്നു. തലയണ ശരിയാക്കുന്നു. "ഹുസൈന് ഈ മുറി ഇഷ്ടമാണ്." കമല പറഞ്ഞു.

ഞാൻ കമലയെ കാത്തിരുന്നു. ജോലിയെല്ലാം കഴിഞ്ഞപ്പോൾ കമലയെത്തി. ടേപ്പ് റിക്കാർഡർ വച്ചതിന്റെ അടുത്തുള്ള സോഫയിലിരുന്നു. സംഗീതം കേട്ട് കണ്ണുകളടച്ചു. പിന്നെ കുമാർ ഗന്ധർവയെക്കുറിച്ച് പറഞ്ഞ് തുടങ്ങി. സ്വർഗ്ഗീയാനുഭൂതി നൽകുന്നവൻ. അദ്ദേഹം ഒരിക്കൽ ചൊല്ലിക്കേൾപ്പിച്ച മൽഹാർ രാഗം. ഒരു മഴക്കാല രാഗമാണത്. വീണ്ടുമൊരിക്കൽ

കണ്ടപ്പോൾ "ഞാൻ പാടുന്നത് താങ്കൾക്ക് വേണ്ടിയാണ്" എന്ന് പറഞ്ഞത്. പിന്നെ സംസാരം "എന്റെ മനസ്സിലേക്ക് മൃദുവായി ഒരു നിഴൽ മാത്രമായിരുന്നു" ഹുസൈനിലേക്ക് നീങ്ങി. അദ്ദേഹമെങ്ങനെ പിന്നെ തന്റെ പ്രേയസനായി എന്നതായി. "എന്തുകൊണ്ട്?" കമല അയാളോട് ചോദിച്ചു.

"നിന്റെ കണ്ണുകളിലെ കറുത്ത്. നിന്റെ മുഖം" അയാൾ മറുപടി പറഞ്ഞു.

പിന്നെ പെട്ടെന്ന് കമല ചാടിയെഴുന്നേറ്റു. ശരീരത്തിൽ അസ്ഥികളെന്നതില്ലാത്തതുപോലെ പൂർണ്ണമായും ഒഴുകിയെത്തിയ മൽഹാർ രാഗത്തിലലിഞ്ഞു. "മഴ കനക്കുകയാണ്. കുടിലുകൾക്ക് മീതെ, പാടത്തിനു മീതെ പെയ്ത മഴയിൽ കൊച്ചരുവികൾ രൂപപ്പെടുന്നു, അകലെ ഒരിടി വെട്ടുന്നു." ഹുസൈന് അവരെ മുടിയെല്ലാം അഴിച്ചിട്ട് കാണുന്നതാണിഷ്ടം. ആഭരണങ്ങളെല്ലാം അണിഞ്ഞ്. ഇരുട്ടിൽ അയാളെ കെട്ടിപ്പിടിച്ച് കിടക്കുവാൻ കമലയ്ക്ക് ഇഷ്ടമാണ്. അപ്പോൾ തന്നിലൂടെ ഒഴുകുന്ന ആഗ്രഹങ്ങളുടെ വേലിയേറ്റവും യൗവനയുക്തമായ ഊർജ്ജവും തനിക്ക് വിശ്വസിക്കുവാനാകുന്നില്ല. "അയാളുടെ സ്വരത്തിന്റെ ഗാംഭീര്യം കേൾക്കാം." കമല പറയുന്നു. കമല അങ്ങനെ പ്രണയവും സംഗീതവും ഇടകലർത്തുകയായിരുന്നു. അതിനാൽ പലപ്പോഴും പ്രണയത്തെക്കുറിച്ചാണോ സംഗീതത്തെക്കുറിച്ചാണോ സംസാരിക്കുന്നത് എന്നെനിക്ക് സംശയമായി. "അദ്ദേഹത്തിനെ പരിചയപ്പെട്ടതിനു ശേഷം ഞാൻ മറ്റൊരാളെ ആരാധിച്ചിട്ടില്ല. ഞാൻ സത്യമായും ആ മനുഷ്യനെ പ്രണയിക്കുന്നു."

ഞങ്ങൾ കമലയുടെ ഓഫീസ് മുറിയിലെക്ക് നീങ്ങി. കമല തന്റെ മേശയ്ക്കരികിലിരുന്നു. അപ്പോൾ പാടലവർണ്ണമുള്ള ഒരു തുണികൊണ്ട് അവർ തലമറച്ചിരുന്നു. അത് മുഖത്തേക്ക് വീണ് കിടന്നു. ഡോക്ടർ ഹുസൈൻ കയറി വന്നു. അമ്പതുകളിലെത്തിയ കൊച്ചുകുട്ടിയുടെ മുഖമുള്ള ഒരാൾ. വന്നപാടെ കമല ഇരുന്നിരുന്ന മേശയ്ക്കരികിൽ ഒരു കസേരയിലിരുന്നു. ഞാൻ കമലയ്ക്ക് എതിർവശത്തിരുന്നു. അവരുടെ പുതിയ കഥ റെക്കോർഡ് ചെയ്യുവാൻ തയ്യാറെടുത്തു. കമല ഒരു മാസിക തുറന്നു. അത് 'പാരിതോഷിക'മാണ്. ഞാൻ മൈക്ക് കമലയുടെ ചുണ്ടിനോടടുപ്പിച്ചു. ഹുസൈൻ ഒന്നുകൂടി മുന്നോട്ടാഞ്ഞു.

"ഹുസൈനെക്കുറിച്ച് ഇതാദ്യമായാണ് ഞാൻ എഴുതുന്നത്" ഒരു ദീർഘശ്വാസമെടുത്തതിനുശേഷം കമല പറഞ്ഞു. "പ്രാർത്ഥനയ്ക്ക് മുമ്പ് അയാൾ തന്റെ കൈകൾ കഴുകുകയും മുടിയൊതുക്കുകയും ചെയ്യുന്നു." കമല താൻ മാസികയിലെഴുതിയത് വിവർത്തനം ചെയ്യുകയായിരുന്നു.

"ഞാൻ പലപ്പോഴും നനവാർന്ന ആ മുടികളിൽ എന്റെ മുഖമൊളിപ്പിച്ചിട്ടുണ്ട്. അവന്റെ പരിചിതമായ മണം ഒട്ടൊന്ന് അത്യാഗ്രഹത്തോടെ ഏറ്റുവാങ്ങിയിട്ടുണ്ട്. അവന്റെ ചുണ്ടുകളുടെ മാധുര്യവും അവന്റെ സൗന്ദര്യവും എന്നെ പരാജയപ്പെടുത്തിയിട്ടുണ്ട്."

ഹുസൈനിന്റെ കണ്ണുകൾ കമലയിൽ തന്നെ ഉടക്കി കിടക്കുകയായിരുന്നു. നീണ്ടു നിവർന്നു ശരീരം അനക്കമില്ലാതിരിക്കുകയായിരുന്നു. അയാൾക്ക് പതിനെട്ട് വയസ്സുള്ളപ്പോൾ കമലയ്ക്ക് മുപ്പത് കഴിഞ്ഞിരുന്നു.

അന്നേ കമല അറിയപ്പെടുന്ന എഴുത്തുകാരിയായിട്ടുണ്ടായിരുന്നു. കമലയുടെ പ്രണയ കവിതകളും ഫോട്ടോഗ്രാഫുകളിലൂടെ ഒപ്പിയെടുത്ത സൗന്ദര്യവും കമലയെ അപ്പോഴേ ഒരു "സെക്സ്-സിംബൾ" ആക്കിയിട്ടുണ്ടായിരുന്നു. മറ്റു പലരേയും പോലെ ഇയാളും കമല എഴുതിയതൊന്നും മറന്നിട്ടുമില്ല. 'എന്റെ കഥ'യിലെ പല ഭാഗങ്ങളും അയാളിൽ വലിയ വികാരവിക്ഷോഭങ്ങളുണ്ടാക്കി. കമലയുടെ കവിതകൾ അയാളെ അയാളുടെ ആഗ്രഹങ്ങളിലേക്ക് പറിച്ച് നട്ടു.

കമലയുടെ വാക്കുകൾ അയാളെ തഴുകി, അയാളിൽ പ്രവേശിച്ചു, അയാളെ അവരുടെ ചുണ്ടുകളിലും ശ്വാസത്തിലും മുക്കിയെടുത്തു, സ്വയം അമരത്വം കാംക്ഷിക്കുവാൻ തുടങ്ങി.

ഗംഗയുടെ ജലത്തിൽ നിങ്ങളൊഴുക്കുന്ന കത്തിച്ച ചിരാതുകൾ പോലെയായിരുന്നു ഒരുപക്ഷേ ഞങ്ങളുടെ ആത്മാക്കൾ. ഒന്നിനൊന്നോട് പൊരുത്തമില്ലാത്തതെങ്കിലും, അങ്ങ് ദൂരെ ചക്രവാളത്തിൽ അവ ഒന്നിച്ചു, ചേർന്നു. ഞങ്ങളുടെ സ്രഷ്ടാവിന്റെ കാന്തിയിലവ ലയിച്ചു. സ്വർഗ്ഗത്തിലെങ്കിലുംവച്ച് ഒന്നാകുവാൻ വിധിക്കപ്പെട്ടവയായിരുന്നു അവ. അങ്ങനെ ഞങ്ങൾ ഒന്നായലിഞ്ഞുചേർന്നു. ഇപ്പോൾ ഞങ്ങൾ പങ്കുവയ്ക്കുന്ന പ്രണയം വീണ്ടും വീണ്ടും പങ്കുവയ്ക്കുന്നതിനുവേണ്ടി...

അവർ ഒറ്റയ്ക്കായിരുന്നു എന്നതുപോലെ കമലയും ഹുസൈനും മുഖത്തോട് മുഖം നോക്കി. അയാൾ ചിരിച്ചു. അപ്പോൾ എന്തോ ഒരു അവിശ്വസനീയത അയാളുടെ മുഖത്ത് പ്രതിഫലിക്കുന്നുണ്ടായിരുന്നു. എനിക്ക് അപ്പോൾ ഞാനവിടെയുള്ളത് ഒരു വിലക്ഷണമാണോ എന്ന് തോന്നി. ഞാനൊരു ഒളിനോട്ടക്കാരിയാണോ എന്ന തോന്നലുണ്ടായി. ആദ്യം വാക്കുകളിലൂടെയുള്ള മോഹനം. പിന്നെ ഇതാ ഈ നോട്ടങ്ങളും. കമലയുടെ വാക്കുകളെ ഒരു മർമ്മരംപോലെ ഞാൻ പ്രകീർത്തിച്ചു.

"ലക്കും ലഗാനുമില്ലാത്ത സ്ത്രീയാണ് ഞാൻ എന്നവർ പറയുന്നു. ഞാൻ അള്ളാഹുവിനെ പിടിച്ച് ആണയിടുന്നുണ്ടെങ്കിലും പുരുഷന്റെ ശരീരത്തെ മാത്രം കാംക്ഷിക്കുന്നവളത്രെ. എന്നാൽ ഒരു കൊടുങ്കാറ്റു വീശുകയും ആ കാറ്റ് നിങ്ങളുടെ വീടിന്റെ മേൽക്കുരയും, ചുറ്റിലുമുള്ള മരങ്ങളുമെല്ലാം പിഴുതെറിയുകയും ചെയ്താൽ പിന്നെ നിങ്ങൾ അതിനെക്കുറിച്ച് എങ്ങനെ മിണ്ടാതിരിക്കും? ഒരു എഴുത്തുകാരി ജീവിതത്തിലെ എല്ലാ അനുഭവങ്ങൾക്കും സാക്ഷ്യം വഹിക്കുന്നു. എല്ലാം കണ്ട് കണ്ട് ഞാൻ എന്റെയുള്ളിൽ നടക്കുന്നതിനേയും എന്നെത്തന്നെയും കാണുന്നു." കമല പറഞ്ഞു.

ഹുസൈൻ ഒന്ന് നിവർന്നിരുന്നു. ഒരു ദീർഘശ്വാസമെടുത്തു. എന്നിട്ട് മുന്നോട്ടാഞ്ഞിരുന്നു. കൈകൾ മേശമേൽ കുത്തി, മുഖം കൈയിൽ താങ്ങിയിരുന്നു. അയാളുടെ മനസ്സിൽ ഇളക്കമുണ്ടാക്കുന്ന വാക്കുകളായിരുന്നു. പുതുതായി പട്ടം കിട്ടിയ അയാളുടെ ചർമ്മത്തിൽ നാണം നിറയുന്നുണ്ടായിരുന്നു.

'എനിക്ക് നിങ്ങളുടെയത്ര ജ്ഞാനമില്ല, നിങ്ങളുടെയത്ര സംസ്കാരവുമില്ല" അയാൾ കമലയെ നോക്കി പറഞ്ഞു തുടങ്ങി. "എന്നിട്ടും നിങ്ങൾ എന്നെ പറ്റി ഇത്രയും സുന്ദരമായ കഥയെഴുതുന്നു. ഇതെനിക്ക് വിശ്വസിക്കുവാനാകുന്നില്ല." അയാൾ വളരെ കനിവോടെ വളരെ ഔപചാരികമായാണ്

സംസാരിച്ചത്. അയാൾ പുകഴ്ത്തിയത് കമലയുടെ എഴുത്തിനേയും, ദയയേയും, ജ്ഞാനത്തേയുമായിരുന്നു. "ഞാനൊരു സാധാരണ മനുഷ്യനാണ്. നിങ്ങളാകട്ടെ ഈ സാധാരണ മനുഷ്യനെ സ്വീകരിച്ച് അവനെ മഹാനാക്കുന്നു. അതിനാലാണ് ഞാൻ നിങ്ങളെ സ്നേഹിക്കുന്നത്."

അതൊരു നിമിഷമായിരുന്നു. കാത്തിരുന്ന നിമിഷം. ഞാൻ ഇടയ്ക്കു കയറുന്നവളാകുന്നുണ്ടെങ്കിലും എനിക്കപ്പോൾ ആ വാക്കുകൾ കേട്ട് കൈയടിക്കണമെന്നു തോന്നി. എന്നാൽ ഈ വാക്കുകൾ കേട്ടിട്ടും കമലയിൽ യാതൊരു ഭാവവ്യത്യാസവുമില്ല. ഒരുപക്ഷേ ഹുസൈൻ ഇങ്ങനെയാകും പറയുക എന്ന് കമല പ്രതീക്ഷിച്ചിട്ടുണ്ടാകാം. അയാൾ തിരികെ നൽകുന്ന പാരിതോഷികമിതായിരിക്കുമെന്ന് കമല കണക്കു കൂട്ടിയിട്ടുണ്ടാകാം. അതല്ലെങ്കിൽ കമല ഇത് മെനെഞ്ഞെടുത്തതാകാം. ഞാൻ പിന്നെയെപ്പോഴെങ്കിലും ഓർത്തെടുക്കുവാനായി മെനെഞ്ഞെടുത്തത്. ഞാൻ കനഡയിലായിരുന്നപ്പോൾ കമല "നിന്റെ സാന്നിദ്ധ്യത്തിൽ ഹുസൈൻ എന്നോട് അയാൾ എന്നെ സ്നേഹിക്കുന്നു എന്ന് പറയണം എന്നെനിക്കാഗ്രഹമുണ്ട്. അത് ഞാൻ നിനക്കായി നീക്കിവയ്ക്കുന്ന ഒന്നായിരിക്കും" എന്ന് പറഞ്ഞിരുന്നു.

പിന്നെ എന്ത് സംഭവിച്ചിരിക്കും എന്നറിയുവാൻ എനിക്കാവാതായി. കാരണം അപ്പോൾ ഫോൺ ശബ്ദിച്ചു. ഫോണെടുത്തത് കമല തന്നെയായിരുന്നു. കമല ഫോണിൽ സംസാരിച്ചുകൊണ്ടിരുന്നപ്പോൾ ഞാൻ കമല ഇതിനു മുമ്പ് പ്രണയിച്ചിരുന്ന പുരുഷന്മാരുടെ പട്ടികയൊന്ന് പരതി. കുലീനയായ ആ ബ്രാഹ്മണൻ, ഒരിക്കലും തൃപ്തിപ്പെടുത്താത്ത സിംഹം, സുസ്മേരവദനായ ഇറ്റലിക്കാരൻ, ഭീരുവായ സാദിഖ് അലി, പിന്നെ ഇപ്പോഴിതാ ഡോക്ടർ ഹുസൈൻ. ഇവരാരും കമല ആഗ്രഹിച്ചിരുന്ന വിധത്തിലുള്ള ശാരീരിക ആത്മീയ സംസർഗം നൽകിയില്ല. എല്ലാവർക്കും കമല തന്റെ സ്നേഹം പൂർണ്ണമായും നൽകി. പ്രണയവുമായി എപ്പോഴും പ്രണയത്തിലാണ് കമല. അവർ പ്രണയത്തെക്കുറിച്ചെഴുതുന്നു, പ്രണയിക്കപ്പെടാൻ ആഗ്രഹിക്കുന്നു, എത്ര പ്രണയിക്കാമോ അത്രയും പ്രണയിക്കുന്നു. പ്രണയം എന്നൊരു മതം തന്നെ സ്ഥാപിക്കുവാൻ ആഗ്രഹിക്കുന്നു. പ്രണയത്തിന്റെ ഏതോ ഒരു ലോകത്തിലേക്ക് സ്വയം ഒളിച്ചോടുന്നു." എന്നാണ് കവി ബാലചന്ദ്രൻ ചുള്ളിക്കാട് പറഞ്ഞത്.

ഞാൻ കമലയോട് ഹുസൈനെക്കുറിച്ച് ചോദിച്ചു. "അത് സത്യമായും ഒരു വിവാഹമാണ്. ഞങ്ങൾ മോതിരം കൈമാറി. പുടവ കൈമാറി. താലികെട്ടി. അതൊരു നായർ വിവാഹമായിരുന്നു. അതിൽ അസാന്മാർഗ്ഗികമായി എന്തെങ്കിലുമുള്ളതായി എനിക്ക് തോന്നുന്നില്ല. ഹുസൈനില്ലായിരുന്നുവെങ്കിൽ ഞാൻ സാദിഖ് അലി എന്നെ ഉപേക്ഷിച്ചത് അതിജീവിക്കുകയില്ലായിരുന്നു."

അവരുടെ തീർത്തും സ്വകാര്യമായ വിവാഹചടങ്ങിൽ ഹുസൈൻ ധരിച്ച വെള്ള മുണ്ട് അലമാരി തുറന്ന് കമല എനിക്ക് കാണിച്ചുതന്നു. അവർ ക്ഷേത്രത്തിൽ പോയി "പ്രാർത്ഥിക്കുകയും കാണിക്കയിടുകയും" ചെയ്തു. പിന്നെ സ്വകാര്യമായി പള്ളിയിൽ പോയി വിവാഹം ചെയ്തു. "എനിക്ക് അത്രയും മതി." വിവാഹം പരസ്യപ്പെടുത്തണമെന്ന് ഒരാഗ്രഹം അവരിലുണ്ട്.

ഞങ്ങൾ വീണ്ടും സ്വീകരണ മുറിയിലെത്തിയപ്പോൾ അവിടെ രണ്ട് പേർ കാത്ത് നില്പുണ്ടായിരുന്നു. കൊച്ചിയുടെ തെക്ക് ഭാഗത്തുള്ള പട്ടണമായ ആലപ്പുഴയിൽ നിന്നാണവർ വരുന്നത്. പലിശയില്ലാതെ വായ്പ നൽകുന്ന ഒരു ട്രസ്റ്റിന്റെ നടത്തിപ്പുകാരാണവർ. അവരെ സഹായിക്കുവാനായി നേരിട്ട് ചെല്ലുന്നതിനു പകരം കമല തന്റെ സന്ദേശം ഒരു കാസറ്റിൽ റെക്കോർഡ് ചെയ്ത് കൊടുത്തിരിക്കുന്നു.

"എന്ത് സന്ദേശമാണ് നൽകിയത്?" ഞാൻ ചോദിച്ചു. അവർ നടത്തുന്ന പൊതു പ്രസ്താവനകളുടെ രൂപമറിയുകയായിരുന്നു ലക്ഷ്യം. അതുകേട്ട് അവർ മലയാളത്തിലുള്ള ആ പ്രസ്താവന എന്നെ കേൾപ്പിച്ചു, കമലയുടെ മധുരമുള്ള സ്വരത്തിൽ ആ വാക്കുകൾ ഉതിർന്ന് വീണു.

"രാഷ്ട്രീയ സംഘടനകൾക്ക് പണം നൽകരുത്. അത് അഗതികൾക്ക് നൽകുക. ദരിദ്രർക്ക് നൽകുക. നിങ്ങളുടെ ഹൃദയത്തിന്റെ ഉള്ളറയിൽ നിന്നും ദൈന്യതയുള്ളവർക്കായി സ്നേഹം പ്രവഹിക്കട്ടെ. അതിന് അർഹതപ്പെട്ട പലിശ ലഭിക്കും, നിങ്ങൾ സ്വർഗ്ഗത്തിലെത്തും, ഏറ്റവും ധനികർ നിങ്ങളാകും."

"ഈ ലോകം മുഴുക്കെ ദൈവത്തിന്റേതാണെന്ന് സ്വയം പറയുക - ഈ ഭൂമിയും, ഈ ചന്ദ്രനുമെല്ലാം. നിങ്ങളെല്ലാം ഈ ലോകത്തിലെ പൗരന്മാരാണ്. നിങ്ങൾ അറബിയും ഫ്രഞ്ചും പഠിക്കൂ, സ്വന്തം കുട്ടികളെ വിശ്വപൗരന്മാരാക്കി വളർത്തൂ.'

"മതത്തിന് വലിയ പ്രാധാന്യമൊന്നും നല്കേണ്ടതില്ല. അത് എന്നെ ഭയപ്പെടുത്തുന്നു. മുസ്ലീംങ്ങൾ ജിഹാദുമായി, തീവ്രവാദവുമായി ബന്ധപ്പെട്ടിരിക്കുന്നു - എന്നാൽ യഥാർത്ഥ ജിഹാദ് എന്നത് നമ്മുടെ ഉള്ളിലുള്ള ഇരുട്ടിനെതിരെയുള്ള യുദ്ധമാണ് - അസൂയ, സംശയം, വെറുപ്പ് ഇത്യാദി ഇരുട്ടുകൾക്കെതിരെ. അതിനെതിരാണ് യുദ്ധം ചെയ്യേണ്ടത്. ഇത് ദൈവത്തിന്റെ വചനമാണ്."

"ഞാൻ എന്റെ ആശംസകൾ അർപ്പിക്കട്ടെ. ദൈവം നിങ്ങളെ രക്ഷിക്കട്ടെ." എന്ന് പറഞ്ഞ് കമല സുരയ്യ തന്റെ പ്രഭാഷണം അവസാനിപ്പിക്കുന്നു.

തന്റെ കവിതകൾ ഇപ്പോൾ ഗൾഫ് നാടുകളിൽ ജനം പാടി നടക്കുന്നുവെന്ന് കമല പറയുന്നു. പ്രാർത്ഥനകളടങ്ങിയ തന്റെ ഒരു പുസ്തകം ഇപ്പോൾ മൂന്നാം പതിപ്പിലാണ്. അബുദാബിയിലേക്കുള്ള വിസയിൽ തന്നെ "സുവിശേഷക" എന്നാണ് പറഞ്ഞിട്ടുള്ളത്. തന്റെ ഏറ്റവും വലിയ ആഗ്രഹങ്ങളിൽ ഒന്ന് മതങ്ങൾ തമ്മിലുള്ള യുദ്ധം നിറുത്തിക്കുവാൻ ഒരു പോംവഴി കണ്ടെത്തുക എന്നതാണ്. "വേദനകൊണ്ട് പുളയുന്ന ഒരു പൂച്ച യുദ്ധം ചെയ്യുന്നതുപോലെ ഞാൻ യുദ്ധം ചെയ്തുകൊണ്ടിരിക്കുകയാണ്, ശാരീരികവും മാനസികവുമായ വേദന. എന്നാൽ ഈ വേദന ആത്മീയമല്ല. ആത്മീയമായി ഞാൻ കപ്പലിന്റെ പതാക കാറ്റിൽ പാറുന്നതുപോലെ പാറിക്കളിക്കുകയാണ്. ഈ ബുർക്കയ്ക്കുള്ളിൽ ഞാൻ സ്വതന്ത്രയായി കത്തിജ്ജ്വലിക്കുകയാണ്."

ഒരു വശത്ത് അമ്മുവും മറുവശത്ത് കല്യാണിയും താങ്ങായി കമല നടന്നു തുടങ്ങി. ഞങ്ങൾ അതിഥികൾക്കായുള്ള അപ്പാർട്മെന്റിൽ എത്തി.

ഡോക്ടർ അപ്പോൾ അവിടെയില്ല. പകരം അവിടെയുള്ളത് രണ്ട് വലിയ ഇരുമ്പ് പെട്ടികളും അഞ്ച് പുസ്തക സഞ്ചികളുമാണ്. ദൽഹിയിലെ നെഹ്റു മ്യൂസിയത്തിനുവേണ്ടി സീൽ ചെയ്ത് അയച്ചത്.. ഇത് ഒരു "ബഹുമതി"യാണെന്നാണ് കമല പറയുന്നത്. പെട്ടിയിലൊന്നിൽ നിന്ന് ഞാൻ കുറച്ച് കടലാസുകളെടുത്തു അതിൽ കുറേ കഥകളുടെ ആദ്യ പകർപ്പുകളും, കൈകൊണ്ടെഴുതിയ കവിതകളും, കത്തുകളുമൊക്കെ യായിരുന്നു. ഞാനവ കമലയ്ക്ക് കൊടുത്തു. എനിക്ക് മനസ്സിലാകുന്ന ഒരു ജോലി എന്നെത്തേടി വന്നല്ലോ എന്ന ആശ്വാസം അപ്പോഴുണ്ടായി. കമല വലിയ ശ്രദ്ധയൊന്നുമില്ലാതെ അതിലൂടെ കണ്ണോടിക്കുവാൻ തുടങ്ങി. കമലയെ ആകർഷിച്ചത് ചിത്രങ്ങൾ മാത്രമായിരുന്നു. തന്റെ ഓർമ്മകളെ പുറകോട്ട് ഓടിക്കുവാൻ സഹായിച്ച ഫോട്ടോഗ്രാഫുകളെ. അതിൽ ചിലയാളുകളുണ്ട്, സ്ഥലങ്ങളുണ്ട്, കാരുണ്യങ്ങളുണ്ട്, കളി തമാശകളുണ്ട്. എന്റെ കൈയിൽ 1975-ലെ ഒരു പുസ്തകം തടഞ്ഞു. മഞ്ഞച്ച് തുടങ്ങിയ താളുകൾ അതിനുണ്ടായിരുന്നു. കൈയെഴുത്ത് പ്രതി കളും ചില ഫോട്ടോകളും അതിലുണ്ടായിരുന്നു. കമലയുടെ പ്രസിദ്ധമായ ബോംബെ സലൂണിന്റെ ഓർമ്മകൾ. "എന്റെ ക്ലബ്ബ്. ബഹുതന്ത്രിക. നല്ല സംഗീതമുയിർത്തുന്ന പല തന്ത്രികളുള്ള ഒരു വാദ്യം എന്നാണാ വാക്കിന്റെ അർത്ഥം." കമല പറഞ്ഞു.

ഞാൻ ആ പുസ്തകം കമലയുടെ കൈയിൽ കൊടുത്തു. ബോംബെ യിലെ ബാങ്ക് ക്വാർട്ടേഴ്സിൽ കവികളും, നാടകമെഴുത്തുകാരും, നർത്ത കരും, ഗായകരും, എഴുത്തുകാരും, സംഗീതജ്ഞരും നിറഞ്ഞിരിക്കുന്നു. "എല്ലാവർക്കും സ്വാഗതമുണ്ടായിരുന്നു. കഴിവുള്ളവർക്കും കഴിവിനെ സ്നേഹിക്കുന്നവർക്കും." മണിക്കൂറുകളോളം നാടകങ്ങൾ, നൃത്തങ്ങൾ, ശാസ്ത്രീയ സംഗീതം, കവിതാ പാരായണം എന്നിവയുടെ കൂടെ അവരി രുന്നു. പുതിയ തലമുറയിലെ കലാകാരന്മാരെ മറ്റുള്ളവർക്ക് പരിചയ പ്പെടുത്തി. ഗീതാനായർ എന്നൊരു നർത്തകിയുടെ ഫോട്ടോ അവർ കണ്ടു. മണിപ്പൂരി നൃത്തത്തിന്റെ ചലനങ്ങളിലൂടെ അവരുടെ വിരലുകളോടി. "എനിക്ക് കഥക് നൃത്തം കൂടി പഠിക്കണമെന്ന ആഗ്രഹമുണ്ടായിരുന്നു. എന്നാൽ പ്രായപൂർത്തിയായ പെൺകുട്ടികൾ നൃത്തം ചെയ്തുകൂട എന്ന് അച്ഛൻ വിധിച്ചു." കമല ചിരിച്ചു." ബഹുതന്ത്രികയിലൂടെ ഞങ്ങൾ പറ ഞ്ഞിരുന്നത് 'നിങ്ങളുടെ ആന്തരനിരോധനങ്ങളെ നിങ്ങളുടെ പാദരക്ഷ കൾക്കൊപ്പം വാതിൽക്കൽ അഴിച്ച് വച്ചേക്കൂ' എന്നാണ്."

കമലയും ഞാനും മനസ്സറിഞ്ഞ് ചിരിച്ചു. എന്റെ ആ പഴയ സുഹൃത്ത് തിരികെ വന്നിരിക്കുന്നു എന്ന് ഞാൻ മനസ്സിലാക്കി. എനിക്കവരെ നഷ്ട മായിരുന്നു. അതിനാൽ ഇനി കുറച്ച് സമയം ഭൂതകാലത്തിലാകാം. ശരീരമില്ലാത്ത രൂപമില്ലാത്ത അവനെ മറന്ന് കളയാം. ഭാഗ്യമെന്ന് പറ യട്ടെ ബഹുതന്ത്രികയുടെ കഥ അവസാനിച്ചിട്ടില്ല.

"1976 ആയപ്പോഴേക്കും അടിയന്തിരാവസ്ഥയായി പ്രധാനമന്ത്രി ഇന്ദിരാ ഗാന്ധിയുടെ അടിയന്തരാവസ്ഥ. അപ്പോൾ ഈ സമ്മേളനങ്ങൾ തുടർന്നു കൊണ്ടു പോകുക ഏറെക്കുറെ അസാധ്യമായി തുടങ്ങി." ഇന്ദിര, വില ക്കയറ്റത്തിനും അഴിമതിക്കുമെതിരെയുള്ള സമരത്തെ പ്രതിരോധിച്ചത് ഭരണഘടന താത്കാലികമായി മരവിപ്പിച്ചും പ്രതിഷേധിക്കുന്നവരെ

അറസ്റ്റ് ചെയ്തുമായിരുന്നുവെന്ന് അവർ പറഞ്ഞു. "സർക്കാരിനെ വിമർശിക്കുവാൻ ആർക്കും അധികാരമില്ലായിരുന്നു. എന്നിട്ടും എന്റെ സംഘത്തിലെ ചില യുവ കവികൾ ഇന്ദിരയെ എത്തിർത്ത് കവിതകളെഴുതുവാൻ തുടങ്ങി. അവരിൽ ചിലർക്ക് നക്സലൈറ്റുകളുമായി ബന്ധമുണ്ടായിരുന്നു. മെലിഞ്ഞ ശരീരമുള്ളവർ. അവർ ഞങ്ങളുടെ സമ്മേളനങ്ങളിൽ അടിയന്തിരാവസ്ഥയെ വിമർശിക്കുന്ന കവിതകൾ ചൊല്ലി."

"സർക്കാർ ഡിറ്റക്ടീവുകളെ അയച്ചു. സാധാരണ വസ്ത്രത്തിൽ കലാകാരന്മാരെന്ന പോലെ അവരെത്തി. അവർ അവിടെ നടക്കുന്ന കാര്യങ്ങൾ കണ്ടറിഞ്ഞു. പിന്നെ ഒരു ദിവസം പ്രധാനമന്ത്രിയുടെ സെക്രട്ടറി എന്റെ അച്ഛനെ ഫോണിൽ വിളിച്ചു. അച്ഛൻ അപ്പോൾ പ്രസ് ക്ലബ് ഓഫ് ഇന്ത്യയുടെ ചെയർമാനായിരുന്നു. ഇന്ത്യൻ ആന്റ് ഈസ്റ്റേൺ ന്യൂസ് പേപ്പർ സൊസൈറ്റിയുടെ പ്രസിഡന്റായിരുന്നു. അറിയപ്പെടുന്ന മാധ്യമ പ്രവർത്തകനായിരുന്നു. മകളെ അറസ്റ്റു ചെയ്യേണ്ടി വന്നേക്കുമെന്ന് അച്ഛനോടവർ പറഞ്ഞു. എന്നെ തുറുങ്കിലടയ്ക്കുമെന്ന് പറഞ്ഞു. അച്ഛൻ എന്നെ വഴക്ക് പറഞ്ഞു. ഞാൻ ഈ പ്രസ്ഥാനവുമായി മുന്നോട്ടു പോയാൽ അത് എന്റെ സഹോദരങ്ങളുടേയും മാതാപിതാക്കളുടേയും താത്പര്യങ്ങളെ ഹനിക്കുമെന്ന്. മാപ്പെഴുതിക്കൊടുക്കണമെന്ന് ആവസ്യപ്പെട്ടു. എനിക്ക് അനുസരിക്കുവാനായില്ല. സ്വാതന്ത്ര്യത്തിന്റെ രുചി അറിഞ്ഞവളായിരുന്നു ഞാൻ. അത് ഒരു അടിയന്തരാവസ്ഥയ്ക്കു വേണ്ടി കളയുവാൻ ഒരുക്കമല്ലായിരുന്നു. അടിമകളുടെ സാഹിത്യം ഉത്പാദിപ്പിക്കുവാൻ എനിക്ക് താത്പര്യമില്ലായിരുന്നു."

"അവർ എന്റെ വീട് റെയ്ഡ് ചെയ്തു. ആകെ അലങ്കോലമാക്കി. ഞാനപ്പോൾ മകന് ഐസ്ക്രീം വാങ്ങാനായി പുറത്തിറങ്ങിയിരിക്കുകയായിരുന്നു. തിരിച്ചു വന്നപ്പോൾ വീട്ടിലാകെ പൊലീസായിരുന്നു. അവർ എന്റെ ഭർത്താവിനെ ദ്രോഹിക്കുമോ എന്ന് ഞാൻ ഭയന്നു. എന്നാലും പിന്തിരിയുക എന്നത് എനിക്ക് അസാധ്യമായിരുന്നു. എന്റെ ഭർത്താവിനോട് അവധിയിൽ പ്രവേശിക്കുവാൻ ഉത്തരവ് വന്നു. അദ്ദേഹമപ്പോൾ റിസർവ് ബാങ്കിലെ ജീവനക്കാരനായിരുന്നു. അത് കേട്ടപാടെ അദ്ദേഹം തന്റെ മുറിയിൽ കയറി വാതിലടച്ചു. 'എനിക്ക് നിന്റെ മുന്നിൽ വരാനാകുന്നില്ല. നീ ചെയ്യുന്നത് ശരിയാണ്. അതിന്റെ പ്രത്യാഘാതത്തെ ഞാൻ ഭയക്കുന്നു' എന്ന് പറഞ്ഞൊഴിഞ്ഞു. പൊലീസ് വിട്ടുപോയില്ല. അവർ നിരീക്ഷിച്ചുകൊണ്ടേയിരുന്നു. ഒരു സർക്കാർ ഡോക്ടർ എന്നെ പരിശോധിക്കണമെന്ന് ആവശ്യപ്പെട്ടു. ആ കാലത്ത് ഒരു പ്രതിപക്ഷ നേതാവിന് ജയിലിൽ വച്ച് കുത്തിവയ്പ്പ് നടത്തിയതിനുശേഷം അദ്ദേഹത്തിന്റെ വൃക്കകൾ തകരാറിലായി എന്ന് ഞാൻ കേട്ടിരുന്നു. സുരക്ഷയ്ക്കായി ഞാൻ എന്റെ കുട്ടിയെ സ്കൂളിൽനിന്നും മാറ്റി. 'നിങ്ങൾക്ക് ഇപ്പോൾ എന്നോട് ദേഷ്യം തോന്നുണ്ടാകും. എന്നാൽ പിന്നീട് എന്നെയോർത്ത് നിങ്ങൾക്ക് അഭിമാനം തോന്നും' എന്ന് ഞാൻ കുട്ടികളോട് പറഞ്ഞു. പതിനൊന്ന് മാസം എന്റെ ഭർത്താവ് ശമ്പളമില്ലാതെ വീട്ടിലിരുന്നു. 'സാരമില്ല. എന്റെ ആഭരണങ്ങൾ വില്ക്കാം,' ഞാൻ പറഞ്ഞു. അവസാനം ഞങ്ങൾ വീട്ടുപകരണങ്ങൾ വിൽക്കുവാൻ തുടങ്ങി. പ്രശ്നങ്ങളുണ്ടായി. വീട്ടിൽ ഒരു പാട് പ്രശ്നങ്ങളുടെ തുടക്കമായിരുന്നു അത്."

പരിചാരിക കമലയോട് എന്തോ ആവശ്യപ്പെട്ട് വന്നു. സംഭാഷണം മുറിഞ്ഞു. എന്റെ മനസ്സപ്പോൾ അടിയന്തരാവസ്ഥയിൽനിന്നും, പഴയ ആ പുസ്തകത്താളുകളിലേക്കും, തകരപ്പെട്ടികളിലേക്കും യാത്ര ചെയ്യുകയായിരുന്നു. പ്രവചിക്കുവാനാകാത്ത മാർഗ്ഗങ്ങളിലൂടെയാണ് ഞാനിപ്പോൾ കമലയുടെ ഭൂതം തോണ്ടിയെടുക്കുന്നത്. ഞാൻ പെട്ടികൾ തിരഞ്ഞു. കമല ഫോറസ്ട്രി ബോർഡിന്റെ ചെയർപേഴ്സണായിരുന്നു, പരിസ്ഥിതി വിദ്യാഭ്യാസത്തിനുള്ള കമ്മറ്റിയുടെ ചെയർപേഴ്സണായിരുന്നു, കേരളത്തിലെ ശിശു സംരക്ഷണ കൗൺസിലിന്റെ ഓഫീസറായിരുന്നു.

കമലയുടെ കുറിപ്പുകളിലൂടെ ഞാൻ കടന്നു പോയി. അടിയന്തിരാവസ്ഥക്കാലത്ത് അറസ്റ്റിൽനിന്നും അന്നത്തെ മുഖ്യമന്ത്രി അച്യുത മേനോൻ സംരക്ഷിച്ചതെങ്ങനെ എന്നെഴുതിയിരിക്കുന്നു. അച്യുത മേനോൻ കമലയെ സർക്കാരിന്റെ അതിഥിയാക്കി. ഒരു തടവുപുള്ളിയെപ്പോലെ കമലയെ സുരക്ഷാവലയത്തിനുള്ളിലാക്കുമെന്ന് പ്രധാനമന്ത്രിക്ക് ഉറപ്പ് നൽകി. എന്നിട്ട് കമലയേയും ഒമ്പത് വയസ്സുള്ള മകനേയും സുരക്ഷാഭടനൊപ്പം ഒരു സർക്കാർ ഗസ്റ്റ് ഹൗസിൽ നിന്നും മറ്റൊന്നിലേക്കും, കാറുകളിലും ബോട്ടുകളിലും എല്ലാം സഞ്ചരിക്കുവാനനുവദിച്ചു. ഔദ്യോഗിക ഭാഷയിൽ, കമല വിനോദസഞ്ചാരികൾക്കായുള്ള സൗധങ്ങൾ പണിയുന്നതിനുള്ള സ്ഥലമന്വേഷിക്കുകയായിരുന്നു.

"ഇന്ദിരാ ഗാന്ധിയുടെ ആവശ്യങ്ങൾക്കു മുമ്പിൽ ഞാൻ തലകുനിച്ചില്ല." "അടിയന്തരാവസ്ഥ പിൻവലിക്കപ്പെടുകയും, മൊറാർജി ദേശായി പ്രധാന മന്ത്രിയാകുകയും ചെയ്തപ്പോൾ, അടിയന്തരാവസ്ഥയുടെ ഒരു ഇര എന്ന നിലയിൽ എന്നെ പൂമാലകൾ കൊണ്ട് മൂടി. എന്റെ ഭർത്താവിനെ Agricultural Finance Corporation ന്റെ മുഖ്യനാക്കി."

മാധവ ദാസിന്റെ കൃത്യതയാർന്ന വ്യാപാര ഫയലുകളിലൂടെ ഞാൻ കണ്ണോടിച്ചു. അതിനിടയിൽനിന്നും കമല അന്വേഷിച്ചുകൊണ്ടിരുന്ന വിദേശ പകർപ്പവകാശ കരാർ കണ്ടു കിട്ടി. ഈ പകർപ്പ് തനിക്ക് ധാരാളം പണം കൊണ്ടുവരുമെന്ന് കമല വിശ്വസിച്ചു. അതിന്റെ അഞ്ച് കോപ്പിയെടുക്കുന്നതിനായി കമല അത് സുരക്ഷാ ഉദ്യോഗസ്ഥനെ ഏല്പിച്ചു, എന്നിട്ട് വിശ്രമിക്കുവാൻ കിടന്നു.

അന്നത്തെ സായാഹ്നത്തിൽ കമല ഞാൻ വരുമ്പോൾ ഉണ്ടായിരുന്നതിനേക്കാൾ ഉന്മേഷവതിയായിരുന്നു. ഇപ്പോൾ കമല കമലയായിരിക്കുന്നു. നിറുത്താതെ സംസാരിക്കുന്നു. അത്താഴത്തിനു വന്ന അതിഥികളോട് കഥ പറയുന്നു. അതിൽ ചില പുതിയ കഥകളും പെടുന്നു. കൗമാരക്കാരനായ തന്റെ മകൻ Economic and Political Weekly യുടെ പത്രാധിപരും കോളമെഴുത്തുകാരനുമായ കൃഷ്ണ രാജിനെ എങ്ങനെ ശല്യപ്പെടുത്തി എന്നത് അതിലൊന്നായിരുന്നു. കഥ തുടങ്ങിയതേയുള്ളു, അപ്പോഴേക്കും കമലയ്ക്ക് കൃഷ്ണ രാജിന് ഫോൺ ചെയ്യാൻ തിടുക്കമായി. അപ്പോൾ താൻ ചെയ്ത എന്തോ ഒരു തെറ്റ് കമലയ്ക്ക് ഓർമ്മവന്നു.

"ഛാന്ദോഗ്യം ഉപനിഷത്ത് വായിക്കട്ടെ." കമല പറഞ്ഞു.

"അല്ല, ഖുറാൻ" മകൻ മോനു തിരുത്തി. ഇസ്ലാമിനെ വ്രണപ്പെടുത്തി കൂടുതൽ അപകടങ്ങൾ വിളിച്ചുവരുത്തുമോ എന്ന ഭയമായിരുന്നു മോനുവിന്.

“ആ... അതെ.” കമല പുഞ്ചിരിച്ചു. “ഇസ്ലാം അച്ചടക്കമാകുന്നു. ഒരു മുസ്ലീം വനിതയ്ക്ക് നഗ്നതയിൽ ചായം തേക്കുവാനാകില്ല, കവിതകളെഴുതുവാനാകില്ല. നമുക്ക് അവയെയെല്ലാം ചവറ്റുകുട്ടയിലിടാം. ഈ മതങ്ങളേയും. ഊരിക്കളയാം ” കമല തന്റെ തലയിലെ തട്ടത്തിൽ കൈവച്ചു “എന്നിട്ട് ഓറഞ്ച് നിറമുള്ള സാരി ധരിച്ച് ഞാനിവിടെ തുള്ളിച്ചാടും.”

“അമ്മ പറഞ്ഞത് കേട്ടില്ലേ, ‘ഇസ്ലാം ഒഴികെ എല്ലാ മതങ്ങളേയും ചവറ്റുകുട്ടയിലിടാം” മോനു കളിയാക്കി, ഒരു ഇസ്ലാമിക്ക് മുന്നറിയിപ്പ് നൽകി.

ഞാനും അങ്ങനെയാണ് കേട്ടതെന്ന് മോനുവിനോട് പറഞ്ഞു. “വിളക്ക്” ഓർമ്മയുണ്ടാകണമെന്നും, പരസ്പരം യുദ്ധം ചെയ്യുന്ന വിശ്വാസങ്ങളെ ഒന്നിച്ചുകൊണ്ടുവരാനുള്ള പ്രതീക്ഷ കമലയാണെന്നത് ഓർമ്മയുണ്ടാകണമെന്നും മോനു പറഞ്ഞു.

അന്ന് രാത്രി ഞാൻ കമലയുടെ കവിത വായിച്ചു. 1976ലെ അടിയന്തരാവസ്ഥക്കാലത്ത് എഴുതിയ Terror എന്ന കവിതയിലെ ഒരു ഭാഗം ഞാൻ പകർത്തിയെടുത്തു. ഇത് ചെയ്യുവാൻ കാരണമുണ്ട്. അവരുടെ സാമൂഹിക രാഷ്ട്രീയ കാര്യങ്ങളെക്കുറിച്ചുള്ള കവിതയോട് ഞാൻ നീതിപുലർത്തിയിട്ടില്ലെന്ന് എനിക്ക് തോന്നിയതിനാലാണ് ഞാനത് ചെയ്തത്. മാത്രമല്ല, 9/11 ശേഷമുള്ള ഞങ്ങളുടെ ഭയം, ശക്തമായ വികാരത്തള്ളിച്ച എന്നിവയുടെ പിന്നാമ്പുറത്ത് ഈ കവിതകൾ എന്നോട് പലതും സംസാരിക്കുന്നു.

ഞങ്ങൾക്ക് രാത്രിയും പകലും
കാവൽ നിൽക്കുന്നത് ഭീരുത്വം മാത്രം
വലിഞ്ഞു മുറുക്കിയ ചെണ്ടപോലെ
തലയ്ക്കു മുകളിലിതാ ഒരാകാശം
ഞങ്ങളാകട്ടെ വട്ടം വട്ടം ചുറ്റികൊണ്ട്
ദേശീയനേഴ്സറി ഗാനങ്ങൾ മാത്രം പാടുന്നു

ഒട്ടൊന്ന് പതറിയ എന്റെയീ യാത്ര അവസാനിക്കുന്നതിന്റെ തലേ രാത്രിയിൽ, പുസ്തകത്തിനായി ഇതുവരേക്കും എഴുതിയത് കേൾക്കുവാൻ താൻ തയ്യാറായിരിക്കുന്നു എന്ന് കമല പറഞ്ഞു. ഞാൻ കമലയുടെ കിടപ്പ് മുറിയിൽ അടുത്തടുത്ത് കിടന്നു. കയ്യെഴുത്ത് പ്രതി പുറത്തെടുത്തു. ഞാനാദ്യമായാണിത് കമലയ്ക്ക് വായിച്ചുകൊടുക്കുന്നത്. അതിനാൽത്തന്നെ കുറച്ച് പിരിമുറുക്കമുണ്ട്. എന്റെ ശൈലി കമലയ്ക്ക് ഒരു ആശ്ചര്യമായേക്കാം. അതത്ര സോല്ലാസമാകണമെന്നില്ല. തന്റെ സ്വകാര്യജീവിതത്തെക്കുറിച്ചുള്ള വിവരങ്ങൾ പ്രസിദ്ധപ്പെടുത്തുന്നത് ഒരു പക്ഷേ കമലയ്ക്ക് ചോദ്യം ചെയ്യേണ്ടി വന്നേക്കാം.

ഞങ്ങളുടെ ആദ്യ കൂടിക്കാഴ്ചയുടെ വിവരണത്തിൽ നിന്നാണ് വായിച്ചു തുടങ്ങിയത്. ശരിയായ ഉദ്ധരണികളും, ദാസ് ഒരു അകന്ന സഹോദരനിൽ നിന്നും “ബന്ധു”വായതും കേട്ടപ്പോൾ കമല ചിരിച്ചു കൊണ്ട് “അത് ശരിയാണ്” എന്ന് പറഞ്ഞു. പതിനഞ്ച് വയസ്സുള്ളപ്പോൾ വിവാഹിതയായി എന്ന ഭാഗത്തെത്തിയപ്പോൾ താൻ ജനിച്ചത് 1934ലാണെങ്കിലും നിയമപ്രകാരം വിവാഹിതയാകുവാനുള്ള പ്രായമായിട്ടില്ലാത്തതിനാൽ അച്ഛൻ അത് 1932 എന്നാക്കിയതാണെന്ന് കമല പറഞ്ഞു. ഒരു മണിക്കൂറോളം ഞാൻ വായന തുടർന്നു. കമലയിലെ താത്പര്യം കുറഞ്ഞിട്ടില്ലെന്ന് തോന്നി. എന്നാൽ അവർ ഒരക്ഷരം സംസാരിക്കുന്നില്ല.

"ഇനിയും വായിക്കണോ?"

"വേണം."

മതം മാറിയതിനെക്കുറിച്ചുള്ള അദ്ധ്യായം വായിച്ചുതുടങ്ങി. സാദിഖ് അലിയുടെ നദിക്കരയിലുള്ള വീട്ടിലേക്കുള്ള കമലയുടെ സന്ദർശനം ഞാൻ വിവരിച്ചു. "ഞാനുറങ്ങുവാൻ തുടങ്ങുകയായിരുന്നു. അപ്പോഴാണ് സാദിഖ് അലി എന്റെയടുക്കലെത്തുന്നത്." എന്ന ഭാഗത്തെത്തിയപ്പോൾ കമല ഞെട്ടി നിവർന്നിരുന്നു.

"അതങ്ങനെ നിങ്ങൾക്ക് പറയുവാനാകില്ല. അയാൾ അറസ്റ്റ് ചെയ്യപ്പെടും. ബലാത്സംഗം എന്നത് ഒരു ക്രിമിനൽ കുറ്റമാണ്. ഈ കൈയേറ്റത്തെക്കുറിച്ച് ഞാൻ എന്റെ കുട്ടികളോട് പറഞ്ഞിട്ടില്ല. അയാൾ ആക്രമിക്കുകയായിരുന്നു. അല്ലെങ്കിൽ ഞാൻ അനുവദിക്കുകയില്ലായിരുന്നു. ബലാത്സംഗം എന്നതിനെ ഒന്ന് മൃദുവാക്കുക. സാദിഖ് അലിയുടെ സ്പർശം വർഷങ്ങളായി ഉറങ്ങിക്കിടന്നിരുന്ന ലൈംഗികോർജ്ജത്തെ ഉണർത്തി എന്നാക്കാം. ബലാത്സംഗം എന്നത് ഒരു ക്രിമിനൽ കുറ്റമാണ്."

ഞാൻ ഭയപ്പെട്ടിരുന്നതും ഇതു തന്നെ. "സത്യമെഴുതുക," എന്നവർ പറഞ്ഞിരുന്നു. എന്നാൽ അവർക്ക് അസന്തുഷ്ടിയുണ്ടായേക്കാവുന്നതിനുള്ള സാധ്യതകൾ എപ്പോഴുമുണ്ടായിരുന്നു. അവർ ആദ്യ ചരട് വലിച്ചൂരിയിരിക്കുന്നു. ഇനിയും ചരടുകൾ വലിച്ചൂരി എല്ലാ ഊരാക്കുടുക്കുകളും അഴിയുമോ? ഞാൻ ഭയപ്പെട്ടു.

"ശേഷം രംഗം കൂടി വായിച്ചോട്ടെ?'"

"തീർച്ചയായും."

"ഞാനുറങ്ങുവാൻ തുടങ്ങുകയായിരുന്നു. അപ്പോഴാണ് സാദിഖ് അലി എന്റെയടുക്കലെത്തുന്നത്. അയാൾ എന്നെ പുണർന്നു. അയാൾ മന്ദം മന്ദമാണ് ശ്വസിച്ചിരുന്നത്. എന്റെ കാതിലയാൾ സ്നേഹമന്ത്രങ്ങൾ മന്ത്രിക്കുന്നുണ്ടായിരുന്നു. അയാൾ എന്റെ മുഖത്ത് ചുംബിച്ചു. എന്റെ മുലകളിൽ ചുംബിച്ചു..... പിന്നെ അയാൾ എന്നിൽ പ്രവേശിച്ചു. അപ്പോൾ ആദ്യമായി ഒരു പുരുഷൻ എന്നിൽ പ്രവേശിച്ചാൽ ലഭിക്കേണ്ടുന്ന അനുഭവമെന്തെന്ന് ഞാനറിഞ്ഞു." എന്നാൽ പിറ്റേന്ന് "ഞാൻ മലീമസപ്പെട്ടിരിക്കുന്നു" എന്ന് കമല സാദിഖ് അലിയോട് പറഞ്ഞു.

"വളരെ യാഥാസ്ഥിതികമായ ഒരു പരിതഃസ്ഥിതിയിൽനിന്നാണ് ഞാൻ വരുന്നത്. അതുകൊണ്ട് മലീമസമാകുവാൻ എനിക്ക് താത്പര്യമില്ലായിരുന്നു." കമല തന്റെ വ്യാഖ്യാനം തന്നു.

ഈ പ്രോത്സാഹനം വീണ്ടും അരമണിക്കൂർ വായന തുടരുവാൻ എന്നെ സഹായിച്ചു. അത്രയുമായപ്പോൾ ഞാൻ വീണ്ടും നിറുത്തി.

"വളരെ നല്ല കഥ. പക്ഷേ അവർ അയാളെ അറസ്റ്റ് ചെയ്യും." കമല നിരാശപൂണ്ട് പറഞ്ഞു.

കമലയുടെ മതം മാറ്റത്തിന്റെ കഥയിൽനിന്നും വൈകാരികതയും അഭിനിവേശവും നീക്കം ചെയ്ത് എഴുതുവാനാകുമോ എന്ന് ഞാൻ ചിന്തിച്ചു. ഹിന്ദു മിഥ്യാചാരങ്ങളിൽ മനം മടുത്ത് ഒരു അഭിവൃദ്ധിയുടെ പാത അവർ

അന്വേഷിക്കുകയായിരുന്നു എന്ന് വേണമെങ്കിൽ എനിക്കെഴുതാം. അതുമല്ലെങ്കിൽ ഒരു എഴുത്തുകാരിയുടെ ചാഞ്ചല്യം പുതിയ പരീക്ഷണങ്ങളിലേർപ്പെടുവാൻഅവരെ പ്രോത്സാഹിപ്പിച്ചു എന്നെഴുതാം. ഇതൊരോന്നും പ്രസക്തമെങ്കിലും പ്രായോഗികമാകുകയില്ല. "ഈ രംഗമില്ലെങ്കിൽ വായനക്കാർക്ക് നിങ്ങളുടെ മതം മാറ്റത്തെക്കുറിച്ച് മനസ്സിലാകുകയില്ല." ഞാൻ പറഞ്ഞു.

"അത് ശരിയാണ്."

"ഇനിയും വായിക്കട്ടെ?"

"ശരി."

ഞാൻ ആ അദ്ധ്യായം മുഴുക്കെ വായിച്ചു. കമല നിശ്ശബ്ദയായിരുന്നു. നിരാശയുമായി യുദ്ധത്തിലായിരുന്നു.

"നല്ല കവിത. തമാശ."ഞാൻ വായിച്ചു കഴിഞ്ഞപ്പോൾ അവർ പറഞ്ഞു. "ഒരു പ്രാർത്ഥന പോലെ. നീ ഇതിൽ എല്ലാം ഉൾക്കൊള്ളിച്ചിരിക്കുന്നു. എന്നെ പുനർനിർമ്മിച്ചിരിക്കുന്നു. എന്തൊരു കരുത്താണീ എഴുത്തിൽ. മെറിലി, എനിക്കിത്ര അറിയില്ലായിരുന്നു."

"സാദിഖ് അലിയെക്കുറിച്ച് എന്ത് പറയുന്നു?" ഞാൻ ചോദിച്ചു.

അവരുടെ മുഖം മ്ലാനമായി. "എനിക്കറിയില്ല."

"അയാളുടെ പേര് നമുക്ക് മാറ്റാം?"

"അതെ. പേര് മാറ്റിക്കൊള്ളൂ. അതിനോടൊപ്പം എന്റെ ഡോക്ടർ സുഹൃത്തിന്റെ പേരും മാറ്റിക്കോളൂ. അല്ലെങ്കിൽ കുറച്ചു കാലം കാത്തിരിക്കേണ്ടിവരും. അപ്പോൾ സ്വർഗ്ഗത്തിലിരുന്ന് സാദിഖ് അലിയുടെ ബുദ്ധിമുട്ടുകൾ കണ്ട് ഞാൻ ചിരിക്കുകയാവും, അതുപോലെ അയാളുടെ ഭാര്യമാരുടെ അസൗകര്യങ്ങളും."

ഹോട്ടൽ ഒരു ടാക്സി ഏർപ്പാട് ചെയ്ത് തന്നു. ടാക്സി കമലയുടെ വീടിന്റെ പടിക്കൽ വന്ന് എന്നെയെടുത്തു. എനിക്ക് പരിചിതമായ കമലയുടെ വീടിനും ഞാൻ താമസിക്കുന്ന ഹോട്ടലിനും ഇടയിലുള്ള വഴിയിലൂടെ ടാക്സി നീങ്ങി. അങ്ങാടി, വാട്ടർ ടാങ്ക്, State Institute Of Training for Women, രാജീവ്ഗാന്ധി സ്റ്റേഡിയം, ബാങ്കുകളുടെ ബോർഡുകൾ, മൊബൈലിന്റേയും അടിയുടുപ്പുകളുടേയും പരസ്യങ്ങൾ എല്ലാം കടന്ന് വണ്ടി നീങ്ങുകയായിരുന്നു. അപ്പോൾ കമല ഭാവിക്കും ഭൂതത്തിനുമിടയിലുള്ള ഒരു ചെടിത്തുമ്പ് മുറിച്ചെടുക്കുന്നത് ഞാൻ കണ്ടു. അതിരുകൾ കടന്ന് പോകുകയും അപായങ്ങളെ ഭയക്കാതിരിക്കുകയും ചെയ്യുന്നത് ഞാൻ കണ്ടു. മതം മാറ്റത്തിന്റെ അതിർവരമ്പുകൾക്കുള്ളിൽനിന്നും എതിർപ്പുകളോടെ സ്നേഹിക്കുവാനും ചുറ്റിലും കാണുന്നതിനെക്കുറിച്ച് എഴുതുവാനും അവർക്കാകുന്നു. അവർക്ക് ഇനി എന്ത് സംഭവിക്കുമെന്ന് എനിക്കറിയില്ലയെങ്കിലും ഞാനെഴുതിയതിനെ അവർ അനുഗ്രഹിച്ചിരിക്കുന്നു എന്ന് എനിക്കറിയാം. ഒരു സുഹൃത്ത് എന്ന നിലയിൽ ഞാൻ പ്രതീക്ഷിച്ചിരുന്ന അനുഗ്രഹം അതായിരുന്നു. വണ്ടി അപ്പോൾ കൊച്ചിയിലെ അവസാന പാലം കടന്ന് നഗരത്തിനു പുറത്തേക്കെത്തുകയായിരുന്നു.

ഏഴ്

കൊച്ചി

2004

അവസാനനിശ്വാസത്തിലും
പിറന്നുവീണത്
അവസാനത്തെ കവിതയായിരുന്നു.

ഇരുപത്തിയൊന്ന്

അഭിവൃദ്ധി

ഞാൻ എന്റെ വീട്ടിലെത്തിയിട്ട് ഒരു വർഷമായിട്ടില്ല. അപ്പോഴാണ് ഉടൻ കേരളത്തിലെത്തിയേ പറ്റൂ എന്ന സ്ഥിതിയുണ്ടാകുന്നത്. കമല ഇതിനു മുമ്പൊരിക്കലും കാണാത്ത വിധത്തിൽ രോഗബാധിതയായിരിക്കുന്നു. ഇപ്പോൾ പതിവ് ഫോൺ സംഭാഷണങ്ങളിൽ നിറയുന്നത് രോഗവും ദുഃഖവും മാത്രം. രോഗബാധിതയായ അവർക്ക് വിദഗ്ധപരിശോധനകൾ വേണ്ടി വന്നു. അതിനായി മകനോടൊപ്പം ബാംഗ്ലൂരിൽ കുറച്ച് ദിവസം ചെലവഴിച്ചു. തനിക്ക് അർബുദമാണെന്നൊരു ചിന്ത കമലയിലുണ്ടായി. അക്കാലങ്ങളിൽ പലതിൽനിന്നും ഒളിച്ചുകഴിയുവാൻ ഒരാഗ്രഹം കമലയിൽ മൊട്ടിട്ടു തുടങ്ങിയിരുന്നു. പുതുപണക്കാർ വോഡ്കയും വിസ്കിയും കുടിക്കുന്നതും, "ദ്വീപുകളും, കടൽത്തീരങ്ങളും, കൊട്ടാരങ്ങളും വാങ്ങാൻ" അവർ പദ്ധതികൾ മെനയുന്നതും, "കോർപറേറ്റ് ഗുരുക്കളുമായി" ബന്ധപ്പെടുന്നതും, "ഇഴഞ്ഞു കയറുന്ന അതിമോഹക്കാരും" കാണാതെ എല്ലാതിൽനിന്നും ഒളിച്ചു കഴിയണം എന്നൊരു ചിന്ത. അവർ ഒറ്റയ്ക്കായിരുന്നു.

ചർമ്മത്തിനും അസ്ഥികൾക്കും
മജ്ജയ്ക്കുമപ്പുറം
പാതാളത്തിന്റെ
എരിഞ്ഞുകത്തുന്ന
ഏകാന്തതയുടെ
കറുത്ത അറയിലേക്ക്...

ഞാനെന്നും അവരുമായി ബന്ധപ്പെട്ടുകൊണ്ടിരുന്നു. ഞാനവരുടെ മനോനില ഉയർത്തുവാൻ ശ്രമിച്ചുകൊണ്ടിരുന്നു. ഞാൻ അവരെ സ്നേഹിക്കുന്നവരെക്കുറിച്ച് ഓർമ്മിപ്പിച്ചു. അവർ ആരാണെന്ന് ഞാനവരെ ഓർമ്മിപ്പിച്ചു.

അപ്പോൾ ഒരു മാതൃഭൂമി മാധ്യമപ്രവർത്തകൻ കമലയെ കണ്ടു. "ഞാൻ എന്റെ പർദ്ദ വലിച്ചെറിഞ്ഞിരിക്കുന്നു" കമല അയാളോട് പറഞ്ഞു. അത് ചുറ്റിലുമുള്ള പിരിമുറുക്കം ഒന്നുകൂടി വർദ്ധിപ്പിച്ചു.

"പറഞ്ഞത് പിൻവലിക്കണം" അവരുടെ മക്കൾ ആവശ്യപ്പെട്ടു. കൂടുതൽ ബുദ്ധിമുട്ടുകൾ അവരെത്തേടി വരുന്നുവെന്ന് മക്കൾ ഓർമ്മിപ്പിച്ചു. "അവർ

അമ്മയുടെ ഞരമ്പിലേക്ക് വായുവിന്റെ കുമിള കുത്തിവയ്ക്കും. അമ്മയെ നൊടിയിടയിൽ കൊല്ലും. അവർ അമ്മയുടെ കൊച്ചുമക്കളെ ഉപദ്രവിക്കും."

"ഞാൻ ഇസ്ലാമിനെയല്ല തള്ളിപ്പറയുന്നത്, മതത്തെയാണ്." കമല പ്രതിഷേധിച്ചു. താൻ പറഞ്ഞത് തെറ്റിദ്ധരിക്കപ്പെട്ടിരിക്കുന്നു എന്നവർ കരുതി. അവർക്ക് വേദനിച്ചു. തന്റെ മക്കൾ തന്നെ ഒറ്റപ്പെടുത്തിയിരിക്കുന്നു എന്ന് തോന്നി.

> അപരിചിതരായ ശത്രുക്കൾ
> അരംകൊണ്ട് മുനപ്പിച്ച
> ഇരുമ്പുവാക്കുകളുടെ
> വാളുകളുമായി നടന്നു.

"മനസ്സിന് അതിന്റേതായ കൈകാലുകളുണ്ട്. അവയെല്ലാം മടക്കി ചുരുട്ടി വച്ചിരിക്കുകയാണ്." കമല ദുഃഖിതയായി.

കമല തന്റെ സുഹൃത്തിന്റെ വീട്ടിലേക്കു പോയി. അവിടെവച്ച് കമലയുടെ ദുർഗ്രാഹ്യമായ രോഗമെന്തെന്ന് വെളിവായി. വളരെ സാവധാനത്തിൽ പ്രവർത്തിക്കുന്ന പാഷാണം അകത്ത് ചെല്ലുന്നു. അതെന്റെ മുടിയിൽ പോലുമുണ്ടെന്ന് അവർ പറയുന്നു. കമലയ്ക്കുള്ള കാപ്പിയിൽ തവിട്ട് നിറമുള്ള ഒരു പൊടി കല്യാണി കലർത്താറുണ്ടെന്ന് ഒരു വേലക്കാരി പറഞ്ഞു. ഒരുപക്ഷേ അത് ചെയ്യുവാൻ കല്യാണിയോട് ഹിന്ദു തീവ്രവാദികൾ ആവശ്യപ്പെട്ടതായിരിക്കാം." കമല പറഞ്ഞു.

കല്യാണിയെ പിരിച്ചു വിട്ടു. കമല തിരികെയെത്തി. അപ്പോൾ എന്നെ വിളിപ്പിച്ചു.

എനിക്ക് പരിചിതമായ കമലയുടെ സ്വീകരണമുറിയിലേക്ക് ഞാൻ പ്രവേശിച്ചു. അവിടെ ഏഴ് ചെറുപ്പക്കാർ കൂട്ടം കൂടിയിരിക്കുന്നു. അവരുടെ കൈയിൽ ക്യാമറകളും, വിളക്കുകളും, റിഫ്ളക്ടറുകളും എല്ലാമെല്ലാമുണ്ട്. കമല തന്റെ വീട്ടിയുടെ കസേരയിലിരിക്കുന്നു. മുമ്പത്തേക്കാൾ ക്ഷീണിതയാണിപ്പോൾ. ക്യാമറ അവർക്ക് നേരെ പിടിച്ചിരിക്കുന്നു. ഞാൻ അകത്ത് കടന്ന് കമലയെ അഭിവാദ്യം ചെയ്തത് അവർ ഷൂട്ട് ചെയ്തു. ഞങ്ങളുടെ ഒരു വശത്തേക്ക് ക്യാമറ നീങ്ങി. അവർ ചിത്രീകരണം തുടർന്നു. സംവിധായകൻ കമലയുടെ കാൽക്കലിരുന്നു. കമലയെ പറഞ്ഞ് വശത്താക്കുവാനുള്ള ശ്രമമാണെന്ന് തോന്നും അയാളുടെ ഇരിപ്പ് കണ്ടാൽ. "എന്റെ കഥയിൽ പറഞ്ഞിട്ടുള്ള പ്രണയങ്ങളെല്ലാം വാസ്തവമാണോ?" അയാൾ ചോദിച്ചുകൊണ്ടിരുന്നു.

ഒരു നിക്കോൺ ക്യാമറയുടെ ഫ്ളാഷ് മിന്നി. അത് കമലയുടെ കണ്ണിന് വരും ദിവസങ്ങളിലേക്കുള്ള വേദനയായി.

"എന്റെ ജീവിതത്തിലെ ഏറ്റവും വലിയ പ്രണയം എന്നത് എന്റെ അമ്മൂമ്മയായിരുന്നു." കമല മറുപടി പറഞ്ഞു. "അവരെന്നെ അത്രകണ്ട് സ്നേഹിച്ചിരുന്നു."

"എങ്കിൽ ഞങ്ങളോട് കുട്ടിക്കാലത്തെക്കുറിച്ച് പറയൂ." ക്യാമറാമാൻ തുരന്ന് കയറി.

"അതൊക്കെ പറഞ്ഞ് പറഞ്ഞ് മടുത്തുതുടങ്ങി." എന്ന് പറഞ്ഞ് കമല അവരെ നോക്കി. "മതി. ഇത്രയും മതി." എന്ന് പറഞ്ഞു.

എന്നിട്ട് കമല തന്റെ തട്ടം മാറ്റി. തലയിലെ മുടി താഴേക്ക് നിവർത്തിയിട്ടു. ഷൂട്ടിങ്ങ് ചെയ്യുന്നവരോട് ഇങ്ങനെയുള്ള തന്റെ രൂപം ഷൂട്ട് ചെയ്യരുത് എന്നാവശ്യപ്പെട്ടു. അങ്ങനെയൊരു ചിത്രം പുറത്ത് പോയാൽ അത് തനിക്ക് ഹാനികരമാകുമെന്ന് പറഞ്ഞു. തന്റെ പരിചാരികയുടെ സഹായത്താൽ കമല സാവധാനത്തിൽ തന്റെ മുറിയിലേക്ക് നടന്നുതുടങ്ങി. ഗാന്ധിജിയുടെ അവസാന കാല ചിത്രങ്ങളിലെ നടത്തം പോലെയിരുന്നു അത്. വളരെ സാവധാനത്തിലാണപ്പോൾ കമല നടന്നിരുന്നത്. അത് കണ്ട് ക്യാമറാമാൻ ചാടിയെഴുന്നേറ്റ് പിറകിൽ നിന്നും ആ ഷോട്ട് എടുക്കാൻ ശ്രമിച്ചു. ഞാൻ മുന്നോട്ടോടി ക്യാമറയുടെ ലെൻസ് അടച്ചുപിടിച്ചു.

ഹോട്ടൽ മുറിയിൽ തിരികെയെത്തിയപ്പോൾ ഇവിടെ ഞാനെന്താണിപ്പോൾ ചെയ്തുകൊണ്ടിരിക്കുന്നത് എന്ന് സ്വയം ചോദിച്ചു. സാധാരണങ്ങളായിരിക്കുന്ന ഫോൺകോളുകൾ, സന്ദർശകർ, മാധ്യമ പ്രവർത്തകർ എന്നിവരെക്കൂടാതെ ഇപ്പോൾ കമലയ്ക്ക് ക്ഷണിക്കപ്പെടാതെ എത്തിയ ഒരു സന്ദർശക കൂടിയുണ്ട്. അവരുടെ കാര്യം കൂടി ശ്രദ്ധിക്കേണ്ടി വരുന്നു. ഡോക്ടർ ഹുസൈനും മോനുവും അടുത്ത് തന്നെ വരും. അതുമാത്രമല്ല എന്റെ കൂടെ എന്റെ സഹയാത്രിക എലിസബത്തുമുണ്ട്. കമലയ്ക്ക് സുഖമില്ലാത്തതിനാലാണ് ഞാൻ വന്നത്. ഇത്രയധികം ജനങ്ങളുടെ ഇടയിൽ വച്ച് പരസ്പരം ആഴത്തിലുള്ള സംസാരം എങ്ങനെ നടക്കും എന്നത് എനിക്ക് ഊഹിക്കുവാനാകുന്നില്ല. ഞാനതിലേക്ക് ഉറ്റുനോക്കിക്കൊണ്ടിരിക്കുകയല്ലെങ്കിലും ഈ കഥകളെല്ലാം പ്രസിദ്ധീകരിക്കപ്പെടുകയാണെങ്കിൽ അതുകൊണ്ട് കമലയ്ക്ക് എന്തെങ്കിലും ബുദ്ധിമുട്ടുണ്ടാകുമോ എന്ന് വേണമെങ്കിൽ ചോദിക്കാം. കമലയുടെ ജീവിതത്തെക്കുറിച്ച് എഴുതുവാൻ നിയമപ്രകാരമുള്ള ഒരു അധികാരപത്രം എനിക്കെഴുതി തന്നിട്ടുണ്ടെങ്കിലും, എന്തൊക്കെ പ്രസിദ്ധീകരിക്കണം, എന്താവരുത് എന്ന് ചോദിക്കുവാനുള്ള സദാചാരപരമായ ഒരു കടമ എനിക്കുണ്ടെന്ന് ഞാൻ വിശ്വസിച്ചു. ഇതെല്ലാം എപ്പോൾ പ്രസിദ്ധീകരിക്കാമെന്നതിനെക്കുറിച്ചും എനിക്കിപ്പോൾ ഒരു തിട്ടവുമില്ല.

The Journalist and the Murderer എന്ന പുസ്തകത്തിൽ, ജാനറ്റ് മാൽകം എഴുതിയിരിക്കുന്നത് ജീവിച്ചിരിക്കുന്ന വ്യക്തിയെക്കുറിച്ച് എഴുതുമ്പോൾ അതിൽ വിനാശകാരികളായ ചതിക്കുഴികളുണ്ടാകാം എന്നാണ്. പ്രത്യേകിച്ചും എഴുതുന്ന കഥയും പ്രതീക്ഷിക്കപ്പെടുന്ന കഥയും തമ്മിൽ വ്യത്യാസമുണ്ടാകുമ്പോൾ. കമലയ്ക്കൊപ്പമിരുന്ന് എഴുതി ഈ ചതിക്കുഴികൾ ഒഴിവാക്കുവാൻ ഞാൻ ശ്രമിച്ചു. പക്ഷേ കമല വാസ്തവകഥകൾ വളരെ നീട്ടിയെഴുതാറില്ല, അത് തനിക്കാകില്ലെന്നും അവർ പറയുന്നു. അവർ എന്നെ അവരുടെ "ജീവിതകഥയെഴുതുന്നയാൾ" എന്ന് വിളിക്കുന്നു, പരസ്യമായി. ഇപ്പോൾ പലപ്പോഴും 'ഭാവി'ക്കായി റെക്കോർഡ് ചെയ്ത് വച്ചേക്കൂ എന്ന് എന്നോട് ആവശ്യപ്പെടുകയും ചെയ്യുന്നു. എനിക്കൊരു തീരുമാനമെടുത്തേപറ്റൂ.

കമലയുടെ ജീവിതവും കൃതികളും പൂർണ്ണമായും വിവേചിച്ചറിയുവാനായി എന്തൊക്കെ പ്രസിദ്ധീകരിക്കണം"

യാഥാർത്ഥ്യങ്ങൾ പ്രസിദ്ധീകരിക്കപ്പെടുന്നത് കമലയ്ക്ക് ഹാനികരമാകുമോ?

സത്യാവസ്ഥ തുറന്നെഴുതുന്നത് ഭാവിതലമുറയ്ക്ക് എത്രത്തോളം ഉപകാരപ്രദമായിരിക്കും?

വില്ക്കപ്പെടാവുന്ന ഒരു പുസ്തകം പ്രസിദ്ധീകരിക്കുവാനാണ് ഞാൻ ഈ ചോദ്യങ്ങൾ ചോദിക്കുന്നത്. അല്ലെങ്കിൽ വായനക്കാർ കമല ജീവിച്ച യഥാർത്ഥ ജീവിതത്തെക്കുറിച്ചറിഞ്ഞാൽ ഒരുപക്ഷേ, അവരുടെ സുഹൃത്തായ പ്രൊഫസർ ശാരദ പറഞ്ഞതുപോലെ "അവരെ കൂടുതൽ നന്നായി മനസ്സിലാക്കുകയും, നമ്മളിപ്പോൾ ചെയ്യുന്നതിനേക്കാൾ തീക്ഷ്ണമായി അവരെ സ്നേഹിക്കുകയും" ചെയ്തേക്കാം എന്നതിനാലാണീ ചോദ്യങ്ങൾ ഞാൻ ചോദിക്കുന്നത്.

ഞാൻ ആദ്യം കമലയെ കണ്ടപ്പോൾ പരസ്പരം സത്യസന്ധതയോടെ പെരുമാറുമെന്ന് ഉറപ്പ് കൊടുത്തിരുന്നു. ഞങ്ങളുടെ മൂന്നാം സന്ദർശനത്തിൽ കമല വേദനാജനകമെങ്കിലും, നിയമസാധുതയുള്ളതും, തുടരെത്തുടരെയുണ്ടാകുന്നതുമായ വിവാഹജീവിതത്തിലെ ലൈംഗിക ബന്ധമെന്ന ബലാൽക്കാരത്തെക്കുറിച്ച് വരച്ചുവെച്ചതുപോലെ പറഞ്ഞിരുന്നു. അത് അവരുടേ ജീവിതത്തേയും കൃതികളേയും എങ്ങനെ സ്ഥായിയായി ബാധിച്ചു എന്നതിനെക്കുറിച്ചും വിശദീകരിച്ചിരുന്നു. "publish and be damned" എന്നാണ് "അവർ പറഞ്ഞതൊക്കെ ഞാൻ അച്ചടിച്ചോട്ടെ" എന്ന് ചോദിച്ചപ്പോൾ തന്നിരുന്ന മറുപടി. വിവാഹജീവിതത്തെക്കുറിച്ച് പിന്നേയും പലതും തുറന്ന് പറയുകയുണ്ടായി. ഞങ്ങളുടെ നാലാം കൂടിക്കാഴ്ചയിൽ അവരെക്കുറിച്ച് എഴുതുവാനുള്ള ഔപചാരിക അനുവാദം ഞാൻ ചോദിച്ചു.

"മെറിലി, പ്രിയ സുഹൃത്തേ, എന്തൊരു ചോദ്യമാണിത്? എനിക്ക് നിന്നോട് വലിയ സ്നേഹമാണ്. നീ എന്നെക്കുറിച്ച് എഴുതണം. എന്നിട്ട് എന്റെ രാജ്യത്തുള്ളവർക്ക് എന്നെക്കുറിച്ചുള്ള തെറ്റിദ്ധാരണ മാറ്റണം." എന്നാണവർ അപ്പോൾ മറുപടി തന്നത്.

"കമല, വെറുതെ മനസ്സിലാക്കുവാൻവേണ്ടി മാത്രം ഞാനൊരിക്കൽ കൂടി ചോദിക്കട്ടെ. ഇതെല്ലാം എഴുതിയാൽ നിങ്ങൾക്ക് സന്തോഷമാകുമോ..."

"തീർച്ചയായും നിനക്കിതെല്ലാം എഴുതാം. ഇതെല്ലാം നിന്റെ മുന്നിൽ എന്റെ വ്യക്തിപരമായ കുമ്പസാരങ്ങളാണ്. അതിനൊരു കാരണം കൂടിയുണ്ട്. എനിക്ക് നിന്റെ സ്നേഹത്തിൽ വിശ്വാസമുണ്ടെന്നതാണത്. അത് മതി മെറിലി. എന്നെക്കുറിച്ച് നിനക്ക് എന്തുവേണമെങ്കിലും എഴുതുവാൻ അത് മാത്രം മതി. എന്തായാലും ഞാനത് സ്വീകരിച്ചുകൊള്ളാം."

ഇന്നലെ ഡോക്യുമെന്ററി എടുക്കാൻ വന്നവർ "ജീവിതകഥ" എപ്പോൾ പ്രസിദ്ധീകരിക്കപ്പെടുമെന്ന് കമലയോട് ചോദിച്ചപ്പോൾ അവർക്ക് കൊടുത്ത മറുപടി "എന്റെ മരണശേഷം" എന്നായിരുന്നു. അവർക്ക് വിശ്വാസമാകാത്തതിനാൽ ഒരിക്കൽകൂടി ചോദിച്ചു. അപ്പോഴും മറുപടി

"എന്റെ മരണശേഷം" എന്ന് തന്നെയായിരുന്നു. അത് എന്നെ ആശ്ചര്യപ്പെടുത്തുകയുണ്ടായി.

എന്തായാലും കമലയോട് ഇതിനെക്കുറിച്ച് സംസാരിച്ചേ മതിയാകൂ.

അതേസമയം എന്റെ കൊച്ചിയിലെ ലളിതമായ സ്ഥിരം കാര്യക്രമത്തിൽ ഞാൻ സന്തുഷ്ടയാകുകയായിരുന്നു: പ്രാതലിന് പപ്പായ, തൈര്, ചായ. ഉച്ചയ്ക്ക് മുന്നേ പോയി ഓട്ടോറിക്ഷയിൽ കമലയുടെ വീട്ടിലേക്ക്. പച്ചക്കറി വാങ്ങുക, ഒന്നിച്ച് ഉച്ചഭക്ഷണം കഴിക്കുക, അത് കഴിഞ്ഞാൽ വെല്ലിങ്ങ്ടൺ ദ്വീപിൽ പോയി നീന്തൽക്കുളത്തിലിറങ്ങുക, പിന്നെ സന്ധ്യയാകുന്നതിനു മുമ്പ് കമലയുടെ വീട്ടിലെത്തുക, നേരത്തെ അത്താഴം കഴിക്കുക...

ഇന്നെനിക്ക് കമലയെ തന്നെ തുറിച്ചുനോക്കാതിരിക്കുവാനാകുന്നില്ല. ഹുസൈൻ വന്നിരിക്കുന്നു. കമല അദ്ദേഹത്തിനടുത്തിരിക്കുന്നു. മേഘങ്ങൾക്കിടയിൽനിന്നും പ്രത്യക്ഷപ്പെട്ട സൂര്യനെപ്പോലെയിരുന്നു അവരപ്പോൾ. ചുകന്ന ചുണ്ടുകൾ, തലയിൽ ചുകന്ന കെട്ട്, പാടലവർണ്ണത്തിലുള്ള ഉടുപ്പ്.ചിലപ്പോഴെങ്കിലും കമല എന്നോട് "ജീവിതം എന്നിൽനിന്നും ഊർന്ന് പോകുകയാണ്. ചിലപ്പോൾ വിളക്കിനൊത്ത വെളിച്ചമല്ല എന്ന് തോന്നിപ്പോകുന്നു." എന്ന് പറയുന്നുണ്ട്. അപ്പോൾ എന്റെ മുഖത്ത് ദുഃഖം തളം കെട്ടുന്നു. അതു കണ്ട്. "മെറിലി, നീ വിഷമിക്കേണ്ട. നിനക്കപ്പോഴും നീരാളിയുടെ കൈകൾപോലെ ചുറ്റിവരിയുന്ന ഓർമ്മകളുണ്ടാകും." എന്ന് പറയുന്നു. ഇന്ന് രാത്രി അവരിൽ വന്നിരിക്കുന്ന മാറ്റം അദ്ഭുതാവഹമാണ്. ശരീരത്തിൽനിന്നും അവർ ചുറ്റുമുള്ളവരെ ആകർഷിക്കുന്ന എന്തോ ഒരു രാസവസ്തു പുറത്ത് വിടുന്നോ എന്ന തോന്നലുണ്ടാക്കുന്നു.

വിശാലം ഭക്ഷണം വിളമ്പുവാൻ തുടങ്ങി. ഒന്നിനുപുറകെ ഒന്നായി തെന്നിന്ത്യൻ വിഭവങ്ങൾ അവർ വിളമ്പി തുടങ്ങി. ഞങ്ങൾ ഭാഷകളെക്കുറിച്ച് സംസാരമാരംഭിച്ചു. ലിംഗയോനീബന്ധത്തിന് മലയാള ഭാഷയിൽ പരുഷമായ മറ്റൊരു വാക്ക് താനിതുവരേക്കും കേട്ടിട്ടില്ലെന്ന് കമല ഒരിക്കൽ പറഞ്ഞത് എനിക്കോർമ്മവന്നു.

"അവർ ജീവിക്കുന്ന സ്ഥലം അവരുടെ ജാതി എന്നിവയനുസരിച്ച് അവരുടെ മലയാളത്തിനും ചില മാറ്റങ്ങളുണ്ടാകും. മുക്കുവരുടെ മലയാളം, നഗരവാസികളുടെ മലയാളം, തെക്കൻ കേരളത്തിലേയും വടക്കൻ കേരളത്തിലേയും മലയാളം എന്നിങ്ങനെ. ഞാൻ മലയാളം പഠിച്ചത് തത്ത്വജ്ഞാനിയായിരുന്ന എന്റെ നാലപ്പാട്ടെ അമ്മാവനിൽ നിന്നും അവിടത്തെ സ്ത്രീകളിൽ നിന്നുമായിരുന്നു."

ഞാനപ്പോൾ എന്നോട് ബാലചന്ദ്രൻ ചുള്ളിക്കാട് പറഞ്ഞത് കമലയോട് പറഞ്ഞു. മലയാളത്തിൽ നാഗരിക ഭാഷാശൈലികൊണ്ട് "ഒരു മഴവിൽ" ആദ്യമായി സൃഷ്ടിച്ചത് കമലയായിരുന്നു. അതുപോലെത്തന്നെ നാട്ടുഭാഷ എങ്ങനെ സംസാരിക്കുന്നുവോ അതുപോലെ ആദ്യമെഴുതി തുടങ്ങിയതും കമലയായിരുന്നു, എന്നാണ് അയാൾ പറഞ്ഞത്. കമല സമ്മതിച്ചു. ഞാൻ മലയാളം പഠിച്ചത് തന്റെ വല്ല്യമ്മാവന്റെ "പാവങ്ങൾ" എന്ന തർജ്ജമയിൽ നിന്നും വീട്ടിലെ ജോലിക്കാരുടെ സംഭാഷണങ്ങളിൽ

നിന്നുമാണ്, എന്റെ കഥകളിൽ ഈ രണ്ട് വിഭാഗങ്ങളുടേയും ഭാഷാശൈലി കാണുവാനാകുമെന്നും കമല പറഞ്ഞു. "ഞാനിവയെ രണ്ടിനേയും ബന്ധിപ്പിക്കുന്നു. കാരണം ഞാൻ നഗരത്തെ ഒരു ഗ്രാമീണന്റെ കണ്ണിലൂടെയാണ് കാണുന്നത്." കൗമാരത്തിൽ തനിക്ക് കാളിദാസന്റെ സംസ്കൃതം കാവ്യങ്ങൾ ഇഷ്ടമായിരുന്നു എന്നും കമല കൂട്ടിച്ചേർത്തു. "ശാകുന്തളം ഗീഥേയെ വരെ ആകർഷിച്ചിട്ടുണ്ട്. ഗീഥേ തന്റെ ഫോസ്റ്റിൽ അതേ രചനാശൈലിയാണ് ഉപയോഗിച്ചിട്ടുള്ളത്. കമലയ്ക്ക് ഇഷ്ടമായ മറ്റൊരു രചയിതാവ് ഭാസനാണ്. സ്വപ്നവാസവദത്തം എന്ന നാടകമെഴുതിയ ഭാസൻ. "എന്തൊരു സുന്ദരമായ കഥയാണത്. അതെനിക്ക് രോമാഞ്ചമുണ്ടാക്കുന്നു." എന്ന് പറയുമ്പോൾ കമലയുടെ കൈകൾ നെഞ്ചിലമർന്നിരുന്നു.

"അത് ഒരു കവയിത്രി ഉപയോഗിക്കേണ്ട വാക്കല്ലല്ലോ?" ഹുസൈൻ ഇടയ്ക്ക് കയറി പറഞ്ഞത് എന്നെ ആശ്ചര്യപ്പെടുത്തി. "എന്തിനിങ്ങനത്തെ വാക്കുകളുപയോഗിച്ച് അതൊരു മൃഗത്തിന്റെ പേരാണോ എന്ന തോന്നലുണ്ടാക്കുന്നു?"

"പക്ഷേ സച്ചീ നിങ്ങൾ മൃഗങ്ങളെ തിന്നുന്നവരല്ലേ?" കമല ചിരിക്കുവാൻ തുടങ്ങി. അപ്പോൾ ഇറച്ചി തിന്നുന്നതുപോലെ വായകൊണ്ട് ഗോഷ്ടിയും കാണിച്ചു. "ഒരു താറാവ്....ഒരു ആട്..."

"എന്തായാലും ആ വാക്ക് യോജിക്കുന്നതല്ല..."ഹുസൈൻ ആവർത്തിച്ചു.

"എന്റെ ഭർത്താവ് രോമഹർഷം എന്നാണ് പറയാറുള്ളത്. അദ്ദേഹം എപ്പോഴും നിഘണ്ടുവിലെ വാക്കുകളാണുപയോഗിച്ചിരുന്നത്." എന്ന് പറഞ്ഞ് ഹുസൈനെ സന്തോഷിപ്പിക്കുവാനെന്ന മട്ടിൽ അടുത്ത വാചകത്തിൽനിന്നും 'രോമാഞ്ചം' വെട്ടിക്കളഞ്ഞു. എന്നിട്ട് "'ചർമ്മത്തിൽ അങ്ങനെയൊരു അനുഭവമുണ്ടാകുന്നതിനെക്കുറിച്ച്' എനിക്ക് ഒരു കഥ പറയുവാനുണ്ട്" എന്ന് പറഞ്ഞു.

"പോയി മുഖം കഴുകി വരൂ. കഴുകി കഴിഞ്ഞാലല്ലേ എലിസബത്തിനും മെറിലിക്കും താങ്കളെ ഉമ്മവയ്ക്കുവാനാകുകയുള്ളു." കമല ഹുസൈനോട് പറഞ്ഞു. "വളരെ വൃത്തിശീലമുള്ള ഒരാളാണ്," കമല എനിക്ക് ഉറപ്പ് നൽകി.

ഇത്രയും കേട്ടപ്പോൾ ഭക്ഷണത്താൽ ഉദ്ദീപ്തയായ എലിസബത്ത് എന്റെ ചെവിയിൽ "അവർ എനിക്ക് മീതെ ഒരു വശീകരണമായി നിൽക്കുന്നു. ഞാനിപ്പോൾ ഏത് ലോകത്താണെന്ന് എനിക്ക് തന്നെ അറിയില്ല" എന്ന് മന്ത്രിച്ചു. അവിടെ സംസാരിച്ചുകൊണ്ടിരുന്ന വിഷയങ്ങളിൽ പലതിനെക്കുറിച്ചും എലിസബത്തിന് ഒരു പിടിപാടുമില്ലായിരുന്നു.

കമലയുടെ വാക്കുകൾ കേട്ട് ഹുസൈൻ മൃതപ്രായനായി എന്ന് തോന്നി. ഹുസൈൻ കമലയുടേതാണെന്നും അയാളെ എനിക്ക് ചുംബിക്കുവാൻ താത്പര്യമില്ലെന്നും ഞാൻ കമലയെ അറിയിച്ചു.

"അതെ, സ്വകാര്യസ്വത്ത്." കമല സമ്മതിച്ചു. ഞങ്ങളെയെല്ലാം ഒരു ചരടിൽ തന്നെ കോർത്തിരുത്തുന്നതിൽ അവർ വിജയിച്ചു.

പുതുതായി ഇനി എനിക്കൊന്നും എഴുതണ്ട. പുതിയതായി എന്തെങ്കിലും ശേഖരിക്കുകയും വേണ്ട. കുറച്ച് നാളത്തേക്ക് ഞാനിനി ഇങ്ങനെയാണ്. ഇത് ഞാൻ മനസ്സിൽ ഉറപ്പിച്ചതാണ്. എന്നാലിപ്പോൾ ഞാൻ വീണ്ടും സോസിൽ മുക്കിയ വിരലുകൊണ്ട് എന്റെ എഴുത്തുപകരണങ്ങൾ തിരയുവാൻ തുടങ്ങി. ഞാൻ ഏതൊക്കെ പ്രസാധകരെ സമീപിക്കണമെന്ന് കുറിച്ച് വയ്ക്കുകയായിരുന്നു. അതിനോടൊപ്പം ശ്രീനിവാസനെപ്പോലെയുള്ള ചില സന്ദർശകരുടെ വിവരണം എഴുതിവയ്ക്കുകയും ചെയ്തു. ചാപ്ലിന്റെ പ്രതിരൂപമെന്ന് തോന്നിക്കുന്ന ഒരു കഥാപാത്രമാണീ ശ്രീനിവാസൻ. അയാളെ കണ്ടാൽ കമല ചിരി തുടങ്ങും.

എന്റെ പുറത്ത് ഞാൻ ഞാത്തിയിടുന്ന ബാഗിൽ വച്ചാൽ എളുപ്പത്തിൽ തൊട്ടറിയുവാനും എടുക്കുവാനും സഹായിക്കുന്ന രീതിയിലുള്ള ഘനമുള്ള പുറം ചട്ടയോടുകൂടിയ ഒരു നോട്ട് ബുക്ക് ഞാൻ വാങ്ങി. രോഗം കമലയെ മറ്റൊരു അവസ്ഥയിലേക്കെത്തിച്ചിരിക്കുന്നു. ഇപ്പോൾ മരണം എപ്പോഴും വന്നേക്കാം എന്ന ചിന്തയാണ് മനസ്സിൽ. അക്കാരണത്താൽ തന്നെ സത്യം എവിടെ വച്ചും സംസാരിക്കുവാൻ ഇപ്പോൾ കൂടുതൽ മനഃസ്ഥൈര്യം വന്നിരിക്കുന്നു. അതൊക്കെ എഴുതിയെടുക്കുവാനുള്ള താത്പര്യം എനിക്കും വർദ്ധിച്ചിരിക്കുന്നു.

"ഞങ്ങൾ ഞങ്ങളുടെ പാത വെട്ടിയുണ്ടാക്കുന്നു, അതിനിടയ്ക്ക് ഭൂതോദയങ്ങളും വെളിപാടുകളുമുണ്ടാകുന്നു." കമല പറഞ്ഞു. തന്റെ ഇസ്ലാമുമായുള്ള മധുവിധു കൃത്യമായ കുറിപ്പടികളുള്ള സ്ഥായിയായ ഒരു ജീവിതചര്യയായി മാറുന്നത് മനസ്സിലാക്കിക്കൊണ്ടാണവർ ഇത് പറയുന്നത്. "സ്വന്തം ഭൂതോദയങ്ങൾക്കായി കാത്തിരിക്കുക. മതം എന്നിൽ നിന്ന് വലിയ വില ഈടാക്കിയിരിക്കുന്നു. കേൾക്കാനായി ഇനിയും ശബ്ദങ്ങളുണ്ടെങ്കിൽ അവ ഞാൻ സ്വയം കേട്ടുകൊള്ളാം."

കേരളം മതസഹിഷ്ണുതയെക്കുറിച്ച് അഭിമാനം കൊള്ളുന്നുണ്ടെങ്കിലും താൻ ഇരുഭാഗത്തുനിന്നും ആക്രമിക്കപ്പെടുകയാണെന്ന് കമല പറഞ്ഞു. നാലപ്പാട്ടെ കുടുംബവീട്ടിലുള്ള സർപ്പക്കാവിന്റെ ഉടമസ്ഥത ഇപ്പോഴും കമല കൈവശം വയ്ക്കുന്നതിനെ ഹിന്ദു സംഘ് പരിവാർ എതിർക്കുന്നു. കാരണം കമല ഇപ്പോൾ മുസ്ലീമാണ് എന്നതു തന്നെ. അതേസമയം മുസ്ലീം സമുദായമാകട്ടെ കമല അവരുടെ ശീലങ്ങളേയും പുരോഹിതന്മാരേയും തള്ളിപ്പറയുന്നതിനാൽ നിരാശരുമാണ്. ഓരോ സമുദായങ്ങൾക്കും, ഓരോ വിഭാഗങ്ങൾക്കും ഓരോ രാഷ്ട്രീയകക്ഷി എന്നതിനേയും കമല എവിടേയും പിന്തുണയ്ക്കുന്നുമില്ല.

"അവർക്ക് എന്റെ മേലുള്ള പിടി അയഞ്ഞുകൊണ്ടിരിക്കുകയാണെന്ന് തോന്നിത്തുടങ്ങിയിരിക്കുന്നു." എല്ലാ വിഭാഗങ്ങളിലും നിലനിൽക്കുന്ന മതഭ്രാന്തിനോട് കമലയ്ക്ക് വെറുപ്പ് തോന്നിത്തുടങ്ങിയിരിക്കുന്നു. സാംസ്കാരിക രംഗങ്ങളിൽ നിലനിൽക്കുന്ന പുരുഷ മേധാവിത്വം, തന്റെ എഴുത്തിൽ മതം ഇടപെടുന്നത്, തന്നെപ്പോലെ പ്രായമായവർ മുറിയിൽ പ്രവേശിക്കുമ്പോൾ, തന്നെക്കാൾ വളരെ പ്രായം കുറഞ്ഞ, മുപ്പത്തിരണ്ടുകാരനായ റഹ്മാനെപ്പോലെയുള്ളവർ എഴുന്നേറ്റ് നിന്ന് ബഹുമാനിക്കുക

പോലും ചെയ്യാത്തത് എന്നിവപോലുള്ള കാര്യങ്ങളോടും കമലയ്ക്ക് വെറുപ്പ് തോന്നിത്തുടങ്ങിയിരിക്കുന്നു. കമലയുടെ ഒരു സുഹൃത്ത്, ഒരു മുസ്ലീം സ്കൂളിലേക്ക് അദ്ധ്യാപകരെ നിയമിക്കുമ്പോൾ അവരുടെ ദരിദ്ര കുടുംബത്തിൽ നിന്നും പണം വാങ്ങിയ സംഭവവും കമലയെ ഉലയ്ക്കുക യുണ്ടായി. തന്റെ മകന് മാസം എണ്ണായിരം ഉറുപ്പിക ശമ്പളം കിട്ടുന്ന ഒരു അദ്ധ്യാപകവൃത്തിക്കായി ആ കുടുംബത്തിന് അവരുടെ പക്കലുള്ള തെല്ലാം വിൽക്കേണ്ടി വന്നു.

"ഇങ്ങനെ നികൃഷ്ടരായവരോട് എങ്ങനെ എനിക്ക് സൗഹൃദം സ്ഥാപി ക്കുവാനാകും?" കമല ചോദിക്കുന്നു.

സംഘടിത മതങ്ങളോട് അവർക്കുള്ള അസഹിഷ്ണുത കഴിഞ്ഞ തവണ ഞാനിവിടെ വന്നപ്പോൾ ഉണ്ടായിരുന്നതിനേക്കാൾ വർദ്ധിച്ചിരി ക്കുന്നു. ഏതെങ്കിലും വിശ്വാസത്തിന് എന്നെങ്കിലും അവരെ സമാധാന പ്പെടുത്തുവാനാകുമോ എന്നെനിക്ക് സംശയം തോന്നുന്നു.

"ഉവ്വ്. ദൈവമെന്ന സങ്കല്പത്തിന്. അതുമാത്രമാണെന്റെ സമാധാനം. എന്റെ മുറിയിൽ അതിന്റെ സാമീപ്യമുണ്ട്. ഞാൻ ഏകയല്ല. പ്രാർത്ഥിച്ചു കൊണ്ടിരിക്കുന്ന ഒരുവന്റെമേൽ ചന്ദ്രിക നിറയുന്നത് ഞാൻ കാണുന്നു. അത് കുളിരുകോരുന്ന ഒരു അനുഭവമാണ്. ആ വെളിച്ചത്തിൽ ഞാൻ കുളിച്ചു എന്നൊരു തോന്നലുണ്ടാകും. അപ്പോൾ ദൈവമെന്ന ഒന്നുണ്ടെന്ന് ഞാൻ അറിയുന്നു."

സംഘടിത മതങ്ങളോട് കമലയിൽ വളർന്നിട്ടുള്ള അവിശ്വാസം എനിക്ക് എളുപ്പത്തിൽ മനസ്സിലാകും. സംഘടിത മതങ്ങളോട് മാത്രമല്ല, ഏത് മതങ്ങളോടുമുള്ള ഈ മനോഭാവം എനിക്ക് മനസ്സിലാകും. എന്നാൽ മറ്റു വിശ്വാസങ്ങളോടുള്ള മനോഭാവം എനിക്ക് പെട്ടെന്ന് മനസ്സിലാകില്ല. എന്നിരുന്നാലും, ആത്മീയതയുടെ ലോകത്തിൽ കുറച്ച് കാലം തെളിഞ്ഞു നിന്നത് ആ മാർഗ്ഗത്തിലൂടെ ദീർഘയാത്ര ചെയ്യുവാൻ അവരെ സഹാ യിച്ചു എന്ന് ഞാൻ അവരുമായി കുറച്ചു നേരം സംസാരിച്ചപ്പോൾ എനിക്ക് മനസ്സിലായി. മുസ്ലീം മതവിശ്വാസികളെ വേദനിപ്പിക്കുവാൻ തയ്യാറല്ലാ ത്തതിനാൽ കമല ഒരു മുസ്ലീമായി തുടർന്നു. അങ്ങനെ മുസ്ലീം ആയി തുടരുമ്പോഴും അവർ സ്വന്തമായി ഒരു ദൈവത്തെ സൃഷ്ടിച്ചെടുക്കുകയും ചെയ്തു. ഇങ്ങനെ ചെയ്യുന്നതിനെ മതങ്ങളെ വ്യാഖ്യാനിക്കുന്നവർ ഇസ്ലാ മിലെ സൂഫി വിഭാഗവുമായി താരതമ്യപ്പെടുത്തുന്നു. ഇസ്ലാം ഹിന്ദു വിഭാഗങ്ങളുടെ സംഗമസ്ഥാനമാണിത്. കമലയോട് ഞാൻ കമലയെ എന്തുകൊണ്ടാണ് എട്ടാം നൂറ്റാണ്ടിലെ മുസ്ലീം കവയിത്രിയായ റാബിയ യോട് ഉപമിക്കുന്നത് എന്ന് ചോദിക്കുകയുണ്ടായി. കമലയുടെ ഈയിടെ പ്രസിദ്ധീകരിച്ച കവിതകളെ സൂഫിസവുമായി എന്തുകൊണ്ടാണ് ബന്ധ പ്പെടുത്തുന്നതെന്നും ചോദിച്ചു.

"ദൈവവുമായി നേരിട്ടുള്ള ബന്ധം. സ്വന്തം കാമുകനോട് സംസാരി ക്കുന്നതുപോലെ. അത്ര തന്നെ. അത്രയ്ക്ക് സ്വകാര്യമാണത്." എന്നായി രുന്നു ഉത്തരം. "ദൈവം എന്നത് നിങ്ങളുടെ രക്തത്തിലുള്ളതാണ്. നിങ്ങ ളുടെ ദൈവത്തിനോട് സംസാരിക്കുവാനുള്ള അവകാശം നിങ്ങൾക്കുണ്ട്.

ഇവിടെ ഞാൻ കടന്ന് വന്ന പാലം കത്തിച്ചു കളഞ്ഞിരിക്കുന്നു. ഞാൻ എന്റെ പാലം കത്തിച്ചു കളഞ്ഞതിനാൽ എനിക്കിനി തിരികെ ഹിന്ദുമതത്തിലേക്ക് മടങ്ങുവാനാകില്ല. അതിനാൽ ഞാൻ എന്റെ പുസ്തകം സ്വയമുണ്ടാക്കി, എന്റെ സ്വന്തം പ്രാർത്ഥനകളുണ്ടാക്കി. ഇതും അന്വേഷണത്തിന്റെ ഒരു മാർഗ്ഗംതന്നെ. ഒരുപക്ഷേ ഇത് ദൈവമായിരിക്കാം, അല്ലെങ്കിൽ നമ്മൾ തന്നെയായിരിക്കാം."

എന്നാൽ സൂഫി വിശ്വാസികളുടെ മതം, ആത്മാവ് എന്നത് ആത്മീയലോകത്തിന്റേതാണെന്നും, അതെപ്പോഴും ദൈവവുമായി ലയിക്കുവാൻ ശ്രമിച്ചുകൊണ്ടിരിക്കുകയാണെന്നുമാണ്. കാരണം ദൈവമാണ് ആത്മാവിന്റെ ഉദ്ഭവസ്ഥാനം. മനുഷ്യരുടെ സ്നേഹം എന്നത് ഈ ദൈവത്തിൽ ലയിക്കുന്നതിനായുള്ള ഒരു ചവിട്ടുപടിയാണ്. എന്നിട്ടും കമല ഡോക്ടർ ഹുസൈനെ ഒന്ന് സ്പർശിക്കുവാനും അയാളുടെ മണം ആവോളം ശ്വസിച്ചെടുക്കുവാനും കൊതിക്കുന്നു. അയാൾ തന്റെ കാൽക്കലൊന്ന് മുട്ടുകുത്തുവാനും, തല തന്റെ മടിയിലമർത്തുവാനും കൊതിക്കുന്നു. അപ്പോൾ തനിക്ക് അയാളുടെ മുടിയിൽ വിരലോടിച്ച് അയാളെ തന്നോടടുപ്പിക്കുവാനാകുമെന്ന് ആഗ്രഹിക്കുന്നു.

"സർപ്പക്കാവിലെ അന്തിത്തിരിപോലെയാണ് ആഗ്രഹങ്ങൾ" കമല പറയുന്നു. "പുറത്തേക്ക് നോക്കിയാൽ ആ തിരി പുലരുംവരെ കത്തിനിൽക്കുന്നത് കാണാനാകും. എന്നാൽ മനസ്സിൽ അത് കാണണം എന്നൊരു ആഗ്രഹമില്ലെങ്കിൽ പിന്നെ വെളിച്ചമേ ഉണ്ടാകില്ല. ഹുസൈൻ അയാളുടെ ഭാര്യയെ ഇവിടെ കൊണ്ടുവന്നിരുന്നു. അവർ എന്നെ നോക്കി തന്റെ ഭർത്താവിനോട് "എന്തൊരു തിളക്കമാണ്" എന്ന് പറഞ്ഞു. കാരണം അവർ ദൈവത്തെ കണ്ടിട്ടുള്ളവളാണെന്നത് തന്നെ. അത് അവരുടെ ഭർത്താവിനെ കുളിക്കുന്ന സമയത്ത് ഞാൻ നഗ്നനായി കണ്ടിട്ടുള്ളതുകൊണ്ടുള്ള തിളക്കമാണെന്ന് അവർക്കറിയില്ലായിരുന്നു. അതും ആത്മീയമാണ്, മെറിലി. ഞങ്ങൾ പുരുഷലിംഗത്തെ ആരാധിക്കുന്നവരാണ്. ഞങ്ങൾ ഹിന്ദുക്കൾ അത് ചെയ്യുന്നു. ദൈവമാണെനിക്ക് അങ്ങനെ ഒരു ചിന്ത വരുത്തിയത് എന്ന് എനിക്ക് കരുതുവാനാകുന്നില്ല."

കഴിഞ്ഞവർഷം ദൈവികതയും മനുഷ്യസ്നേഹവും തമ്മിലുള്ള സംഘട്ടനത്താൽ അവർ വല്ലാത്ത മനോവേദനയിലായിരുന്നു. അപ്പോഴവർ "യാ! അള്ളാ, എന്റെ മനസ്സിൽ സ്നേഹിക്കപ്പെടുവാനുള്ള ഈ ത്വരയൊന്നവസാനിപ്പിച്ചാലും, ഇതൊരു വലിയ വിശപ്പാണ്. എല്ലാ ശാരീരിക ആഗ്രഹങ്ങളിൽ നിന്നും മുക്തയാകുവാൻ എന്നെ പരിശീലിപ്പിച്ചാലും. യാ! അള്ളാ! എന്നോട് ക്ഷമിച്ചാലും! എന്റെയീ തിളങ്ങുന്ന മുഖത്തിന്റെ പിറകിൽ ഭക്തിയുടെ വിളക്കുകൾ മാത്രമല്ല എരിയുന്നത്, അതിനോടൊപ്പം സ്നേഹത്തിന്റെ അഗ്നിയുമുണ്ട്." എന്നെഴുതുകയുണ്ടായി.

അതിനാൽ ഈ സംഘട്ടനങ്ങളെല്ലാം നിലനില്ക്കുന്നതിനാൽ ഈ പ്രണയങ്ങളുമായി എങ്ങനെ പൊരുത്തപ്പെടുന്നു എന്ന് ചോദിക്കുന്നത് അർത്ഥശൂന്യമാണ്. പൂർണ്ണമായും ദൈവത്തിനും അതുപോലെ തന്നെ ഹുസൈനും നൽകുവാനാകുന്നത് എങ്ങനെ എന്ന് ചോദിക്കുന്നതിന്

പറ്റിയ സമയമാണിത് എന്ന് എനിക്ക് തോന്നുന്നു. ഒന്ന് മടിച്ചിട്ടാണെങ്കിലും "എങ്ങനെ അതിനാകുന്നു?" എന്ന് ഞാൻ ചോദിക്കുന്നു.

"എന്റെ അതിരു കടന്ന സ്നേഹം മൂലമുള്ള അഭിനിവേശത്തിന് കുറച്ചെങ്കിലും നിയമസാധുതയുണ്ട് എന്നത് തന്നെ. അത് നിയമസാധുതയില്ലാത്തതായി എനിക്ക് തോന്നിയിട്ടില്ല. ഞാൻ അയാളുമായി വിവാഹബന്ധത്തിലാണ്. ഒരു നല്ല മുസ്ലീമായതിന് എനിക്ക് ദൈവം തന്നിരിക്കുന്ന പ്രതിഫലമാണയാൾ. അയാളോടൊത്ത് ഇരിക്കുമ്പോൾ എനിക്ക് ഞാൻ കൂടുതൽ ശുദ്ധയാണെന്ന് തോന്നുന്നു."

ഞാൻ ശുഭരാത്രി ആശംസിച്ച് വാതിലടച്ചു. ഹുസൈനെക്കുറിച്ച് പറയുമ്പോഴും ചിന്തിക്കുമ്പോഴും കമല എത്രകണ്ട് സന്തോഷവതിയാകുന്നു എന്ന് ഞാനപ്പോൾ ഓർത്തു. ബെൽറ്റ് ധരിക്കുന്ന നേരത്ത് കൈ വഴുതിയപ്പോഴും, അയാൾ കമലയെ ആലിംഗനം ചെയ്തപ്പോഴും കാലിടകൾക്കിടയിലുണ്ടായ ശക്തമായ കമ്പനങ്ങളും, അയാളുടെ മീതെ കയറിക്കിടക്കുമ്പോഴുള്ള രോമാഞ്ചവും, എവിടേയോ ചൊറിയുന്ന എന്ന മട്ടിൽ അയാളുടെ ശരീരത്തിലുരസുമ്പോഴുള്ള സുഖവും.... എന്റെ ചിന്താപരിധിക്കും അപ്പുറത്തുള്ള എന്തോ ഉള്ളതിനാലായിരിക്കണം ഹുസൈനുമൊത്താകുമ്പോൾ അവർക്ക് കൂടുതൽ "ഒരിത്" തോന്നാൻ കാരണം. കൃഷ്ണന്റെ രാസലീലകളുമൊത്ത് താദാത്മ്യം പ്രാപിക്കുവാൻ അവർക്കാകുന്നതുപോലെ, അതുമല്ലെങ്കിൽ അർഹമായ ഒരു സത്യത്തിനായി സ്വയം പൂർണ്ണമായി സമർപ്പിക്കുവാനുള്ള അവരുടെ കഴിവുപോലെ. ഏതോ പ്രാക്തനപൊരുൾ പോലെ...

ഇരുപത്തിരണ്ട്

ഭാവനയുടെ തീവ്രമായ പെരുമഴ

അനന്തമായ ഈ നീന്തൽ കുളത്തിന്റെ അപ്പുറത്ത്, ഒരു ഡോൾഫിൻ വെള്ളത്തിനു മുകളിലേക്ക് ചാടുന്ന അത്ര ക്ഷണികമായി, ഒരു രൂപം പ്രത്യക്ഷപ്പെട്ടു. പ്രത്യക്ഷപ്പെട്ടു എന്ന് പറഞ്ഞ് തീരുന്നതിനു മുമ്പായി അത് വേമ്പനാട്ട് കായലിൽ മറയുവാൻ തുടങ്ങി. "നോക്കൂ....ഒരു മുങ്ങിക്കപ്പൽ" നീന്തിക്കൊണ്ടിരുന്ന എന്നെ തടഞ്ഞ് എലിസബത്ത് പറഞ്ഞു.

ഞങ്ങൾ പിന്നേയും കുറച്ച് നേരം നീന്തി. ക്ഷീണിച്ചപ്പോൾ കുളത്തിന്റെ കരയിൽ അള്ളിപ്പിടിച്ച് നിന്നു. അകലെ ചക്രവാളത്തിലൂടെ ഒരു യുദ്ധക്കപ്പൽ നീങ്ങുന്നത് കണ്ടു. അതിനുപിറകെ പിന്നേയും രണ്ട് കപ്പലുകൾ നീങ്ങി. നാവികസേനയുടെ തെക്കൻ കമാണ്ടിന്റെ പരിശീലനം നടക്കുകയായിരുന്നു. സൂര്യൻ അസ്തമിക്കാറായപ്പോൾ മരം കൊണ്ടുണ്ടാക്കിയ വള്ളങ്ങളും, വലിയ ചീനക്കപ്പലുകളും, മറ്റും തിരികെ കരയിലേക്ക് വരുന്നത് കണ്ടു.

ഞങ്ങൾ കൊച്ചിയിലേക്ക് തിരികെ പോന്നത് ഒരു ഫെറിയിലായിരുന്നു. വലിയ ചരക്ക് കപ്പലുകളും വലിയ ബാർജുകളും കടന്ന്, വലിയ

ക്രെയിനുകളും, പൊലീസ് നൗകകളും, കപ്പലിലേക്ക് സാധനങ്ങൾ കയറ്റുന്ന യന്ത്രസാമഗ്രികളും കടന്ന്, കപ്പലിൽ വന്ന സാധനങ്ങൾ സൂക്ഷിക്കുന്ന ഷെഡുകൾ കടന്ന്, വെല്ലിങ്ങ്ടൺ ദ്വീപിന്റെ തീരത്തുകൂടെ ഒരു യാത്ര. സൽമാൻ റുഷ്ദിയുടെ 'The Moor's Last Sigh കൊച്ചിയുടെ പശ്ചാത്തലത്തിൽ രചിക്കപ്പെട്ട കഥയാണ്. കൊച്ചി ലോകത്തിലെ ഏറ്റവും പുരാതനവും നാഗരികവുമായ വാണിജ്യ കേന്ദ്രമാണ്. അമിതാവ് ഘോഷിന്റെ In an Antique Land പന്ത്രണ്ടാം നൂറ്റാണ്ടിലെ കൊച്ചിയുടെ വാണിജ്യ ഉയർച്ചയെ പ്രതിപാദിക്കുന്നുണ്ട്. അക്കാലത്ത് ജൂതന്മാരും, അറബികളും, ഹിന്ദുക്കളും, മുസ്ലീമുങ്ങളും ഒരുപോലെ ഇവിടെ വസിച്ചു. തമ്മിൽ തമ്മിലുള്ള അഭിപ്രായവ്യത്യാസങ്ങൾ ഒരിക്കലും സംഘട്ടനങ്ങളായി വളർന്നില്ല. "ക്രിസ്തുവിനു ശേഷം ഒന്നാം നൂറ്റാണ്ടിൽ തന്നെ യൂറോപ്പിന് കേരളത്തെ പരിചയമുണ്ടായിരുന്നു. അതിനാൽ ഒരു അന്താരാഷ്ട്ര സംവേദനക്ഷമത കമലയുടെ രക്തത്തിലുണ്ട്" എന്ന് ഒരിക്കൽ ബാലൻ എന്നെ ഓർമ്മിപ്പിച്ചിരുന്നു.

തിരികെയെത്തിയപ്പോൾ കമല ഒറ്റയ്ക്ക് തന്റെ കിടപ്പുമുറിയിൽ ഇരിക്കുകയായിരുന്നു. കൈയിൽ കണ്ണിലൊഴിക്കുവാനുള്ള മരുന്നുണ്ട്. എന്നാൽ അത് കണ്ണിലൊഴിക്കുവാനുള്ള മാനസികാവസ്ഥയിലായിരുന്നില്ലെന്ന് വ്യക്തം.

"ഈ ഡോക്ടറെ കൊണ്ടുവന്നത് റഹ്മാനാണ്." ഞാൻ ചെന്നുകയറിയപാടെ കമല പറഞ്ഞു. "ഏകദേശം അറുപത്തിയാറ് വയസ്സായി കാണും അയാൾക്ക്. ഒട്ടും മയമില്ലാത്ത ഒരുവൻ. കോലാടിന്റേതുപോലെ ഒരു താടിമീശയൊക്കെ വച്ചിട്ടുണ്ട്. വന്നപാടെ 'ഈ പരിചാരികമാരെയൊക്കെ മാറ്റണം. എന്റെ ബന്ധത്തിലുള്ള മൂന്ന് പെണ്ണുങ്ങളെ ഞാൻ കൊണ്ടുവരാം' എന്ന് പറഞ്ഞു. എന്നിട്ട് എന്റെ പരിചാരികമാരെ തെറിവിളിക്കുവാൻ തുടങ്ങി. -കുടില, കള്ളി, കൂത്തിച്ചി എന്നൊക്കെ വിളിക്കുവാൻ തുടങ്ങി. 'കിടപ്പ് മുറിയിൽ പ്രവേശിക്കുവാൻ എനിക്ക് അവകാശമുണ്ട്. ഞാൻ അവരെ ചികിത്സിക്കുന്നയാളാണ്.' എന്ന് അയാൾ അവരോട് കയർത്ത് പറയുന്നുണ്ടായിരുന്നു. അയാൾ എന്റെ കിടപ്പ് മുറിയിൽ കയറി വന്നു. എഴുപത്തിയെട്ട് വയസ്സുള്ള എന്റെ നായർ പരിചാരിക പൊന്നമ്മ അയാളെ തടഞ്ഞു. 'പറ്റില്ല. ഞങ്ങളുടെ സംസ്കാരത്തിൽ പുരുഷന്മാർ സ്ത്രീകളുടെ കിടപ്പറയിൽ പ്രവേശിക്കാറില്ല' എന്ന് പറഞ്ഞു. അപ്പോൾ അയാൾ അവരെ വീണ്ടും കുത്തിച്ചികൾ എന്ന് വിളിക്കുവാൻ തുടങ്ങി. പൊന്നമ്മ അയാളുടെ കഴുത്തിൽ കയറി പിടിച്ചു 'ഞാൻ നിന്റെ ഭാര്യയൊന്നുമല്ല' എന്ന് പറഞ്ഞു.'

"ഇപ്പോഴിതാ റഹ്മാൻ വീണ്ടും വിളിക്കുന്നു. ആ ഡോക്ടറെ തിരിച്ച് കൊണ്ടുവരണമെന്ന് പറയാനാണ് അയാൾ വിളിക്കുന്നത്. ഞാൻ ഒരു നായർ സ്ത്രീയാണ്." കറുത്ത പർദ്ദകൊണ്ട് മറച്ച് കമല പറയുന്നു. "ഹിന്ദു നിയമപ്രകാരം ഇത് അനുവദനീയമല്ല. എനിക്ക് ചില ധർമ്മാചാരങ്ങളിൽ വിശ്വാസമുണ്ട്. ഞാൻ അവരുടെ ദൈവത്തെ സ്വീകരിച്ചിട്ടുണ്ട്. ദൈവമെന്നാൽ പല അർത്ഥങ്ങളുണ്ട്. വ്യക്തമായും നിയതമല്ലാത്ത ഒരർത്ഥം ദൈവത്തിനുണ്ട്. ഈ തലയിലെ തട്ടം ഞാനിടാം. എന്നാൽ ഈ

ആണുങ്ങളൊക്കെ ഇങ്ങനെ കിടപ്പ് മുറിയിലേക്ക് കയറി വരുന്നത് ഞാനനുവദിക്കില്ല."

ഫോൺ താഴെവയ്ക്കുന്നതിനു മുമ്പ് റഹ്മാൻ അകത്തേക്കെത്തി.

തന്റെ നീരുവന്ന് വീർത്ത കാലുകൾ ഒരു വെള്ളത്തുണികൊണ്ട് മൂടി കമല കസേരയിലിരുന്നു. "ഇയ്യാൾ ഇപ്പോൾ അച്ഛനായിരിക്കുന്നു." വളരെ ദയയോടേയും സ്നേഹത്തോടെയുമാണ് തുടക്കം. അതിനാൽ ഞാൻ അയാളെ അഭിനന്ദിച്ചു. റഹ്മാൻ ഹജ്ജ് കഴിഞ്ഞ് വന്നതേയുള്ളു. അതിനും ഞാൻ അഭിനന്ദിച്ചു. അഭിനന്ദനങ്ങൾ കേട്ട് റഹ്മാൻ പുഞ്ചിരിച്ചു.

"ഇയ്യാൾ എനിക്ക് വിശുദ്ധ സംസം കൊണ്ടുവന്ന് തന്നു." കമല തുടർന്നു. പിന്നെ ഔപചാരികതകൾ അവസാനിച്ചു. ആ ഡോക്ടറെ ഇനി ഇവിടേക്ക് തിരിച്ചെടുക്കില്ലെന്ന് കമല പറഞ്ഞു.

രംഗം ചൂട് പിടിക്കാതിരിക്കുവാനായി ഞാൻ ഇടപെട്ടു. "ഹുസൈൻ വന്നപ്പോൾ നമ്മളെടുത്ത ചിത്രങ്ങൾ റഹ്മാന് ഇഷ്ടപ്പെടുമെന്ന് തോന്നുന്നു." ഞാൻ പറഞ്ഞു. ആ ചിത്രങ്ങൾ കമലയ്ക്ക് ഇഷ്ടമാണ്. ആ ചിത്രങ്ങളിൽ ഞങ്ങളെല്ലാം സന്തോഷമുള്ള മുഖത്തോടെയിരിക്കുന്നതിനാലാണീ ഇഷ്ടം എന്ന് കമല പറഞ്ഞിട്ടുണ്ട്. മാത്രമല്ല ക്ലോസപ്പിൽ എടുത്തതുകൊണ്ട് അതിൽ ഹുസൈന്റെ ശ്ലാഘനീയമായ നോട്ടം കാണാനാകുന്നുണ്ടെന്നും കമല കൂട്ടിച്ചേർക്കും.

ഞാൻ ചിത്രങ്ങൾ റഹ്മാനെ ഏല്പിച്ച് ചില കടലാസുകൾ ഫയൽ ചെയ്യുവാൻ പോയി. തിരികെയെത്തിയപ്പോൾ കമല മുറിയിലില്ലായിരുന്നു. ഞാൻ നോക്കിയപ്പോൾ തന്റെ പാടലവർണ്ണമുള്ള മെത്തവിരിപ്പിൽ കറുത്ത വസ്ത്രം ധരിച്ച് കമല അനങ്ങാതെ കിടക്കുന്നു.

"റഹ്മാന് ചിത്രങ്ങൾ ഇഷ്ടമായോ?" ഞാൻ ചോദിച്ചു.

"പർദ്ദയിട്ടിരിക്കുമ്പോൾ ഞാൻ കുലീനയായി തോന്നുന്നു എന്നാണയാൾ പറഞ്ഞത്," ഒട്ടൊന്ന് അശ്രദ്ധമായി കമല പറഞ്ഞു. കമല എന്റെ മുഖത്തേക്ക് നോക്കിയില്ല. കമലയുടെ വാക്കുകളുടെയും പെരുമാറ്റത്തിന്റേയും അർത്ഥം ആദ്യം എനിക്ക് മനസ്സിലായില്ല. പിന്നീടാണ് ആ ചിത്രങ്ങളിൽ കമല തല മറയ്ക്കാതെയാണിരുന്നിരുന്നത് എന്ന് എനിക്കോർമ്മ വന്നത്. അരികിൽ ഹുസൈനുമുണ്ടായിരുന്നു. ഞാൻ തികഞ്ഞ ആഹ്ലാദത്തോടെ നൽകിയ ആ ചിത്രങ്ങളിലെ കമലയുടെ രൂപം കണ്ടാണ് റഹ്മാൻ കമലയുടെ കുലീനത്വം തീരുമാനിച്ചത്.

ഈ തിരസ്കാരം മുഖത്ത് പ്രതിഫലിപ്പിച്ച് കമല വശം തിരിഞ്ഞ് കിടക്കുകയാണ്. ആഭരണങ്ങൾ അഴിച്ച് വച്ചിരിക്കുന്നു. മുടി അഴിച്ചിട്ടിരിക്കുന്നു.

ഞാൻ മെത്തയ്ക്കരികിലിരുന്നു. ഇതിനുത്തരവാദി ഞാനാണെന്ന തോന്നൽ എന്നിലുണ്ടായി. ഞാൻ മൂലമാണ് റഹ്മാൻ ഇത്തരം വാക്കുകൾ ഉപയോഗിച്ചതും കമലയ്ക്ക് അത് വിഴുങ്ങേണ്ടി വന്നതും. എന്നെ സംബന്ധിച്ചിടത്തോളം ഇത്തരം വാക്കുകൾ ഒരു പോറലും ഏല്പിക്കില്ല, എങ്കിലും ഇപ്പോൾ ഞാൻ ചെയ്ത ഈ പ്രവൃത്തിയിൽ എനിക്ക് കുറ്റബോധം

തോന്നി. ഞാൻ എന്റെ കയ്പ് നീര് കുടിച്ചിറക്കി. കമലയുടെ വിഷമം കുറയ്ക്കുവാൻ എന്ത് മാർഗ്ഗം എന്ന് ആലോചിച്ചു. കമല കണ്ണു തുറക്കുകയും വിഷയം മാറ്റുകയും ചെയ്യുന്നത് വരേക്കും ഞാനവിടെ ഇരുന്നു.

കമല തന്റെ ആത്മസംയമനം വീണ്ടെടുത്തു. ഒരു ആരാധനാ മൂർത്തിയിൽ നിന്നും ഇത്തരം കൊച്ച് അധിക്ഷേപങ്ങളിലേക്കുള്ള മാറ്റം മറച്ചുവയ്ക്കുവാനാകാത്തത്ര വേദനാജനകമായതു കണ്ട് ഇസ്ലാമിലെ കമലയുടെ അനുഭവത്തെക്കുറിച്ച് ഞാൻ ചോദിച്ചു.

ആ ചോദ്യം എന്നും മനസ്സിലുണ്ടായിരുന്നതുപോലെയാണ് കമല ഉത്തരം പറഞ്ഞത്. തനിക്ക് നല്ലതെന്ന് തോന്നിയ "മൗലികതത്വ"മാണ് താൻ തിരഞ്ഞെടുത്തത് എന്ന് കരുതുന്നു. തിരഞ്ഞെടുത്തത് മതത്തിന്റെ മൗലികതത്വമല്ല. ഒരു മതത്തിനോടും താത്പര്യം തോന്നിയിട്ടില്ല. "കാണപ്പെടാത്ത ദൈവത്തെ" ആരാധിക്കുന്നു എന്നതാണ് ഈ തിരഞ്ഞെടുപ്പിന് കാരണം.

"ദൈവത്തെ സ്നേഹിക്കുകയും അദ്ദേഹത്തെ എന്റെ ഉടമയായി അംഗീകരിക്കുകയും ചെയ്യണമെങ്കിൽ, അദ്ദേഹം സ്വതന്ത്രനായിരിക്കുന്നു എന്നെനിക്കുറപ്പുണ്ടാകണം. അദ്ദേഹം ഒരു മുസ്ലീമോ, ഹിന്ദുവോ ക്രിസ്ത്യാനിയോ അല്ല." ഈ മതം മാറ്റം തന്റെ സ്വന്തം ഇംഗിതത്തിനനുസരിച്ചായിരുന്നു എന്ന് വ്യക്തമാക്കുകയായിരുന്നു കമല. "ഞാൻ എന്റെ ദൈവത്തെ സൃഷ്ടിക്കുന്നു. ദൈവവും ഞാനും മാത്രമേയുള്ളു, ദൈവികചിന്തയുടെ ഈവിധമുള്ള ഒരു ഊർജ്ജമാണെന്നിലുള്ളത്."

ചിലപ്പോഴെങ്കിലും കമല താൻ ഒരു ഹിന്ദുവും മുസ്ലീമുമാണെന്ന് പറയുന്നു. ഈയ്യിടെയായി നേടിയ ഇസ്ലാം പരിശീലനത്തിനും, വിദ്യാഭ്യാസകാലത്ത് നേടിയ ക്രിസ്ത്യൻ പരിശീലനത്തിനുമൊപ്പം കമലയുടെ പക്കൽ ഇപ്പോഴും പണ്ട് പഠിച്ച ഹിന്ദുമന്ത്രങ്ങളുണ്ട്. അവ ഇപ്പോഴും ചൊല്ലുന്നു. ഓരോ ദൈവങ്ങൾക്കും പ്രത്യേകം മന്ത്രങ്ങളുണ്ട്. ആ അറിവ് ഇന്നും നിലനിൽക്കുന്നുണ്ട്. ഇതിൽ ഏതാണ് കമലയ്ക്ക് ഏറ്റവുമധികം സൗഖ്യം നൽകുന്നത് എന്നോർത്ത് ഞാൻ അദ്ഭുതപ്പെട്ടിട്ടുണ്ട്. അതിനാൽ ഒറ്റയ്ക്കാകുമ്പോൾ, അല്ലെങ്കിൽ ദുഃഖിതയാകുമ്പോൾ, അല്ലെങ്കിൽ ഭയന്നിരിക്കുമ്പോൾ കമല ഏതിലേക്കാണ് തിരിയാറുള്ളത് എന്ന് ഞാൻ ചോദിച്ചു.

"ഞാൻ സ്നേഹിക്കുന്ന പുരുഷനിലേക്ക് തിരിയുന്നു" എന്നെ അദ്ഭുതപ്പെടുത്തിക്കൊണ്ട് വന്ന ഉത്തരം അതായിരുന്നു. "ഞാൻ അയാളുടെ നമ്പർ ഡയൽ ചെയ്യുവാൻ ശ്രമിക്കുന്നു. ഒരു ദൈവമുണ്ടായതുകൊണ്ട് മാത്രം കാര്യമില്ല. എനിക്ക് ഒരു പുരുഷന്റെ സ്പർശം വേണം. അതിനാൽ ഞാനയാളോട് 'ഞാൻ ഏകയാണ്. എനിക്ക് നിങ്ങളെ ഒന്ന് കാണാനാകുമോ?' എന്ന് ചോദിക്കുന്നു. അന്തിമമായ കണ്ടുപിടിത്തം അതാണ്. ഈ ലോകം വിട്ട് മറ്റൊരു ലോകത്തിലേക്ക് യാത്രയാകുന്ന നിമിഷത്തിലും ഞാൻ ഒരുപക്ഷേ അയാൾക്ക് ഫോൺ ചെയ്തേക്കും. ഞാൻ സംസാരിക്കുക ദൈവത്തിനോടായിരിക്കുകയില്ല."

"ഇത് വളരെ ആശ്ചര്യമായിരിക്കുന്നു, എന്റെ കമലാ..."

“സത്യം അതാണ്. നിന്റെ മുന്നിൽ എനിക്ക് മായം കലർത്തേണ്ട തില്ല. ആ സമയത്ത് അയാളുടെ വാക്കുകൾ എന്റെ കാതിൽ പ്രതിധ്വനി ക്കുന്നതാണെനിക്കിഷ്ടം. എനിക്കപ്പോൾ എന്തെന്നില്ലാത്ത ധൈര്യം തോന്നും. ഞാൻ ഏകയാകുമ്പോൾ എന്നെ അയയ്ക്കുന്നത് അയാളാ കണം. ഞാൻ ദൈവവുമൊത്ത് റൊമാൻസ് കളിക്കാറില്ല. എനിക്ക് അത് മാത്രം പോര. ഞാൻ സ്നേഹിക്കുന്ന പുരുഷൻ എന്നോട് ‘യാത്രാമംഗള ങ്ങൾ;. ധൈര്യമായിരിക്കൂ. ഞാൻ കണ്ടിട്ടുള്ളതിൽ ഏറ്റവും ധൈര്യവതി യായ പെൺകുട്ടി നീയാണ്’ എന്ന് പറയണം.”

കമല മലർന്ന് കിടന്നു. അടുത്ത ചോദ്യം കാത്ത് കിടന്നു. എനിക്ക് ഒന്നും പറയുവാനാകുന്നില്ല. കമലയുടെ അംബാസിഡർ കാറിൽ വളരെ പതുക്കെ പാലം കടന്ന് മട്ടാഞ്ചേരിയിലേക്ക് പോകുന്നത് ഞാനോർ ക്കുന്നു. അപ്പോൾ കമല മയക്കത്തിലായിരുന്നോ എന്നെനിക്ക് തോന്നി. വെറുതേ പുറത്തേക്കു നോക്കി വെള്ളത്തിൽ കണ്ണുനട്ട്, ഈ ലോകവു മായി ഒരു ബന്ധവുമില്ലാത്തതുപോലെ ഇരിക്കുകയായിരുന്നു. പിന്നെ പെട്ടെന്ന് പൂവിടരുന്നതുപോലെ വാക്കുകൾ കമലയിൽനിന്നും വിടരുവാൻ തുടങ്ങി. “ഒരുപക്ഷേ മരണവും ഇതുപോലെ തന്നെയായിരിക്കാം. ഇരു വശത്തും വെള്ളമുള്ള ഒരു പാലത്തിനു മുകളിലൂടെ പോകുന്നതു പോലെ. ചലനമില്ലാത്ത അവസ്ഥയില്ല. അങ്ങനെയൊരു അവസ്ഥ ഭയാ നകമാണ്. ഒരു ചലനമുണ്ട്. നിങ്ങൾ ഇതുപോലെ യാത്ര ചെയ്തു കൊണ്ടേയിരിക്കുന്നു. പല പല ഘട്ടങ്ങളിലൂടെ ഇതുപോലെ യാത്ര ചെയ്യേണ്ടി വരും. അങ്ങനെ യാത്ര ചെയ്ത് ചുരുങ്ങി ചുരുങ്ങി വീണ്ടും ആരുടെയെങ്കിലും ഗർഭപാത്രത്തിൽ ഒരു ഭ്രൂണമായി വീണ്ടുമവസാ നിക്കും.” മരണത്തെക്കുറിച്ച് ഇത്രയും ആശ്വാസരൂപിണിയായ വാക്കു കൾ ഞാൻ ആദ്യമായി കേൾക്കുകയായിരുന്നു. അപ്പോഴെന്നപോലെ ഇപ്പോഴും നിശ്ശബ്ദയായി ഞാൻ കമലയുടെ ഈ ചിന്തകളോട് നന്ദി പറഞ്ഞു. ആ ചിന്തകൾ ഇപ്രകാരമായിരുന്നു.

നിങ്ങൾക്കറിയുന്നതിനുമപ്പുറം
മഹത്തായ ഒരു പ്രണയമുണ്ട്
ചുകന്ന പാത അവസാനിക്കുന്നിടത്ത്
അതു നിങ്ങളെ കാത്തിരിക്കുന്നു
അതിന്റെ ക്ഷമ ഒരാപ്തവാക്യം പോലെയാണ്
അത് സത്യത്തെ പുല്കുകയും
ആത്മാവിന്റെ പുരാതനമായ ക്ഷതങ്ങളെ
മായ്ച്ചുകളയുകയും ചെയ്യുന്നു.
പിന്നെ ഏതോ അജ്ഞാതമായ ഒരു ഗർഭപാത്രം
മാറ്റി വരച്ച നിങ്ങളുടെ സ്വത്വത്തെ
പുനർനിർണ്ണയത്തിന്റെ പൂർണ്ണതയിലേക്ക്
വിക്ഷോഭപൂർവം എതിരേല്ക്കുന്നു.

ഈ കവിതപോലെത്തന്നെ കമല അഭിമുഖീകരിക്കുന്ന ഏകാന്തമായ അവസാനത്തെയോർക്കുമ്പോൾ എന്നിൽ ദുഃഖം നിറയുന്നു. കമല മാത്രമല്ല നമ്മളൊക്കെ ഇതേ ഏകാന്തതയെ അഭിമുഖീകരിക്കുന്നു. എന്നിട്ടും കമല ഏറ്റവും ധീരയായ, കരുത്തുള്ള പെൺകുട്ടിയാകാൻ ശ്രമിക്കുന്നു.

ഫോൺ ശബ്ദിച്ചു. കമല തന്നെയാണ് ഫോൺ എടുത്തത്. ദുഃഖം, വേദന, മരണം എന്നിവയെ ലഘൂകരിക്കുന്ന രീതിയിലായിരുന്നു സംസാരം. രണ്ട് ഫോൺ കോളുകൾ കൂടിയുണ്ടായി. അത് അന്തരീക്ഷം വീണ്ടും മാറ്റി. എന്റെ മനസ്സിലപ്പോഴും, മാനുഷസ്നേഹം എന്നതിന് ഒന്നാം സ്ഥാനം നൽകിക്കൊണ്ടുള്ള കമലയുടെ ഹൃദയസ്പൃക്കായ പ്രസ്താവ ങ്ങളായിരുന്നു. തന്റെ മനസ്സിലെ ദൈവമെന്ന സങ്കല്പത്തെ വിശദീകരി ക്കുന്നതിനായി കമല ഉപയോഗിച്ചിരിക്കുന്ന പ്രയോഗങ്ങൾ എന്നെത്തേടി വന്നുകൊണ്ടേയിരിക്കുന്നു. "ഒരന്വേഷണമാണ്.....നിന്റെ സ്വന്തം ദൈവം... ഉള്ളിന്റെയുള്ളിലെ ഊർജ്ജം....ശരീരത്തിൽ നിന്നും വേർപെടു ത്തുവാനാകാത്ത ആത്മാവ്... ഒരുപക്ഷേ ദൈവമാകാം, ഒരുപക്ഷേ നമ്മൾ തന്നെയാകാം." അതുപോലെ സ്വന്തം ദൈവത്തെ സൃഷ്ടിക്കുക എന്നത് "പ്രസവിക്കുന്നത്" പോലെയാണെന്ന് അവരെന്നോട് പറഞ്ഞതും, അതേ ഉപമ തന്നെ ഒരു കവിതയെഴുതുന്നതിനെ പറ്റി പറയുമ്പോൾ സ്വീകരി ച്ചതും എനിക്കോർമ്മ വരുന്നു. "സൗന്ദര്യമുള്ളതെല്ലാം ദൈവമാണ്." കമല പറയുന്നു. "സൃഷ്ടിയുടെ സൗന്ദര്യത്തിൽനിന്നും വേർപെടുത്തി ഒരു ദൈവത്തെക്കുറിച്ച് എനിക്ക് ചിന്തിക്കുവാനാകുന്നില്ല."

കമല സൃഷ്ടിച്ചിരിക്കുന്ന ഈ പുതിയ ദൈവത്തെ എനിക്ക് മനസ്സി ലായി ത്തുടങ്ങിയെന്ന് തോന്നുന്നു. ഈ ദൈവത്തെ എനിക്കിപ്പോൾ കാണാനാകുന്നുണ്ട്. എന്റെ സ്വന്തം രീതിയിൽ ചിന്തിക്കുമ്പോഴും, കമല യുടെ ദൈവം എന്റെ വീടിനു പിറകിലെ തടാകത്തിലുണ്ട്, ഒരു കവിത യിലുണ്ട്, എന്റെ കൊച്ചുമകളുടെ കണ്ണിലെ സന്തോഷത്തിലുണ്ട്.

"എന്നാൽ ഹുസൈൻ അയാൾ അവകാശപ്പെടുന്നതുപോലെ ഒരു നല്ല മുസ്ലീമാണെങ്കിൽ അയാൾ എന്നെ നിക്കാഹ് കഴിക്കുമായിരുന്നു." ഫോൺ താഴെവച്ച് കമല പറഞ്ഞു. "അങ്ങനെ ചെയ്തില്ലെങ്കിൽ അയാൾ സ്വർഗ്ഗത്തിൽ പോകില്ല. എന്നെ സ്വർഗ്ഗത്തിലേക്ക് നിയോഗിച്ചാൽ ഞാൻ അള്ളാഹുവിനോട് ഒരു അഭ്യർത്ഥന മാത്രമേ നടത്തുകയുള്ളു: താങ്കൾ ഉണ്ടെങ്കിൽ അത് ഒരു സ്വർഗ്ഗമാകും, അതിനാൽ എന്നെ ഒരു സന്ദിഗ്ധ സ്ഥിതിയിൽ ഉപേക്ഷിക്കരുത്, എന്നെ സ്വർഗ്ഗത്തിലേക്ക് തന്നെ കൊണ്ടു പോയാലും."

തന്റെ കൊച്ചുമക്കൾക്കായി തന്റെ സമ്പാദ്യങ്ങളിൽനിന്ന് എന്തെങ്കിലും ഉപേക്ഷിച്ച് പോകുവാൻ താത്പര്യപ്പെടുന്നുവെങ്കിൽ ഹുസൈനുമായുള്ള വിവാഹം ഗുണകരമാകില്ലെന്ന് ഞാൻ കമലയോട് പറഞ്ഞു. അങ്ങനെ വിവാഹം നടന്നാൽ പിന്നെ നിയമപ്രകാരം കമലയുടെ സ്വത്തിനെല്ലാം അവകാശി ഹുസൈനാകും.

"അയാൾ അതൊക്കെ എടുക്കുമോ? അതൊക്കെ കൊച്ചുമക്കൾക്ക് കൊടുക്കില്ലേ?" കമല വിശ്വാസം വരാത്ത രീതിയിൽ ചോദിക്കുന്നു.

കമല ചെയ്യുന്ന ധാർമ്മിക പ്രവൃത്തികളെക്കുറിച്ച് പറഞ്ഞപ്പോൾ" വെറുതെ കിട്ടുന്ന പണം ആർക്കാണ് വേണ്ടാത്തത്" എന്ന് ഹുസൈൻ പറഞ്ഞത് ഞാൻ ഓർമ്മിപ്പിച്ചു.

കമല കൗശലത്തോടെ വിഷയം മാറ്റി. "പക്ഷേ ഞാൻ സന്തോഷവതിയാണ്. ഞാൻ എന്റെ ഭർത്താവിനെ മാത്രമേ അറിഞ്ഞിരുന്നുള്ളുവെങ്കിൽ ഈ ശാരീരികാവയവത്തെക്കുറിച്ച് ഒന്നുമറിയില്ലായിരുന്നു. എന്റെ കൈ പിടിക്കുവാൻ ഒരാളില്ലാതെ എനിക്ക് ജീവിക്കുവാനാകില്ല. അയാൾ ഒരു പാവയായാലും കുഴപ്പമില്ല. അയാളോട് ഞാൻ 'എന്തൊരു നല്ല രൂപമാണ് നിങ്ങളുടേത്. ഒരു രാജാവിനെപ്പോലെയിരിക്കുന്നു. എന്തൊരു ശരീരമാണിത്' എന്നൊക്കെ പറയും. അയാളുടെ കുറവുകളെക്കുറിച്ച് ഞാൻ പറയുകയേയില്ല. ഞാൻ അയാളെ പുകഴ്ത്തിക്കൊണ്ടേയിരിക്കും. ഓർമ്മയില്ലേ ഡെസ്ഡിമോണ രാക്ഷസരൂപമുള്ള ഒരുവനെയല്ലേ കാമുകനാക്കിയത്, അയാളുടെ നടത്തത്തിനുതന്നെ അതിനുശേഷം ഭംഗി വന്നില്ലേ. അതുപോലെ ഇപ്പോൾ ഹുസൈനും താനൊരു വലിയ മനുഷ്യനായി എന്ന തോന്നലുണ്ടായിക്കാണണം. ഞാൻ പുരാണ ഭാരതത്തിന്റെ സാന്മാർഗ്ഗികതയെ നശിപ്പിക്കുന്നൊന്നുമില്ല."

ഞങ്ങൾ സംസാരിച്ചുകൊണ്ടിരുന്നപ്പോൾ പിറകിൽനിന്നും വരുന്ന പൊന്നമ്മയുടെ പാട്ട് കേൾക്കാമായിരുന്നു. നന്നായി പാടുന്നുണ്ടായിരുന്നു. പ്രസിദ്ധമായ ശിവക്ഷേത്രത്തിനരികിലാണവരുടെ വീട്. അവർ ഒരു ശിവഭക്തയാണ്. എന്നും സന്ധ്യയ്ക്ക് അവർ വിളക്ക് തെളിയിക്കുകയും ആറിനും ഏഴിനും ഇടയ്ക്കുള്ള സമയം ശിവസ്തുതികൾ ചൊല്ലുകയും ചെയ്യുന്നു.

നമശിവായ

ഞങ്ങളിരിക്കുന്ന സ്വീകരണ മുറിയിൽ നിലവിളക്ക് കൊളുത്തി വച്ചിട്ടുണ്ട്. ഐശ്വര്യം കൊണ്ടുവരുന്ന ഒരു ദേവതയെയാണ് ആ വിളക്ക് പ്രതിനിധാനം ചെയ്യുന്നത്. "ഈ ദേവിക്ക് എന്റെ മുറിയിൽ കഴിയുവാൻ ജന്മസിദ്ധമായ ഒരു അധികാരമുണ്ട്." കമല പറയുന്നു.

വാൽക്കണ്ണാടി.

എല്ലാ വാതിലുകളുടെ മുകളിലും കമലയുടെ പഴയ തറവാട്ടിൽ നിന്നും കൊണ്ടുവന്ന ഈട്ടികൊണ്ടുണ്ടാക്കിയ പടികളുണ്ട്.

നാലപ്പാട്ട്.

ഞാൻ മോണ്ട്രിയലിൽ നിന്നും കൊണ്ടുവന്ന അലങ്കാരബഹുലമായ പച്ച ആഭരണങ്ങൾ കൊണ്ട് കമലയുടെ കറുത്ത പർദ്ദ അലങ്കരിച്ചിരിക്കുന്നു.

പർദ്ദ.

"അയാൾ തന്റെ ശിരസ്സ് എന്റെ കാൽമുട്ടിൽ വയ്ക്കുന്നു. ഞാൻ അയാളെ തടവുന്നു. അയാൾ ഒരു പട്ടിയെപ്പോലെയാണ്: തലയിൽ പേനുണ്ടെങ്കിൽ ഞാനതെടുത്ത് കളയുന്നു."

ഒരു സാധാരണ സ്ത്രീ.

കമല തന്റെ അലമാര തപ്പി നോക്കുകയാണ്. എനിക്ക് ഒരു സമ്മാനം തരാനായി. അലമാരയിൽനിന്നും പട്ടിന്റെ ഒരു വസ്ത്രം വലിച്ചെടുത്തു. അത് എന്റെ ശരീരത്തിൽ വച്ച് നോക്കി. ഞാൻ എതിർത്തു. ഈ വസ്ത്രം കമല ഏതെങ്കിലും അവാർഡ് ദാനചടങ്ങിനോ, സംസ്ഥാന സർക്കാർ ക്ഷണിക്കുന്ന ചടങ്ങുകൾക്കോ അല്ലെങ്കിൽ അതുപോലെയുള്ള വലിയ ചടങ്ങുകൾക്കോ ഉപയോഗിക്കുവാനായി വച്ചിരിക്കുന്നതാകും. പക്ഷേ കമല എന്റെ എതിർപ്പ് വകവയ്ക്കുന്നില്ല. "എനിക്ക് തുറന്ന് സംസാരിക്കുവാൻ നീ മാത്രമേയുള്ളു. ഞാൻ നിന്നെ വിശ്വസിക്കുന്നു. വ്യക്തിഗത കാര്യങ്ങളിലൊതുങ്ങിയാണെങ്കിലും ഞാൻ സംസാരിക്കുന്നത് 'ഭാവി' യോടാണെന്ന് എനിക്ക് തോന്നുന്നു."

ഞാൻ ഹോട്ടലിലെ എന്റെ ബിൽ അടച്ച് തീർത്തു. അവിടത്തെ ജീവനക്കാർക്ക് കൊച്ചുസമ്മാനങ്ങൾ നൽകി. എന്റെ ബാഗുകൾ എണ്ണി തിട്ടപ്പെടുത്തി. അവയെല്ലാം ജേക്കബിന്റെ അംബാസിഡർ കാറിൽ കയറ്റി. എന്നിട്ട് ഇനി കമലയെ വിട്ടുപിരിയുവാൻ എത്ര് മണിക്കൂർ ബാക്കിയുണ്ടെന്ന് എണ്ണി ത്തുടങ്ങി.

കമലയുടെ വീടിന്റെ വാതിൽ ഞാൻ തുറന്നപ്പോഴേക്കും ഫോണിന്റെ മണിയൊച്ച കേട്ടു. കമലയുടെ ജീവിതത്തെ ആസ്പദമാക്കി ടി വിയിൽ അപ്പോൾ ഒരു ഡോക്യൂമെന്ററി കാണിക്കുന്നുവെന്ന് ഒരു സുഹൃത്ത് വിളിച്ച് പറഞ്ഞു. കമലയുടെ കുട്ടിക്കാലത്തെ കുറേ ഫോട്ടോകൾ നിരത്തി കമലയുടെ കഥ പറയുന്നു. ജീവിത കാലഗണനം നടക്കുന്നു. "സ്നേഹത്തിന്റെ അടിമ" "ആത്മാവുകൊണ്ട്, കേൾക്കാത്ത സംഗീതം പോലെ എഴുതുന്നവൾ" വിവരണം തുടരുന്നു.

ഫോൺ വീണ്ടും ശബ്ദിച്ചു. കമലയുടെ നഷ്ടപ്പെട്ട നീലാംബരി എന്ന കഥയെ ആസ്പദമാക്കി ഒരു സിനിമ മറ്റൊരു ചാനൽ കാണിക്കുന്നുവെന്ന് കമലയുടെ സഹോദരൻ വിളിച്ചു പറഞ്ഞു. അപ്പോൾ ഞാൻ കമല-കമല ടി വിയെന്ന് പറഞ്ഞ് കമലയെ കളിയാക്കുന്നു.

"ഇന്ന് അന്താരാഷ്ട്ര വനിതാ ദിനമാണ്" കമല പറഞ്ഞു. എന്നിട്ട് കഥയുടെ ഇംഗ്ലീഷ് വിവരണം തരുന്നതിൽ ശ്രദ്ധ കേന്ദ്രീകരിച്ചു.

"മധുരയിലെ ഒരു പെൺകുട്ടി, ബ്രാഹ്മണനായ തന്റെ സംഗീതാദ്ധ്യാപകനുമായി പ്രണയത്തിലായി" ടി വിയിൽ ചിത്രങ്ങൾ മിന്നിമറയുന്നതിനിടയ്ക്ക് കമല വിവർത്തനം തുടങ്ങി. "ഒരു ദിവസം ആ പെൺകുട്ടി ക്ഷേത്രക്കുളത്തിൽ കാൽവഴുതി വീണു. അവിടെനിന്നും ആ കുട്ടിയെ രക്ഷപ്പെടുത്തിയത് അവരുടെ അദ്ധ്യാപകനായിരുന്നു. ആദ്യമായാണ് അവൾ ഒരു പുരുഷന്റെ ശരീരത്തിൽ സ്പർശിക്കുന്നത്. അധികം താമസിയാതെ അവൾ സംഗീതത്തിൽ നീലാംബരി അഭ്യസിക്കുവാനാരംഭിക്കുന്നു. അതറിഞ്ഞ് അവളുടെ അച്ഛൻ സംഗീതാഭ്യാസം നിറുത്തിവയ്പ്പിക്കുന്നു. അച്ഛൻ അവളെ മദിരാശിയിലേക്കയക്കുന്നു. സംഗീതാദ്ധ്യാപകൻ വിവാഹിതനാകുന്നു. ആ പെൺകുട്ടി പഠിച്ച് ഒരു ഡോക്ടറാകുന്നു. അവളും വിവാഹിതയാകുന്നു. വർഷങ്ങൾ കഴിഞ്ഞു. തന്റെ രണ്ടാമത്തെ

ഭർത്താവും മരിച്ചപ്പോൾ ആ പെൺകുട്ടിക്ക് പഴയ സംഗീതാദ്ധ്യാപകനെ കാണാൻ വലിയ ഇച്ഛയുണ്ടാകുന്നു. പക്ഷേ, അപ്പോഴേക്കും അയാൾ മരിച്ചുപോയിരുന്നു. അയാൾ ഒരു ബ്രാഹ്മണനാകകൊണ്ട് അയാളുടെ മൃതദേഹം പോലും കാണാൻ അവൾക്കാകുന്നില്ല. അവൾ ക്ഷേത്രത്തിനു സമീപത്ത് കൂടി നടക്കുമ്പോൾ നീലാംബരി കേൾക്കുന്നു. അപ്പോൾ സന്ധ്യമയങ്ങുകയായിരുന്നു. ആരോ ആ രാഗം മറ്റേതോ പെൺകുട്ടിക്ക് പറഞ്ഞ് കൊടുക്കുകയായിരുന്നു."

ഞാൻ സമയം മറന്നിരിക്കുന്നു. എന്നാൽ എനിക്ക് വൈകുന്നുവെന്ന് കമല അറിഞ്ഞു. "അവൾക്ക് എല്ലാം നഷ്ടപ്പെട്ടത് പോലെ തോന്നുന്നു." എന്ന് പറഞ്ഞ് കമല ടെലിവിഷൻ ഓഫ് ചെയ്തു. "ദുഃഖം നിറഞ്ഞ കഥ. എന്നാൽ സുന്ദരം. മെറിലി, നമുക്ക് ഭക്ഷണം കഴിക്കാം."

ഭക്ഷണം കഴിക്കാനിരുന്നപ്പോൾ കമല ഞാൻ ഹുസൈനെക്കുറിച്ച് നൽകിയ താക്കീതിനെക്കുറിച്ച് സംസാരിച്ചു. അവർ തമ്മിൽ വിവാഹിതരായാൽ കമലയുടെ സ്വത്തിന്റെ അവകാശി അയാളാകുമെന്ന് ഞാൻ പറഞ്ഞതിനെകുറിച്ച് ചിന്തിക്കുകയായിരുന്നു എന്ന് പറഞ്ഞു. "അതിനെനിക്കാകില്ല. അതെന്റെ കുട്ടികളെ നിരാശപ്പെടുത്തും." കമല പറഞ്ഞു. "നീയും ഞാനും നമ്മുടെ ഭാഗം വച്ചുമാറിയതുപോലെ തോന്നി എനിക്ക്. അതിനാൽ ഞാൻ അയാളോട് ഞാൻ അയാളുടെ വെപ്പാട്ടിയായി ഇരുന്നോളാമെന്നും അതിന് അയാൾക്ക് ഒരൊറ്റ പൈസ ചെലവുണ്ടാകില്ലെന്നും പറഞ്ഞു." – "സ്നേഹം എന്നതിൽ നിയമപരമോ നിയമപരമല്ലാത്തതോ ആയി ഒന്നുമില്ല. ഞാൻ ഒരിക്കൽ നിന്നെ സന്ദർശിക്കുവാനെത്തിയപ്പോൾ നിന്റെ മനസ്സിൽ ഞാൻ വിവാഹം എന്നത് കുത്തി നിറച്ചു. ഇപ്പോൾ വിവാഹിതയാകരുത് എന്ന് വിവേകത്തോടെയുള്ള ഒരു ഉപദേശം നീ എനിക്ക് നൽകി. ഈ വർഷം, സ്വർഗ്ഗത്തിൽ വിശ്വസിക്കുവാൻ മാത്രം പറ്റിയ ഒരു മുസ്ലീമല്ല ഞാൻ. കഴിഞ്ഞ വർഷം അങ്ങനെയായിരുന്നില്ല. അന്ന്....

> ഇസ്ലാമിൽ നിന്നും
> സമവായത്തിനായുള്ള
> ശുദ്ധമായ ഒരു മാർഗ്ഗം
> പഠിക്കുമെന്ന് ഞാൻ വിശ്വസിച്ചു.
> പക്ഷേ അതുണ്ടായില്ല.
> ഇപ്പോൾ കുരിശിലെ ആണിപോലെ
> കാഠിന്യമുള്ളവളാണ് ഞാൻ

"സ്വർഗ്ഗം എന്നൊന്നില്ല" സ്വല്പം മനോദാർഢ്യത്തോടെയാണി ത്തവണ കമല, അത് പറഞ്ഞത് "ഈയൊരു ജീവിതമേയുള്ളു."

വിശാലവും അമ്മുവും ചുറ്റിലും വട്ടമിട്ട് പറക്കുകയായിരുന്നു. പൊന്നമ്മ എന്റെ പ്ലേറ്റ് നിറച്ചുകൊണ്ടേയിരിക്കുകയും. അടുത്ത തവണ വരുമ്പോൾ ഞാൻ സാരിയുടുക്കണമെന്ന് അമ്മു പറഞ്ഞു. എന്റെ തലമുടിയും കറുപ്പിക്കണം. ഓക്ര, മാങ്ങ കറി, കിച്ചടി, തൈര്, പിന്നെ കേരളത്തിലെ

ചോറും എന്റെ പ്ലേറ്റിൽ നിറഞ്ഞിരിക്കുന്നു. ഈ ഭക്ഷണം മതി ഇനി എനിക്ക്, എന്നെന്നും എനിക്കിത് കഴിക്കുവാനാകും. കമല എനിക്ക് സുന്ദരമായ ഒരു ജോടി സ്വർണ്ണവളകൾ സമ്മാനിക്കുവാൻ ഒരു ശ്രമം കൂടി നടത്തി. ഞാൻ കൊച്ചുമക്കളുടെ പേരുപറഞ്ഞ് വീണ്ടും തടഞ്ഞു.

"ഏകയായ ഒരു സുഹൃത്തിനെ ഇവിടെ വിട്ടിട്ടാണ് നീ പോകുന്നത്," കമല പറഞ്ഞു.

"അടുത്ത വർഷം വരാം." ഞാൻ വാക്ക് കൊടുത്തു. കുഴിബോംബുകൾ നിക്ഷേപിച്ചിട്ടുള്ള ഈ പാതയിലൂടെ ഞങ്ങൾക്ക് ഞങ്ങളുടേതായ പാത വെട്ടിയുണ്ടാക്കുവാൻ ഇനിയും കരുത്തുണ്ടാകും എന്നൊരു പ്രതീക്ഷ അപ്പോൾ എന്റെ മനസ്സിലുണ്ടായിരുന്നു. കമല ധൈര്യവതിയായി കാണുന്നുവെന്ന് ഞാൻ പറഞ്ഞു. മതത്തിൽനിന്നും വേർപെടുവാനും, സ്വന്തമായൊരു ദൈവത്തെ സൃഷ്ടിക്കുവാനും, ഒന്നും വകവയ്ക്കാതെ എഴുതുവാനും അവർ ധൈര്യം കാണിക്കുന്നു. എന്റെ ഏറ്റവും ധൈര്യവതിയായ സുഹൃത്ത് കമലയാണ് എന്നും ഞാനവരോട് പറഞ്ഞു.

"മെറിലി, സത്യമായും, എനിക്ക് ഒരു ഭീരുവായി മരിക്കുവാൻ ഒട്ടും താത്പര്യമില്ല." പരിവർത്തനവിധേയമല്ലാത്ത ഒരു ജനിതകലക്ഷണം പോലെയാണാ വാക്കുകൾ വന്നത്. "എന്റെ ആയുഷ്കാലം മുഴുക്കെ എവിടെനിന്നെന്നറിയാതെ എനിക്ക് ശത്രുക്കൾ വന്നിട്ടുണ്ട്. അപ്പോൾ എപ്പോഴെങ്കിലും ഞാൻ ഭീരുത്വം കാണിക്കുകയായിരുന്നുവെങ്കിൽ, ആ രാഷ്ട്രീയമോ സാമൂഹികമോ ആയ സമ്മർദ്ദത്തിൽ തകർന്ന് പോയേനെ. അതിലും നല്ലത് നിങ്ങളൊക്കെകൂടി എന്റെ കഴുത്ത് ഞെരുക്കുന്നതാണ്. എന്റെ സംസ്കാരത്തിൽ, സ്വാഭിമാനം എന്നത് മരണം വരെ അന്തസ്സ് കാത്തുസൂക്ഷിക്കുന്നതാണ്."

ഞാൻ തല കുലുക്കി. എനിക്കത് മനസ്സിലായിരിക്കുന്നു എന്നായിരുന്നു അതിന്റെ അർത്ഥം.

"പുസ്തകം തയ്യാറാകില്ലേ?" കമല ചോദിച്ചു.

"ഉവ്വ്."

പരിചാരികമാർ എന്നെ താഴെ, വഴിവരെ അനുഗമിച്ചു. അവർ തന്നെ എന്റെ ബാഗുകൾ ചുമന്നു. പൊന്നമ്മ പാദരക്ഷകൾ ധരിക്കാറില്ല. അതിനാൽ പടിയിറങ്ങിവരാൻ ബുദ്ധിമുട്ടുണ്ടായിരുന്നു. എന്നിട്ടും എന്റെ തോൾ ബാഗ് ചുമന്ന്, പടിയുടെ ഓരത്ത് ബലമായി പിടിച്ച് അവർ വന്നു. കമലയുടെ അപ്പാർട്മെന്റിൽ നിന്നിറങ്ങുമ്പോൾ എന്റെ കണ്ണ് നിറഞ്ഞു. കാറിന്റെ വാതിൽ തുറന്നപ്പോൾ ഞാൻ തേങ്ങുവാൻ തുടങ്ങി. പൊന്നമ്മ ഫോണിലൂടെ സംസാരിക്കുന്നതുപോലെ ആംഗ്യം കാണിച്ച്, വിളിക്കണമെന്ന് പറഞ്ഞു. അതേ ആംഗ്യം തിരിച്ച് കാണിച്ച് ഞാൻ വിളിക്കാം എന്ന് സമ്മതിച്ചു. കാർ നീങ്ങി തുടങ്ങി. എനിക്ക് കാണാനാകുന്ന ദൂരം വരേക്കും ഞാൻ തിരിഞ്ഞിരുന്ന് അമ്മുവിനേയും വിശാലത്തിനേയും പൊന്നമ്മയേയും കണ്ടുകൊണ്ടിരുന്നു.

6

എട്ട്

കൊച്ചി, പുന്നയൂർക്കുളം

2005

അവരുടെ പ്രകൃതം,
പറക്കുവാനുള്ള കാംക്ഷ,
പിന്നെ അകാശത്തിലെ
അനന്തമായ മാർഗ്ഗങ്ങളും.

ഇരുപത്തിമൂന്ന്

എന്നോടിത്ര അടുത്ത്

മലബാറിലെ സ്നേഹ റാണിയുടെ അവസാന പേജും എഴുതിക്കഴിഞ്ഞു. ഞാൻ ലണ്ടൻ, ഫ്രാങ്ക്ഫർട്ട്, ദുബായ് വഴി കൊച്ചിയിലേക്ക് പറക്കുവാൻ തുടങ്ങി. എന്റെ കൈയിൽ ഒരു കംപ്യൂട്ടർ മെമ്മറി കാർഡ്, പെൻസിലുകൾ, സെല്ലോടേപ്പ്, ഞാനെഴുതിയ കൈയെഴുത്ത് പ്രതി എന്നിവയോടൊപ്പം മനസ്സിലെന്തൊക്കെയോ കണക്കുകൂട്ടലുണ്ടായിരുന്നു. ദിവസം രണ്ട് മണിക്കൂർവച്ച് ഞാൻ കമലയ്ക്ക് വായിച്ചുകൊടുത്താൽ പത്ത് ദിവസം കൊണ്ട് പുസ്തകം മുഴുക്കെ വായിച്ച് തീർക്കുവനാകും. ഞാൻ വായിച്ചുകൊണ്ടിരിക്കുമ്പോൾ കമലയ്ക്ക് വിശ്രമിക്കാം. ഞാനപ്പോൾ കമലയുടെ പ്രതികരണം ശ്രദ്ധിക്കും. എന്തെങ്കിലും പ്രശ്നമുണ്ടെങ്കിൽ അത് എങ്ങനെ കൈകാര്യം ചെയ്യണമെന്ന് ഞങ്ങൾ രണ്ടു പേരും കൂടി ആലോചിച്ച് തീരുമാനിക്കും. ഈ കാര്യക്രമത്തെക്കുറിച്ച് എന്ത് എഴുതിവയ്ക്കുന്നുവോ അത് പുസ്തകത്തിന്റെ ഭരതവാക്യമാകും: അവസാന വാക്ക്.

ഞാനകത്തേക്ക് പ്രവേശിച്ചയുടൻ കമല പേന താഴെവച്ചു. എഴുതിക്കൊണ്ടിരുന്ന നോട്ടുപുസ്തകം അടച്ച് വച്ചു. താൻ ഒരു പുതിയ മലയാളം നോവൽ എഴുതിക്കൊണ്ടിരിക്കുകയാണെന്ന് കമല പറഞ്ഞു. "സുരയ്യയായുള്ള ജീവിതം മടുത്തു തുടങ്ങി. എനിക്ക് വീണ്ടും മാധവിക്കുട്ടിയാകണം." കമല പറഞ്ഞു. അവർ എഴുത്ത് ആനന്ദിക്കുന്നുണ്ടായിരുന്നു. എഴുതുമ്പോൾ "ഞാൻ ഞാനാകുന്നു" എന്ന് തോന്നുന്നതായി പറഞ്ഞു.

ഞാൻ ചിരിച്ചുകൊണ്ട് നിന്നു. ഈ കമലയേയാണ് എനിക്കു കൂടുതൽ പരിചയം. അവരുടെ പുസ്തകങ്ങളിലൂടെ ഞാനാദ്യം പരിചയപ്പെട്ട എഴുത്തുകാരി. എന്റെ അച്ഛൻ നിർമ്മിച്ച പൈൻ മരം കൊണ്ടുണ്ടാക്കിയ മേശയ്ക്കരികിലിരുന്ന് ചുറ്റിലും പുഷ്പങ്ങൾ നിറയുന്നത് കണ്ട എഴുത്തുകാരി. ഞങ്ങളുടെ സംസാരത്തിന്റെ ഹൃദയസ്പന്ദനംതന്നെ അവരുടെ കവിതകളായിരുന്നു. അവരുണർത്തിയ ഓർമ്മകൾ എന്നെ എന്റെ കുട്ടിക്കാലത്തേക്കും എന്റെ യൗവനത്തിലേക്കും കൊണ്ടുപോയി. 1985-ൽ കമല ഐക്യ അമേരിക്കൻ നാടുകളിലേക്ക് ഒരു പര്യടനം നടത്തിയിരുന്നു. അന്ന് ഒരു നോട്ടുപുസ്തകത്തിൽ കമല ചില കുറിപ്പുകൾ കുറിച്ചിട്ടിരുന്നു. അതിൽ ചിലതിന് അടിവരയിട്ടിട്ടുണ്ടായിരുന്നു. ആ നോട്ടുപുസ്തകം

ഒരിക്കൽ കമല എനിക്ക് തരികയുണ്ടായി. ഞാൻ ആ പുസ്തകത്താളുകളിലെഴുതിയത് വായിച്ചു.

പൂർവ്വകാലങ്ങൾ അവർക്കനുവദിച്ചുകൊടുത്ത അടിമത്തത്തിൽനിന്നും ഗാർഹിക കാര്യങ്ങളിൽനിന്നും സ്വാതന്ത്ര്യം നേടുവാൻ ശ്രമിക്കുന്ന ഭാരത സ്ത്രീകളുടെ ആശയക്കുഴപ്പമാണ് എന്റെ കവിതകളിൽ ഞാൻ ചിത്രീകരിക്കുന്നത്

എന്റെ രീതി ആത്മകഥാപരമായ ശബ്ദത്തിന്റെ നേരിട്ടുള്ള പ്രയോഗ ശൈലിയാണ്. പക്ഷേ ആ വ്യക്തിഗത ശബ്ദവും പ്രതിരൂപാത്മകമായി വായിക്കുവാൻ ആവശ്യപ്പെടുന്നുണ്ട്.

ഒരു എഴുത്തുകാരി സ്വയം വേർപെടുത്തിയെടുത്ത് ഒരു പുതിയ വ്യക്തിത്വം സൃഷ്ടിക്കുന്നു. ഈ രൂപമാറ്റത്തിന് നമ്മളാദ്യം മറ്റൊരു രൂപമേതെന്ന് കണ്ടെത്തേണ്ടതുണ്ട്, സ്വത്വത്തിന്റെ വേരുകൾ തിരയേണ്ടതുണ്ട്, എങ്കിലേ രൂപമാറ്റം സംഭവിച്ച സ്വയത്തിനെ സൃഷ്ടിച്ചെടുക്കുവാനാകൂ.

കമല എഴുതിക്കൊണ്ടിരിക്കുന്നത് എനിക്ക് കാണണം. സുരേഷ് കോഹ്‌ലിയുടെ Kamala Das: An Introduction എന്നൊരു ഡോക്യുമെന്ററിയുണ്ട്. അതിൽ നോവലിസ്റ്റായ നമിത ഗോഖലെ, കമലയിലെ സാഹിത്യകാരിയെ, അവരുടെ ഗൗരവമേറിയ സാഹിത്യരൂപത്തെ ഒരു കൂട്ടം പത്രപ്രവർത്തകർ വഴി തിരിച്ചു വിട്ടതെങ്ങനെ എന്ന് പറയുന്നുണ്ട്. കമലയുടെ ജീവിതകഥകളിൽ വൈകാരികത നിറച്ചാണവർ ഈ കർമ്മം നടത്തിയത്. പക്ഷേ ധാർമ്മിക ചിന്തകളുള്ള, സാന്മാർഗ്ഗികതയുള്ള വിമർശകർ അവരെ ഒരിക്കലും തടഞ്ഞില്ല, അവരെ അവരുടെ മാർഗ്ഗത്തിൽ നിന്നും വ്യതിചലിപ്പിച്ചില്ല. അവർ നേരിടുന്ന; ഏറ്റവും ബാഹ്യമായ; കർമ്മപദ്ധതി എന്തുമാകട്ടെ, എഴുത്ത് അവരെ അവരാക്കുന്നു. അവർ എഴുതിക്കൊണ്ടിരിക്കുന്നത് കാണുമ്പോൾ, അവരുടെ തന്നെ വാക്കുകളിൽ "അഗോചരമായ ആത്മാവിൽ" നിന്ന് അവർ എന്തൊക്കെയോ ഒഴുക്കിക്കൊണ്ടുവരികയാണെന്ന് തോന്നുന്നു. അപ്പോൾ അവരുടെ മനസ്സ് ഉണരുന്നു. വേട്ടപ്പട്ടികളെപ്പോലെ ദ്രുതഗതിയിൽ ചലിക്കുന്ന അവരുടെ കവിതകളുടെ ഉറവിടമാണീ മനസ്സ്. എഴുതാനിരിക്കുമ്പോൾ അത് ഉണരുക മാത്രമല്ല ഒരിക്കൽ കൂടി തുള്ളിച്ചാടുവാനും തുടങ്ങുന്നു.

എന്നെ കണ്ടപ്പോൾ കമല പുഞ്ചിരിച്ചു. അവരുടെ പരിചാരികമാരായ വിശാലത്തിനേയും അമ്മുവിനേയും വിളിച്ചു. സ്വാഗതസംഘം പൂർണ്ണമായും അവതരിച്ചു. പത്തുവർഷമായി ഞാനിവരെയൊക്കെ സന്ദർശിക്കുവാൻ തുടങ്ങിയിട്ട്. എന്നിട്ടും എന്റെ ശരീരത്തിൽ ഒരു മാറ്റവുമില്ലെന്നതും, ഞാൻ തടി കൂടുന്നില്ലെന്നതും ഇവരെ അദ്ഭുതപ്പെടുത്തുന്നു. ഞാനാകട്ടെ കമല ഇപ്പോഴും എത്ര രാജകീയപ്രൗഢിയുള്ളവളായിരിക്കുന്നു എന്നതിൽ അദ്ഭുതപ്പെടുന്നു. കടുപ്പമില്ലാത്ത നിറങ്ങളിലുള്ള വസ്തമാണിപ്പോൾ ധരിച്ചിരിക്കുന്നത്. തലയിലെ തട്ടം കറുത്തതു തന്നെ. അതിനു മുകളിൽ, നെറ്റിയുടെ നേരെ മുകളിൽ വെള്ള നിറത്തിലുള്ള ഒരു കെട്ടുണ്ട്. അതിൽ മടക്കുകളുണ്ട്. അതൊരു കിരീടം പോലെ

തോന്നിച്ചു. പരിചാരികമാർ സ്വീകരണമുറിയിലേക്ക് നടക്കുവാൻ അവരെ സഹായിച്ചു. അവിടേയും നിറങ്ങൾ മാറിയിരിക്കുന്നു. ഇളം മഞ്ഞ നിറമുള്ള അപ്ഹോൾസ്റ്ററി, നിലത്തിന് വെള്ള നിറം, പർദ്ദകളില്ലാത്ത ജനൽ, ഇളം നീല നിറമുള്ള ചുമരുകൾ. കമല എന്നോടൊപ്പം സ്വീകരണ മുറിയിലിരുന്നു. പക്ഷേ അവരുടെ മനസ്സിലിപ്പോഴും ആ നോവൽ തന്നെയാണ്. അത് മാത്രമാണ്. കമല കഥ പറയുന്നു. നോവലിലെ നായകന്റെ പേര് സാദിഖ് അലി എന്നാകുന്നു. തന്റെ കാമുകന്റെ മറ്റൊരു പേര്. അയാൾ ഒരു ആശുപത്രിയുടെ ട്രസ്റ്റിയാകുന്നു. അയാൾ പ്രണയത്തിലാകുന്നു. "സ്വർഗ്ഗം ഇവിടേയോ അവിടേയോ എന്നറിയാതെ", എന്നാൽ ഒരു ദിവസം അയാളുടെ കത്തിക്കരിഞ്ഞ മൃതദേഹം അയാളുടെ തന്നെ കാറിൽ കിടക്കുന്നത് കാണപ്പെടുന്നു. അയാളുടെ കാമുകി അന്നസുരയ്യ എന്ന ഹിന്ദുവാണ്. കാമുകന്റെ മരണം അവളെ ആകെ തകർത്തുന്നു.

താൻ അന്നസുരയ്യയാകുകയാണെന്നും അവളെ ഇനി എന്ത് ചെയ്യണമെന്ന് അറിയാത്ത അവസ്ഥയിലാണെന്നും കമല പറഞ്ഞു. തന്റെ സ്വന്തം അനുഭവങ്ങളിൽ നിന്നും കമല പറയുന്നു, "രാത്രികളിൽ, ഈ നഷ്ടവുമായി കൂടുതൽ ഇഴുകുവാനായി, അവൾ കൊച്ചുകൊച്ച് സ്വപ്നങ്ങൾ കാണുന്നു, അതിൽ അയാളുടെ ചുമലും പുറവും കാണുന്നു." കമലയ്ക്ക് തന്റെ സൃഷ്ടിയായ സാദിഖ് അലിയേയും ഇഷ്ടമായി. "ഞാനറിഞ്ഞിട്ടുള്ളതിൽ വച്ച് ഏറ്റവും നല്ല മനുഷ്യരിൽ ഒരാൾ," എന്നാൽ പാതി വഴിയിൽ വച്ച് അയാളെ കൊന്നുകളഞ്ഞതിൽ പശ്ചാത്താപമുണ്ട്. "ഇനി അയാളെ എങ്ങനെ ഉയിർപ്പിക്കുവാനാകും?" കാര്യങ്ങൾക്ക് അത്ര വ്യക്തതയില്ല. "ഇതെല്ലാം എങ്ങനെ അവസാനിക്കും?"

കമലയോടൊപ്പമുള്ള ഭക്ഷണം എന്റെ വരവിനെ പവിത്രീകരിച്ചു. കറിയിലും തൈരിലും ചോറിലും എന്റെ വിരലുകൾ ഉഴുതു തുടങ്ങി. കമല അപ്പോൾ തൊട്ടുമുമ്പ് അവിടെ നിന്ന് ഇറങ്ങിപ്പോയ ഒരു ബ്രിട്ടീഷ് ഡോക്യുമെന്ററി സംഘത്തെക്കുറിച്ചും, വരാമെന്നേറ്റിരിക്കുന്ന ഒരു ഇറ്റാലിയൻ വിമർശകനെക്കുറിച്ചും, എവിടെയെന്നറിയാതെ ആസ്ത്രേലിയക്കാരനായ ഒരു കവി സുഹൃത്തിനെക്കുറിച്ചും, "എന്നിൽ ഒരു നൂറ് പേരുണ്ടായിരുന്നതുപോലെ എനിക്ക് ജീവൻ നൽകിയിരുന്ന എന്റെ ബോംബെ"യെക്കുറിച്ചും പറയുകയായിരുന്നു. ഞാൻ കമലയുടെ അമ്മയുടെ ശവദാഹച്ചടങ്ങുകളെക്കുറിച്ച് ചോദിച്ചു. ഡോക്ടർ ഹുസൈനാണ് തന്നെ അവിടെയെത്താൻ സഹായിച്ചതെന്ന് അപ്പോൾ കമല പറഞ്ഞു. തന്റെ മുടി അഴിഞ്ഞു കിടക്കുകയായിരുന്നു എന്നു പറഞ്ഞു. ഒരു വെള്ള സാരിയാണ് താനപ്പോൾ ഉടുത്തിരുന്നത് എന്ന് പറഞ്ഞു. ഔപചാരിക ചടങ്ങിന്റെ ഭാഗമായി ഇരുപത്തിയൊന്ന് വെടിയൊച്ച മുഴങ്ങുമ്പോൾ താൻ ഹുസൈന്റെ സഹായത്തോടെ പടികൾ ചവിട്ടിയെത്തിയെന്ന് പറഞ്ഞു. മുസ്ലീം മാസികകളിലൊക്കെ ആ ഫോട്ടോ വന്നിരുന്നു എന്ന് പറഞ്ഞു. പിന്നെയൊരിക്കൽ ടെലിവിഷനിൽ താൻ "അവസാന വാക്ക് ഖുർ ആൻ

അല്ല. അവസാന വാക്ക് ഈ ലോകത്തിലവസാനിക്കുന്ന അവസാനത്തെ മനുഷ്യൻ അവസാനമായി സംസാരിക്കുന്നതാകും" എന്ന് പറഞ്ഞുവെന്നറിയിച്ചു. അപ്പോൾ വീണ്ടും ഭീഷണികൾ ആരംഭിച്ചുവെന്നറിയിച്ചു. ഇപ്പോൾ വെള്ളശിരോവസ്ത്രമണിഞ്ഞ് താടിവച്ച മുസ്ലീം സഹോദരന്മാരെയാണ് വാച്ച്മാന് ഭയം. പണ്ടിത് നെറ്റിയിൽ ഭസ്മം തേച്ച ഹിന്ദുക്കളെയായിരുന്നു. പിന്നെ അവസാനം ഞാൻ ജെ. ദേവികയെ സന്ദർശിക്കണമെന്ന് അവർ നിർബന്ധിച്ചു. അവരെഴുതിയത് വായിക്കണമെന്ന് പറഞ്ഞു. അവർ കമലയെ അഭിമുഖം ചെയ്തിരുന്നുവെന്നും ആ അഭിമുഖം കമലയ്ക്ക് വലിയ ഇഷ്ടമായി എന്നും പറഞ്ഞു. അതുപോലെ തന്റെ ഒരു കഥയെ ആസ്പദമാക്കി സിനിമയെടുക്കുന്ന ജയരാജ് എന്ന സംവിധായകനെ കാണണമെന്നും പറഞ്ഞു.

അപ്പോഴേക്കും ഡ്രൈവർ ജോൺ കയറി വന്നു. അയാളുടെ പക്കൽ ഒരു കുന്ന് കത്തുകളുണ്ടായിരുന്നു. ഫോൺ ശബ്ദിച്ചു. ഒരു ടിവി ചാനലിലെ നിർമ്മാതാവായിരുന്നു. അഞ്ച് നിമിഷം തരണമെന്ന അഭ്യർത്ഥനയായിരുന്നു. ആരാധകരുടെ വിളി തുടങ്ങി. ശ്രീനിവാസൻ മെയിലുകൾ ഡൗൺലോഡ് ചെയ്ത് തുടങ്ങി. അയൽക്കാർ അവർ താമസിക്കുന്ന കെട്ടിടത്തിന്റെ അസോസിയേഷൻ മീറ്റിങ്ങ് എങ്ങനെ നടത്തണമെന്നത് ചർച്ച ചെയ്യുവാനെത്തി. ഉച്ചയായി. കമല വിശ്രമിക്കുവാൻ കിടന്നു. ഞാൻ നീന്തൽക്കുളം ലക്ഷ്യമാക്കി നീങ്ങി. എല്ലാം വീണ്ടും പണ്ടത്തെപ്പോലെയായി, ഞാനോർത്ത് വച്ചിരുന്നതുപോലെ.

പിറ്റേന്ന് ഞാൻ നേരത്തെയെത്തി. വളരെ ഗൗരവത്തോടെ, വളരെയധികം കാര്യങ്ങൾ ചെയ്തു തീർക്കണമെന്ന ലക്ഷ്യത്തോടെ. എന്റെ ഭാഗ്യത്തിന് അപ്പോൾ സന്ദർശകരൊന്നുമില്ലായിരുന്നു. അതിനാൽ ഞാൻ കമല കിടന്നിരുന്ന മെത്തയ്ക്കരികിലേക്ക് ഒരു കസേര വലിച്ചിട്ട് അതിലിരിപ്പായി. ഞാൻ "അപരിചിതനും ഞാനും" എന്ന അദ്ധ്യായം വായിച്ചു തുടങ്ങി.

"ആരാണയാൾ, ഏത് അപരിചിതൻ?" കമല ചോദിച്ചു. ഓരോ അദ്ധ്യായത്തിനും അതിനു യോജിച്ച കമലയുടെ ഏതെങ്കിലും കവിതയുടെ പേരാണ് ഞാൻ തിരഞ്ഞെടുത്തതെന്ന് ഞാൻ വിശദീകരിച്ചു. അതുപോലെതന്നെ പുസ്തകത്തിന്റെ ഓരോ ഭാഗത്തിനു പേരു നൽകിയിരിക്കുന്നതും കമലയുടെകവിതകളിൽ നിന്നു തന്നെ.

ഞാൻ വായിച്ചു തുടങ്ങി. കമല നിശ്ശബ്ദയായി കേട്ടുകൊണ്ടിരുന്നു. കൈയെഴുത്ത് പ്രതിയുടെ ഏഴാമത്തെ പേജിലെത്തിയപ്പോൾ എനിക്ക് ഈ നിശ്ശബ്ദത അസഹനീയമായി.

"എന്ത് തോന്നുന്നു?" ഞാൻ ചോദിച്ചു.

"ഞാനാസ്വദിക്കുകയാണ്. വല്ലാത്ത സന്തോഷം തോന്നുന്നു." ഞാൻ അവരുടെ രണ്ട് കവിതകളിൽ നിന്നുള്ള ശകലങ്ങൾ വായിച്ചുതീർത്തപ്പോൾ "നല്ല കരിമ്പ് കടിച്ചതുപോലെ" എന്നവർ പറഞ്ഞു. "എന്തൊരു

കാലമായിരുന്നു അത്. എന്റെ യൗവനകാലം, ആകെ കലങ്ങി മറിഞ്ഞ കാലം.''

ഭർത്താവിന്റെ കടത്തെക്കുറിച്ച് പ്രതിപാദിച്ചപ്പോൾ ''ഏകദേശം അന്നത്തെ ആറായിരം രൂപ. പാവം.'' എന്ന് അകമ്പടി സ്വരം വന്നു.

അതുകഴിഞ്ഞ് കമലയുടെ ഭർത്താവ് കമലയെക്കൊണ്ട് എങ്ങനെ ജോലി ചെയ്യിച്ചു എന്ന ഭാഗത്തെത്തിയപ്പോൾ ''അടിമയെക്കൊണ്ട് പണി യെടുപ്പിക്കുന്നതുപോലെ'' എന്നായിരുന്നു പ്രതികരണം.

വായന ഭർത്താവിന്റെ അവസാന വാക്കുകളിലേക്കെത്തി. ചെയ്ത് തന്നതിനെല്ലാം കമലയോട് ഭർത്താവ് നന്ദിപറയുന്ന രംഗമെത്തി. അപ്പോൾ ''ഇത്രയും കുഴപ്പങ്ങൾക്ക് അതൊരു ശാന്തിയായിരുന്നു'' എന്ന പ്രതിക രണം വന്നു. ''അദ്ദേഹത്തിന്റെ ക്രൂരതയുടെ ആഴം മുഴുക്കെ വേണ്ട. കുട്ടികൾക്ക് വേണ്ടിയാണ് ഞാനദ്ദേഹത്തെ സംരക്ഷിച്ചത്. അതവർക്ക് അറിയില്ല.'' എന്നും പറഞ്ഞു.

''അവരുടെ പ്രകൃതം, പറന്നുനടക്കുവാനുള്ള ഇച്ഛ, അനന്തമായ ആകാശമാർഗ്ഗങ്ങൾ'' എന്നിവിടങ്ങളിലേക്കെത്തിയപ്പോൾ ''ഒരു വായന ക്കാരി എന്ന നിലയിൽ, ഞാനീ കവിത ഇപ്പോൾ കേൾക്കുമ്പോൾ, കമല ദാസിനെ ഓർത്ത് എന്റെ കണ്ണുകൾ ഈറനണിയുന്നു. അക്കാലങ്ങളിൽ ഞാൻ ചെറുപ്പമായിരുന്നു. കരുത്തുള്ളവളായിരുന്നു. പ്രസരിപ്പുള്ള വളായിരുന്നു. അന്ന് അതിലും നല്ല ജിവിതം എനിക്കുണ്ടാകണം എന്നാ ഗ്രഹിച്ചിരുന്നു.'' എന്ന് പറഞ്ഞു.

പതിനാറാമത്തെ പേജ്. അതിൽ ഞാൻ കമലയും ഭർത്താവുമൊ ത്തുള്ള ആദ്യകാല ബന്ധത്തിലൂടെ സ്പർശിച്ച് പോകുന്നു. അത് കേട്ട് കമല പെട്ടെന്ന് പൊട്ടിത്തെറിച്ചതുപോലെ പ്രതികരിച്ചു ''ഈ പുസ്തകം സത്യം. പുറം ലോകത്തെ അറിയിക്കണം. മെറിലീ, കത്തികളൊക്കെ വിൽക്കുന്ന കട കണ്ടിട്ടില്ലേ, അവിടെ പലതരം കത്തികളുണ്ടാകും, ചിലത് തിളങ്ങും, ചിലത് രോഷം കൊള്ളുന്നുണ്ടാകും,, ചിലതിൽ നനവു ണ്ടാകും. സത്യം പറയണം. മെറിലി. എത്രകണ്ട് സത്യം പറയുവാൻ എനിക്കാകുന്നുവോ അത്രയും ചെയ്യുവാൻ എന്നെ അനുവദിക്കണം.''

പത്തൊമ്പതാമത്തെ പേജ്. ഞാൻ ഒന്ന് നിറുത്തി.

''രസകരമായിരിക്കുന്നു. നല്ല പുസ്തകം.'' കമല തുടരുവാനായി പ്രോത്സാഹിപ്പിച്ചു.

പേജ് 25. ''പിടിച്ചിരുത്തുന്ന എഴുത്ത്. യോഹന്നാൻ ക്രിസ്തുവിനെ പ്രസിദ്ധപ്പെടുത്തിയില്ലായിരുന്നുവെങ്കിൽ ക്രിസ്തു ഒന്നുമാകില്ലായിരുന്നു. നീ എന്റെ യോഹന്നാനാകുന്നു.''

നാല്പതാമത്തെ പേജായപ്പോൾ ഭക്ഷണം വിളമ്പിയിരിക്കുന്നു എന്ന അറിയിപ്പ് വന്നു. ''എന്റെ രഹസ്യങ്ങൾ നിന്നെ ഏല്പിക്കുന്നതിൽ എനിക്ക് പൂർണ്ണ വിശ്വാസമുണ്ട്. ഞാൻ ആ ഭാരം കുറേ കാലമായി ചുമക്കുകയാ യിരുന്നു.'' കമല പറഞ്ഞു.

പിറ്റേന്ന് നേരം വെളുത്തപ്പോഴേക്കും തന്റെ പുതിയ കഥയിലെ നായകനായ സാദിഖ് അലിയെ എങ്ങനെ രക്ഷപ്പെടുത്തണമെന്നതിനുള്ള മാർഗ്ഗം കമല കണ്ടെത്തിയിരിക്കുന്നു. ഹിന്ദുവായ ഗായിക അനസൂയയെ പ്രണയിച്ച കുറ്റത്തിന് സാദിഖ് അലിയുടെ കാറിന് തീവ്രവാദികൾ ബോംബ് വച്ചിരുന്നു. സ്ഫോടനത്തിൽ കത്തിയമർന്നത് സാദിഖ് അലി ആയിരുന്നില്ല, ഒരു മെക്കാനിക്കായിരുന്നു. സാദിഖ് അലിക്ക് പരിക്ക് പറ്റിയിരിക്കുന്നു. താനാരാണെന്ന് പോലും മറന്നിരിക്കുന്നു. അങ്ങനെ ഓർമ്മകൾ മാഞ്ഞു പോയ അയാൾ വഴിയിലൂടെ അലയുകയാണിപ്പോൾ. അതേ സമയം സാദിഖ് അലി മരിച്ചു പോയി എന്ന് അനസൂയ കരുതുന്നു.

ഞാൻ എന്റെ കൈയെഴുത്ത് പ്രതിയിൽ നിന്നും കുറച്ച് കൂടി വായിച്ചു. കമല ഇടയ്ക്ക് കയറി "ഹുസൈൻ വരാമെന്നേറ്റിരുന്നു. എന്നാൽ ഇപ്പോൾ അയാൾ വരുന്നില്ലെന്ന് അറിയിച്ചിരിക്കുന്നു" എന്ന് പറഞ്ഞു. "വളരെ അകലെയുള്ള ഏതോ ആശുപത്രിയിലേക്ക് പോകണമത്രെ. മാസങ്ങളായി ഞാനദ്ദേഹത്തെ കണ്ടിട്ട്." പുസ്തകത്തിൽ അയാളുടെ ശരിയായ പേര് ഉപയോഗിക്കണം എന്നാണ് കമലയുടെ ആഗ്രഹമെന്ന് പറഞ്ഞു. എന്നാൽ അയാളുടെ ഭാര്യ കമലയുടെ സുഹൃത്തായിരിക്കുന്നു. കുട്ടികൾ കമലയെ സ്നേഹിക്കുന്നു. യഥാർത്ഥ പേരുപയോഗിച്ചാൽ അത് ആ കുടുംബത്തിന് നൽകുന്ന അപഖ്യാതി എങ്ങനെ അവർ നേരിടും എന്നതിൽ തനിക്ക് വേവലാതിയുണ്ടെന്ന് കമല പറഞ്ഞു.

പേരുമാറ്റുന്നതുകൊണ്ട് അത് കഥയ്ക്ക് യാതൊരു ഹാനിയും വരുത്തുന്നില്ലെന്ന് ഞാൻ അഭിപ്രായപ്പെട്ടു. "ശസ്ത്രക്രിയാ വിദഗ്ധൻ" എന്ന് ഒരിടത്ത് പരാമർശിച്ചിട്ടുള്ളത് ഞാൻ ചൂണ്ടിക്കാണിച്ചു. പേരിനോടൊപ്പം തൊഴിലും മാറ്റണോ എന്നാരാഞ്ഞു.

"പേര് മാറ്റാം, തൊഴിൽ മാറ്റണ്ട." അവസാനം കമല തീരുമാനിച്ചു. എന്നിട്ട് ആ പുസ്തകത്തിനായി എഴുതിയിരിക്കുന്ന ഒരു കവിതാശകലം ഹുസൈനെ വിളിച്ച് വായിച്ച് കേൾപ്പിച്ചു. "മൂർച്ചയേറിയ ശസ്ത്രക്രിയ ഉപകരണങ്ങൾക്കനുയോജ്യമായ/അയാളുടെ വിരുതുള്ള കൈകൾ/അവ സാവധാനം ചലിക്കുന്നു/കൃതമായി/മറ്റൊരു ചടങ്ങ് നിർവഹിക്കും പോലെ." അവർ വായിച്ചു. ഹുസൈൻ സമ്മതിച്ചു.

ഞാൻ വീണ്ടും വായിക്കുവാൻ ഒരുങ്ങുകയായിരുന്നു. പെട്ടെന്ന് കമല വീണ്ടും ഇടയ്ക്ക് കയറി തന്റെ ബാല്യകാല സുഹൃത്തായ മംഗുവിനേയും മറ്റുള്ളവരേയും ഞാൻ വിളിക്കണമെന്ന് നിർബന്ധിക്കുവാൻ തുടങ്ങി. ഇന്നലെ അവർ എന്നെ, എന്റെ എഴുത്തിനെ പുകഴ്ത്തുകയായിരുന്നു. ഇന്നായപ്പോൾ അവർക്ക് വലിയ ശ്രദ്ധയില്ലെന്ന് തോന്നുന്നു. മുഷിഞ്ഞതു പോലെ തോന്നുന്നു. ഇയ് ധ്യടശാതെ രംഗത്തുനിന്നും ഒഴിവാകുവാൻ താത്പര്യപ്പെടുന്നത് പോലെ തോന്നുന്നു. കമല തന്നെ മംഗുവിനെ ക്ഷണിച്ചു. മംഗു എത്തിയപ്പോൾ ശുദ്ധമലയാളത്തിൽ കമല സ്വാഗതമരുളി. "വിറയ്ക്കുന്ന ചുണ്ടുകളിലൂടെ ദ്രാവിഡ ബഹ്വക്ഷരശബ്ദങ്ങൾ പതഞ്ഞ് വന്നു" എന്നാണ് ബ്രിട്ടീഷ് സഞ്ചാര സാഹിത്യകാരൻ ജ്യോഫ്രി

മൂർഹൗസ് മലയാളം സംസാരത്തെ വർണ്ണിച്ചിരിക്കുന്നത്. സ്വാഗതം കഴിഞ്ഞപ്പോൾ കമല ചിരിച്ചുകൊണ്ട് ഇംഗ്ലീഷിൽ "മെറിലി മലയാളം എന്ന് പറയുന്നത് നീ കേട്ടിട്ടുണ്ടോ? മാ ല യാ ലം, മാ ല്ല യാ ലം എന്നാണ്, കമല കളിയാക്കി."

മംഗൂ എന്റെ അടുത്തെത്തി. "മലയാളം എന്നതിൽ മ ഞങ്ങൾ നീട്ടിപ്പറയാറില്ല." ഒരു കൊച്ചുകുട്ടിയെ പറഞ്ഞ് പഠിപ്പിക്കുന്നത് പോലെ എന്നെ പഠിപ്പിച്ചു.

കമലയുടെ ഇംഗ്ലീഷ് ഉച്ചാരണവും മണിയൊച്ചപോലെ ശുദ്ധമായ സ്വരവും എനിക്കെന്നും ഇഷ്ടമായിരുന്നു. അതിന്റെ മധുരം ഒന്ന് വേറെ തന്നെയാണ്. എന്നാൽ അവരുടെ മലയാള വ്യക്തിത്വം മറ്റൊരു ലോകത്തേതാണ്. അതെനിക്ക് കാണാൻ കഴിഞ്ഞിട്ടുള്ളത് വിവർത്തനങ്ങളിലൂടേയോ, കെ.സച്ചിദാനന്ദനെപ്പോലെയുള്ള വിമർശകരിലൂടെയോ മാത്രമാണ്. അവരിൽ ചിലർ മലയാളം ഗദ്യത്തെ കമല എങ്ങനെ പുനർനിർവചിച്ചു എന്ന് വിശദീകരിച്ചിരിക്കുന്നു. "അവർ ഗദ്യത്തിന് സംഗീതം നൽകി" എന്ന് സച്ചിദാനന്ദൻ പറഞ്ഞിരിക്കുന്നു. മറ്റൊരു എഴുത്തുകാരൻ "വലിയൊരു കൂട്ടം ജനങ്ങൾ ഹൃദയം തുറക്കുന്ന ഭാഷയാണ് മലയാളം" എന്ന് പറയുകയുണ്ടായി.

എന്നിൽ നിന്ന് എന്തെങ്കിലും കേൾക്കുവാൻ കാത്തിരിക്കുകയാണ് കമലയും മംഗുവും.

"മലയാളം" ഞാൻ ഒരു കനേഡിയൻ നദിയൊഴുകുന്നതുപോലെ ഒരുവിധത്തിൽ പറഞ്ഞൊപ്പിച്ചു.

കമല മംഗുവിനെ ഒന്ന് നോക്കി. ആ നോട്ടത്തിൽ സ്വല്പം ആക്ഷേപഹാസ്യമുണ്ടായിരുന്നു. "നമ്മുടെ സ്കൂളിൽ നമ്മൾ പാടിയിരുന്ന ഗാനം ഓർമ്മയുണ്ടോ?"

അവരൊന്നിച്ച് പാടുവാൻ തുടങ്ങി:

Rule Britannia! Britannia, rule the waves;
Britons never shall be slaves
The nations not so blest as thee,
Shall in their turns to tyrants fall;
While thou shalt flourish great and free,
The dread and envy of them all

അന്നത്തെ ദിവസം മുഴുക്കെ എന്റെ പുസ്തകത്തെക്കുറിച്ച് യാതൊരു പരാമർശവും ഉണ്ടായില്ല. അതിനെക്കുറിച്ച് ഇനി ഞാൻ എന്ത് ചെയ്യണമെന്നാണ് കമല ഉദ്ദേശിക്കുന്നത് എന്നും എനിക്കറിയില്ല. അതെന്റെ ബാഗിൽ ഒരു വലിയ തവളയെപ്പോലെ കിടന്നു. കമലയാകട്ടെ തന്റെ പുസ്തകത്തിൽ മാത്രം ശ്രദ്ധ കേന്ദ്രീകരിച്ചു. ശാസ്ത്രത്തിലെ നിയമങ്ങൾ

തന്നെ പുറകോട്ട് വലിച്ചുകൊണ്ടുപോകുന്നു, അതിനെ നേരിടാനുള്ള മാർഗ്ഗം അതിനെക്കുറിച്ച് എഴുതുക എന്നതാണ്, എന്ന് കമല പറയുന്നു. "അതിനെ ഒരു ചട്ടക്കൂടിലൊതുക്കി മാറ്റിവയ്ക്കുക' എന്നാണവർ അവസാനിപ്പിച്ചത്. കമല ഇപ്പോൾ ചെയ്യുന്നത് അത് മാത്രമാണ്. അവരിലുള്ള ഊർജ്ജത്തെ, കഴിവിനെ, പ്രകീർത്തിക്കാതിരിക്കുവാൻ തരമില്ല. എന്തിൽ നിന്നും തിരിച്ചെത്തുവാനുള്ള, എന്തും പുതുക്കിയെടുക്കുവാനുള്ള, പുതിയ കാര്യങ്ങൾ കണ്ടെത്തിക്കൊണ്ടിരിക്കുവാനുള്ള ഊർജ്ജവും കഴിവും ഒരായുഷ്കാലം മുഴുക്കെ അവർ നില നിറുത്തി. കമല രോഗിണിയായിരിക്കുമ്പോഴും കഷ്ടതകളുടെ നടുക്കായിരിക്കുമ്പോഴും കവിതകൾ എഴുതിക്കൊണ്ടേയിരുന്നതിനെക്കുറിച്ച്, കമലയുടെ അമ്മ ബാലമണിയമ്മ എഴുതിയിരിക്കുന്നത് "കൃമികളെ പൂമ്പാറ്റകളാക്കുവാനുള്ള നിന്റെ കഴിവ്/എന്നെ ആശ്വസിപ്പിക്കുന്നു" എന്നാണ്.

എന്റെ കൈയെഴുത്ത് പ്രതി വായിച്ച് കേൾക്കുവാൻ തത്കാലം കമലയുടെ പക്കൽ സമയമില്ല എന്ന് അവസാനം എനിക്ക് മനസ്സിലായി. അതിനാൽ അതിൽ പ്രശ്നബാധിതമാകുവാൻ സാധ്യതയുള്ള ഭാഗം മാത്രം ഞാൻ വായിക്കാം എന്ന് പറഞ്ഞു. "അതെ അങ്ങനെയുള്ള ഭാഗങ്ങളെങ്കിലും ഞാൻ കേട്ടിരിക്കണം" കമല സമ്മതിച്ചു. എന്നാൽ പ്രതികരണം മൊത്തത്തിൽ തണുപ്പനായിരുന്നു. അങ്ങനെയൊരു അവസ്ഥയിൽ ഈ 'പ്രശ്നബാധിത' ഭാഗങ്ങൾ വായിക്കുന്നതിൽ എനിക്ക് എന്തോ ഒരു അപാകത തോന്നി. അവരുടെ മനസ്സിൽ ഇപ്പോൾ എന്താണെന്നും, എന്തിനെ ചൊല്ലിയാണ് മനസ്സിലെ വേവലാതി എന്നും എനിക്കറിയില്ല. ദിവസങ്ങൾ കടന്നു പോയി. സന്ദർശകരുടെ ഒഴുക്കിന് മാത്രം കുറവില്ല. ഞങ്ങൾ ഇരുവരും ആ ഒഴുക്കിനെ തടഞ്ഞതുമില്ല. അതിനോടൊപ്പം ദൈനംദിന ജീവിതം, ഭക്ഷണം, കമലയുടെ വിശ്രമം, എന്റെ നീന്തൽ എന്നിവയും തുടർന്നു. അസൗകര്യപ്രദമായ, ഞാനിനി എന്തു ചെയ്യണം എന്ന ചോദ്യത്തെ ഇവയെല്ലാം കൂടി ആശ്വസിപ്പിച്ച് നിറുത്തി. കമലയുടെ വിവാഹ ജീവിതത്തിൽ കമല അനുഭവിച്ചിട്ടുള്ള ക്രൂരത മുതലായ കാര്യങ്ങളെ ഞാൻ എപ്പോഴെങ്കിലും സൂചിപ്പിച്ചാൽ കമല ഉടൻ വല്ലാത്ത വേദനയായിരുന്നുവെന്നും, കൂടുതൽ വിശദീകരിച്ചാൽ ഇനിയും വേദനയാകുമെന്നും പറയും. പിന്നെ മക്കളെക്കുറിച്ച് പറയും. കുഴി വെട്ടി മൂടിയ അവരുടെ ഭൂതകാലത്തെക്കുറിച്ച് വീണ്ടും കേൾക്കാനുള്ള താത്പര്യം അവർക്കു നഷ്ടപ്പെട്ടു കാണും.

ആകെ സ്തബ്ധയായി ഞാൻ എന്റെ സുഹൃത്ത് ലിൻഡയ്ക്ക് ഇ-മെയിൽ ചെയ്തു. അവർ ഈ കയ്യെഴുത്ത് മുഴുക്കെ വായിച്ചിട്ടുണ്ട്.

ആദ്യദിനങ്ങളിൽ ഞാൻ ഇത് വായിക്കുമ്പോരുന്നപ്പോൾ കമല എന്നെ പുകഴ്ത്തിക്കൊണ്ടേയിരുന്നു.

ഇന്ന് ഹുസൈൻ തന്റെ സന്ദർശനം റദ്ദാക്കിയിരിക്കുന്നു. കമല ഏകാഗ്രതയില്ലാത്തവളും മനസ്സിന് മുഷിപ്പുള്ളവളുമായിരിക്കുന്നു. അവർക്ക്

ചിരികളി മാത്രം മതി. അസൗകര്യപ്രദമായ ചോദ്യങ്ങളെ നേരിടേണ്ട. അങ്ങനെ ഇത് അവസാനം മറ്റാരുടേയോ പുസ്തകമായിരിക്കുന്നു.

അതേസമയം കമല തന്റെ സ്വന്തം ഇഷ്ടത്തിന് എന്നോട് അവരുടെ ഇറ്റലിക്കാരനായ കാമുകനെക്കുറിച്ച് പറഞ്ഞു. ഈ സത്യങ്ങളെല്ലാം പറയുന്നത് തന്റെ മനസ്സിൽനിന്നും ഈ ഭാരങ്ങളെല്ലാം ഇറക്കി വയ്ക്കുവാനാണെന്നും പറഞ്ഞു. ഞാനെഴുതിയതെല്ലാം പ്രസിദ്ധീകരിക്കുവാൻ അനുമതി നൽകുവാൻ, യാഥാസ്ഥിതികവും, പാരമ്പര്യങ്ങളിൽ വിശ്വസിക്കുന്നതുമായ സമൂഹത്തിന്റെ ഭാഗമായ അവർക്ക് അസാമാന്യ ധൈര്യം വേണം. ചിലപ്പോഴെങ്കിലും ഇതിന്റെയെല്ലാം ഉത്തരവാദിത്വം ഞാൻ തനിയെ ഏറ്റെടുക്കണം എന്നൊരു രഹസ്യചിന്ത അവരുടെ മനസ്സിലുണ്ടോ എന്ന് എനിക്ക് തോന്നിപ്പോകുന്നു.

ഓരോ ദിവസവും വ്യത്യസ്തമാകുന്നു. ഇത് ഒരു ഊഞ്ഞാൽ പോലെ ആടിയുലയുന്നു.

ലിൻഡയുടെ മറുപടി ഉടൻ വന്നു. ഞാനെഴുതിയതിന്റെ ഉത്തരവാദിത്വം ഞാൻ ഏറ്റെടുക്കണമെന്ന് കമല ചിന്തിക്കുന്നുണ്ടെന്നത് ഒരുപക്ഷേ സത്യമായിരിക്കാം എന്ന് ലിൻഡ എഴുതിയിരിക്കുന്നു. കമലയ്ക്കല്ല അനുമതിയുടേയും, 'അനുഗ്രഹ'ത്തിന്റേയും ആവശ്യം, മറിച്ച് എനിക്കാണ്. ഈ സന്ദർശനത്തിൽ തന്നെ എല്ലാതിനും അവസാന വാക്ക് കണ്ടെത്തേണ്ടതില്ല; ലിൻഡ ഇപ്രകാരം എന്നിലുള്ള സമ്മർദ്ദത്തെ ലഘൂകരിച്ചു.

ഞാൻ വീണ്ടും കമലയുടെ അടുത്തെത്തി. അപ്പോഴേക്കും അവർ അവരുടെ നോവലിന്റെ മറ്റൊരു ഭാഗം കൂടി പൂർത്തീകരിച്ചിരിക്കുന്നു. അതിൽ മുയലുകൾ പെരുകുന്നതുപോലെ കഥാപാത്രങ്ങൾ പെരുകിയിരിക്കുന്നു. ഉപകഥകൾ വേർപെട്ട് പോകയും വീണ്ടും ജനിക്കുകയും ചെയ്തിരിക്കുന്നു. അന്നസുരയ്യ ഗായികയായി മാറിയിരിക്കുന്നു. സംഗീതത്തിലൂടെ അവർ അവരുടെ ദുഃഖത്തിന് ആശ്വാസം കണ്ടെത്തുന്നു. അവർ 'സംഗീതത്തിന്റെ ദേവത'യായിരിക്കുന്നു. അലഞ്ഞുനടക്കുന്ന, ഓർമ്മ നശിച്ച സാദിഖ് അലി, ഒരു കൂട്ടം ഹിന്ദുക്കളുടെ കൂടെ കൈലാസത്തിലേക്കുള്ള തീർത്ഥയാത്രയിലാണ്.

"പിന്നെ?" ഞാൻ ചോദിച്ചു.

"ആഹാ.." ബാക്കി കഥാംശങ്ങളെല്ലാം ഉള്ളിലുണ്ട് എന്ന മട്ടിൽ കമല പ്രതികരിച്ചു.

എന്റെ കൈയെഴുത്ത് വായിക്കുക എന്നത് നിന്നുപോയിരിക്കുന്നതിനാലും എന്നാൽ എന്തെങ്കിലും ചെയ്യുക എന്നത് ഒരു സാധ്യതയായതിനാലും ഒന്ന് പുന്നയൂർക്കുളം വരെ പോയാലോ എന്ന് ഞാൻ ചോദിച്ചു. മതം മാറിയതിനു ശേഷം അവർ അവിടം സന്ദർശിച്ചിട്ടില്ല. അവിടെ സന്ദർശിക്കുവാൻ ചെന്നാൽ, അവിടത്തെ പ്രാദേശിക മത തീവ്രവാദികൾ അവരെ കല്ലെറിഞ്ഞ് കൊല്ലുമെന്ന് ഭീഷണി മുഴക്കിയിരുന്നു. അവിടെ ചെന്നാൽ ഗ്രാമത്തിലുള്ളവർ അപമര്യാദയായി പെരുമാറുമോ എന്നവർ ഭയക്കുന്നു. ഒരുപക്ഷേ അവരുടെ ശരീരത്തിലേക്ക് തുപ്പിയേക്കാം.

എന്നാലും ഒരു തവണ അവിടെയൊക്കെ ഒന്ന് സന്ദർശിക്കണം എന്നവർ ആഗ്രഹിക്കുന്നുണ്ടായിരുന്നു. തന്റെ ഭൂമിയിൽ ഇനി എന്തൊക്കെ ശേഷിപ്പുണ്ടെന്ന് ഒന്ന് കാണണം. തന്റെ മരങ്ങളേയും, തന്റെ സർപ്പക്കാവും ഒന്ന് കാണണം.

എന്റെ പണ്ഡിതസുഹൃത്ത് ഹരി ഹോട്ടലിൽ വന്നു. കമലയിൽ നിന്നും എന്റെ കൃതി പ്രസിദ്ധീകരിക്കുന്നതിനുള്ള മാർഗ്ഗനിർദ്ദേശം സ്വീകരിക്കുവാനാണ് ഞാനിത്തവണ എത്തിയിരിക്കുന്നത് എന്ന് അദ്ദേഹത്തിനറിയാം. കമലയോട് ഇതിനെക്കുറിച്ച് അധികമൊന്നും സംസാരിക്കുവാനായിട്ടില്ല എന്ന് ഞാൻ സമ്മതിച്ചു. "പാശ്ചാത്യ വായനക്കാർ കമല തന്റെ ലൈംഗിക ജീവിതം തുറന്നു പറഞ്ഞത് വച്ച് അവരെ വിധിക്കുകയില്ല, എന്നാൽ ഇവിടത്തെ സമൂഹത്തെക്കുറിച്ച് എനിക്കറിയില്ല." ഞാൻ പറഞ്ഞു.

കമലയ്ക്ക് ഇതിൽ ഏത് ഭാഗമാണ് ബുദ്ധിമുട്ടുണ്ടാക്കുവാൻ സാധ്യതയുള്ളതെന്ന് ഹരി ചോദിച്ചു.

പ്രശ്നം അവിടെയാണ്. ഈ ചോദ്യത്തിന് എന്റെ പക്കൽ ഒരു ഉത്തരമില്ല. അവരെന്തുമാത്രം ബുദ്ധിമുട്ടും, ആരൊക്കെ ബുദ്ധിമുട്ടിക്കും, അതിനെ നേരിടുവാൻ കമല എത്രകണ്ട് തയ്യാറാണ്, എന്നൊന്നും എനിക്കറിയില്ല. സംഘടിത മതങ്ങൾക്ക് നേരെയുള്ള അവരുടെ ആക്രമണം പ്രശ്നങ്ങളുണ്ടാക്കാവുന്നതാണ്. വിവാഹത്തിന്റെ ആദ്യനാളുകളിൽ നേരിട്ടിരിക്കുന്ന ക്രൂരതകൾ, തന്റെ ഭർത്താവിന്റെ നിഗൂഢ ലൈംഗിക താത്പര്യങ്ങൾ, അവരുടെ പ്രണയബന്ധങ്ങളിലെ മാംസനിബദ്ധത, ഒരു സാമൂഹ്യജീവി എന്ന നിലയിൽ തനിക്കുള്ള പ്രതിബദ്ധത, സാദിഖ് അലിയുമായുണ്ടായ പ്രണയത്തിനു ശേഷമുള്ള വൈകാരികതയും ലൈംഗിക ഇച്ഛയും, എല്ലാം ഇക്കൂട്ടത്തിൽ പെടുത്താം.

ഭർത്താവിനെക്കുറിച്ചുള്ള വിഷമകരമായ പ്രതിപാദ്യങ്ങൾക്ക് സമവായമാകുവാനായി കമല പറഞ്ഞിട്ടുള്ള ചില നല്ല കാര്യങ്ങൾ കൂട്ടിച്ചേർക്കാം എന്ന് ഹരി നിർദ്ദേശിച്ചു. അതിൽ "അദ്ദേഹം ഒരിക്കലും എന്നെ മർദ്ദിച്ചിട്ടില്ല, എന്നോട് അപമര്യാദയായ വാക്കുകൾ ഉപയോഗിച്ചിട്ടില്ല, ഒരിക്കലും ശബ്ദം ഉയർത്തി സംസാരിച്ചിട്ടില്ല, പൊതുസ്ഥലങ്ങളിൽ ഒരിക്കലും എന്നോട് അപമര്യാദയായി പെരുമാറിയിട്ടില്ല, എന്നെക്കുറിച്ച് മറ്റുള്ളവരോട് നല്ലത് മാത്രമേ പറഞ്ഞിട്ടുള്ളു, എന്നെ എക്കാലത്തും പിന്തുണച്ചിരുന്നു"എന്നൊക്കെയുള്ളതാകാം. എന്നാൽ കമല വെളിപ്പെടുത്തിയ ലൈംഗികബന്ധങ്ങളായിരിക്കും അവരെ ഏറ്റവും കൂടുതൽ ബുദ്ധിമുട്ടിക്കുക എന്ന് ഹരി കരുതി.

"ലിംഗയോനീബന്ധത്തെക്കുറിച്ച് പറഞ്ഞാൽ അത് അവരോട് സ്ത്രീകൾക്ക് ഇപ്പോഴുള്ള ആരാധനയെ ബാധിക്കും." ഹരി മുന്നറിയിപ്പ് നൽകി. "ഇത്ര അതിരു കടന്നതാകുമെന്ന് മലയാളി വായനക്കാർ പ്രതീക്ഷിക്കില്ല. ലിംഗയോനീബന്ധമെന്ന പ്രതിപാദ്യമുണ്ടായാൽ അവിടെ എല്ലാം അവസാനിച്ചു."

"ലിംഗയോനീബന്ധമില്ലാതെ പിന്നെ ഞാൻ ലൈംഗികതയെക്കുറിച്ച് എങ്ങനെ പറയും?"

"ഒന്ന് മയപ്പെടുത്തണം." ഹരി ഉപദേശിച്ചു. "എന്റെ കഥയിലും അവരുടെ മറ്റു കവിതകളിലും കമല ഈ വിഷയം കൈകാര്യം ചെയ്തത് കണ്ടിട്ടില്ലേ. ഇത്രകണ്ട് വൈകാരികമാക്കരുത്."

"എന്റെ കഥയേക്കാൾ വിഷലിപ്തമാണീ പുസ്തകത്തിനുള്ള പ്രതികരണമെങ്കിൽ കമല എന്ത് ചെയ്യും?"

"അതങ്ങനെതന്നെ ആയിരിക്കും." എന്നായിരുന്നു മറുപടി.

"പക്ഷേ, സ്വന്തം കാര്യത്തെച്ചൊല്ലി കമലയ്ക്ക് വലിയ വേവലാതിയൊന്നുമില്ലെന്ന് തോന്നുന്നു. കമലയ്ക്ക് ചിന്ത മുഴുക്കെ തന്റെ കുട്ടികളെക്കുറിച്ചാണ്. അതുപോലെ സാദിഖ് അലിയുടേയും ഹുസൈന്റേയും കുടുംബത്തെക്കുറിച്ചും. ചില ഖണ്ഡികകളെക്കുറിച്ചും, ചില വിശദാംശങ്ങളെക്കുറിച്ചും അവരുടെ പ്രതികരണം ഞാൻ ആരായുകയുണ്ടായി, ഒന്നും വ്യക്തമായി പറഞ്ഞില്ല. അവർ പറഞ്ഞതൊന്നും എനിക്ക് അത്ര വൈകാരികതയുണർത്തുന്നതായോ പ്രക്ഷുബ്ധമായ പ്രതികരണങ്ങളുണ്ടാക്കുന്നതായോ തോന്നിയിട്ടില്ല. എന്ത് വേണം എന്നതിനെക്കുറിച്ച് അവർ പറയുകയാണെങ്കിൽ അത് കൂടുതൽ നന്നായേനെ. ഇതേക്കുറിച്ച് ഗൗരവപൂർവ്വം അവരുമൊത്ത് സംസാരിക്കുവാനായെങ്കിൽ എന്ന് ഞാൻ ആഗ്രഹിക്കുന്നു."

ഹരി നിശ്ശബ്ദമായി കുറച്ച് നേരം ആലോചിച്ചു. "ഭ്രമണപഥത്തിന്റെ രണ്ട് ധ്രുവങ്ങളിലിരുന്ന് സംസാരിക്കുവാനാണ് നിങ്ങൾ ശ്രമിക്കുന്നത്. അവരുടേത് കവയിത്രിയുടെ മനസ്സാണ്, നിങ്ങളുടേത് മറ്റൊന്നും. രണ്ടുപേരും ചിന്തിക്കുന്ന തലം വ്യത്യസ്തമാണ്. ഞാൻ പറഞ്ഞത് മനസ്സിലാകുന്നുണ്ടോ?" ഹരി ചോദിച്ചു.

മനസ്സിലായോ ഇല്ലയോ എന്നതല്ല ഇപ്പോൾ പ്രശ്നം. അതെ, അയാൾ പറഞ്ഞതിൽ വാസ്തവമുണ്ട്. "അതിനാൽ അവരുടെ ഭ്രമണപഥത്തിലേക്ക് താങ്കൾ എങ്ങനെ എത്തിപ്പെടും എന്നതിനെക്കുറിച്ച് ചിന്തിക്കണം." ഹരി തുടർന്നു.

എനിക്കറിയില്ല. ഞാൻ എന്റെ കൈയെഴുത്ത് പ്രതി ഹരിയെ ഏല്പിച്ചു. ഒരു ഓട്ടോറിക്ഷയിൽ കയറി ഗാന്ധി നഗറിലേക്ക് യാത്രയായി. മനസ്സിൽ അപ്പോൾ ഒരു വിങ്ങലുണ്ടായിരുന്നു.

ഞാനെത്തിയപ്പോൾ ഒരു മലയാളി മാധ്യമ പവർത്തകൻ കമലയുടെ അടുത്തിരിക്കുന്നുണ്ടായിരുന്നു. അവർക്ക് നടുക്ക് ഒരു ടേപ്പ് റിക്കാർഡറുണ്ട്. തന്റെ നാട്ടിൻപുറത്തുനിന്നും മണിക്കൂറുകൾ യാത്ര ചെയ്താണയാൾ ഇവിടെ എത്തിയിരിക്കുന്നത്. അയാളുടെ വീട്ടിൽ അയാൾ അച്ഛനമ്മമാരോടൊത്താണ് താമസിക്കുന്നത്. അവരുടെ കുടുംബത്തിന് ഒരു താങ്ങാകുവാൻ കമല അവർക്ക് ഒരു പശുവിനെ വാങ്ങിക്കൊടുത്തു. അയാൾ മുസ്ലീമാണെങ്കിലും വിശ്വാസിയല്ല. തന്റെ പുതിയ നോവൽ

എഡിറ്റ് ചെയ്യുന്നത് അയാളാണ്. എഡിറ്റ് ചെയ്ത ശേഷം അയാൾ ഖണ്ഡശഃ പ്രസിദ്ധീകരിക്കുവാനായി മാതൃഭൂമിയിൽ ഏല്പിക്കുന്നു.

അയാൾക്ക് സമീപത്തുള്ള ഒരു കസേരയിലിരിക്കുവാൻ കമല ആംഗ്യം കാണിച്ചു.

“ഇവർ എത് തരത്തിലുള്ള പുസ്തകമാണിപ്പോൾ എഴുതുന്നത്?” അയാൾ എന്നെക്കുറിച്ച് കമലയോട് ചോദിച്ചു.

“അത് അവരാണ് തീരുമാനിക്കേണ്ടത്. നമ്മളെല്ലാം സ്വതന്ത്രരാണ്. നമ്മുടെയെല്ലാം മനസ്സും സ്വതന്ത്രമാണ്.” കമലയുടെ മറുപടി.

പിന്നെ അയാൾ എനിക്ക് നേരെ തിരിഞ്ഞു. ഞാനും കമലയും ആദ്യം കണ്ടതെപ്പോൾ, എനിക്ക് കമലയുടെ കവിതകൾ ഇഷ്ടമാണോ, ഞാൻ എന്തുകൊണ്ട് കമലയെക്കുറിച്ചെഴുതുവാൻ ആഗ്രഹിച്ചു, എന്നിങ്ങനെ ചോദ്യങ്ങളുണ്ടായി. അഞ്ച് മിനിട്ട് ചോദിച്ചുവരുന്ന എല്ലാവരേയുംപോലെ അയാളും അവിടെ സ്ഥിരപ്രതിഷ്ഠയായി. ഞാൻ എന്റെ ടേപ്പ് റിക്കാർഡർ ഓൺ ചെയ്ത് വച്ചു. ഹരിയുടെ ഉപദേശമനുസരിച്ച് ഒരു പുതിയ മാർഗ്ഗം അന്വേഷിക്കുകയാണ് ഞാൻ.

ഞാൻ കമല പറഞ്ഞതിനോട് സമ്മതിച്ചു. “എന്നെ ബുദ്ധിമുട്ടിക്കുന്നത് ഈ സമൂഹം കപടനാട്യം കാണിക്കുന്നു എന്നതാണ്. കമലയെപ്പോലെയുള്ള ഒരു വ്യക്തി ആക്രമിക്കപ്പെടുന്നു. അതേ സമയം അവരെ ബലാത്സംഗം ചെയ്ത രാഷ്ട്രീയക്കാർ രക്ഷപ്പെടുകയും ചെയ്യുന്നു. പരസ്പരം സത്യസന്ധത പുലർത്തുക എന്നതും മറ്റുള്ളവരെ വിശ്വസിക്കുക എന്നതും എന്തുമാത്രം വ്യത്യസ്തമാകുന്നു. ഇവിടെ ഈ സമൂഹമുണ്ട്, പക്ഷേ...”

“സത്യമല്ലാത്തതുമാകുന്നു. സത്യമായും ഇതെല്ലാം ബുദ്ധിമുട്ടുകൾ തന്നെയാകുന്നു. മുഖം മൂടി ധരിച്ചുകൊണ്ടുള്ള സമൂഹനൃത്തം പോലെയാണിത്. ബലാത്സംഗം ചെയ്യുന്നവർ സന്മാർഗ്ഗിയാണെന്ന് നടിക്കും, മതവിശ്വാസിയെന്ന് നടിക്കും, ഈശ്വരവിശ്വാസിയെന്ന് നടിക്കും. എന്നെ അഭിമുഖം ചെയ്യാൻ വരുന്നവരിൽ പലരും കൗശലക്കാരും, മുൻവിധിയോടെ വരുന്നവരുമാകും. ഞാൻ എന്ത് പറഞ്ഞാലും അത് തെറ്റായി വ്യാഖ്യാനിക്കപ്പെടും. എന്നെ അടിച്ചിരുത്തുവാൻ, എന്നെ ശാന്തയാക്കുവാൻ, അതൊരു ആയുധമായി അവർ ഉപയോഗിക്കും.” ഞാൻ പറഞ്ഞതിനു തുടർച്ചയെന്നവണ്ണം കമല പറഞ്ഞു.

“കമല എന്നോട് പറഞ്ഞ കാര്യങ്ങൾ, ഒരു പുസ്തകരൂപത്തിൽ ഈ സമൂഹത്തിലേക്ക് തന്നെ തിരികെയെത്തുമ്പോൾ അത് കമലയെ ബുദ്ധിമുട്ടിച്ചേക്കുമോ എന്ന് ഞാൻ ആശങ്കപ്പെടുന്നു. എല്ലാം കമല പറഞ്ഞത് മാത്രമാണ്, അതിന്മേൽ യാതൊരു വിധിന്യായവും ഞാൻ പുറപ്പെടുവിക്കുന്നില്ല.”

“എന്റെ കുട്ടികൾക്ക് എന്നെ അറിയാമെന്നതിനാൽ അതൊന്നും എന്നെ ബാധിക്കുമെന്ന് എനിക്ക് തോന്നുന്നില്ല. എന്റെ അദ്ദേഹവുമൊത്തുള്ള വിവാഹത്തിന്റെ ആദ്യകാലങ്ങൾപോലുള്ള രഹസ്യങ്ങൾ ഒന്ന്

മയപ്പെടുത്തുക. എന്നെ ഒരു ദുഃഖകഥയിലെ നായികയൊന്നുമാക്കരുത്, കാരണം ഞാനതല്ല എന്നത് തന്നെ." കുറച്ച് ഭാവഭേദം വരുത്തി കമല പറഞ്ഞു. "എന്റെ ജീവിതമെന്ന ദുഃഖകഥയിലും എനിക്ക് ഒരുപാട് സന്തോഷങ്ങളും തമാശകളുമുണ്ടായിട്ടുണ്ട്."

"ഈ സമൂഹത്തെക്കുറിച്ച് എന്ത് പറയുന്നു: അവർ എന്ത് കരുതും എന്നതിനെക്കുറിച്ച് ശ്രദ്ധിക്കാറുണ്ടോ? ഈ പുസ്തകം പ്രസിദ്ധീകരിക്കപ്പെടുന്നുവെന്നും അത് മറ്റൊരു 'എന്റെ കഥ'യാകുന്നു എന്നും കരുതുക, അപ്പോൾ?" ഞാൻ ചോദിച്ചു.

"ഇത് കോളിളക്കമുണ്ടാക്കും. തീർച്ചയായും."

"എന്റെ കഥയിൽ താങ്കൾ... കുറച്ച് കൂടി... കവചിതമായിരുന്നു."

"അതെ."

"താങ്കളുടെ വിവാഹജീവിതം പറയുന്നിടം ഒന്നുകൂടി പൊലിപ്പിക്കാമെനിക്ക്, വേണമെങ്കിൽ."

"വേണ്ട. വീട്ടുകാർ ആലോചിച്ചുറപ്പിച്ച വിവാഹമാണ്. ജീവിതത്തിൽ ആദ്യ ലൈംഗിക ബന്ധം എങ്ങനെയുണ്ടാകുന്നു എന്നതിനനുസരിച്ചല്ലേ ജീവിതമെങ്ങനെയാകുമെന്നത് തീരുമാനിക്കപ്പെടുന്നത്? ഞാനത്രയും ചെറിയ കുട്ടിയായിരുന്ന സമയത്ത് എന്നോട് അങ്ങനെയൊക്കെ പെരുമാറിയെന്നതാണ്...... ആ കയ്പ് ഇപ്പോഴും നിലനിൽക്കുന്നു."

"അപ്പോൾ അതൊക്കെയായി എങ്ങനെ പൊരുത്തപ്പെടും?"

"എന്റെ സമുദായത്തിൽ നിന്നും ബുദ്ധിമുട്ടുകളുണ്ടാകും. അതായത് മുസ്ലീം വിഭാഗങ്ങളിൽ നിന്ന്. കാരണമുണ്ട്. തന്റെ ഇണയോട് പ്രത്യേകാൽ ഇച്ഛയൊന്നും ഒരു നല്ല മുസ്ലീം വനിതയ്ക്ക് ഉണ്ടായിക്കൂടാ. പ്രണയം എന്നതിനോട് അവൾ പ്രതികരിക്കരുത്."

"യാഥാസ്ഥിതിക ഹിന്ദുസമുദായം എങ്ങനെ പ്രതികരിക്കും?"

"അത് കുഴപ്പമില്ല. ഞാനിപ്പോൾ അവരുടെ ഭാഗമല്ല. അവർക്കിപ്പോൾ എന്റെ മേൽ യാതൊരു അവകാശവുമില്ല. കുഴപ്പമില്ല. ഞാൻ വീടിനു പുറത്തേക്കിറങ്ങില്ല. എന്തായാലും പുറത്തിറങ്ങുവാൻ ഇപ്പോഴും അനുവാദമില്ലല്ലോ?"

എനിക്ക് ഇത്രയുമറിഞ്ഞാൽ പോര. എന്റെ ജീവിതത്തിൽ ഇതുപോലെ ഒരെഴുത്തുണ്ടായിട്ടില്ല. ഇത്രയൊക്കെയെങ്കിലും ഈ പുസ്തകം എഡിറ്റ് ചെയ്യുവാനുള്ള ഉത്തരവാദിത്തം കമല പങ്കുവയ്ക്കുമെന്ന് ഇപ്പോഴും ഞാൻ ആഗ്രഹിക്കുന്നു. അങ്ങനെ അതിന്റെ പൂർണ്ണഭാരത്തിൽ നിന്നും എന്നെ മുക്തയാക്കുമെന്നും. ഒരുപക്ഷേ ഞങ്ങൾ തമ്മിലുള്ള സൗഹൃദത്തിന്റെ ആഴവും ദൈർഘ്യവുമാകാം അതിനു കാരണം. അതല്ലെങ്കിൽ ഒന്നിച്ചെഴുതുക എന്ന എന്റെ ആദ്യ ആഗ്രഹം ഇപ്പോഴും നിലനിൽക്കുന്നതിനാലാകാം. അതെന്തോ ആകട്ടെ ഇതിനെ ഇങ്ങനെ ഒറ്റയ്ക്കാക്കുവാൻ എനിക്കാകുന്നില്ല." എന്നു വച്ചാൽ സമുദായത്തെക്കുറിച്ച് താങ്കൾക്ക് വലിയ വേവലാതിയില്ല എന്ന്, അല്ലെ?" ഞാൻ വീണ്ടും ചോദിച്ചു.

“അവർക്ക് എന്ത് ചെയ്യുവാനാകും? വേണമെങ്കിൽ പള്ളിപ്പറമ്പിൽ എന്നെ കുഴിച്ചിടാൻ പറ്റില്ലെന്ന് ശഠിക്കാം. അത്രതന്നെ. അവർക്ക് എന്നെ അവിടെ കുഴിച്ചിടേണ്ടയെങ്കിൽ വേണ്ട. ഞാൻ സ്വയം എഴുന്നേറ്റ് എവിടെയെങ്കിലും എന്നെ കുഴിച്ചിട്ടോളാം.”

“എന്തൊക്കെയായാലും കമല നാലപ്പാട്ട് കുടുംബത്തിലെയാണ്.” ഞാൻ പറഞ്ഞു.

“ഞാനതും കാര്യമാക്കുന്നില്ല. മരിച്ചുകഴിഞ്ഞാൽ പിന്നെ നമ്മൾ ശവം മാത്രമാണ്. ഞാനത് നെഹ്റു മ്യൂസിയത്തിന് കൊടുക്കും. അത് അവിടെ കൊണ്ടുപോയിയിടട്ടെ. ജീവൻ പോയിക്കഴിഞ്ഞാൽ പിന്നെ ഈ ശരീരത്തെ ആര് ശ്രദ്ധിക്കാൻ? മുസ്ലീംങ്ങൾക്ക് ഒരസ്ഥി വേണമെങ്കിൽ എടുത്തോട്ടെ, ഹിന്ദുക്കളും ഒന്നെടുത്തോട്ടെ. ക്രിസ്ത്യാനികൾ തലയെടുത്തോട്ടെ. എനിക്ക് അതുകൊണ്ടൊക്കെ എന്ത് വ്യത്യാസമുണ്ടാകാൻ?”

ആ സമയത്ത് മാധ്യമ പ്രവർത്തകൻ ഒരു ചോദ്യം ചോദിച്ചു. ഞാൻ കമലയോട് അത് ഒന്ന് ഭാഷാന്തരം ചെയ്യുവാൻ ആവശ്യപ്പെട്ടു.

“മതം മാറ്റത്തിനെക്കുറിച്ച് എന്റെ അഭിപ്രായമാണയാൾ ചോദിക്കുന്നത്. അതിനെ എങ്ങനെ കാണുന്നു എന്ന്?”

“കമല എന്തുകൊണ്ടാണ് മതം മാറിയതെന്ന് അയാൾ ചോദിച്ചുവോ?”

“ഇല്ല. അയാൾക്കതറിയാം. അത് വെറും മതവിശ്വാസം കൊണ്ട് മാത്രം മാറിയതല്ലെന്ന് എല്ലാവർക്കും അറിയാം. ആരുടേയോ ഭാര്യയാകുവാൻ ഞാൻ ആഗ്രഹിച്ചതുകൊണ്ടാണിത് സംഭവിച്ചത് എന്നും എല്ലാവർക്കും അറിയാം. എന്നാൽ എല്ലാവർക്കും അതൊരു വലിയ തമാശയായിരുന്നു, അങ്ങനെയാക്കി. അറുപത്തിയാറ് വയസ്സുള്ള ഒരു വിധവയെ പ്രവാചകൻ വിവാഹം ചെയ്തത് ആർക്കും തമാശയായിരുന്നില്ല. എന്നാൽ എന്നെ മുസ്ലീമാക്കുവാൻ പ്രകോപിപ്പിച്ച ഒരുവനുമായി ഞാൻ പ്രണയത്തിലായത് എല്ലാവർക്കും തമാശയായി. അയാൾ എന്നെ സംരക്ഷിക്കാമെന്ന് വാക്കു തന്നിരുന്നു. പിന്നീട് അയാൾ പിന്മാറിയപ്പോൾ ഈ കേരളത്തിലെ ഏറ്റവും വലിയ വിഡ്ഢി ഞാനാണെന്ന് എല്ലാവരും കരുതി. എന്നാൽ അത് ഒരു ശരാശരി മുസ്ലീം പുരുഷന്റെ മനസ്സെന്തെന്ന് അറിയുവാനുള്ള അവസരം എനിക്ക് നൽകി. എനിക്ക് മറ്റുള്ളവർക്ക് മുൻകരുതൽ നൽകുവാനാകും. അവർ പ്രതികരിക്കാത്തത് സ്ത്രീയെ ഒരു ലൈംഗികോപകരണമായി കരുതുന്നത് കൊണ്ടല്ല, അവർ അതിനെ ശൗചാലയത്തിലെ ഒരു കമ്മോഡ് പോലെയാണ് ഉപയോഗിക്കുന്നത് എന്നതുകൊണ്ടാണ്.”

“ഞാൻ കമലയുടെ സമുദായത്തെക്കുറിച്ച് ശ്രദ്ധയോടെ എഴുതണോ, കമലയെക്കുറിച്ച് ശ്രദ്ധയുണ്ടാകണോ? എത്ര സെൻസർ ചെയ്യണം?” ഞാൻ ചോദിച്ചു. ശരീരത്തിൽ എന്തോ കടിച്ചത് ചൊറിഞ്ഞ് സുഖിക്കുന്ന കൊച്ചുകുട്ടിയെപ്പോലെയായിരുന്നു ഞാനപ്പോൾ.

"അതിനൊന്നും ഒരു പ്രാധാന്യവുമില്ല." കമല പറഞ്ഞു. അവരുടെ ഈ വാക്ക് എല്ലാതിനും ഒരു തീരുമാനം നൽകുന്നു എന്ന് എനിക്കു തോന്നി.

ഇരുപത്തിനാല്

സന്തോഷം നൽകുന്ന സ്ഥലം

സ്വീകരണമുറിയിൽ കെ.പി. പ്രവിത കാത്തിരിപ്പുണ്ടായിരുന്നു. മാതൃഭൂമിയുടെ ഒരു റിപ്പോർട്ടറാണ് പ്രവിത. നല്ല രീതിയിൽ വസ്ത്രധാരണം ചെയ്തിട്ടുള്ള സുന്ദരി. കൂടെ പ്രവിതയുടെ ഫോട്ടോഗ്രാഫറുമുണ്ട്. അവർ ഞാനും കമലയും കൂടി ടെലിവിഷനിൽ പ്രത്യക്ഷപ്പെട്ടത് കണ്ടിരിക്കുന്നു.

"എന്നോടൊപ്പം പുന്നയൂർക്കുളം കാണണമെന്നത് മെറിലിയുടെ ആഗ്രഹമാണ്." ഒരു അഭിമുഖം വരുന്നു എന്ന് മുൻകൂട്ടി കണ്ട് കമല പ്രഖ്യാപിച്ചു. "നാളെ എന്റെ സുഹൃത്തുക്കൾ എന്നെ അങ്ങോട്ട് കൊണ്ടു പോകും."

"നമ്മൾ പോകുന്നുണ്ടോ?" വിശ്വാസം വരാതെ ഞാൻ ചോദ്യം ആവർത്തിച്ചു.

"അമ്മുവും വിശാലവും എന്റെ കൂടെയുണ്ടാകും. രണ്ട് പരിചാരികമാരെങ്കിലുമില്ലാതെ നാലപ്പാട്ടെ പെണ്ണുങ്ങൾ യാത്രചെയ്യാറില്ല. ജോണും കൂടെയുണ്ടാകും." കമല മാധ്യമ പ്രവർത്തകരോട് പറഞ്ഞു. താൻ ഈ യാത്രയ്ക്കായി ഒരു വാൻ വാടകയ്ക്ക് വിളിച്ചിരിക്കുന്നുവെന്നും, കാസിനൊ ഹോട്ടലിൽ ഉച്ചഭക്ഷണം ഏർപ്പാട് ചെയ്തിരിക്കുന്നുവെന്നും, നാലപ്പാട് വീടിന്റെ ഇപ്പോഴത്തെ ധനികനായ ഉടമയോട് ആതിഥേയന്റെ ഭാഗമഭിനയിക്കുവാൻ ആവശ്യപ്പെട്ടിരിക്കുന്നുവെന്നും കമല അറിയിച്ചു. Times Of Indiaയുടെ സീനിയർ മാനേജരായ സുധാകറിനെ തന്റെ കൂടെ അയയ്ക്കുവാൻ മക്കളോട് ആവശ്യപ്പെട്ടിട്ടുണ്ട് എന്നും പറഞ്ഞു. ഇപ്പോൾ ഈ യാത്രയ്ക്ക് ഒരു അടിയന്തരസ്വഭാവം വന്നുചേർന്നിരിക്കുന്നു. ഇപ്പോൾ നടന്നില്ലെങ്കിൽ പിന്നെയൊരിക്കലും അതുണ്ടാകില്ല എന്ന മട്ടിൽ.

തനിക്കൊരു സ്കൂപ്പ് ലഭിച്ച സന്തോഷത്തിലാണ് പവിത്ര. എട്ട് വർഷങ്ങൾക്ക് ശേഷം മാധവിക്കുട്ടി നാലപ്പാട്ടേക്ക് പോകുന്നു. ഈ സന്തോഷത്തിൽ പ്രവിത എന്റെയടുത്തേക്കു നീങ്ങി. "എന്തുകൊണ്ട് കമലയെക്കുറിച്ച് എഴുതുവാൻ തീരുമാനിച്ചു?"

"വല്ലാതെ ആകർഷിച്ച വ്യക്തിത്വമാണ് കമല എന്നതുകൊണ്ട്,"

കമല ഇപ്പോഴും എന്നെ അദ്ഭുതപ്പെടുത്തിക്കൊണ്ടിരിക്കുകയാണ്. അവരെഴുതുന്നത് ഇപ്പോഴും എന്നെ കോൾമയിർക്കൊള്ളിക്കുന്നു. അവരുടെ പക്കലുള്ള ശേഖരം, അവരുടെ സ്രോതസ്സ്, അതിൽ കിഴക്കും,

പടിഞ്ഞാറും, ഗൂഢമായതും, പാരമ്പര്യമായതും, ആധുനികവും എല്ലാം ഉൾപ്പെടുന്നു, ഇപ്പോഴും ആദിയും അന്തവുമില്ലാത്തതാകുന്നു; തിരഞ്ഞെടുപ്പുകൾ പലപ്പോഴും തത്സമയവും പരസ്പരവിരുദ്ധവുമാകുന്നു, അവരുടെ നാഗരിക, ഗ്രാമീണ, പാശ്ചാത്യ, പൗരസ്ത്യ, മിശ്രിത രചനാ, സംഭാഷണ ശൈലി അവരെ ഒന്ന് സംക്ഷേപിക്കുവാൻ ബുദ്ധിമുട്ടുളവാക്കുന്നതാകുന്നു.

"മെറിലി എന്താണ് എഴുതുന്നത് എന്നറിയാമോ?" പ്രവിത കമലയോട് ചോദിക്കുന്നു.

കമല മലയാളത്തിൽ എന്തോ പറഞ്ഞു. പിന്നെ ഇംഗ്ലീഷിലേക്കു വിവർത്തനം ചെയ്തു പറഞ്ഞു. "അതവരുടെ പുസ്തകമാണ്. അത് തീരുമാനിക്കേണ്ടത് അവരാണ്."

അപ്പോൾ ഫോട്ടോഗ്രാഫറുടെ ഊഴമായി. കമലയിരിക്കുന്ന കസേരയുടെ കൈത്തണ്ടിലിരിക്കുവാൻ അയാൾ എന്നോട് അഭ്യർത്ഥിച്ചു. അവിടെയിരുന്നാൽ പ്രാമുഖ്യം എനിക്കായിരിക്കുമോ എന്ന് ഭയന്ന് പകരം ഞാൻ ഒരു സ്റ്റൂൾ വലിച്ചിട്ട് അതിലിരുന്നു.

എന്റെ സഹോദരൻ അപ്പോൾ കേരളത്തിൽ അവധി ആഘോഷിക്കുവാൻ എത്തിയിരുന്നു. ആലപ്പുഴയിലെ കായലിൽ ഒരു ഹൗസ്ബോട്ടിൽ കാലത്ത് ഉണർന്നെഴുന്നേറ്റപ്പോൾ അയാൾ പത്രം കൈയിൽ പിടിച്ച് ഒരാൾ കരയിൽ നിന്നും വിളിച്ചു കൂവുന്നത് കേട്ടു. എന്റെ അനുജന്റെ ശ്രദ്ധ അയാൾ പത്രത്തിലേക്ക് നയിക്കുകയായിരുന്നു. അയാൾ കരയിലെത്തി. അവിടെ പാദരക്ഷകൾ ധരിക്കാത്ത ദമ്പതിമാർ പത്രത്തിലെ ആദ്യ പേജിലെ ഒരു ചിത്രത്തിലേക്ക് നോക്കി നിൽക്കുന്നുണ്ടായിരുന്നു.

ഇന്ന് മഹാശിവരാത്രി

മണപ്പുറത്ത് ഇന്ന് ജനലക്ഷങ്ങളെത്തും

'മലബാറിൻെറ സ്നേഹറാണി'യായി വീണ്ടും പുന്നയൂർക്കുളം കാഴ്ചയ്ക്കെത്ര

കെ.പി. പ്രവിത

പട്ടേൽ ഇടപെ

ആ പേജിൽ ഇടത് ഭാഗത്ത് അർദ്ധ നഗ്നനായ ശിവൻ തന്റെ ശൂലവും, സർപ്പവും, പുലിത്തോലും, രുദ്രാക്ഷവുമെല്ലാമായി പത്മാസനത്തിലിരിക്കുന്നത് അയാൾ കണ്ടു. അതിന്റെ വലത് ഭാഗത്ത് ശിവനെ ഒരു ചുരുൾ മലയാളം വാക്കുകൾ കൊണ്ട് വകഞ്ഞ് മാറ്റി പാടലവർണ്ണമുള്ള വസ്ത്രം ധരിച്ച് കമല തന്റെ സഹോദരി മെറിലിയോടൊപ്പമിരിക്കുന്നു.

എന്റെ അനുജന്റെ പേര് ഹൈമാൻ എന്നാണ്. അയാളും അയാളുടെ ഹൗസ്ബോട്ടിലെ ജീവനക്കാരും ഇതാ ഇപ്പോൾ ഒരു കൊച്ചു കൊടുങ്കാറ്റിനെ അതിജീവിച്ചതേയുള്ളു. വേമ്പനാട്ട് കായലിന്റെ നടുക്കായിരുന്നു ആ കാറ്റ് വീശുമ്പോഴവർ. അതിനാൽ ഇപ്പോഴുള്ള സ്ഥാനത്ത് നങ്കൂരമിടരുത് എന്ന് ജീവനക്കാർ ആവശ്യപ്പെടുകയായിരുന്നു. എന്റെ അനുജന് പത്രത്തിന്റെ തലക്കെട്ട് വായിക്കാനാകുന്നില്ല. "മലബാറിന്റെ സ്നേഹറാണി പുന്നയൂർക്കുളത്തേക്ക് മടങ്ങിയെത്തുന്നു" എന്നായിരുന്നു അതിലെഴുതിയിരുന്നത്. കമല എന്റെ പുസ്തകത്തിൽ നിന്നാണുദ്ധരിക്കുന്നത് എന്ന് പത്രം കൊണ്ടുവന്നയാൾക്കറിയില്ലായിരുന്നു. "ഈ പുസ്തകത്തിൽ എന്റെ ആത്മാവിന്റെ അംശമുണ്ട്" എന്നാണ് കമല പറഞ്ഞത്. ഇവിടെ ഒരു പത്രത്തിന്റെ ആദ്യപേജിൽ തന്നെ ഞാനും കമലയും. ആ പത്രം മാതൃഭൂമിയാണെന്നും ഹൈമാനറിയില്ല. അയാൾ ആ ഗ്രാമീണരോട് നന്ദി പറഞ്ഞു. ക്യാമറയെടുത്ത് പത്രത്തിന്റെ ചിത്രമെടുത്തു.

കമലയും പരിവാരങ്ങളും പുന്നയൂർക്കുളം യാത്രയ്ക്ക് തയ്യാറായി. കെട്ടിടത്തിനകത്തുനിന്നും സ്വർണ്ണാഭരണങ്ങളണിഞ്ഞ്, കറുത്ത ബുർക്കയും വെള്ള അരികുകളുള്ള തട്ടവും കഴുത്തിൽ ഞാത്തിയിട്ട സെൽഫോണുമായി കമല പുറത്തു വന്നു. ഒരുവശത്ത് അമ്മുവും മറുവശത്ത് വിശാലവും കമലയ്ക്ക് താങ്ങായിട്ടുണ്ട്. അവരിരുവരും അവരുടെ ഏറ്റവും നല്ല സാരി ധരിച്ചിരിക്കുന്നു. ജോൺ ഒരു പട്ടുകുട കമലയ്ക്ക് മുകളിൽ നിവർത്തിപ്പിടിച്ച് ഒപ്പമുണ്ട്. ആ കുട കമലയുടെ വേഷഭൂഷാദികൾക്ക് ഒന്നുകൂടി തിളക്കം നൽകുന്നു. "ഒരിക്കൽ നാലാപ്പാട് വീട് നിന്നിരുന്ന സ്ഥലത്തേക്കാണ് ഞാൻ പോകുന്നത്, അവിടെ ഒരു കാലത്ത് ചിന്തകൾ നിറഞ്ഞിരുന്നു, സന്തോഷം നിറഞ്ഞിരുന്നു," ഒരു നിമിഷംനിന്ന് കേരള ടൈംസിന്റെ ഫോട്ടോഗ്രാഫറോട് കമല പറഞ്ഞു. അപ്പോൾ ഞാൻ കമലയ്ക്ക് വിശ്രമിക്കുവാനായി കൂടെ കൊണ്ടുപോകാനായി തലയിണകൾ പെറുക്കിയടുക്കുകയായിരുന്നു.

"എല്ലാ മാസവും ഒരു തവണയെങ്കിലും ഗുരുവായൂർ സന്ദർശനം പതിവാക്കിയ ഒരു മുഖ്യമന്ത്രി ഞങ്ങൾക്കുണ്ടായിരുന്നു. അദ്ദേഹമാണ്, ആ യാത്രയുടെ സൗകര്യത്തിനായി ഈ പാലം പണിയിച്ചത്." ആദ്യ പാലം കടക്കുമ്പോൾ കമല പറഞ്ഞു. കമല വിശ്രമിച്ചില്ല. പകരം പരിചിതമായ മാർഗ്ഗവും സ്ഥലങ്ങളും നോക്കിക്കാണുകയായിരുന്നു. മാർബിൾ കല്ലുകൾ വിൽക്കുന്ന ഇടങ്ങൾ, കോട്ടപ്പുറം ടോൾബൂത്ത്, ഹുസൈന്റെ വീട് നിന്നിരുന്ന പട്ടണത്തിലേക്കുള്ള വഴി, അങ്ങനെ.

"'എന്റെ വീട്ടിലേക്ക് പ്രാതലിന് വരൂ' എന്ന് ഹുസൈൻ എന്നോട് പറഞ്ഞു. 'വേണ്ട! എന്നോട് കല്പന വേണ്ട! എനിക്ക് ഒരു മുസ്ലീംമിന്റെ വാതിൽക്കൽ കിടക്കുന്ന ചവിട്ടിയാകാൻ താത്പര്യമില്ല' എന്ന് ഞാൻ മറുപടിയും കൊടുത്തു. ഞാൻ സ്നേഹിച്ചവർക്ക് എന്റെ 80% ഊർജ്ജവും ഞാൻ നൽകി. ഇനി ശേഷിച്ചത് എന്റെ ജോലികൾക്കായി നീക്കിവയ്ക്കണമെന്ന് എനിക്കു തോന്നുന്നു."

കമല നിവർന്നിരിക്കുകയായിരുന്നു. യാത്ര കടന്നുപോയ പരിചിതമായ വഴികളും ഓർമ്മകളും കമലയ്ക്ക് ഊർജ്ജം പകരുന്നു. ഗുരുവായൂർ ക്ഷേത്രത്തിലേക്കുള്ള വഴി കാണിക്കുന്ന ബോർഡ് കടന്ന് പോയപ്പോൾ - "സാദിഖ് അലി നല്ല മലയാളം സംസാരിക്കുമായിരുന്നു. പരുക്കൻവാക്കുകളില്ലാതെ, കളിവാക്കുകളില്ലാതെതന്നെ സംസാരിക്കുമായിരുന്നു. സംസാരം വളരെ ഗൗരവത്തോടെ എടുത്തിരുന്ന ഒരു മനുഷ്യനാണയാൾ. തോട്ടത്തിൽ ഓരോ ചെടിയേയും ശുശ്രൂഷിക്കുന്നതുപോലെ അയാൾ ഓരോ ചിന്തയേയും ശുശ്രൂഷിച്ചു.....പ്രണയം എന്നത് വളരെ ലോലമായ ഒന്നാണെന്ന് ഞാൻ കരുതാറുണ്ടായിരുന്നു, ഒരു പുഷ്പത്തിന്റെ പുതിയ ഇതൾ പോലെ എന്തോ ഒന്ന്. അത് വേദനിപ്പിക്കുന്നതാണെന്ന്, മുറിവുണ്ടാക്കുമെന്ന്, ഞാനൊരിക്കലും പ്രതീക്ഷിച്ചിരുന്നില്ല...."

ഞാൻ ജനലിലൂടെ പുറത്തേക്കു നോക്കിയിരുന്നു. വഴിയിലൂടെ അലങ്കരിച്ച ആനകൾ പോകുന്നു. അതിനടുത്ത് കുഴൽ വിളിക്കുന്ന മനുഷ്യരുണ്ട്. അതിനോടൊപ്പം പ്ലാസ്റ്റിക് കൊണ്ടുണ്ടാക്കിയ പല നില ഉയരമുള്ള കാവടികളുണ്ട്, അവ വട്ടം കറങ്ങുന്നുണ്ട്. ഞാനീ കോലാഹലത്തിലേക്ക് തുറിച്ച് നോക്കിക്കൊണ്ടേയിരുന്നു. ഇത് ശിവരാത്രിക്കുള്ള തയ്യാറെടുപ്പാണ്. ശിവരാത്രി എന്നാൽ ശിവന്റെ രാത്രി. ഞങ്ങൾ ആ ആഘോഷം കടന്നു പോയപ്പോൾ എനിക്കും തലകറങ്ങുന്നുണ്ടോ എന്ന് തോന്നിപ്പോയി.

കമല ഒന്ന് തിരിഞ്ഞു നോക്കി. "ക്ഷേത്രത്തിൽ പോകാൻ എനിക്ക് അനുവാദമില്ല," ആരോടെന്നില്ലാതെ കമല പറഞ്ഞു. "ക്രിസ്ത്യാനികൾക്ക് പോകാം. ഞാൻ അമ്പലം അശുദ്ധമാക്കും."

ഇടയ്ക്ക് ഒരു ച്യുയിങ്ങ്ഗം കിട്ടിയാൽ കൊള്ളാമെന്ന് കമല പറഞ്ഞപ്പോൾ വണ്ടി നിറുത്തി. ഇത് കണ്ട് പുറകിലെ കാറിൽനിന്നും ഇറങ്ങി ജോൺ പെട്ടെന്ന് ഞങ്ങളുടെ അടുത്തെത്തി. ഞങ്ങളുടെ ഡ്രൈവർ ജോണിനോടൊപ്പം അവരുടെ വണ്ടിക്കരികിലേക്ക് നീങ്ങി. അവരിരുവരും കൂടി ച്യുയിങ്ങ്ഗം അന്വേഷിച്ച് നടപ്പായി. നേതൃത്വം ഞങ്ങളുടെ ഡ്രൈവർക്കായിരുന്നു. കുറേ തിരഞ്ഞ്, ലഭിക്കാതായപ്പോൾ അവർ തിരികെയെത്തി. അവസാനം ഞങ്ങൾ കാസിനൊ ഹോട്ടലിലെത്തി. കമലയൊഴികെ എല്ലാവരും ക്ഷീണിതരായിരുന്നു. അവർക്കായി ഒരുക്കിവച്ചിരുന്ന ഒരു മുറിയിലിരുന്ന് അവർ ഭക്ഷണം കഴിച്ചു. തീർത്തും സസ്യാഹാരം. ആദ്യം അമ്മുവും വിശാലവും ഒന്ന് നാണിച്ചു. പിന്നെ കമലയുടെ കൂടെയിരുന്ന് ഭക്ഷിക്കുന്നതിൽ അഭിമാനം കൊണ്ടു.

“എല്ലാവരും വിളിച്ചുകൊണ്ടേയിരിക്കുന്നു.” ഞങ്ങളെല്ലാം വീണ്ടും ഒത്തുചേർന്നപ്പോൾ കമല പറഞ്ഞുതുടങ്ങി. “കാലത്ത് പത്ത് മണി മുതൽ വെയിൽ വകവയ്ക്കാതെ ടെലിവിഷൻകാർ കാത്തിരിക്കുകയാണത്രെ. കമല വാഹനം മാറ്റി. സുധാകരന്റെ കാറിന്റെ പിൻസീറ്റിലിരുന്നു. ഞാൻ മുൻസീറ്റിലും.

“ഈ ഓടിട്ട വീടുകൾ എനിക്ക് വലിയ ഇഷ്ടമായിരുന്നു,” വാഹനം തന്റെ ഗ്രാമത്തിലേക്ക് തിരിഞ്ഞപ്പോൾ കമല പറഞ്ഞു. “നാലപ്പാട് വീടിന് ചായം തേച്ചിരുന്നില്ല. ചുവന്ന ഓടും വെള്ള ചുവരുമായിരുന്നു. പെയ്ന്റ് ചെയ്യാത്തതിന് ഒരു കാരണമുണ്ട്. അപ്പോൾ കക്കയിൽ നിന്നുള്ള ചുണ്ണാമ്പുപയോഗിക്കും. അത് വെജിറ്റേറിയൻ അല്ലല്ലോ.

“നമ്മളവിടെ എത്തുമ്പോൾ ആ വീടോ ആ മരങ്ങളോ ഉണ്ടാകില്ലല്ലോ എന്നൊരു ദുഃഖം തോന്നുന്നു. എനിക്ക് മണ്ണുകൊണ്ട് ഒരു കുടിൽ കെട്ടി യുണ്ടാക്കണമെന്നുണ്ട്. കിടപ്പ് മുറിയിൽ എയർ കണ്ടീഷണർ വയ്ക്കണം. ഒരു നടുമുറ്റം വേണം. ആ വീട് എനിക്കെന്റെ ഒളിത്താവളമാക്കാം. എനിക്കിനി ഒരു അവാർഡ് ലഭിക്കുകയാണെങ്കിൽ ആ കാശുകൊണ്ട് ഞാൻ നാലപ്പാട്ടെ സ്ഥലം തിരികെ വാങ്ങും. എന്നിട്ട് എന്റെ അമ്മൂമ്മയെ പ്പോലെ ആരെയെങ്കിലും കണ്ടെത്തും. അതെല്ലാം വീണ്ടും നിർമ്മിക്കും. പക്ഷേ, ഈ സ്നേഹം എങ്ങനെ നമ്മൾ വീണ്ടും സൃഷ്ടിച്ചെടുക്കും? അതിനൊരു ഡമ്മി ഇല്ലല്ലോ. കന്യാമറിയത്തിന്റെ രൂപം നിൽക്കുന്നിടത്തു നിന്ന് വലത്തോട്ട് തിരിഞ്ഞോളൂ” കമല സുധാകരന് നിർദ്ദേശം കൊടുത്തു. “ആ ആൽത്തറ നിൽക്കുന്നിടത്ത് നിന്നാണ് ഗ്രാമത്തിലേ ക്കുള്ള വഴി ആരംഭിക്കുന്നത്.”

നാലപ്പാട്ടേക്ക് തിരിയുന്ന വഴിയിൽ വച്ച് ബൈക്കിൽ വന്ന ചില യുവാ ക്കൾ ഞങ്ങളെ തിരിച്ചറിഞ്ഞു. അവർ ജനലിലൂടെ കമലയെ തിരഞ്ഞു, അവരുടെ മാധവിക്കുട്ടിയെ. പെട്ടെന്ന് ഓടിച്ച് പോയി.

“എന്റെ അമ്മൂമ്മ, ഒരുപക്ഷേ ഞാൻ അവരെ ചതിച്ചു എന്ന് കരുതും. ഞങ്ങൾ ഉറച്ച ഹിന്ദു വിശ്വാസികളായിരുന്നു.” കമല വളരെ ശാന്ത മായാണ് സംസാരിച്ചിരുന്നത്. “എന്റെ അമ്മയുടെ സഹോദരിക്ക് ഞാൻ മുസ്ലീമായതിനു ശേഷവും എന്നെ വന്ന് കാണണമെന്ന് ആഗ്രഹമുണ്ടാ യിരുന്നു. പക്ഷേ, അവരുടെ മകൻ തടഞ്ഞു ‘അവരെ കണ്ടതിനുശേഷം തിരികെ ഇവിടേക്ക് വരണ്ട. വന്നാൽ ഞാൻ കൊന്നുകളയും’ എന്ന് ഭീഷണിപ്പെടുത്തി. ഇപ്പോൾ അയാളും അഭിപ്രായം മാറ്റിയിരിക്കുന്നു.”

സൈക്കിൾ സവാരിക്കാരെ പിന്തുടർന്ന് ഞങ്ങൾ ഒരു ഇടുങ്ങിയ പാത യിലെത്തി. അതിന്റെ ഇരുവശത്തും ഇടതൂർന്ന് വീടുകൾ നില്പുണ്ടായി രുന്നു. പാത എത്തിച്ചേർന്നത് തുറന്ന പാടത്തായിരുന്നു. സുധാകരൻ കാറിന്റെ വേഗത കുറച്ചു. മുന്നിൽ ഒരു ബഹളം. മിക്കവാറും പുരുഷ ന്മാരാണ്. വലിയ ജനക്കൂട്ടമാണ്. എനിക്ക് ഭയം തോന്നി. ഗ്രാമം മുഴുക്കെ അവിടെ ഒത്തുകൂടിയിരിക്കുന്നു. കൂടെ, പ്രാദേശിക, ദേശീയ മാധ്യമങ്ങൾ എല്ലാമുണ്ട്. പത്രക്കാരും ടി വിക്കാരുമുണ്ട് - മാതൃഭൂമി, ടൈംസ് ഓഫ്

ഇന്ത്യ, ദ ഹിന്ദു, ഇന്ത്യൻ എക്സ്പ്രസ്, ഇന്ത്യ വിഷൻ, ജീവൻ ടി വി, ഏഷ്യാനെറ്റ്, കൈരളി ടി വി, എല്ലാം. ഒരു മനുഷ്യ സുനാമിപോലെ അവരെല്ലാം ഒന്നിച്ച് മുന്നോട്ട് ഇരച്ച് കയറുവാൻ തുടങ്ങി.

"നിറുത്തൂ" ഞാൻ സുധാകരനോട് ഉച്ചത്തിൽ ആവശ്യപ്പെട്ടു.

"വേണ്ട." കമല പറഞ്ഞു.

സുധാകരൻ സാവധാനത്തിൽ ആ ആൾക്കൂട്ടത്തിനടുത്തേക്ക് വണ്ടിയോടിക്കുന്നത് ഞാൻ ഭയത്തോടെ നോക്കിയിരുന്നു.

"ഈ ടെലിവിഷൻകാർക്ക് ഞാൻ കരയുന്നത് കാണാൻ ആഗ്രഹമുണ്ടാകുമെന്ന് തോന്നുന്നു. മെറിലി, എന്നെ കരയിപ്പിക്കല്ലെ, ചിരിപ്പിക്കണേ." ഞങ്ങൾ ഒന്നുകൂടി അടുത്തെത്തിയിരിക്കുന്നു. "ഞാൻ എന്റെ കണ്ണുകൾ സൺഗ്ലാസ് ഉപയോഗിച്ച് മറയ്ക്കട്ടെ. അപ്പോൾ എന്റെ മനസ്സിലെ വികാരങ്ങൾ അവരറിയില്ലല്ലോ." ആൾക്കൂട്ടം വഴിമാറി. ഇരുവശത്തുമുള്ള മനുഷ്യമതിലിലേക്ക് കാർ മന്ദം മന്ദം കയറുവാൻ തുടങ്ങി. "മെറിലി, നീ വിശാലത്തിന്റെ തോളിൽ ഒന്ന് കൈയിട്ടോളൂ, അപ്പോൾ വിശാലമാണ് ഞാൻ എന്ന് അവർ തെറ്റിദ്ധരിച്ചോളും. അതൊരു തമാശയാക്കാം." കമല ചിരിച്ചു. "എന്ത് തമാശയാ. ഇതെല്ലാം കാണുമ്പോൾ എന്റെ ജിവിതം എത്ര നല്ലതായിരുന്നു എന്ന് എനിക്ക് ഉറപ്പാകുന്നു."

"ഇതിനകത്തേക്ക് ഓടിച്ചു കയറ്റണോ?" നാലപ്പാട്ടെ ശേഷിച്ച അവശിഷ്ടങ്ങൾ കണ്ട് സുധാകരൻ ചോദിച്ചു.

"വേണ്ട. ഞാൻ സെന്റിമെന്റലാകും." കമല തിരക്കിട്ട് ചുറ്റിലും നോക്കി. ഒന്നും പഴയ പരിസരങ്ങളല്ല. "മരുഭൂമിപോലെയുള്ള ഈ സ്ഥലം എനിക്കോർമ്മവരുന്നില്ല."

സുധാകരൻ വണ്ടി നിറുത്തി. കമലയ്ക്ക് വാതിൽ തുറന്ന് കൊടുത്തു. ഞാനിറങ്ങി കമലയുടെ അടുത്തെത്തുന്നതിനു മുമ്പ് കമല ഒരു വീൽ ചെയറിൽ കയറിക്കഴിഞ്ഞിരുന്നു. അവിടത്തെ ഒരു തുണ്ട് ഭൂമിയുടെ ഉടമ ഇപ്പോഴും കമലയാണ്. ഒരു പട്ടുകുട അപ്പോഴും കമലയുടെ തലയ്ക്ക് മുകളിൽ നിവർത്തി പിടിച്ചിട്ടുണ്ട്. മൈലാഞ്ചിയണിഞ്ഞ കൈകൾ ചുറ്റിലും വീശി കമല തന്നെകാണാൻ വന്നിരിക്കുന്ന ഗ്രാമവാസികളോട് കുശലം തുടങ്ങി. ചുറ്റിൽ നിന്നും സോണി, ലീകാസ്, നിക്കോൺ ഫ്ളാഷുകൾ മിന്നിത്തുടങ്ങി.

കമലയെ കുട്ടിക്കാലത്ത് പരിചരിച്ചിരുന്ന ലക്ഷ്മി എന്ന സ്ത്രീ ജനക്കൂട്ടത്തിൽ നിന്നും ഒരു വിധത്തിൽ മുന്നോട്ട് വന്നു. അവർ കമലയുടെ കൈ കടന്ന് പിടിച്ചു. കമല അവരെ ചേർത്ത് പിടിച്ചു. "ലക്ഷ്മി ഇപ്പോഴും എന്നെ ഓർക്കുന്നുവല്ലോ?" കമല പറഞ്ഞു.

"ഞാനെങ്ങനെ മറക്കും?" ലക്ഷ്മിയുടെ മറുപടി.

ആൾക്കൂട്ടത്തിൽനിന്നും ആരോ "ആമീ" എന്ന് വിളിച്ചു. കമലയുടെ കുട്ടിക്കാലത്തെ പേരാണത്. "നീർമാതളം പൂത്തതുപോലെ വന്നിരിക്കുന്നല്ലോ?" ഇങ്ങനെ വീൽചെയറിൽ കമലയെ കാണുമ്പോൾ വിഷമം

തോന്നുന്നു എന്ന് മറ്റൊരാൾ പറഞ്ഞു. ഞാൻ ആൾക്കൂട്ടത്തിനുമപ്പുറത്തേക്ക് നോക്കി. രണ്ടായിരത്തിൽ ഞാനിവിടേക്ക് വന്നപ്പോൾ പാറുക്കുട്ടിയെ കണ്ടുമുട്ടിയ തെങ്ങിൻതോപ്പ് അപ്രത്യക്ഷമായിരിക്കുന്നു. ഞാൻ സർപ്പക്കാവ് തിരഞ്ഞു. അവിടെ പുതിയ സിമന്റ് തറയിൽ പുതിയ സർപ്പവിഗ്രഹങ്ങൾ വച്ചിരിക്കുന്നു. ചുറ്റിലും വെട്ടിവെളുപ്പിച്ചിരിക്കുന്നു.

ഭാഗ്യത്തിന് ഈ വിഗ്രഹങ്ങളിലോ മുറിച്ചു മാറ്റപ്പെട്ട മരങ്ങളിലോ കമല അധികം ശ്രദ്ധ നൽകിയില്ല. പുതുതായി നട്ടുപിടിപ്പിച്ചിരിക്കുന്ന നേന്ത്രവാഴകൾക്കിടയിലെ കരിങ്കൽ പാതയും ശ്രദ്ധിച്ചില്ല. ജനക്കൂട്ടത്തിൽ നിന്നും വിധവയുടെ വെള്ളവസ്ത്രം ധരിച്ച ഊർമിളടീച്ചർ കടന്ന് വന്നു. തല നരച്ചിരിക്കുന്നു. കമലയുടെ സ്കൂൾ ജീവിതകാലത്തെ സതീർത്ഥ്യയാണവർ. കമല ഇരുകൈകളും നീട്ടി അവരെ സ്വീകരിച്ചു. ആ പഴയ സുഹൃത്ത് തന്റെ കൈകൾ കമലയുടെ ചുമലിൽ വച്ചു. പൂർണ്ണ ഭക്തിയോടെ തന്റെ നെറ്റി കമലയുടെ നെറ്റിയിൽ മുട്ടിച്ചു.

കമലയുടെ കസേര നീങ്ങിത്തുടങ്ങി. കമല എന്നെ മാടിവിളിച്ചു. മാധ്യമപ്രവർത്തകർ പുറകെയുണ്ട്. ഞങ്ങൾ സുകുമാരന്റെ പുതിയ ബംഗ്ലാവിലേക്ക് പ്രവേശിച്ചു. അദ്ദേഹമാണിപ്പോൾ നാലപ്പാട്ട് വീടിന്റെ ഉടമ. നാലുവരി നീളത്തിൽ മാധ്യമപ്രവർത്തകർ ചുറ്റിലുമുണ്ട്. സധൈര്യം ഈ കോടതിയെ കൈകാര്യം ചെയ്യുവാൻ കമലയ്ക്കാകും. അവർക്ക് അതിൽ പ്രാവീണ്യമുണ്ട്. വളരെ അനായാസം അവരത് ചെയ്യുകയും ചെയ്തു.

“എന്തുകൊണ്ടാണിവിടെ സന്ദർശിക്കുവാൻ തീരുമാനിച്ചത്?” ആരോ ചോദിച്ചു.

"എന്റെ യാത്ര തുടങ്ങിയത് ഇവിടെ നിന്നാണ്. ഈ സ്ഥലത്തെ ഞാൻ സ്നേഹിക്കുന്നു. ഇവിടത്തെ ഓരോ മണൽതരിയേയും ഞാൻ സ്നേഹിക്കുന്നു. ഞാനൊരു മുസ്ലീമായപ്പോൾ എന്നെക്കുറിച്ച് ഇവിടെയുള്ള ചിലർ മോശമായി പറഞ്ഞതിനാലാണ് ഇനി ഒരിക്കലും ഇവിടേക്ക് വരില്ലെന്ന് ചിന്തിച്ചത്. എന്നാൽ അതൊക്കെ കഴിഞ്ഞിരിക്കുന്നു. എന്റെ ഹൃദയത്തിൽ പുന്നയൂർക്കുളമുണ്ടാക്കിയ മുറിപ്പാടുകൾ ഉണങ്ങിയിരിക്കുന്നു."

"ഇത് അവസാന സന്ദർശനമാണോ?"

"മനുഷ്യരൂപത്തിൽ ഇനി ഞാൻ പുന്നയൂർക്കുളത്തെത്തുകയില്ല. എന്റെ അടുത്ത ജന്മത്തിൽ ഒരു പക്ഷിയാകണം എന്നാണെന്റെ ആഗ്രഹം. നീർമാതളത്തിന്റെ മണം തേടുന്ന ഒരു നീലപൊന്മാനായി ഞാനിനി ഇവിടെ വരും. കുളത്തിനു മീതെ വട്ടമിട്ട് പറക്കുന്ന നീല പൊന്മാൻ."

മുപ്പത് മിനിട്ട് നാടിന്റെ മകൾ അങ്ങനെ ചെലവഴിച്ചു. പിന്നെ ഞങ്ങളോട് 'മതി, കഴിഞ്ഞു' എന്ന് ആംഗ്യം കാണിച്ചു. ഞങ്ങൾ പെട്ടെന്ന് തന്നെ മടക്കയാത്രയാരംഭിച്ചു.

"എങ്ങനെയുണ്ടായിരുന്നു?" മടക്കയാത്രയ്ക്കിടയിൽ കമല ചോദിച്ചു.

"അവർ നിങ്ങളെ സ്നേഹിക്കുന്നുണ്ട് അമ്മേ?" സുധാകരന്റെ മറുപടി.

"കമലയ്ക്ക് എന്ത് തോന്നി?" ഞാൻ ചോദിച്ചു.

"എനിക്കിഷ്ടമായി. വലിയ ഇഷ്ടമായി. എന്തോ ആരും എന്നെയോർക്കുന്നുണ്ടാകില്ല എന്നൊരു തോന്നൽ എന്നിലുണ്ടായിരുന്നു. ഇനി ഒന്ന് കുളിക്കണം. അതൊരു കുളിയാകും. എത്ര ആളുകളാണെന്നെ തൊട്ടത്. അതെല്ലാം ഒന്ന് കഴുകിക്കളയണം."

പിറ്റേന്ന് കമലയുടെ കിടപ്പ് മുറിയുടെ ചുവരിൽ ഞാൻ ഒരു പെയ്ന്റിങ്ങ് കണ്ടു. മതപരമായ എന്തോ ആണ് അതെന്ന് എനിക്ക് മനസ്സിലായി. അത് ശ്രീചക്രമാണെന്നും തന്റെ ഏറ്റവും ഇഷ്ടപ്പെട്ട ഹിന്ദു പെയ്ന്റിങ്ങാണെന്നും കമല പറഞ്ഞുതന്നു. അടുത്ത കാലത്ത് താൻ അതിനെ വീണ്ടും തന്റെ ജീവിതത്തിലേക്ക് സ്വാഗതം ചെയ്തിരിക്കുകയാണെന്നും പറഞ്ഞു. "ശ്രീചക്രം മുറിയിലുള്ളപ്പോൾ നുണ പറയാം, മാംസം ഭക്ഷിക്കാം." കമല പറഞ്ഞ് തന്നു.

കമല കൂടെക്കൂടെ താൻ ഒരു മതത്തിലും വിശ്വസിക്കുന്നില്ല എന്ന് പറയാറുണ്ടെന്ന് ഞാൻ ഓർമ്മിപ്പിച്ചു.

"അതെ. അത് വച്ച് മുതലെടുക്കുന്നവർ മാത്രമേ അതിനെ പ്രകീർത്തിക്കാറുള്ളൂ." ഒരു പരുഷമായ അപശ്രുതിസ്വരത്തെ പവിത്രമാക്കുന്ന രീതിയിൽ കമല പറഞ്ഞു. "പക്ഷേ ആത്മീയത എന്നത് മറ്റൊന്നാണ്. എന്റെ ഉള്ളിന്റെ ഉള്ളിലെ ഒരു നിശ്ശബ്ദത, അത് എനിക്ക് പവിത്രമാണ്." ഒരു വിശ്വാസിയും ദൈവവും തമ്മിലുള്ള പാരസ്പര്യത്തിന്റെ വ്യക്തി

പരമായ വിശ്വാസത്തിൽ താൻ വിശ്വസിക്കുന്നുവെന്ന് കമല പറയുന്നു. "സയാമീസ് ഇരട്ടകളെപ്പോലെയാണത്. ഞാൻ എന്റെ ദൈവമെന്ന് വിശ്വസിക്കുന്നതിനെ നീ എടുക്കുകയാണെങ്കിൽ പിന്നെ ഞാൻ എന്നൊന്ന് ഉണ്ടാകില്ല. അങ്ങനെയൊരു ആരാധനയില്ലെങ്കിൽ, ആരാധ കനുമൊത്ത് അങ്ങനെയൊരു ബന്ധമില്ലെങ്കിൽ, പിന്നെ ദൈവത്തിനും നിലനില്പില്ല."

കമലയുടെ സൈദ്ധാന്തികമല്ലാത്ത, മതപരമല്ലാത്ത ദൈവം എന്ന സങ്കല്പം അന്ന് രാത്രി എന്റെ മനസ്സിൽ ഉറച്ചു. ഞാൻ തിരഞ്ഞു. The Old Playhouse and Other Poems എന്ന് കൃതിയിൽ ഞാൻ ഒരു അട യാളം വച്ചിരിക്കുന്നു. വർഷങ്ങൾക്ക് മുമ്പ് വച്ച അടയാളമാണത്. അതിൽ കമലയുടെ 'ദായക്രമം' എന്ന കവിതയായിരുന്നു. കമല തന്റെ മുപ്പതു കളിൽ എഴുതിയ ഒരു കവിത. അത് വായിക്കുമ്പോൾ കമലയിൽ നില വിലുള്ള മത മൗലിക വാദത്തിനോടുള്ള ദീർഘദർശിയായ ഭയം എന്തു കൊണ്ടെന്ന് എനിക്കുറപ്പാകുന്നു. ഒരു പൂർണ്ണ വൃത്തം മുഴുവനാക്കിയതു പോലെ അവർ തിരിച്ചെത്തിയിരിക്കുന്നു. അവരുടെ വാക്കുകൾ ആ വൃത്ത ത്തിൽ തട്ടി പ്രതിധ്വനിക്കുന്നു.

സൂര്യാസ്തമനത്തിന്,
പള്ളിമിനാരങ്ങൾ
വിലാപംപോലെയുതിർക്കുന്ന
ബാങ്കുവിളികൾ,
ദൈവദൂതന്മാരുടെ
മണിയൊച്ചകളുമായി
കുരിശുപള്ളികൾ,
ആവർത്തിച്ചുറപ്പിക്കുന്ന
ക്ഷേത്രങ്ങളിലെ മന്ത്രോച്ചാരണങ്ങൾ,
നമ്മുടെ ആത്മാക്കളിൽ
നട്ടുവളർത്തിയ പ്രാക്തന കാലത്തിന്റെ
വൈറസുകൾ...

ഇരുട്ട് കുത്തി നിറച്ച്
പരുക്കനായി വളർന്ന
ഹൃദയങ്ങൾ...

നമ്മുടെ പിതാക്കന്മാരുടെ ഈ ഭ്രാന്തുകൾ
ഇനിയെങ്കിലും കൈവിടുക എന്ന്
തെല്ലൊന്ന് ചിന്തിച്ചപ്പോൾ
വേറിട്ട മൂന്ന് ഭാഷ്യങ്ങളിൽ
അവർ കലഹിക്കാനെത്തി

അവിശ്വാസികളെ കൊന്നൊടുക്കുക
അല്ലെങ്കിൽ അവരെ നിശ്ശബ്ദരാക്കുക
അവരുടെ പൈതങ്ങളുടെ
ആന്തരികതകൾ നുറുക്കി
ശോഷിച്ച കുടലുകൾ പിഴുതെറിയുക
ദൈവമേ, അവിശ്വാസിയുടെ രക്തത്തിൽ മനനം ചെയ്ത്
നിന്റെ മോഹനമായ നാമം ഘോഷിക്കപ്പെടട്ടെ
മതങ്ങൾ അനുഗ്രഹിക്കപ്പെടട്ടെ
നമ്മുടെ വിശുദ്ധിയുടെ നഗരവും
അതിന്റെ തിളങ്ങുന്ന പെരുമയും വാഴ്ത്തപ്പെടട്ടെ

വന്യമായ ഈ വിരോധാഭാസം എന്നെ കമല "ദായക്രമം" എഴുതിയ കാലഘട്ടത്തിൽ നിന്നും മതങ്ങളോടുള്ള അവരുടെ ചിന്താഗതിയിൽ മാറ്റങ്ങളുണ്ടായോ എന്ന ആശ്ചര്യത്തിലേക്കെത്തിച്ചു.

"മുപ്പതുകളിൽ ഞാൻ കോപിഷ്ഠയായിരുന്നു." ഞാൻ കമലയോട് ഇതിനെക്കുറിച്ച് ചോദിച്ചപ്പോൾ വന്ന പ്രതികരണം ഇതായിരുന്നു. "അന്ന് ഞാൻ മതത്തെ 'ഭ്രാന്ത്' എന്നാണ് വിളിച്ചത്. രക്തത്തിൽ നിന്നും രക്തത്തിലേക്ക് പടരുന്ന ഒരു രോഗാണുവാണത് എന്ന് ഞാൻ കരുതി. അത് ഇന്നും വളരെ അസന്തുഷ്ടി തരുന്ന ഒന്ന് തന്നെയാണ്. ഞാനതിനെ ബഹുമാനിക്കുന്നില്ല. ഇന്നിപ്പോൾ അതിന് പ്രസക്തിയൊന്നുമില്ലെന്നും ഞാൻ കരുതുന്നു. പക്ഷേ, ഞാൻ മുന്നോട്ട് പോയിട്ടുണ്ടെന്നാണ് എന്റെ വിശ്വാസം. മതം എന്നത് വ്യാജമാണെന്ന് ഞാൻ കാണുന്നുണ്ട്. എന്റെയടുത്ത് ആരെങ്കിലും 'ഞാനൊരു സന്ന്യാസി'യാണെന്ന് പറഞ്ഞ് വന്നാൽ അയാൾ വ്യാജനാണെന്ന് ഞാൻ ധരിക്കും. അയാളെ വ്യാജനെന്ന് അംഗീകരിച്ച് ഞാൻ അയാൾക്ക് ഒരു ചായ കൊടുക്കും. എനിക്കപ്പോഴും ദേഷ്യമുണ്ടാകുകയില്ല."

പിറ്റേന്ന് തന്റെ നോവലിന്റെ അവസാനഭാഗം കമല എനിക്ക് പറഞ്ഞു തന്നു. അത് ഒരു വിഷമഘട്ടത്തിന്റെ അവസാനമായിരുന്നു.

ഓർമ്മ നശിച്ച സാദിഖ് അലി ഇപ്പോൾ ഒരു ഹിന്ദു തീർത്ഥാടകനാണ്. അയാൾ ഒരു ക്ഷേത്രത്തിലെ ശ്രീകോവിലിൽ പ്രവേശിക്കുന്നു. അവിടെ ഒരു ശിവലിംഗമാണ് പ്രതിഷ്ഠ. അതിനകത്ത് കയറിയ അയാൾ അവിടെ കീർത്തനങ്ങൾ ചൊല്ലിക്കൊണ്ടിരുന്ന അന്നസുരയ്യയുടെ സ്വരം കേൾക്കുന്നു. അത് കേട്ടപാടെ അയാൾക്ക് ഓർമ്മ തിരിച്ച് കിട്ടുന്നു. മതത്തിന്റെ ഈ ഉത്തുംഗതയിൽ സാധാരണയായി ആത്മാവ് ശരീരത്തിനു മേലാണ് സ്വാധീനം ചെലുത്താറുള്ളതെന്നും എന്നാൽ അന്നസുരയ്യയുടെ സ്വരം കേട്ട സാദിഖ് അലിയിൽ തിരിച്ചാണുണ്ടായതെന്നും കമല പറയുന്നു. അതായത് ആത്മാവിനുമേൽ ശരീരം സ്വാധീനം ചെലുത്തി. "മതത്തിന്റെ ആഴങ്ങളിലേക്കിറങ്ങി ചെന്നാൽ പിന്നെ മതം എന്നൊന്ന്

ഇല്ലാതാകുന്നു. നിങ്ങൾ പിന്നെ ഒരു മതത്തിലും പെടാത്തയാളാകുന്നു. നിങ്ങൾ നിങ്ങൾ മാത്രമാകുന്നു." താൻ ഒരു ഹിന്ദു ക്ഷേത്രത്തിൽ പ്രവേശിച്ചിരിക്കുന്നു എന്ന് മനസ്സിലാക്കിയ സാദിഖ് അലി, ഭയന്ന് വിറയ്ക്കുന്നു. അയാൾ തന്റെ ഗുരുവിനോട് മാപ്പപേക്ഷിക്കുന്നു.

"താങ്കൾക്ക് എന്ത് വേണം" ഗുരു ചോദിക്കുന്നു.

"എനിക്ക് ഒരു രണ്ടാമൂഴം വേണം." സാദിഖ് അലി ആവശ്യപ്പെടുന്നു.

ഗുരുവിന് സാദിഖ് അലിയുടെ വികാരം മനസ്സിലാകുന്നു. പിറ്റേന്ന് കാലത്തുള്ള ബസ്സിൽ യാത്രയാകുവാനും പാതിവഴിയിൽ വച്ച് അന്ന സുരയ്യയുമായി സംഗമിക്കുവാനും അയാൾ ഉപദേശിക്കുന്നു. "നദിക്കരയിൽ ഇനി രണ്ടുപേരും ഒന്നിച്ച് ജീവിക്കുക."

കഥയുടെ അവസാനം കേട്ടപ്പോൾ ഞാൻ കൈയടിച്ചു. അത് കമലയുടെ തന്നെ കഥയാണെന്ന് ഞാൻ കരുതുന്നു. പുനരാവിഷ്കരണം മാത്രമാണെന്ന് കരുതുന്നു.

ഒരു മുസ്ലീമിനെ തന്റെ ഇളം പച്ച വസ്ത്രങ്ങളിൽ ഹിന്ദു തീർത്ഥാടനത്തിന് ഞാനയച്ചു. മോശമായി ഒന്നും സംഭവിച്ചില്ല." സന്തുഷ്ടയായ കമല പറഞ്ഞു. "ഇത്തരം കാര്യങ്ങളിൽ മാറ്റങ്ങൾ വരുത്തുവാനാകും എന്ന് എനിക്ക് ജനങ്ങൾക്ക് കാണിച്ചുകൊടുക്കണം. കഥയിൽ ഞാൻ മാനവസ്നേഹത്തെയാണ് പുനരുജ്ജീവിപ്പിച്ചിരിക്കുന്നത്. അവസാനത്തെ ഭാഗം സന്തോഷകരമെന്നോ സന്തോഷമില്ലാത്തതെന്നോ പറയാം, എന്തായാലും ഒന്നിച്ചായപ്പോൾ അവരിരുവരും സന്തോഷിച്ചു."

കമല മതമൗലികവാദത്തേയും ഭയത്തേയും അതിജീവിക്കുവാൻ കലമാധ്യമമാക്കുകയാണെന്ന് എനിക്കു തോന്നി. ഞങ്ങളിരുവർക്കും ഇത് ഒരു നല്ല അവസാനമായിരുന്നു.

മടക്കയാത്രയ്ക്കുമുമ്പ് ഒരു വിരുന്ന് നൽകുവാൻ ഞാൻ ശ്രമിക്കുകയാണ്. പക്ഷേ, കമല ഇടയ്ക്ക് കയറി. ഞങ്ങൾ ഇതിനുമുമ്പ് കണ്ടിട്ടുള്ള എല്ലാവരേയും ക്ഷണിച്ചു. മംഗുവും ഭാര്യയും, അവധി ആഘോഷിച്ച് ഈയ്യിടെ തിരിച്ചെത്തിയ എന്റെ അനുജൻ ഹൈമാൻ, മിന്നി, ഒരു കുടുംബസുഹൃത്ത്, കവി ബാലചന്ദ്രനും വിജയയും, മോണ്ട്രിയലിൽ നിന്നും ഡേവിഡ്, എന്റെ പുത്രി ക്ലിയോ, അവളുടെ ഭർത്താവ്, അമേരിക്കൻ കോളേജിൽ നിന്നും സന്ദർശനത്തിനെത്തിയ രണ്ട് യുവതികൾ എന്നിങ്ങനെ എല്ലാവരേയും. പാചകക്കാർക്ക് ദിവസം മുഴുക്കെ ജോലിത്തിരക്കായിരുന്നു. അവർ തിളങ്ങുന്ന പാത്രങ്ങളിൽ എല്ലാവർക്കും ഭക്ഷണം കൊടുത്തയച്ചു. കമല ബാലചന്ദ്രനോട് കവിത ചൊല്ലാൻ ആവശ്യപ്പെട്ടു. ബാലചന്ദ്രൻ തന്റെ മലയാളം കവിത ചൊല്ലി. കവിത കേട്ട് മിക്കവരുടേയും ശ്വാസം നിലച്ചുപോയി. പിന്നെ സംസാരം നുരച്ച് പൊന്തുവാൻ തുടങ്ങി. "മെറിലി നീ മംഗുവിന് ഒരു ഉമ്മ കൊടുക്കണം" "ഹൈമാൻ മിന്നിയ്ക്ക് ഉമ്മ കൊടുത്തുവോ?" എന്നിങ്ങനെ കമലയിൽ നിന്നും തന്റെ സ്വതസിദ്ധശൈലിയിലുള്ള സ്വഭാവചിത്രണങ്ങൾ ചുറ്റിലും പറന്നുനടന്ന്

തുടങ്ങി. ദൽഹി, ബോംബെ, കൽക്കട്ട എന്നിവിടങ്ങളിൽ കമല ആതിഥേയത്വം വഹിച്ച സായാഹ്നവിരുന്നുകളെ ഓർമ്മിപ്പിക്കുന്നതായിരുന്നു ഇത്.

അതിഥികൾ യാത്രയായപ്പോൾ കമല തന്റെ കസേരയിൽ ഉപവിഷ്ടയായി. പിന്നെ തന്റെ വിഡ്ഢിത്തങ്ങളോർത്ത് ചിരിക്കുകയായി. അതിനോടൊപ്പം അന്നത്തെ സായാഹ്നം തനിക്കു നൽകിയ സന്തോഷം, വെറുതെയുള്ള സംസാരങ്ങൾ, തമാശകൾ എന്നിവയോർത്തും ചിരിച്ചു. സന്തോഷം എന്നത് സ്ഥായിയായി നിലനിൽക്കുന്ന ഒന്നല്ല എന്നതിനാലായിരുന്നു മിക്കപ്പോഴും ഈ ചിരി. “ഒരു പക്ഷിയുടെ കൂജനം പോലെയാണത്. ഒന്ന് ശബ്ദിച്ച് അത് ഈ മരച്ചില്ലയിൽ നിന്നും മറ്റൊന്നിലേക്ക് പറന്നു പോകുന്നു. ആ നിമിഷത്തിൽ അഭിമാനിക്കുക. കാരണം അത് മടങ്ങിപ്പോകുവാൻ വേണ്ടി മാത്രം വന്നതാണ്.” എന്റെ മകൾ അപ്പോഴും കൊച്ചിയിൽ തന്നെ തുടരുന്നതിനാൽ ഞാൻ കമലയോട് യാത്ര പറയേണ്ട നിമിഷങ്ങളിലേക്ക് നീങ്ങുകയായിരുന്നു. കമല തന്റെ രണ്ട് കൈകളും കൊണ്ട് എന്നെ ചുറ്റിവരിഞ്ഞു. ആലിംഗനം ചെയ്തു. എന്നിട്ട് എന്നെ തള്ളിമാറ്റി ആകെ ഒന്ന് വീക്ഷിച്ചു.

“ഞാൻ വിളിക്കാം. അടുത്ത വർഷം വീണ്ടും വരാം.” ഞാൻ പറഞ്ഞു.

ഞാൻ യാത്രയാകുന്നതറിഞ്ഞ് അവരുടെ മുഖം മങ്ങി. “നീ പോകുകയാണെന്ന് ഇന്ന് ഞാനറിയുന്നു, പക്ഷേ, അതേസമയം എനിക്ക്, ഞാൻ നിന്റെ വരവ് കാത്തിരിക്കുകയാണോ എന്ന തോന്നലുമുണ്ടാകുന്നു.”

എനിക്കായി കാത്തുനിന്നിരുന്ന ടാക്സിയിൽ ഞാൻ വളവുകൾ തിരിഞ്ഞ് യാത്ര തുടങ്ങി. എന്റെ സഹോദരൻ എനിക്കായി ബാറിൽ കാത്തിരിക്കുന്നുണ്ടായിരുന്നു. ഞങ്ങൾ ഒരു കിങ്ഫിഷർ ബിയർ പങ്കുവച്ചു. അയാൾ തന്റെ അഞ്ച് ദിവസം ദീർഘിച്ച മൂന്നാർ ആലപ്പുഴ വിനോദയാത്രയെക്കുറിച്ച് സംസാരിച്ചു. ഞാൻ കേട്ടുകൊണ്ടിരുന്നു. കേരളത്തിൽ ഒരു വിനോദ സഞ്ചാരിയായി വരുന്നത് സത്യത്തിൽ വിനോദം തന്നെയായിരിക്കണം എന്ന ചിന്ത അപ്പോൾ മനസ്സിലുണ്ടായി. അങ്ങനെ വരികയാണെങ്കിൽ ലഭ്യമാകുമായിരുന്ന അവിചാരിത സംഭവങ്ങൾ, വിനയം, ഉൾക്കാഴ്ച, കറുപ്പിന്റേയും വെളുപ്പിന്റേയും അനേകം ഭാവങ്ങൾ, വലിയ സൗഹൃദങ്ങൾ എന്നിവ എനിക്ക് നഷ്ടമായിട്ടുണ്ടാകാം.

കനഡയിൽ തിരിച്ചെത്തിയ ഉടൻതന്നെ ഞാൻ കമലയെ വിളിച്ചു. നോവലിന്റെ അവസാനം എങ്ങനെയാണെന്നറിയുവാനുള്ള തിടുക്കമായിരുന്നു എനിക്ക്. വീട്ടിൽ തിരിച്ചെത്തിയതിനാൽ എനിക്കിനി, കമലയെ എത്ര കണ്ടറിയില്ല എന്നതും ചിന്തിക്കുവാനുള്ളു. കമലയുടെ ഞാൻ വായിക്കാത്ത കവിതകളും മലയാളം കഥകളും എത്ര മികച്ചതാണെന്നും. അതിനോടൊപ്പം എനിക്ക് സ്വയം ചോദ്യങ്ങൾ ചോദിക്കാം, എനിക്ക് ചെയ്യാവുന്നതിൽ ഏറ്റവും മികച്ച രീതിയിൽ ഞാനെന്റെ ജോലി ചെയ്തിട്ടുണ്ടോ എന്ന് ചോദിക്കാം. കമലയുടെ പുസ്തകത്തിന് ഏറ്റവും മികച്ച

അവസാനം അന്നസുരയ്യയും സാദിഖ് അലിയും വീണ്ടും ഒന്നാകുന്നതാ യിരിക്കും എന്ന അഭിപ്രായം ഞാൻ രേഖപ്പെടുത്തി. എന്റെ പുസ്തക ത്തിന്റെ അവസാനത്തിനു യോജിച്ചത് പ്രായം, രോഗം, വിപരീതാവസ്ഥ കൾ എന്നിവയെയെല്ലാം തന്റെ തൂലികകൊണ്ട് വെല്ലുവിളിച്ച് വിജയം വരിച്ച കമലയുടെ രൂപമാണെന്നും ഞാൻ കൂട്ടിച്ചേർത്തു.

തന്നെ കാണാൻ ഒരാൾ വന്നിരുന്നുവെന്നും, അയാൾ പെന്തക്കോ സ്ത് വിഭാഗക്കാരനായിരുന്നുവെന്നും, അയാൾ തന്റെ തല അയാളുടേതു മായി ശക്തമായി കൂട്ടിമുട്ടിച്ച് ഉറക്കെ "യേശുവേ, നിന്റെ ഈ പുത്രിയെ രക്ഷിച്ചാലും" എന്ന് പ്രാർത്ഥിച്ചുവെന്നും കമല പറഞ്ഞു." അയാളുടെ ആ പ്രവൃത്തിമൂലം തനിക്കിപ്പോൾ ശക്തമായി തലവേദനിക്കുന്നുവെന്നും കമല പറഞ്ഞു. തന്നെ കൂടുതൽ പേർ വെറുക്കാൻ തുടങ്ങിയിരിക്കുന്നു. ഈ പ്രായത്തിൽ നോവലെഴുതുന്നതിലും നല്ലത് ആത്മീയ കാര്യങ്ങളിൽ മുഴുകുന്നതാണ് എന്ന് അവർ അഭിപ്രായപ്പെടുന്നു, തന്റെ ഇമാമായ റഹ്മാന്റെ അഭിപ്രായം തന്റെ ഈ നോവലിലെ നായികാനായകന്മാർ പരസ്പരം കണ്ടുമുട്ടരുത് എന്നാണ്. കമല അയാളോട് പ്രണയം മാധ്യമ മാക്കി താൻ മുസ്ലീം വിഭാഗത്തിൽ മാറ്റങ്ങൾ വരുത്തുവാൻ ആഗ്രഹി ക്കുന്നു എന്ന് പറഞ്ഞപ്പോൾ അയാൾക്കത് വലിയ പ്രഹരം ലഭിച്ചതു പോലെയായി, അയാൾ സ്തബ്ധനായി. ചിലപ്പോഴെങ്കിലും മലയാളത്തി ലെഴുതുമ്പോൾ കമലയ്ക്ക് ചില വാക്കുകൾ ലഭിക്കാതെ പോകുന്നു. അപ്പോൾ കമല നിഘണ്ടു തിരയുന്നു. "elitoris" എന്നതിന്റെ മലയാളം വാക്കിനായി ഞാൻ കുറേ തിരഞ്ഞു. അവസാനം എനിക്ക് അതിലും സുന്ദരമായ ഭഗശിശ്നിക എന്ന വാക്കാണ് ലഭിച്ചത്. സ്ത്രീശരീരത്തിന്റെ മദ്ധ്യത്തിന് ഞാൻ ഭഗശിസ്നിക എന്ന് പേരു നൽകി. അതെഴുതിയതു കൊണ്ട് ആരെങ്കിലും എന്നെ കൊല്ലുകയാണെങ്കിലും എനിക്ക് യാതൊരു വിഷമവുമില്ല. കാരണം, മലയാളിയോട് പ്രണയം എന്നാൽ എന്താണെന്ന് എനിക്ക് പറയണം. "അവസാന രംഗത്തിന്റെ ഭാഷാന്തരം ഞാൻ ചോദിച്ചു. അപ്പോൾ മറുപടി ഇതായിരുന്നു." ഒരു പുനഃസമാഗമം ഉണ്ടാ യിട്ടില്ല. ആ സ്ത്രീയെ പുനഃസമാഗമത്തിന്റെ പത്തു നാഴിക ഇപ്പുറത്ത് വച്ച് കൊന്നുകളഞ്ഞാലോ എന്ന് ഞാൻ ചിന്തിക്കുകയാണ്. അവരുടെ പുനഃസമാഗമം ഉണ്ടായി എന്നൊക്കെ പറഞ്ഞാൽ അത് കുട്ടിത്തമാ കില്ലേ?"

"അങ്ങനെയാണോ......?" ഞാനൊന്ന് അമർത്തി മൂളി.

"അവർ വീണ്ടും ഒന്നാകുന്നതാണ് മെറിലിക്കിഷ്ടം എന്നെനി ക്കറിയാം."

"അത് കമലയുടെ പുസ്തകമാണ്. എന്തെഴുതണമെന്ന് തീരുമാനി ക്കേണ്ടത് കമലയാണ്." ഞാൻ വിട്ടുവീഴ്ചയില്ലാതെ പറഞ്ഞു.

"അത് ശരിയാണ്. ഒരുപക്ഷേ സുന്ദരമായ ഒരു സ്വപ്നത്തിൽ എനിക്ക് ഈ കഥയുടെ അവസാനമെന്തെന്ന് അറിയുവാനായേക്കും." കമല ആ വാചകം പറഞ്ഞത് ഞങ്ങൾ രണ്ടു പേർക്കും വേണ്ടിയായിരുന്നു.

കമലയുടെ പ്രമേഹരോഗം വീണ്ടും മൂർച്ഛിച്ചു. പല ആഴ്ചകൾ കഴിഞ്ഞിട്ടാണ് വീണ്ടും ഒന്ന് സംസാരിക്കാം എന്ന നിലയിലായത്. കമലയ്ക്ക് ഇപ്പോഴും തലവേദനയുണ്ട്. ആ പെന്തക്കോസ്തുകാരൻ വരുത്തി വച്ചത് എന്നാണ് കമല പറയുന്നത്. തന്റെ മരുമകളും കുട്ടികളും വരുന്നുണ്ട് എന്ന് കമല പറഞ്ഞു. ഇപ്പോൾ മുഴുവൻ സമയവും കമലയോടൊപ്പം ഒരു പരിചാരികയുണ്ട്. അതിനാൽ ഒരു സുരക്ഷിതത്വമുണ്ട്. കൂടാതെ ഒരു എഴുപത്തിയഞ്ചുകാരൻ രാജകുമാരൻ കമലയെ ചികിത്സയ്ക്കായി ലണ്ടനിലേക്ക് കൊണ്ടുപോകാമെന്ന് ഏറ്റിരിക്കുന്നു.

"നോവൽ അവസാനിപ്പിച്ചിട്ടില്ല എന്ന് വിശ്വസിക്കുന്നു." ഞാൻ പറഞ്ഞു.

"അത് അവസാനിച്ചിട്ടില്ല. അവസാന അദ്ധ്യായത്തിൽ ഒന്നും അവസാനിക്കുന്നില്ലല്ലോ. അവസാനിക്കുന്നത് നമ്മളാണ്, കാലുകൾ കൂട്ടിത്തല്ലി, ശ്വാസം നിലച്ച്, പക്ഷേ, കഥകൾ ഒരിക്കലും അവസാനിക്കില്ല. കഥാപാത്രങ്ങൾ എവിടെയാണോ അവിടെ തന്നെ നിൽക്കുന്നു, മരവിച്ചതുപോലെ."

"അപ്പോൾ സാദിഖ് അലിക്കും അന്നസുരയ്യയ്ക്കും എന്ത് സംഭവിക്കും?"

"ആ രാത്രി അവർക്ക് ഒന്നിച്ച് കഴിയുവാനായില്ല. അവർ പരസ്പരം തിരിച്ചറിഞ്ഞു. പക്ഷേ, മലയിൽനിന്നും മഞ്ഞിന്റെ ഒരു ഭാഗം അടർന്നു വീണു. അതവരെ അകറ്റി നിറുത്തി. പക്ഷേ, അവിടം കൊണ്ട് അവസാനിക്കുന്നില്ല. അവരുടെ ആഗ്രഹങ്ങൾ അവസാനിക്കാതെ നിൽക്കുന്നു, അല്ലെങ്കിൽ അതേ ആഗ്രഹം മറ്റുള്ളവരിൽ ഉദ്ഭവിക്കുന്നു. ഒരു മെഴുകുതിരി അണയുമ്പോൾ മറ്റൊന്ന് കത്തിക്കുന്നതുപോലെയാണത്. പേരും സ്ഥലവും അവസ്ഥകളും മാത്രമേ മാറുന്നുള്ളു. നമ്മൾ എഴുത്ത് നിറുത്തിയാൽ മറ്റാരെങ്കിലും അതേറ്റെടുത്ത് തുടരും. ഒരു കഥയും ഒരിക്കലും അവസാനിക്കുന്നില്ല."

ഭരതവാക്യം

എന്റെ വസ്ത്രങ്ങളും ആഭരണങ്ങളും ഞാനാദ്യമായി അഴിച്ചുവയ്ക്കും. ഇളം തവിട്ട് നിറമുള്ള ഈ തൊലി ഊരുകയും എല്ലുകൾ തകർക്കുകയും ചെയ്യാൻ ഞാൻ ഉദ്ദേശിക്കുന്നു. ഒടുവിൽ എല്ലിനുമകത്ത്, മജ്ജയ്ക്കും കീഴിൽ, ആഴത്തിൽ പ്രത്യേകിച്ചൊരിപ്പിടമില്ലാത്തതും അനാഥവും അതിസുന്ദരവുമായ ആത്മാവിനെ നിങ്ങൾക്കു കാണുവാൻ സാധിക്കുമെന്നു ഞാനാശിക്കുന്നു..... എന്നെ സ്നേഹിക്കുവാൻ നിങ്ങൾക്കു സാധ്യമാവുമോ, എന്നെങ്കിലും ശരീരമെന്ന വസ്ത്രമഴിച്ച് പൂർണ്ണനഗ്നമായി നിൽക്കുന്ന എന്നെ സ്നേഹിക്കാമോ....

(എന്റെ കഥ)

2009 മെയ് 31ന് കമലാദാസ് അന്തരിച്ചു. വേർപാടിന്റെ രണ്ടര വർഷം മുമ്പ് കമല കൊച്ചിയിൽനിന്നും പൂനയിലേക്ക് താമസം മാറ്റിയിരുന്നു. കമലയുടെ മകൻ ജയസൂര്യയും കുടുംബവും പൂനയിലായിരുന്നു താമസം. കമലയും, പൂനയിൽ അവരോടൊപ്പമാണ് താമസിച്ചിരുന്നത്. കമല ഏറ്റവും കൂടുതൽ സ്നേഹിച്ചിരുന്ന അവരുടെ രണ്ട് മരുമക്കളും കൂടിയാണ് കമലയുടെ മൃതദേഹം കുളിപ്പിച്ചത്. അതിനു ശേഷം ശരീരം ജന്മനാടായ കേരളത്തിലേക്ക് കൊണ്ടുപോയി. ആയിരക്കണക്കിനാളുകളാണ് മൃതദേഹം ഒരു നോക്ക് കാണുവാനും അന്തിമോപചാരം അർപ്പിക്കുവാനുമായി തടിച്ചുകൂടിയത്. അതിൽ എല്ലാ പ്രായക്കാരുമുണ്ടായിരുന്നു. അവർ കരയുകയായിരുന്നു. ശവഘോഷയാത്ര ടെലിവിഷനിൽ ലൈവ് ആയി കാണിച്ചു. തൃശൂർ, കൊച്ചി, ആലപ്പുഴ, കൊല്ലം, തിരുവനന്തപുരം എന്നിവിടങ്ങളിൽ മൃതദേഹം പൊതു ദർശനത്തിനു വച്ചു.

എല്ലാ സഭകളോടും സമാനതയോടെയുള്ള കമലയുടെ മനോഭാവം വ്യക്തമാക്കുന്നതായിരുന്നു പാളയം ഖബറിസ്ഥാനിൽ അവരുടെ സംസ്കാരച്ചടങ്ങ്. അതിൽ എല്ലാ വിഭാഗങ്ങളിലുമുള്ളവർ പങ്കെടുത്തു. രാഷ്ട്രീയ നേതാക്കന്മാർ, രാഷ്ട്രീയം മറന്ന് തികച്ചും വ്യക്തിപരമായി സംസാരിച്ചു. ഇന്ത്യയിൽ ആദ്യമായി, ഖബറിസ്ഥാനിൽ, ശവം മറവ് ചെയ്യപ്പെടുന്ന

സമയത്ത്, സ്ത്രീകൾ നിരന്ന് നിന്നു. ഒരു ക്രിസ്ത്യൻ പള്ളിക്കും, ക്ഷേത്രത്തിനും സമീപത്തുള്ള ഖബറിസ്ഥാനിലാണ് അവരുടെ മൃത ദേഹം അടക്കിയത്. ആ കുടീരത്തിൽ അവരുടെ മകൻ, കമലയുടെ പഴയ സർപ്പക്കാവിലുണ്ടായിരുന്നതുപോലെ, ഒരു നീർമാതളം നട്ടു.

മരിക്കുന്നതിനുമുമ്പ്, പുന്നയൂർക്കുളത്ത്, തനിക്കുണ്ടായിരുന്ന ഭൂസ്വത്ത് കമല മലയാള സാഹിത്യത്തിന്റെ രക്ഷാധികാരികളായ കേരള സാഹിത്യ അക്കാദമിക്ക് ദാനം ചെയ്തു.

■

കൃതജ്ഞത

കമലയുമൊത്തുള്ള എന്റെ ചങ്ങാത്തം എനിക്ക് വിവരിക്കുവാനാകില്ല. കമല തന്റെ ജീവിതകഥകൾ എല്ലാം എന്നോടൊത്ത് പങ്കുവച്ചു, അവരുടെ ചരിത്രം സൂക്ഷിക്കുവാൻ എനിക്കാകുമെന്ന് വിശ്വസിച്ചു, തുകയെഴുതാതെ ഒപ്പിട്ട് തന്ന ചെക്ക് പോലെ എല്ലാം എനിക്കായി തുറന്ന് വച്ചു. അവർ പറഞ്ഞുതന്ന അവരുടെ ജീവിത കഥ എഴുതുവാനായുള്ള ഉത്തരവാദിത്വം എന്നെ ഏല്പിച്ചു. അതിനുള്ള ശ്രമത്തിനിടയ്ക്ക് ഞാൻ പല നല്ല സുഹൃദ്ബന്ധങ്ങളാലും അനുഗൃഹീതയായി. അവരുടെ ജ്ഞാനവും ആ ബന്ധങ്ങളുടെ ഊഷ്മളതയും ഈ പേജുകളിൽ നിറഞ്ഞിരിക്കുന്നു.

എന്നേയും കമലയേയും അടുപ്പിക്കാൻ നിമിത്തമായത് എലൻ കൂണാണ്. അവരില്ലായിരുന്നുവെങ്കിൽ ഒരുപക്ഷേ ഈ പുസ്തകം തുടങ്ങുകപോലുമില്ലായിരുന്നു. പുസ്തകം ആദ്യം എഡിറ്റ് ചെയ്ത് തന്നത് ലിൻഡ ഗബോറിയോയാണ്. അവസാനത്തെ മിനുക്കുപണികൾ ചെയ്തത് ആൻ ചാർണിയും. ഈ രണ്ട് സുഹൃത്തുക്കളിൽനിന്നും ലഭ്യമായതിലും മികച്ച പിന്തുണയും പ്രോത്സാഹനവും ഒരു എഴുത്തുകാരിക്കും പ്രതീക്ഷിക്കുവാനാകില്ല. അതിനോടൊപ്പം തന്നെ വിവിധ പകർപ്പുകൾ വായിച്ച് അഭിപ്രായങ്ങൾ രേഖപ്പെടുത്തിയവരിൽ പ്രമുഖരായ, നോറ ബർകി, ഹാരോൾഡ് ക്രൂക്സ്, ബ്രയാൻ ഫവ്സെറ്റ്, ഗയ് ലോസൺ, കാരോൾ ലാസർ, മെഡ്രി മക്ഫീ, ജോയ് പോർച്ചുഗൽ, ഡോൺ സെഡ്ജിക്, റെബേക്ക തൈച്മാൻ, നോഹ വെയ്സ്ബോർഡ് എന്നിവരുടെ സഹായത്തേയും ഓർക്കുന്നു. എഴുത്ത് തുടങ്ങിയപ്പോൾ എന്റെ ഏജന്റ് നികോൾ വിസ്റ്റാൻലിയായിരുന്നു. വിഷമകരമായ സമയങ്ങളിൽ ഊർജ്ജം പകർന്നത് അവരുടെ തുടർച്ചയായുള്ള പിന്തുണയാണ്. പിന്നെ കൂടുതൽ ആവശ്യങ്ങൾ വന്നപ്പോൾ ഏദ് കാർസണും, സൂസൻ ഗൊലോംബും ആ ഊർജ്ജത്തെ കൂടുതൽ ഉത്തേജിപ്പിച്ചു. ഇത് കല്പിത കഥകളുടെ പുസ്തകമല്ല. ഇതിന്റെ മാർക്കറ്റിങ്ങ് കുറച്ച് ബുദ്ധിമുട്ടുള്ള കാര്യമാണ്. അതിനാൽത്തന്നെ എന്റെ പ്രസാധകനായ ഫിലിപ് സെർകോണിന്റെ പ്രതിജ്ഞാബദ്ധതയെ ഞാൻ പ്രകീർത്തിക്കട്ടെ. ഈ പുസ്തകം അച്ചടിക്കപ്പെട്ടത് എഴുത്തിനോടുള്ള അദ്ദേഹത്തിന്റെ പ്രതിജ്ഞാബദ്ധത ഒന്നുകൊണ്ട് മാത്രമാണ്.

കമലയുമായി അടുത്ത് ഇടപഴകിയിട്ടുള്ള പല എഴുത്തുകാരിൽനിന്നും ലഭിച്ചിട്ടുള്ള ഉൾകാഴ്ചകൾ എന്നെ സഹായിച്ചിട്ടുണ്ട്. പ്രത്യേകിച്ചും കമലയിലെ എഴുത്തുകാരിയുടെ ആത്മാവിനെ അറിഞ്ഞിട്ടുള്ള ബാലചന്ദ്രൻ ചുള്ളിക്കാട്, സുരേഷ് കോഹ്‌ലി, വിജയ ലക്ഷ്മി, മീന അലക്സാണ്ടർ എന്നിവരിൽനിന്നും ലഭിച്ചവ. ഇതിൽ സുരേഷ് കോഹ്‌ലി കമലയുടെ ജിവിതവും അതിന് വായനക്കാരുമായുള്ള ബന്ധവും ഡോക്യുമെന്ററിയാക്കിയിട്ടുണ്ട്. പല പണ്ഡിതരും കമല എഴുതിയത് പഠന വിഷയമാക്കിയിട്ടുണ്ട്. അതിൽ ജെ.ദേവികയുടെ മൂല വിശകലനങ്ങളോട് എനിക്ക് നന്ദിയുണ്ട്. ആ വിശകലനത്തിലവർ കമലയുടെ ലൈംഗികതയുടെ പരിണാമങ്ങളേയും 'എന്റെ കഥ'യേയുംകുറിച്ച് വിശദമാക്കിയിരിക്കുന്നു. അതുപോലെ ബി.ഹരിഹരനും. ഹരിഹരൻ കമലയെ അവരിൽ ഉണ്ടായിരുന്ന ബഹുസ്വരസംസ്കാരത്തെ പ്രകീർത്തിക്കുന്നു. ഹരിഹരൻ മനസ്സ് തുറന്ന് എന്നെ സഹായിച്ചിട്ടുണ്ട്. ഇവരോടൊപ്പം പറയേണ്ട പേരുകളാണ് സാവിത്രി ശങ്കർ ദ തുറയിൽ. നായർവിഭാഗങ്ങളെക്കുറിച്ചുള്ള അവഗാഹത്തിനും മലയാളം / ഇംഗ്ലീഷ് ഭാഷാന്തരങ്ങൾക്കും ഞാനവരോട് കടപ്പെട്ടിരിക്കുന്നു. കമലയുടെ ആദ്യകാല കൃതികൾ അന്താരാഷ്ട്ര രംഗത്ത് ശ്രദ്ധയിൽ കൊണ്ടുവന്ന എസ്.സി.ഹാരെക്സ്, വിൻസന്റ് ഒ. സള്ളിവൻ എന്നിവരുടെ പേർ കൂടി ഞാനിവിടെ ചേർക്കട്ടെ. ഇനിയുമുണ്ട് പേരുകൾ, കെ.സച്ചിദാനന്ദൻ, കമലയുടെ മലയാളം ഗദ്യം വ്യാഖ്യാനം ചെയ്തു തന്നതിന്, പോൾ ലവ്, പ്രമീള പോൾ, ജെസി ഫർവിൻ - എന്നെ മധുരയിലെ അമേരിക്കൻ കോളേജിലെ കമലദാസ് ആർക്കിവിലേക്ക് സ്വാഗതം ചെയ്തതിന്; ഇക്ബാൽ കൗർ, ഇർഷാദ് അഹ്മദ്, പി.പി. രവീന്ദ്രൻ, കെ. രാധ എന്നിവർ കമലയുടെ കഥയെഴുതുവാൻ സഹായിച്ചതിന്.

എന്നെ സാഹസികമായി ഗവേഷണങ്ങളിൽ സഹായിച്ചത് എലിസബത്ത് ക്ലിങ്കായിരുന്നു. അവർ തന്നെയായിരുന്നു യാത്രകളിൽ മിക്കവാറും എനിക്ക് കൂട്ട്. എനിക്കുവേണ്ടി ആദ്യമായി കേരളത്തെക്കുറിച്ച് ഗവേഷണം നടത്തിതന്നത് കോലെറ്റ് ലെബോഫായിരുന്നു. പിന്നീട് എസ്.ഡി. വോൺ വോൾഫ് അതേറ്റെടുത്തു. സംഭാഷണങ്ങളും കഥകളും കവിതകളും ക്ഷമയോടെ പകർത്തിയെഴുതിയത് അലസ്ദയർ ജില്ലിസും ബ്രയാൻ സാൻഡേഴ്സണും, സ്റ്റീവൻ ലെഗാരിയും ചേർന്നാണ്. കൈയെഴുത്ത് പ്രതി പ്രസിദ്ധീകരണത്തിനായി തിരഞ്ഞെടുത്തപ്പോൾ എം ക്യൂ യു പി എഡിറ്റോറിയൽ അംഗങ്ങളെ നയിച്ച ജോൺ മക്ഗിൽവ്രി, സുസേൻ, മക്ആദം എന്നിവർ അവരുടെ വേഗതകൊണ്ട് എല്ലാവരേയും അദ്ഭുതപ്പെടുത്തുകയും ചെയ്തു.

എന്റെ കേരള സന്ദർശനങ്ങളിൽ എന്നെ സ്വാഗതം ചെയ്തതും എനിക്ക് യാത്രയ്ക്ക് വേണ്ട സൗകര്യങ്ങൾ ചെയ്തതും ചെന്നൈയിൽ ഗീത കൃഷ്ണമൂർത്തിയും, ദൽഹിയിൽ സ്റ്റീവൻ റോസെല്ലറുമായിരുന്നു. എന്റെ ആദ്യ ഇന്ത്യാ സന്ദർശനത്തിൽ എല്ലാ യാത്രാസൗകര്യങ്ങളും വളരെ മികച്ച രീതിയിലൊരുക്കി തന്നത് സീതാറാമായിരുന്നു. എന്റെ

എല്ലാ യാത്രകളും സുഗമമാക്കിയതിന് എനിക്ക് അവരോട് നന്ദിയുണ്ട്. എന്റെ നാട്ടിൽ എനിക്കാവശ്യമുള്ള എല്ലാ നിയമ സഹായങ്ങളും കൃത്യമായി ചെയ്തു തന്നത് മറിയൻ ഹെബ് ആയിരുന്നു. അവരുടെ പിന്തുണയ്ക്കും ഞാൻ നന്ദി പറയട്ടെ. എന്നോടൊപ്പം ആദ്യയാത്രയ്ക്കുണ്ടായിരുന്ന ആഞ്ചി കായെ, എന്റെ നീന്തൽ കൂട്ടുകാരായ, ജോസെലൈൻ ക്ലർക്ക്, ഹില ഫീൽ, ജോവൻ റസ്സൽ, ഫ്രാൻസിസ് സാമുവൽ എന്നിവരോടും നന്ദിയുണ്ട്. എന്റെ നീന്തൽ കൂട്ടുകാർ എന്റെ ശരീര വടിവ് നില നിറുത്തുന്നതിൽ സഹായിച്ചു.

കമലയുടെ ആദ്യ കനഡ സന്ദർശനം സാധ്യമാക്കിയവരിൽ ടെഡ് റിക്കാർഡി, റിവ ഹെഫ്റ്റ് എന്നിവരുണ്ട്. ആ സന്ദർശനത്തിനു വേണ്ട സാമ്പത്തിക സഹായം നൽകിയ പ്രസ്ഥാനങ്ങളിൽ, കനഡ കൗൺസിൽ ഓഫ് ആർട്സ്, ഇന്തൊ-യു എസ് സബ്കമ്മീഷൻ ഓൻ എഡ്യുക്കേഷൻ ആന്റ് കൾചർ, കൊൺകോർഡിയ സർവകലാശാല, കനഡയിലെ വിദേശകാര്യ വകുപ്പ്, കനഡയിലെ റൈറ്റേഴ്സ് യൂണിയൻ, ഫെഡെറേഷൻ ഓഫ് ഇംഗ്ലീഷ് ലേംഗ്വേജ് റൈറ്റേഴ്സ് ഓഫ് ക്യൂബക്, സൗത്ത് ഏഷ്യൻ വിമൻസ് സെന്റർ എന്നിവ ഉൾപ്പെടുന്നു. കമലയുടെ രണ്ടാമത്തെ സന്ദർശനത്തിന്റെ രക്ഷാധികാരി ആൻഡ്രൂ ആർകിനായിരുന്നു. അദ്ദേഹത്തിനോടും സ്നേഹം നിറഞ്ഞ നന്ദി അറിയിക്കട്ടെ. അതിനോടൊപ്പം എനിക്ക് ഒരു വർഷം മറ്റൊന്നിലും ശ്രദ്ധിക്കാതെ എഴുതുവാനായി ഗ്രാന്റ് അനുവദിച്ച കനഡ കൗൺസിലിനോടും നന്ദിയുണ്ട്.

എന്റെ മകൾ ക്ലിയോയ്ക്ക് കമലയുമായി പ്രത്യേക സൗഹൃദമുണ്ടായിരുന്നു. പലപ്പോഴും അവളുടെ വാക്കുകൾ ഞാൻ കേൾക്കുകയും ചിലപ്പോഴെങ്കിലും കേൾക്കാതിരിക്കുകയും ചെയ്തിട്ടുണ്ട്. കമലയുടെ സന്ദർശനവേളകളിൽ അവരെ സ്വാഗതം ചെയ്ത എന്റെ മകൾ അന്നയോടും എനിക്ക് നന്ദിയുണ്ട്. എന്റെ എഴുത്തിനെ അതേപടി അംഗീകരിക്കുന്ന എന്റെ മകൾ കിമ്മിനോടും നന്ദി പറയട്ടെ. എന്റെ അച്ഛൻ സിഡ്നി വെയിസ്ബോഡ്, അദ്ദേഹത്തിന്റെ ഭാര്യ, ഫൈലിസ് ആംബർ, എന്റെ സഹോദരൻ ഹൈമാൻ വെയിസ്ബോഡ്, കമലയുടെ പ്രിയ സുഹൃത്ത് ഗ്വെൻ ട്രോൻസിൻ എന്നിവർക്ക് എന്റെ എഴുത്തിലുള്ള വിശ്വാസത്തിനും നന്ദിയുണ്ട്. എന്നോട് കാണിച്ച സ്നേഹത്തിന് കമലയുടെ മക്കളായ മോനു നാലപ്പാട്ട്, ചിന്നൻ ദാസ്, ജയസൂര്യ, ജയസൂര്യയുടെ ഭാര്യ ദേവി എന്നിവരോട് എനിക്ക് അതിയായ കടപ്പാടുണ്ട്. പ്രത്യേകിച്ചും അവർ എന്നെ ഊഷ്മളമായി സ്വീകരിച്ചതിന്.

കമലയുടെ ഉപദേശം സ്വീകരിച്ചും എന്റെ സ്വന്തം താത്പര്യത്തിനും കമലയേയും അവരുടെ കൃതികളേയും മനസ്സിലാക്കുന്നതിന് അത്ര പ്രാധാന്യമില്ലാത്ത ചില പേരുകൾ മാറ്റിയിട്ടുണ്ട്. പ്രാധാന്യമുള്ളിടത്തെല്ലാം അതേ പേരുകൾ ഉപയോഗിച്ചിട്ടുമുണ്ട്. എന്നാൽ വലിയ അക്ഷരങ്ങളിൽ എഴുതേണ്ട പേരുകൾ കമലയുടെ പരിചാരികമാരുടേതാണ്, പ്രത്യേകിച്ചും കമലയോടൊപ്പം പൂനയിലേക്ക് പോകുകയും,

മരണം വരെ അവരോടൊത്തുണ്ടാകുകയും, കമലയോട് മലയാളത്തിൽ സംസാരിക്കുകയും ചെയ്തിരുന്ന കുംബളത്തു നിന്നുള്ള അമ്മു.

സെൻസർഷിപ്പിന് വിധേയമാക്കാതെ സ്വതന്ത്രമായി എഴുതണമെന്ന് ഉറച്ച് വിശ്വസിച്ച, ആർണി ജെല്ബാർട്ടിന്റെ പിന്തുണയാൽ അനുഗൃഹീതയാണ് ഞാൻ. ആ വിശാല മനസ്കതയ്ക്ക് ഞാൻ ആർണിയോട് നന്ദി രേഖപ്പെടുത്തട്ടെ. ■